பிரண்டா பெக் (பிரண்டா இ. எஃப். பெக்) ஆக்ஸ்ஃபோர்டில் டி.ஃபில் பட்டம் பெற்றவர். டோரண்டோ பல்கலைக்கழகத்தில் உடனிணைப் பேராசிரியராக உள்ளார். கனடாவின் சோஃபியா ஹில்டன் அடிப்படை நிறுவனத்தின் தலைவரும் ஆவார். அது கல்வியின் எல்லா நிலைகளிலும் கதை சொல்லலின் பயன்பாட்டை மேம்படுத்தும் ஓர் அறக்கொடை நிறுவனம். பிரண்டா எட்டுப் புத்தகங்களை வெளி யிட்டுள்ளார். மேலும் பலவற்றைத் தொகுத்துள்ளார். அறுபதுக்கும் மேற்பட்ட சஞ்சிகைக் கட்டுரைகளின் ஆசிரியரும் ஆவார். முனைவர் பெக், தெற்காசியத் தொன்மவியலிலும், குறிப்பாகத் தமிழ் நாட்டார் கதைகளிலும் பேரார்வம் கொண்டவர். கடந்த மூன்றாண்டுகளில் மட்டும் அமெரிக்காவிலும் கனடாவிலும், தமிழ்நாட்டிலும், ஏன் மலேசியாவிலும் அடித்தளம் கொண்ட தமிழ்ச் சமுதாயத்திலிருந்து பதினொரு விருதுகளைப் பெற்றுள்ளார். அவருடைய பணி தமிழ் நாட்டார் இலக்கியம் பெற்றுள்ள உலகளாவிய பாராட்டை ஆழமாக்க உதவியுள்ளது, குறிப்பாக அயல்நாட்டில் புலம்பெயர்ந்து வாழும் தமிழர்களால் வரவேற்கப்படுகிறது.

மொழிபெயர்ப்பாளர் அப்பணசாமி (பி. 1961) எழுத்தாளர், கல்வியாளர். பல்வேறு துறை சார்ந்து முப்பதுக்கும் மேற்பட்ட நூல்களை மொழிபெயர்த்துள்ளார். தற்போது தமிழ்நாடு பாடநூல் மற்றும் கல்வியியல் பணிகள் கழக வெளியீட்டுப் பிரிவில் ஆலோசகராகப் பணியாற்றுகிறார்.

மீள்பார்வையிட்ட முனைவர் பக்தவத்சல பாரதி (பி. 1957) நன்கறியப் பட்ட மானிடவியலாளர். தற்போது புதுச்சேரி மொழியியல் பண்பாட்டு ஆராய்ச்சி நிறுவனத்தில் இயக்குநராகப் பணியாற்றுகிறார்.

தமிழகத்தில் இடங்கை, வலங்கைக்
கிளைச்சாதிகளைப் பற்றிய ஆய்வு

கொங்குக் குடியானவர் சமூகம்

பிரண்டா பெக்

ஆங்கிலத்திலிருந்து தமிழில்

அப்பணசாமி

மீள்பார்வை

பக்தவத்சல பாரதி

அடையாளம்

முதல் பதிப்பு 2019

© பிரண்டா இ. எஃப். பெக்
© தமிழ் மொழிபெயர்ப்பு: அடையாளம்
வெளியீடு: அடையாளம், 1205/1 கருப்பூர் சாலை, புத்தாநத்தம் 621310, திருச்சி மாவட்டம், இந்தியா, தொலைபேசி: 04332 273444
நூல் வடிவம்: த பாபிரஸ், அச்சாக்கம்: அடையாளம் பிரஸ், இந்தியா
ISBN 978 81 7720 297 7
விலை: ₹ 460

Konku kutiyaanavar samuukam is the Tamil translation of *Peasant Society in Konku: A Study of Right and Left Subcastes in South India* in English by Brenda Beck, Translated by Appannasamy, Published by Adaiyaalam, 1205/1 Karupur Road, Puthanatham 621 310, Thiruchirappalli District, Tamilnadu, India, email: info@adaiyaalam.net

தன் வாழ்வாலும் பணிகளாலும் என் சிந்தனையில்
பெரும் செல்வாக்கு செலுத்திய என் பாட்டி
ஷோபியா லியோன் ஃபஹ்ஸ் நினைவுக்கு...

பதிப்புரை

முனைவர் பக்தவத்சல பாரதி
புதுச்சேரி மொழியியல் பண்பாட்டு ஆராய்ச்சி நிறுவனம்

இந்தியச் சமூகமானது 'சாதியச் சமூகம்' என்பதும், இந்தியப் பண்பாடு 'சாதியப் பண்பாடு' என்பதும் உலகமறிந்த மானிடவியல் உண்மை. 19ஆம் நூற்றாண்டிலிருந்து இதன் பொருண்மையில் மெதுவான மாற்றங்கள் ஏற்படத் தொடங்கின. அதுவரை 80% இந்தியா கிராமங்களில் வாழ்ந்துகொண்டிருந்தது. கடந்த இரண்டரை நூற்றாண்டுகளாக அசைவியக்கம் பெற்றுவந்துள்ள தொழில் வயமாக்கம், நகரவயமாக்கம், மேற்கத்தியவயமாக்கம் ஆகியவற்றால் இன்று தமிழகம் 45% நகரமயம் கண்டுள்ளது. இதன்மூலம் சாதியத்தின் சமூகப் பண்பாட்டு முகங்கள் புதுவடிவம் பெற்றுள்ளன.

ஆங்கில இந்தியாவில் ஏற்பட்ட புதிய சமூக அசைவியக்கங்களி னூடே விடுதலை இந்தியாவில் சாதியத்தை விளங்கிக்கொள்ளுதல் என்பது நமக்கு வாய்க்காத ஒரு வாசிப்பு. சாதி பற்றிய பொதுப் புரிதல் நமக்குண்டு. அதுவுங்கூட பல சமயங்களில் சாதியப் புத்தியாகவே வெளிப்படுகிறது என்பது ஒரு கசப்பான உண்மை. இதனைத் தாண்டி சாதி பற்றி மானுடம் சார்ந்தும், சமூகம் சார்ந்தும், பண்பாடு சார்ந்தும், மண் சார்ந்தும் வாசிப்பதே நுட்பமான வாசிப்பாகும்.

சாதி பற்றி அறியவேண்டுமானால் சாதிகளைப் பற்றி அறிய வேண்டும். அவற்றைப் பிரதேசம், வட்டாரம், கிராமம், ஊர், குடியிருப்பு எனும் வரிசையிலும், சாதி, கிளைச்சாதி, குலம், வகையறா, குடும்பம் எனும் வரிசையிலும், நாட்டுத் தெய்வம், சாதித் தெய்வம், கிளைச்சாதித் தெய்வம், ஊர்த் தெய்வம், குல தெய்வம்,

வீட்டுத் தெய்வம் எனும் வரிசையிலும், இப்படியான வரிசை நிலைகளோடு சாதிகளின் படிநிலை வரிசை எவ்வாறு பொருந்திச் செயல்படுகிறது என்பதுதான் இந்த நூல்.

கணவனும் மனைவியும் கலந்து வார்க்கும் குழந்தை போன்று, நிலமும் சாதியும் சேர்ந்து வார்க்கும் சாதிய வாழ்வு தமிழகத்தில் பிரதேசம் தோறும் தனித்துவம் பெறுகிறது. மேற்குத் தமிழகத்தில் கொங்கு நாட்டின் மண்ணும் மக்களும் உருவாக்கி வந்துள்ள குடியானவர் வாழ்வின் மானிடவியலை இந்த நூல் நம் வசமாக்கி யுள்ளது. இது ஒரு பெறுமதியான வாசிப்பு.

பிரண்டா பெக் ஒரு பெண் மானிடவியல் அறிஞர்; கனடா நாட்டைச் சேர்ந்தவர். கொங்கு நாட்டில் குடியானவர் வாழ்வை ஆராய்வதற்கு முன்பு, தமிழகத்தின் பல்வேறு சாதிகளின் திருமணச் சடங்குகளை ஒப்பிட்டு ஆராய்ந்தார். சாதிப் படிநிலைக்கு ஏற்ப சடங்கு முறைகளும் படிநிலைப்படுகின்றன என்பதை நிரூபித்தார். பிரண்டா பெக் தமிழ்ச் சமூக ஆய்வுகளை நாட்டார் வழக்காற்றியல், இலக்கிய மானிடவியல் ஆகிய களங்களிலும் செய்துள்ளார்.

தமிழின் முதல் காப்பியமான சிலப்பதிகாரத்தை மானிடவியல் ரீதியாக ஆராய்ந்துள்ளார். அண்ணன்மார் சாமிகளின் கதைப் பாடலையும், பாண சமூக மரபையும்கூட ஆராய்ந்துள்ளார். 1965 சனவரி முதல் 1966 ஆகஸ்ட் வரை 20 மாதங்கள் கொங்கு நாட்டில் செய்த ஆய்வே இந்த நூல். இந்த ஆய்வுக்காக மேலும் 5 மாதங்கள் இந்தியாவின் பிற பகுதிகளுக்கும் சென்று ஒப்பீடு செய்தார்.

பிரண்டா பெக் எழுதியுள்ள இந்த நூல் ஒரு நுட்பமான கண்திறப்பு எனலாம். கொங்குக் குடியானவரின் வாழ்வு முறையைப் பாண்டிய நாட்டின் பிரமலைக் கள்ளர்களோடும், மத்திய இந்தியாவின் மால்வா பகுதியில் ஆய்வு செய்த ஆட்ரியன் மேயர் ஆய்வோடும், ஆந்திரம், கேரளம் உள்ளிட்ட பகுதிகளோடும் ஆங்காங்கு ஒப்பிட்டுக் காட்டுகிறார். இத்தகைய அனைத்திந்தியப் பார்வையோடு கொங்குக் குடியானவர் வாழ்வைத் தரிசனம் செய்யும் யாத்திரையை நமக்குக் காட்டுகிறார். நுண்மாண் நுழைபுலம் மிக்க முன்னெடுப்பு இந்த நூல்.

மரத்தை மரமாகப் பார்க்காமல் அது மண்ணில் எவ்வாறு வேர் பரப்பி வளர்ந்து நிற்கிறது என்பதை அறிவது போல், சாதியைச் சாதியாகப் பார்க்காமல் அது பிற சாதிகளுடன் இந்த மண்ணில் எவ்வாறு வேர்விட்டுக் கிளை பரப்பி வாழ்கிறது என்பதே இந்த

நூலின் மையமான அணுகுமுறை. கொங்குச் சாதிய வாழ்வை அமைப்பியச் செயற்பாட்டுப் பார்வையில் (structural-functionalism) ஆராய்ந்திருக்கிறார். இது முழுமை சார்ந்த தேடுதலின் கோட்பாட்டு முறையியல் அம்சமாகும்.

சங்ககாலத்தில் 'குடி' அமைப்புடைய தமிழ்ச் சமூகம் ஆரியரின் சமூக ஊடாட்டத்தால் சாதிக் கட்டமைப்புடைய சமூகமாக உருமாறியது. அது இடைக்காலத்தில் பேரரசுகளின் முடியாட்சிக் காலத்தில் வலங்கை-இடங்கை என 96 சாதிகள்வரை சமூக ஏணியையும் ஏற்றத்தாழ்வுகள் அடங்கிய முரண்பாடுகளையும் வளர்த்துக்கொண்டது. வேறு எவராலும் ஆராயப்படாத இந்த வலங்கை-இடங்கைச் சமூகமுறை பற்றிய ஒரே மானிடவியல் ஆய்வாக இது அமைகிறது. தர்மா குமார், பர்டன் ஸ்டீயின், கேத்தலின் கோ, எரிக் மில்லர் என இன்னும் பலர் ஒரு பிரதேசத்திற்கும் சாதிகளுக்கும் உள்ள உடல்-உயிர் போன்றதோர் உள்ளார்ந்த பற்றுதலை ஆராய்ந் துள்ளனர். ஆனாலும் பிரண்டா பெக் இவர்களிடமிருந்து முழுவது மாகத் தனித்துவம் பெறுகிறார்.

வரலாற்றின் மிக நீண்ட காலகதியில் ஒரு பிரதேசம் எப்படி ஒரு மைய நிறுவனமாக ஆக்கம் பெறுகிறது என்பதும், இந்தப் பிரதேசத்தோடு சாதிகள் எவ்வாறு தொடர் நிறுவனங்களாகப் பரிணமிக்கின்றன என்பதும் இந்த நூலில் ஒரு காணாத கண்திறப்பாக ஒரு மின்னல் வெளிச்சத்துடன் மிளிர்கிறது. வலங்கை-இடங்கைப் பிரிவுகளின் மேல்தட்டுக் கிளைச்சாதிகளே சமூக முரண்பாடுகளைக் கூர்மைப்படுத்துகின்றன என்பதையும், இவ்விரு பிரிவுகளைச் சேர்ந்த அடித்தளக் கிளைச்சாதிகள் அவ்வாறான சமூக இயங்கியலைக் கொண்டிருக்கவில்லை என்பதையும் மிக விரிவான புரிதலாக இந்த நூலில் முன்னெடுத்துச் செல்கிறார்.

இந்த ஆய்வின் அடித்தளம் களப்பணியாகும். மேலும், வரலாற்று நூல்கள், தமிழ் இலக்கியங்கள், நாட்டார் வழக்காறுகள், இந்திய இதிகாசங்கள், புராணங்கள், ஸ்மிருதிகள், அரசு அறிக்கைகள், ஆவணங்கள், குடித்தொகைக் கணக்குகள் முதலான தரவுகளை இணைத்து ஒரு விரிவான, ஆழமான, நுட்பமான புரிதலைக் காட்டுகிறார். சமூக அறிவியல் சார்ந்த ஆய்வுகளைச் செய்பவருக்கு ஒரு நல்ல முன்மாதிரியாகவும், சிறந்ததொரு கோட்பாட்டு முறையியலைக் காட்டுவதாகவும் இந்த நூல் அமைந்துள்ளது.

***

இந்த நூல் பிரண்டா இ. எஃப். பெக் எழுதிய பேசண்ட் சொசைடி இன் கொங்கு (யுனிவர்சிடி ஆஃப் கொலம்பியா பிரஸ், 1972) என்னும் ஆங்கில நூலின் தமிழாக்கமாகும்.

இந்த நூலை தமிழில் மொழிபெயர்க்க வேண்டிய அவசியத்தை உணர்த்தியவர் விஜயவேலன் என்ற சித்தானை. தமிழகத்தைப் பற்றி வெளிநாட்டவர் செய்த ஆய்வுகளைத் தமிழில் மொழிபெயர்க்க வேண்டும் என்பதில் மிகுந்த ஆர்வம் உடையவர். அவரே ஆங்கிலப் பிரதியையும் தந்தார்.

பிறகு நூலாசிரியர் பிரண்டாவிடம் தொடர்புகொண்டு மொழிபெயர்ப்பு அனுமதி கேட்டோம். மிகுந்த உற்சாகத்துடன் ஒப்பந்தப் பத்திரத்தை அனுப்பிவைத்தார். அவ்வப்போது மொழி பெயர்ப்பு முன்னேற்ற நிலையைச் சுறுசுறுப்புடன் விசாரித்தபடியே எம்மை விரைவாகச் செயல்பட வைத்தார்.

மொழிபெயர்ப்பாளர் அப்பணசாமி குறிப்பிட்ட கால அவகாசத்தில் சிறப்பாக மொழிபெயர்த்திருக்கிறார். இவருடைய அர்ப்பணிப்பு மிக்க உழைப்பு பாராட்டுக்குரியது.

இந்த மொழிபெயர்ப்பானது மூல நூலோடு மிகவும் நெருக்கமாக வைத்து ஒப்புநோக்கப்பட்டிருக்கிறது. கொங்கு வட்டாரச் சொற்கள் கொங்குநாடு கலை அறிவியல் கல்லூரித் தமிழ்ப் பேராசிரியர் முனைவர் கு. முத்துக்குமார் உதவியுடன் சரிபார்க்கப்பட்டுள்ளன.

இவ்வாறு பலநிலைகளில் இந்த மொழிபெயர்ப்பு சிறப்பாக வெளிவருவதற்கு ஆதாரமாக இருந்த அனைவருக்கும் நன்றி.

பொருளடக்கம்

விளக்கப்படங்கள், ஒளிப்படங்கள்	xiii
அட்டவணைகள்	xvi
மொழிபெயர்ப்பாளர் குறிப்புகள்	xix
முன்னுரை	xxi
நன்றி நவிலல்	xxviii
அறிமுகம்	1

1 மண்டலம்: கொங்கு நாடு

கொங்கு, மண்டலமும் அதன் புவியியலும்	27
கொங்குப் பகுதியின் வரலாறு	38
கொங்குப் பகுதியின் பட்டம்பெற்ற குடும்பங்கள்	53
காலநிலை, விவசாயச் சுழற்சி, பண்டிகை நாள்கள்	65
கொங்குமண்டலத்தின் சாதிவாரி மக்கள்தொகை	73

2 துணைமண்டலம்: காங்கேயம் நாடு

நாடு நிலவியல்: பாரம்பரிய வரைவு	83
நாடு பகுதிகளின் நிர்வாக அமைப்பு	86
வலங்கைக் கிளைச்சாதிகளின் வம்சாவளி அமைப்பு	101
இடங்கைக் கிளைச்சாதிகளின் வம்சாவளி அமைப்பு	124

3 வருவாய்க் கிராமம்: கண்ணபுரம் கிராமம்

கிராமப் புவியியலும் மாரியம்மனும்	139
கூட்டம்: வரலாறுகளும் உள்ளூர் கிராம உரிமைகளும்	152
வலங்கை- இடங்கைத் தீண்டாமைச் சமுதாயங்களில் வேறுபாடுகள்	162

4	**குக்கிராமம்: ஓலப்பாளையமும் அருகமைப் பகுதிகளும்**	
	ஆக்கமுள்ள சமுதாயமும் அருகமைக் குடியிருப்புகளும்	174
	தனிக் குடியிருப்புப் பகுதிகள்	180
	கிளைச்சாதிக் குழுக்களின் உள்ளூர்த் தகுதிநிலை	192
	நில உடைமை அமைப்பும் தொழில்சார் அமைப்பும்	225
	சமுதாய அளவிலான குழுவாதப் பிரிவு	243
5	**தனிக்குடும்பம்**	
	குடும்பம்: வரையறையும் விளக்கமும்	252
	உறவுமுறைச் சொற்களின் தர்க்கம்: ஒரு கண்ணோட்டம்	264
	திருமண ஏற்பாட்டில் நடைமுறைக் கரிசனங்கள்	286
	திருமண ஏற்பாட்டில் சடங்கியல் கரிசனங்களும் மண உடன்பாடு கோரிக்கைகளும்	298
	இணைச்சீர்: ஒரு சுருக்கமான விளக்கம்	301
	கிளைச்சாதியின் நிலப்பரப்பில் திருமணமும் நெகிழ்வுத்தன்மையும்	328
6	**முடிவுரை**	336
	பின்னிணைப்புகள்	
	அ. களப்பணி நடைபெற்ற சூழல்கள்	351
	ஆ. இந்த நூலில் இடம்பெறும் தகவலாளிகள்	359
	இ. நல்ல நேரம், கெட்ட நேரம்	363
	ஈ. கொங்கு கிராமப்புற எடை, அளவீடுகள், கூலி, விலை நிலவரம், 1966	366
	உ. தமிழ் உறவுமுறைப் பெயர்களும் அழைக்கும் சொற்களும்	370
	ஊ. சொத்துரிமைக் கோரல்கள்	378
	குறிப்புகள்	385
	உசாத்துணை	447

விளக்கப்படங்கள்

1.1	மதராஸ் (தமிழ்நாடு) மாநில நிலப்படம்	26
1.2	கொங்கு மண்டலம்	29
1.3	கொங்கு மண்டலப் பாரம்பரிய புனிதத் தலங்கள்	31
1.4	விவசாய சுழற்சியும் அது தொடர்பான விழாக்களும்	71
2.1	கொங்குப் பகுதியின் பாரம்பரிய அரசியல், நிலப்படம்	85
2.2	காங்கேயம் நாட்டின் அரசியல், சமூக நிலப்படம்	87
2.3	காங்கேயம் நாட்டின் கவுண்டர் குலங்களின் தொகுப்புகள்	105
2.4	வீரணாம்பாளைய ஆயிஅம்மன் கோயில்	113
2.5	வள்ளியரச்சல் அழகுநாச்சியம்மன் கோயில்	115
2.6	மரமேறி நாடார் கிளைச்சாதி கோயில்	121
2.7	வேடர் சமுதாயத்தின் பரவல்	133
2.8	மொரசு மாதாரிகளின் முக்கிய கோயில்கள்	137
3.1	கண்ணபுரம் கிராமக் குடியிருப்பு அமைப்பு	143
3.2	கண்ணபுரம் கிராமத்தின் புனித இடங்கள்	147
3.3	கண்ணபுரம் கிராமத்தின் முதல் பரம்பரை வம்சாவளி	157
4.1	குடியிருப்புப் பகுதிகளின் சடங்கியல் எல்லைகள்	177
4.2	ஓலப்பாளையம் குடியிருப்புப் பகுதி, 1965	183
4.3	ஓலப்பாளையம் குடியிருப்புப் பகுதி, 1900	185
4.4	ஓலப்பாளையம் கடைவீதி	189
4.5	பூசாரிவலசு சேரி வரைபடம்	191
4.6	ஒரு கொங்கு வீட்டில் சடங்கியல் சிறப்புள்ள பகுதிகள்	198
4.7	வரவேற்புக் கூடத்தின் இருக்கை வரிசை	201
4.8	சோறு பரிமாற்றம் - சாதாரண தருணங்களில்	203
4.9	தயிர் பரிமாற்றம்	205

4.10 சாப்பிட்ட இலை எடுத்தல்	207
4.11 மனிதக் கழிவு அகற்றல், வெற்றிலை-பாக்கு பரிமாற்றம்	211
4.12 உணவு நடைமுறையின் உட்பிரிவுகளில் கிளைச் சாதிகளின் தகுதிநிலை	213
4.13 முறைப்படியான கிளைச்சாதி விருந்துகளில் பந்திகள்	215
4.14 பல பொது நிகழ்வுகளில் குக்கிராம கிளைச்சாதிகள் வரிசைப்படுத்தப்படும் முறை	219
4.15 பிராமணப் படையல்களிலும் மாகாளியம்மன் கோயில் திருவிழாவிலும் விருந்தாளிகள் அமரும் வரிசை	221
4.16 கிளைச்சாதிவாரியாக சராசரி மொத்த சொத்து மதிப்பீடு	228
4.17 கிளைச்சாதி வாரியாக சராசரி ஆண்டு வருமானம்	231
4.18 குலம் வாரியாக ஓலப்பாளையம் ஊரின் நில உடைமையாளர்கள்	233
4.19 ஓலப்பாளையம் கணவாளர் வம்சாவளி மரம்	235
4.20 ஓலப்பாளையம் குடியிருப்பில் கவுண்டர் குலங்களுக்குச் சொந்தமான கட்டடங்கள்	247
5.1. அ. குடும்ப அலகுக்கான எடுத்துக்காட்டுகள்	254
5.1. ஆ. குடும்பம் அல்லாத அலகுக்கான எடுத்துக்காட்டுகள்	255
5.2 இரத்தவழி-மணவழி வேறுபாடுகளின் வம்சாவளி	267
5.3 ஆண் பேசுநர் (ego) பயன்படுத்தும் பெண் உறவுகளுக்கான சொற்கள்	273
5.4 மூன்று தலைமுறை ஆண்கள் ஒரே பெண்ணை அழைப்பதற்காகப் பயன்படும் உறவுமுறைச் சொற்கள்	275
5.5 உறவின்முறைச் சிக்கல்களும் அதற்கான தீர்வுகளும்: நான்கு எடுத்துக்காட்டுகள்	280
5.6 நெருக்கமான உள் திருமணங்கள் மூன்றின் வம்சாவளி எடுத்துக்காட்டுகள்	317
ஊ.1. சொத்துரிமை கோரல்களுக்கான எடுத்துக்காட்டு	383

ஒளிப்படங்கள்

கொங்கு மண்டலம்	37
வேளாண் நடவடிக்கைகள்	69
சில உள்ளூர் சாதிகள்	95
கிளைச்சாதியும் குல விழாக்களும்	111
மாரியம்மன் திருவிழா	149
கிராம நடவடிக்கைகள்	151
உள்ளூர்த் தொழில்கள்	237
ஊர்ச் சடங்கியல் நிகழ்வுகள்	249
வீடுகளின் வகைகள்	259
கவுண்டர் திருமணச் சடங்குகள்	307

அட்டவணைகள்

1.0 கொங்குப் பகுதியின் கிளைச்சாதிகள் 7

1.1 கொங்கு நாடு நிர்வாகப் பகுதியும் மக்கள்தொகையும், *1961* 32

1.2 பல்வேறு கிளைச்சாதிகள் அனுபவிக்கும் பாரம்பரிய உரிமைகளும் ஊழியப் பணிகளும், *1966* 58

1.3. மக்கள்தொகை விவரங்கள் 75

2.1. தென்னிந்தியாவில் பாரம்பரிய அரசியல், நிர்வாக அமைப்புகளின் உதாரணங்கள் 89

2.2. காங்கேயம் நாட்டின் சில முக்கிய கோயில்களும் கவுண்டர் குல உரிமை வரிசைகளும் 107

2. 3. கரூர் அனப்பு மாதாரிகளின் பரம்பரைத் தலைமைமுறை 135

2. 4. இருபெருங் குழுக்களாக உள்ள நாடுகளின் இயைபுகள் 136

3. 1. கண்ணபுரம் கிராம சாதிவாரி மக்கள்தொகை, *1966* 145

3. 2. இந்தியாவில் பல பகுதிகளில் பரம்பரை, அருகமை கோயில்கள் இடப்பெயர்வு ஒப்பீடு 161

3. 3. கொங்குப் பகுதியின் எழுத்தறிவு நிலை 169

3.4. சமுதாயவாரியாக எழுத்தறிவு நிலை 171

4.1. படங்கள் *4.8, 4.9, 4.10* ஆகியவற்றில் காணப்படும் முக்கியத் தகவல்களின் தொகுப்புரை 209

4.2. ஓலப்பாளையம் நில உடைமையாளர்கள் 230

4.3. கவுண்டர் தொழில்சார் அமைப்பு, ஓலப்பாளையம், *1966* 239

4.4. அ. வண்ணாருக்கு வழங்கப்படும் ஊதியம், *1965-66* 240

4.4. ஆ. வாழ்க்கை வட்டச் சடங்குகளின்போது எதிர்பார்க்கப்படும் கூடுதல் பரிசுகள் 241

5.1. கூட்டுக் குடும்பங்கள் புள்ளிவிவரம் 262

5.2. தேந்தெடுக்கப்பட்ட சில மாவட்டங்களில் தனிக்குடும்ப,

	கூட்டுக்குடும்பங்களின் விகிதம்	263
5.3.	உறவின்முறைச் சொற்களில் திருமணம் அனுமதிக்கப்படும் இரத்த உறவினர்கள்	279
5.4.	தலைமுறைகள் மாறும்போது உறவுப்பெயர்கள் நழுவுதல்	284
5.5.	உறவுமுறைப் பெயர்களில் வேறுபாடுகள்	285
5.6.	திருமணத் தொலைவு பற்றிய பகுப்பாய்வு	291
5.7.	தாயக உறைவிடம், புது உறைவிடம்	294
5.8.	முறைமக்கள் (அ) உரிமை உறவுத் திருமண உரிமைகள்	304
5.9.	தென் இந்தியாவிலும் சிலோனிலும் நடக்கும் நெருங்கிய திருமணங்களின் புள்ளிவிவரங்கள்	323
5.10.	பொதுவாக நிகழும் நெருங்கிய திருமணங்கள்	325
5.11.	பொருத்தமற்ற திருமணமும் கிளைச்சாதி உருவாக்கமும்	332
6.1.	ஓலப்பாளையம் குடியிருப்பில் குறிப்பிடத்தக்க நில உடைமை அளவு	347
ஆ.	இந்த நூலில் இடம்பெறும் தகவலாளிகள்	359
இ. 1.	நல்ல நேரம், கெட்டநேரம்,	364
ஈ. 1.	நிலத்தின் விலை மதிப்பீடு, 1966	369
உ. 1	கொங்குக் கவுண்டருக்கான உறவுமுறைப் பெயர்கள்	371
உ.2.	கொங்குக் கவுண்டர் பயன்படுத்தும் உறவுப் பெயர்கள்- இதர கிளைச்சாதிகளின் வேறுபாடு	374
உ.3.	அழைப்புச் சொற்கள்	376
ஊ.4.	தமிழ் பொது விளப்புச் சொற்கள்	377

மொழிபெயர்ப்பாளர் குறிப்புகள்

இந்தப் புத்தகம், கொங்கு நாடு குறித்த அரிதான ஆராய்ச்சிப் புத்தகத்தின் மொழிபெயர்ப்பு. தமிழ்நாடு குறித்த மானிடவியல் ஆய்வுகள் அரிதானவை. அதிலும் கொங்குப் பகுதி குறித்த மானிடவியல் ஆய்வுகள் அரிதினும் அரிதாகவே நடந்துள்ளன.

சுமார் ஐம்பது ஆண்டுகளுக்கு முன்னர் வட அமெரிக்க ஆய்வாளர் பிரண்டா பெக் கொங்கு மண்டலத்தில் ஒன்றரை ஆண்டுகளுக்கும் மேலாகத் தங்கியிருந்து, களஆய்வுகள் மேற்கொண்டு சேகரித்த தரவுகளின் அடிப்படையில் ஆய்வு செய்து இந்தப் புத்தகத்தை எழுதியுள்ளார்.

தம் ஆய்வுக்கான மாதிரியை உருவாக்குவதற்கே மிகக் கடினமாக அவர் உழைத்துள்ளார். காங்கேயம் அருகிலுள்ள ஓலப்பாளையம் என்ற குக்கிராமமே இவர் ஆய்வுக்குத் தேர்வு செய்த களம். இந்தக் குக்கிராமத்தின் மக்கள்தொகை 1965இல் 600 பேருக்கும் குறைவு. அதாவது சுமார் 150க்கும் குறைவான வீடுகளை மட்டுமே கொண்டது இவ்வூர். இந்தக் குக்கிராமங்களைத் தேர்வுசெய்ய இரண்டு மாதங்களுக்குமேல் தேடுதல் நடத்தியுள்ளார்.

இந்தியாவில் இதற்கு முன்னர் மேற்கொள்ளப்பட்ட அனைத்து மானிடவியல் ஆய்வுகளையும் கவனமாக வாசித்துக் கடுமையான முன்னேற்பாடுகளை மேற்கொண்டுள்ளார். அதுமட்டுமல்லாமல் தமிழக, இந்திய வரலாறு குறித்து எழுதப்பட்டுள்ள வரலாற்று நூல்களையும், தமிழ் இலக்கியங்கள் மட்டுமல்லாமல் தமிழக நாட்டார் கதைகள், இந்திய இதிகாசங்கள், புராணங்கள், ஸ்மிருதிகள், ஏராளமான இனவரைவியல் கதைகள், குறிப்புகள், அரசு அறிக்கைகள், ஆவணங்கள், கணக்கெடுப்புகள் என முழுமையான வாசிப்பை மேற்கொண்டுள்ளார்.

சமகால அரசியலில் இந்தப் புத்தகம் அளிக்கும் தரவுகள் புதிய வெளிச்சத்தைப் பாய்ச்சுகின்றன. முதலாவதாகச் சாதிய அரசியலை வர்ணாசிரம அடிப்படையில் மட்டும் பார்த்து அணித்திரட்சி நடைபெற்று வந்த நிலையில் வலங்கை, இடங்கைப் பிரிவுகள் கடந்த ஆயிரம் ஆண்டுகளாக ஏற்படுத்திய தாக்கம் ஏன் மதிப்பிடப்படாமல் வந்துள்ளது என்ற கேள்விகள் முன்வைக்கப்படும்.

இரண்டாவதாக, விளிம்புநிலை குழுக்கள் என்பதில் அருந்ததியர் மட்டுமல்லாமல், நவீனத்தால் பாதிக்கப்பட்டுள்ள கைவினைஞர்கள், பாரம்பரியத் தொழில்முறையாளர்கள் போன்றோரும் சேர்க்கப்பட வேண்டும் என்ற நியாயமான கோரிக்கைகள் எழலாம்.

மூன்றாவதாக, தற்போதைய சமூக அரசியலில் முன்னிலை பெற்றுவரும் ஆதிக்க சாதி அரசியல் மோதல்களை வலங்கைக் குழுக்களுக்குள் நடக்கும் மோதல் மரபின் நீட்சியாகப் பார்க்கச் சொல்லும் கோரிக்கைகளும் எழலாம்.

நான்காவது, நவீன தொழில்மயமாக்கத்தில் நசிந்துபோன பாரம்பரியத் தொழிற் குழுக்களை மீட்டெடுக்க வர்க்க அரசியல் மேற்கொண்ட நடவடிக்கைகள் என்ன என்ற கேள்விகளும் எழலாம்.

இந்த ஆய்வு ஐம்பது ஆண்டுகளுக்கு முன்னர் நடைபெற்ற ஆய்வு. சில இடங்களில் தற்போதைய நிலையில் முரண்பாடுகள் தோன்றலாம். ஆனால், தமிழ்நாட்டின் சாதியப் படிநிலை குறித்து இதுவரை வாசிக்கப்பட்ட அணுகலிலிருந்து புதிய பார்வையைக் கொடுக்கிறது. இதற்கான அளப்பரிய உழைப்பை பிரண்டா பெக் நல்கியுள்ளார். நுட்பமும், ஆழமும், விரிவும்கொண்ட ஆராய்ச்சி முடிவுகள் இவை.

இந்த நூல் மொழியாக்கத்தின்போது எழுந்த சந்தேகங்களுக்கும், கேட்கப்பட்ட கேள்விகளுக்கும் உடனுக்குடன் பதிலளித்து ஆர்வ மூட்டிய பிரண்டா பெக் அவர்களுக்கு மிகவும் கடமைப்பட்டுள்ளேன்.

இந்த நூலை மொழிபெயர்க்கும் வாய்ப்பை எனக்குப் பணித்த அடையாளம் பதிப்புக் குழுவினருக்கு என் அன்பு.

அப்பணசாமி

முன்னுரை

தென்னிந்தியாவின் ஒவ்வொரு குறிப்பிட்ட பகுதியிலும் பல்வேறு சாதிகள் காணப்படுகின்றன. அந்தச் சாதிகளின் சமூக முறைகள் அந்தந்தப் பிரதேசத்தின் புவியியல் முறைகளோடு எவ்வாறு தொடர்புபடுத்திக் கொள்கின்றன என்பதை அறிவதே இந்த நூலின் முதன்மையான நோக்கமாகும். இந்த நோக்கத்தை முன்வைத்து ஆராயும்போது, அதை எழுதும்போதும், மீண்டும் திருத்தி எழுதும் போதும் என்னுடைய மையக்கரு இறுதி வடிவத்தை அடைவதற்குள் பல நிலைகளைக் கடந்துவந்துள்ளது. சுருக்கமாகச் சொல்வதானால் ஆய்வின் அடிப்படைக் கருத்தாக்கமானது தொடர்ந்து வளர்ந்து கொண்டும் மாறிக்கொண்டும் வந்துள்ளது. இந்த ஆய்வின் முதன்மை யான கருத்தாக்கம் விவரிக்கப்படுவதற்கு முன்னர் இது எவ்வாறு கருக்கொண்டு உருப்பெற்றது என்பது பற்றிச் சில கருத்துகளைச் சொல்ல வேண்டும்.

இந்தியாவில், ஒரு குறிப்பிட்ட பகுதிக்குள் நிலவும் பல்வேறு சாதிகளின் பாரம்பரிய நிறுவனங்களை ஒப்பிடுவதில் என்னுடைய ஆர்வம் 1964இலிருந்தே தொடங்குகிறது. அப்போது, மதராஸ் மாநிலம்[1] பழைய சோழநாடு பகுதியில் பல்வேறு சாதிகளின் திருமணச் சடங்குகளை ஒப்பிட்டு என் நூலக ஆய்வை எழுதினேன். அப்பகுதி உத்தேசமாக தற்போது நவீன மாவட்டங்களாக அறியப்படும் தென் ஆற்காடு, தஞ்சாவூர் மாவட்டங்கள் மற்றும் திருச்சிராப்பள்ளி மாவட்டத்தின் கிழக்குப் பகுதிகளுக்குச் சமமாகும். இப்பகுதியில் பல சமுதாயங்களில் நிகழ்த்தப்படும் மணச்சடங்குகளின் முக்கிய அம்சங்கள், சமுதாயத்தில் அந்தச் சாதிகள் வகிக்கும் படிநிலைகளுக்கு[2] ஏற்ப மாறுபடுகின்றன என்பது அந்த ஆய்வின் முடிவு ஆகும். வேறு சொற்களில் சொல்வதானால், சடங்கு அல்லது குறியீட்டுப் பதிலிகளின் ஒழுங்கமைக்கப்பட்ட ஒருங்கிணைவு உள்ளூர் சமூக ஏணிகளின் படிநிலையில்[3] படிப்படியாகக் கீழிறங்குவதாகக் காணலாம்.

இந்த முடிவை அடைந்ததன் விளைவாக, ஒரு முனைவர்பட்ட ஆய்வுக்காக, இதே பிரச்சினையின் மற்றொரு அம்சத்தில் ஆய்வு செய்வதென முடிவு செய்தேன். ஆனால், நேரடியான களஆய்வு சார்ந்து என் ஆய்வு அமைந்தது. சமூக நிறுவனம், சடங்குகள் இரண்டிலும் எனக்கு ஏற்கனவே ஆர்வம் உருவாகியிருந்தது. எனவே, இந்த இரண்டு அம்சங்களையும் உள்ளடக்கிய ஒப்பியல் சிக்கல் கொண்ட ஆய்வைத் தேடினேன். கள்ளர் சமுதாயம் குறித்து லூயி துய்மோன் மேற்கொண்ட பாரம்பரிய அல்லது குலப் பிரிவுகள் குறித்த வரைபட ஆய்வால் கவரப்பட்டிருந்தேன். அதனால் இந்தத் தலைப்பில்[4] என் தேடலை மையப்படுத்த முடிவு செய்தேன். அவருடைய பரிந்துரையில், நவீன கோயம்புத்தூர் மாவட்டம், தென்சேலம் மாவட்டத்தின் ஒரு பகுதி ஆகியவற்றை உள்ளடக்கிய கொங்குப் பகுதியில் கள ஆய்வு மேற்கொள்ள உறுதிபூண்டேன்.

நான் இந்தியாவில் இறங்கியபோது, பல்வேறு சாதி அல்லது கிளைச்சாதிக் குழுக்கள் இடையேயான குலக் கோயில்கள் குறித்தும் குலச் சடங்குகள் குறித்தும் ஒரு விரிவான ஒப்பியல் ஆய்வு மேற்கொள்வதற்கான தயாரிப்புகளோடு மட்டுமே வந்திறங்கினேன். ஒரு கிராமப் பார்வையில் இதனை அணுகுவது சிறப்பாக இருக்கும் என்று ஊகித்தேன். இதனால், கொங்குப் பகுதியின் மையத்தில்[5] இத்தகைய ஓர் ஆய்வுக்களம் ஒன்றை உடனடியாகக் கண்டடைய வேண்டியிருந்தது. இப்படியாக, ஒரு கிராமத்தில் கூடடைந்தேன். இருந்தாலும், குலம் என்பது உள்ளூர்ச் சமூக நிறுவனத்தில் மிகச்சிறிய பங்களிப்பைச் செலுத்துகிறது என்பதை உடனடியாகக் கண்டு கொண்டேன். அதனால், ஓர் அர்த்தமுள்ள ஆய்வை நான் மேற்கொள்ள வேண்டுமானால் என் விசாரணைகளை விரிவுபடுத்த வேண்டும் என்பதையும் புரிந்துகொண்டேன். ஆனால், நான் அவநம்பிக்கை கொள்ளும் வகையில் இதற்குள்ளாகவே எட்டு மாதங்கள் கடந்துவிட்ட நிலையில் நான் சேகரித்த தரவுகளில், என்னுடைய முந்தைய நூலக ஆய்வுக்காக சேகரித்த தரவுகளில் காணப்பட்ட சமூகப் படிநிலை கீழிறக்கம் போன்ற நேர்த்தியான பதிலி தொகுப்புகள் எதையும் நான் கண்டடையவில்லை.

எனினும், சேகரிக்கப்பட்ட தரவு ஒரு கட்டத்தில் பொருத்தமான மாதிரியை உருவாக்கும் என்று நம்பினேன். கடைசியில், ஒரு முக்கியத்துவம் வாய்ந்த உள்ளூர்க் கோயிலில் ஒரு மூத்த, மரியாதைக் குரிய மத்தளம் வாசிக்கும் கலைஞரிடம் (பறை அடிப்பவர் - மொ-ர்)

நான் கேள்விகள் கேட்டுக்கொண்டிருந்தபோது நான் எதிர்பார்த்துக் காத்திருந்த துப்பு ஒன்று கிடைத்தது. நான் சேகரித்துள்ள தகவல் துணுக்குகளைக் கொண்டு ஒரு வடிவத்தை உருவாக்க இயலும் என்ற நம்பிக்கையை இறுதியில் பெற்றேன்.[6] உள்ளூர்க் கடவுளான மாரியம்மன் ஆண்டுத் திருவிழாவின் போது கடைப்பிடிக்கப்படும் மிகக் குறிப்பிடத்தக்க முக்கிய அம்சம் 'வலங்கை' மற்றும் 'இடங்கை' கிளைச்சாதிகளுக்கு இடையே கடைப்பிடிக்கப்படும் பாகுபாடு ஆகும்.[7] 'வலங்கை' என வகைமைப்படுத்தப்பட்டுள்ள அனைத்துக் கிளைச்சாதிகளும் மாரியம்மன் கோயில் ஆண்டுத் திருவிழாவில் தங்களுக்கான சடங்கு உரிமைகளைக் கொண்டிருக்கின்றன.

ஆனால், 'இடங்கை'க் கிளைச் சாதிகளுக்கு இந்த அளவுக்கு முக்கியத்துவம் வழங்கப்படுவதில்லை. முன்காலத்தில், கோயிலுக்கு முன்புறமாக எழுப்பப்பட்டுள்ள விழாத் தோரணவாயிலைத் தாண்டி விழா நடைபெறும் காலம் முழுவதும் 'இடங்கை'க் கிளைச் சாதிகளைச் சேர்ந்த பெண்களை உள்ளே விடமாட்டார்கள். தற்போது முதுமை யடைந்துள்ள என்னுடைய தகவலாளரான அந்தக் கலைஞர், ஐம்பது, அறுபது ஆண்டுகளுக்கு முன்பு, தான் சிறுவனாக இருந்தபோது இந்தத் தடைவிலக்கப்பட்டதை நினைவுகூர்ந்தார். இப்போது அத்தகைய தடைகள் கடைப்பிடிக்கப்படாத போதும், ஒவ்வோர் ஆண்டுத் திருவிழாவின்போதும் அத்தகைய தோரண வாயில், விழாவின் ஒரு சடங்காக எழுப்பப்பட்டு வருகிறது.

முன்னதாக, சாதிகளிடையே நிலவும் வலங்கை, இடங்கைப் பிரிவுகள் குறித்துச் சில பண்டைய ஆங்கிலேயே, பிரெஞ்சு எழுத்தாளர்கள் தென்னிந்தியா குறித்து எழுதியுள்ள சில புத்தகங் களிலே வாசித்துள்ளேன்; ஆனால், அதெல்லாம் பண்டைக்காலத்தில் மட்டும் நிலவிய வழக்கங்கள் என்றுதான் நினைத்திருந்தேன். இப்புலத்தில் ஆய்வு செய்யவேண்டும் என்ற எண்ணம் எனக்கு (அல்லது, நான் அறிந்தவரையில் மற்றவர்களுக்கு) ஏற்படவேயில்லை. நடுத்தர, கீழ்நிலைச் சாதிகளைச் சேர்ந்த முதியவர்கள் மட்டுமே இன்னமும் 'வலங்கை', 'இடங்கை' ஆகியவற்றின் சமூக முக்கியத்துவத்தை நினைவுகூரக்கூடியவர்களாக இருக்கிறார்கள் என்பதை விரைவில் கண்டேன். பண்டைய நூற்றாண்டுகளைச் சேர்ந்த ஆவணங்களில் இவை துணிவுடன் பயன்படுத்தப்பட்டுள்ளதையும் கண்டேன்.

வலங்கை, இடங்கைச் சார்புகள் குறித்த இந்தத் தொடக்க விசாரணைகள் இறுதியில் ஆறு பேரிடம் மையம்கொண்டது.

ஒவ்வொருவருமே இவ்விரு பிரிவுகளைச் சேர்ந்த உறுப்பினர்களின் பட்டியலைத் தங்கள் நினைவுகளில் இருந்து கூறினர்.[8] தனித்தனியாகக் கேள்விகள் எழுப்பியதில், இரு எதிர் பிரிவுகளைச் சார்ந்த உள்ளூர்த் துணைச்சாதிகள் எவையென நியாயமாகப் பிரித்தளித்தனர். ஆறு தகவலாளர்களில் நால்வர் (தகவலாளி 1,2,3,5), கைவினைஞர்கள், பெரும்பாலான வணிகர்கள், தோல் தொழிலாளர்கள் ஆகியோர் கொண்ட குழுவை 'இடங்கை' என வகைப்படுத்தத் தயாராக இருந்தனர். மற்ற இருவர், இவர்களே சமூக ஒழுங்கில் இந்த ஒருபாதியைச் சேர்ந்தவர்கள், அதனை 'வலங்கை' என வகைமைப் படுத்த விரும்பினர். இரு குழுக்களின் உத்தேசமான உறுப்பினர்தன்மை குறித்து என் தகவலாளர்கள் ஓர் உடன்பாட்டுக்குத் தயாராக இருந்தாலும், யாருக்கு அதிக மரியாதை என்பதில் அவர்களுக்குள் தெளிவான போட்டி இருந்தது.

ஒருபுறம், தாங்கள் 'இடங்கை'க் குழுவைச் சேர்ந்தவர்களில்லை என்று கூறும் கைவினைஞர்களும் அவர்களைச் சேர்ந்தவர்களும், மறுபுறம் அவர்கள் 'இடங்கை'க் குழுக்கள்தாம் என்று கூறுபவர்கள். ஆனால் தன்னம்பிக்கையை வெளிப்படுத்தும் முன்னவர்களான கைவினைஞர்கள் இந்தத் தகராறுக்கான ஏற்கப்பட்ட விளக்கங்களை என் முன்வைக்கின்றனர். இதை உறுதிப்படுத்த வேண்டிய தேவை இருக்கவில்லை. எனினும், கிளைச்சாதிகளால் உருவாக்கப்பட்டுள்ள இந்த இரு வேறு பிரிவுகளின் முரண்பட்ட வழக்கங்கள், மரபுகள் குறித்த தரவுகளைச் சேகரிக்க வேண்டியிருந்தது. பின்னர், களத்திலிருந்து இருப்பிடம் திரும்பியபோது, நான் சேகரித்த பட்டியல்களை இந்தப் பிரிவுகள் குறித்த வரலாற்றாசிரியர்களின் முந்தைய விளக்கங்களுடன் ஒப்பிட்டேன். அப்போது கைவினைஞர்கள், தோல் தொழிலாளர்கள் மற்றும் அவர்களைச் சேர்ந்தவர் இடங்கைக் குழுவினர்[9] என்ற என் பட்டியல் சரியானதுதான் என்பதைக் கண்டுகொண்டேன்.

அடுத்து, தகவலாளிகள் அளித்த பட்டியல்களில் ஐயர் பிராமணர்கள், காருணிகர் பிள்ளை ஆகிய சமுதாயங்கள் இரண்டு பிரிவுகளிலும் விடுபட்டுள்ளது கண்டு வியப்புற்றேன். தகவலாளி-1 மட்டும் பிள்ளை வலங்கைப் பிரிவைச் சேர்ந்தவர் என்று குறிப்பிட்டிருந்தார். ஆனால், சமூக வழக்கங்கள் குறித்த என்னுடைய தரவுகளின்படி, பிராமணர்கள், பிள்ளை ஆகிய சமுதாயங்கள் இடங்கைப் பிரிவில் உள்ள உயர்நிலைச் சமுதாயங்களின் பழக்கவழக்கங்களுடன்தான் ஒத்துப்போகிறார்கள். இந்தப் பிரச்சினையை மிகவும் கவனமாகப் பரிசீலித்த பின்னர்,

வரலாற்று ஆதாரங்களையும் என் தகவலாளிகளின் பெரும்பான்மை ஆலோசனைகளையும் பின்பற்றி அவர்களைச் சமூகப் பிளவுக்கு உயரே வைத்து, எந்தப் பிரிவுகளையும் சாராதவர்களாக உருவாக்கினேன்.[10] பிரிவினைக்கான தமிழ் சொல்லாக்கங்கள் ஒரு சமுதாய உடலின் பக்கங்களைக் குறிப்பதால், இந்த இரு சமுதாயங்களும் சமூக ஒழுங்குக்கான ஒரு தலையை உருவாக்கிக் கொண்டதாகக் கருதலாம். சாதி குறித்த செவ்வியல் ஆய்வுகளில் இந்தக் கற்பனை தெளிவாகப் புலப்படாமல் இருந்தாலும், வலங்கை- இடங்கைப் பிரிவின் தோற்றம் குறித்துப் பரவலாக அறியப்பட்ட பல தொன்மங்களின் வெளிச்சத்தில் இவை உரியதாகவே தோன்றுகின்றன.[11]

எந்தெந்தக் கிளைச்சாதிகள் பாரம்பரியமாக எந்தப் பிரிவைச் சார்ந்தவை என்பது ஒரு தடவை நிறுவப்பட்டதும், இப்புதிய சட்டகத்தின் ஊடே நான் சேகரித்திருந்த தரவுகளை மறு ஆய்வுக்கு உட்படுத்தினேன். இப்போது வலங்கை - இடங்கை முரண் குறித்த மிகத் தெளிவான ஒரு மாதிரி புலப்படத் தொடங்கியது. இந்த இரு எதிர்நிலைப் பிரிவுகளுக்குள் ஒவ்வொரு கிளைச்சாதியையும் வகைமைப்படுத்தும் முயற்சியில் நான் ஈடுபடும் போது அது உணவுத் தீண்டாமைப் பிரச்சினையாக இருந்தாலும், சமூகப்படிநிலையில் கீழ்நிலைச் சாதிகளை வகைப்படுத்துவதாக இருந்தாலும் புதிய அர்த்தத்தைத் தருவதாக இருந்தது. சமூகப் படிநிலையில் ஒரு கிளைச்சாதியின் தகுதிநிலை மிகவும் முக்கியமானதாக நீடிக்கிறது. ஒவ்வொரு உதாரணத்தையும் ஆய்வுக்குட்படுத்தும்போது, இரு பிரிவுகளிலும் உயர்நிலையில் இருக்கும் சமுதாயங்கள் இடையேயான முரண்பாடுகள், அதே பிரிவுகளில் கீழ்நிலையில் இருக்கும் சமுதாயங்கள் இடையேயான முரண்பாடுகளைவிட கூர்மையுடன் இருப்பது மேலும் மேலும் தெளிவாகிறது.

அதே சமயத்தில், என்னிடம் இருப்பில் உள்ள தரவுக்கு விளக்க மளிப்பதில் இந்த வலங்கை-இடங்கைப் பிரிவினை, ஓர் இணை வளர்ச்சியை விளங்கிக்கொள்ள முக்கியப் பங்களிப்பு செய்தது. ‘கிராமங்கள்’ மற்றும் தனிப்பட்ட குடியிருப்புப் பகுதிகொண்ட சிறிய அலகுகளின் மீது மட்டுமே என் ஆய்வின் முந்தைய அழுத்தங்கள் இருந்ததால், தொடக்கத்தில் மிகச் சிறிய பகுதியை மட்டும் தேர்வு செய்தேன்.

எனினும், கொங்குப் பகுதியில் என்னுடைய ஆய்வுக் காலத்தின் கடைசிக் கட்டத்தில், சாதி மற்றும் கிளைச்சாதி அமைப்புகள் குறித்து

என் தகவலாளர்கள் கூறிய அனைத்துத் தகவல்களுக்கும் உயர்நிலை முக்கியத்துவம் அளிக்கத் தொடங்கினேன். வருவாய் கிராமத்துக்கு, நிர்வாகப் பகுதிக்கு, பகுதி முழுமைக்கு என்று அவர்கள் அடிக்கடி கூறுவதைக் கவனித்தேன். இவை அவர்கள் ஆய்வுக்குட்படுத்தும் அலகுகள். இதனை நான் மெதுவாகத்தான் ஏற்றுக்கொண்டேன். கடைசியில், எனது உள்ளூர் நண்பர்கள் இந்த உலகை மானிடவியல் ஆய்வுத் தலைப்புகளின்படி பார்ப்பதில்லை என்ற உண்மையை நான் ஏற்றுக்கொள்ள வேண்டியவளானேன். அவர்கள் சமூகத்தின் பிரதேச படிநிலை குறித்தே ஆர்வமுடன் பேசினர். உள்ளூர் மரபுகளையும் அனுபவங்களையும் எனக்குப் புதினமாகத் தோன்றிய ஒரு சட்டகத்துக்குள் வைத்துத் தன்னியல்பாகப் பேசிக்கொண்டே இருந்தனர். அவர்களைப் பொறுத்தவரை, உள்ளூர்ப் படிநிலையை உருவாக்கும் அலகுகள் என்பது ஓர் அசல் கருத்தியல் நிலைகளின் தொடரை உருவாக்குவது ஆகும். எனினும், கள ஆய்வில் இந்த அனுபவத்தைப் பெற்றுவிட்ட போதிலும், என் முடிவுகளை ஆய்வுக் கட்டுரையாக எழுத முயன்றபோது எனது அவதானிப்புகளை மரபான மானிடவியல் வகைமைகளின்படியே எழுதினேன்.

ஆனால், என் தரவுகளை வலுக்கட்டாயமாக 'அன்னிய' அச்சில் வார்க்கும் உணர்வையே பெற்றேன். என்னுடைய தகவலாளிகள் தங்கள் சொந்த அலகுகளில் பயன்படுத்தியதன் ஞானத்தை நான் இறுதியில் அங்கீகரித்தேன். எனது தரப்பில் இருந்த கொங்கு வழக்கங்கள் மற்றும் கருத்தியல் குறித்த தரவுகளிலேயே ஓர் அடிப்படை முறைப்படுத்தப் பட்ட கோட்பாடு இருந்ததைக் கண்டேன். எனது முந்தைய பிரதியை இதன் அடிப்படையில் முழுவதுமாக மாற்றி எழுதினேன். ஆகவே, இந்தப் புத்தகத்தில் ஒரு பிரதேச அமைப்பின் பல அடுக்குகளுக்கும் முக்கியத்துவம் அளிக்கும் முயற்சி மேற்கொள்ளப்பட்டுள்ளது.

ஏனெனில், இந்தப் புத்தகத்தின் முதன்மைக் கருவடிவம் பிரதேச நிறுவனத்தோடு தொடர்புடையது. இந்தப் புத்தகத்தின் ஆய்வு நிகழும் பரப்பு மறைக்கப்படுவதைச் சாத்தியமில்லாததாக்க இந்த நுண் தகவல்கள் அவசியமாக உள்ளன. ஓலப்பாளையம் என்ற ஊரின் பெயருக்குப் பதில் ஒரு கற்பனைப்பெயரை நான் வைத்திருக்க வேண்டும் என்றாலும், நான் விவாதிக்கும் ஊர்கள் கோயில்கள் மற்றும் இதர இடங்களின் பெயரை மாற்றினால் அது உள்ளூர் மக்களின் நலன்களுக்கு எதிராகவே இருக்கும் என நம்புகிறேன். அத்தகைய மறைக்கும் எந்த முயற்சியும் இல்லாமலே, ஓலப்பாளையம்

குடியிருப்புக்கு வைக்கப்படும் எந்தக் கற்பனைப் பெயரும் ஒரு மேலோட்டமான தீர்வாகவே இருக்கும். இவ்விஷயத்தில் நிறுவப்பட்ட பழக்கங்களைப் பின்பற்றுவதற்குப் பதிலாக, தேர்வில் எனது சுயாதீன முடிவையும், வார்த்தைகளில் எனக்களிக்கப்பட்ட தகவல்களையும் சார்ந்திருப்பதையே தேர்வு செய்திருக்கிறேன்.

எனக்கு இத் திட்டத்தில் உதவி அளித்த மக்களுக்கு எந்தவிதத் தீங்கும், அவர்கள் நலன்களுக்கு எந்தப் பாதிப்பும் அளிக்காத தகவல்களை மட்டும் பயன்படுத்துவது என்பதையே என் சிந்தையில் கொண்டுள்ளேன். இதைச் செயல்படுத்த, மிகச் சொற்பமான தகவல்களையே நான் விலக்க நேர்ந்துள்ளது. இவ்வாறு விலக்கப்பட்ட தகவல்கள் என் ஆய்வின் மையக்கருவிற்கு அதிகம் முக்கியத்துவம் இல்லாதவையும் ஆகும். தங்கள் பகுதியின் நிறுவனத்தின் பாரம்பரியம் மற்றும் நுட்பங்களை முழுமையாகப் புரிந்துகொள்வதற்கான திறப்பை அளித்த ஓலப்பாளையம் மக்களுக்கு என் நன்றிகள். என் தரப்பில் தவறுகள், பிழைகள் ஏற்பட்டிருந்தால் அவர்கள் என்னை மன்னிப்பார்கள் என்று நம்புகிறேன். இந்தப் பணியில் அவர்கள் அளித்த பங்காற்றுதலுக்காக அவர்கள் பெருமிதம் கொள்ளலாம்.

பிரண்டா பெக்

நன்றி நவிலல்

இந்தியாவில் இருபத்து மூன்று மாதங்கள் மேற்கொண்ட என் ஆராய்ச்சிப் பணியை, அமெரிக்க தேசிய அறிவியல் நிறுவனம், இந்திய ஆய்வுகளுக்கான அமெரிக்க நிறுவனம் ஆகியவை இணைந்து ஆதரித்தன. என் ஆய்வின் முடிவுகளை நான் எழுதிக்கொண்டிருக்கும் போது, சிகாகோ பல்கலைக்கழகத் தென் ஆசிய ஆய்வுகளுக்கான குழு, பிரிட்டிஷ் கொலம்பியா பல்கலைக்கழகக் கல்விப்புல நிதி, கனடா சமூக அறிவியல் ஆராய்ச்சிக் குழு ஆகியவற்றின் கூடுதல் நல்கை களைப் பெற்றேன். இந்த நிறுவனங்களின் நிதி நல்கை மிகவும் பாராட்டுதல்களுக்குரியன.

இந்தப் புத்தகம், ஆங்கிலத்தில் கனடா குழு வழங்கும் நிதி உதவியைப் பயன்படுத்தி கனடா சமூக அறிவியல் ஆராய்ச்சிக் குழு நிதி நல்கை மூலம் பதிப்பிக்கப்பட்டது.

இந்த ஆராய்ச்சி வளர்ச்சியின் பல கட்டங்களில் இந்தியாவி லிருந்தும் மேற்கிலிருந்தும் நூற்றுக்கணக்கானவர்கள் உதவிகள் வழங்கியுள்ளனர். எனக்கு உதவிகள் நல்கிய அனைவரின் பெயர் களையும் தனித்தனியாக இங்குப் பட்டியலிட இயலாது. இவ்வாறு தனிப்பட்ட முறையில் ஒவ்வொருவருக்கும் நன்றி சொல்லும் என் பொறுப்பை நிறைவேற்றும் எந்த நெருக்குதலையும் எனக்கு அளிக்காமலேயே, நான் இந்தப் புத்தகத்தை நிறைவு செய்துள்ள மகிழ்ச்சியைப் பகிர்ந்து கொள்வார்கள் என்பது என் நம்பிக்கையாகும். முக்கிய தகவலாளிகளின் பட்டியல் இப்புத்தகத்தின் பின்னிணைப்பு - ஆ பகுதியில் தரப்பட்டுள்ளது. எனினும், சிலரை மட்டும் தனியாகக் குறிப்பிட்டு நன்றி நவிலக் கடமைப்பட்டுள்ளேன்.

ஆக்ஸ்போர்டில் என்னுடைய முனைவர்பட்ட மேற்பார்வையாளர் களான ராட்னி நீதம், ஆர். கே. ஜெயின் ஆகியோர் இந்தப் பணியின் தொடக்கத்தில் இருந்தே மதிப்புமிக்க ஆலோசனைகளும் உதவிகளும் நல்கி வந்துள்ளனர். பாரிசில் வாழும் என் நெடுநாளைய ஆசான் லூயி துய்மோன் இந்தப் பணியில் குறிப்பிடத்தக்க ஆர்வம் எடுத்துக்

கொண்டதுடன் மிகவும் உதவியாகவும் இருந்தார். இந்தப் புத்தகத்தின் ஆங்கிலப் படியை நீண்ட மதிப்புரைக்கு உட்படுத்தியதன் மூலம் வழிகாட்டுதல் நல்கிய சிகாகோ பல்கலைக்கழக மக்கிம் மாரியட் மிகப் பெரிய உதவி வழங்கியுள்ளார். பிரிட்டிஷ் கொலம்பியா பல்கலைக் கழக டேவிட் ஜே. எல்கின்ஸ் ஆய்வு வளர்ச்சியின் அனைத்து நிலைகளிலும் பல பயனுள்ள பரிந்துரைகள் வழங்கினார். எனது சகியும் சமையலாளருமான கே. பாப்பம்மாள், அவருடைய மகனும் என் மதிப்புமிக்க உதவியாளருமான கே. சுந்தரம் ஆகியோர் காட்டிய அன்பு, ஆதரவு, ஊக்கம் எனப் பெரும் கவனிப்பை இந்த ஆராய்ச்சி பெறுகிறது.

பிரண்டா பெக்

கொங்குக் குடியானவர் சமூகம்

அறிமுகம்

இரண்டு விரிவான கேள்விகள் இந்தப் புத்தகத்தை ஆதிக்கம் செய்கின்றன. ஒன்று, தென் இந்தியாவில் ஒரு பாரம்பரிய நிலப் பரப்பில் நிலைத்திருக்கும் சமுதாய அமைப்பில் பல்வேறு வெளி அங்கங்களாகவும் உள் அடுக்குகளாகவும் இருப்பவை எவை? இரண்டாவது, இத்தகைய ஒரு நிலப்பரப்பில் பல சாதிகளின் உள்ளார்ந்த வடிவங்கள் எவ்வாறு இப்படிப் பண்பாடு சார்ந்து வரையறுக்கப்பட்ட அலகுகளில் இயங்குகின்றன அல்லது தொழிற் படுகின்றன? பின்வரும் இயல்கள் தமிழ்நாட்டின் (மதராஸ் மாநிலம்) ஐந்து நிலப் பரப்புகளில்[1] ஒன்றான கொங்குப் பகுதியில் இது குறித்து மேற்கொண்ட கள ஆய்வை வழங்குகின்றன.

ஒவ்வோர் இயலும், உள்ளூர் மக்கள் தங்கள் சமூக அமைப்புகள் குறித்து உரையாடவும் விளக்கவும் கையாளும் ஐந்து சமுதாய, பாரம்பரிய அலகுகளில் ஒன்றைச் சுற்றி அமைக்கப்பட்டுள்ளது. இந்த அலகுகள் (நிலப்பரப்பு, நிர்வாக நில எல்லை, வருவாய்க் கிராமம், குக்கிராமம், குடி/தலைக்கட்டு) ஒவ்வொன்றும் மற்றதன் மீது அதே அளவில் முரண்படக்கூடும். அதே சமயத்தில் இவை ஒவ்வொன்றும், ஓர் உயர்மட்டத்தில், ஒன்றில் ஒன்று உள்வாங்கி ஒரே அலகாகவும் உள்ளடங்கக்கூடும். மொத்தமாக அனைத்தும் சீனப் பெட்டிகள் போல ஒன்றில் ஒன்று அடங்கக்கூடியவை.

ஒட்டுமொத்த திட்டத்தையும் விளக்குவது, இந்தப் புத்தகம் முழுவதும் மீண்டும் மீண்டும் பயன்படுத்தப்பட்டுள்ள சில குறிப்பிட்ட உள்ளூர்ச் சொல்லாடல்களின் பொருளைப் புரிந்து கொள்ள உதவக்கூடும். மதராஸ் மாநிலம் மரபான ஐந்து நாடுகள் (NaTu) அல்லது அரசியல் பரப்புகளைக் கொண்டது. கொங்கு அவற்றில் ஒன்று. கொங்கு நிலப்பரப்புக்குள், இருபத்து நான்கு முதன்மைத் துணைப்பிரிவுகள் உள்ளன. இவையும் நாடு (naTu) என்று அழைக்கப் படுகின்றன.[2] ஒரு நாடு (NaTu) என்பது மிகப்பெரிய பரப்பு; பண்பாடு, வரலாறு ரீதியான தனித்தன்மை கொண்டது; இன்னொரு நிலையில்

நாடு (naTu) என்பது அடிப்படையில் ஓர் அரசியல், நிர்வாகம் சார்ந்த பகுதி ஆகும். பின்னர்க் கூறப்பட்ட அலகு மட்டத்தில்தான் துணைத் தலைவர்களின்/ஆட்சியாளர்களின் ஆட்சி முந்தைய நூற்றாண்டுகளில் இயங்கியது. இந்த அலகுக்குள்தான் சடங்கு மற்றும் சட்ட விவகாரங் களில் கிளைச்சாதிக் குழுக்கள் தங்கள் தனிப்பட்ட அடையாளங்களைப் பெறுகிறார்கள். இந்த ஒவ்வொரு நாட்டுக்குள்ளும் வருவாய்க் கிராமங்கள் உள்ளன. அவை கிராமம்[3] என்று அழைக்கப்படுகின்றன. நாட்டுக்கு முரணாக, வருவாய்க் கிராமங்கள்தான் மிக முக்கியப் பொருளாதார அலகு ஆகும். நிலம் இந்த மட்டத்தில்தான் மதிப்பிடப் படுகிறது. வறட்சிக் காலங்களில் இதன் அடிப்படையில்தான் வரிச் சலுகைகள் அறிவிக்கப்படுகின்றன. வருவாய்க் கட்டணத்துக்கான குழுமப் பொறுப்பை அதன் குடியிருப்பாளர்கள் பகிர்ந்துகொள்வதற் கான எல்லை இந்த நிலப்பரப்புதான். இங்கு வரி வசூலிப்பதற்கான பொறுப்பு மணியகாரர் அல்லது கிராம முன்சீப்பைச் சார்ந்தது ஆகும்.[4] கிராமம் என்ற உடனேயே அதனோடு அடையாளம் காணப்படுவது உள்ளூர்த் தாய்த் தெய்வத்தின் வழி ஆண்டுதோறும் எடுக்கப்படும் திருவிழா ஆகும்.

கிராமம் எனும் மட்டத்துக்குக்கீழே தனிக் குக்கிராமங்கள் அதாவது ஊர்கள் (Ur) உள்ளன. இந்த ஊருக்குள் குறிப்பிட்ட குடியிருப்புப் பகுதிகள் உள்ளன. இவையும் ஊர் (ur)[5] என்றே அழைக்கப் படுகின்றன. ஒரு குக்கிராமம் (Ur) அதாவது குடியிருப்புப் பகுதிகளின் தொகுப்பு என்பது அன்றாட நடவடிக்கைகளை மேலாண்மை செய்வதற்கான சாத்தியமான கூட்டுறவு அலகை அமைக்கிறது. ஊர் (ur) என்பது வெறும் குடியிருப்புப் பகுதி மட்டும்தான். அதில் சில வீடுகள் மட்டும் இருக்கும். ஒரு குக்கிராமம் அல்லது ஊரில் (Ur) பொதுவாகத் தீண்டத்தகாத குடியிருப்புப் பகுதியும் உள்ளடங்கி யிருக்கும். அதோடு உள்ளூர் நில உடைமையாளர்களுக்கு உழைப்பை வழங்கக்கூடிய பிற நபர்களின் வீடுகளும் இருக்கும். கூடுதலாக, குக்கிராமங்கள் ஆண்டுத் திருவிழாக்களைக் கொண்டாடுகின்றன. கொங்குப் பகுதியில் இத்தகைய ஆண்டுத் திருவிழாவை நிகழ்த்துதல் என்பது பிற அம்சங்களுடன் அதனை நிகழ்த்தும் மக்களுக்குள் உள்ளான படிநிலை உறவுகளையும் சார்புநிலைகளையும் குறிப் படுத்துதலாகவும் நிகழ்கின்றது.[6] முரண்பாடாக, குடியிருப்புப் பகுதி ஒரு காத்திரமான சமூகக் கூடுகையைக் கொண்டிருக்கவில்லை. மேலும், ஆண்டுத் திருவிழாக்கள் அதனுடன் தொடர்புடையதாகவும் இருப்பதில்லை. மேலும், இங்குப் புழங்கப்படும் சொல்லாடல்களை

வாசகர்கள் தவறாகப் புரிந்துகொள்ளக்கூடாது, ஒரு பெரிய குடியிருப்புப் பகுதி தானாகவே ஒரு குக்கிராமம் (ஊர்) ஆகிறது.

இறுதியில், ஒவ்வொரு குடியிருப்புப் பகுதிக்குள்ளும் குடும்பங்கள் அல்லது தனிப்பட்ட வீட்டு அலகுகள் வருகின்றன. அதாவது இவை ஒரே அடுப்பில் சமைத்து உண்பவர்களைக்கொண்ட குழுக்கள் ஆகும். உள்ளூர்ப் பயன்பாட்டின்படி ஒரே வீட்டில் இருந்தாலும், உணவைப் பகிர்ந்துகொள்ளவில்லை என்றால் அவை இரண்டு தனித்தனிக் குடும்பங்கள் ஆகும். குடும்ப அலகுகள் அதன் அளவுகளில் பெரிதும் வேறுபடலாம். ஒரு குடும்ப அலகு என்றால் அதில் ஒரு தம்பதியாவது இடம்பெற்றிருப்பது நேர்த்தி; ஆனால் இறப்பு, சச்சரவு, பல்வேறு பொருளாதாரக் கஷ்டங்கள் போன்றவற்றால் இது சாத்தியமாவதில்லை. ஒரு குடும்பம் என்பது பெரிய கூட்டுக் குடும்பமாகவும் இருக்கலாம் அல்லது ஒரு தாயும் ஒரு குழந்தையும் மட்டும் என்கிற அளவில் மிகச் சிறியதாகவும் இருக்கலாம்.

முன்னர்க் கூறிய விளக்கத்தில் பார்த்தபடி, அதே வகையான பன்மை நிலை அமைப்பு ஜாதி (Jati) அல்லது சாதி அலகுகளிலும் காணப்படும். இந்த ஆய்வில், இத்தகைய ஐந்து நிலைகள் விவாதிக்கப்படுகின்றன: சாதி, கிளைச்சாதி, குலம், பரம்பரை, குடும்பம். இந்தக் குழுமங்களில் மிகவும் விரிவானதான சாதிகள், பொதுவாக தம் பெயர்களாலும், அப்பெயர்கள் அவற்றின் உறுப்பினர்களின் சமூகநிலை அல்லது தொழிற் பண்புகளாலும் அடையாளப்படுத்தப்படுகின்றன. எடுத்துக்காட்டாக, கவுண்டர் (விவசாயிகள்), செட்டியார் (வணிகர்கள்), பறையர் (பறை வாசிப்பவர்கள்) ஆகிய சாதிகளைக் கூறலாம். மற்ற சாதிகளான பிள்ளை, நாயக்கர், வேடர் போன்றவை சிறிய தொழில்களால் முக்கியத்துவம் பெறுகின்றன. ஆனாலும், அவர்கள் தங்கள் உறுப்பினர்களின் சமூகநிலை குறித்த இன்னமும் நல்ல கருத்தியலை அளிக்கிறார்கள். இத்தகைய வழக்கு தெளிவற்று இருப்பதால், சாதிப் பெயர்கள் சில நேரங்களில் தொழில் சுட்டிகளால் மாற்றப்பட்டுள்ளன. சான்றாக, கிராமக் கணக்கர்களை அழைக்க 'கணக்குப்பிள்ளை' என்ற சாதிப்பெயர் பயன்படுத்தப்படுகிறது. கணக்கரோடு, கொங்குப் பகுதியில் இன்னமும் சாதிப் பெயராக நீடிக்கும் 'பிள்ளை' ஒட்டும் சேர்த்துக்கொள்ளப்படுகிறது.

கிளைச்சாதி, இந்த விரிந்த தொழில்சார்ந்த, சமூகக் குழுக்களின் அதாவது சாதிகளின் பிரிவுகள் ஆகும்; அவை சடங்குரீதியாகத் தனித்த அடையாளம்[7] கொண்டவை. குழு உறுப்பினர்கள் மீது சீரான விதிகள்

அறிமுகம் ✳ 3

பயன்படுத்தப்படவேண்டிய நிலை இதுதான்.[8] இங்கே, சாப்பாட்டு முறைக் கட்டுப்பாடுகளும் வாழ்க்கை வட்டச் சடங்குகளில் நுட்பமான வேறுபாடுகளும்தாம், கொள்கையளவில் சீரானவை ஆகும். (கடந்த காலங்களில் இந்தச் சீர்மையானது வீடு கட்டுவதிலும் உடைகளிலும்கூட பின்பற்றப்பட்டது.) இவ்வாறாக ஒரு கிளைச்சாதி ஒரு சடங்கியல் இணைக் குழுவாக இருப்பதுடன், இந்தக் கிளைச் சாதிக்குள்தான் தங்கள் திருமண இணையைத் தேடிக்கொள்ள எதிர்பார்க்கப்படுகிறார்கள் (அகமணமுறை - மொ-ர்). எடுத்துக் காட்டாக, இங்கு பிள்ளை சாதி என்ற பெரிய சாதிக்குள் காருணிகர் ஒரு கிளைச்சாதியாக இருக்கிறார்கள். இதனால் கிளைச்சாதி உறுப்பினர்கள் முதலில் உறவின்முறைகளாக இருக்கிறார்கள்; இரண்டாவதாகவே தொழில்சார்ந்த வகைமைகள் வருகின்றன.

இந்தக் கிளைச்சாதிக் குழுக்களுக்குள்தான், ஓர் ஆண் அல்லது ஒரு பெண் அல்லது இருவரும் உருவாக்கிய ஒரு சந்ததியில் தமது மூதாதையரைக் காணும் தனிப்பட்ட பரம்பரைக் குழுக்கள் அல்லது குலங்கள் வருகின்றன.[9] இவை கொள்கையளவில் புறமணமுறை மூலம் உருவானவர்கள்; கிளைச்சாதிக்குரிய அகமணமுறை விதிப்படி, எப்போதும் சில நடைமுறை விதிவிலக்குகளும் உள்ளன.[10] இந்த அலகுகளின் மிகக்குறைந்தபட்ச அம்சம், ஒரே பரம்பரைப் பெயரைப் பகிரும் குழு உறுப்பினர்கள் இதே குடும்பப்பெயரைக் கொண்டுள்ள எவரையும் திருமணம் செய்துகொள்ளக்கூடாது.[11] மேலும், குலப் பெயர்கள் கூடுதலான சடங்கு முக்கியத்துவம் பெறுகின்றன. ஒன்று அவர்கள் மிகுந்த மரியாதைக்குரிய புராண மூதாதையரைத் தமது பரம்பரை மூலவராகக் கொண்டுள்ளோம் என்று கூறுகிறார்கள்; அல்லது சில காய்கனிகள் அல்லது விலங்குகளுடன் தொடர்புடைய தாகக் கூறுகிறார்கள். இவ்விலங்கு அல்லது காய்கனி அடையாளம் காணப்படும் பட்சத்தில் அந்தப் பெயருடைய விலங்கைக் கொல்வது அல்லது அந்தப் பெயருள்ள காய்கனியைத் தவிர்ப்பது அவர்களின் பொதுவான வழக்கமாக இருக்கிறது.[12]

இறுதியில், குலங்களுக்குள் பரம்பரைகளும், பரம்பரைக்குள் குடும்பங்களும் வருகின்றன. குலம் போலன்றி, பரம்பரை குழுக்களைப் பிரதிநிதித்துவப்படுத்துகிறது. அதில் ஒவ்வோர் உறுப்பினரும் தம் சொந்தப் பாரம்பரிய குடும்ப மரத்தில் மற்ற உறுப்பினர்களின் தொடர்பு என்ன என்பதை நன்கு அறிவார். ஒரு பரம்பரை என்பது பொதுவாக நான்கு தலைமுறைகள்வரை என

வரம்பிடப்படுகிறது. கடுமையான பங்காளிப் பகை இல்லாதவரை, ஒரு பரம்பரையின் உறுப்பினர்கள் அருகருகே வாழ்கிறார்கள். திருமணம், இறப்பு போன்ற வாழ்க்கை வட்டச் சடங்குகளில் ஒருவருக்கு ஒருவர் ஒத்துழைக்கிறார்கள். வயதுவந்த ஒருவர் இறப்பின், இறப்புக்கு அடுத்துவரும் மூன்று நாள் துக்க காலத்தின்போதான தீட்டையும் பகிர்ந்துகொள்கிறார்கள். இந்தக் காலத்தில் அவர்கள் சில சடங்குகள் செய்வதில் கட்டுப்படுத்தப்படுகிறார்கள்.[13] சில சமயங்களில், பரம்பரையும் இரண்டாகப் பிரிவதுண்டு.[14] அவ்வகையில் இறப்புத் தீட்டு துணைப்பிரிவுக்கு மட்டும் கட்டுப்படுத்தப்படுகிறது. மற்றொரு பிரிவினருடனான உறவு, பெயரளவில் மட்டும் நிலைக்கும்; அதாவது பொது குலத்தைக் குறிக்கும் குலப்பெயர் இல்லாமலாகிறது. ஒவ்வொரு பரம்பரையின் தனிப்பட்ட குடும்பங்கள் அந்தந்தக் குடும்பங்களின் தலைமகன்களால் நடத்தப்படுகின்றன. ஒரு குடும்பம் என்பதுதான் மிகப் பெரிய உடைமை உரிமை கொண்ட அலகு ஆகும். இந்த வரையறையின் கீழ் ஒரு குடும்பம் என்பது பல சமையல் அலகுகள் அல்லது தலைக்கட்டுகளைக் கொண்டிருக்கலாம். ஆனால், ஓரடுப்பில் சமைத்து உண்பவர்களும் சொத்துரிமைகொண்டவர்களும் சாராம்சத்தில் ஒன்றுதான்.

குடி, குடும்பம் இரண்டுக்கும் இடையே காணப்படும் ஒற்றுமை, சாதி அமைப்புக்கும், அந்த நிலப்பரப்பின் அமைப்புக்குமான உறவு ஆகும். கிளைச் சாதிகள் துணை நிலப்பரப்பு அல்லது அந்தப் பகுதியின் நிலப்பரப்புடன் தொடர்புடையவை. குலங்கள் கிராமப் பகுதியுடன் இணைப்பு கொண்டுள்ளது. இந்த நிலப்பரப்பு அலகுகள், தற்போது வரையறை அளிக்கப்பட்டுள்ள சமூகக் குழுக்கள் ஆகியவற்றுக்கு இடையே எந்த அளவு பொருந்துகிறது என்பதை விவாதிப்பதில் ஏற்படும் சிக்கல் என்னவென்றால் இந்த உறவை அனைத்துக் கிளைச்சாதிகளுக்கும் அப்படியே பொருத்திப்பார்க்க இயலாததுதான். முன்னுரையில் கூறப்பட்டதுபோல, கொங்குப் பகுதியின் கிளைச்சாதிகள் 'வலங்கை', 'இடங்கை' என்ற இருபெரும் பிரிவுகளாகப் பிரிக்கப்பட்டுள்ளன; தற்போது அளிக்கப்பட்டுள்ள விளக்கம் பின்னதைவிட முன்னதன் பிரிவுக்கே அதிக நெருக்கமாக இருக்கிறது.

விவாதிக்கப்படும் பகுதியில் வாழும் கிளைச்சாதிகளின் பெயர்களுக்கு ஒரு திறப்பாக அட்டவணை 1 அதன் பொதுப் பிரிவு வகைமைகளுடன் அமைகிறது. ஒரு சாதி இரு பிரிவுகளிலும் இடம்

பிடித்தால் அதன் கிளைச்சாதிகள் இரண்டு பிரிவுகளிலும் காணப் படுகின்றன. சில வணிகர்கள், நாவிதர்கள், வண்ணார்கள் இவ்வாறு வலங்கைப் பிரிவில் வகைப்படுத்தப்பட்டிருந்தாலும் எதிர்ப் பிரிவினருக்கு இந்தச் சேவை வழங்குநர்கள் இடங்கைப் பிரிவில் இடம்பெறுகிறார்கள். கூடுதலாக, கொங்குப் பகுதியில் கிளைச் சாதிகளின் வலங்கை-இடங்கை வகைமைப்படுத்தல்கள், பிராமணப் படையல்களில் அவர்கள் அமரும் தகுதிநிலை வரிசைப்படி இத்தகைய குழுக்களின் தொடர்பு நிலை அட்டவணை 1இல் வழங்கப்படுகிறது.[15]

சாதி தகுதிநிலை என்பது பின்னர் விவாதிக்கப்படுவது போல் சமூகப் பழக்க வழக்கங்களின் மாறுபாடுகளுடன் நெருக்கமாகத் தொடர்புகொண்டுள்ளது. கூடுதலாக, கிளைச்சாதிகளின் தகுதி நிலையும் சமூக முடிவுகளும் பெரிய இந்து உலகப் பார்வையில் அங்கமாக உருவாக்கப்பட்டவை; அவற்றின் முக்கிய அம்சங்கள் இங்குச் சுருக்கமாகக் கூறப்பட்டுள்ளன. விவரிக்கப்பட உள்ள சமூகத்தின் கருத்தியல்கள் செவ்வியல் இந்து ஆதாரங்களில் இருந்து எடுக்கப்பட்டவை; அது, நடைமுறை வழிகாட்டுதல் என்பதைவிட மேலதிக மாகக் கோட்பாட்டுச் சட்டகம் என்பது தெளிவாகத் தெரிகிறது என்றாலும் தகுதிநிலை குறித்த இந்துக் கருத்தியலுக்கு மிக முக்கியமான திறப்பு இதுதான்.

பண்டைய பிரதிகளின்படி, நான்கு வர்ணங்கள் அல்லது சமூக வர்க்கங்கள் உள்ளன. அவை பூசாரி - சாஸ்திரி (பிராமணர்), படைவீரர் -அரசர் (சத்திரியர்), விவசாயி-வணிகர் (வைஸ்யர்), தொழிலாளர்-கூலி (சூத்திரர்) ஆகும்.[16] பிரதியில் கூறப்பட்டுள்ள நான்கு வர்ணங்கள்/ வகுப்புகள் அவர்களின் சமூகநிலைக்கேற்ப இங்கே மேலிருந்து கீழ்நோக்கி தரப்பட்டுள்ளன. இந்தச் சமூக நிலைகள் தொழிற்படுவதற் கான விளக்கங்களும் அந்தப் பிரதியில் அளிக்கப்பட்டுள்ளன. அதன்படி, பிராமணர் மட்டுமே கடவுளுக்கான படையல்களைப் படைக்கும் தகுதிவாய்ந்தவர். இரண்டாவது நிலையில் உள்ள அரசர் தமது எல்லையையும் மூன்றாவது நிலையில் உள்ள, விலங்குகள் - பருப்பொருள்களைக் கட்டுப்படுத்தும் விவசாயிகளையும் வணிகர் களையும் கட்டுப்படுத்துகிறார். தொழிலாளர்களும் கூலிகளும் எதுவும் அற்றவர்கள். அவர்கள் வெறும் பொருள்கள்.

வகுப்புகள், அவர்களின் சமூகநிலைகள் குறித்த இவ்விளக்கம் மூலம் தகுதிநிலை குறித்த செவ்வியல் இந்தியக் (இந்து - மொ-ர்.) கருத்தியல்களின் பின்புலத்தில் குறிப்பிடத்தக்க அதிகாரமும்

அட்டவணை 1
கொங்குப் பகுதி கிளைச்சாதிகள் (பிராமணப் படையலில் அவர்களின் தகுதிநிலை வரிசையும் பிரிவுகளும்)

அமரும் ஒழுங்கு வரிசை	இடங்கை	நடுநிலை	வலங்கை
அ		1. ஐயர் பிராமணர்-பூசாரி, கல்விமான்	
ஆ	3. சோலி ஆசாரி - கைவினைஞர் 4. கோமுட்டிச் செட்டியார் - வணிகர் 6. கொங்கு ஆசாரி - கைவினைஞர் 7. கைக்கோளர் முதலியார்-நெசவாளர், படைவீரர், வணிகர்	2. காருணிகர் பிள்ளை- கணக்குப் பிள்ளை, எழுத்தர்	5. கொங்கு கவுண்டர் - விவசாயி 8. ஒக்கசண்டி பண்டாரம் சமையல், உள்ளூர்ப் பூசாரி 9. கொங்கு உடையார்-குயவர், கொத்தனார்
இ	11. வடுக நாயக்கர் - கிணறு வெட்டுபவர், மண்சுமப்பவர்		10. மரமேறி நாடார்-பனைமரம் ஏறுபவர்
ஈ	13. வடுக வண்ணார்-சலவைத் தொழிலாளர் 15. பாண்டிய நாவிதர்-நாவிதத் தொழில்		12. கொங்கு வண்ணார் - சலவைத் தொழிலாளர் 14. கொங்கு நாவிதர்-நாவிதத் தொழிலாளர்
உ	17. கூடைக் குறவர்-கூடைமுடைபவர் 18. மொரசு மாதாரி-தோல் தொழிலாளர், தொழிலாளி		16. கொங்குப் பறையர்-மேளம் வாசிப்பவர்

குறிப்புகள்: அட்டவணையில் பட்டியலிடப்பட்டுள்ள கிளைச்சாதிகள் 1965இல் கண்ணபுரம் கிராமத்தில் வாழ்ந்தவர்களை மட்டுமே கொண்டிருக்கிறது. இந்த நூலில் விவரிக்கப்படும் வேட்டுவக் கவுண்டர், வேடர் போன்ற பிற கிளைச்சாதிகள் இதில் இடம்பெறவில்லை. ஏனெனில் இந்தப் பகுதியில் நடத்தப்படும் பிராமணப் படையலில் இவர்களுக்குத் தெளிவாக வரையறுக்கப்பட்ட தகுதிநிலை இல்லை. சாதிப் பெயருக்குப் பிறகு கிளைச்சாதிப் பெயர்கள் சாய்வெழுத்தில் கொடுக்கப்பட்டிருக்கின்றன. அதற்குக் கீழ் ஒவ்வொரு குழுவுடன் தொடர்புள்ள மரபுசார் வாழ்க்கைத் தொழில் கொடுக்கப்பட்டிருக்கிறது. ஒரு பிராமணப் படையலில் கிளைச்சாதிக் குழுக்கள் அமரும் ஒழுங்குவரிசையை அ, ஆ, இ, ஈ, உ பிரிவுகள் சுட்டுகிறது. அட்டவணையில் மேல் பகுதியில் காணப்படும் சாதிகளுக்கு முதலில் உணவு பரிமாறப்படுகிறது. பிராமணர்கள் கிடைமட்ட வரிசையிலுள்ள கிளைச்சாதிகளின் தகுதிநிலையை வேறுபடுத்திப் பார்ப்பதில்லை. நெடுங்கணக்கு எழுத்துகளுக்குள் அடங்கியிருக்கும் தகுதிநிலை ஒழுங்குவரிசை வேறுவகை தகுதிநிலை அடிப்படை விதிகளிலிருந்து உருவாக்கப்பட்டிருக்கிறது. இதுபற்றி இயல் 4இல் விவரிக்கப்படுகிறது. ஒவ்வொரு சாதிக்கும் முன்பு இருக்கும் எண்கள் இயல் 4இல் உள்ள காட்சிப்படங்களில் ஒருவகையான சுருக்கெழுத்து போலப் பயன்படுத்தப்பட்டிருக்கிறது.

கட்டுப்பாடும் படிந்திருப்பது தெளிவாகிறது. இந்தப் படிநிலைக் கோட்பாட்டில் மிகவும் வியப்பூட்டும் அம்சம், கடைசிக்கு முந்தைய நிலையை (வைசியர்) முடிவுசெய்யும் அதிகாரம் பிராமணர்களிடம் உள்ளது. அதிகாரம் குறித்த இந்துக் கருத்துநிலையில் இருந்தே இந்த நிலையைப் புரிந்துகொள்ள முடியும் என்று நினைக்கிறேன். செவ்வியல் இந்தியப் பார்வையில், கடவுள்களுடன் நேரடியாகத் தொடர்புகொள்ளும் தன்மையால், எந்த ஓர் அரசரின் அதிகாரத்துக்கும் கட்டுப்படாத விண்ணியல் நிகழ்வுகளிலும் செல்வாக்கு செலுத்தும் வல்லமை பிராமணர்களுக்கு உண்டு. புனித விவகாரங்களில் தலையிடும் அல்லது செலுத்தக்கூடிய ஆற்றலாக இந்தத் தொடர்புகள் பார்க்கப்பட்டன. விண்ணுலக சக்திகள் (இங்குதான் கடவுள்களின் கூட்டம் உள்ளது) மீது செல்வாக்கு செலுத்தும் இந்த ஆற்றலைப் பிராமணர் தமது சடங்கியல் தூய்மையிலிருந்து பெறுகிறார். இந்தச் சடங்கியல் என்பது அவரின் பெற்றோரிடமிருந்து பெற்று, அன்றாட சடங்கு நடவடிக்கைகளில் பெரும் கவனம் செலுத்துவதன் மூலம் பராமரிக்கப்படுகிறது.

தூய்மை குறித்த இந்தியக் கருத்தியலுக்குத் திடமான வரையறை கிடையாது. ஆனால், உடல்ரீதியான செயல்முறைகள், உடல் கழிவுகள் ஆகியவற்றைக் கறாராகப் பராமரிப்பதன்மூலம் பெறப்படும் உடலியல் நிலையே இந்தப் புனிதமாக இருக்கும் என்று கூறலாம். இவ்வாறு தூய்மை என்பது தன்-கட்டுப்பாடு, ஓர் உழைப்புப் பிரிவினை உடன்பாட்டுக்கான அவசியம் ஆகியவற்றோடு காத்திரமான முறையில் இணைப்பு பெறுகிறது. சில குழுக்கள் தமது தூய்மையற்ற தன்மையை அகற்றும் பணியைத் தமக்குத்தாமே மேற்கொள்ள வேண்டும். இதனால் மற்றவர்கள் அனைவருக்காகவும் கடவுளிடம் இடையீடு செய்ய தமது தூய்மை நிலையை உயர்த்திக்கொள்ளலாம். இவ்வாறாக, இந்துவைப் பொறுத்தவரை, தூய்மை குறித்த நம்பிக்கை என்பது ஒருவரின் உடலியல் செயல்முறைகளோடு இணைந்துள்ளது. ஒருவரின் தனிப்பட்ட அவயங்களைக் கட்டுப்படுத்துவதன் மூலம் விண்ணியல் செயல்முறைகளைக் கட்டுப்படுத்த முடியும். மற்ற மனிதர்களைவிட பிராமணர்கள் பிறவியிலேயே தூய்மையானவர்கள். இதனால் தர்க்கரீதியாகவே கடவுளிடம் செல்வாக்கு செலுத்துவதில் எல்லா வகையிலும் முதல் நிலையை அடைகிறார்கள். கீழ்ப் பிறப்பாளர்களான மற்றவர்களும் துறவு, சுயநலமற்ற பக்தி, சுய கட்டுப்பாடு ஆகியவற்றின்மூலம் இந்தச் சிறப்பு ஆற்றல்களை அடையலாம்.

இந்தச் செவ்வியல் இந்துக் கண்ணோட்டத்தின்படி, அதிகாரப் படிநிலையில் அடுத்த நிலையில் இருப்பவர்கள் நிலையற்ற மனிதர்கள் (mortals) மீது அதிகாரத்தைக் கட்டுப்படுத்தும் அரசர்கள் ஆவர். இந்த அதிகாரம் என்பது உச்சபட்சமாக உடலியல் படை ஆகும்; இதனால் இது படைவீரர்களைச் சார்ந்தது. தகுதிநிலை ஒழுங்கில் மூன்றாவது வருவது பருண்மைப் பொருள்கள் மீதான அதிகாரம் ஆகும். இது விலங்குகளைக் கட்டுப்படுத்தும் விவசாயிகள் மற்றும் பொருள்களின் மீதான அதிகாரத்தைக் கொண்டுள்ள வணிகர்கள் ஆவர். இறுதியாக, ஆனால் தங்கள் உடல், பிற மனிதர்கள், பொருள்கள் என எதன்மீதும் எந்தவிதமான அதிகாரமுமற்ற நிலை ஆகும். இது எதனால் என்றால் இந்தியாவில் கீழ்நிலை என்பது கோபம், காமம், குறை மதிப்பீடுகள், சுய தூய்மையற்று இருத்தல் போன்ற மோசமான நடத்தைகளால் வருவது போல் தோன்றும். அரசியல் செல்வாக்கு இன்மை, செல்வவளம் இன்மை போன்றவையும் இதற்குக் காரணம் என்பதும் உண்மைதான்.

இந்த உலகப்பார்வையில், இந்த மூன்று அதிகாரங்களும் கடைசியில் ஒன்றோடொன்று இணைந்துள்ளன. விவசாயிகள், வணிகர்கள் மீதான அதிகாரத்தை அரசர் கட்டுப்படுத்துகிறார்; ஏனென்றால் விவசாயிகளும் வணிகர்களும் விலங்குகள் மற்றும் பொருள்களின்மீதான அதிகாரத்தைக் கட்டுப்படுத்துகிறார்கள். இவர்களைக் கட்டுப்படுத்துவதன் மூலம் இந்த ஆதாரங்களின் மீதும் அரசர் கட்டுப்பாடு செலுத்துகிறார். விண்ணியல் சக்திகளுடன் இடையீடு செய்யும் வல்லமையால் பூவுலகின் அனைத்து உயிரினங்கள், அரசன், விவசாயி, வணிகர், கூலிகள் என அனைவரையும் கட்டுப் படுத்தும் ஆற்றலைப் பிராமணப் பூசாரிகள் கொண்டுள்ளதாக நம்பப்படுகிறது. இத்தகைய தர்க்கத்தை இன்னும் நீட்டிக்கலாம். போதுமான சுய ஒழுக்கம் கொண்டுள்ள எந்த மனிதரும் இத்தகைய அதிகாரத்தைத் தம் சக மனிதர்கள்மீது செலுத்தமுடியும். இந்தப் பொருளில், விண்ணியல் ஆற்றல்களுடன் ஒவ்வொரு தனிமனிதரும் இணைக்கப்பட்டு அவற்றை இயக்க முடியும். காந்தி வலியுறுத்திய உலகப்பார்வை இதுதான். இதுதான் அவருக்கான ஏராளமான அரசியல் சீடர்களைப் பெற்றுத்தந்தது. இந்தப் புத்தகத்தில் விவரிக்கப்பட்டுள்ள வலங்கை, இடங்கை சாதி அமைப்பின் ஆற்றலைத் தாங்கியுள்ள பகுத்தறிவு இதுதான் என்பதையும் நான் புரிந்துகொள்கிறேன். ஒரு தலை, இரு உடல்கள் என்ற விதியின் கீழ் சமூக ஒழுங்கைக் கருத்தியலாக்குவது, அதிகாரம் குறித்துத் தற்போது வரையறுக்கப்பட்ட

அடித்தள இந்துக் கருத்தியலின் வெளி வளர்ச்சியாகும். ஒரு தலை, இரண்டு உடல் எனும் இந்தப் பிளவுபட்ட அமைப்பில் சமூகத் தகுதியை அடைவதில் போட்டி உள்ளது. இது சமூக எதார்த்தத்தில் உள்ள அதிகாரத்தால் உருவாகிறது. ஆனால் இந்த அதிகாரம் சமூகத்தில் பலவகையாக உள்ளது.

இந்த அமைப்பில் தலை பிராமண சாதியைப் பிரதிநிதித்துவப் படுத்துகிறது. கோட்பாடு, நடைமுறை இரண்டிலும், பிராமண சமுதாயத்துக்குச் சடங்கியல் விவகாரங்களில் முக்கியத்துவம் அளிக்கப்படுகிறது. இக்குழு முதன்மையிடம் அளிக்கப்பட்ட உடனேயே கீழ்நிலை குழுக்கான தகுதிநிலை அளிப்பதில் சிக்கல்கள் எழுகின்றன. வழக்கமாக, உள்ளூர் அரசியல் அதிகாரம், உழைப்பு, உற்பத்தி தொடர்பான அன்றாட நடவடிக்கைகளில் கட்டுப்பாடு ஆகியவற்றில் செலுத்தும் அதிகாரம் காரணமாக நில உடைமை வேளாண்மை சமுதாயம் இதில் ஆதிக்கம் செலுத்துகிறது. தமது அரசருக்கு இணையான நிலை காரணமாக வேளாண் சமுதாய உறுப்பினர்கள் தமது தகுதிநிலையைக் கோருவதுடன் உள்ளூர் மற்றும் பிராந்திய மேலாதிக்கத்தைச் செலுத்துவதன் மூலம் தமது கோரிக்கையை நியாயப்படுத்துகின்றனர்.

மறுபக்கத்தில், தமது வாழ்வாதாரத்துக்காக நிலம் மற்றும் விவசாய உற்பத்தியைச் சார்ந்தே எப்போதும் வாழவேண்டியுள்ள கீழ்நிலை கிளைச்சாதிகள் நில உடைமையாளர்களின் தகுதிநிலை கோருதலை ஏற்பதில்லை. மேலும், மண்ணை உழுது உயிர்களைக் கொல்வதால் விவசாயிகள் சடங்கியல் ரீதியாகக் கீழ்நிலையில் இருப்பதைச் சுட்டிக்காட்டுகிறார்கள். இக்கிளைச்சாதிகள் நில உடைமையாளர்கள் போன்றே தாமும் சில செல்வங்களைச் சேர்த்துப் பொருளாதார ரீதியாகச் தன்னதிகாரத்துடன் வாழும்நிலைக்கு உயர முயலுகிறார்கள். இதன்மூலம் தமது சடங்கியல் தூய்மை, தன்னதிகாரநிலை ஆகியவற்றை இணைத்து அழுத்தம் தர முயலுகிறார்கள். பின்னர், தங்களின் பொருளாதார வளர்ச்சி, சடங்கியல் ஆற்றல் இரண்டையும் இணைத்து, பாரம்பரிய சமூக மேலாதிக்கப் படிநிலைப்படியே, தாம் அரசியல் மற்றும் பிராந்திய அதிகாரத்தைக் கையில் வைத்திருக்கும் குழுவை விட அதிக தகுதிநிலை அடைந்திருப்பதாகக் கோருகிறார்கள். இந்தியப் பார்வையில், பொருட்செல்வம் என்பது ஒரு வகை அதிகாரம் என்பதை நாம் பார்த்திருக்கிறோம்; ஆனால், சடங்கியல் தன்னதிகார நிலையோடு இணைவதன் மூலம்தான் அது அரசருக்கு

மேலான தகுதி நிலை அடைகிறது. இதனால், பொருளாதார அல்லது நிதி நிலையை அளவிட்டுத் தகுதிநிலையை உயர்த்துவது ஏற்கப்படுவது இல்லை.[17]

இத்தகைய பகைமை ஒரு ஈருடல் கவுரவ அமைப்பு உருவாவதற்கு இட்டுச் செல்கிறது. இதில் சில குழுக்கள் தமது பிராந்திய நிலப் பரப்பையும் அதன் மனிதர்களையும் கட்டுப்படுத்துவதில் தமது முழு முயற்சிகளைச் செலுத்துகின்றன; அதே நேரத்தில் மற்ற குழுவினர் பொருட்செல்வக் குவிப்பு, தன் முயற்சியில் சடங்கியல் மேனிலை அடைவது ஆகியவற்றுக்கு அதிக முக்கியத்துவம் தருகின்றனர். கவுரவத்துக்கான இந்த இரு பாதைகளை இணைப்பது/சேர்ப்பது இந்திய அமைப்பில் மிகவும் கடினமாகும். பாரம்பரியமாகவே, இங்கு நிலம் என்பது பரம்பரை உரிமை அல்லது ஆக்கிரமிப்பு மூலமாக நிலம் குவிக்கப்பட்டு வந்தது. இதனால் ஏற்கனவே தனது பிரதேசத்தில் கட்டுப்படுத்தும் அதிகாரம் கொண்டிராதவர்கள் நிலத்தை அணுகுவதில் இருந்து தள்ளிவைக்கப்பட்டிருந்தனர். ஆனால், நிலத்தைப் பண்டமாக மாற்றி, நிலத்தை யாரும் விற்கலாம் வாங்கலாம் என்று பிரிட்டிஷ் கொண்டுவந்த புதிய சட்டங்கள், இதற்குமுன்னர் நிலமற்று ஆனால் பொருட்செல்வம் சேர்த்திருந்த ஒரு குழு இத்தகைய அதிகாரம் பெறுவதற்கான பாதையைத் திறந்துவிட்டன என்பதை அங்கீகரிப்பது முக்கியம் ஆகும்.

இந்தப் புதிய சட்டங்களைக் கொங்குப் பகுதி மக்கள் உற்சாகமாகப் பயன்படுத்தவில்லை. இதனால் கிளைச் சாதிகளின் நில உடைமை வடிவங்கள் பிரிட்டிஷ் வருவதற்கு முன்பிருந்த நிலைமையிலிருந்து பெரிதும் மாறிவிடவில்லை. எனவே, பொருள்களைக் குவிப்பது மூலம் நிலங்களை உடைமையாக்குவது என்ற நிலைக்கு நகரவில்லை; இதனால் அரசியல் அதிகாரத்தைக் கைக்கொள்ளல் என்பதில் இருந்தும் கிளைச்சாதிகள் தனித்தே இருந்தன. மேலும், இது, கடுமையான விரதங்களையும் உள் கட்டுப்பாடுகளையும் கடைப்பிடிப்பதன் மூலம் சடங்கியல் தூய்மையை அடைவதோடும் இணைக்கப்பட்டிருந்தது. குறிப்பாக, சில உயர் தகுதி தொழில் முறையாளர்களுக்கும் வணிக சமுதாயங்களுக்கும் இந்த வாய்ப்புகள் இருந்தன.

முரண்பாடாக, உள்ளூர் கவுண்டர் அல்லது விவசாய சமுதாய உறுப்பினர்கள், தாம் மேற்பார்வையிடும் தொழிலாளர்களுடன் அதிக நேரம் ஊடாட்டம் கொள்கிறார்கள். உள்ளூர் விவகாரங்கள் மீதான தங்கள் ஆர்வம் காரணமாகவும் தொழில்நுட்பரீதியாகத் தீட்டாக

இருந்தாலும் உழுதல் போன்ற செயல்பாடுகளில் ஈடுபடும் விருப்புறுதி காரணமாகவும் தங்களின் ஆதிக்க நிலையை வெற்றிகரமாகப் பராமரிக்கிறார்கள். விலகியிருந்து ஆதிக்கம் செலுத்துவதற்கு மாறாக, பங்கேற்பதிலும் உள்ளூர் நடவடிக்கைகளில் எவ்வளவு முடியுமோ அவ்வளவு ஈடுபடுவதிலும் தங்கள் கட்டுப்பாட்டு அதிகாரத்தைப் பெறுகிறார்கள். அதிகாரத்துக்கான இத்தகைய அணுகுமுறை, எதிரி குழு விதிக்கும் கட்டுப்பாடுகளைத் தங்களுக்குள் கலக்க விடுவதில்லை.

கொங்குப் பகுதியில் தகுதிநிலைக்கான புவிசார் அரசியலும் பொருள்சார் சடங்கியலும் ஆகிய இந்த இரு பாதைகளையும் வெற்றிகரமாக இணைத்த சமுதாயம், பிள்ளை சமுதாயம் ஆகும்.[18] உள்ளூர் கணக்குப்பிள்ளையாக, இந்தக் குழு உறுப்பினர்கள் ஒரு தனிச்சிறப்பான நிலையில் உள்ளனர். அவர்கள் நில ஆவணங்களைப் பராமரிக்கிறார்கள். இதன் மூலம் கவுண்டர் சமுதாயத்துக்குள் பலவிதமான பகைமைகள் வெடிப்பதற்கான முக்கிய தூண்டுதல் நிலையில் இருக்கிறார்கள். மேலும், தமது அலுவல் பணிக்காக நிலவரியற்ற நில உரிமைகள் (நிலதானம் போன்ற சலுகைகள்- மொ-ர்.) குறிப்பிடத்தக்க அளவில் அவர்களுக்கு வழங்கப்படுகின்றன. மேலும், வேளாண்மை வேலைகளில் இருந்து, உதாரணமாக உழுதல் போன்ற வேலைகளிலிருந்து தம்மைத் தனிமைப்படுத்திக்கொள்கிறார்கள்.[19] மாறாக, தங்கள் நிலங்களை உழ விவசாயக் கூலிகளையோ குத்தகைதாரர்களையோ அமர்த்திக்கொள்கிறார்கள். (பிந்தைய முறை மிகவும் பொதுவானதாகும்.) மேலதிகமாக, அவர்கள் மரக்கறி உணவு உண்பவர்கள்; மேலும், பல்வேறு சடங்குகளில் பிராமண பழக்க வழக்கங்களைப் பின்பற்றுபவர்கள்; நிலத்துடன் இணைக்கப்பட்ட அரசியல் அதிகாரத்திலும் சடங்குகளிலும் அதிக அக்கறை ஆகிய கூட்டுநிலை பிள்ளை சமுதாயத்தினரைக் கவுண்டர் சமுதாயத்துக்கும் மேல் நிலையில் வைக்கிறது. இவர்கள் 'தலைமை' நிலையில் உள்ள பிராமணர்களுக்கு இணையாகப் பார்க்கப்படுகின்றனர். இதனால் சமுதாய உடலில் தலையாக அல்லது நடுநிலைப் பகுதியாக வைக்கப்படுகிறார்கள். இத்தலைப்பகுதி, ஏற்கனவே விவரிக்கப்பட்ட இரு நேரெதிர் பகைமைப் பகுதிகளுக்கு மேல் நிலையில் இருக்கிறது.

இருந்தாலும் சில சாதிகள், இந்தச் சமூக ஒழுங்கின் இரு பிரிவுகளிலும் தங்கள் கிளைச்சாதிகளை உறுப்பினர்களாகக் கொண்டுள்ளனர். குடியானவர்களுக்கு ஊழியம் செய்யும் சாதிகளில் இந்தப் பிளவுக்கான காரணம் நேரடியாகக் காணப்படுகிறது. ஒவ்வொரு

சமூகப் பிரிவும் ஓர் அலகாகும். பல சடங்கு விவகாரங்களில் ஒத்துழைக்கின்றன. குறிப்பாக நாவிதர்கள், வண்ணார் போன்ற ஊழியக் குழுக்கள் இதனடிப்படையிலேயே பிரிக்கப்படுகின்றன. ஒரு கிளைச்சாதி வலங்கைக்குப் பணியாற்றுகிறது. மற்றொன்று இடங்கைக்குப் பணியாற்றுகிறது. இடங்கைக் கிளைச்சாதிகள் வலங்கைக் கிளைச்சாதிகள் போல் தங்களுக்குள் ஒத்துழைப்பதில்லை. அவர்களின் ஒற்றுமை உணர்வு வலுவாக இருப்பதில்லை. ஒவ்வொரு இடங்கை ஊழியக் குழுவும் அப்பிரிவின் அனைத்துச் சமுதாயங் களுக்கும் சேவையாற்றும் அவசியம் இல்லை; மாறாக, கிளைச் சாதிக்குக் கிளைச்சாதி என்ற அடிப்படையிலேயே ஏற்பாடுகள் அமைந்துள்ளன. விளைவாக, இடங்கை ஊழியக்குழுக்களில் பல துணைப்பிரிவுகள் ஈடுபடுத்தப்படுகின்றன.

மறுபக்கத்தில், வணிகர்களைப் (செட்டியார்) பொறுத்தவரை, அவர்களின் நடைமுறைகள், அரசியல், பொருளாதாரம் ஆகியவற்றில் காணப்படும் வேறுபாடுகளில் இருந்து கிளைச்சாதிகள் உருவாகி யுள்ளன. இத்தகைய வணிகக்குழுக்கள் ஒன்றுக்கொன்று எதிரிகள் என்பதில் வியப்படைய ஒன்றுமில்லை. இரண்டு வணிகக்குழுக்கள் இருக்கிறதென்றால் தாமாகவே அவை எதிர்-எதிர் பிரிவுகளில் ஐக்கியமாகின்றன. இவ்வாறு ஐக்கியமாவதன் பின்னணியிலும் ஒரு நடைமுறைக் காரணமும் இருக்கிறது. ஒரு குழு, கொங்குச் செட்டியார், தமக்கு கவுண்டர் சமுதாயத்துடன் தனிச்சிறப்பான நெருக்கம் இருப்பதாகக் கோருகிறது. தமது முன்னோர்கள் கவுண்டர் சமுதாயத்தில் பிறந்து சகோதரர்களாக இருந்தவர்கள் என்றும், தங்களின் விவசாய விளைபொருள்களைச் சந்தைப்படுத்துவதற்காகத் தனியாகப் பிரிந்து காலப்போக்கில் தனிச் சமுதாயமாக மாறிவிட்டோம் என்றும் அவர்கள் கூறுகிறார்கள்.[20] கவுண்டர் சமுதாயத்தோடு எப்போதுமே இணைந்து வாழ்ந்து வருவதாக அவர்கள் கோருகிறார்கள்.

கோமுட்டிச் செட்டியார்கள் இதற்கு மாறாக நில உடைமைக் குழுவுடன் எந்தவிதத் தனித்த தொடர்பும் கொண்டிருக்கவில்லை. பெரிய கிடங்குகளைச் சொந்தமாகக்கொண்டு, ஒரு குறிப்பிட்ட பொருளை மட்டும் விற்பனை செய்துவரும் சுயேச்சையான வணிகர்கள். கொங்குச் செட்டியார் போலல்லாமல், கோமுட்டிச் செட்டியார்கள் வணிக மேலாண்மைத் தொழிலான தரகுத் தொழிலில் ஈடுபடுவதில்லை. ஆனால், அவர்கள் இடங்கைப் பிரிவின் உறுப்பினர் களாகக் கொண்டுவரப்பட்டுள்ளனர்.[21]

இடங்கை, வலங்கைப் பிரிவுகளால் பயன்படுத்தப்படும் கவுரவத்துக்கான தரநிலைகளில் வேறுபாடுகள் காணப்படுவது போலவே, இரு பிரிவுகளின் உறுப்பினர்களால் காட்சிப்படுத்தப்படும் வாழ்க்கை நிலைகளிலும் ஒரு முரண்பாடு இருக்கிறது. அன்றாட வாழ்வின் சில காட்சிகள் மூலம் இதைச் சித்திரப்படுத்த முடியும். எடுத்துக்காட்டாக, வலங்கைப் பிரிவைச் சேர்ந்த வளமிக்க கவுண்டர்கள் திறந்தவெளி முற்றம், விசாலமான பல அறைகள் கொண்ட அருமையான வீடுகளில் வாழ்கிறார்கள். இந்த வீடுகளில் எந்நேரமும் நடவடிக்கைகள் காணப்படும். குடும்பத்துக்காகப் பணியாற்றுபவர்கள் வந்தபடியும் சென்றபடியும் இருப்பார்கள். சமையல் செய்தல், சுத்தப்படுத்தல் ஆகிய வீட்டுவேலைகளில் பணியாளர்கள் ஈடுபட்டவாறு இருப்பார்கள். மற்றவர்கள் வயல்களில் இருந்து தகவல்களைக் கொண்டுவருவார்கள் அல்லது நண்பகல் உணவுக்காகக் காத்திருப்பார்கள். குடும்பத்தின் ஆண்கள், பெண்கள் இருபாலாரும் இந்த நடவடிக்கைகளை உத்தரவிடுகிறார்கள்; இவர்கள் இருபாலாரும் நேரம் பிரித்துக்கொண்டு வயல்களுக்குச் சென்று நடவடிக்கைகளை மேற்பார்வையிடுகிறார்கள்.

கவுண்டர் ஆண்கள் ஏரைத் தொடுவதைப் பெருமையாகக் கருதுகிறார்கள்; வசதிமிக்க கவுண்டர் பெண்கள்கூட விதை தூவுதல், களை எடுத்தல், நாற்று நடுதல் போன்ற நடவடிக்கைகளில் உதவுவார்கள். விவசாய நடவடிக்கைகளை முடுக்கிவிடுவது, மேற்பார்வையிடுவது மட்டுமல்லாமல், மற்றவர்களுக்கு எடுத்துக் காட்டாக இருக்கும் வண்ணம் எந்த விவசாய வேலையாக இருந்தாலும் அல்லது அனைத்து விவசாய வேலைகளிலும் இறங்கி வேலை பார்ப்பதில் கவுண்டர் சமுதாய ஆண்கள் சலிப்பதில்லை. கவுண்டர்கள் தங்கள் உடல்மொழியில் தாராளமானவர்கள். அவர்களின் திடமான நடை, முன்கோபம் ஆகியவற்றால் ஒரு கவுண்டரை எளிதாக அடையாளம் காணமுடியும். தங்கள் முரண்பாடுகளைத் தீர்த்துக் கொள்ள வெளிப்படையாக மோதிக்கொள்வதில் இந்தச் சமுதாய உறுப்பினர்கள் பேர் பெற்றவர்கள். இவர்களின் வீடுகள் எப்போதும் விருந்தினர்களுக்காகத் திறந்திருக்கும். நன்றாக உடை அணிந்த ஒரு அந்நியரைத் தமது வீட்டுக்கு வரவேற்கத் தயாராக இருக்கும் இவர்கள், தங்கள் வீடுகளின் உள் அறைகள்வரைகூட அவர்களை அழைத்துச் சென்று, கவுரவமிக்க விருந்தாளி போன்றே நடத்துவார்கள்.

தற்போது விவரிக்கப்பட்ட கவுண்டர் சமுதாய பழக்க வழக்கங் களுக்கு நேர்மாறாக பிராமணர்கள் கிராமப்புறங்களில் நடந்து கொள்வார்கள். அதிகாரப்பூர்வமாக இவர்கள் எந்தப் பிரிவுகளையும் சாராதவர்கள், நடுநிலையாளர்கள் என்பது உண்மைதான் என்றாலும் இடங்கைப் பிரிவினர் எவ்வாறு நடந்துகொள்ள வேண்டும் என்பதற்கான மாதிரியை இதன்மூலம் பிராமணர்கள் உருவாக்கி யுள்ளதாகவே நான் கருதுகிறேன். வலங்கைப் பிரிவுக்கு முன்மாதிரியாகக் கவுண்டர்கள் இருப்பது போலவே இந்தப் பிரிவுக்கு இவர்கள் முக்கியமானவர்கள்.

கொங்கு கிராமப்புறப்பகுதிகளில் கிட்டத்தட்ட பிராமணர்கள் அனைவரும் சைவ நெறியாளர்கள், சிறிய குழுவினர், ஒப்பீட்டளவில் ஏழைகள். தமது சடங்குகளை நிறைவேற்றும் வேலைகள் மூலம் வாழ்க்கைக்குத் தேவையான வருமானம் ஈட்டமுடியாத ஒரு சிலரை பார்த்திருக்கிறேன். கோயில் பட்டர்களாக அவர்கள் ஈட்டும் வருமானம் அவர்களின் குடும்பத்தினரின் உணவுக்கும் துணிமணிகளுக்கும் பிள்ளைகள் படிப்புக்கும் போதுமானதாக இருப்பதில்லை. இவர்களுக்கெனத் தனி அக்ரஹாரங்கள்கூட கிடையாது; சில நேரங்களில் கவுண்டர்கள் வசிக்கும் பகுதியில் சுமாரான வீடுகளில் வசிக்கிறார்கள். இருந்தபோதிலும் மற்றவர்களிடமிருந்து தம்மை சமுதாய ரீதியாகத் தனிமைப்படுத்திக் கொள்கிறார்கள்; மற்ற சாதியினர் எவரும் தம் வீட்டுக்குள் வர அனுமதிப்பதில்லை. மற்ற ஊழியர்களும் கூட அளவுக்கு அதிகமாக வீட்டுக்குள் அனுமதிக்கப்படுவதில்லை. அதிகபட்சமாக முற்றம்வரை செல்லலாம்.

பிராமண வீடுகளில் உள்ள அனைத்து ஊழியங்களையும் சமையல், வீடு சுத்தம் செய்வது, துவைப்பது உட்பட பார்ப்பன வீட்டுப் பெண்களே செய்கிறார்கள். கோயிலுக்குச் செல்வது, உறவினர் வீடுகளுக்குச் செல்வது தவிர பெண்கள் வெளியே செல்வதில்லை. ஒரு வயதுவந்த ஆண் பிராமணர் சில சடங்குப் பணிகளுக்காகப் பிராமணரல்லாத ஒருவரின் வீட்டுக்குள் செல்லும்போது வேகமாக நடந்து சடங்கு நடக்கும் இடத்தை அடைகிறார். அங்குத் தலையைக் குனிந்தும் கைகளை ஒடுக்கியும் மற்றவர்களால் தீண்டப்படுவதி லிருந்து காத்துக்கொள்கிறார்கள். கூடுமானவரைக்கும் யாரையும் தொடாதவாறு பார்த்துக்கொள்கிறார்கள். தமது வேலை முடிந்ததும் உடனடியாக அங்கிருந்து வெளியேறி நேராக வீட்டுக்குச் சென்று குளித்த பிறகே தமது வீட்டுக்குள் நுழைவார்கள்.

கோயிலிலும், பிராமண பட்டர் தமக்கான இடத்தில் மட்டுமே இருப்பார். பூசையில் ஈடுபடும்போதும் மற்றவர்களுடன் கலக்க மாட்டார். இந்தச் சமுதாய உறுப்பினர்கள் மற்ற சாதிகளைச் சேர்ந்தவர்களின் வீட்டுக்குத் தேவையில்லாமல் செல்லமாட்டார்கள்; உதாரணமாக, பிற சாதி வீடுகளில் அவர்கள் உட்காரமாட்டார்கள். ஒன்றிரண்டு நிமிடங்கள் மட்டுமே அங்கு இருக்க ஒப்புக்கொள்வார்கள். பிற சாதி வீடுகளில் உணவு சாப்பிடுவதில்லை; ஆனால், சமைக்காத உணவுப் பொருள்கள் கொடுத்தால் அவற்றைப் பெற்றுக்கொண்டு தங்கள் வீட்டில் சமைத்து உண்பார்கள்.

கவுண்டர்கள் போலவே பிராமணர்களும் ஒரு பெருமைக்குரிய குழுவினர்; ஆனால், இவர்கள் தங்களது சுயமரியாதையை வெளிப் படுத்தும் தன்மை முரண் மிக்கதாகும். திடமான நடை, ஆதிக்கம் செலுத்தும் மனோபாவம் இவற்றுடன் ஊடாட்டங்கள் தேவைப்படும் உரையாடல்களின் போது விட்டேத்தியான உடல்மொழியும் விஷயத்தை மட்டும் பேசும் வார்த்தைகளுமாக தங்களை வெளிப் படுத்துகிறார்கள். மற்றவர்களின் நடவடிக்கைகளை நிர்வகிப்பதில் இந்தச் சமுதாய உறுப்பினர்கள் ஆர்வம் காட்டுவதில்லை. பிராமணர் அல்லாதவர்களுடனான எந்தத் தொடர்பையும் தங்கள் வீட்டுக் கதவுகளுக்கு வெளியே வைத்துக்கொள்கிறார்கள். வெளியே இருப்பவர்கள் உள்ளே அழைக்கப்படுவதில்லை. பிராமணர்கள் உணர்ச்சிகளால் தூண்டப்படுகிறவர் ஆனாலும் அதை உடல் மொழியில் காட்டமாட்டார்கள். ஒரு பிராமணர் இன்னொருவரை அடித்து நான் பார்த்ததில்லை; ஆனால் கவுண்டர்களிடம் சாதாரண மாகக் காணலாம்.

வலங்கைப் பிரிவின் மற்றொரு முதன்மை விவசாய சாதி (நாடார்) கவுண்டர் பழக்கவழக்கங்களை அப்படியே பின்பற்ற முயல்வதைப் போல, இடங்கைப் பிரிவில் உயர்தகுதி நிலை மற்றும் சுயேச்சையான சாதிகள் பிராமண பழக்கவழக்கங்களை அப்படியே பின்பற்று கின்றனர். எடுத்துக்காட்டாக, கோமுட்டிச் செட்டியார், கொல்லாசாரி ஆகிய சாதிகள் பிராமணச் சமுதாயம் போன்றே மற்ற அனைத்துக் கிளைச்சாதிகளின் வீட்டில் சமைக்கப்பட்ட உணவை மறுப்பது, நண்பர்களைத் தேர்வு செய்வதில் கவனமாக இருப்பது, மற்றவர்கள் உதவிகளை விட்டேத்தியாக மறுப்பது போன்ற பழக்கவழக்கங்களை அப்படியே பின்பற்றுகிறார்கள். இந்தக் குழுவினர் திருமணத் தொடர்புகளிலும் குறிப்பாக உள்ளனர்; தொழில்நுட்பரீதியாக சரியான

வகைமைக்குள்ளே துல்லியமாக வரும்வகையில் நெருங்கிய உறவிலேயே பெண் எடுப்பார்கள்.[22] பிராமண குடும்ப சமையலையே பின்பற்றுகிறார்கள்; இந்தக் கிளைச்சாதிகளைச் சேர்ந்த பெண்கள் பிராமணக் குடும்பங்களின் வீடுகளுக்கு மட்டும் செல்வதைப் பார்த்திருக்கிறேன்.

எந்தப் பிரிவாக இருந்தாலும் இந்தச் சமூகப் படிநிலை கீழிறங்க கீழிறங்க இந்தப் பழக்கவழக்கப் பிரதிபலிப்புகள் குறைகின்றன. மேலும், குழு உறுப்பினர்கள், குழு தலைவர்கள் அல்லது மாதிரிகள் இடையேயான சடங்கியல் அல்லது குறியியல் சமத்துவத்துக்குக் கூடுதல் அழுத்தம் அளிக்கப்படுகிறது. எடுத்துக்காட்டாக, வலங்கைப் பிரிவுக்கு ஊழியம் செய்யும் கிளைச்சாதிகள் மற்ற சாதிகளை மேலாண்மை செய்யவோ, உயர்நிலை சாதிகள் போல நெஞ்சு நிமிர்த்தி நடக்கவோகூட அனுமதிக்கப்படுவதில்லை. தமக்கும் தமது பிரிவு உயர்நிலை வர்க்கங்களுக்கும் இடையேயான வேறுபாடுகளை ஈடுகட்ட, தமது வீட்டுச் சடங்குகளும் மிகுந்த கவுரவத்துக்கானவை; வலங்கைப் பிரிவு சாதிகள் மேற்கொள்ளும் சடங்குகளுக்கு நிகரானவை என்ற உண்மையை வலியுறுத்துவதன் மூலம் இந்தக் கிளைச்சாதிகள் ஈடு செய்கிறார்கள். அனைத்துச் சமுதாயங்களிலும் கீழ்நிலையில் உள்ள தீண்டத்தகாதவர்களே இன்னமும் குறைந்த முக்கியத்துவம் கொண்டவர்களாகிறார்கள். மிகவும் ஆர்வமூட்டக்கூடிய அம்சம் என்னவென்றால், தீண்டத்தகாதவர்கள் என்று அழைக்கப்படும் இந்தக் கீழ்நிலைச் சமுதாயங்கள் தாங்கள் இடம்பெறும் பிரிவுகளின் உயர்நிலைக் குழுக்களோடு தொடர்புடைய தனிச்சிறப்பான சடங்குகளைத் தாம்தான் சிறப்பாகக் கடைபிடிப்பதாகக் கோருவதுதான்.

இந்த இரு பிரிவினர்களின் வாழ்க்கையில் காணப்படும் அனைத்து ஒட்டுமொத்த வேறுபாடுகள் குறித்த இச்சுருக்கமான அறிமுகத்தைத் தொடர்ந்து, இந்த இரு எதிர்நிலைப் பிரிவுகளின் சமுதாய நிறுவனங்களில் காணப்படும் சில முக்கிய வேறுபாடுகள் குறித்துப் பேசுவதும் இப்போது பொருத்தமாக இருக்கும். எடுத்துக்காட்டாக, உள்ளடுக்கு கிளைச்சாதி அதிகாரப் படிநிலை அடிப்படையில், வலங்கைக் குழுக்களால் செயல்படுத்தப்படும் பேதமற்ற தகுதிநிலைக்கும் இடங்கைக் கிளைச்சாதிகளின் புனிதத்துவத் தலைமை மீது செலுத்தப்படும் அழுத்தத்துக்கும் இடையே தெளிவான வேறுபாடு இருக்கிறது. வலங்கை உறுப்பினர்களுக்குத் தலைமைப்பதவி தந்தை -மகன் எனப் பரம்பரையாக வருகிறது. நிர்வாக வரையறைகள் என்பது

அரசியல் மற்றும் நிலப்பரப்பு எல்லைகள் அடிப்படையிலானவை ஆகும். முரண்பாடாக, இடங்கைக் குழுக்களின் அமைப்பில், உள்ளடுக்கு, கிளைச்சாதி அதிகாரப் படிநிலைகளில் சில படிமட்டங்கள் உள்ளன. பல உறுப்பினர்களின் குழுவின் அறியப்பட்ட தலைமைமீது இங்கு அழுத்தம் இருக்கிறது.

இந்த அமைப்பின் மரியாதைமிக்க பெரும்பாலான பதவிகள் நிலப்பரப்புப் பிரதேசங்களோடோ உறவுமுறையோடோ இணைக்கப் பட்டிருக்கவில்லை. மாறாக, கொண்டாட்ட மனநிலையிலேயே தலைமை தேர்ந்தெடுக்கப்படுகிறது. அத்தகையவரின் தன்னிகரற்ற சமய உணர்வுடைமை போற்றப்படுகின்றது. இடங்கைப் பிரிவு அமைப்பின் உயர்நிலைகள் உள்ளூர் எல்லைகள் அனைத்தையும் கடந்து அனைத்துத் தென்னிந்திய புனிதப்பயணத் தலங்களிலும் மையப்படுத்தப்படுகிறார்கள். இந்த நிலையில் தலைவர்கள் பொதுவாக சன்னியாசிகளாக இருக்கிறார்கள்; அவர்களது வாழ்க்கை பிரம்மச்சரியத்தையும் சீடர்களையும் சார்ந்து உள்ளது.[23]

இந்த இரு பிரிவுகள் பயன்படுத்தும் உறவின்முறைகளில் மற்றொரு முரண்பாடும் காணப்படுகிறது. சில முக்கியக் கூறுகளில் இவை வேறுபடுகின்றன. வலங்கைக் கிளைச்சாதிகள் குல வரிசைகளை வேறுபடுத்திக் காண்பதுடன், அரசியல், பொருளாதார வளர்ச்சி நலன்களை இலக்காகக் கொண்ட திருமண பந்தங்களை உருவாக்கு வதற்குத் தயாராக இருக்கின்றன. மறுபக்கத்தில், இடங்கைக் கிளைச்சாதிகள் வம்சாவளி (குல) வரிசையைப் பற்றிக் கவலைப் படாமல் தங்கள் தாத்தா - பாட்டிகளைப் பால் சார்ந்து வகைப்படுத்து கிறார்கள். வலங்கைச் சமுதாயங்கள் தங்கள் தாயின் சகோதரருடன் மணம் செய்வதற்கு முன்னுரிமை வழங்குகின்றன; சில இடங்கைச் சாதிகளில் சில உயர்நிலை சமுதாயங்கள் மாறாக தந்தைவழி ஒன்றுவிட்ட சகோதரருக்கு முன்னுரிமை வழங்குகின்றன. இந்த வேறுபாடு காரணமாக, வம்சாவளி வரிசைகள் இடையேயான உறவு, கிளைச் சாதிகளின் முதல் குழுவால் தீர்மானிக்கப்படும் முறை பின்பற்றப் படுகிறது. அதேநேரம் நெருக்கமாகப் பிணைப்புக்குள்ளாகும் திருமண வட்டங்கள் இரண்டாவது குழுவால் அழுத்தம் பெறுகின்றன.

வலங்கைக் கிளைச்சாதிகளில் தாயின் சகோதரரையும் தந்தையின் சகோதரியின் கணவரையும் அழைப்பதற்கு ஒரே சொல்லையே பயன்படுத்துகிறார்கள்.[24] ஆனால், இடங்கைக் கிளைச்சாதிகளில் தாய் மாமன்களுக்கு சற்றுக்குறைவான மதிப்பு தரும்நிலையில் தந்தைவழி

மாற்றுச் சகோதரர்களுக்கு சற்று அதிக மதிப்பு தரப்படுகிறது. இதன் பொருட்டுப் பெண் கொடுப்பவர், பெண் எடுப்பவர் என்ற வேறுபாடு முன்னிறுத்தப்படுகிறது. இதன் காரணமாக, இடங்கைக் கிளைச் சாதிகளில் பெண் எடுப்பவரே பெரியவர் என்ற அடிப்படையில் வரதட்சணைக்குச் சிறப்பு அழுத்தம் தரப்படுகிறது. அதேநேரம், தந்தை வழி ஒன்றுவிட்ட சகோதரர்கள் மண உறவு நீடிக்கும்பட்சத்தில் அதனை இது பாதிக்காது. ஆயினும் பெரியவர், சிறியவர் விதிகள் எதிர்வரும் தலைமுறைகளில் தானாகத் தலைகீழாக மாறும். ஒட்டுமொத்த பரம்பரைக் குழுக்களைவிட தனிப்பட்ட எடுப்பவர்-கொடுப்பவர் படிநிலைக்கே முதன்மை முக்கியத்துவம் அளிக்கப்படுகிறது.

உள்ளூர்ப் பகுதிகளில் குல உரிமைகளின் ஒட்டுமொத்த படிநிலை என்பது வலங்கைப் பிரிவால் நிகழ்த்தப்படும் சடங்குகளில் உறுதியான கருத்துருவைக் கொண்டுள்ளது. இந்தப் படிநிலை, குடும்ப உறவுகளின் சொல்லாடல்களில் வெளிப்படுவதில்லை. எனினும், எந்த ஒரு தகுதிநிலையும் குடும்ப உறவுமுறைகளோடு இணைந்துள்ளதால் குலங்களுக்கு இடையிலான திருமணங்களின் வலைப்பின்னல் குழப்பத்துக்குள்ளாகிறது. மாறாக, தகுதிவரிசை மாறுகையில், வம்சாவளி குழு கவுரவத்தில் அது நீண்டகால அடிப்படையில் ஏற்படுத்தும் மாற்றத்துக்கு ஏற்ப, சடங்கு நிகழ்வுகளிலும் மாற்றங்கள் வெளிப்படுத்தப்படுகின்றன.

இரு பிரிவுகளின் கிளைச்சாதிகளால் வணங்கப்படும் கிராமத் தெய்வங்களாலும் கூடுதல் முரண்பாடு காணப்படுகிறது. உள்ளூர் நிலப்பரப்பைச் சிறப்பாகப் பராமரித்துவரும் வலங்கைச் சமுதாயங்கள் உள்ளூர் நிலப்பரப்பு சார்ந்த புனிதத் தலங்களுக்கே முன்னுரிமை அளிக்கிறார்கள். அதே நேரத்தில் அவர்களின் குறிப்பிட்ட கிளைச்சாதி மற்றும் குலத்துக்குரிய காவல் தெய்வங்களுக்கும் பக்தர்களாக இருக்கிறார்கள். மாறாக, இடங்கைச் சமுதாயங்கள் எந்தவொரு குறிப்பிட்ட நிலப்பரப்பு அல்லது சமூகக் குழுவுடனும் வலுவான பிணைப்பு இல்லாத, இலக்கியங்களில் புகழ்பெற்ற கடவுள்களையும் தேவதைகளையும் வணங்குகிறார்கள். இந்த வடிவத்திலான வழிபாட்டுக்கான அழுத்தம் எப்போதும் செவ்வியல் பிரதிகள் மீதான அறிவு மற்றும் நிபுணத்துவத்தில் இருந்து வந்துகொண்டிருக்கிறது. அவர்களின் அபிமான தெய்வங்கள் பிறப்பு, இறப்பு, மனிதத் துன்பங்களிலிருந்து விடுதலை போன்ற உலகளாவிய கவலைகளைக் கொண்டதாக இருக்கின்றன. இடங்கைச் சாதித் திருவிழாக்களில்

அனைத்துத் தெய்வங்களும் சமமாகப் பாவிக்கப்படுவதைப் பின்பு பார்க்கப்போகிறோம். அத்தகைய தருணங்களில் முறைப்படுத்தப்பட்ட தகுதிநிலைகள் எதுவும் கடைப்பிடிக்கப்படுவதில்லை. மறுபக்கத்தில், வலங்கைச் சாதி திருவிழாக்களின் போதும், சடங்குகள் நிகழ்வின் போதும் அவற்றில் பங்கேற்பவர்கள் படிநிலைகளின் படியே சடங்குகளைச் செய்வது மிகவும் வற்புறுத்தப்படுகிறது.

கடந்த காலத்தில், கொங்குப் பகுதியின் இடங்கை-வலங்கைப் பிரிவுகளின் உறுப்பினர்களின் குறியீடுகளாக இடங்கை-வலங்கைப் பிரிவுகளின் பெண்களே காட்சிப்படுத்தப்பட்டனர். வலங்கைப் பிரிவு உயர்நிலைக் கிளைச்சாதிகளின் பெண்கள் தங்கள் புடவைகளின் முந்தானையை இடது தோளில் போட்டிருந்தனர். இதேபோல இடங்கைப் பிரிவின் உயர்நிலைக் கிளைச்சாதிகளின் பெண்கள் தங்கள் புடவைகளின் முந்தானையை வலது தோளில் போட்டிருந்தனர். இப் பழக்கம் இன்றும் இப்பகுதியின் வயது முதிர்ந்த பெண்களால் பின்பற்றப்படுகிறது. மேலும், பெண்கள் திருமண அட்டிகையும் ஒரு குழு ஒரு குறிப்பிட்ட முறையிலும் மற்றொரு பிரிவு அதற்கு நேர்மாறகவும் அணிய வேண்டும். ஒவ்வொரு பிரிவு பெண்களுக்குமான சடங்கு, கட்டுப்பாடுகளும் உள்ளன. ஆனால், ஆண்களுக்கு வெளிப்படையான இணை விதிகள்/கட்டுப்பாடுகள் இல்லை. உள்ளூர் தெய்வத்துக்கான திருவிழாவின் போது இடங்கைப் பிரிவு பெண்கள் தெய்வத்தின் வலப்பக்கம் செல்லக்கூடாது. எதிர்ப் பிரிவு தலைவர்களின் படையில் தங்கள் கணவர் பணியாற்றினால் திருவிழா காலத்தில் இடங்கைப் பெண்கள் தங்கள் கணவருடன் பாலுறவு வைத்துக்கொள்ளக்கூடாது.[25]

இங்கு தொகுத்தளிக்கப்பட்டுள்ள அனைத்து வலங்கை-இடங்கை முரண்பாடுகளும் இதன் ஒட்டுமொத்தத் தன்மையை வாசகர் புரிந்துகொள்வதற்காக அறிமுகப்படுத்தப்படுகிறது. இந்த முரண்பாடு களின் விரிவடைந்த விளக்கங்களும் அவற்றில் காணப்படும் விலக்குகளும் பின்வரும் இயல்களில் தொடர்கின்றன. இந்தத் தொகுப்பிலுள்ள ஒரு குறை என்னவென்றால் ஓர் இரண்டாம் நிலை தரவுடன் அது இணைக்கப்படவில்லை: ஒரு பகுதியின் சமூகப் படிநிலையில் ஒரு கிளைச்சாதியின் பொதுநிலை. சுருக்கமாகக் கூறவேண்டுமானால், இரு பிரிவுகளின் உயர்நிலைச் சாதிகளுக்குள் முரண்பாடு காணப்படுகிறது. அதே நேரத்தில், சமூக ஏணியின் கீழே இறங்கிப்பார்த்தால் இரு பிரிவுகளின் கீழ்நிலைக் கிளைச்சாதிகளின்

பழக்கவழக்கங்கள் மேலும் மேலும் ஒத்தநிலையைநோக்கி நகர்வதைக் காண முடியும். சமூக மேலாதிக்கக் குழுக்களின் முரண்பாடுகள் ஒரு சமரசத்துக்கு வருவதும் காணப்படுகின்றன.[26] இரு பிரிவுகளில் உயர் நிலைக் குழுக்கள் இடையே காணப்படும் முரண்பாடுகளைவிட இரு பிரிவுகளின் தீண்டத்தகாத குழுக்கள் இடையே காணப்படும் முரண்பாடுகள் குறைவு. இறுதியாக, இரு பிரிவுகளிலும் உள்ள கீழ் நிலைக் கிளைச்சாதிகள் இடங்கை உயர்நிலைச் சாதிகளிடம் களக் கூலிகளாக வேலை பார்ப்பதால், எதிர்பார்க்கப்படுவதற்கு அதிகமாகவே இந்த வலங்கைக் குழுக்களின் பழக்கவழக்கங்களின் செல்வாக்கு இந்தக் கீழ்நிலைச் சாதிகளிடம் காணப்படுகின்றன.

உள்ளடுக்காக அமைந்துள்ள பின்வரும் இயல்களில் காணப்படும் உரையாடல்களின் அடித்தளமான சமுதாய நிறுவனத்தின் முக்கிய அம்சம் ஓர் ஆதிக்க சாதியின் இருப்பு ஆகும். ஆதிக்க சாதி என்ற சொல்லாடலை வரையறை செய்வதற்குத் தேவைப்படும் துல்லியமான தகவல் இல்லாமல் போதாமையான தகவல்களே திரட்டப் பட்டுள்ளதால், அந்தச் சொல்லாடல் மிகவும் தளர்ந்த நிலையிலேயே பயன்படுத்தப்படுகிறது. எனது பயன்பாட்டில், 'ஆதிக்கச் சாதி' என்ற சொல், ஒரு குறிப்பிட்ட பகுதியில் பெரும்பான்மையான உள்ளூர் உழைப்பு சக்திகளைக் கட்டுப்பாட்டுக்குள் வைத்திருக்கும் கிளைச்சாதியைக் குறிக்கிறது. இந்தக் கட்டுப்பாடு அந்தப் பகுதியின் முதன்மை வளங்களை அணுகும் உரிமை, இந்த வளங்களை யார் எவ்வளவு பயன்படுத்துவது என்பதை முடிவு செய்யும் அதிகாரம் ஆகியவற்றைக் குறிக்கிறது. ஒரு வேளாண்மைப் பொருளாதாரத்தில் நில உடைமைக்கான அதிகாரம் என்பதுதான் முதன்மையும் சிறந்ததுமான அளவீடாக இருக்க முடியும். ஆனாலும், கனிம வளங்களுக்கான உரிமை, தொடர்புப் பாதைகளுக்கான உரிமை போன்றவையும் முக்கியமானவை.[27] இந்த வரையறையின்படி, ஒரு குறிப்பிட்ட பகுதியில் ஆதிக்கம் செலுத்தும் ஒரு கிளைச்சாதி, இதே வரையறைகளின்படி ஒரு பெரியபகுதியில் வேறு ஒரு சாதி ஆதிக்கம் செலுத்தலாம். இதனால், ஆதிக்கம் என்பதை ஒருவர் மேலோட்ட மாகப் பேச முடியாது, ஆனால், ஆதிக்கத்தில் உள்ள குறிப்பிட்ட பகுதியையும் குறிப்பிட வேண்டும்.[28]

ஆதிக்க சாதி குறித்த இவ்வரையறை, குழுவின் அளவைப் பொறுத்து மதிப்பிடப்படுவதே மிகவும் துல்லியமானது என நான் நம்புகிறேன். தென் இந்தியாவைப் பொறுத்தவரையில் ஒரே பகுதியில்

தீண்டப்படாதவர்கள் மிக அதிக எண்ணிக்கையில் ஒரே சமுதாயமாக குடியிருப்பதைக் காண முடியும். எந்த ஒரு தனிப்பட்ட குழுவைவிட அவர்கள் எண்ணிக்கையில் அதிகமாக இருக்கலாம். அதனாலேயே, அவர்கள் அரசியல், பொருளாதார ஆதிக்கம் மிக்கவர்கள் என்று சொல்லிக்கொள்ள முடியாது. இதேபோல, தஞ்சாவூர் மற்றும் கேரளாவில் மற்ற சாதிகளை ஒப்பிடுகையில் பிராமண சமுதாயத்தினர் மிக மிகச் சிறிய எண்ணிக்கையில் இருப்பார்கள். ஆனால் இவர்களிடம்தான் அரசியல், பொருளாதார அதிகாரம் பெருமளவு குவிந்துகிடக்கும். ஒரு குழுவின் ஆதிக்கத்தன்மையை வரையறுப்பதில் அதன் அளவு அடிப்படைக் கூறாக இருக்கவில்லை.

ஒரு குறிப்பிட்ட குழு உடைமையாக்கிக் கொண்டிருக்கும் மொத்த நிலத்தின் பரப்பு விகிதாசாரமும் உள்ளூர் மக்கள்மீது அக்குழு செலுத்தும் அதிகாரம், செல்வாக்கை நேரடியாக அளவிடப் போதுமானதல்ல. ஒரு குடும்பம் ஆயிரக்கணக்கான ஏக்கர்கள் நிலம் கொண்டதாக இருக்கலாம். (நில உச்சவரம்புச் சட்டம் அமலாக்கம்வரை.) ஆனால் அந்த நிலத்தை அந்தக் குழுவே உழுவதில்லை என்பதால் அது குத்தகைக்கு விடப்பட்டாக வேண்டும். இத்தகைய நிலையின்கீழ், உற்பத்தியை நேரடியாகப் பராமரிப்பதும், உள்ளூர்த் தொழிலாளர்களை வேலைக்கமர்த்தி, வேலை வாங்குவதும் குத்தகைதாரர்கள்தாம். எனது வரையறையில், நில உடைமை அல்ல, மற்றவர் உழைப்பைப் பெறவும் உத்தரவிடவும் யார் அதிகாரம் பெற்றுள்ளனரோ அக்குழுவே அப்பகுதியின் ஆதிக்க சாதி ஆகும்.[29] சில உடைமையாளர்களின் கைகளில் மேலும் மேலும் நிலம் குவியும்போது அவர்கள் பெருமளவு கவுரவம் பெற்று நிலங்களின் மீதான அன்றாட நடவடிக்கைகளை நேரடியாகக் கையாள்வதிலிருந்து விலகுகிறார்கள். கையாளக்கூடிய நில உடைமைகளைக் கொண்டுள்ள குடும்பங்களைப் பெருவாரியாகக் கொண்டுள்ள குழு, நிலத்தைத் தாமே பயிரிடுவது அல்லது மற்றவர்களை வேலைவாங்கி மேற்பார்வையிடுவது ஆகியவற்றின் மூலம் நிலத்தின்மீது நேரடி ஆதிக்கம் பெற்று அப்பகுதியின் ஆதிக்க சாதியாகிறது. ஒரு குடும்பம்/ குடி தமது சொந்த நிலத்தில் வேலையாட்களை அமர்த்தி உழுது பயிரிட்டுத் தன்னிறைவு அடைந்தால் கவுரவ நிலை அடைவதுடன் அது சார்ந்துள்ள குழுவின் நிலையை அடைகிறது. அதே குழுவைச் சேர்ந்த பிற குடிகள் தமக்குத் தாமே தன்னிறைவு அடைவதால் மற்றவருக்குத் தமது பணிகளை வழங்காமல் இருந்தால் அத்தகைய ஆதிக்க நிலையை அடைய இயலாது.[30]

இந்நிலையில் ஒரு பகுதியின் ஆதிக்க சாதி குறித்துப் பேசும் பொழுது, அப்பகுதியின் மற்ற குழுக்களைவிட ஒப்பீட்டளவில் அக் குழு அதிக நிலங்களை உடைமையாகக் கொண்டோ, அதிக அளவு நிலங்களைப் பராமரிக்கக்கூடிய அளவுக்கு அதிக குடும்பங்களைக் கொண்டதாகவோ இருக்க வேண்டும்.[31] இவ்வாறு ஒரு பகுதியில் இரு குழுக்கள் இந்த நிலையை எட்டும் நிலையில் இருந்தால் அந்தக் குழுக்களை ஆதிக்க நிலைக்காகப் போராடும் எதிரி குழுக்கள் என்பேன். மேலும், கிளைச்சாதி மூலம் நில மேலாண்மையைத் துண்டு போடுவதன் மூலம் ஒரு குழுவின் அதிகாரம் மேலும் குறைக்கப் படுகிறது. கொங்குப் பகுதியின் பெரும்பாலான இடங்களில் இந்தப் போட்டி நிலைமை எழவில்லை. கொங்குக் கவுண்டர்கள் குறைந்தது 80 விழுக்காடு நிலங்களையாவது உடைமையாக்கிக்கொண்டுள்ளனர். அதனையும் நிறைய தனிப்பட்ட உடைமைகளாகக் கொண்டுள்ளனர்.

இத்தகைய சாதகமான நிலையால் வேறு எந்தச் சாதியும் அவர்களோடு போட்டிபோட முடிவதில்லை. எனினும், சில பகுதிகளில், செட்டியார்கள், முதலியார்கள் குறிப்பிட்ட அளவு நிலங் களை உடைமையாக்கியுள்ளதால், அப்பகுதிகளில் கவுண்டர்கள் ஆதிக்கத்துக்கு எதிரான போட்டிநிலையைத் தெளிவாக எடுக்கிறார்கள். ஆதிக்க உறவுநிலைகளின் இந்த மாற்றம், இப்பகுதிகளில் ஒன்றாக உணவு அருந்தும் உரிமைகளை ஆட்சி செய்யும் மாற்றுவிதிகளில் வெளிப்படுகிறது. இவ்வாறாக, கொங்கு மண்டலத்தின் சில பகுதிகளில் சமூக மேலாதிக்கம் செலுத்துவதில் கொங்குச் செட்டியார்கள் கவுண்டர்களை விஞ்சுகிறார்கள். இந்த உண்மை இப்பகுதி படையல் களின்போது கவுண்டர்களைவிட இவர்கள் கைகளில் உணவு வாங்கி உண்ணவே மற்ற சாதிகள் ஆர்வம் காட்டுவதில் வெளிப்படுகிறது.

ஒரு பகுதியின் இடங்கை-வலங்கைப் பிரிவின் வலுவை ஊகிக்கும் முயற்சியில், எந்த ஒரு பிராமணரல்லாத குழு அப்பகுதியை ஆதிக்கம் செலுத்துவதில் வெற்றிபெறுகிறது என்ற அம்சம் முக்கியத்துவம் பெறுகிறது. இடங்கை-வலங்கைப் பகைமையின் சாரம் என்பது இரு வேறு வகைமைகளைச் சார்ந்த இரு கிளைச்சாதிகள் எவ்வாறு அதிகார நிலைக்காக மோதுகின்றன என்பதில் இருக்கிறது. நிலப் பராமரிப்பு உரிமை, உள்ளூர் பகுதியின் அரசியல் அதிகாரத்தைக் கைப்பற்றுதல் ஆகிய பெருமைகளில் முதல் அம்சம் வெற்றி பெறுகிறது. அவர்கள் நிகழ்த்தும் சடங்குகளில், இப்பிரிவின் உறுப்பினர்கள் பிரதிகள் வழி முன்மொழியப்பட்ட சடங்குநிகழ்வுகளை அப்படியே கறாராகப்

பின்பற்றுகிறார்கள்: அவர்கள் சடங்கு நிகழ்வுகள் சமூக உள் பிணைப்புகள் மற்றும் விவசாயப் பெருக்கத்தின் பல்வேறு அம்சங்கள் மீது மிகை அழுத்தம் தருகின்றன. மேலும், அதன் பொருள் செல்வம், சடங்கியல் தூய்மை, தென்னிந்தியாவின் அனைத்து சாஸ்திரிய தத்துவ மரபுகளுடனும் தன்னை இணைத்துக்காட்டும் தொடர்புகள் ஆகியவற்றுக்கு அவை அழுத்தம் தருகின்றன. எங்கெல்லாம் வாய்ப்பிருக்கிறதோ அங்கெல்லாம், அதன் உறுப்பினர்கள், பிரதிகள் வழி முன்மொழியப்பட்ட சடங்குமுறைகளையே பின்பற்றுவார்கள்.

வாழ்முறைகளில் இதுபோன்ற முரண் மற்றும் அதன் இறுக்கமான வடிவத்தில் மதிப்பு சார்புகள் ஆகியவற்றுக்காகப் பிராந்திய சாதிப் பங்களிப்புகள் தேவையாகிறதுபோல் தோன்றுகிறது. பிராமணர்கள் தங்களை சாஸ்திரிகளாகவும் சடங்கியல் வல்லுநர்களாகவும் பேணிக் கொள்கிறார்கள். பிராமணரல்லாத ஒரு குழு (அல்லது குழுக்கள்) பெரும்பாலான நிலங்களைக் கொண்டுள்ளார்கள். பிராமணர், அரசர் கொண்டுள்ள இந்தப் பாரம்பரிய மேலாதிக்கப் படிநிலையானது சாதிகள் மற்றும் கிளைச்சாதிகளின் பங்களிப்புகளால் மாற்றியமைக்க வேண்டிய ஆசை உருவாகிறது. நில உடைமைச் சமுதாயத்திலிருந்து தனிமைப்படுத்திக் கொண்டு அவர்களைவிட சடங்கியல் ரீதியில் தாம் உயர்ந்தவர்கள் என்று வணிகக் குழுக்களும் கைவினைஞர் குழுக்களும் கோருகின்றன.

பிராமணர்களே நில உடைமையாளர்களாகவும் நிலத்தை அதிகாரம் செய்கிறவர்களாகவும் இருக்கிறபோது, நடைமுறையில் இல்லாவிட்டாலும், கொள்கையளவிலாவது சடங்குகளிலும் உயர் பங்களிப்புகளிலும் பாரம்பரியம் சிதறடிக்கப்படுகின்றன. இத்தகைய சூழ்நிலைகளில், பிராமணர்கள் முன் எப்போதையும்விட வலுவாக எழுச்சி பெறுகிறார்கள்; இந்தச் சமூக ஏணிகள் அனைத்திலும் உயர் நிலையை ஆக்கிரமிக்கிறார்கள். முன்னர் குறிப்பிட்டபடி, பிள்ளைகள் அதிக எண்ணிக்கையில் இருக்கும்பட்சத்தில் அதே நிலையை அடைய முடிகிறது. இத்தகைய சூழ்நிலைகளும் இடங்கை-வலங்கை மோதலை முழுமையாக நிறுத்திவிடாது என்றாலும், உறுதியாக அதனை பலவீனப்படுத்தவே செய்யும். சமூக மேலாதிக்கத்தின் இரு போட்டி நிலைகளிலும் உருவாகும் வாய்ப்புகளின் பார்வையில் அவர்கள் நெருங்கி வருவது அவசியமாகிறது.

உயர்நிலைகளை வெற்றிகரமாக எட்ட ஒரு பிராமணரல்லாத சாதிக்கு நிலமும் சடங்கியல் தூய்மையும் அவசியமாகின்றன. இத்தகைய

பாதிப்பைச் செலுத்துமளவுக்கு ஒரு குழுவும் ஆகப் பெரியதாக இல்லாதபட்சத்தில் இரு ஏணிகளின் உயர்நிலைகளை நெருக்கமாகக் கொண்டுவருவதில் வெற்றிபெறுகின்றன. ஆனால் இந்த வலங்கை, இடங்கைப் பிரிவுகளும் எவ்வாறு அளவீடுகளை உருவாக்குகின்றன என்பது தெளிவாக இல்லை. அந்த நிலத்திலேயே பெரிய ஆதிக்க சாதியாக உள்ள சமுதாயம் ஏணியின் உச்சநிலைக்கு ஏறுகிறது. நில உடைமையிலிருந்து வெளியில் நிறுத்தப்பட்ட மற்ற குழுக்கள் இந்தச் சவாலை ஏற்று மற்ற சமூக ஏணியின் உச்சத்தை அடையும் போது இரு ஏணிகளில் தமது ஏணியே உயரமானது என்ற உரிமையைக் கோருகிறார்கள். பல ஆண்டுகளாகவே இடங்கை-வலங்கைப் பிரிவினை என்பது முதன்மையான பிரச்சினையாக நீடித்துவரும் கொங்குவில் அதன் கிராமப்புறச் சமூக அமைப்பு என்பது இவ்வாறுதான் இருக்க முடியும்.

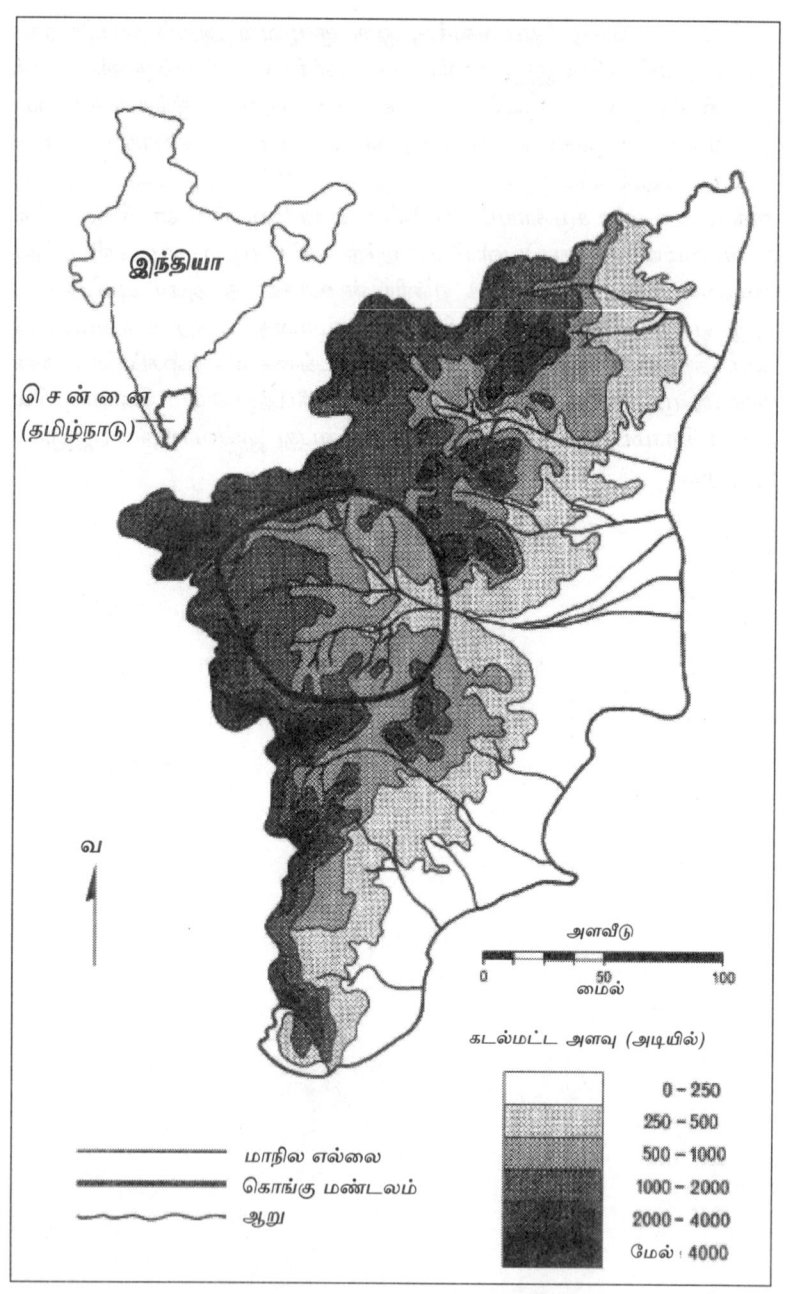

விளக்கப்படம் 1.1: மதராஸ் (தமிழ்நாடு) மாநில நிலப்படம்

1

மண்டலம்: கொங்கு நாடு

கொங்கு: மண்டலமும் அதன் புவியியலும்

கொங்கு மண்டலப் புலவர்கள்/பாணர்கள் கூற்றுப்படி, தமிழ்நாடு என்பது ஐந்து பெரிய மண்டலங்களைக் கொண்டது ஆகும்.[1] அவை சோழ நாடு, பாண்டிய நாடு, சேர நாடு, தொண்டை நாடு, கொங்குநாடு ஆகும்.[2] முதல் மூன்று மண்டலங்களும் அதன் அரச வம்சத்துக்காகவும் போர்த்தீரத்துக்காகவும் நன்றாக அறியப்பட்டவை. போர்கள், தீரச்செயல்களுக்காக உள்ளூர்ப் பாணர்கள் இந்த முதன்மைப் பகுதிகளை முறையே குறிப்பிடுகின்றனர். கொங்குவும் தனி மண்டலமாகப் பேசப்பட்டாலும், முன்னர்க் கூறிய மூவேந்தர்களில் ஏதாவது ஒரு பேரரசின் கீழ்தான் இருந்துவந்துள்ளது. தொண்டை நாடு குறித்துக் கொங்கு நாட்டார் கதைகளில் அதிகம் காணப்பட வில்லை. தொண்டைநாட்டில் இருந்து மக்கள் கொங்குப் பகுதிக்குத் தொடர்ச்சியாக இடம்பெயர்ந்து வந்ததற்காகத் தொண்டை நாடு மிக அதிகமாகப் பேசப்பட்டுள்ளதே தவிர, இங்கு நடந்த பெரும் போர் களுக்காகவும் நாயகப் பண்புக்காகவும் அறியப்படவில்லை.[3]

கொங்குநாடு அதன் தெற்கு, கிழக்கு அண்டை நாட்டவர்களால் அடிக்கடி அரசியல்ரீதியாக மேலாதிக்கம் செலுத்தப்பட்டபோதும், புவியியல் வார்த்தைகளில் மற்ற நான்கு நாடுகளைவிடவும் கொங்கு நாடுதான் தெளிவாக வரையறுக்கப்பட்டுள்ளது. கொங்கு ஊரக மக்கள் தங்கள் புறச்சூழலின் குறிப்பிடத்தக்க தனித்தன்மைகளை நன்றாக அடையாளம் காண்பதுடன், அவற்றைத் தமது பாடல்களில் மீண்டும் மீண்டும் குறிப்பிடுகிறார்கள். இந்தப் பெருமித உணர்வைத் தங்கள் பாடல்களில் வர்ணித்துள்ள இந்தப் பகுதிப் பாணர்கள், நான்கு பக்கங்களும் கொங்கு நாடு மலைகளால் சூழ்ந்துள்ளதைக்

குறிப்பிடுகிறார்கள். இந்த மரபின்படி, வடக்கே தலை மலையும் பருகூர் மலையும் உள்ளது. தெற்கே, ஆனைமலை முதல் வராகமலை வரை கொங்குத் தொடர் மலைகளால் பிரிக்கப்படுகிறது. மேற்கே, வெள்ளிமலை முதல் நீலகிரிவரை மலைத்தொடர் வரிசையாக நீள்கிறது. இடையே பாலக்காட்டில் ஒரு கணவாய் உள்ளது. இறுதியாகக் கிழக்கில் தொப்பூர்மலை, சேர்வராயன்மலை, கொல்லி மலை ஆகிய மலைகள் எல்லையாக அமைந்துள்ளன.[4] இந்த மலை களின் வரைபடம் 1.3இல் காட்டப்பட்டுள்ளது. கொங்கு மண்டலத்தின் தென்கிழக்கு திசை மட்டுமே உயரமான மலைகளால் காக்கப்பட வில்லை. அதாவது அப்பகுதி மட்டும் பலவீனமானது. இதனால் கொங்குவின் ஆக்கிரமிப்பாளர்கள் பலர் இந்தத் திசையில் இருந்து வந்ததில் வியப்பில்லை.

இத்தென்கிழக்குச் சமவெளிப்பகுதியில் கொங்கு நாட்டுக்கு மரபுரீதியான எல்லைக்கோடு இருக்கிறது. மதுக்கரை என்ற புகழ்பெற்ற காவிரிக்கரையில் இந்த இடம் இருக்கிறது. இது கரூரில் இருந்து 25மைல் கிழக்காக இருக்கிறது. இந்த இடத்தில்தான் சோழ, சேர, பாண்டியர்கள் தங்கள் எல்லையை முடிவு செய்யப் போரிட்ட தாகக் கொங்குப் பாணர்கள் பாடியுள்ளனர். இந்த மண்டலங்களின் மரபான எல்லைகளைக் குறிக்க மதுக்கரையில் மூன்று விநாயகர் சிலைகள் வைக்கப்பட்டதாகக் கூறப்படுகிறது.[5] இந்தக் கோயில்களுக்கு வடக்கிலும் மேற்கிலும் உள்ள பகுதி சேர நாடு, கிழக்குப் பகுதி சோழ நாடு, தெற்குப்பகுதி பாண்டிய நாடு என வரையறுக்கப்பட்டுள்ளது. மூன்று பிள்ளையார் கோயில்கள் இன்றும் உள்ளன. இந்தப் பகுதியைச் சுற்றி வாழும் மக்கள் இக்கோயில்களை இன்னமும் பராமரித்து வருகிறார்கள்.[6] இந்தப் பிரிவினையில் கொங்கு மண்டலம் சேர நாட்டுடன் சேர்க்கப்பட்டுவிட்டது. எல்லைகள் வரையறுக்கப்பட்ட காலகட்டத்தில் இந்தப் பகுதி சேரர்கள் கட்டுப்பாட்டில் இருந்திருக்கலாம்.

காவிரி பாயும் மலைகளில் ஏற்பட்டுள்ள இடைவெளிகள் தவிர மூன்று முக்கிய வழித்தடங்கள் உள்ளன. இவை இப்பகுதியின் மூன்று வணிகப்பாதைகள். பல நூற்றாண்டுகளாக முக்கிய பெரு வணிகப் பாதைகளாக அறியப்படுகின்றன. இவற்றில் இரண்டு கரடுமுரடான பீடபூமி நிலத்தில் அமைந்துள்ளன. ஆனால், உண்மையான பாதை கொங்கு மண்டலத்தின் வடகிழக்கு முனையில் இருந்து மைசூர் நோக்கிச் செல்கிறது. இந்த மையப்புள்ளியில் இருந்து, இப்பாதை சுமார் 2,800 அடி உயரத்தில் ஏறிச்செல்கிறது.[7]

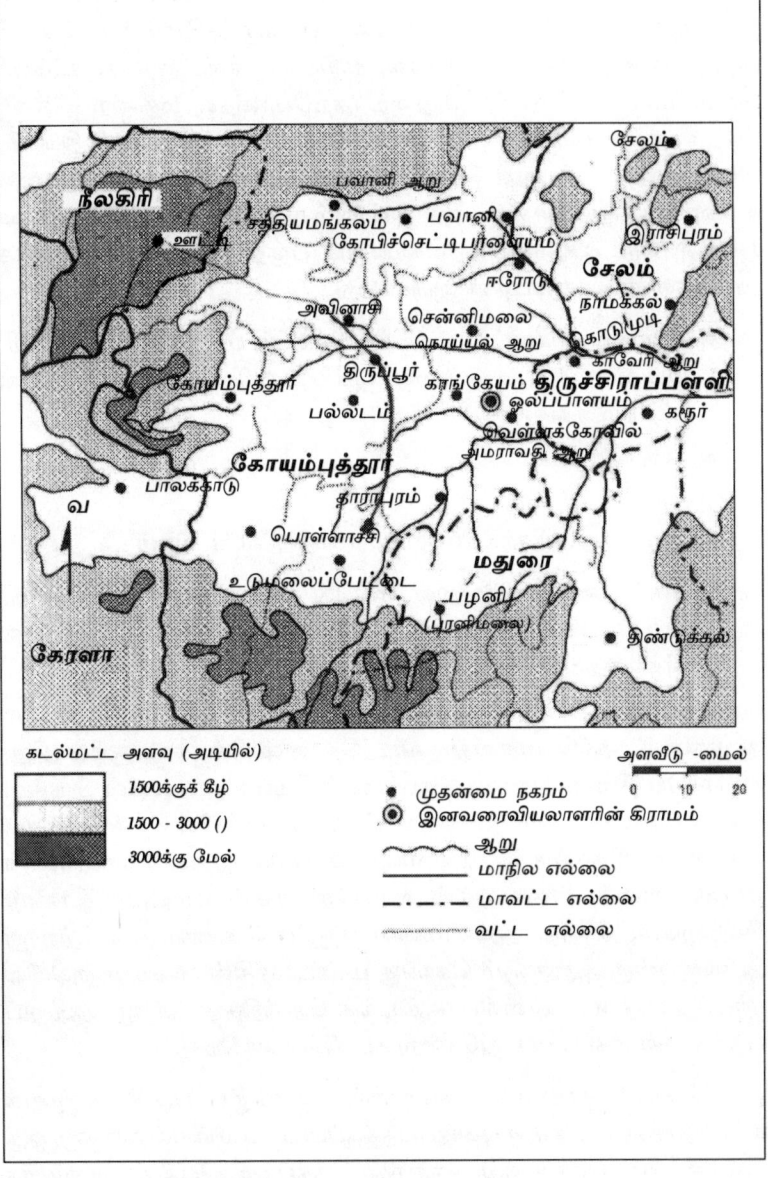

விளக்கப்படம் 1.2: கொங்கு மண்டலம்

இங்கு விவரிக்கப்படும், பாரம்பரிய கொங்குப் பகுதி 7,500 சதுர மைல் பரப்புள்ளது. கோவை மாவட்டத்தின் பெரும்பகுதி (ஒன்று பட்ட கோவை மாவட்டம். இதில் தற்போதைய கோவை, நீலகிரி, திருப்பூர், ஈரோடு மாவட்டங்கள் அடங்கும்-மொ-ர்.), சேலம் (தற்போதைய சேலம், நாமக்கல், ராசிபுரம், கிருஷ்ணகிரி, தர்மபுரி மாவட்டங்கள்-மொ-ர்.), மதுரை (தற்போதைய மதுரை, தேனி, திண்டுக்கல் மாவட்டங்கள்-மொ-ர்.), திருச்சி (தற்போதைய திருச்சி, பெரம்பலூர், அரியலூர்-மொ-ர்.) மாவட்டங்களில் சில பகுதிகளை உள்ளடக்கியது கொங்கு நாடு. இன்னும் நுணுக்கமாக, அட்டவணை 1.1இல் காட்டியுள்ளபடி கொங்குப் பகுதி பின்வரும் நிர்வாக அலகுகளைக்கொண்டதாக இருக்கிறது.

அ. கோவை மாவட்டம் (கோபிச்செட்டிபாளையம், பவானி, பொள்ளாச்சி, உடுமலை வட்டங்களின் மலைப்பகுதிகள் மட்டும் நீங்கலாக.)

ஆ. கரூர் வட்டம்

இ. பழனி வட்டம்

ஈ. நாமக்கல், திருச்செங்கோடு, சங்ககிரி வட்டங்கள்[8]

1. இங்குக் கணக்குப்பிள்ளை என்பது பட்டம்தான். கிளைச்சாதி அடிப்படையில் கைக்கோள முதலியார் சமுதாயத்தைச் சேர்ந்தவர். (பார்க்க குறிப்பு 4).

கொங்குப் பகுதியில் பாயும் காவிரி, தென்னிந்தியாவில் பாயும் ஆறுகளில் முக்கியமானது. வட தொலைவில், மைசூரில் இது உற்பத்தியாகிறது. அதாவது, குடகுவின் மேற்கு மூலையில் இருந்து, தெற்கில் கொங்கு நாட்டுக்குள் பாய்ந்து, பவானியில் தென்கிழக்காக வளைந்து கொங்குச் சமவெளியில் பாய்கிறது. கொங்குவின் மேற்கெல்லை மலைகளில் உற்பத்தியாகும் மேலும் இரண்டு சிற்றாறுகள், தெற்கு ஆனைமலை பகுதியில் உருவாகும் சிற்றாறு ஆகிய நான்கு ஆறுகளும் கொங்கு மண்டலத்தின் மையப்பகுதியில் சந்தித்து அகண்ட காவிரியாக கிழக்கு நோக்கித் தஞ்சாவூர் ஆற்றுப் படுகை ஊடாகப் பாய்ந்துசென்று கடலில் கலக்கிறது.

உள்ளூர்க் குடிகளால் தங்களின் கொங்குப் பகுதி குறித்துக் கட்டமைக்கப்பட்டுள்ள புனிதப்படுத்தப்பட்ட புவியியல் வரலாறு ஒரு கூடுதல் அம்சத்தை உருவாக்குகிறது. இந்தப் புவியியலின் மையமாக இருப்பது மத்திய சமவெளியைச் சுற்றிப்பாயும் மூன்று கிளை

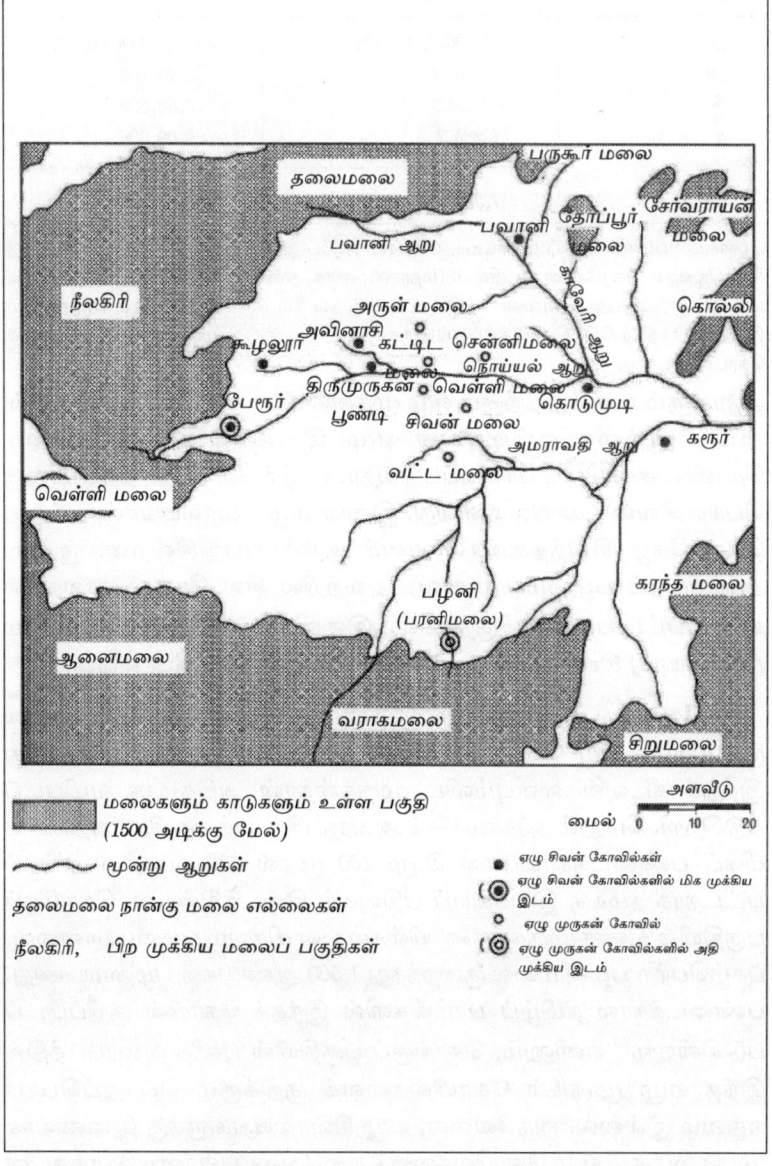

விளக்கப்படம் 1.3: கொங்கு மண்டலப் பாரம்பரிய புனிதத் தலங்கள், நிலப்படம்

அட்டவணை 1.1
கொங்கு நாடு நிர்வாகப் பகுதியும் மக்கள்தொகையும், 1961

நிர்வாக அலகு	பகுதி சதுர மைல்கள்	மக்கள்தொகை
அ	5,000.0 (சுமார்)	30,000,000 (சுமார்)
ஆ	610.4	3,45,162
இ	624.9	2,88,809
ஈ	1,285.3	9,09,206
மொத்தம்	7,520.6	45,43,177

ஆதாரம்: ரிபப்ளிக் ஆஃப் இண்டியா, *சென்சஸ் ஆஃப் இண்டியா, 1961* தொகுதி ix, பகுதி ii-ஏ ஜெனரல் பாபுலேசன் டேபிள்ஸ் (மதராஸ்: அரசு அச்சகம், 1963) பக். 87-91 மற்றும் பக். 94. குறிப்பு: அட்டவணை 1.1இல் உள்ள முதல் நீள் வரிசையில் உள்ள எழுத்துக்கள் இந்தப் புத்தகத்தில் கொடுக்கப்பட்டிருக்கும் நிர்வாக அலகுகளின் பட்டியலுடன் தொடர்புடையது.

ஆறுகளும் உயர்ந்து நிற்கும் ஏழு முதன்மையான மலைகளும் ஆகும். மைய ஆற்றை ஒட்டியுள்ள ஏழு இடங்கள் புனிதத்தன்மை கொண்டவையாகப் பார்க்கப்படுவதுடன் ஒவ்வோர் இடத்திலும் ஒரு பெரிய சிவன் கோயில் உள்ளது. இவை ஏழு சிவாலயங்கள் அல்லது கொங்கேழ் சிவத்தலங்கள் எனக் குறிக்கப்படுகின்றன. இவை அனைத்தும் பழமையானவை; அவற்றில் சில சோழர் காலத்தில் கட்டப்பட்ட பழமை மிகுந்தவை.[9] இவை அனைத்தும் மைய நதியும் (காவிரியும்) கிளையாறுகளும் சந்திக்கும் இடங்களில் உள்ளன.

இதேபோல, ஏழு புனித மலைகளின் உச்சியில் சிவனின் மகனான முருகனுக்கு ஏழு பெரிய கோயில்கள் உள்ளன. தெற்கில், அனைத்து இந்துக் கடவுள்களையும்விட முருகன்தான் அதிகமாக வழிபடப் படுகிறார். மேலும் தற்காலத்தில் அவரது பிரபலத்தைவிட அதிகமாக மிகப் பண்டைக்காலமான கி.மு 100 முதல் 400 வரை வணங்கப் பட்டதாக நமக்கு இலக்கியப் பதிவுகள் கிடைக்கின்றன. கொங்குப் பகுதியில் உள்ள முருகன் கோயில்கள் பல மிகவும் பழமையானவை. புகழ்பெற்ற பழனிமலை குறைந்தது 1,500 ஆண்டுகள் பழமையானது. பண்டைக்கால தமிழ்ப் பாடல்களில் இந்தக் கோயில் குறிப்பிடப் படுகின்றது.[10] எனினும், கொங்குப் பகுதியின் புனித வரைபடத்தில் இந்த ஏழு முருகன் கோயில்களைக் குறிக்கும் பொதுப்பெயர் எதுவும் இல்லை. ஒருவேளை, ஏழு சிவாலயங்களுக்கு இணையாக முருகனுக்கும் ஏழு கோயில்களைக் கூறவேண்டுமென்ற நோக்குடன் பிற்காலத்தில் இங்குள்ள ஏராளமான முருகன் கோயில்களிலிருந்து

ஏழு கோயில்களை மட்டும் வேண்டுமென்றே தேர்வு செய்து கூறப் பட்டுள்ளதால், அவற்றுக்கென பொதுப்பெயர் இல்லாமல் போயிருக்கலாம்.

சிவன் கோயில்களைப் பொறுத்தவரை, ஒவ்வொரு கோயிலும் ஒரு குறிப்பிட்ட இடம், அத்தெய்வத்தின் ஒரு குறிப்பிடத்தக்க தன்மை ஆகியவற்றால் அதன் பெயர் புரிந்துகொள்ளப்படும். இதனால் இந்த ஏழு கோயில்களும் ஏழு துணைப் பகுதிகளாக ஒரே கொங்கு மண்டலமாக இணைக்கும் புனித இணைப்புகளாகப் பணியாற்று கின்றன. ஏழு முருகன் கோயில்களைப் பொறுத்தவரை, அதன் பெயர் என்பது அந்த இடத்தை மட்டும், அதாவது மலையை மட்டும் குறிப்பதாக இருக்கிறது. சிவனுக்கு மாறாக, முருகன் எப்போதும் மலையுடனும் உயரமான இடங்களுடனும் தொடர்புடையவராக இருக்கிறார்.[11] ஒரு மலை ஒருமுறை புனிதத்தன்மை கொண்டதாக குறிக்கப்பட்டவுடன், அதன் உச்சியில் முருகனை இருத்தி, வழிபடுவது என்பது அழுத்தம் பெறுகிறது.[12] இதன் விளைவாக சமவெளி, மலைஉச்சி என்ற இரண்டும் தனித்த மற்றும் உலகளாவிய என்ற இரு வடிவங்களாகக் கொங்கு மண்டலத்தின் இரு துணை புனிதச் சங்கிலிகளாகின்றன.[13]

இந்த ஏழு கோயில்கள்கொண்ட குழுக்கள் ஒவ்வொன்றும் ஒரு தலைமை அல்லது முதன்மைக் கோயிலைச் சுற்றி நிறுவனப் படுத்தப்படுகிறது: ஓர் ஒற்றைப் பெரிய கோயிலுக்குள் கொங்குப் பகுதியின் அனைத்துக் கோயில் சிலைகளும் ஒரே கருத்தமைவுக்குள் இணைக்கப்படுகின்றன. சிவன் கோயில்களைப் பொறுத்தவரை பேரூர் தலைமைக் கோயிலாகக் காணப்படுகிறது. முருகனைப் பொறுத்தவரை பழனி கோயில் இதற்கு இணையான தலைமைப் பண்பு பெறுகிறது. கொங்குப் பகுதியின் இக்கோயில்கள் ஒவ்வொன்றும் அங்குள்ள மூர்த்திக்குப் பூசைகள் செய்யும் பூசாரி அந்த உள்ளூர் சமுதாயத்தில் உச்ச நிலையில் இருப்பவர் என்பதைப் பிரதிபலிக்கிறது. உள்ளூர் சிவன் கோயில்கள் அனைத்திலும் பணியாற்றும் அனைத்துப் பூசாரிகளும்/பட்டர்களும் பேரூரில் இருந்து வரும் உத்தரவு களுக்காகவும், சடங்கு சம்பிரதாயங்களில் பேரூர் எடுக்கும் முடிவுகளுக் காகவும் காத்திருக்கின்றனர். மறுபக்கத்தில் அனைத்து முருகன் கோயில்களிலும் பணியாற்றுபவர்கள் பழனியில் இருந்துவரும் உத்தரவுகளுக்காகக் காத்திருக்கின்றனர்.

கொங்குப் பகுதியின் இந்த இரண்டு முதன்மையான ஆண் தெய்வங்கள், இந்தப் பகுதியில் ஒன்றுக்கொன்று மாறி மாறி முக்கியத்துவம் பெறும்போதும், இப்பகுதியின் மூன்றாவது மற்றும் கடைசியான பெரிய புனித வகைமையான காவிரி என்ற பெண் எதிரிணையாக நிற்கிறது. மாபெரும் நதியான கங்கையில் இருந்துதான் காவிரி தண்ணீர் பெறுவதாகக் கூறப்படுவதுண்டு. ஒரு வகையில் மொத்த நிலப்பரப்பில் மிகவும் மதிக்கத்தக்க ஆறு ஆகும். கங்கைக்கும் காவிரிக்கும் இடையே நிலத்துக்கடியில் இணைப்பு இருப்பதாகவும் கூறப்படுவதுண்டு.[14] கங்கையில் இருந்து ஒரு பாத்திரத்தில் எடுத்துச் சென்ற நீர் கீழே கவிழ்ந்து, அந்த இடத்தில் காவிரி உற்பத்தியானதாக மற்றொரு சாரார் கூறுகிறார்கள்.[15] இந்து உலகப் பார்வையில் தண்ணீர் தன்னிகரற்ற புனிதத்தன்மை கொண்டதாகக் கருதப்படுகிறது. இத்தகைய விரிந்த பார்வையின் அடிப்படையில் இங்குள்ள உள்ளூர்வாசிகளால் காவிரி புனிதத்தன்மை கொண்டதாகப் பார்க்கப்படுகிறது என்பதுதான் உண்மை.

இந்த வழக்கமான நில அமைப்பைக் கணிதவரைபட சொற்களில் கூட ஒருவர் விளக்க முயலலாம். இந்த நதி மற்றும் இரு தொகுப்புக் கோயில்கள் இடையிலான ஒரு முக்கோண உறவுநிலை என்ற புனிதப்படுத்தப்பட்ட ஓர் ஒழுங்காக இதைக் காணலாம். ஒரு புனித ஒழுங்குப் பார்வையாக நதியும், இரண்டு கோயில் குழுக்களும் முக்கோண உறவை உருவாக்குகின்றன. மனிதனால் பராமரிக்கப்படும் நிறுவனங்கள் என்ற அளவில் மதம் சாராத தங்கள் பங்களிப்பாக, இந்தக் கோயில்கள் இந்த மூன்று பக்க அமைப்பின் மீது இருத்தல் கொண்டு கொங்கு மக்களை ஆதரிக்கின்றன. இத்தகைய சித்திரம் மானுட விவகாரங்களையும், தங்கள் ஒட்டுமொத்தப் பார்வையின் அங்கமான முப்பட்டக அமைப்பையும் கொங்கு மக்கள் எவ்வாறு எதிரிணைத் தன்மையுடன் பார்க்கிறார்கள் என்பதையும் இந்தச் சித்திரம் சித்திரிக்கிறது. கொங்குப் பகுதியின் நிர்வாக அமைப்பு விவகாரங்களில் இரட்டைப்படை எண்கள்—இங்கு 'இரண்டு'— பயன்படுத்துவது பொதுவாகக் காணப்படுகிறது. ஆனால், ஒற்றைப் படை எண்களைப் பொறுத்தவரை—இங்கு எண் 'மூன்று'—அனைத்துப் புனிதத்தன்மைகொண்ட விவகாரங்களுக்கும் கையாளப்படுகிறது. அனைத்தும் ஒருங்கே பயன்படுகின்றன. இதே கருத்தியலை இந்தப் புத்தகத்தின் இயல் இரண்டின் முதல் இரு பிரிவுகளில் தரப்பட்டுள்ள தரவுகளிலும் பொருத்திப் பார்க்கலாம்.

பல சிற்றாறுகள் பாய்ந்தாலும், கொங்கு மண்டலம் ஒரு வறண்ட நிலப் பகுதியாகும். மதராஸ் மாநிலத்தில் வேறு எங்கும்விட இங்கு மழை குறைவாகப் பொழிகிறது; மற்ற இடங்களில் மழையை நம்பி விவசாயத்தில் ஈடுபடுவது போன்று இங்கு ஈடுபட முடியாது.[16]

கால்வாய்ப் பாசானத் திட்டங்கள் நதிக்கரையை ஒட்டியுள்ள வயல்களுக்கு மட்டும் பயன்படும். அண்மையில் பெரிய அணைகள் கட்டப்பட்டது மட்டுமே மேலதிகப் பகுதிகள் பாசன வசதி பெறுவதற்கான வாய்ப்பு ஆகும். எனினும் இன்னமும் பெரும்பாலான விவசாயிகள் ஆழ்கிணறுகளையே நம்பியுள்ளனர்.

இவ்வளவு கடினமான நிலைமைகள் இருந்தாலும் இதைக் கொங்குக் குடியானவர்கள் பெருமையாகவும், தங்கள் தவப் பயனால் கிடைத்ததாகவும் நினைக்கிறார்கள். மிகப்பரவலாகக் கூறப்படும் ஒரு நாட்டார் கதையில் ஒரு குடியானவன் தன் நிலத்துக்கான சொந்த பாசன வசதிகளைச் செய்துகொள்ளும்வரை தென்கிழக்குச் சமவெளிப் பகுதியைச் சேர்ந்த அழகிய பெண்ணைத் திருமணம் செய்வதில்லை எனச் சவால் விடுக்கிறான். அந்தப் பெண் வாழும் சமவெளிப் பசுமையைவிட அவனது ஊர் நிலங்கள் பசுமையாக மாறிய பின்னரே இந்தச் சவால் முடிவுக்கு வருகிறது. கடின உழைப்பை விரும்பி ஏற்பதும் பெரும் சாதனை புரிவதும் கொங்குப் பகுதிக் குடியானவர் களின் அடிப்படைப் பண்பாகும். மேலும் கொங்குக் குடியானவர் களின் தன்னம்பிக்கையும் உறுதியும் மிகவும் பரந்தது. இந்த விஷயத்தில் அருகில் உள்ள வளமிக்க தஞ்சை மக்களுக்கு மாறாகக் கொங்குக் குடியானவர்கள் இந்தியாவில் அதிக விளைச்சல் காணும் பஞ்சாப், ராஜஸ்தான் போன்ற பகுதிகளின் குடியானவர்களுக்கு இணையான பெருமைக்குரியவர்கள்.[17] உதாரணத்துக்கு, 1961ஆம் ஆண்டு கோவை மக்கள்தொகை அறிக்கை இந்த மாவட்டத்தை இவ்வாறு விவரிக்கிறது:

> கோயம்புத்தூரைத் தலைநகராகக் கொண்ட கோவை மாவட்டம் (ஒன்றுபட்ட கோவை மாவட்டம், இன்றைய நீலகிரி, கோவை, திருப்பூர், ஈரோடு மாவட்டங்களை உள்ளடக்கியது. மொ-ர்) கடந்த 30 ஆண்டுகளில் வேளாண்மை மற்றும் தொழில்துறையில் அடைந்துள்ள சாதனை மற்ற மாவட்டங்களுக்கு வழிகாட்டுகிறது. ஆனால் அதன் பொருளாதார வளர்ச்சி என்பது அங்கு வாழும் விவசாயிகளின் கடின உழைப்பாலும் கடந்த பத்தாண்டுகளில் அங்கு உருவாக்கப்பட்ட பாசனத் திட்டங்களாலும் உருவாக்கப்பட்ட

பலமான வேளாண்மை வளர்ச்சியை அடிப்படையாகக் கொண்ட தாகும். அதன் வேளாண் பொருளாதாரம் அங்கு பெரிய அளவில் பரவியிருந்த குடிசைத் தொழில்களால் ஆதரவளிக்கப்பட்டது. மதராஸ் மாநிலத்திலேயே கோவை மக்களின் வாழ்க்கைத்தரம்தான் உயர்நிலையில் இருக்கிறது. இத்தனைக்கும் அது இயற்கையால் ஆசீர்வதிக்கப்படவில்லை. அதன் மண் விவசாயத்துக்கானதல்ல. மற்ற மாவட்டங்களோடு ஒப்பிடுகையில் அங்கு மழையின் அளவும் குறைவு; கனிம வளங்களும் காணப்படவில்லை. எனவே, கோவை மாவட்ட வளர்ச்சி என்பது அங்கு வாழும் மக்களின் கடின உழைப்பால் உருவானது.[18]

கொங்கு மண்டலத்தில் வாழும் மக்களின் பெருமை அளப்பரியது. அதனால்தான், உலகத் தமிழ்ச் சங்கத்தின் கவனத்தை ஈர்த்து, கொங்கு மண்டலத்தின் தனிச்சிறப்புமிக்க பண்புகளை எடுத்துரைக்கும்படி கொங்கு மண்டலத்தைச் சேர்ந்த தலைவர்களைக்கொண்ட சிறப்புப் பிரதிநிதிகள் குழு அண்மையில் அமைக்கப்பட்டது. உலகத் தமிழ்ச் சங்கத்தின் மாநாடு 1968இல் சென்னையில் நடைபெற்றதையொட்டி இக்குழுவால் தயாரிக்கப்பட்ட சிறு வெளியீடு அந்தப் பகுதி மக்களின் உணர்வலைகளைக் காட்டுகிறது:

> கொங்கு மண்டலம் இந்திய, தமிழ்நாடு அளவில் தற்போது அடைந்துள்ள 'பெருமைக்குரிய இடத்தைப் பெற்றிருப்பதில் அதன் வரலாற்றைப் புரிந்துகொள்ள இந்த வெளியீடு போதுமானது என்று நம்பப்படுகிறது. பண்டைக் காலத்தில் இருந்தே கொங்கு நாடும் சேர, சோழ, பாண்டிய நாடுகள் போல் தனித்த அடையாளங் களுடன் இருந்து வந்திருக்கிறது. பண்டைக் காலத்தில் இருந்தே கொங்கு நாடும் அன்னிய நாடுகளுடன் வணிகத்தில் ஈடுபட்டு வந்துள்ளது... அரசியல் மாற்றங்கள் அலை அலையாய் இருந்தபோதும், தமிழ் இலக்கியம், கலைகளில் கொங்கு நாடும் அளப்பரிய முன்னேற்றங்களை உருவாக்கியுள்ளது... நவீன அரசத் தலைவர்களின் பிறப்பிடம் கொங்கு நாடு எனப் பெருமை கொள்ள முடியும்... கடந்த இரு பத்தாண்டுகளில் தொழில், வேளாண்மை, கல்வி ஆகிய துறைகளில் கொங்கு அடைந்துள்ள தனித்த முன்னேற்றம் பல நிறுவனங்கள் வலைப் பின்னலாக உருவாக்கப்பட்டதன் விளைவே; இது தமிழ்நாட்டுக்கு மட்டுமல்ல இந்தியாவுக்கே பெருமை தேடித் தந்துள்ளது... வேறு எந்த ஒரு மாவட்டமும் நாட்டின் தேவைகளை நிறைவு செய்ய இந்தளவுக்குப் பங்களிப்பு செய்யவில்லை என்றும் தமிழ்நாட்டின் இந்தப்

கொங்கு மண்டலம்

கொங்குச் சமவெளி, படத்தில் காணப்படும் மலைகள் அதன் எல்லையைக் காண்பிக்கிறது. இப்படம் பழனிமலை மீதிருந்து எடுக்கப்பட்டது. ஏழு மலைகளில் ஒன்றான இதில் முருகக் கடவுள் வீற்றிருக்கிறார்.

கொங்குச் சமவெளியில் பாயும் காவிரி ஆறுதான் இப்பகுதிக்கான ஒரே நீராதாரம் ஆகும். காவிரி, கங்கை ஆறுகள் இடையே பூமிக்கடியில் இணைப்பு இருப்பதாகவும், அதனால் கங்கைக்கு இணையான சக்திவாய்ந்தது என்றும் நம்பப்படுகிறது. ஒரே இடத்தில் குளிப்பதும், குடிநீர் எடுப்பதும் சாதாரணம். படத்தில் காணப்படும் படகுகள் தோலால் செய்யப்பட்டவை.

பகுதிதான் தொடர்ச்சியாக நிலையான வளர்ச்சி அடைந்து உள்ளது என்றும் நெஞ்சை நிமிர்த்திக் கூறிக்கொள்ள முடியும்.[19]

இத்தகைய பிரதேச அடையாளத்துக்கு வித்திடும் குறிப்பிடத்தக்க அம்சங்கள் குறித்துப் பின்னர் விவாதிக்கப்படும். புவியியல் மற்றும் சமூகரீதியில் குறிப்பிடத்தக்க இடம் பிடித்துள்ள இம்மண்டலம் பெருமைக்குரியது என்று குறிப்பிடுவது மட்டும் இங்கு போதுமானது.

கொங்குப் பகுதியின் வரலாறு

கொங்கு மண்டலத்திற்குப் புவியியல் மற்றும் வரலாற்றுச் சிறப்புகள் இருந்தும், வியப்பளிக்கும் வகையில் கொங்கு குறித்துச் சிறிதளவு தான் எழுதப்பட்டுள்ளது. இந்தப்பகுதி எந்தவொரு மானிடவியலாளர் அல்லது சமூகவியலாளராலும் ஆய்வுக்குட்படுத்தப்படவில்லை. ஒன்றிரண்டு ஆங்கில அதிகாரிகள் தமது அவதானிப்புகளைப் பதிவுசெய்தது தவிர வேறு இனவரைவியல் தகவல்கள் கிடைப்பதில்லை.[20] வரலாற்றைப் பொறுத்தவரையிலும் நிலைமை இதுதான்.[21] இரண்டாவது, இந்த ஆராய்ச்சிப் பணிகள் ஆங்கிலத்தில் பின்பற்றப் படுகின்றன; பெரும்பாலும் அந்நிய ஆராய்ச்சியாளர்களுக்குத்தான் இது பயன்படுகிறது.[22] இந்த ஒன்றிரண்டு ஆய்வுகளுக்கு முன்பாக, புலவர்கள், பாணர்களால் பாடப்பட்ட பாடல்கள் உள்ளூர் கர்ண பரம்பரைக் கதைகள் ஆகியவனவே உள்ளன. நல்வாய்ப்பாக இவை சேகரிக்கப்பட்டுச் சிறு புத்தகங்களாக வெளியிடப் பட்டுள்ளன.[23]

நன்கு பயிற்சிபெற்ற ஆராய்ச்சியாளர்கள் கொங்கு ஆய்வில் ஆர்வம் காட்டாததற்கு இந்தப் பகுதியின் சமநிலையற்ற அரசியல் வரலாறும், தனித்த பேரரசு என்ற பெருமை இல்லாததும் காரணமாக இருக்கலாம். எப்படி இருந்தாலும் பல்வேறு போர்களின் விவரங்களும் மாறி மாறி ஆட்சி செய்த குடும்பங்கள் குறித்த விவரங்களும் இந்தப் புத்தகத்தின் மையக் கருவுக்கு முக்கியமற்றவை என்பதால் அவை குறித்து இதில் தொகுத்துக் கூறப்படவில்லை. ஆனாலும் ஒரு சில முக்கியத்துவப் பண்புகள் கருதி, தோராயமாகவேணும் கொங்குப் பகுதி வரலாறு சொல்லப்பட வேண்டும். எடுத்துக்காட்டாக, உயர் மட்டத்தில் உறுதியற்ற அரசியல் நிலவிய போது பரந்துபட்ட உள்ளூர் மக்களைச் சமூகரீதியாகவும் சடங்குரீதியாகவும் ஒன்றுபடுத்தியதில் கடந்த நூற்றாண்டுகளில் உள்ளூர் நாடு, கிராம அமைப்புகள் முக்கியப் பங்காற்றியது தெரிகிறது.

பத்தாம் நூற்றாண்டுவரை, கொங்கு சிறிய பகுதியாக இருந்துள்ளது. இங்குள்ள மக்கள் உழவுத்தொழில் செய்யாமல் வேட்டையாடுதல், மேய்ச்சல் ஆகிய தொழில்கள் செய்தே வாழ்ந்துள்ளனர். எனினும், இன்றும்கூட, முக்கிய வணிகப் பாதைகள் இவ்வழியாகச் செல்கின்றன.[24] ஒரு பாதை, மேற்குத் தொடர்ச்சி மலையில் தொடங்கி, கொங்குப் பகுதியில் நுழைந்து, பாலக்காடு கணவாய் வழியாகச் செல்கிறது. அங்கிருந்து கிழக்காகத் திரும்பி, (காங்கேயம் வழி?) கரூர் சென்று காவிரிப் படுகை நோக்கிச் செல்கிறது. மிளகுப்பொருள்கள், துணி, கனிமங்கள், இரத்தினங்கள் ஆகியவற்றை வண்டிகளில் ஏற்றி, இப்பாதையில் கொண்டுசென்ற வணிகர் தொலைவில் உள்ள ரோம், எகிப்து[25] ஆகிய நாடுகளில் விற்பனை செய்தனர். உதாரணமாக காங்கேயம் வடக்கில் உள்ள படியூரில் முக்கியமான வெள்ளை மரகதக் கல்லும், பச்சை மரகதக்கல்லும் வெட்டியெடுக்கப்படு கின்றன.[26] இந்த விலை மதிப்புள்ள இரத்தினங்கள் சோழ மண்டலப் படுகைப் பகுதியிலுள்ள மக்களால் பெரிதும் உயர்வாக மதிக்கப் படுகின்றன.

பழனிமலை முருகனும் பண்டைய பதிவுகளில் காணப்படுகிறான்.[27] அப்படியானால், கொங்குப் பகுதி யாத்திரிகர்கள் இந்தத் தலம் வந்துசெல்வதற்கான பாதை தென் கொங்குப் பகுதியையொட்டி இருந்திருக்க வேண்டும். மூன்றாவது வணிகப்பாதை, வட கொங்கு பகுதியிலிருந்து சத்தியமங்கலம் என அறியப்படும் இடம் வழியாகச் சென்றிருக்கலாம்.[28] ஒவ்வொரு வணிகப்பாதை நெடுகிலும் முக்கிய வேளாண் ஊர்களில் வணிகர்கள் தங்குவதற்கான சாவடிகள் இருந்துள்ளன. மற்ற பகுதிகளில் ஆராய்ச்சி செய்துள்ள பர்ட்டன் ஸ்டெயின் அளித்துள்ள சித்திரம், சூழ்நிலையைப் பின்வருமாறு விளக்குகிறது:

தென்னிந்தியாவின் அதிகார மையமான இப்பகுதி, பதின்மூன்றாம் நூற்றாண்டுவரை அதன் அமைப்பின் மையமாக இருந்தது. அதுவரை, பிராமணர், சத்-சூத்திரர் ஆகியோர் ஆதிக்கம் செலுத்தி வந்த இந்தப் பகுதிகளில் சோழர்களின் அதிகாரத்தை இந்தப் பகுதிகளுக்கும் மேட்டுநிலம் மற்றும் வன மக்களுக்கும் இடையே விரிவுபடுத்தி வந்தனர். இதன்மூலம் பிந்தையவர்கள் வனங்களில் இருந்து வெளியேற்றப்பட்டு அங்கு வேளாண் சமுதாயங்கள் குடியேற்றப்பட்டன.[29]

ஸ்டெயின் விளக்கும் இந்த நடைமுறைகள் ஐயத்துக்கிடமில்லாமல்

பத்தாம் நூற்றாண்டுக்கு முன்பே தொடங்கியிருக்க வேண்டும். பெரும்பாலும் சோழப் பேரரசின் விரிவாக்க காலத்தில் நடந்திருக்கும். காரணம் என்னவென்றால் இக்காலகட்டத்தில்தான் சோழர்கள் தங்கள் குடியேற்றங்களை ஆற்றுப்படுகைப் பகுதிகளுக்கும் அப்பால் விரிவுபடுத்தத் தொடங்கியிருந்தனர். நாட்டார் மரபு இந்தச் சமூக இயக்கத்தைத் தனிப்பட்ட கதைகளில் விளக்கியுள்ளது:

> முன்னொரு காலத்தில் ஓர் அழகான சேர இளவரசன் இருந்தான். அவன் சோழ இளவரசியைத் திருமணம் செய்துகொண்டான். ஆனால், அதற்காக சேர அரசனின் ஆள்களின் உதவியுடன் கொங்குப் பகுதியை ஒரு புதிய வேளாண் குடியிருப்பாக மாற்றிக் காட்டுவேன் என்று உறுதியளித்திருந்தான். இதற்காக சோழ அரசன் சுமார் எட்டாயிரம் வெள்ளாளர்கள்கொண்ட படையை (இது மதராஸ் மாநிலம் எங்கும் காணப்படும் சாதி, இவர்களின் சந்ததியினரே கவுண்டர்கள் என்று தங்களை அழைத்துக் கொண்டனர்.) இளவரசன்-இளவரசி ஆகியோரை கொங்குப் பகுதி வேடர்களும் கொள்ளையர்களும் தாக்குவதிலிருந்து பாதுகாக்கவும் அங்கு அமைதியாக வேளாண்மை நடைபெற உதவவும் அனுப்பினார். இவர்கள் விரைவிலேயே உள்ளூர் மக்களோடு போரிட்டு வெளியேற்றினர். இதன் விளைவாக, சில அருமையான நிலங்களை இலவசமாக சோழ அரசர் இவர்களுக்கு வழங்கினார். இந்தக் குலங்களே இன்றைய கொங்குப் பகுதியில் கவுண்டர்கள் என அழைக்கப்படுகின்றனர்.[30]

தொடர்ந்து பல அரசர்கள் அலைஅலையாக கொங்குப் பகுதிக்குள் ஊடுருவியதன் விளைவாகவும் புதிய குடியிருப்புகள் உருவாகி இருக்கலாம். இந்த நிகழ்வுகள் விளக்கப்பட்ட முறை மிகவும் குழப்பமாக இருந்தாலும் கொங்கு நாட்டார் கதைகள் கூறும் வரலாற்றைவிடத் தெளிவானது ஆகும். எப்படியிருந்தாலும் கிழக்குக் கடல் பகுதியை ஒட்டிய வேளாண்குடிகள் தொடர்ந்து கொங்குப் பகுதிக்குள் படிப்படியான குடியேற்றங்களை அமைத்தனர் என்பது தெளிவு. இந்தப் பண்டைய காலங்களிலேயே பிராமணர்கள் இருப்பு குறிப்பிடப்படுகிறது. அங்கு மிக விரைவாகக் கட்டப்பட்ட கோயில் களில் பூசை காரியங்களைக் கவனிப்பதற்காக இவர்கள் கொண்டு வரப்பட்டுள்ளனர். இந்தக் காலகட்டத்திலேயே வர்த்தகர்கள், வணிகர்கள், நாவிதர், வண்ணார் போன்ற ஊழியப் பணியாளர் களும் குறிப்பிடப்படுகின்றனர். இவர்களில் சிலர், வட மைசூரை மையமாகக்கொண்டு ஆட்சிசெய்த கங்கர் (கொங்கர்-மொ-ர்.)

ஆட்சியின் போது, கொங்கர் பகுதியில் இருந்து கொங்குப் பகுதிக்குக் கொண்டுவரப்பட்டிருக்கிறார்கள்.[31]

சோழப் பேரரசின் இறுதிக் காலகட்டத்தில் ஏற்பட்ட குழப்ப நிலையைப் பயன்படுத்தி, பல்வேறு குழுக்கள் தங்கள் வலிமையால் பல பகுதிகளைத் தங்கள் ஆட்சிக்குள் கொண்டுவந்தனர். சோழ இராணுவத்துக்கு ஆதரவாகச் சண்டையிடுவதற்காகக் கூலிப் படைகளாகக் கொண்டுவரப்பட்டவர்கள் முதலியார்கள் என்று எழுதப்பட்ட ஆவணங்களில் கூறப்பட்டுள்ளன. இவர்களில் சிலர் கொங்குப் பகுதியிலேயே தங்கி நெசவு, வணிகம் ஆகிய தொழில்களில் ஈடுபட்டு வருவதுபோல் தெரிகிறது.[32]

மக்கள் குடியேற்றம் என்பதைப் பொறுத்தவரை முந்தைய காலத்தில் எப்படி வேண்டுமானாலும் நிகழ்ந்திருக்கலாம். ஆனால் வேளாண்மை சாரா சாதிகள் கொங்குப் பகுதிக்குள் குடியேறியதைப் பொறுத்தவரை அது பிற்காலத்தில்தான் அதிகரித்தது. பதினான்காம், பதினைந்தாம் நூற்றாண்டுகளில் மைசூர் பகுதியில் இருந்து கன்னடம் பேசும் வணிகர்களின் வருகை நிகழ்ந்தது. பின்னர் விஜயநகரப் பேரரசு விரிவாக்கத்தின்போது தெலுங்கு பேசும் படைவீரர்களும் அதிகாரிகளும் வந்துள்ளனர்.[33] பதினேழாம் நூற்றாண்டுவாக்கில்தான், தென்னிந்தியாவின் சமூகப் பிளவுக்குக் காரணமான இடங்கை— வலங்கை பிரிவாக்கம் கொங்குப் பகுதியில் உருவாகத் தொடங்கியது.[34]

தொடர் போர்கள் மற்றும் அண்டைநாடுகளுடன் இணைக்கப் படுதல் என்ற நெடிய வரலாற்றின் காரணமாக, கொங்கு மண்டலம் பல நூற்றாண்டுகளாக அரசியல், சமூக நிலையற்ற தன்மைகளால் அவதிப்பட்டது என்ற கற்பனை உருவாகியிருக்கலாம். நெருக்கமாகக் கவனித்தால், கொங்குப் பகுதியை வெற்றிகொள்வதில் பெருமையும் அதிக வரிவிதிப்பும் செய்தனர் என்பது உண்மை. உள்ளூர் மக்களின் அன்றாட நடவடிக்கைகள் குறித்து அவர்கள் கவலைகொள்ளவில்லை. ஒவ்வொரு நாட்டுக்குள்ளும் இத்தகைய நிர்வாக அலகுகளின் உறவு நிலைகளில்கூட கொங்கின் நாட்டார் வரலாறு ஒரு சமூக மரபுகளின் தொடர்நிலையை வியப்பளிக்கும் வகையில் வலியுறுத்திக் கூறுகிறது. குறைந்தது கடந்த ஓராயிரம் ஆண்டுகளாகவேணும் கொங்குப் பகுதியின் சமூக, அரசியல், சடங்கியல் ஒழுங்குகளை வரையறுப்பதில் இந்த நாடு, கிராமம் ஆகிய அமைப்புகள் முக்கியப் பங்காற்றி வந்திருப்பது ஒருவேளை இந்தத் தொடர்நிலைக்குக் காரணமாக இருக்கலாம்.[35]

நாம் முன்பே பார்த்ததுபோல், கொங்கு மண்டலத்தில் முக்கிய நில உடைமையாளர்களாக வெள்ளாளக் கவுண்டர்களின் முக்கியத்துவம் தொடக்கத்திலேயே காணப்படுகிறது. மிக முக்கியமாக, பல்வேறு எதிரிகளை எதிர்த்துப் போரிட்டுக் கொங்கு மண்டலத்தைக் காத்ததன் மூலம் நாயக நிலையை அடைந்திருந்தனர். முதலில் தங்களின் வேளாண் குடியிருப்புகளைப் பாதுகாக்க வேடர்களையும் கொள்ளையர்களையும் எதிர்த்து அவர்கள் போராட வேண்டியிருந்தது. பின்னர், புதிதாகக் குடியேறியவர்களை எதிர்த்தும் போராட வேண்டியிருந்தது. குறிப்பாக, கைவினைஞர்களாகிய ஆசாரிகள் நிலத்தின் மீதான தங்கள் பிடியை விடுவதாகயில்லை. மேலும் அவர்களும் பல தந்திரங்களை மேற்கொண்டனர். சில குடிமைப் பணிக் குழுக்கள் மற்றும் கூட்டணிக் குழுக்களுடன் இணைந்து ஓர் அதிகாரமிக்க நில உடைமைச் சமுதாயமாக வளர்ச்சி கண்டதும், அந்த வளர்ச்சி சில தொழில் நுட்பத்திறன்கொண்ட குழுக்களாலும் வெளியிலிருந்து வந்து குடியேறிய குழுக்களாலும் எதிர்க்கப்பட்டது ஒரு வரலாற்று வடிவமாகவே உருவானதன் காரணமாக உள்ளூர் பாணர்களின் கண்களில் நாயக தீரச்செயல்களாகப்பட்டிருக்கலாம். இப்பின்புலத்தில், கொங்குப் பகுதியின் சாதி அமைப்பில் வேறுபாடுகளைச் செலுத்தியதில் இடங்கை, வலங்கைப் பிரிவுகளின் உருவாக்கம் முக்கியச் செல்வாக்கைச் செலுத்தியிருக்கலாம் என்று கூறுவது தர்க்கவியலுக்கு எதிரானது என்று கூறமுடியாது.

முக்கிய பகைக்குழுக்களுக்கு இடையேயான பகைமையை நிறுவுவதில் தொடக்க வேளாண் குடியேற்றங்களின் முக்கியத்துவத்தை உணர்த்தும் ஓர் இறுதியான உதாரணம் கொங்கு நாட்டார் காவியமான அண்ணன்மார் கதை ஆகும்.[36] கொங்குப் பகுதியின் அனைத்துப் பகுதிகளைச் சேர்ந்த ஒவ்வொருவரும் இந்தக் காவியத்தை அறிவர்; ஆனால், கொங்கு மண்டல எல்லையைக் கடந்ததும் இதன் புகழ் காணாமல் போய் விடுகிறது.[37] இந்த நாட்டார் கதைப்பாடல் குறிப்பாகக் கொங்குப் பகுதியை மட்டும் சார்ந்தது என்பதாலும் அடிப்படையில் கொங்கு வரலாற்றை விளக்கும் காவியம் என்பதாலும் இதில் வியப்படைய ஒன்றுமில்லை. கவுண்டர் குலத்தின் வரலாற்றை விளக்கும் இந்தக் கதைப்பாடல் நாயக வரலாறும் புராணத் தன்மைகளும் கலந்தது. இந்தக் கதையில் கவுண்டர் குலத்தின் நான்கு தலைமுறைகளின் வரலாறு பேசப்படுகிறது.[38] கதைமாந்தர்கள் மீ-மனிதர்கள் என்பதால் இந்தக் கதையின் காலம் சாதாரண குடும்பத்தின் நான்கு தலைமுறைகளுக்கான காலத்தைவிட மிக மிக அதிகமாகும்.

இந்தக் கதைப்பாடலில் கூறப்படும் வரலாற்று நிகழ்வுப் போக்குகள், கொங்குப் பகுதியின் பண்டைய வரலாறு குறித்துக் காணப்படும் எழுதப்பட்ட ஆவணங்களுடன் உடன்படக் கூடியதாக இருக்கின்றன. தமது நாட்டின் மேட்டுப்பகுதியில் வேளாண்மையை ஊக்குவிக்க அங்குக் குடியேறும்படி மக்களைச் சோழ மன்னர் ஊக்கப் படுத்துவதுடன் கதை தொடங்குகிறது. ஒரு காலத்துக்குப் பின்னர், அந்தப் பகுதியில் குடியேறி அதை வேளாண் நிலங்களாகப் பண்படுத்திய மக்களுக்கே, குறிப்பாகக் கவுண்டர் குலத்தைச் சேர்ந்தவர்களுக்கே நிலங்களை மன்னர் பரிசாக வழங்குகிறார். இவர்கள் வாழ்க்கை குறித்து கவனம் செலுத்தும் கதை, தங்கள் நிலங்களின் மீது படையெடுத்த உள்ளூர் வேடர்களை உடனடியாக இவர்கள் எதிர்த்துச் சண்டையிட நேர்ந்த விவரங்களைக் கூறுகிறது. இறுதியாக வேளாண் குடியானவர்கள் வேடர்களை வென்று தங்கள் வேளாண் பகுதிகளை மேலும் விரிவுபடுத்துகின்றனர்.

கதையின் நிலவியல் அமைப்பு ஐந்து நாடுகளாகப் பிரிக்கப் பட்டிருக்கிறது:

1. பொன்னிவள நாடு, கதை நாயகர்களின் பூர்விகம்.
2. தங்கவள நாடு, அவர்களின் பங்காளிகளின் பூர்விக நிலம்.
3. வாழவந்தி நாடு, மாமன், மச்சான்களின் நாடு.
4. சோழ நாடு, அரசனின் நாடு.
5. வேட்டுவ நாடு, பகைவர்கள் குடிகொண்டுள்ள நாடு.[39]

கொங்குப் பகுதியின் அரசியல், சமூக அமைப்புகளில் நாட்டுப் பிரிவுகளின் முக்கியத்துவமும் இந்தக் கதையின் நிலவியல் பிரிவுகளும் பொருந்துகின்றன.

ஒரு குறிப்பிட்ட வெள்ளாளக் கவுண்டர் குடும்பத்தின் வரலாற்றை மிக விரிவாக இந்தக் கதை கவனம் செலுத்துவது இப்புத்தகத்தின் பொதுக்கருத்தாக்கத்தின் பொருத்தப்பாட்டில் மிகவும் ஆர்வமூட்டும் அம்சமாக இருக்கிறது. இதன்மூலம் நிலத்தின் மீதான அவர்களின் உரிமை நிறுவப்படுவதுடன், பகைவர்கள், எதிரிகளுடனான அவர்களின் போர்களும் விவரிக்கப்படுகின்றன. மற்ற பாத்திரங்கள் இக்காவியத்தில் சுருக்கமாகவே விவரிக்கப்படுகின்றன. கொங்குக் கவுண்டர் சமுதாயத்துக்குப் பணியாற்றும் அனைத்து வலங்கைப் பிரிவு குழுக்களும் கதையின் எங்காவது ஓரிடத்தில் குறிப்பிடப்பட்டு வந்தாலும், வேட்டுவர் (தற்போது வேட்டுவக் கவுண்டர் என

அழைக்கப்படுகிறார்கள்), ஆசாரி ஆகிய இரு இடங்கைப் பிரிவுக் குழுக்கள் தவிர வேறு எந்தவொரு இடங்கைப் பிரிவுக் குழு குறித்தும் கதையில் குறிப்பிடப்படவில்லை. இரு நிலைகளிலுமே இந்த இரு குழுக்களும் துரோகத்தனம் கொண்டவர்களாகவும் கொள்ளையர் களாகவுமே நடத்தப்படுகிறார்கள். பொதுவாக, இவர்கள் தவிர்க்கப் படுகிறார்கள். வேட்டுவர்களைப் பொறுத்தவரை சண்டையிடும் நிலை வந்தால் தோற்கடிக்கப்பட வேண்டும் என்பதுதான் அவர்கள் நிலை.[40] வெள்ளாளக் கவுண்டர் குழுவைச் சேர்ந்த அண்ணன்மார்கள் மற்றும் அவர்கள் பரம்பரையினர் இடையேயான போர்கள்தாம் கதையில் பெரும்பகுதியை எடுத்துக்கொண்டாலும் அதன் பின்புலத்தில் இடங்கை, வலங்கை எதிர்ப்பும் காணப்படுகிறது. இந்தச் சமூக நிலை குறைத்து மதிப்பிடப்பட்டு அதற்கு எதிர்ப்புலமாகக் குறிப்பிட்ட நில குடியேற்றக் கதைமட்டும் நடத்திக்காட்டப்பட்டுள்ளது.

இந்தப் புத்தகத்தின் பொதுக்கருத்தியலோடு இந்தக் கதை பொருந்திப் போகும் ஓர் இறுதிக் குறிப்பு என்னவென்றால் அது இந்தக் கதை இப்போது எவ்வாறு மறுவாசிப்பு செய்து சொல்லப் படுகிறது என்பதாகும். ஒருவர் எதிர்பார்ப்பதைப்போல, தற்போது கொங்குப் பகுதியில் இந்தக் காவியத்தில் ஆர்வம் காட்டுபவர்கள் கவுண்டர்கள் அல்ல. மாறாக, கவுண்டர் சமுதாயத்துக்கு நேரடியாகப் பங்களிப்பு செய்திராத வலங்கைப் பிரிவில் உயர்நிலை வகிக்கும் இரண்டு சாதிகளான கொங்குச் செட்டியார், மரமேறி நாடார்கள் ஆகிய குழுக்களைச் சேர்ந்தவர்கள்தாம். முதல் குழுவினர் ஒவ்வோர் ஆண்டும் நடைபெறும் தங்கள் குல விழாக்களில் அண்ணன்மார் கதையின் சில காட்சிகளை மறுநிகழ்வு செய்து நடித்துக் காட்டு கிறார்கள். இந்த மறு நிகழ்வு மிகை-நாடகமாக இருக்கிறது. இதில் நடித்த பல நடிகர்கள் பொய்ச் சண்டைகளில் நாடகமாகக் 'கொல்லப் படுகிறார்கள்'. நாடக இறுதியில் அவர்கள் மீண்டும் வண்ணமய உடையில் மேடையில் தோன்றி, கதையின் சில மாந்திரீக பக்கங்களைத் திருத்திப்பாடுகிறார்கள்.[41]

இரண்டாவது குழுவான நாடார் சமுதாயம் தங்கள் குல தெய்வக் கோயில் மற்றும் கிளைச்சாதிக் கோயில்களில் அண்ணன்மார் இருவருக்கும் பெருமதிப்பு அளிக்கிறார்கள்: அண்ணன்மார் கதையில் வரும் முக்கிய பாத்திரங்களின் சுதைகள் உள்ளூர் நாடார் கோயில்களில் வைக்கப்படுகின்றன.[42] இப்பாத்திரங்களின் சுதைகளைக் கவுண்டர் கோயில்களிலும் காணமுடியும் என்றாலும், அது பொதுவான நடைமுறை

அல்ல. மாறாக, அண்ணன்மார் கதையைக்கூட வெளியில் இருந்து ஆள்களை அமர்த்தித்தான் பாடச்செய்கிறார்கள். மிகவும் குறைந்த சன்மானத்துக்கு இந்தக் கதையை நிகழ்த்த வேண்டிவந்தால், சில வளமான சாதியைச் சேர்ந்தவர்கள் பாடக் கேட்கும் சமயத்தில் அவர்கள் பார்வையாளர்களோடு கலந்து மறைந்துவிடுவதுண்டு. இந்தக் கதையைப் பாடுவது என்பது முழுமையான சடங்கியல் நடைமுறையாகும். அப்போது தொடக்கத்திலும் முடிவிலும் பல்வேறு தெய்வங்களுக்குப் பூசை செய்யவேண்டி வரும். ஆனால் அந்தத் தெய்வங்கள் கதையின் நாயகர்கள் அல்ல. பாடுபவர்களுக்குக் கவுண்டர்கள் சன்மானம் அளிப்பது மதரீதியான தமது முக்கியத் துவத்தையும் கவுரவத்தையும் நிலை நாட்டிக்கொள்ளத்தான்.

காவியம் மிக நீளமானது. கதையை முழுமையாகப் பாட வேண்டுமானால் தொடர்ந்து முப்பத்தாறு மணி நேரமாகும் அல்லது பதினான்கு முழு இரவுகளை எடுத்துக்கொள்வார்கள். பல ஆண்டுகள் பயிற்சிபெற்றவர் மட்டுமே முழு கதையையும் பாட முடியும். உடன் உதவிக்கு ஒரே ஒரு பாடகர் மட்டும் இருப்பார். பொதுவாக இந்தப் பாடகர்கள் நாவிதர் சமுதாயத்தைச் சேர்ந்தவர்கள். ஆனால், மற்ற சமுதாயங்களைச் சேர்ந்தவர்களும், குறிப்பாகக் கவுண்டர் சமுதாயத்துக்குச் சேவை செய்யும் குழுக்களுக்கும் இக்கதையைப் பாடத் தெரியும் என்று கேள்விப்பட்டிருக்கிறேன்.[43] ஆக, இந்தக் காவியத்தை நிகழ்த்திக் காட்டுவதில் ஆர்வம் காட்டும் முக்கிய சமுதாயங்கள், அதன் முக்கிய நாயகர்களை வழிபடுபவர்கள், அல்லது அந்தச் சுதை உருவங்களை பிரதிஷ்டை செய்பவர்கள் வலங்கைப் பிரிவின் உறுப்பினர்கள்தாம். இக்கதையின் தாக்கம் குறைவாக உள்ள இடங்கைப் பிரிவினரைச் சேர்ந்தவர்களில் பெரும்பாலோருக்கு இந்தக் கதை என்ன என்பது முழுமையாகத் தெரியாது. நாட்டார் வரலாற்றின் இதர பகுதிகளைப் பொறுத்தவரை அதன் முக்கிய நிகழ்வுகளில் கவுண்டர்கள் பங்கேற்கிறார்கள். தங்களைச் சார்ந்து இருப்பவர்களும் கூட்டாளிகளும் தங்களைக் கொண்டாட வேண்டும் என்று கவுண்டர்கள் எதிர்பார்ப்பது இயல்பானதுதான்.

இடங்கை, வலங்கைப் பிரிவுகளின் சாதிகளை உள்ளிணைக்கும் வேறு காப்பியம் ஏதுமில்லை. இருப்பினும், இந்தப் பிராந்தியத்தில், மூன்று உயர்நிலைச் சமுதாயங்கள் குறித்த புராணங்களைக் கட்டமைக்கும் ஆர்வமிக்க கதைகளும் இருக்கின்றன. இதிலும் ஆர்வமூட்டக்கூடிய வகையில் இந்த மூன்று சமுதாயங்களுடன்

அவர்களின் இயல்பான கூட்டாளிகளான பிள்ளை மற்றும் பிராமண சமுதாயங்களை இணைக்கும் தொன்மக் கதைகள் மீண்டும் மீண்டும் கூறப்படுகின்றன. இந்தத் தொன்மங்கள் பாணர்களால் கொண்டாடப் படவில்லை; உள்ளூர் மக்களுக்கு இந்தக் கதைகள் தெரியாது. ஆனாலும், இவை பனையோலைகளில் சுவடியாகப் பதிவு செய்யப் பட்டு, சமுதாயத்தின் முக்கிய உறுப்பினர்கள் கூறும் இடங்களில் பத்திரமாகப் பாதுகாக்கப்பட்டு வருகின்றன.

என்னுடைய களப்பணியில் இதுபோன்ற ஒரு பனையோலைப் பதிவைப் பார்க்கமுடிந்தது. ஆனால் இவையெல்லாம் தர்ஸ்டன் மற்றும் பலர் பதிவுசெய்த தகவல்களையே பெரும்பாலும் கூறுகின்றன. ஒரு கர்ணம் குடும்பத்துக்குச் சொந்தமான ஆவணங்களில் இந்தப் பதிவைப் பார்த்தேன். அவை பனையோலைகளில் எழுதப்பட்டு உறவினர் வீட்டுப் பரண்களில் பாதுகாக்கப்பட்டன. அதில் பிள்ளை சமுதாயத்தைக் குறிக்கும் கதைகள் மட்டுமே குறிப்பிடப்பட்டிருந்தன. இந்தத் தரவின் முக்கியத்துவம் பின்னர் விளக்கப்படும். மற்றொரு யுகத்தின் கடவுள்கள், பூதங்களின் வரலாற்றை விவரிப்பதுடன் காவியம் தொடங்குகிறது. இந்தப் புத்தகத்தின் இரண்டாம் பகுதியில் தான் இங்குச் சுருக்கித் தரப்பட்டுள்ள நிகழ்வுகள் விவரிக்கப் படுகின்றன. அவை பின்வருமாறு:

> காவிரிப்பூம்பட்டினத்தில் நவகோடி செட்டியார் என்ற வணிகர் வாழ்ந்து வந்தார். அவர் மிகவும் வளமிக்க தனவந்தர். அவருடைய அங்காடிகளில் அறுபதாயிரம் பணியாளர்கள் பணியாற்றினர். ஒருநாள் ஒருவர் அவரை இழிவு செய்யும் நோக்கில் அவரிடம் இருக்கும் செல்வத்தால்தான் அவருக்கு மதிப்பு, மற்றபடி அவர் ஒரு பழவணிகர் என்பதற்குமேல் எந்த முக்கியத்துவமும் கிடையாது என்று கூறியுள்ளார். இதனால் கோபம்கொண்ட அவர் தம் அனைத்து அங்காடிகளையும் மூடினார். அதன்பிறகு மக்களுக்குத் தேவையான மிளகுப்பொருள்கள் போன்ற அத்தியாவசியப் பொருள்கள் எதுவும் கிடைக்காமல் மக்கள் அவதிப்பட்டனர். இதனால் அரசிடம் சென்று புகார் கூறினர். அரசர் செட்டியாரை அழைத்துச் சமாதானம் செய்து அங்காடிகளை மறுபடியும் திறக்கும்படி கூறினார். ஆனால், எதிர்வரும் விழாவில் அரசர் தமக்காகப் பெண் வேடமிட்டு ஆடினால் தம் அங்காடிகளைத் திறப்பதாகக் கூறினார். இதற்கு அரசர் ஒப்புக்கொண்டு அதன்படிச் செய்தார். இதைத் தொடர்ந்து அங்காடிகள் திறக்கப்பட்டன.

அரசரும் செட்டியாரும் கொஞ்சகாலம் நண்பர்களாகப் பழகினார்கள். ஆனால் அரசர் இரகசியமாக ஒரு திட்டம் தீட்டினார். அதன்படி ஒருநாள் செட்டியாரிடம் தாம் ஒரு கனவு கண்டதாகவும் கனவில் பத்ரகாளி[44] தோன்றி செட்டியார் தனக்குப் படையல் செய்ய/பலிதர வேண்டும் என்று கேட்டுக்கொண்டாள் என்றும் கூறினார். இதைத்தொடர்ந்து அறுபதாயிரம் செட்டியார்கள் ஒன்றாகச் சேர்ந்து அரண்மனைக் கோட்டைக்குள் பத்ரகாளிக்குப் படையல்/பலி வைக்க ஒப்புக்கொண்டனர். இதற்கிடையே, ஒரு பிராமண சாஸ்திரியை அழைத்துப் பலி நடக்கும்போது தங்களின் அனைத்துச் செட்டியார் குழந்தைகளையும் அழைத்துச் சென்றுவிடவேண்டும் என்று கேட்டுக்கொண்டனர். அரண்மனைக்கு உள்ளே பலிபூசை தொடங்கியதும், அரசர் தம் படைகளிடம் கோட்டைக் கதவுகளைப் பூட்டிவிட்டு ஒவ்வொரு செட்டியாராகக் கொன்று தள்ளும்படி ஆணையிட்டார். அதன்படி அனைத்துச் செட்டியார்களும் வெட்டிக்கொல்லப்பட்டனர். இறுதியில் பிராமண சாஸ்திரி மூலம் தப்பிய செட்டியார் வீட்டுச் சிறார்கள் கோட்டையின் பின்புறமாகக் காவிரி ஆற்றின் கரைக்கு வந்தனர். அங்குக் காவிரி கரைபுரண்டு ஓடியது. அதைக் கண்ட அவர்கள் ஒரு பனையோலையில் சில மந்திரச் சொற்களை எழுதி தண்ணீரில் விட்டனர்:

கங்கையே வெள்ளப்பெருக்கை நிறுத்து
கன்னிப்பெண் அழிக்கப்படக்கூடாது
அதனால் காவிரியைக் கடக்க
நீ, கிருஷ்ணா எங்களுக்கு வழி காண்பி

பனையோலையை ஆற்றில் விட்டதும் அது செல்லும் வழியில் ஆறு விலகிப் பாதை அமைத்தது. அவர்கள் அனைவரும் ஆற்றைக் கடந்து சென்றனர். இவர்களைப் பின்தொடர்ந்த அரச படைகள் காவிரிக்கரையை அடைந்ததும் காவிரியில் மீண்டும் வெள்ளம் பெருக்கெடுத்தது. இதனால் அவர்கள் ஆற்றைக்கடக்க முடிய வில்லை. பிராமணர்களையும் அவருடன் வந்த ஐந்நூறு குழந்தை களையும் காவிரி காத்தது.

அங்கிருந்து தப்பித்த சாஸ்திரியும் மாணவர்களும் (ஓலப் பாளையத்துக்குப் பத்து மைல் தொலைவில் இருந்த) பழைய கோட்டை என்ற இடத்தில் வாழ்ந்த பட்டக்காரர் என்பவரின் அரண்மனையை அடைந்தனர். அங்கு பிராமண சாஸ்திரி தங்கள் கதையைக் கூறினார்.[45] பின்னர் இந்த அனைத்துக் குழந்தைகளும்

தமது பார்வைக்குக் கீழ் உள்ளவர்கள் என்றும் ஒவ்வொருவர் வீட்டிலும் ஒரு குழந்தையை வைத்து வளர்க்கும்படியும் பட்டக்காரர் ஆணையிட்டார். அவ்வாறே அவர்கள் வாழ்ந்து வந்த காலத்தில் அவர்கள் அனைவரும் வளர்ந்து திருமணத்துக்குத் தயார் ஆனார்கள். இதற்கு என்ன செய்யலாம் என்று யோசித்த சாஸ்திரி ஒரு தந்திரம் செய்தார். ஐந்நூறு பட்டுப்பைகள் செய்து அதில் கற்களைப் போட்டுக் கட்டி காவிரியில் போட்டார். பின்னர் அந்தக் குழந்தைகள் ஒவ்வொருவரும் காவிரிப்பூம்பட்டினத்திலிருந்து தங்களுடன் ஒரு தங்கப்பை கொண்டுவந்ததாகவும் அவை பத்திரமாக இருப்பதாகவும் ஊர்மக்களிடம் கூறினார். பிராமண சாஸ்திரி கூறியதை நம்பிய கவுண்டர்கள் தங்கள் மகள்களைக் கொடுக்க சம்மதித்தனர். திருமணம் நடந்தது; அனைவரும் ஒரே நாளில் மணம் முடித்துக்கொண்டனர். ஒரு நாள் பத்ரகாளிக்குப் பூசை நடக்கும்போது பைகளில் இருந்த கற்கள் அனைத்தையும் பத்ரகாளி தங்கமாக மாற்றினாள். ஆனால் இளைஞர்கள் அவற்றை முழுமையாக எடுத்துக்கொள்ளவில்லை. பாதியை எடுத்துக் கொண்டு மீதியை சாஸ்திரிக்குத் தட்சணையாக வழங்கினர். ஆனால் பிராமண சாஸ்திரி அதை ஏற்க மறுத்துவிட்டார். அடுத்து பட்டக்காரருக்காக ஊர் கணக்கராகப் பணியாற்றும் கணக்குப் பிள்ளையிடம் கொடுத்தனர். ஆனால் அந்தப் பணத்தை அப்படியே உங்கள் குழந்தைகளின் திருமணத்தின் போது தருவேன் என்ற நிபந்தனையுடன் கணக்குப்பிள்ளை பெற்றுக்கொண்டார். இது குறித்து ஒரு பட்டயம் எழுதிய கணக்குப்பிள்ளை அதில் தாம் ஒப்பமிட்டு அப்பகுதியின் அனைத்து (நான்கு) பட்டக்காரர் களிடமும் ஒப்பம் பெற்றார். அதுமுதல், இந்தச் செட்டியார்– கவுண்டர் தம்பதிகளின் ஆண் மகவுகளின் திருமணங்களின் போது ஒரு மூட்டை/களஞ்சியம் நெல், அரைக்கால் பணம், ஒரு திருமண அட்டிகை ஆகியவற்றைத் திருமணப் பரிசாகத் தர கணக்குப் பிள்ளை கடமைப்பட்டுள்ளனர். இந்தத் தம்பதிகள் தம்மை 'ஐந்நூற்று செட்டியார்' என்று அழைத்துக்கொள்கிறார்கள்.

இந்தக் கதை கொங்குச் செட்டியார்கள் பற்றிக் கூறுகிறது என்பதையும் அரசரின் கோபத்திலிருந்து தப்பிக்க எவ்வாறு வலங்கைப் பிரிவுத் தலைவர்களான கவுண்டர்களுடன் கூட்டணி அமைத்துக் கொண்டனர் என்பதையும் கூறுகிறது என்பதைக் காண்பது கடினமல்ல. இந்தக் கதையில் வரும் பிராமணரும் கணக்குப்பிள்ளையும் நடுநிலை வகிப்பவர்கள். அவர்கள் இருப்பு முக்கியமாக உணரப்படுகிறது. இந்த

வகையான வீரதீரச் செயல்களுடன் அவர்களையும் இது இணைக்கிறது. மேலும், அவர்கள் செட்டியார்களுடன் பரிவுடன் இருக்கிறார்கள். வாய்ப்பு கிடைக்கும் போதெல்லாம் அவர்களுக்கு உதவவும் செய்கிறார்கள். கணக்குப் பிள்ளை குழுவினர் ஆவணப் பிரதிகளைப் பாதுகாத்து அதனுடன் அடையாளப்படுத்திக் கொள்கிறார்கள். இதற்கு இணையான இடங்கைக் குழுக்கள் கதைகளைத் தர்ஸ்டன் சேகரித்துள்ளதன் மூலம் அறியலாம்.

இடங்கைப் பிரிவில் உயர்நிலையில் உள்ள பல்வேறு சமுதாயங்கள் குறித்த மிகவும் ஆர்வமூட்டக்கூடிய கதைகளைத் தர்ஸ்டன் பதிவு செய்துள்ளார். அவர் எழுதியுள்ளது கொங்கு அல்லாத செட்டியார், முதலியார், ஆசாரி ஆகிய மூன்று குழுக்கள் பற்றி. இவற்றில் அனைவரும் தொன்ம/புராணரீதியாகத் தொடர்புபடுத்தப்படுகிறார்கள். ஆனாலும் இத்தொடர்பில் அவர்களுக்கு எந்தச் சிறப்பும் அளிக்கப் படவில்லை. அனைத்துக் கதைகளுமே கோட்டைக்குள் அடைப்பு, வெள்ளம், சிலர் தப்பித்தல், இறுதியாகக் கலப்பு மணங்கள் ஆகிய வற்றைக் குறிக்கின்றன. இங்கே, இந்தத் தொடர் கதைகளில் ஆசாரி (கம்மாளர்) சமுதாயத்தை முன்னிலைப்படுத்தும் ஒரு கதை தரப்படுகிறது:

> மந்தாபுரி என்ற ஊரில் ஐந்து பிரிவுகளைச் சேர்ந்த கம்மாளர்கள் ஒற்றுமையாக வாழ்ந்து வந்தனர். அந்த நாட்டில் வேறு கைவேலைக்காரர்கள் இல்லாததால் அனைத்து மக்களும் அவர்களுக்கு வேலை அளித்து வந்தனர். இதனால் அவர்கள் வைத்ததுதான் கூலி. அவர்கள் யாருக்கும் பயப்படுவதில்லை. அரசரைக்கூட மதிப்பதில்லை. இது நாட்டின் அரசர்கள் அனைவரையும் வெகுண்டெழச்செய்தது. அனைத்து அரசர்களும் கம்மாளர்களுக்கு எதிராகத் திரண்டனர். இதையறிந்த கம்மாளர்கள் அனைவரும் காந்தத்தால் அமைக்கப்பட்ட காந்தக்கோட்டை என்ற ஒரு கோட்டையை அமைத்து அதற்குள் ஒளிந்துகொண்டனர். எந்தவித ஆயுதங்களும் அந்தக் கோட்டையை நெருங்க முடியாது. அதனால் கம்மாளர்களை அழிக்க முடியாமல் திணறிய அரசர்கள் அந்தக் கோட்டையை எரிப்பவர்களுக்குப் பெரும் சன்மானம் தரப்படும் என முரசறைந்தனர். யாரும் முன்வரவில்லை. ஆனால் ஒரு கோயிலின் தேவதாசிகள் மட்டும் முன்வந்து அரசரிடம் உறுதியளித்து வெற்றிலை, பாக்கு பெற்றுக்கொண்டனர்.
>
> காந்தக்கோட்டைக்கு எதிராக ஒரு கோட்டை அமைக்கப்பட்டது.

அங்கிருந்துகொண்டு கம்மாளர்களைக் கவரும் வகையில் அன்றாடம் இனிய பாடல்களைப் பாடினர். இதில் மயங்கிவரும் கம்மாள ஆண்களுடன் சேர்ந்து குழந்தைகளைப் பெற்றுக் கொண்டனர். ஒரே ஒரு தேவதாசி மட்டும் ஒரு கம்மாள இளைஞன் மூலம் அந்தக் கோட்டையை அழிக்கும் இரகசியத்தை அறிந்தாள். கோட்டையைச் சுற்றி வரகு வைக்கோலை அடுக்கி தீவைத்துக் கொளுத்தினால் கோட்டை தகர்ந்துவிடும் என்பதே அந்த இரகசியம். உடனடியாக அதன்படி காந்தக்கோட்டையை அழிக்கும்படி அவள் ஆணையிட்டாள். அந்தத் தீயில் தப்பமுடியாமல் பல கம்மாளர்கள் உயிரிழந்தனர். மற்றவர்கள் கப்பல் மூலம் தப்ப முயன்றனர். ஆனால் விரட்டிச் சென்ற படையினர் அவர்களைக் கடலில் தூக்கி வீசினர். இதனால் நாட்டில் கம்மாளர் இனமே பூண்டோடு அழிந்தது.

ஒரே ஒரு கர்ப்பவதியான கம்மாளப் பெண் மட்டும் ஒரு பேரி செட்டியார் வீட்டில் அடைக்கலமாகி இருந்தாள். இது இரகசியமாக வைக்கப்பட்டது. பிறந்த குழந்தையும் பேரி செட்டியார் பெண்ணுக்குப் பிறந்த குழந்தை என்று கூறப்பட்டது. இதனால் ஒரு கம்மாளக் குழந்தை தப்பியது யாருக்கும் தெரியாது. இதற்கிடையே கைவேலைக்காரர்கள் ஒருவர்கூட இல்லாததால் நாடு திண்டாடியது. விவசாயம், நெசவு மற்றும் உற்பத்தித் தொழில்கள் பெருமளவு முடங்கின. இப்போதுதான் கம்மாளர் அழித்தொழிப் பிலிருந்து யாராவது கம்மாளர் தப்பித்துள்ளாரா என்பதை அறிய அரசர் விரும்பினார். இதற்காக ஒரு யோசனை செய்தார்.

ஒரு ஏறுக்குமாறாகத் துளையிட்ட ஒரு பவளத்தையும் ஒரு நூலையும் நாடு முழுவதும் அனுப்பி, பவளத்தில் நூலைக் கோர்ப்பவர்களுக்குப் பெரும் பரிசு வழங்கப்படும் என்று அறிவித்தார். இறுதியாக, பேரி செட்டி வீட்டில் பாதுகாக்கப்படும் கம்மாள இளைஞர் முன்வந்தார். தம் தாயுடன் சேர்ந்து வந்த அவர், பவளத்தின் துளை முனையை ஓர் எறும்புப்புற்றின் வாயில் வைத்தார். நூலில் சர்க்கரையைத் தடவி அருகில் வைத்தார். புற்றிலிருந்த எறும்புகள் வெளியே வந்து நூலை இழுத்துக்கொண்டு புற்றுக்குச் சென்றன. அப்போது பவளத்தின் துளைவழியாகச் சென்றதால் நூல் பவளத்தில் கோர்க்கப்பட்டது. இதைக் கண்ட அரசர் மகிழ்ச்சியடைந்து ஏராளமான பரிசுகள் அளித்தார். அந்த இளைஞருக்கு வேலைகள் கொடுத்தார். தாயும் மகனும் அந்த வேலைகளைச் செய்தனர். அரசர் அவனுக்கு உழவுக்கருவிகள்

செய்வதற்கான பொருள்களை ஏராளமாகக் கொடுத்து, ஒரு பேரி செட்டியின் மகளுக்கு மணமும் முடித்து வைத்ததோடு நிலமும் ஏராளமாக இனாமளித்தார். செட்டிப்பெண் அவனுக்கு ஐந்து மகன்கள் பெற்றுத்தந்தாள். ஐவரும் கம்மாளர் பிரிவுக்கான ஐந்து தொழில்களை மேற்கொண்டனர்.[46]

தர்ஸ்டன் ஆய்வு ஆசாரி (கம்மாளர்) சமுதாயம் தோன்றியதற்கான கதையைக் கூறுகிறது. அவரது வாசிப்பு அரசரின் கோபம், ஆக்கினை, சிலர் தப்பித்தல், அதில் ஒருவர் செட்டிகுடும்பத்தில் கலப்பது குறித்துக் குறிப்பிடுகிறது. இந்தக் கலப்பில் பிறந்த ஒருவன் புதிய வரிசை ஆசாரி குலத்தைத் தோற்றுவித்தவன் ஆகிறான். ஆசாரி மக்களைக் கவர்ந்திழுக்கும், முதலியார் சாதியின் கிளைச்சாதியான தேவதாசிகளும் குறிப்பிடப்படுகிறார்கள். இதேபோல செட்டியார் பற்றிக் குறிப்பிடும் மற்றொரு கதை உள்ளது. கொங்கு பகுதியைச் சேர்ந்த ஒரு புலவர் இதை அண்மையில் பதிப்பித்துள்ளார். மீண்டும் ஒரு அரசர் காரணியாகச் செயல்படுகிறார். சில உறுப்பினர்கள் தப்பிக்கிறார்கள். இறுதியில் முதலியார் சமுதாயத்தினருடன் கலந்து, புதிய செட்டியார் சமுதாயத்தைத் தோற்றுவிக்கிறார்கள். சுருக்கமான மொழிபெயர்ப்பிலிருந்து, இந்த இறுதி உதாரணம் தரப்படுகிறது:

பன்னிரண்டாம் செட்டியார் (12 பங்குகள் செட்டியார்) சமுதாயத்தினர் காவிரிப்பூம்பட்டினத்தில் வாழ்ந்துவந்தனர். ஒரு கட்டத்தில் செட்டியார் சமூகப் பெண்களைத் தமக்கு மணமுடித்து வைக்க வேண்டும் என்று அரசர் வலியுறுத்தினார். அப்போது அழகாபுரியில் வெள்ளம் பெருக்கெடுத்தது. மன்னருக்குத் தமது பெண்ணைத் தர செட்டியார்கள் மறுத்துவிட்டனர். இதனால் அரசன் வெகுண்டான், பழிவாங்கத் துடித்தான். இதை அறிந்த செட்டியார்கள் தப்பித்தனர். ஒரேஒரு செட்டியார் சிறுவன் மட்டும் ஒரு கைக்கோள முதலியார் வீட்டில் தஞ்சம் புகுந்தான். அவரும் அந்த அகதியை ஏற்று வளர்த்து வந்தார்.

அந்தச் சமுதாயத்திலேயே பெண் எடுத்து, மணமுடித்து, பதினோரு பிள்ளைகள் பெற்றான். பிற்காலத்தில் தனது பதினோரு பிள்ளைகளுக்கும் தன் சொத்துகளைப் பிரித்துக்கொடுக்க விரும்பினான். ஆனால் பதினோரு பங்காகப் பிரிப்பது அசிங்கமாக இருந்தது. என்ன செய்வது என்று தெரியாமல் சிவாயமலை அடிவாரம் சென்றான். அங்கு ஒரு முதியவர் இருந்தார். அவரிடம் கேட்டான். சொத்துகளை 12 பங்குகளாகப் பிரிக்கும்படி கூறினார்.

அவ்வாறே செட்டியார் 12 பங்குகளாகப் பிரித்தபோது 12ஆவது பங்கை எடுத்துக்கொண்டு முதியவர் மறைந்தார். தான் ஒரு அநாதை என்றும் தனக்கு இந்த அளவு போதும் என்றும் அசரீரி கேட்டது. இந்தக் குழுவின் கடவுளாக இப்போதும் இவர் வழிபடப்படுகிறார். இந்தப் பிரிவு செட்டியார்கள் தங்கள் வருமானத்தில் 12இல் ஒரு பங்கிகை இன்றும் அவருக்காக எடுத்துவைப்பதை மரபாகக் கொண்டுள்ளனர்.[47]

இத்தகைய கதைகளின் தொகுப்பு இடங்கைப் பிரிவின் அனைத்து உயர்சாதிகளின் வரலாற்றை விவரிப்பதற்காகவே இருப்பில் இருப்பதாக இந்த நாட்டார் வழக்காறுகள் சுட்டுகின்றன. மேலும், தெற்கில் இது எங்கு சேகரிக்கப்பட்டாலும் இந்தத் தரவுகளின் தொகுப்பு பொதுக் கருத்தியலின் சிறு குழுக்களை வலியுத்துவதற்கே தோன்றுகிறது. ஒவ்வொரு கதையும் இந்தச் சமுதாயங்கள் இடையே பாரம்பரியமாக நிலவிவரும் பரஸ்பர உதவி, இன்றும் நீடிக்கும் பரிவு ஆகியவற்றை விளக்குகிறது. கூடுதலாக, இந்த ஒவ்வொரு கதையும் காலமெல்லாம் ஓர் அரசர் (வலங்கைப் பிரிவின் தலைவர்?) ஏதாவது ஓர் இடங்கைப் பிரிவு சமுதாயத்தை முற்றிலும் அழிக்க முயல்வதாகக் குறிப்பிடுகிறது. ஒவ்வொரு நிகழ்விலும் அழிக்கப்படும் சமுதாயத்தைச் சேர்ந்த சிலர் எப்படியாவது தப்பிக்க இயலுகிறது. ஒவ்வொரு தப்பித்தலும் வெள்ளம் அல்லது பெருக்கெடுக்கும் நதி ஆகியவற்றோடு இணைக்கப்பட்டுள்ளது.[48] இவ்வாறு மறுபக்கம் தப்பிப்பவர்கள் வேறு சமுதாயத்துடன் கலப்பு மணம் புரிய நிர்ப்பந்திக்கப்படுகின்றனர். இதன் மூலம் புதிய சாதி வரிசையைத் தொடங்கி வைக்கின்றனர். இதில் ஒரு குழு, கொங்குச் செட்டியார் சமுதாயம் வலங்கைப் பிரிவு சமுதாயத்துடனேயே இணைய இயன்றிருக்கிறது. இறுதியாக, இந்தக் கலப்பு மணங்களால் பிறக்கும் குழந்தைகள் தங்கள் கைவினைத் திறன், வணிக ஆற்றல் ஆகியவற்றை அடித்தளமாகக் கொண்டு தாங்களாகவே தங்களை மறு நிர்மாணம் செய்துகொள்ள இயன்றிருக்கிறது.

இடங்கைப் பிரிவு உயர்நிலைச் சாதிகள் குறித்தான அனைத்துத் தென்னிந்தியத் தொன்மங்கள், வலங்கைப் பிரிவு கொங்குக் கவுண்டர்கள் மற்றும் அவரது சார்பினரைத் தொடர்புபடுத்தும் நீண்ட காவியம் இரண்டுக்கும் இடையே நிலவும் முரண்பாடுகள் அதிகக் கவனத்தை ஈர்க்கின்றன. முன்னவர் (இடங்கைப் பிரிவினர்) கதைகள் செவ்வியல் புராணங்களில் இருந்து ஏராளமான குறிப்புரைகளை வழங்குகின்றன.[49] மிகவும் பாரம்பரியமிக்க நகர்ப்புற மையமான

காவிரிப்பூம்பட்டினம் குறித்தும் அனைவரும் மிகச் சிறப்பாகக் குறிப்பிடுகிறார்கள். முரண்பாடாக, வலங்கைச் சாதித்தரவுகள் பெரிதும் ஒரு பிரமாண்ட நாட்டார் காவியக் குணாம்சம் கொண்டுள்ளது. அது வெளிப்பாட்டுத்தன்மையாக உள்ளூர்த் தன்மையுடன் பிணைக்கப்பட்டிருந்தாலும் இலக்கிய ஆதாரங் களிலிருந்தான சொல்லாடல்கள் மிகச்சொற்பமாகவே காணப் படுகின்றன. கூடுதலாக, வலங்கைப் பிரிவு ஒரே ஒரு கதையை மட்டுமே கொண்டிருக்கிறது.[50] கவுண்டர் சமுதாயத்தைச் சுற்றியே நிகழ்வுகள் சுழல்கின்றன. இடங்கைப் பிரிவின் தொன்மங்கள் பரவலாகப் பரவியுள்ளன. ஒவ்வொரு குழுவுக்கும் ஒரு தனியான கதை கூறப்படுகிறது.[51] வலங்கை-இடங்கைச் சமுதாயங்களின் நாட்டார் வரலாறு இவ்வாறு பல முரண்களை வெளிப்படுத்துகின்றன. நாம் பார்க்கப் போவதைப்போல, இந்த முரண்கள் அவர்களின் சமுதாய நிறுவனங்களில் தெளிவான இணை வேறுபாடுகளைக் கொண்டு இருப்பதைப் பின்வரும் இயல்களில் பார்ப்போம்.

கொங்குப் பகுதியின் பட்டம்பெற்ற குடும்பங்கள்

புனிதப்படுத்தப்பட்ட நிலவியல் தவிர, கொங்கு மண்டலத்தை ஒன்றுபடுத்தும் மற்றோர் அங்கம் நான்கு பட்டம் பெற்ற குடும்பங்கள் அல்லது 'பட்டக்காரர்கள்' ஆவர். இந்தக் குடும்பங்கள் முழுமையாக நாடு என்ற பகுதியுடன் அடையாளப்படுத்தப்படுகின்றன; உள்ளூர் கதைகளில் அவர்களின் பெயர்கள் மீண்டும் மீண்டும் சொல்லப் படுகின்றன. கடந்த காலங்களில் இந்த ஒவ்வொரு குடும்பமும் மிகப்பெரிய அளவிலான நிலங்களைக் கட்டுப்படுத்தின. தீவிரமான பிரச்சினைகள் எழும்போது இவர்கள் கூறுவதே இறுதித் தீர்ப்பாக இருந்தது. மேலும் போர் மூளும் தருணங்களில் பட்டக்காரர்கள் கேட்டால் உள்ளூர் சமுதாயங்கள் வீரர்களை அனுப்பவேண்டும். உள்நாட்டுச் செல்வாக்குக்காக இந்தக் குடும்பங்களும் போட்டி போட்டுப் பகையாளிகளாக இருந்தனர். ஆனால் நாட்டார் கதைகளில் இவர்களின் சண்டைகள் சிறிதளவே கூறப்படுகின்றன. மாறாக, இக்குடும்பங்கள் தங்களுக்குள் மணஉறவு வைத்துக்கொண்டதாகவும் எல்லாரும் இணைந்து ஒரு மேட்டுக்குடியை உருவாக்கியதாகவும் தோன்றுகிறது.

நான்கு பட்டக்காரர் குடும்பங்களும் கவுண்டர் சமுதாயத்தினர் ஆவர். அவர்களின் பட்டங்கள் நேரடியாக அரசரால் வழங்கப்பட்டவை.[52]

அரசியலைப் பொறுத்தவரை, அடுத்த இயலில் விவாதிக்க உள்ள 24 நாடுகளின் அரசியல் நிலைகளுக்கு மேல்நிலையில் உள்ளனர். அனைத்து நான்கு பட்டக்காரர் குடும்பங்களும் கொங்கு மண்டலத்தின் மையப் பகுதியில் வாழ்ந்தனர்.[53] இவர்களில் மூன்று குடும்பங்களின் பரம்பரை 12 அல்லது 13ஆம் நூற்றாண்டி லிருந்தே தொடங்குகிறது. சங்கரண்டாம்பாளையத்தில் வாழும் நான்காவது குடும்பம், 16ஆம் நூற்றாண்டில் விஜயநகரப் பேரரசரால் இந்தப் பட்டம் தங்களுக்கு வழங்கப்பட்டதாகக் கூறுகிறது.[54]

தமது சிறந்த இராணுவச்சேவை அல்லது தங்களின் தனிப்பட்ட திறன்களுக்காக இந்தப் பட்டம் வழங்கப்பட்டதாக ஒவ்வொரு குடும்பமும் கூறுகிறது. அவர்களின் தனிப்பட்ட கதைகள் இவ்வாறு கூறுகின்றன.

அ. பழையக்கோட்டை பட்டக்காரர் (பயிரன் குலம்): குடும்பப் பரம்பரைகளைப் பின்தொடர்ந்தால் அவர்களின் குடும்பச் சந்ததிகளை 13ஆம் நூற்றாண்டு முதலே காணமுடிகிறது. இந்தக் காலத்தில் இவர்களின் மூதாதைகளில் ஒருவர் ஜடாவர்மன் சுந்தர பாண்டியன் படையில் தளபதியாக இருந்துள்ளார். ஒரு போரில் வென்ற அவருக்குப் பாண்டிய மன்னர் நிலமும் அளித்து நல்ல சேனாபதி சக்கரை மன்றாடியார் என்ற பட்டமும் அளித்துள்ளார்.[55]

ஆ. காடையூர் பட்டக்காரர் (பொருளந்தைக் குலம்): இக் குடும்பம் தற்போது வாழும் இந்தக் கிராமத்தில் முந்திக்காலத்தில் சேட குலத்தைச் சேர்ந்த ஆண்கள் குடியேறியதாக உள்ளூர்ப் புலவர்களும் பூசாரிகளும் கூறுகிறார்கள். ஒரு நாள், சேட குலத்தைச் சேர்ந்த ஒருவருக்கு உடல் முழுவதும் வெளிறிய வெள்ளையம்மா எனும் பெண் மகவு பிறந்தது. அந்தப் பெண் வளர்ந்ததும் அவளை மணம் செய்து கொடுப்பது மிகவும் கடினமாக இருந்தது. இறுதியாக, பொருளந்தைக் குலத்தைச் சேர்ந்த ஏழை ஒருவன், தனக்கு நிலம் தருவதானால் அந்தப் பெண்ணை மணம் முடிக்கத் தயார் என்றான். பெண்ணின் தந்தை தயங்கினாலும் அதன்படியே அவனுக்கு மணம் முடித்து வைத்தார். ஆனால் திருமணத்துக்குப் பிறகு பேசியபடி நிலம் கொடுக்க பெண்ணின் சகோதரர்கள் மறுத்தனர். பலப்பரீட்சை நடந்தது. அதில் பொருளந்தைக் குலத்தைச் சேர்ந்த அந்த ஏழை இளைஞன் வென்றான். வெற்றியாளரின் மனைவிக்கு இரண்டு ஆண் மகவுகள் பிறந்தன. இவர்களில் ஒருவன் ஒருநாள் ஒரு மதம் பிடித்த யானையை அடக்கி வெற்றிகொண்டான். இதை அறிந்த

பாண்டிய மன்னர் அவனது திறமையைப் பாராட்டி பட்டக்காரர் பட்டம் வழங்கினார்.[56]

இ. புதூர் பட்டக்காரர் (செங்கண்ணன் குலம்): உள்ளூர் பரம்பரைக் கதையின்படி ஒரு தடவை பல்லவ அரசன்மீது சோழ அரசர் படையெடுத்தார். அப்போது செங்கண்ணன் குலத்தைச் சேர்ந்தவர்கள் சோழ அரசருக்காகப் போரிட்டனர். சோழ மன்னரே வெற்றி பெற்றுத் தமது வெற்றிக்குக் காரணமானவர்களைப் பாராட்டினார். அதன்படி செங்கண்ணன் குலத்து வீரருக்குப் பல்லவராயன் பட்டக்காரர் என்ற பட்டம் வழங்கி, காங்கேயம் பகுதியில் பெரும் நிலம் வழங்கினார். மற்றொரு கதை இவருக்குச் சோழ அரசனால் பல்லவ சோழன் எனப் பட்டம் வழங்கப்பட்டதாகக் கூறுகிறது. இக்கதையில் ஒரு சிறுவன் தன் பொன்னாலான பொம்மையை ஓர் ஏழைச் சிறுவனுக்கு வழங்கும்போது சோழ ராஜா கண்டு மகிழ்ந்ததாகக் கூறப்படுகிறது.[57]

ஈ. சங்கரண்டாம்பாளையம் பட்டக்காரர் (பெரிய குலம்): இக் குடும்பம் குறித்து, ஒருதரப்புக் கதை கூறுவது என்னவென்றால் இவர்களின் முன்னோர்களில் வேணாடன் என்பவர் பண்டைக் காலத்தில் கரிகால சோழனின் படைத்தளபதியாக இருந்தார். படைத் தளபதியாக அவர் படைநடத்திப் பாண்டியனை வென்றுள்ளார். போரில் அவர் காட்டிய நாயகத்தன்மைக்காக அவருக்குப் பட்டக்காரர் பட்டம் அளிக்கப்பட்டதாகக் கூறப் படுகிறது. மற்றொரு தரப்புக் கதையின்படி, இந்தப் பட்டம் மிகவும் பிற்காலத்தில் வழங்கப்பட்டதாகக் கூறப்படுகிறது. ஒரு முக்கியக் கோயில் பலிபூசையின்போது தன் ஒரே மகனைப் பலி கொடுத்ததற்காக விஜயநகரப் பேரரசர் இந்தப் பட்டமளித்துள்ளதாக அந்தக் கதை கூறுகிறது.[58]

பட்டக்காரர் பட்டம் மிகப் பழமையானது என்று இந்தப் பகுதிவாழ் மக்கள் நம்புவதை இந்தக் கதைகள் காட்டுகின்றன. உள்ளூர் வரலாற்றைப் பேரரசர்களின் படையெடுப்புகளுடனும் இவை இணைத்துக் காட்டுகின்றன.

இப்பட்டம் ஆண்வழி சந்ததியினருக்கே செல்கின்றன. இது போன்ற பட்டங்களைத் தாங்குவதன் பொது அர்த்தம்: 'பட்டம் பெறுவது அல்லது தனி அதிகாரம் பெறுவது'.[59] உள்ளூர் பகுதியில் இந்தப் பட்டம் பெற்றவர் தனி அதிகாரம் பெற்றவர் என்பதை இது காட்டுகிறது.

'பட்டக்காரர்' என்ற சொல்லாடலை குஜராத்தில் வழங்கப்படும் பதிதார் பட்டத்துடன் ஒப்பிடலாம்.[60] மன்னரிடமே நேரில் வரி செலுத்தும் உரிமைதான் இப்பட்டங்கள். நான்கு பட்டக்காரர்களை, இன்னும் தெற்கே துய்மோன் விவரித்துள்ளதைப் போல பிரான்மலை நாட்டைச் சேர்ந்த நான்கு 'தேவர்'களுடன் (தளபதி) இணையாக ஒப்பிடலாம்.[61] இதன்மூலம் பட்டம் பெற்ற குடும்பங்கள் கொங்குப் பகுதியில் மட்டும் இல்லை என்பது தெளிவாகிறது.

கொங்குப் பகுதியில் பாரம்பரியப் பொருளாதார உறவுகள் இந்தப் பட்டக்காரர் பட்டம் மூலம் நவீனப்படுத்தப்பட்டு இந்த நான்கு குடும்பங்கள் மூலம் செயல்படுத்தப்படுகின்றன.[62] நிலத்தின் மீது தங்களுக்கு வழங்கப்பட்டுள்ள அதிகாரத்துடன் இவர்கள் அனைத்துச் சாதிகளின் ஊழியப் பணிகளையும் முழுமையாகப் பயன்படுத்திக் கொள்கின்றனர். சராசரி நில உடைமைக் குடும்பங்களின் 'பெரிய முன்மாதிரி' அவர்கள். அவர்கள் அளவு பெரிய சடங்குகள் செய்வது அதிகச் செலவாகக்கூடியது. பாரம்பரிய பொருளாதார, சடங்கியல் உறவுகளை மிகக்குறைந்த நிலங்களை வைத்துக்கொண்டு இந்தக் குடும்பங்கள் தொடர வேண்டியுள்ளது.

தற்போது இந்த நான்கு பட்டக்காரர் குடும்பங்களில் பாரம்பரிய வழக்கப்படி இச்சடங்குகளைத் தொடர்ந்துவருவது பழையக்கோட்டை பட்டக்காரர் குடும்பம் மட்டும்தான். இந்த ஏற்பாடுகள் அதிக செலவு பிடிப்பவை என்பது மட்டுமல்ல, நடைமுறைச் சிரமங்களும் அதிகம். ஆனால், முந்தைய காலத்தைவிட அதிக கூலியும் உரிமைகளும் கேட்கும் தொழிலாளர்கள் மீதான பிடியை இறுக்குவதற்கு இந்தச் சடங்குகள் வழிசெய்கின்றன. இத்தகைய பாரம்பரியத் தொடர்புகளை எவ்வாறு அணுகுவது என்பதில் இன்றைய அனைத்துப் பட்டக்காரர் களின் குடும்பங்களுக்கும் உள்ளூர் மக்களுக்கும் குழப்பமான நிலையே நிலவுகிறது என்பதே என் அழுத்தமான எண்ணம். ஆனால், அந்தப் பழமையான கூலி அமைப்பு வழங்கும் பாதுகாப்பு மற்றும் தனி உரிமைகளைத் தொடர்ந்து அனுபவிக்கப் பட்டக்காரர்கள் விரும்புகிறார்கள். மேலும், தற்போதைய சூழ்நிலையில் இவற்றைக் கடைப்பிடிப்பது இரு தரப்புக்குமே கடினமானதாக இருக்கிறது.[63] இக்குறிப்பிட்ட தன்மைகளைப் பொறுத்தவரை, இந்தப் பாரம்பரிய உள் பிணைப்புகளின் சில விவரங்கள் அட்டவணை 1.2இல் தரப்பட்டுள்ளன. வலங்கை, இடங்கை மற்றும் நடுநிலை கிளைச் சாதிகளின் உறவுகள், அவர்கள் செய்யவேண்டிய ஊழியப்பணிகள்,

பழையக் கோட்டைப் பட்டக்காரரால் கோரப்படும் உரிமைகள் ஆகியவை இந்த அட்டவணையில் மிக விரிவாகத் தரப்பட்டுள்ளன. இந்தக் குடும்பம் தற்போது மூன்று கிராமங்கள் அல்லது மூன்று பாரம்பரிய வருவாய் அலகுகளில் தன் மேலாதிக்க நிலையை அனுபவித்துவருகிறது.

ஒதுக்கீடு, பரிமாற்றம் என்ற அமைப்பில் பல்வேறு உரிமைகள் தொடர்புபட்டுச் செயல்படுவது தெளிவாகத் தெரிகிறது. ஓர் ஆணின் கடமைகளின் ஒரு பகுதி அவர் என்ன பணி வழங்குகிறார் என்பதை ஒட்டியும், ஒரு பகுதி சமூகப்படிநிலையில் அவர் என்ன நிலை வகிக்கிறார் என்பதை ஒட்டியும் வரையறுக்கப்படுகின்றன. இதே அம்சங்களின் இணைப்பில் மற்றொரு பார்வையிலும் கூறப்படலாம். அதாவது, ஒருவர் வழங்கும் பணிகள் எந்த அளவுக்குக் கடினமானதோ அந்த அளவுக்கு அவருடைய சமூக நிலை கீழானது; அந்த அளவுக்கு அவருடைய உரிமைகள் குறையும்; அவர் பெறும் ஊதியமும் அந்த அளவுக்குக் குறைவானதாக இருக்கும். இதற்கு முரண்பாடாக, பின்வரும் இயல்களில் வளர்த்தெடுக்கவுள்ள கருத்துகளின்படி, விளைச்சல் அறுவடை விவகாரங்களிலும் வலங்கை, இடங்கைப் பிரிவு சாதிகளுக்கான உரிமைகள் வேறுபடுவது மிக முக்கியமாகும். நிலத்தின் மீதான குறிப்பிட்ட உரிமைகள் வலங்கைப் பிரிவு சாதிகளுக்கு அல்லது சடங்குகளில் முன்னுரிமை பெறுபவர்களுக்கு மட்டுமே உரித்தானவை என்பதை அட்டவணை 1.2இல் காணலாம். இடங்கைப் பிரிவைச் சேர்ந்த மற்ற சமுதாயங்களுக்கு எந்தக் குறிப்பிட்ட நிலப்பரப்பு உரிமைகளும் இல்லை. அந்தப் பகுதியின் தலைமைக் குடும்பங்களுக்குத் தங்கள் கடமைகளை ஆற்றுவதோடு சரி.

அட்டவணை 1.2 இத்தகைய பாரம்பரியப் பொருளாதார உறவுகள் குறித்த விவரங்களை வழங்குகிறது. பிராமணர்களும் கணக்குப் பிள்ளைகளும் பிரிவினையில் நடுநிலையெனக் காட்டப்படுகிறார்கள். இரண்டாவது, வலங்கைப் பிரிவில் உள்ள கிளைச்சாதிகள் அவர்களின் சமூக முன்னுதாரணங்களின் வரிசையில் ஒழுங்கற்றுப் பட்டியலிடப் படுகின்றன. இதே வடிவத்தில் அடுத்து இடங்கைக் கிளைச்சாதிகள் பட்டியலிடப்படுகின்றன. இடங்கைப் பிரிவில் உள்ள கிளைச்சாதிகள் எதற்கும் நிலத்தின் மீது எந்த உரிமையும் இல்லை என்பதையும், அவர்கள் பட்டக்காரர் குடும்பத்துக்குத் தங்கள் பணியை நேரடியாகக் கூட வழங்க முடியாது என்பதையும் இந்த அட்டவணையைப் பார்த்த உடனேயே புரிந்துகொள்ள முடியும். மாதாரி, குறவர் ஆகிய

அட்டவணை 1.2

பழையகோட்டை பட்டக்காரர் குடும்பத்தின் பல்வேறு கிளைச்சாதிகள் அனுபவிக்கும் பாரம்பரிய உரிமைகளும் வழங்கும் ஊழியப் பணிகளும், 1966

கிளைச்சாதி பெயர்	பொதுத் தொழில்	கிராமத்தில் தனி உரிமை	நேரடி சன்மானம்/கூலி இல்லாமல் பட்டக்காரருக்குத் தனிப்பட்ட முறையில் வழங்கும் பணிகள்	பட்டக்காரரிடம் மறைமுகமாகப் பெறும் சன்மானம்
நடுநிலை பிரிவு				
ஐயர் பிராமணர்	ஜோதிடம், கோயில் பூசாரிகள்	சிவ, விஷ்ணு கோயில்களில் பூஜை செய்யும் உரிமை தீர்வையில்லாத நிலம்	தனிப்பட்ட கடமைகள் கிடையாது. அழைக்கும்போது வரவேண்டும்.	இல்லை
கணக்குப்பிள்ளை[1]	கணக்கு மற்றும் ஆவணங்களைப் பாதுகாத்தல்	தீர்வை இல்லாத நிலம் பெறும் உரிமை	தனிப்பட்ட கடமைகள் கிடையாது. அழைக்கும்போது வரவேண்டும்.	இல்லை
வலங்கைப் பிரிவு				
கொங்குக் கவுண்டர்	விவசாயிகள்/ குடியானவர்	பெரிய அளவில் நிலங்களைக் குத்தகை பெற்று, அறுவடை செய்யும் உரிமை	எடுக்கப்பட்ட நிலத்தின் பரப்பைப் பொறுத்து, குடும்பத்ினர் இலவச உழைப்பு வழங்க வேண்டும் அல்லது அதற்கு இணையான பணம் அல்லது பொருள் வழங்க வேண்டும். அறுவடை உச்சத்தில் இருக்கும்போது குடும்பத்தில் ஒருவர் பட்டக்காரர் வயல்களில் இலவசமாக உழைக்க வேண்டும்.	அறுவடையில் உதவிசெய்பவருக்கு மதிய உணவு வழங்கப்படும்.

			ஆண்டில் காளைக் கன்று ஈனப்பட்டால் ஒரு காளைக்கன்றை பட்டக்காரருக்கு வழங்கவேண்டும். (தற்போது இந்தப் பழக்கம் இல்லை.) இவற்றில் ஒரு பங்கை மட்டும் தனது பயன்பாட்டுக்கு எடுத்துக்கொண்டு, பதிலியாகப் பட்டக்காரர் பணம் கொடுப்பதும் உண்டு.	
ஒக்கசண்டி பண்டாரம்	உள்ளூர்க் கோயில் பூசாரிகள், சமையல் காரர்களாகவும், சமையல் இலை விநியோகிப்பவராகவும், பூ கட்டுபவராகவும் உள்ளனர்.	பல உள்ளூர்க் கோயில் திருவிழாக்களை நடத்துதல்.	ஒரு நாளைக்கு இரண்டுபேர் வீதம் (ஒரு கோயிலுக்கு ஒருவர்) அன்றாடம் 60 சாப்பாட்டு இலைகளைப் பட்டக்காரர் குடும்பத்துக்கு வழங்க வேண்டும்.	இரண்டு கோயில்களில் தலா ஒரு கோயிலுக்கு ஒருவர் வீதம் ஆண்டுக்கு 96 படி தானியம் வழங்கப்படும்.
கொங்கு உடையார்	குயவர்கள் கட்டுமான வேலைகளில் நுட்பமான பணிகளில் நுண் திறன் கொண்டவர்கள்.	பகுதி குடியிருப்புவாசி களுக்குத் தேவையான மண்பாண்டங்களை வழங்கிப் பதிலுக்கு அவர்கள் சேவைகளை வாங்கிக் கொள்ளுதல். இதே சேவைகள் உள்ளூர்க் கோயில்கள் மற்றும் வாழ்க்கை வட்டச் சடங்குகளுக்குத் தேவைப்படும்போது வழங்கும் உரிமை.	பட்டக்காரர் குடும்பத்துக்குத் தேவையான அனைத்து விதமான மண்பாண்டங்களை வழங்குவதுடன், அக்குடும்பத்தின் கட்டுமான பணிகளுக்குத் தமது நுண் திறன்களை வழங்குதல்.	ஆண்டுக்கு 96 படி/ மரக்கால் தானியம் வழங்கப்படும்.

அட்டவணை 1.2 (தொடர்ச்சி)

கிளைச்சாதி பெயர்	பொதுதொழில்	கிராமத்தில் தனி உரிமை	நேரடி சன்மானம்/கூலி இல்லாமல் பட்டக்காரருக்குத் தனிப்பட்ட முறையில் வழங்கும் பணிகள்	பட்டக்காரரிடம் மறைமுகமாகப் பெறும் சன்மானம்
மரமேறி நாடார்	பனைமரம்ஏறுதல், திறன் பெற்ற கள உழைப்பாளிகள்.	பனைமரங்களைப் பராமரித்தல். மரத்தில் சாறு இறக்கி அதை வெல்லமாகவும் கள்ளாகவும் வடித்து வழங்க வேண்டும்.	கள்ளு இறக்காத ஆறு மாதங்களில் வீட்டுக்கு ஒருவர் வீதம் பட்டக்காரர் வீட்டில் கூலி வேலை செய்ய வேண்டும்.	கூலி வேலை செய்யும்போது ஒரு வேளை மதிய உணவு உண்டு.
கொங்கு வண்ணார்[2]	சலவைத் தொழில்.	அப்பகுதியில் உள்ள அனைவரின் துணிமணி களையும் வெளுக்கும் உரிமை. கோயில்கள் மற்றும் வாழ்க்கை வட்டச்சடங்கு களிலும் உரிமைகள் கொண்டவர்.	வண்ணார் குடும்பங்களிலிருந்து ஒருவர் அன்றாடம் பட்டக்காரர் வீடு சென்று அவர்களின் துணிகளை வெளுத்துத்தரவேண்டும்.மேலும் அவர்களுக்கான குற்றேவல்களை நிறைவேற்ற வேண்டும்.	பட்டக்காரர் குடும்பத்துக்கு வெளுக்கும்போதும்/ கடமையாற்றும் போது ஒருவேளை மதிய உணவு. ஆண்டுக்கு 96 படி/ மரக்கால் தானியம் வழங்கப்படும்.
கொங்கு நாவிதர்	நாவிதர் மற்றும் நாட்டு மருத்துவர்.	முகமழித்தல், அனைத்துச் சிகிச்சைகளையும் அளித்தல், துர் ஆவிகளைப் பேய் விரட்டுதல் ஆகியவற்றை கூலிக்குச் செய்துதர வேண்டும். கோயில் மற்றும் வாழ்க்கை வட்டச் சடங்குகளில் தேவைப்படும் பணிகளைச் செய்துதர வேண்டும்.	பட்டக்காரர் மற்றும் அவரது குடும்பத்தினருக்குத் தினம் நாவிதர் முகமழிப்பு வேலைகளை நிறைவேற்ற வேண்டும். மேலும் சுத்தம் செய்தல் மற்றும் இதர தீட்டு வேலைகளை நிறைவேற்றித்தர வேண்டும்.	வேலை பார்க்கும் நாவிதருக்கு ஒரு வேளை மதிய உணவு, வழக்கம்போல ஆண்டுக்கு 96 படி/ மரக்கால் தானியம் வழங்கப்படும்.

கொங்குப்பறையர்	தப்பு அடிப்பவர், காவல்காரர், ஓடும் பிள்ளை.	உள்ளூர்க் கிராமத் திருவிழாக்களில் தப்படித்தல். கொங்குக் கவுண்டர் வாழ்வியல் சடங்குகளிலும் தப்படிக்க வேண்டும். இதற்குக் கூலி வழங்கப்படும்.	அன்றாடம் ஒருவர் காவல் காக்க வேண்டும்.	வேலைபார்க்கும் ஒருவருக்கு ஒரு வேளை மதியஉணவு. வழக்கம் போல ஆண்டுக்கு 96 படி/மரக்கால் தானியம் வழங்கப்படும்.
இடங்கைப் பிரிவு				
சோழி ஆசாரி	இரும்பு, வெண்கலம், பித்தளை, மரம். கல் மற்றும் விலை உயர்ந்த உலோகங்களில் கைவினைத் திறன்	எந்தக் குறிப்பிட்ட உரிமையும் இல்லை	எந்தவிதத் தனிக்கடமையும் கிடையாது. அழைத்தால் வர வேண்டும்.	இல்லை.
கோமுட்டிச் செட்டியார்[3]	வணிகர்	எந்தக் குறிப்பிட்ட உரிமையும் இல்லை.	எந்தவிதத் தனிக்கடமையும் கிடையாது. அழைத்தால் வரவேண்டும்.	இல்லை.
கைக்கோள முதலியார்[4]	நெசவாளர்	எந்தக் குறிப்பிட்ட உரிமையும் இல்லை (கூத்தர்கள், அண்ணாவிகள் விதிவிலக்கு.)	எந்தவிதத் தனிக்கடமையும் கிடையாது. அழைத்தால் வரவேண்டும்.	இல்லை.
வடுக நாயக்கர்	கிணறு வெட்டுபவர். கட்டுமானத் தொழில்	எந்தக் குறிப்பிட்ட உரிமையும் இல்லை	எந்தவிதத் தனிக்கடமையும் கிடையாது. அழைத்தால் வரவேண்டும்.	இல்லை.
கூடைக் குறவர்	காவல்காரர், கூடை முடைபவர், ஆரூடம்/ குறி சொல்பவர்.	கிராம காவல்காரர் உரிமை. குறி சொல்லுதல். பணம் வாங்கிக் கொண்டு தேவையான	தகவல் சொல்பவராகவும் ஓடும் பிள்ளையாகவும் ஒருவர் அல்லது ஒன்றுக்கு மேற்பட்டோர்	ஆண்டுக்கு 100 படி/ மரக்கால் தானியம் வழங்கப்படும்.

அட்டவணை 1.2 (தொடர்ச்சி)

கிளைச்சாதி பெயர்	பொதுத்தொழில்	கிராமத்தில் தனி உரிமை	நேரடி சன்மானம்/கூலி இல்லாமல் பட்டக்காரருக்குத் தனிப்பட்ட முறையில் வழங்கும் பணிகள்	பட்டக்காரரிடம் மறைமுகமாகப் பெறும் சன்மானம்
கூடைக் குறவர்		கூடைகளை முடைந்து தருதல்.	பட்டக்காரருக்கு ஊழியம் செய்ய வேண்டும்.	
மொரசு மாதாரி	தோல் பணியாளர்கள், கள கூலிகள்.	இறந்த கால்நடைகளை அப்புறப்படுத்த வேண்டும். கிராம மக்களுக்குத் தேவையான தோல் சாமான்களைச் செய்து கொடுத்துப் பணம் வாங்கிக் கொள்ள வேண்டும்.	பட்டக்காரர் அழைக்கும் போது வீட்டுக்கு ஒருவர் சென்று நிலத்தில் வேலைகளைச் செய்ய வேண்டும்.	வேலைபார்க்கும் ஒருவருக்கு ஒருவேளை மதிய உணவு.

குறிப்புகள்: இத் தகவல்கள், பழையக்கோட்டையில் பட்டக்காரர் ஆதிக்கத்தில் உள்ள மூன்று கிராமங்களில் ஒன்றைச் சேர்ந்த ஒக்கசண்டி பண்டாரம் பூசாரி(தகவலாளி20) அளித்த தகவல்கள் ஆகும். தனது சாதிக்குள் சுழல் முறையில் அளிக்க வேண்டிய ஊழியத்தை இவர் ஆண்டுக்குப் பல நாட்கள் வழங்குகிறார்.

[1]இங்குக் கணக்குப்பிள்ளை என்பது பட்டம்தான். கிளைச்சாதி அடிப்படையில் கைக்கோள முதலியார் சமுதாயத்தைச் சேர்ந்தவர். (பார்க்க: குறிப்பு 4)

[2]கொங்கு வண்ணார் என்று இங்குக் குறிப்பிடுவது வலங்கைப் பிரிவு உறுப்பினர்களுக்கான வண்ணார் ஆவர். இடங்கைப் பிரிவு உறுப்பினர்களுக்கான வண்ணார் பற்றியும் இந்தப் புத்தகத்தில் குறிப்பிடப்படுகிறது. ஓலப்பாளையத்தில் நான் தங்கியிருந்த காலத்தில் பாரம்பரிய வழக்கப்படி இந்தப் பிரிவினை அங்கு ஊழியம் செய்த வலங்கைப் பிரிவுக்கான வண்ணார்கள் சில ஆண்டுகள் முன்பே இடம்பெயர்ந்திருந்தனர். இதனால் இடங்கைப் பிரிவினருக்கான வண்ணார்கள் உள்ளே வந்தனர். அவர்களே வலங்கை, இடங்கை இரு பிரிவுகளுக்கும் ஊழியம் செய்ய வேண்டியிருந்தது. ஆனால் சடங்குகளின்போது இடங்கைப்பிரிவு வண்ணாருக்கான இடமே அவர்களுக்கு அளிக்கப்பட்டது. மேலும், தொழில்நுட்பரீதியில் இங்கு விவரிக்கப்படும் வலங்கை வண்ணார் தகவல்கள் பழையகோட்டை பகுதிக்கு மட்டுமே உரியதாகக்கொள்ளவேண்டும்.

[3]முதலியார் போன்று செட்டியாரும் பாரம்பரியமாக வலங்கை, இடங்கை எனப் பிரிக்கப்பட்டுள்ளனர். எனது தகவலாளிகளால் வலங்கை எனக் கூறப்பட்ட ஒரே சமுதாயம் கொங்குச் செட்டியார்தான். ஆனால் யாரும் பழையகோட்டைப் பகுதியில் வசிக்கவில்லை.

[4]முதலியார் என்பது பெரிய, பல பிரிவுகளைக் கொண்ட குழு. போர் வீரர்களாகவும் நெசவாளர்களாகவும் இருப்பதுடன், சில கிளைச்சாதிகள் கோயில் ஊழியர்களாகவும் உள்ளனர். ஒரு கிளைச்சாதி தேவதாசிகளை வழங்குகிறது. இப்பிரிவின் ஆண்கள் நாட்டியக்காரர்களாகவும், வாத்தியக்காரர்களாகவும் கோயில்களில் பணியாற்றுகின்றனர். ஆனால் வலங்கை, இடங்கை இரு பிரிவு முதலியார்களும் கோயில்காரியங்களில் ஈடுபடுகின்றனர்.

இடங்கைப் பிரிவில் கீழ்நிலையில் உள்ள இரண்டு சாதிகள் மட்டும் பட்டக்காரர்கள் தொடர்பில் இரு குறிப்பிட்ட உரிமைகள் கொண்டுள்ளனர். கீழ்நிலையில் இருக்கும் குறவர்கள் அன்றாட கூலி அடிப்படையில் கள வேலைகள் பார்க்கிறார்கள். முன்பே குறிப்பிட்டபடி தீண்டத்தகாத சாதிகளில் வலங்கை, இடங்கைப் பிரிவுகளைச் சேர்ந்தவர்களான பறையர், குறும்பர், மாதாரி ஆகிய சமுதாயங்கள் இடையேயான பொருளாதார வேறுபாடு என்பது மிகவும் குறைவானது. இத்தகைய குழுக்களுக்கு இடையேயான உணர்வுபூர்வமான உணர்ச்சிகள் உயர்நிலையில் இயங்குகிறது. ஆனால் இவர்களின் சமூகப் படிநிலையைப் பொறுத்தே, அறுவடைக்குப் பின்னான கூலி வழங்கப்படுகிறது.

இரு பிரிவு உறுப்பினர்களும் வாங்கும் ஊதியத்தில் தொழிற்படும் வேறுபாடுகளைக் கவனிப்பது மிக முக்கியமானது ஆகும். வலங்கைக் கிளைச்சாதிகளைப் பொறுத்தவரை ஊதியம் பாரம்பரியத்தின்படி இறுதி செய்யப்படுவதுடன் ஆண்டுக்கு ஒரு தடவை அறுவடையின் போது மொத்தமாகத் தரப்படுகிறது. மாறாக, இடங்கைக் கிளைச் சாதிகளுக்கு நிர்ணயமான கூலி கிடையாது என்பதுடன், வேலை முடிந்தவுடன் கூலி தரப்பட்டுவிடுகிறது. உதாரணமாக, ஆறு வலங்கைக் கிளைச்சாதிகள் முன் பிரிவில் வருகிறார்கள். அவர்களில் மூவர் வண்ணார், நாவிதர், பறையர் ஆகிய பிரிவினர் அன்றாடம் ஒருவரை பட்டக்காரர் வீட்டுக்கு அனுப்புகிறார்கள். தமது பாரம்பரிய மான ஊழியத்தை அங்கு வழங்குகிறார்கள். அத்துடன் தகவல் சொல்பவர்களாகவும், ஏவலாளிகளாகவும் ஓடும்பிள்ளையாகவும் வேலை பார்க்கிறார்கள். இவர்களில் ஒவ்வொரு குடும்பத்தினரும் ஆண்டுக்கு 96 படி தானியம் பெறுகிறார்கள். மேலும், பட்டக்காரர் குடும்பத்தின் வாழ்க்கை வட்டச் சடங்குகளின்போது துணிமணி களையும், உணவையும் பெறுகிறார்கள். நிலத்தில் நேரடியாகப் பாடுபடவும் அறுவடை செய்யவும் இரண்டு குழுக்களுக்குத்தான் உரிமை உள்ளது. ஒன்று, பட்டக்காரரின் சொந்த சாதியான கவுண்டர் சாதி. மற்றொன்று மரமேறி நாடார் சமுதாயம். கவுண்டர், நாடார் இருவரும் பட்டக்காரருக்குக் குத்தகை/வாரம் தர வேண்டும்.[64] இது பணமாகவோ, உழைப்பாகவோ, பொருளாகவோ தரப்படலாம். இவ்வாறு கவுண்டர்கள் மண்ணிலும், நாடார்கள் பனைமரங்களி லிருந்து சாறு/கள்ளு இறக்கவும், பழம், இலை போன்றவற்றைப் பயன்படுத்திக்கொள்ளவும் உரிமை பெற்றிருந்தனர்.

பட்டக்காரர் குடும்பத்துக்கு இந்தச் சமூகங்களிலிருந்து வீட்டுக்கு ஒருவரை அனுப்பும் பொறுப்பு சுழற்சி முறையில் செயல்படுத்தப் படுகிறது. ஆண்டு முடிவில் 96 மரக்கால்/படி தானியம் வேலை யாட்களை அனுப்பிய வீடுகளில் உள்ள தலைக்கட்டுகள் அடிப்படையில் பிரித்து வழங்கப்படுகிறது.[65] நான்காவது குழு (பண்டாரம் அல்லது உள்ளூர் பூசாரி, பூகட்டுபவர், சாப்பாட்டு இலை வழங்குபவர்) ஒவ்வொரு நாளும் பட்டக்காரர் வீட்டுக்கு இரண்டு பேரை அனுப்ப வேண்டும். ஒருவர் மாரியம்மன் கோயிலில் பூசை செய்வார். மாரியம்மன் கிராம அல்லது வருவாய்க் கிராம தெய்வம்; உள்ளூர்க் காவல் தேவதையாகவும் இருக்கிறாள். மற்றொருவர் பட்டக்காரர் உபயதாரராக உள்ள பட்டக்காரர் குல தெய்வக் கோயிலில் பூசை செய்ய வேண்டும். இங்குள்ள வேலைகளுக்கு ஏற்ப உள்பிரிவினை செய்யப் படுகிறது. சில பண்டார வீடுகளுக்கு ஒரு கோயிலில் உரிமை இருக்கும். மற்ற வீடுகளுக்கு மற்ற கோயிலில் உரிமை இருக்கும். இந்த இரு பிரிவுகளுக்கும் தனித்தனியாக ஆண்டுதோறும் 96 மரக்கால்/படி தானியம் வழங்கப்படுகிறது. இந்த நான்கு குழுக்களிடமிருந்து இதே சமுதாயப் பணிகளைப் பயன்படுத்தும் கவுண்டர்கள் மற்றும் இதர நிலவுடைமையாளர்களிடமிருந்தும் சிறிதளவு தானியத்தைப் பண்டார கிளைச்சாதியினர் பெறுகிறார்கள். இந்தக் கிளைச்சாதிகள் இவ்வாறு பெறும் மொத்த வருவாய் அட்டவணை 1.2இல் தனிப்பட்ட அளவில் கூறப்பட்டுள்ளதைக் காட்டிலும் அதிகம் ஆகும்.

அட்டவணை 1.2இல் காட்டும் விவரங்கள் கடந்த காலத்தில் விரிவான அளவில் நிலவிய நில உரிமைகளை எதிரொலிப்பதாக எடுத்துக்கொண்டால், நிலம் மற்றும் நில உடைமையாளர்கள் மீது வலங்கைச் சமுதாயங்கள் கொண்டுள்ள அதே உரிமைகளை இடங்கைச் சமுதாயங்கள் கொண்டிருக்கவில்லை என்றும், கொண்டிருந்தது மில்லை என்றும் காணலாம். இந்தப் பொருளாதாரப் பிரிவினைகளை வலங்கைப் பிரிவுச் சமுதாயங்கள் இடையேயும் காணமுடியும். உயர்நிலைக் குழுக்கள் இடையேயும் இந்த இரு பிரிவுகளிடையே பொருளாதார வேறுபாடுகள் ஏற்கனவே நிலவுவதைக் காணமுடியும். இரு பிரிவுகளிலும் சமூகப் படிநிலையில் அடிமட்டத்தில் உள்ள கிளைச்சாதிகள் தங்கள் வாழ்வாதாரத்துக்கு நில உடைமையாளர் களையே சார்ந்துள்ள நிலையில் தங்களுக்கான பொருளாதார ஏற்பாட்டில் இந்த இரு பிரிவுகளின் கீழ்நிலைக் கிளைச்சாதிகள் ஒருங்கிணைய வேண்டியுள்ளது. கீழ்நிலைக் குழுக்களின் இந்தப் பொருளாதார ஒருங்கிணைவு மிகத் தெளிவாக இந்தச் சமுதாயங்களின்

சமூக அமைப்பிலும் ஒருங்கிணைவதன் மூலம் இணையாக வைக்கப் படுகின்றன. இந்த ஒருங்கிணைவின் விரிவான உதாரணங்கள் பின்வரும் இயல்களில் விவாதிக்கப்படுகின்றன.

காலநிலை, விவசாயச் சுழற்சி, பண்டிகை நாள்கள்

கொங்கு மண்டலம் மழை குறைவுப் பகுதி என்பதால் மீண்டும், மீண்டும் பஞ்சங்களை அனுபவித்துவருகிறது. கொங்குநாடு முழுவதும் சீரான மழை கிடையாது; ஏற்றத்தாழ்வான மழையே பொழிகிறது. மேலும், மதராஸ் மாநிலத்திலேயே கொங்கு மண்டலம் பகுதியில்தான் மழை அளவு முன்கூட்டியே எதிர்பார்க்க முடியாத நிலை உள்ளது. ஆண்டு மழை அளவும் 35 விழுக்காடு வேறுபடுகிறது.[66] மேலும், மழை ஆண்டுதோறும் சீராகவும் பொழிவதில்லை. ஆண்டுக்கு இரண்டு பருவங்கள் மட்டுமே மழை இருக்கிறது. கோடைப் பருவத்தில் இடியுடன்கூடிய மழை முதலாவது பருவம். இரண்டாவது வடகிழக்குப் பருவக்காற்றின்போது கனமழை பொழிகிறது. அதிக மழை பொழியும் ஆண்டுகளில் வெள்ளப் பெருக்கும் ஏற்படுகிறது. இந்த இரண்டுக்கும் இடையில் தென்மேற்குப் பருவக்காற்றின்போது சில இடங்களில் மழைபொழிவு இருக்கும். பிற இடங்களில் பலத்த காற்று மட்டும் வீசும்.

வெப்பநிலையில் காணப்படும் வேறுபாடுகளும் இணைந்து உள்ளூர் மக்கள் எண்ணப்படி நான்கு பருவங்களாகப் பிரிக்கப் படுகிறது. முதலில் வெயில் காலம், வெப்பம் அல்லது கோடைக் காலம். பிப்ரவரி பிற்பகுதி முதல் ஜூன் இறுதிவரை. இரண்டாவது காற்றுக்காலம், ஜூலை, ஆகஸ்டில் அதிக காற்று வீசும் காலம். மூன்றாவது மழைக் காலம், செப்டம்பர் முதல் நவம்பர் வரை அதிக மழை பொழியும் காலம். நான்காவது பனிக்காலம்-டிசம்பர் தொடங்கி பிப்ரவரி முதல்பாதிவரை நீடிக்கும். இவற்றில் எந்தப் பருவகாலமும் குறிப்பிட்ட ஒரு தேதியில் தொடங்கி குறிப்பிட்ட ஒரு தேதியில் முடிவதில்லை. இந்த உள்ளூர்க் காலநிலை மாறுபாடுகளே இதன் பண்பு எனலாம்.

மழைப் பொழிவு அமைப்பும், தொடர்ச்சியான மழையின்மையும் கொங்குப் பகுதியில் மிக முக்கியத்துவம் கொண்டதாகும். ஏனெனில் இங்குப் பலவிதமான மண் வகைகள் காணப்படுகின்றன. கோவை மாவட்ட நிலம் வெறும் மணலாகவோ பாறையாகவோ அல்லது சல்லிகளாகவோ இருக்கிறது.[67] கொங்கு மண்டல மண் 67.5

விழுக்காட்டுக்கும் அதிக இரும்புச்சத்துடன் செந்நிறமாகக் காணப்படுகிறது.[68] இந்த வகை நிலம் மணல்பாங்காக இருப்பதால் நிலத்தில் ஈரத்தன்மை இருப்பதில்லை. மழைநீர் உடனடியாக வடிந்துவிடுகிறது. உள்ளடுக்குகளில் பாறை உள்ளதால் நிலத்தடியில் நீர் தேங்காது. ஆனால் ஆழமான கிணறுகளில் நீரைச் சேமிக்க முடியும். இந்தப் பகுதியின் விவசாய வளத்தின் பெரும்பகுதி இந்தக் கிணறுகளைச் சார்ந்தே உள்ளது. இந்தக் கிணறுகளைச் சுற்றித் தோட்டங்கள் பாத்திகளாக உள்ளன. பாசனத்துக்கான நீர் எந்த அளவுக்குச் சாத்தியமாயிருக்கிறதோ அந்த அளவுக்கே நிலம் மதிப்பிடப்படுகிறது. இத்தகைய புவியியல் தன்மைகளால் நடவு மற்றும் சாகுபடி காலங்கள் மழைப்பொழிவு அமைப்பு, சாகுபடிக்குள்ளாகும் நிலத்தின் தன்மை ஆகியவற்றோடு நெருங்கிய தொடர்புகொண்டுள்ளன.

கொங்குப் பகுதியில், நீர்வளமும் மண்வளமும் மிக்க சிறந்த நிலம் வயல் என்று அழைக்கப்படுகிறது. ஆறு, கால்வாய் ஓரங்களிலும் அரசு பாசனத் திட்டங்கள் செயல்படும் பகுதிகளிலும் வயல் காணப்படும். இத்தகைய நிலம் நெல் சாகுபடிக்கும் கரும்பு சாகுபடிக்குமே பெரும்பாலும் பயன்படுத்தப்படுகிறது. இது அதிக மதிப்புடையது. ஒரு ஏக்கர், இரண்டு ஏக்கர் வைத்திருக்கும் விவசாயிகூட கணிசமான வருவாய் பெறுவதுடன் சமுதாயத்தில் அவர் மதிப்பும் உயர்கிறது. இரண்டாவது சிறந்த நிலம் நல்ல ஆழ்கிணறுகளால் பாசனம் பெறும் தோட்டம் ஆகும். இந்த நிலத்தில் நெல் சாகுபடி செய்யமுடியும் என்றாலும் பருத்தி, புகையிலை, காய்கனிகள், பருப்பு வகைகள் போன்றவையே இந்நிலத்துக்குப் பொருத்தமானவையாகும். அனைத்து முக்கிய குடியிருப்புப் பகுதிகளிலும் வசதிமிக்கவர்கள் தோட்ட உரிமையாளராகவும் உள்ளனர். பெரும்பகுதியான நிலம் காடு என்றே அழைக்கப்படுகிறது. இந்த மூன்று வகை நிலங்களில் காடு மட்டுமே மழை சார்ந்த நிலமாகும். அதாவது வேறுவகையான பாசன வசதிகள் கிடையாது. கன மழை தொடங்கியதும் காடுகளில் விதை விதைப்பு நடக்கிறது.

மண்ணின் ஈரப்பதத்தில் வளர்ந்துவிடுமென்ற நம்பிக்கையின் அடிப்படையில் விவசாயம் செய்யப்படுகிறது. இந்த நிலத்தில் உள்ளூர் பருப்பு வகைகள், தானியங்கள் விளைகின்றன. இவை அனைத்துமே பாரம்பரிய விவசாயச் சடங்குகளுடன் நெருக்கமான தொடர்பு கொண்டுள்ளன. பொதுவாக, ஆண்டுக்கு ஒரு பருவம் மட்டுமே பயிரிடப்படுகிறது. நல்ல மழை இருக்கும் ஆண்டுகளில் இரண்டாவது

பருவத்துக்கு முயற்சிசெய்யப்படுகிறது. பருவங்களுக்கு இடையே காடு மேய்ச்சல் நிலமாகப் பயன்படுத்தப்படுகிறது. எனவே, தோட்டமும் காடும் மாறுபட்ட காலங்களில் சாகுபடி செய்யப்படுகின்றன. இதே இயலின் பிற்பகுதியில் கொடுக்கப்பட்டிருக்கும் விளக்கப்படம் 1.4 விவசாயச் சுழற்சி, நடவு/விதைத்தல், அறுவடை காலங்கள், சாகுபடி செய்யப்படும் பயிர்கள், பருவச் சுழற்சி, மழை அமைப்பு, சில குறிப்பிட்ட சடங்கு பூசைகள் இவை ஒவ்வொன்றும் எவ்வாறு ஒன்றோடொன்று இணைக்கப்பட்டுள்ளன என்பதை விளக்குகிறது.

கொங்குப் பகுதியில் பயிரிடப்படும் முக்கியமான தானியங்கள்: கம்பு, சோளம், கேழ்வரகு. இந்த மூன்றில் கம்பு, சோளம் இரண்டும் காடுகளிலும் வளரும். கம்பு (*Penicellaria spicata*) - சிறிய பசுமைநிற தானிய மணி ஆகும். இது மிக வேகமாக வளர்வதுடன் மிக அதிக சடங்கியல் முக்கியத்துவம் கொண்ட தானியம் ஆகும். சோளம் (*Holcus sorgum*) தோற்றத்திலும் ருசியிலும் மக்காச்சோளத்தை ஒத்தது. ஆனால், கம்பைவிட மெதுவாக வளரும். ஆனால், மூன்று தானியங்களுமே அதிக சாகுபடியை அளிக்கவல்லவை. மூன்றாவது முக்கிய தானியம் கேழ்வரகு (*Eleusine coracana*). மிகச் சிறிய, அடர் அரக்குநிற, அதிக ஊட்டச்சத்து மிக்க தானியம். இது நாற்றுவளர்த்து நடப்படவேண்டும் என்பதால் மற்ற இரண்டு தானியங்களைவிட அதிக தண்ணீர் தேவைப்படும் தானியமாகும். அதனால் காட்டு நிலத்தில் பயிரிட முடியாது. காட்டு நிலத்தில் பல வகையான பருப்பு வகைகள் விதைக்கப்படுகின்றன. ஆனால், நல்ல தண்ணீர் விநியோகமும் தோட்டப் பயிர் நிலைமைகளும் தேவைப்படும். வறட்சி, பஞ்சம் நிலவும் காலங்களில் காட்டுப் பயிர்கள்தாம் ஒப்பீட்டளவில் உணவுப்பொருள் தேவையை ஈடுசெய்கின்றன.[69]

விளக்கப்படம் 1.4இல் தரப்பட்டுள்ள தகவல்கள் சுட்டிக்காட்டுவது போல, சூரியனின் திசைவழி, பருவங்களின் சுழற்சி, விவசாய சுழற்சி, சடங்குங்களின் ஆண்டு அட்டவணை ஆகியவை குறிப்பிட்ட அளவுக்கு ஒன்றையொன்று சார்ந்து இயங்குகின்றன. விழாக்களைப் பொறுத்தவரை ஒவ்வோர் ஆண்டும் இரண்டு முக்கிய நோன்புகளால் அல்லது குடும்ப விரதங்களால் குறிக்கப்படுகின்றன. இவற்றில் முதல் நோன்பு தைமாதத்தின் முதல் மூன்று நாள்கள் அல்லது ஜனவரி மாதத்தின் மத்தியில் மூன்று நாள்கள் கடைப்பிடிக்கப்படுகின்றன. இரண்டாவது நோன்பு ஆடி மாதத்தின் 18ஆம் நாள் அல்லது ஜூலை மாதத்தின் கடைசிநாள் அல்லது ஆகஸ்டு மாதத்தின் முதல் நாளில்

கடைப்பிடிக்கப்படுகிறது. தை முதல் தேதி என்பது மரபான தமிழ் ஆண்டு முறைப்படி ஆண்டின் முதல் நாளாகும்; ஆனால் தற்போது அதிகாரப்பூர்வமாக அறிவித்துள்ளபடி சித்திரை 1 அன்றே தமிழ் ஆண்டு தொடங்குவதாகப் பின்பற்றப்படுகிறது.[70]

சித்திரைதான் அதிகாரப்பூர்வமான ஆண்டுப்பிறப்பு என அறிவிக்கப்பட்டிருந்தாலும், பாரம்பரியமாகத் தை மாதமே ஆண்டுத் தொடக்கத்தைக் காட்டுவதால், இம்மாதத்தின் முதல் நாளை மறுபிறப்பு, மறு தொடக்கம் ஆகியவற்றோடு இணைத்துச் சடங்காகக் கொண்டாடப்படுவதில் வியப்பில்லை. தை என்ற சொல்லின் பொருளே 'பச்சைச் செடி' அல்லது 'இளமை' என்பதாகும். தை விழா குறிப்பாகக் குழந்தைகள் அதிலும் இளம் சிறுமிகளுக்காகக் கொண்டாடப்படுகிறது. தை முதல் நாள் நோன்பு சங்கராந்தி என்று அழைக்கப்படுகிறது. சங்கராந்தி என்பது சூரியன் திசைவழியில் ஒரு ராசியிலிருந்து அடுத்த ராசியை நோக்கி நகர்வது ஆகும். இது பனிக் காலப் பயணம்; உத்தராயணம் எனப்படுகிறது. தற்போது விண்ணியல் மாற்றங்களால் டிசம்பர் 22 அன்றே சங்கராந்தி நிகழ்ந்தாலும், தை நோன்பு ஜனவரி மத்தியில் கடைப்பிடிக்கப்படுகிறது. அதாவது ஒரு காலத்தில் தை முதல்நாள்தான் துல்லியமாக சங்கராந்தி நடைபெறும் நாளாக இருந்ததால் அதேநாள் மரபாகப் பின்பற்றப்பட்டு வருகிறது.[71] தை முதல் நாளில் மட்டும்தான் சூரியனுக்குப் (அரிசி) பொங்கல் படைக்கப்பட்டு வழிபடப்படுகிறது. அதன்பிறகுதான் மற்றவர்களுக்கு நெல் பகிர்ந்தளிக்கப்படுகிறது.

இரண்டாவது முக்கிய குடும்ப நோன்பு ஆடி நோன்பு, ஜூலை கடைசியில் கடைப்பிடிக்கப்படுகிறது. இது கோடைக்கால சூரியப் பயணத்தைக் (தட்சிணாயனம்) குறிக்கிறதா என்பதைத் தெளிவாகக் கூறமுடியவில்லை. முதல் நோன்பு போலல்லாமல் இது ஏன் 18ஆம் நாள் கொண்டாடப்படுகிறது என்பதற்கு உள்ளூர் மக்களால் மகாபாரதக் கதை சொல்லப்படுகிறது.[72] முதல் 18 நாள்கள் பாண்டவர்கள் தாங்கள் இழந்த நாட்டை கௌரவர்களிடம் இருந்து மீட்பதற்காக நடத்திய குருசேத்திர போரைக் குறிக்கிறது. நாம் கி.பி 400ஐ நோக்கிப் பின்நகர்ந்தால் ஆடி முதல் நாளிலேயே தட்சிணாயனம் தொடங்கியதைக் காணமுடியும். சூரியனின் பயணம் திரும்பிய அந்த 18 நாள்கள் கடுமையான போராட்டமாக இருந்ததைக் குறிப்பதற்காக, முதல் நாள்களை விடுத்து, நல்லகாலம் தொடங்கிய ஆடி 18ஆம் தேதியே பொருத்தம் என்று மக்கள் கண்டிருக்கலாம் என்று

வேளாண் நடவடிக்கைகள்

கூலிப்பெண்கள் ராகி நடுகிறார்கள். அனைத்துச் சாதிப் பெண்களும் இந்த மாதிரியான வேலைகளில் ஈடுபடுகிறார்கள்.

ஒரு கவுண்டர் இளைஞர் உழுகிறார். உழுவதற்கு உள்ளூர் சாதிமாடுகளையே பயன்படுத்துகிறார்கள். ஆனால், ஏர்முனைகளில் உலோகப் பூண் பூட்டப்பட்டிருக்கின்றன.

கொங்குப் பகுதியில் நீர் இறைக்கப் பாரம்பரியமான கமலை முறையே பயன் படுத்தப்படுகிறது.

தோன்றுகிறது. மற்றொரு பார்வையில், சூரியனின் திசைவழி விண்ணியல் நிகழ்வுகளின்படியே இந்த 18 நாள்கள் சூரியனின் இயல்பான பயணம் தடுக்கப்பட்டிருக்கலாம் என்று கூறப்படுகிறது. அதற்கேற்ப மகாபாரதப் போரின்போது விஷ்ணு தனது சக்கராயுதத்தை ஏவி சூரியனை மறைத்ததால் பூமியில் இருள் சூழ்ந்ததாகக் கூறப்படுகிறது. ஆறுமாத கால சுழற்சியின் முதல் நாள்களில் பகல் பொழுது படிப்படியாகச் சுருங்குவது குறியீடாகப் பார்ப்பது பொருத்தமாக இருக்கிறது.

சூரியனின் பயணத்தோடு ஆடித் திருவிழாவை இணைத்துக் கூறப்படும் இந்த ஊகமான பரிந்துரைகளும் மூதாதையர்கள் நினைவாகக் கடைப்பிடிக்கப்படும் இந்த நோன்பு மேற்கொள்ளப் படும் முறையும் பொருந்தத்தக்கதாக இருப்பதைக் காணலாம். தை மாதம் செல்வம் பெருகும் மாதமாகப் பார்க்கப்படுகையில் ஆடி மாதம் அபாய மாதமாகப் பார்க்கப்படுகிறது. பொதுவாக வளர்பிறை நல்ல அறிகுறியாகப் பார்க்கப்பட்டாலும், ஆடி மாதத்தில் முதல் பாதியில் பிரகாசமாகத் தோன்றும் சந்திரன்கூட துர்சகுனமாகப் பார்க்கப்படுகிறது. நோன்பு நாளில் மூதாதையர் நினைவுநாள் கடைப் பிடிக்கப்படுவது அல்லாமல், ஆடி மாதம் அதீதங்களின் பயங்களோடும் தொடர்புடையதாக இருக்கிறது. இந்த மாதத்தில்தான் காவிரியில் பெரும் வெள்ளம் புரண்டு ஓடும் என நம்புகின்றனர். சிவனின் மனைவி பார்வதி முதல் முதலாக மாதவிலக்கான நாள் ஆடி மாதத்தில் தான் என நம்பப்படுகிறது.[73] அதீதம், வெள்ளம் கரைபுரண்டோடுதல் ஆகியவை குழந்தை பிறப்புடன் சேர்ந்து வெளியேறும் அசுத்தப் பொருளுடனும் மாசினை உருவாக்கும் வெப்பத்துடனும் இணைக்கப் பட்டிருக்கிறது. இந்தக் கருத்துகள் சிந்தையில் இருத்தப்படுகையில், காலநிலையைப் பொறுத்தவரை ஆடி மாதம் வெப்பமானது, தை மாதம் குளிர்ச்சியானது.[74]

இரண்டு நோன்புகள் மூலம் ஓர் ஆண்டுத்திரட்டு அறியப்படுவது உடனடியாக மொத்த ஆண்டு நாட்காட்டியையும் இரு பாதிகளாகப் பிரிக்கிறது. ஆண்டின் முதல் பாதியாகத் தை முதல் ஆடிவரையான ஆறு மாதகாலம், சூரியன் வடக்கு நோக்கிப்பயணிக்கிறது; பகல் பொழுது படிப்படியாக அதிகரிக்கிறது. இரண்டாவது ஆறு மாத காலத்தில் சூரியன் மீண்டும் தெற்கு நோக்கிப் பயணிக்கிறது; பகல் பொழுது படிப்படியாகச் சுருங்குகிறது. பதிப்பிக்கப்படாத அண்மை ஆராய்ச்சி ஒன்று, பகல்பொழுதுச் சுருக்கம் அதிகரிப்பு என்ற

விளக்கப்படம் 1.4: **விவசாய சுழற்சியும் அது தொடர்பான விழாக்களும்**

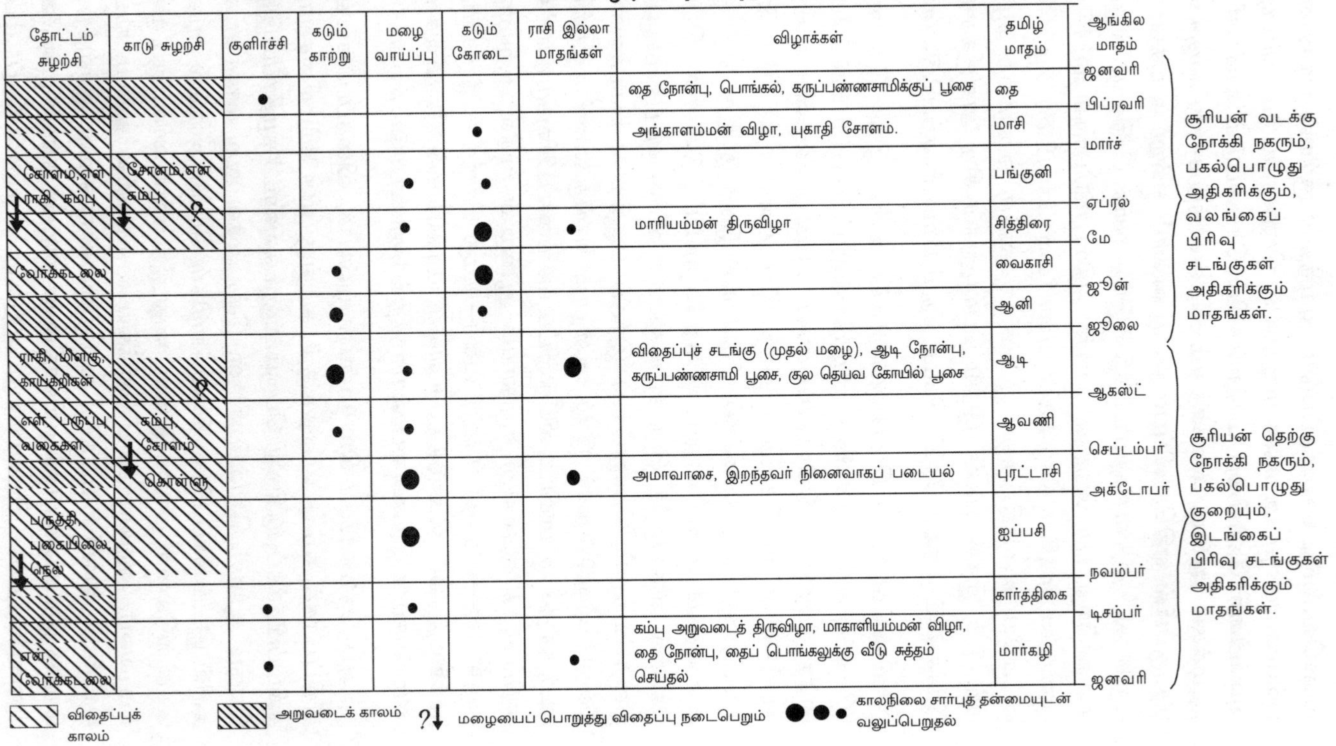

தோட்டம் சுழற்சி
காடு சுழற்சி
குளிர்ச்சி
கடும் காற்று
மழை வாய்ப்பு
கடும் கோடை
ராசி இல்லா மாதங்கள்
விழாக்கள்
தமிழ் மாதம்
ஆங்கில மாதம்
சோளம்,எள் கம்பு
தை நோன்பு, பொங்கல், கருப்பண்ணசாமிக்குப் பூசை
அங்காளம்மன் விழா, யுகாதி சோளம்.
மாரியம்மன் திருவிழா
விதைப்புச் சடங்கு (முதல் மழை), ஆடி நோன்பு, கருப்பண்ணசாமி பூசை, குல தெய்வ கோயில் பூசை
அமாவாசை, இறந்தவர் நினைவாகப் படையல்
கம்பு அறுவடைத் திருவிழா, மாகாளியம்மன் விழா, தை நோன்பு, தைப் பொங்கலுக்கு வீடு சுத்தம் செய்தல்
தை
மாசி
பங்குனி
சித்திரை
வைகாசி
ஆனி
ஆடி
ஆவணி
புரட்டாசி
ஐப்பசி
கார்த்திகை
மார்கழி
ஜனவரி
பிப்ரவரி
மார்ச்
ஏப்ரல்
மே
ஜூன்
ஜூலை
ஆகஸ்ட்
செப்டம்பர்
அக்டோபர்
நவம்பர்
டிசம்பர்
ஜனவரி
சூரியன் வடக்கு நோக்கி நகரும், பகல்பொழுது அதிகரிக்கும், வலங்கைப் பிரிவு சடங்குகள் அதிகரிக்கும் மாதங்கள்.
சூரியன் தெற்கு நோக்கி நகரும், பகல்பொழுது குறையும், இடங்கைப் பிரிவு சடங்குகள் அதிகரிக்கும் மாதங்கள்.
விதைப்புக் காலம்
அறுவடைக் காலம்
மழையைப் பொறுத்து விதைப்பு நடைபெறும்
காலநிலை சார்புத் தன்மையுடன் வலுப்பெறுதல்

விண்வெளிமீது செலுத்தப்படும் அழுத்தம், சூரியன் பலமாகவும் பலவீனமாகவும் ஆவதன் மாறுதலில் செலுத்தப்படும் அழுத்தம், வளர்பிறை தேய்பிறை மாற்றங்களில் செயல்படும் விண்ணியல் அழுத்தம் ஆகிய அனைத்தும் தென்னிந்தியச் சடங்குகளின் தொகுப்பில் எதிரொலிப்பதைக் காணலாம் என்று அழுத்தமாகக் கூறுகிறது.[75] தத்துவார்த்த மட்டத்தில் இந்து யோகா பிரதிகளுடன் ஒருங் கிணைகிறது; பரம்பொருள் மலர்ச்சி, எதிர் பரம்பொருள் வீழ்ச்சி. ஓர் ஆண்டில் முக்கிய நிகழ்வுகள் வளர்பிறை தேய்பிறை சுழற்சியை ஒட்டியே அமைகின்றன. இருவாரங்களுக்கு ஒருமுறை சுழற்சி ஏற்படும் இதன் பகல், இரவு பொழுதுகள் சிறு அலகுகளாகப் பிரிக்கப்பட்டு நல்ல நேரம், கெட்ட நேரம் தீர்மானிக்கப்பட்டுள்ளன.[76]

விண்வெளியின் பொதுஅமைப்பில் உள்ள இந்த இணைப்பு ஏற்பாட்டின் சிறப்பு உள்ளூர் விழாக்களிலும் பின்பற்றப்படும்போது இதே போன்ற எதிரொலிப்புகளே தோன்றுகின்றன. ஆண்டுச் சுழற்சியின் முக்கியமான இந்த இரு புள்ளிகளும் நோன்புச் சடங்குகளுடன் இணைக்கப்பட்டுள்ளன. இந்த இரு சடங்குகளும் அனைத்துச் சாதிகளாலும் நிறைவேற்றப்பட்டுள்ளன. பெரிய கோயில்களில் இந்த இரு சடங்குகளை விரிவான பூசைகளுடன் நிறைவேற்றும் பொறுப்பை இந்தப் பகுதியின் பிராமணர்கள் நிறைவேற்றுகின்றனர். இந்த ஆஸ்தான சடங்குகளைச் சமூகத்தின் சடங்குத் 'தலைமை'யிடம் விட்டுவிட்ட வலங்கைப் பிரிவு சமுதாயங்கள், குறிப்பாகக் கவுண்டர் சமுதாயம் ஆண்டின் முதல் ஆறுமாதங் களுக்கான—தை முதல் ஆடி வரை—தமது சொந்த சடங்குகளுக்கு முக்கியத்துவம் கொடுத்து, உள்ளூர் மாரியம்மன் கோயில்களில் விமரிசையாக இதனை ஏப்ரல் மாதத்தில் கொண்டாடுகின்றனர்.

ஆடி நோன்புக்குச் சில நாள்கள் முன்பாக, விதைப்புச் சடங்கு, குறிப்பாகக் கம்பு விதைக்கும் சடங்கு மிக விமரிசையாகக் கடைப்பிடிக்கப்படுகிறது. பெரும்பாலும் கவுண்டர் சமுதாயம் இதில் பெரும் ஆர்வம் கொள்கிறார்கள். இந்த முதல் ஆறு மாதச் சடங்கு களில் இடங்கைப் பிரிவு கிளைச்சாதிகள் பெரிய அளவில் ஆர்வம் கொள்வதில்லை. மாறாக இரண்டாவது ஆறு மாதங்களில், ஆடி முதல் தை வரை, அறுவடையை நோக்கிய காலங்களில் ஆர்வம் காட்டு கிறார்கள். வலங்கைப்பிரிவு உயர்நிலைச்சாதிகளின் ஆர்வத்துக்கு மாறாக இடங்கைப் பிரிவு உயர்நிலைச் சாதிகள் தங்கள் முன்னோர் நினைவேந்தலை இரண்டாவது ஆறுமாத காலமான செப்டம்பர்—

அக்டோபரில் வரும் புரட்டாசி பவுர்ணமி நாளில் சிறப்புப் படையல் போன்ற சடங்குகள் மூலம் கடைப்பிடிக்கிறார்கள். இம் மாதங்களிலும் மார்கழி மாதத்திலும் பகுதி நோன்பு இருப்பதும் இவர்களின் வழக்கமாக இருக்கிறது.

வலங்கை-இடங்கைப் பிரிவுகளின் சடங்கியல் அமைப்பில் காணப்படும் இத்தகைய ஓர் உறவுநிலை எந்த வகையிலும் இணக்கம் பெற்றதில்லை. சில வலங்கைப் பிரிவு கிளைச்சாதிகள் புரட்டாசி மாதத்தில் விரதம் இருப்பதுடன் புலால் உணவு தவிர்க்கிறார்கள். சில இடங்கைப் பிரிவு கிளைச்சாதிகள் இதேபோல மாசி மாதத்தில் அங்காளம்மனுக்குச் சடங்குகள் நிகழ்த்தப்படும் போது விரதம் மேற்கொள்கிறார்கள்.[77] இதன்படி ஆண்டின் ஒளிமிக்க பாதி, இருள்மிக்க பாதி என இரு பகுதி அரையாண்டுகளில் ஒன்றில் வலங்கைப் பிரிவு துணைச்சாதிகளில் சடங்குகள் நிகழ்த்துகிறார்கள் என்றால் இடங்கைப் பிரிவினர் மற்ற பாதியில் சடங்குகளை நிகழ்த்துவதாக ஒருவர் துணிந்து கூற முடியும். இந்த அமைப்பை வலங்கை—இடங்கைப் பிரிவுகளின் நாட்டார் வரலாற்றில் காணப்படும் வித்தியாசங்களிலும் செயல்படுவதாகக் காணமுடியும்.

கொங்கு மண்டலத்தின் சாதிவாரி மக்கள்தொகை

கொங்குப் பகுதியில் சாதிரீதியாக உள்ள குடித்தொகைக் கணக்கெடுப்பு இந்த நூற்றாண்டின் (20ஆம் நூற்றாண்டின் -மொ-ர்) தொடக்கத்தில் எடுக்கப்பட்ட கணக்கெடுப்புகளில் மட்டும் கிடைக்கிறது. இது தொடர்பான தரவுகள் 1901, 1911, 1921 குடிமதிப்புத் தொகுப்புகளில் வழங்கப்பட்டுள்ளன. கொங்குச் சாதிகள் குறித்த துல்லியமான தகவல்கள் கிடைப்பதில்லை எனினும் மேற்சொன்ன குடிமதிப்பு அறிக்கைகள் மூலம் இந்தப் பகுதியில் வாழ்ந்த சாதிகளின் மக்கள்தொகை குறித்து ஒப்பீட்டளவில் நிறுவமுடிகிறது. 1921க்குப் பிறகு மக்கள்தொகைக் கணக்கெடுப்பு சாதி அடிப்படையில் நடத்துவதற்குக் கடுமையான எதிர்ப்பு எழுந்ததால் பிறகான குடிமதிப்புகளில் சாதிகள் சேர்க்க அனுமதிக்கப்படவில்லை. எனினும், குறிப்பாக கிராமப் பகுதிகளைப் பொறுத்தவரையில் 1921 குடிமதிப்பு காணப்படும் மக்கள்தொகையில் சாதிகளின் தொகை பெரிதும் வேறுபடுவதற்கு முக்கியக் காரணம் எதுவும் காணப் படவில்லை. கொங்கு மண்டலத்தின் தற்போதைய மக்கள்தொகை (1966) ஐம்பது லட்சம் ஆகும். இவர்களில் 71 விழுக்காட்டினர்

கிராமங்களில் வாழ்வதாகவும் மீதி 29 விழுக்காட்டினர் நகர்ப்புறங்களில் வாழ்வதாகவும் கொள்ளலாம்.[78]

மேலும், கொங்குப் பகுதியில் புதிதாகக் குடியேறியவர்கள் குறிப்பாக காலனியாக்கத்தின் போது வெளியிடங்களில் இருந்து வந்து குடியேறியவர்கள் ஆவர்.[79] இவ்வாறு குடியேறியவர்களின் திறன்களும் மிகவும் மாறுபட்டவை. கொங்குநாடு கிராமங்களில் இந்தப் புதியவரவுகள் பொதுவாகத் திறன் குறைந்தவர்களாக இருப்பதால் சமூகப்படிநிலையில் அடிமட்டத்திலேயே வைக்கப்படுகிறார்கள். இந்தக் குடியேறிகள் கொங்குக் குடியானவர் அமைப்பில் எந்தப் பாதிப்பையும் ஏற்படுத்தமுடியாது. குடியேறிகளில் திறன்மிக்கவர்கள் அல்லது தொழில்முறையாளர்கள் பெரும்பாலும் நகரங்களுக்கு ஈர்க்கப்படுகிறார்கள். அவர்கள் உள்ளூர் சமுதாயத்தில் உயர்மட்டங்களோடு இணைத்துக்கொள்ளப்பட்டு, தங்களுக்குத் தாங்களே உயர் சமூக நிலையை ஏற்படுத்திக்கொள்கிறார்கள். இங்கு நகர்ப்புறங்களில் குடியேறிகள் ஏற்படுத்தும் செல்வாக்கு குறித்து சிறிது பேசமுடியும். கொங்குப் பகுதியில் நகர்ப்புறங்களில் குடியேற்றங்களால் ஏற்பட்ட மாற்றங்கள் தெளிவாகத் தெரிகின்றன. ஆனால் கிராமப்புறங்களில் குறைவான மாற்றங்களே காணப்படுகின்றன.

1901-21 காலகட்டங்களில் நடந்த குடிமதிப்பு அடிப்படையில் கோவை மாவட்டத்தில் சாதிரீதியான மக்கள்தொகை விவரங்கள் அட்டவணை 1.3இல் வழங்கப்பட்டுள்ளன.[80] இந்தப் புத்தகத்தில் விவாதிக்கப்பட்டுள்ள சாதிகள் மட்டுமே பட்டியலிடப்பட்டுள்ளன.[81] இந்தக் குடிமதிப்புகளில் சில கிளைச்சாதிகள் குறித்த விவரங்கள் இல்லை. மேலும், சில இடங்களில் கிளைச்சாதிகளின் பெயர்கள் குறிக்கப்பட்டிருக்கவில்லை. மேலும், பல கால இடைவெளியில் மேற்கொள்ளப்பட்ட குடிமதிப்புப் புள்ளிவிவரங்களைக் காணும் போது சில சாதிகளின் மக்கள்தொகையில் பெரும் மாறுதல்கள் இருப்பது தெளிவாகத் தெரிகிறது. இதுவே எந்தக் குழு எந்தச் சமுதாயத்தைச் சேர்ந்தது என்பதைக் கண்டறிவதில் குடிமதிப்பு அதிகாரிகள் சிக்கலுக்குள்ளானதற்கு ஓரளவு காரணமாக இருக்கலாம்.

சில சாதிகளின் மக்கள்தொகை விகிதாச்சாரம் குடிமதிப்பு ஊடாக மிகவும் அதிகரிக்கும் நிலையில் அவர்கள் சமூகத்தில் தமக்கான மதிப்பை அதிகரிக்கக் கோரும் சிக்கல்களும் நேர்கின்றன. எனவே, பத்தாண்டுகள் இடைவெளியில் நிகழ்ந்துள்ள இந்த வேறுபாடுகள் எதுவும் சாதி அளவில் ஏற்பட்ட அசலான மாற்றத்தை

அட்டவணை 1.3 மக்கள்தொகை விவரங்கள் (சாதிவாரி)

சாதிப் பெயர்	கோவை மாவட்டம்						4 மாவட்ட மக்கள் தொகை குறித்த மதிப்பீடு (1901, 1911, 1921 அடிப்படை)[1]	5 கண்ணபுரம் கிராமம் (குடும்பங்கள்)[2]		6 ஓலப்பாளையம் குடியுருப்பு (தனிமனிதர்கள்)	
	1 1901 குடிமதிப்பு	சதவீதம்	2 1911 குடிமதிப்பு	சதவீதம்	3 1921 குடிமதிப்பு	சதவீதம்		1966ல் எண்ணிக்கை	சதவீதம்	1966ல் எண்ணிக்கை	சதவீதம்
நடுநிலைப் பிரிவு:											
பிராமணர் (தமிழ்)[3]	33,778	2.0	22,240	1.0	23,616	1.0	1.0	3	0.3	10	2.0
காருணிகர் பிள்ளை[4]	தெரியாது 1.0%க்கும் கீழே		தெரியாது 1.0%க்கும் கீழே		தெரியாது 1.0%க்கும் கீழே		1.0%க்கும் கீழே	1	0.1	10	2.0
மொத்தம்	33,778	2.0	22,240	1.0	23,616	1.0	1.0	4	0.4	20	4.0
வலங்கைப் பிரிவு:											
கவுண்டர் (வெள்ளாளர்)[5]	629,540	31.0	639,557	30.0	694,906	31.0	31.0	590	53.0	217	44.0
பண்டாரம் (ஆண்டி)	35,160	2.0	39,594	2.0	38,344	2.0	2.0	16	1.0	10	2.0
உடையார் (குசவர்)	17,643	1.0	22,090	1.0	25,625	1.0	1.0	18	2.0	10	2.0
நாடார் (சானான்)	70,665	3.0	76,907	4.0	72,923	3.0	3.0	75	7.0	34	7.0
வண்ணார்*											

(வண்ணான்)	17,820	0.9	19,823	0.9	17,804	0.8	0.9	0	0.0	0	0.0
நாவிதர் (அம்பட்டர்)	16,549	0.8	19,674	0.9	20,323	0.9	0.9	22	2.0	6	1.0
பறையர் (பறையன்)	75,481	4.0	69,849	3.0	73,363	3.0	3.0	55	5.0	0	0.0
மொத்தம்	862,648	43.0	887,494	42.0	943,288	42.0	43.0	776	69.0	277	56.0
இடங்கைப் பிரிவு											
ஆசாரி (கம்மாளர்)	46,043	2.0	55,195	3.0	33,345	1.0	2.0	18	2.0	36	7.0
செட்டியார் (செட்டி)[6]	100,544	5.0	64,428	3.0	47,989	2.0	3.0	5	0.4	7	1.0
முதலியார் (கைக்கோளர்)	56,249	3.0	61,227	3.0	83,000	3.0	3.0	24	2.0	30	6.0
நாயக்கர் (தொட்டியான்)	34,237	2.0	26,643	1.0	28,505	1.0	1.0	23	2.0	26	5.0
வண்ணார்* (வண்ணான்)	8,960	0.4	9,911	0.5	8,902	0.4	0.4	21	2.0	8	2.0
நாவிதர்* (அம்பட்டர்)	8,274	0.4	9,837	0.5	10,162	0.5	0.5	0	0.0	0	0.0
குறவர் (குறவன்)	12,417	0.6	12,975	0.6	9,845	4.0	0.5	6	0.5	0	0.0
மாதாரி (சக்கிலியன்)	176,608	9.0	198,380	9.0	206,162	9.0	9	237	21.0	0	0.0
மொத்தம்	443,332	22.0	438,596	21.0	427,910	19.0	21.00	334	30.0	107	22.0

அட்டவணை **1.3** *(தொடர்ச்சி)*

வகைப்படுத்தப் படாதவை:											
நாயுடு (தெலுங்கு பேசுபவர்)	தெரியாது, 1.0%க்கும் கீழே						1.0%க்கும் கீழே	1	0.1	0	0.0
தாசர்	தெரியாது, 1.0%க்கும் கீழே						1.0%க்கும் கீழே	3	0.3	0	0.0
கோனார்	தெரியாது, 1.0%க்கும் கீழே						1.0%க்கும் கீழே	1	0.1	0	0.0
மொத்தம்							3.0க்கும் கீழே	5	0.5	0	0.0
மொத்தம்: அட்டவணையில் உள்ள அனைத்து சாதிகள்	1,340,068	67.0	1,348,330	64.0	1,394,814	62.0	65.0	1,119	100.0	404 493+	82.0 100.0
மொத்த மக்கள்தொகை	2,004,839	100.0	2,116,564	100.0	2,219,848	100.0		தெரியாது		தெரியாது	

ஆதாரம்:

பத்தி1 மதராஸ் மாநிலம், *மதராஸ் டிஸ்டிரிக்ட் மானுவல், கோவை* -2, 2 தொகுப்புகள் (மதராஸ், அரசு அச்சகம், 1989) 2:17

பத்தி2 Dominion of India, *Census of India, 1911,* Vol. XII, *Madras,* Part II, *Imperial and Provincial Tables,* (Madras, Govt. Press, 1912) pp. 2, 116-19.

பத்தி3 Dominion of India, *Census of India, 1921,* Vol. XIII, *Madras,* Part II, *Imperial and Provincial Tables,* (Madras, Govt. Press, 1922) pp. 4, 118-23.

பத்தி5 தகவலாளி 33 1966இல் மேற்கொண்ட கணக்கெடுப்பு.

பத்தி6 இப்புத்தக ஆசிரியரின் கணக்கெடுப்பு, 1966.

குறிப்புகள்: அட்டவணையில் தரப்பட்டுள்ள சராசரி அளவுகள் முழு எண்ணாக்கப்பட்டுள்ளன. ஒரு விழுக்காட்டிற்குக் கீழ் உள்ள அளவுகள் மட்டும் அப்படியே தரப்பட்டுள்ளன.

[1]பத்தி 4இல் தரப்பட்டுள்ள அளவு பத்தி 1-3 களில் தரப்பட்டுள்ள விகிதங்களின் சராசரி அளவாகும்.

[2]பத்தி 5இல் தரப்பட்டுள்ள தரவுகள் அங்குள்ள குடியிருப்புகள் எண்ணிக்கையாகும், தனிமனிதர்கள் அல்ல. ஓலப்பாளையம் குடியிருப்புகள் இணைக்கப்பட்டுள்ளன.

[3]தமிழ் பேசும் பிராமணர்கள் குறித்த தகவல் மட்டும் அளிக்கப்பட்டுள்ளது. தெலுங்கு, கன்னடம் பேசும் பிராமணர்களும் சேர்க்கப்பட்டிருந்தால் மேலும் 0.8% அதிகரித்திருக்கும்.

[4]குடிமதிப்பு அறிக்கையில் இருந்து எடுக்கப்பட்ட சாதிப் பெயர்கள் பயன்படுத்தப்பட்டுள்ளன. காருணிகர் பிள்ளை குறித்துக் குடிமதிப்பு அறிக்கையில் கூறப்படாததால் ஆசிரியர் எடுத்த கணக்கெடுப்பு பயன்படுத்தப்பட்டுள்ளது. அதனால் கிளைச்சாதியின் பெயர் பயன்படுத்தப்பட்டுள்ளது.

[5]அடைப்புக்குறியில் தரப்பட்டுள்ள பெயர்கள் குடிமதிப்பு அறிக்கையில் குறிப்பிடப்பட்டுள்ள கிளைச்சாதிகளின் பெயர்கள்.

[6]குடிமதிப்பு அறிக்கையில் அனைத்துச் செட்டியார்களும் இடங்கைப் பிரிவு உறுப்பினர்களாகவே குறிப்பிடப்படுகிறார்கள். எனது தகவலாளிகள் அளித்த தகவலின் படி கொங்குப் பகுதியில் கொங்குச் செட்டியார் மட்டுமே வலங்கைப் பிரிவில் உள்ளவர்கள். ஆனால் அவர்களின் எண்ணிக்கை குறிப்பிடத்தக்கதில்லை.

*வண்ணார்கள், நாவிதர்களின் கிளைச்சாதிகள் குடிமதிப்பு அறிக்கையில் பிரிக்கப்படவில்லை. மூன்றில் இரண்டு பங்கை வலங்கைப் பிரிவுக்கும் மூன்றில் ஒரு பங்கை இடங்கைப் பிரிவுக்கும் ஒதுக்கிப் புள்ளிவிவரங்கள் அளித்துள்ளேன். இவை தோராயமான எண்ணிக்கையாகக் கொள்ளப்பட வேண்டும்.

+தீண்டத்தகாத மாதாரி கணக்கில் ஓலப்பாளையத்தில் 22% விழுக்காடு சேர்க்கப்பட்டுள்ளது. (குடிமதிப்பு அறிக்கையில் இணைக்கப்படாத) இவர்கள் தனியாக வாழ்ந்தனர். இவர்களை அட்டவணையில் இணைத்துள்ளேன். அன்றாட நடவடிக்கைகளில் இவர்கள் அனைத்துச் சடங்கு சம்பிரதாயங்களிலும் அடிமட்டத்தில் செயல்படுகின்றனர்.

எதிரொலிக்கவில்லை என நம்பிக்கையாகக் கூற முடியும். ஒரு குறிப்பிட்ட கால இடைவெளியில் பல குழுக்களின் ஒப்புநோக்கிலான அளவைக் குறிக்கும் சுட்டிகளாகப் பயன்படுவதால் இந்தத் தகவல்கள் சராசரியைக் கணக்கிடமட்டும் பயன்படுகிறது. அசலான எண்ணிக்கையில் ஏற்படும் மாற்றங்கள் பதிவுசெய்யப்பட்டது, குறிப்பிடத்தக்க அளவுக்கு இருக்கையில் மொத்த எண்ணிக்கையின் விகிதாச்சாரமாக மாற்றப்படும்போது மிகவும் சிறிய அளவில் இருப்பது கவனிக்கத்தக்கது.

வலங்கை- இடங்கைக் குழுக்களின் சாதி மக்கள்தொகை இடையே யான முக்கிய வேறுபாடுகளை இந்த அட்டவணை காட்டுகிறது. முதலில், அவர்கள் அளவிலான வேறுபாடுகளைத் தெளிவாகக் காட்டுகிறது. வலங்கைப் பிரிவு மக்கள்தொகை அந்தப் பகுதி மொத்த மக்கள்தொகையில் 43 விழுக்காடு ஆகும், இடங்கைக் குழுக்களின் மொத்த மக்கள்தொகை 21 விழுக்காடு ஆகும். இவ்வாறாக வலங்கைப் பிரிவுக் குழுக்களின் மொத்த மக்கள்தொகை இடங்கைப் பிரிவு குழுக்களின் மொத்த மக்கள்தொகையைக் காட்டிலும் இரண்டு மடங்குகள் அதிகம் ஆகும். தங்களின் வர்த்தக நடவடிக்கைகளின் போது கிழக்கிந்தியக் கம்பெனியார் எதிர்கொண்டு சேகரித்த முந்தைய தரவுகளும் அதே அவதானிப்புகளை வெளிப்படுத்துகின்றன.[82]

ஒப்பீட்டு அளவிலான இந்த மாற்றம் பிரிவுகளை விளக்கப் பயன்படுத்தப்படும் பாரம்பரிய சொல்லாடல்கள் சிலவற்றால் குறிகளாகக் காட்டப்பட்டுள்ளது. மிகப் பொதுவான பதிவுகள் வலங்கைக் குழுவில் 18 சமுதாயங்களும் இடங்கைப் பிரிவில் 9 சமுதாயங்களும் மட்டும் பதியப்பட்டுள்ளன.[83] மற்ற எண்ணிக்கைகள், 18-1/2,7, என இதே ஒப்பீட்டளவில் மற்ற பகுதிகளிலும் அவதானிக்கப் படுகின்றன.[84] ஒற்றை இலக்க எண்களுடனான இந்த முரண் சடங்கு களிலும் பின்பற்றப்படுகின்றன. மரபாகத் திருமண மேடையில் வலங்கைப் பிரிவு குழுக்கள் 12 பந்தக்கால்கள் நடுகின்றன; ஆனால் இடங்கைப் பிரிவுக்கு 11 பந்தக்கால்கள் மட்டும் அனுமதிக்கப் படுகின்றன.[85]

கோவை மாவட்டத்தில் கவுண்டர்களின் உண்மையான பலம் என்ன என்பதையும் அட்டவணை 1.3 சுட்டிக்காட்டுகிறது. விதிவிலக்காக முன்பே குறிப்பிட்டபடி, புவியியல் அடிப்படையில் மாறுகிறது. மாவட்டத்தின் மொத்த மக்கள்தொகையில் இக்குழு 31 விழுக்காடும், வலங்கைப் பிரிவில் 74 விழுக்காடும் கொண்டுள்ளது.

ஒப்பீட்டளவில் வலங்கைப் பிரிவின் மற்ற அனைத்துச் சமுதாயங் களும் மிக மிகக் குறைவான எண்ணிக்கையாகும். மறுபக்கத்தில், இடங்கைப் பிரிவின் அனைத்து உயர்நிலைச் சமுதாயங்களும் ஏறத்தாழ சமமான அளவில் உள்ளன. வலங்கைப் பிரிவின் கவுண்டர்கள் ஆதிக்கத்துக்கு மாறாக, இடங்கைக் குழுவில் மிகவும் அடிமட்டத்தில் உள்ள தீண்டத்தகாத சாதியான மாதாரிகள் எண்ணிக்கை பெரும் பாதிப்பை ஏற்படுத்தும் வகையில் அதிகமாக இருக்கிறது.

கூடுதலாக, மாவட்ட மக்கள்தொகையில் கவுண்டர்கள் எண்ணிக்கை யும் கிராம அளவில் அவர்களுடைய வீடுகளின் எண்ணிக்கையும் ஒப்பிட்டுப் பார்க்கையில் குறிப்பாகக் கிராமப் பகுதிகளில் இக்குழு முக்கியத்துவம் பெறுவதைக் குறிக்கிறது. இருப்பினும், எந்த ஒரு சாதியும் கிராமம், நகர்ப்புறம் சார்ந்து அதன் அளவுகள் ஒப்பிட்டுப் பார்த்து மக்கள்தொகை கணக்கெடுப்புகளில் வெளியிடப்படவில்லை. என்றாலும், என் பயணங்கள் மூலம் பெறப்பட்ட அறிவு சில பகுதி களில் பாதி அளவு அவர்கள்தான் என்பதை உறுதிப்படுத்துகிறது. விவசாயத்தை நேரடியாகவோ, மறைமுகமாகவோ சார்ந்திருக்கும் மற்ற சமுதாயங்கள்-நாடார்கள், நாயக்கர்கள், மாதாரிகள் ஆகியோர் கொங்கு நகரங்களைக் காட்டிலும் கிராமங்களில் அதிக எண்ணிக்கையில் வாழ்கிறார்கள்.

ஓலப்பாளையம் குடியிருப்புப் பகுதியில் ஆசாரிகள், முதலியார் களின் எண்ணிக்கை அளவு வித்தியாசமான வடிவத்தில் உள்ளது. விவசாய நடவடிக்கைகளில் இவர்களின் பங்கு முக்கியத்துவம் வாய்ந்தது எனினும் விவசாயம் சார்ந்த சமுதாயங்கள் நியாயமாக சம அளவில் வாழ்வது என்பதற்கு மாறாக நன்றாக நிறுவப்பட்ட இடங்களில் குவியலாக வாழ்கிறார்கள். இவர்கள் போக்குவரத்து வசதியுள்ள இடங்களில் வாழ்வதையும், தங்கள் குலதெய்வ கோயில்களுக்கு அருகில் வாழ்வதையும் விரும்புகிறார்கள். உடையார் (குயவர்), பண்டாரம் (உள்ளூர்க் கோயில் பூசாரிகள், சமையலாளர்), வேடர் (கூத்தர்), பறையர் (தப்படிப்பவர்) ஆகியோரும் பல்வேறு சடங்கு களை நிறைவேற்றுவதற்காக உரிமைக்கூலி பெறும் இடங்களில் பெரிய கோயில்கள் அருகில் திரளாக வாழ்கிறார்கள்.

கோமுட்டிச் செட்டியார்களைப் பொறுத்தவரை கோயில் தலங்களை விட சந்தை மையங்களில் பரவலாக வாழ்கிறார்கள். தனிப்பட்ட ஊழியங்களை மேற்கொள்ளும் வண்ணார், நாவிதர் ஆகியோர் குறைந்த அளவிலேயே பரவிக் காணப்படுகிறார்கள். குடியிருப்பு

அமைப்புகளில் காணப்படும் இந்த வேறுபாடுகள் அவர்களின் தொழிலியல் தனித்தன்மைகள் போலவே மிக அதிகமாகச் சடங்கியல் பிரக்ஞையிலும் இடங்கைப் பிரிவு சமுதாயங்களுக்கிடையிலான அணுகல்களிலும் அதிகமாக எதிரொலிக்கப்படுகிறது. இந்தக் குடியிருப்பு அமைப்பை ஏற்றுக்கொண்டதால் ஒப்பீட்டளவில் தங்களை நகர்ப்புறத்தோடு இணைத்துக்காணும் அணுகுமுறையைக் கொடுக்கிறது. பொதுவாகக் குவியல்தன்மையுடன் காணப்படுவதற்கு மாறாகப் பரவலாகப் பரவி, விரிந்து அடர்த்தியின்றி அலசலாக அவர்கள் வாழ வேண்டியுள்ளது.

இந்த இரு பிரிவுகளின் சாதிகளின் குடியிருப்பு முறைகள் அவர்கள் பயணத் தேவைகளோடும் இணைக்கப்பட்டுள்ளன. ஓலப்பாளையத்தில் வாழும் வயதுவந்தோரில் 29 விழுக்காட்டினர் மட்டுமே தங்கள் வாழ்நாளில் ஒரு தடவையாவது கொங்கு மண்டலத்துக்கு அப்பாலும் பயணம் மேற்கொண்டவர்கள். ஆனால் எதிர்ப் பிரிவில் 60 விழுக்காட்டுக்கும் அதிகமானவர்கள் இவ்வாறு தொலைதூர பயணம் மேற்கொண்டிருக்கிறார்கள்.[86] நடுநிலை சாதிகளில் இது 92 விழுக்காடாக இருக்கிறது. இதன் மூலம் இரு பிரிவுகளிலும் முன்னேறியவர்களாக இருக்கிறார்கள். இந்தப் புள்ளிவிவரவங்கள் அதிகத் துல்லியம் என்று கூறுவதற்கில்லை, மிகச் சிறிய மாதிரியிலிருந்து பெறப்பட்ட தரவுகள்தாம் இவை. ஆனால், வலங்கைப் பிரிவு சமுதாயங்களைவிட இடங்கைப் பிரிவு சமுதாயங்கள் ஒப்பீட்டளவில் அதிக நாடோடித் தன்மைகொண்டவர்கள் என்ற பொதுவான போக்கைப் புரிந்து கொள்ள இது உதவுகிறது. குறிப்பாக, இடங்கைப் பிரிவின் உயர்நிலை சமுதாயங்கள் இரு நடுநிலை சாதிகளுக்கு அடுத்த நிலையில் இருப்பது தெளிவாகத் தெரிகிறது.

தொகுப்புரையாக, கொங்குப் பகுதியின் வலங்கை, இடங்கைப் பிரிவுகளின் மக்கள்தொகைகளுக்கு இடையே மூன்று முக்கிய வேறுபாடுகள் காணப்படுகின்றன. வலங்கைப் பிரிவு தோராயமாக இடங்கைப் பிரிவைக் காட்டிலும் இரண்டு மடங்கு எண்ணிக்கை கொண்டுள்ளது. இரண்டாவதாக, வலங்கைப் பிரிவில் நில உடைமையாளர்களான கவுண்டர்கள் ஆதிக்கம் காணப்படுகிறது, மாறாக இடங்கைக் குழுவின் உயர்நிலைச் சமுதாயங்கள் சம அளவில் உள்ளன. இறுதியாக, வலங்கைப் பிரிவு சமுதாயங்கள் கிராமப் பகுதிகளில் சீராகக் குடியமர்கிறார்கள். ஒவ்வொரு தீண்டத்தக்க குடியிருப்புகளிலும் பிரதிநிதிகளைக் கொண்டுள்ளனர். இடங்கைப்

பிரிவு உயர்நிலைச் சமுதாயங்கள் ஒவ்வொரு கிராமத்தின் குறிப்பிட்ட பகுதிகளில் தொகுப்பாக வாழ்கிறார்கள். வழக்கமாக முக்கிய கோயில்கள் அருகே பெரிய வீடுகளில் அவர்கள் காணப்படுகிறார்கள். அதேபோல் கிராமங்களிலிருந்து வெளியேறும் சாலைகளின் ஓரங்களிலும் வாழ்கிறார்கள்.

அனைத்து கொங்கு அல்லது பகுதி சார்ந்த அளவில் நிலவும் வலங்கை, இடங்கை வேறுபாடுகள் இவைதாம். பின்வரும் இயல்களில் நாடு *(துணைப்பகுதி)*, கிராமம் *(வருவாய்ப் பகுதி)*, ஊர் *(குக்கிராமம்)*, குடும்பம் *(தலைக்கட்டு)* ஆகிய அமைப்புகளில் இந்த வேற்றுமை அமைப்புகள் எவ்வாறு தொழிற்படுகின்றன என்பது ஆய்வுக்குட்படுத்தப்பட உள்ளது.

2

துணைமண்டலம்: காங்கேயம் நாடு

நாடு நிலவியல்: பாரம்பரிய வரைவு

கொங்கு நாடு அல்லது கொங்கு மண்டலம் 24 சிறிய நாடுகளாகப் பிரிக்கப்பட்டுள்ளது.[1] கொங்கு குறித்த இந்த நாட்டுப் பிரிவினைகள் எட்டாம் நூற்றாண்டுக் கல்வெட்டுகளில் காணப்படுகின்றன அல்லது இந்தப் பகுதியில் கங்கர் (கொங்கர்) ஆட்சி நடந்தபோது பிரிக்கப் பட்டிருக்கலாம். தொடக்கத்தில் எங்கெங்கு பலம் பொருந்திய கிராமப்புறக் குடும்பங்களும், போர்த் தளபதிகளும் இருந்தனரோ, அதற்கேற்ப அவை, இவ்வாறு தனித்தனி நாடுகளாகப் பிரிக்கப் பட்டிருக்கலாம் என்று தெரிகிறது. இதனால் இவற்றின் எல்லைகளும் காலப்போக்கில் மாறுதல்களுக்கு உள்ளாகியிருக்கலாம்.[2] எனினும், இந்த நாடுகள் படிப்படியாகச் சடங்குநிலையை எய்தி, அவர்களின் பகுதிகள் ஒரு வரையறுக்கப்பட்ட சடங்கியல் நிலமாக மாறியது. விளக்கப்படம் 2.1இல் காட்டப்பட்டுள்ள நிலப்படம், இந்த 24 பாரம்பரிய நாடுகளின் தற்போதைய ஏற்கப்பட்ட எல்லைகளைக் காட்டுகிறது.*

மேலே கூறப்பட்ட இருபத்து நான்கு நாடுகள் பிரிப்பு தவிர, ஒரு காலத்தில் அதைவிட மிகப்பெரிய பிரிப்பு இருந்திருக்க வேண்டும். அது அப்பகுதியை உத்தேசமாகப் பிரித்திருக்க வேண்டும் என்பது தெரிகிறது. இவ்வாறு கொங்குப் பகுதி வடகொங்கு, தென்கொங்கு என்று பாரம்பரியமாகப் பிரிக்கப்பட்டிருந்ததாகக் கூறப்படுகிறது.[3] இந்தப் பண்டைய பிரிவினை, சாதியத் தலைமையோடு எந்த நிலைப்பாடும் கொண்டிருந்ததாகத் தெரியவில்லை. நொய்யல் ஆற்றை

---

* பண்டைய செப்பேடு, பட்டயங்களில் 48 நாடுகள் பற்றிய பதிவுகளும் காணப்படுகின்றன (ப-ர்).

அடிப்படையாகக் கொண்டு இப்பிரிப்பு உருவாக்கப்பட்டிருக்கலாம் என்றாலும் அதுவும் தெளிவாகத் தெரியவில்லை. சோழப் பகுதியில், கொங்குவுக்கு மாறாக, மிகப்பெரிய நிலப்பரப்பின் காரணமாக, இத்தகைய பெரும் பிரிவினைகள் முக்கியத்துவம் பெற்றிருக்கக்கூடும். அங்கு இரண்டுக்குப் பதிலாக மூன்று பிரிவினைகள் செய்யப் பட்டிருந்தன.[4] அவற்றில் ஒன்றான பொன்னி வளநாடு மீண்டும் மீண்டும் கொங்கு நாட்டார் கதைகளில் குறிப்பிடப்படுகிறது.[5]

நாடு பிரிவுகள் தற்போதைய நிர்வாகப் பிரிவுகளுடன் பொதுவான உறவையே கொண்டுள்ளன. தற்போதைய அரசு நிர்வாக அமைப்புகளில் ஊராட்சி ஒன்றியங்களோடு வேண்டுமானால் இவற்றை ஓரளவுக்கு ஒப்பிடமுடியும். இந்த இருபத்து நான்கு பாரம்பரிய நாடுகளில் தோராயமாக ஐம்பது ஊராட்சி ஒன்றியங்கள் அமைந்துள்ளதாகக் கூறலாம். இந்த வேறுபாடுகூட ஒவ்வொரு நாடும் இரண்டிரண்டு ஒன்றியங்களாகப் பிரிக்கப்பட்டிருப்பதால் இருக்கலாம். உதாரணமாக காங்கேயம் நாடு காங்கேயம், வெள்ளக்கோயில் என இரண்டு ஒன்றியங்களாகப் பிரிக்கப்பட்டுள்ளன. எனினும் பாரம்பரியமிக்க இந்த நாடு பிரிவினைகள் நாட்டார் கதைகள், சாதி அமைப்புகள், உள்ளூர்ச் சடங்குகள் ஆகியவற்றில் இன்னமும் அதே முக்கியத்துவத் தைப் பெறுகின்றன.

பாரம்பரிய நிர்வாக அமைப்பும் நவீன நிர்வாக அமைப்பும் மிக உச்சபட்சமாக ஒருங்கிணையும் அலகாக ஊராட்சிய ஒன்றிய அலகுகள் திகழ்கின்றன. தற்போது ஒன்றியத்துக்கு மேலாக வட்டமும், வட்டத்துக்கு மேலாக மாவட்டமும் இருக்கின்றன.[6] இந்த உயர் நிர்வாக வட்டங்கள் முந்தைய பிரிட்டிஷ் நிர்வாக எல்லைகளை ஒத்துள்ளன. ஆனால், எனக்குத் தெரிந்த அளவில் பிரிட்டிஷ் காலத்துக்கு முந்தைய கொங்குப் பகுதியில் இவற்றுக்கு ஒரு முக்கியத்துவமும் காணப்படவில்லை. உதாரணமாக, நவீன கோவை மாவட்டத்தில் பழைய கொங்குமண்டல எல்லையைக் கடந்த மலைப்பிரதேசங்களும் உள்ளன. மேலும், கொங்கு மண்டலத்தைச் சேர்ந்த பெரும்பகுதி சேலம் மாவட்டத்துக்கும் திருச்சிராப்பள்ளி மாவட்டத்துக்கும் மாநில அரசால் ஒதுக்கப்பட்டுள்ளன.

ஊராட்சி ஒன்றியம் மற்றும் கொங்கு நாடுகள் இடையேயான ஒப்பீடு துல்லியமாகத் தெரியாவிட்டாலும், நவீன ஊராட்சி எல்லையும் பழைய கிராம எல்லையும் பெரிதும் துல்லியத்துடன் ஒத்துள்ளன. கோவையில் ஊராட்சிகளின் மக்கள்தொகை இரண்டாயிரம் முதல்

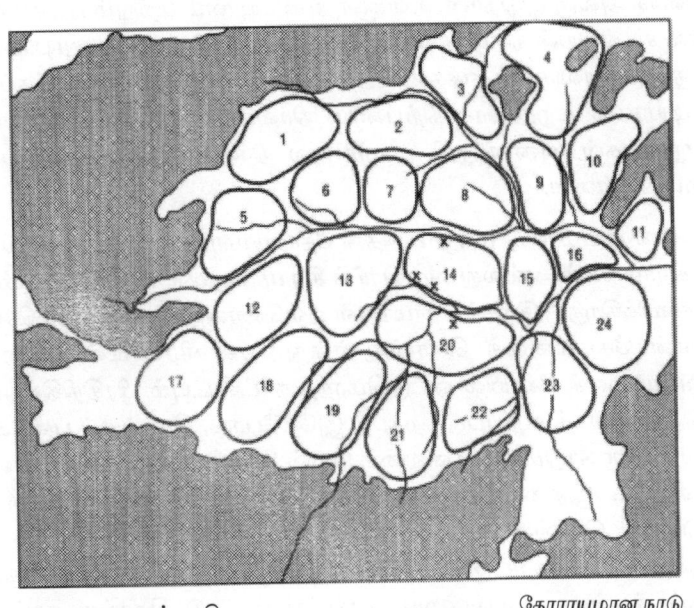

	வனப்பகுதி		தோராயமான நாடு
	1,500 அடிக்கு மேல்		எல்லைகள்
	x பட்டக்காரர் குடும்பங்கள்		

நாடு பெயர்கள்

1. ஒடுவங்க
2. காஞ்சிக்கோயில்
3. வடகரை
4. ராசிபுரம்
5. ஆறை
6. அரைய
7. குறுப்ப
8. பூந்துறை
9. கிழக்கு
10. பூவானிய
11. வாழவந்தி
12. வாரக்க
13. பொங்கலூர்
14. காங்கேயம்
15. மண
16. வெங்கல
17. காவடிக்கா
18. ஆனைமலை
19. நல்லுருக்கா
20. தென்கரை
21. திருவாவினங்குடி
22. ஆந்தை
23. தலைய
24. தட்டை

விளக்கப்படம் 2.1: கொங்குப் பகுதியின் பாரம்பரியமான அரசியல், நிலப்படம்

ஐயாயிரம் வரை மாறுபடுகின்றன.[7] தற்போது, மிகக் கீழ்நிலை அரசு நிர்வாக அலகு இதுதான். உள்ளூர் அடையாளம் மற்றும் பல்லாண்டு கால சடங்கியல் நிகழ்வுகளால் உறுதிப்பட்டுள்ள இந்த அடிப்படை வருவாய் அலகுகள், எத்தனை அரசுகள் மாறினாலும் வளைக்கப்பட முடியாமல் உறுதியாக நிற்பவை. நிர்வாக அலகுகளில் ஏற்பட்ட மாறுதல்கள் அனைத்தும் உயர்நிலை நிர்வாக எல்லைகளில்தான் ஏற்பட்டுள்ளன.[8]

காங்கேயம் நாடு மற்றும் அதன் தோராயமான எல்லைக்குள் வரும் 12 கிராமங்கள் அல்லது வருவாய்க் கிராமங்களை விளக்கப்படம் 2.2 காண்பிக்கிறது.[9] இந்தக் கிராமங்கள் ஒவ்வொன்றும் தனக்கான சொந்த சிவன் கோயிலைக் கொண்டுள்ளது. பன்னிரண்டில் ஒன்றான சிவன்மலைக் கோயில் ஒட்டுமொத்த நாட்டையும் பிரதிநிதித்துவப் படுத்துவதாகக் கூறப்படுகிறது.[10] இதேபோல, கொங்குப் பகுதியின் ஒவ்வொரு நாடும் ஒரு தலைமை சிவன் கோயிலைக் கொண்டுள்ளது. எனினும், இதனை உறுதிப்படுத்த கூடுதல் ஆராய்ச்சி தேவைப் படுகிறது. கொங்கு நாட்டின் நான்கு பட்டக்காரர்கள் குடும்பங்களில் மூன்று பட்டக்கார குடும்பங்கள் இங்கு வாழ்வதால் காங்கேயம் சிறப்புத்தன்மை பெறுகிறது. காங்கேயம் நாடு கொங்கு நாட்டின் மையப்பகுதியில் இருப்பதால் இவ்வாறு அமைந்திருக்கலாம்.[11]

நாடு பகுதிகளின் நிர்வாக அமைப்பு

தற்போது விவரிக்கப்பட்ட நாடு அமைப்பின் இடவியல், சடங்கியல் அம்சங்களுடன் மிகவும் நெருக்கமான தொடர்புடைய அம்சமான கிளைச்சாதித் தலைமை தொடர்பான பாரம்பரிய படிநிலை அமைப்பு விரிவான ஒன்றாகும்.[12] கிளைச்சாதியின் தலைமைப்பதவி ஒரே பரம்பரையின் ஆண்வாரிசுகளுக்குச் செல்கிறது. நாடு பகுதிகளுடன் தொடர்புடைய பாரம்பரிய அரசியல் அமைப்புகளின் பெயர்கள் பெரும்பாலான குழுக்களால் இன்றும் நினைவுகூரப்படுகின்றன. எடுத்துக்காட்டாக, கொங்குக் கவுண்டர்களின் நாட்டுத் தலைவரின் பெயர்கள் நாட்டுக் கவுண்டர், நாட்டாமைக்காரர் அல்லது நாட்டாமை ஆகும். இவருக்கு ஓர் உதவியாளரும் இருப்பார். தகராறுகள், பிரச்சினைகள் எழும்போது ஊர்க்கூட்டம் கூட்டி விசாரிப்பது நாட்டாமைக்காரர் பொறுப்பாகும். இத்தகைய கூட்டங்களில்தான் மோதல்கள், சாதிப் பிரச்சினைகள், சடங்குகள், முதல் மரியாதை போன்ற தகராறுகள், உணவு, உடை போன்ற ஒழுக்கப் பிரச்சினைகள் முடிவுசெய்யப்படுகின்றன. இதில் எடுக்கப்படும் முடிவுகளை மீறுபவர்

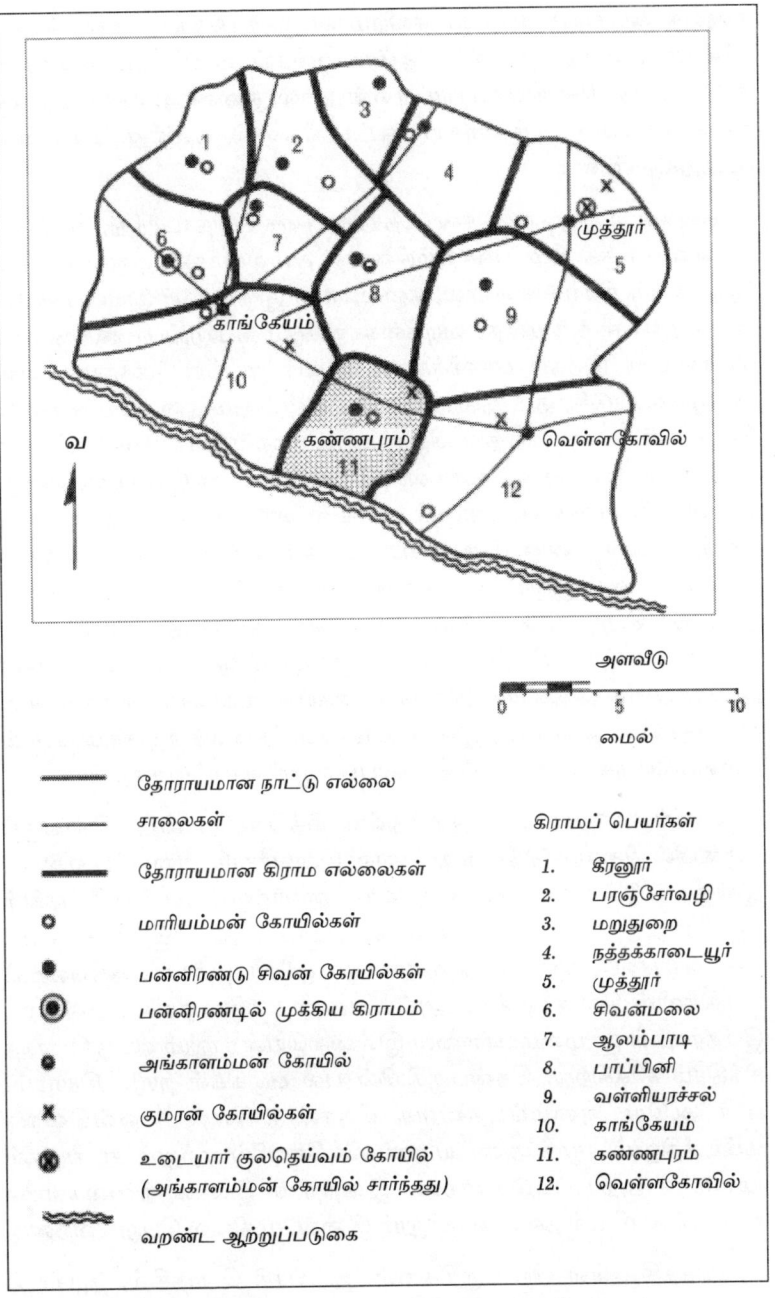

விளக்கப்படம் 2.2: காங்கேயம் நாட்டின் அரசியல், சமூக நிலப்படம்

களுக்கு அபராதம், மிகவும் தீவிரமான குற்றங்களுக்கு ஊரிலிருந்து விலக்கி வைத்தல் போன்ற தண்டனைகள் வழங்கப்படுகின்றன. நாடு என்பது மிகப்பெரிய பரப்பு என்பதால், துணை அலகான கிராமத் தலைவர்களே இத்தகைய கூட்டங்களில் கலந்து கொண்டு நடத்துகிறார்கள்.

கவுண்டர் சமுதாயத்தின் உதாரணத்தைத் தொடர்ந்து, நாட்டுத் தலைவருக்குக் கீழ் பல கீழ்நிலைத் தலைவர்கள் ஒருகாலத்தில் இருந்தனர். கிராம அளவில், தலைவராக இருப்பவர் இயல்பாகவே அனைத்துச் சடங்கியல் நடவடிக்கைகளுக்கும் பொறுப்பானவராகிறார். பொதுவாக இந்தப் பதவிக்கான பெயர் முப்பாட்டுக்காரர் என்று அழைக்கப்படுகிறது; இவர்தான் எது ஒன்றிலும் தலைமை தாங்கிச் செல்பவர்; உள்ளூர்த் திருவிழாக்களில் முதல் மரியாதைக்குரியவர் இவர்தான்; நாட்டுக் கூட்டங்களில் கிராமம் சார்பாக இவர்தான் கலந்து கொள்வார். அனைத்து உள்ளூர் அரசியல் அதிகாரங்களும் இவரிடமே சேர்ந்துள்ளன எனினும் தனிப்பட்ட ஊர் அல்லது குக்கிராமத்தின் தலைவராகவும் இருப்பார். இங்குக் கவுண்டர் சமுதாயத்தின் ஊர்த் தலைவர் பொதுவாக ஊர்க்கவுண்டர் அல்லது கொத்துக்காரர் என்று அழைக்கப்படுகிறார். இவர்கள் உள்ளூர் மட்டத்தில் முக்கியஸ்தர்கள் ஆவர்; அதிக அதிகாரம் இவர்கள் கையில் உள்ளது. ஆனால், சில சடங்குகளில் அவருக்கு இணையான உயர்நிலைச் சமுதாயங்களின் தலைவர்களுக்கும் கூட்டுப் பொறுப்பு வழங்கப்பட்டிருக்கும்.

கொங்குச் சமுதாயம் அளித்துள்ள சித்திரம்போன்று, கொங்குப் பகுதியில் நிலவும் இந்த வடிவிலான கிளைச்சாதி அமைப்பு என்பது இங்கு மட்டும் உள்ளதல்ல. மற்ற எழுத்தாளர்களும் போகிற போக்கில் குறிப்பிட்டுள்ளபடி தென் மாவட்டங்களிலும் இதேபோன்ற அமைப்புகள் காணப்பட்டுள்ளன. ஓர் ஒப்பீட்டுக்காக, அண்டைப் பகுதிகளின் சில தகவல்கள் அட்டவணை 2.1இல் தரப்பட்டுள்ளன. இத்தரவுகள் முழுமையானவை இல்லையென்றாலும் ஒட்டுமொத்த சித்திரம் ஈர்க்கிறது. தென்பகுதியின் பல பகுதிகள் நாடு, கிராமம், ஊர் ஆகிய அமைப்புகளைக் கொண்டுள்ளன.[13] ஒவ்வொரு மட்டத்திலும் சமூக அடையாளங்கள் கோயில் மற்றும் சடங்குகள் மூலமாக அறியப்படுகின்றன. இவற்றின் இணை நிலைகளான உள்ளூர் அரசியல் தலைமையிலும் இவை சமநிலை பெறுகின்றன.

பக்கத்திலுள்ள பிற பகுதிகளை ஆராய்ச்சி செய்ததில், அரசியல் பிரிவுகளை விளக்குவதற்குச் சில குறிப்பிட்ட எண்கள் மீண்டும்,

அட்டவணை 2.1

தென்னிந்தியாவில் பாரம்பரிய அரசியல், நிர்வாக அமைப்புகளின் உதாரணங்கள்

தற்போதைய அரசியல் பிரிவுகளுக்கேற்ப தோராயமான பகுதிகள்	பாரம்பரிய பகுதி	முக்கிய துணைப் பிரிவுகள்	நாடு அல்லது துணைப் பகுதிகள்	கிராமம் அல்லது வருவாய் அலகுகள்	ஊர் அல்லது குக்கிராமம்
அ. கோவை மாவட்டம்+ சேலம், திருச்சி மாவட்டம் சில பகுதிகள்	கொங்குநாடு பட்டக்காரர்*	2 துணைப் பிரிவுகள் பெயரிடப்படவில்லை (தெற்கு, வடக்கு)	24 துணைப் பகுதிகள் நாடு நாட்டாமைக்காரர்* பெரியதனக்காரர்*	12 வருவாய் அலகுகள் கிராமம் முப்பாட்டுக்காரர்*	24 (32) ஊர் ஊர்க்கவுண்டர்* கொத்துக்காரர்*
ஆ. திருச்சி மாவட்டம்	கொங்குநாட்டின் விளிம்பு பட்டக்காரர்*	தெரியவில்லை	24 துணைப் பகுதிகள் நாடு பெரியதனக்காரர்* நாட்டுக்கவுண்டர்	தெரியவில்லை கொத்துக்காரர்*	தெரியவில்லை
இ. தஞ்சை, தென் ஆற்காடு மாவட்டங்கள்	சோழநாடு(?)	9 துணைப்பிரிவுகள் வளநாடு	78 துணைப் பகுதிகள் நாடு	தெரியவில்லை	தெரியவில்லை
ஈ. மதுரை மாவட்டம்	பாண்டியநாட்டின் பகுதி தேவர்	2 துணைப்பிரிவுகள் (?) பெயர் இல்லை	8 துணைப் பகுதிகள் (4) நாடு நாட்டாண்மை*(?)	24 வருவாய் அலகுகள் (12) கிராமம்	தெரியவில்லை
உ. வட ஆற்காடு மாவட்டம்	தொண்டைநாடு(?)	தெரியவில்லை	18 துணைப் பகுதிகள் நாடு நாட்டான்*	தெரியவில்லை	ஊர் ஊரன்*
ஊ. கூர்கு மாவட்டம்	கூர்கு மாவட்டம் 4 ஜோடிதலைவர்கள் 4 தீர்ப்பாயங்கள்	12 துணைப் பிரிவுகள் கொம்பு	28 துணைப் பகுதிகள் (35) நாடு நாடு தக்கா*	தெரியவில்லை	ஊர் ஊர் தக்கா*
எ. கோழிக்கோடு, திரிச்சூர், பாலக்காடு மாவட்டங்கள்	கொச்சின் (மற்றும் தென் மலபார்)	ஆட்சிப் பகுதி (Chiefdom)	நாடு	தேசம்	தெரியவில்லை
ஏ. சேலம் மாவட்டம்	மந்திரி*	தெரியவில்லை	நாடு நாட்டான்*	தெரியவில்லை	ஊர் கோலுக்காரர்*

ஆதாரங்கள்: (a) ஆசிரியர் திரட்டியவை; (b) Edgar Thurston, *Castes and Tribes of Southern India,* 7 vols. (Madras Government Press, 1909), 3:417-18; (c) T. V. Mahalingam, *South Indian Polity,* (Madras: Madras University Historical Series, 1955), p. 304; (d) Louis Dumont, *Une Sous-caste de l'Inde du sud* (Paris: Mouton, 1957), pp. 141-52, 288; (e) Thurston, *Castes and Tribes,* 4:428; (f) M. N. Srinivas, *Religion and Soceity Among the Coorgs of South India* (1952; reprint, ed., London: Asia Publishing House, 1965), pp. 13, 57-60; (g) Eric. J. Miller, Caste and Territory in Malabar, *American Athropologist* 56 (1954): 414-15; (h) Republic of India, *Census of India, 1961,* Vol. IX, *Madras,* Part VI, *Village Survey Monographs, no.* 18, Alatipatti (Madras: Government Press, 1965), p. 53. குறிப்புகள்: குறிப்பிடப்பட்டுள்ள எண்கள் கொடுக்கப்பட்ட ஒழுங்கில் தரப்பட்டுள்ளன. அடைப்புக்குறிக்குள் காணப்படும் எண்கள் மாற்றுக்கான வாய்ப்புள்ள எண்கள் ஆகும். சாய்வெழுத்தில் தரப்பட்டுள்ள பெயர்கள் அலகுகளின் பெயர்கள் ஆகும். நட்சத்திரக் குறியிட்டுள்ளவை தொடர்புடைய அரசியல் அமைப்புகள் ஆகும். (இந்த அட்டவணையில் ஆசிரியர் குறிப்பிடும் மாவட்டங்கள் அவர் கள ஆய்வில் ஈடுபட்டிருந்தபோது அமலில் இருந்த நிர்வாக அலகுகள் ஆகும்.-மொ-ர்)

மீண்டும் பயன்பட்டு வருவதைக் காண முடிந்தது.[14] இத்தகைய ராசி எண்கள் ஒவ்வொன்றும் சில சடங்கியல் முக்கியத்துவங்களைக் கொண்டுள்ளது. இத்தகைய எண்ணியல் விளக்கங்கள் நீண்ட காலமாகப் புழக்கத்தில் இருப்பதைக் காணும் அதேநேரத்தில் சில கிளைச் சாதிகளோடு தொடர்புடைய எண்கள் சூழ்நிலைகளுக்கேற்ப மாறுவதும் தெரியவந்தது.[15] அனைத்துமே ஆறின் மடங்குகள் அல்லது நான்கின் மடங்குகளாக உள்ளன. அதாவது இரட்டைப்படை எண்களாக இருக்கவேண்டும் என்பதில் கவனமாக இருந்துள்ளனர். இந்த மரபை ஒட்டிக் காணும்போது, சடங்குசாராத அமைப்புகளுக் காகப் பயன்படுத்தும் இரட்டைப்படை எண்களுக்கு மாறாக, புனித அம்சம் கொண்ட (சடங்குசார்) நிறுவனங்களுக்கான எண்கள் ஒற்றைப் படையில் உள்ளன. உதாரணமாக, கொங்குப் பகுதியில் ஏழு சிவன் கோயில்கள், ஏழு முருகன் கோயில்கள் என அழைக்கப் படுகின்றன என்றால், நான்கு பட்டக்காரர்கள், இருபத்து நான்கு நாடுகள் என்று அழைக்கப்படுகின்றன.[16]

ஒரு நிலப்பரப்பு அமைப்பின் ஒட்டுமொத்த சித்திரத்தை ஏற்றுக்கொண்டாலும், நாடு மட்டத்தில் வலங்கை, இடங்கைப் பிரிவுகளில் இது எவ்வாறு தொழிற்படுகிறது என்ற கேள்வி தொக்கி நிற்கிறது. இது குறித்த முழுமையான சித்திரத்தை அளிப்பது கடினம்; ஓரளவுக்குக் கோட்டோவியமாக அளிக்கலாம். காரணமென்ன வென்றால் இப்பாரம்பரிய அமைப்புகள் தமக்கான முக்கியத்துவத்தை முப்பது ஆண்டுகளுக்கு முன்பே இழந்துவிட்டன. மேலும், எனது தகவலாளிகள் ஒவ்வொருவரும் தங்கள் சமுதாயங்களின் தலைமைப் பதவி குறித்த பாரம்பரிய வடிவங்கள் குறித்த அனைத்துத் தகவல்களையும் சமஅளவில் தெரிந்திருந்தனர் என்று கூறமுடியாது. எனவே, சில குறிப்பிட்ட கிளைச்சாதிகளைச் சேர்ந்த மூத்த உறுப்பினர்களால் நினைவுகூரப்பட்ட தகவல்கள் மட்டுமே பயன்படுத்தப்பட்டுள்ளன. முப்பது முதல் ஐம்பது ஆண்டுகளுக்கு முந்தைய வரலாறு என்பது தெளிவாக அறிய முடியவில்லை. இங்கு விவரிக்கப்பட்டுள்ள அரசியல் அமைப்புகள் இன்று பெயரளவுக்குத் தான் நிலைத்துள்ளன. ஆனால், அவற்றின் முக்கியத்துவங்கள் நாட்டு விடுதலைக்குப் பின்னர் வேகமாகக் குறைந்து வருகின்றன. இங்குக் கூறப்பட்ட படிநிலையில் உயர்மட்டத்தில் பதவியில் அமர வேண்டியவர் அவ்வாறு மாற்றப்படவில்லை. ஆனால், கிராம மட்டத்தில் அண்மைக்கால அரசியல் மாற்றங்களையும் தாண்டி பாரம்பரியத் தலைமைப் பதவிகள் நிலைத்து வருகின்றன.

வலங்கைப் பிரிவின் முக்கிய வேளாண்மைச் சமுதாயமான கவுண்டர்களைப் பொறுத்தவரை அதன் இரு எதிர்நிலைகளிலும் பாரம்பரிய நிலப்பரப்பு அமைப்புகள் மிக முக்கியத்துவம் பெற்று விளங்குவது போல் தோன்றுகின்றன.[17] இவ்வாறு ஒட்டுமொத்தத்தில் பகுதி அளவில் பட்டக்காரர் அல்லது பட்டம்கொண்ட குடும்பங்களின் செல்வாக்கு இன்னமும் கணிசமான அளவில் இருக்கிறது. உள்ளூர் மக்களும் தங்கள் பிரச்சினைகள், தகராறுகளைத் தீர்த்துவைக்க பட்டக்காரர் குடும்பங்களை நாடிவருகிறார்கள். மறுபக்கத்தில் நாட்டுக் கவுண்டர்கள் அல்லது நாட்டுத் தலைவர்களைப் பொறுத்தவரை அவர்களின் சித்திரம் நிழலாகத்தான் தென்படுகிறது; ஆனாலும், சிலர் அவர்களின் பெயர்களைக் குறிப்பிடுகிறார்கள்; ஆனால், அத்தகைய தோரணையுடன் கண்ணால் பார்ப்பது அரிதாகத்தான் இருக்கிறது. மேலும், அவர்கள் கிராம அளவிலான சடங்குகள், விழாக்களின் சிறிய அளவிலான தலைவர்களாகத்தான் இருந்தார்கள்; இருக்கிறார்கள். எப்படியாயினும் இவர்கள் செல்வாக்கு என்பது பட்டக்காரர்கள் செல்வாக்கைவிட மிகவும் குறைவானதுதான். அதுமட்டுமல்லாமல், அவர்களுக்கும் கீழ் நிலையில் உள்ள ஊர்த்தலைவர்களுக்கு அந்தந்த ஊரில் உள்ள செல்வாக்கைவிடவும் நாட்டுத் தலைவர்களின் செல்வாக்கு குறைவாகத்தான் இருக்கிறது. ஒருவேளை இத்தகைய நடுநிலைத் தலைவர்கள் மத்தியில் தங்கள் தலைமைப் பதவியைத் தக்கவைத்துக்கொள்ள ஓய்வில்லாமல் நடைபெறும் சச்சரவுகளும் மோதல்களும் இந்த நிலைக்குக் காரணமாக இருக்கலாம்.[18]

வலங்கைப் பிரிவில் நிலத்துடன் நேரடியாகத் தொடர்புகொண்டுள்ள மற்றொரு சமுதாயமான நாடார் சமுதாயம் மட்டுமே கவுண்டர் சமுதாயம் போன்று எதிரொலிக்கும் ஓர் அமைப்பை உருவாக்கிக் கொண்டுள்ளது. இவையும் பாரம்பரிய நிலப்பரப்பு அலகுகளை அடிப்படையாகக் கொண்டவை யாகும்.[19] அதே நேரத்தில் கவுண்டர் பாரம்பரியத்தில் இருந்து முக்கிய வேறுபாடுகளைக் காட்டுவதன் மூலம் தங்களை வேறுபடுத்திக் காட்டுகிறார்கள்.

பட்டக்காரர்கள் போன்று கொங்குநாடு முழுமைக்குமாக அங்கீகரிக்கப்பட்ட எந்தவிதமான பட்டமும் அவர்களுக்குக் கிடையாது. ஆனால் அதனை நாடு மட்டத்தில் இருந்து தொடங்கு கிறார்கள். ஆனால் கொங்குக் கவுண்டர்கள் மொத்த நாட்டுக்கும் தலைமையேற்பவருக்குச் சூட்டப்பட்டுள்ளது போல் இச்சிறிய பகுதிகளில் நாடார் சமுதாயத்துக்குத் தலைமையேற்பவருக்கும்

துணைமண்டலம்: காங்கேயம் நாடு ❋ 91

பெயர் பட்டக்காரர் என்பது சுவாரஸ்யமான தகவல் ஆகும்.[20] இங்கும் கவுண்டர் பட்டக்காரர் போன்றே நாடார் பட்டக்காரர்கள் கூட்டங் களைக் கூட்டுகிறார்கள்; தகராறுகள், மோதல்கள், பிரச்சினைகளைத் தீர்த்து வைக்கிறார்கள். ஆனால், அண்மைக்காலமாக இந்த நாடார் பட்டக்காரர்கள் தங்கள் முக்கியத்துவத்தை இழந்து வருகிறார்கள். காங்கேயம் நாடு பட்டக்காரர் இறந்ததைத் தொடர்ந்து அந்தப் பதவிக்கு யாரும் கொண்டுவரப்படவில்லை.

கிராம மட்டத்தில் கொங்குக் கவுண்டர் முப்பாட்டுக்காரர் போன்றே நாடார் முப்பாட்டுக்காரர் சடங்குகளை நடத்தித் தருகிறார். ஆனால், ஊர்மட்டத்தில் தலைமை தாங்கக்கூடிய பொறுப்புகள் கிடையாது. தனிப்பட்ட குக்கிராமங்கள் அங்குள்ள வயது மூத்த ஆண்கள் அல்லது மரியாதைக்குரிய ஆண்கள் முறைசாரா அளவில் தலைமை தாங்கு கிறார்கள். இவ்வாறு, நாடார் மத்தியிலான சமூக அமைப்புகள் நடுத்தர மட்டங்களில் மட்டுமே முக்கியத்துவம் பெறுகின்றன.[21] அதுவும், எங்கெல்லாம் கவுண்டர் சமுதாயம் பலவீனமடைந்துள்ளதோ அங்கெல்லாம் நாடார் சமூக அமைப்புகள் பலமாகச் செயல்படுகின்றன.

இந்தத் தகவல்களைக் காட்டிலும் ஆர்வமூட்டக்கூடிய தகவல் என்னவென்றால் கொங்குப் பகுதியில் மட்டும் நாடார் சமுதாயத்தில் ஆறு கிளைச்சாதிகள் உள்ளன. இவர்கள் தாங்கள் வழிபட ஒரு பொது அமைப்பையே பகிர்ந்துகொள்கிறார்கள் என்பதாகும்.[22] இவர்களில் முதல் மூன்று குழுக்களைச் சேர்ந்தவர்கள் வடகிழக்குக் கொங்குப் பகுதியில் உள்ள பெரிய குருமார்களை வழிபடுகிறார்கள்; மற்ற மூன்று குழுக்களைச் சேர்ந்த நாடார்கள் மத்திய கொங்குப் பகுதியில் உள்ள பெருந்துறையில் உள்ள சின்ன குருக்களை வழிபடுகிறார்கள்.[23] ஆகவே, இங்குப் பிரதேசவாரியான அமைப்பு உள்ளது. ஆனால், இந்த அமைப்புகள் ஆன்மிகம் சார்ந்தவை; இதன் தலைவர்களாக நாடார் சமுதாயத்தினருக்குப் பதிலாகப் பிராமணர்கள் தேர்ந்தெடுக்கப் படுகின்றனர். இவை தவிர கொங்கு நாடார் சமுதாயத்தில் ஏழாவதாக ஒரு கிளைச்சாதி இருந்ததாகவும் ஆனால் அது அழிந்துவிட்டதாகவும் நாடார் சமுதாயத்தினர் கூறுகிறார்கள்.[24] ஒருவேளை, அனைத்து நாடார் சமுதாயத்தின் காவல் தேவதைகளான ஏழு கன்னிமார் என்ற அம்சத்துடன் இணைந்து வருவதற்காக ஏழு என்ற ராசி எண்ணைச் சேர்ப்பதற்காக இணைக்கப்பட்டிருக்கலாம் என்று சந்தேகிக்கவும் இடமளிக்கிறது. மேலும் இந்த நிலவியல் அமைப்போடு இணைக்கப் படுவதை உறுதிப்படுத்துவதற்காகவும் இவ்வாறு கூறப்படலாம்.[25]

கொங்குப் பகுதியில் வலங்கைப் பிரிவில் நிலப்பரப்பு அடிப்படை யிலான அரசியல் அமைப்பைக் கொண்டுள்ள மூன்றாவது சமுதாயம் உடையார் அல்லது குயவர் சமுதாயமாகும். இவர்கள் கவுண்டர், நாடார் சமுதாயங்கள் போல் நிலத்துடன் நேரடித் தொடர்பு கொண்டவர்கள் அல்ல. நான் இங்கு நிலப்பரப்பு (பிரதேசம்) என்று கூறுவது மிகத் தளர்வான அர்த்தத்தில்தான். அதாவது கவுண்டர், நாடார் ஆகிய பாரம்பரிய அமைப்புகளின் அமைப்பாக்கங்களைக் கடைப்பிடிக்காமல் உத்தேசமான நிலவியலையே குறிப்பிடுகிறேன். உடையார் சமுதாயத் தலைவர் பாரம்பரியமாகப் பெரியதனக்காரர் என்று அழைக்கப்படுகிறார். இப்பட்டம் குறிப்பாக பிரதேசம் எதனோடும் நேரடியாக இணைத்து முக்கியத்துவம் அளிக்கப் படவில்லை. சமுதாயத்தில் பெரியவர், மரியாதைக்குரியவர் என்ற தொனியையே கொடுக்கிறது. இது ஒருவகையான உறவின்முறை போன்றே தோன்றுகிறது. ஒரு திருமணச் சமுதாயம் அல்லது பொது கோயில்களைப் பகிர்ந்துகொள்ளும் குடியிருப்புவாசிகள் மட்டத்திலேயே ஒரு பெரியதனக்காரர் அதிகாரம் இருக்கிறது. அதேசமயம் ஊர், குக்கிராமம் அளவிலான உடையார் சமுதாய அமைப்பு காணப்படவில்லை. உடையார் சமுதாயம் என்பது ஒரு ஊழியம் செய்யும் சமுதாயம் என்பதால் முன்னர் விவாதிக்கப் பட்டதுபோல கவுண்டர், நாடார் சமுதாயங்களில் காணப்படும் பிரதேசப் பரப்புடனான நேரடித் தொடர்புகள் காண முடியவில்லை. மேலும், அவர்கள் ஒப்பீட்டு அளவில் சுயேச்சையான குழுக்கள் ஆவர்.[26] இவ்வாறு நிலத்துடன் நேரடித் தொடர்பு இருந்தாலும், ஊழிய சமுதாயம் என்பதால் அதற்கான உரிமை கோரமுடியாமல் நடுநிலை வகிப்பதால் உடையார் சமுதாயத்தினர் அமைப்பு உறவின்முறை அடித்தளத்தில் அமைந்தது எனலாம்.

வலங்கைப் பிரிவைச் சேர்ந்த மற்ற அனைத்துச் சமுதாயங்களும் தமது நாளாந்த வாழ்வில் கவுண்டர் சமுதாயத்துடன் ஊடாட வேண்டி யுள்ளதால் கவுண்டர் சமுதாயத்துடனேயே அச்சமுதாயங்கள் நெருக்கமாக இணைக்கப்பட்டுள்ளன. இந்தச் சமுதாயங்களில்- பண்டாரம் (உள்ளூர் பூசாரி), நாவிதர், வண்ணார், பறையர் (தப்பு அடிப்பவர், காவல்காரர், ஏவலாளி) ஒன்றுகூடக் குறிப்பாக நாடு மட்டத்தில் ஒரு தெளிவான அரசியல் அமைப்பைத் தங்களுக்காகக் கொண்டிருக்கவில்லை. இவர்களுக்குள் பிரச்சினை எழுந்தால் அது அப்பகுதியில் செல்வாக்கு மிக்க ஒரு கவுண்டர்முன் கொண்டு செல்லப்பட்டுப் பஞ்சாயத்து செய்யப்படுகிறது. ஒரு குடியிருப்புப்

பகுதியில் ஒரு சமுதாயத்தைச் சேர்ந்த ஒன்றுக்கும் அதிகமான குடும்பங்கள் வசிக்கையில் அவர்களில் மூத்தவர் ஒருவர் தலைமைப் பதவிக்கு வருகிறார். இந்தச் சமுதாயங்களில் ஒரு சமுதாயத்தைச் சேர்ந்தவர்கள் அதிக எண்ணிக்கையில் ஒரே இடத்தில் வசிப்பதற்கான வாய்ப்புகள் குறைவு.

இந்த ஊழியச் சாதிகளில் ஒன்று ஏதாவது பட்டம் வைத்திருக்கு மானால் அது அருமைக்காரர் என்ற பட்டம் மட்டுமேயாகும்.[27] முதல் திருமண உறவைக் கொண்டுள்ள ஆண் அல்லது பெண் ஆண் குழந்தைகள் பெற்றிருந்தால் ஒரு சிறப்புச் சடங்கு மூலம் அருமைக்காரர் பட்டம் பெறுகிறார். இந்த அருமைக்காரர்கள் அவரவர் கிளைச் சாதிகளின் சடங்குகளை நடத்துவர். இதன் காரணமாக மட்டும் மரியாதை பெறுகிறார். இது, கவுண்டர் சமுதாயத்தில் நிலவும் அருமைக்காரர் பட்டத்துக்கு இணையானது. இதன் காரணமாகவே இது எந்த விவாதத்துக்கும் உட்படுத்த முடியாத பட்டமாகும். மேலும், வாழ்க்கை வட்டச் சடங்குகளைப் பொறுத்தவரை அப்படியே கவுண்டர் சமுதாயத்தின் வாழ்க்கை வட்டச் சடங்குகளை எதிரொலிக் கின்றன. இந்த அருமைக்காரர்களுக்கு எந்தவிதமான அரசியல் உரிமைகளும் கிடையாது. சமுதாயத்தினர் மத்தியில் அளிக்கப்படும் மரியாதை மட்டும்தான் மிச்சம். ஒரு குடியிருப்புப் பகுதியில் அதிக எண்ணிக்கையில் வசிக்கும் கிளைச்சாதி மட்டுமே அருமைக்காரர் பட்டம் பெற முடியும்.[28]

வலங்கைக் கிளைச்சாதிகள் மத்தியிலான அரசியல் அமைப்பு குறித்த இந்தத் தொகுப்புரையுடன் இடங்கைப் பிரிவுக்கான அரசியல் அமைப்பு முற்றிலும் மாறுபடும் வாய்ப்பு உண்டு. ஆனால் ஒரே அம்சம் மட்டும் விதிவிலக்கு. அது கீழ்நிலை கிளைச்சாதிகளின் அரசியல் அமைப்புகள் ஒன்றுபோல் காணப்படுவது ஆகும். இடங்கைப் பிரிவு உயர்நிலை கிளைச்சாதிகள் ஒன்றுக்குக்கூட பிரதேசம் சார்ந்த அமைப்பு கிடையாது. கொங்குச் செட்டியார் (வணிகர்) சாதியில் எந்த நிலையிலும் இத்தகைய தலைமைப் பதவியோ பட்டமோ கிடையாது.[29] வடுக நாயக்கர் (கட்டுமானத் தொழில்), பாண்டிய நாவிதர் ஆகிய சமுதாயங்களுக்கும் இதே நிலை என்பதுதான் யதார்த்தம்.[30] இரு இதர இடங்கைப் பிரிவு கிளைச்சாதிகளான முதலியார் (நெசவாளர்கள்), ஆசாரி ஆகியோருக்கும் இதேநிலைதான். ஆனால், இந்த இரு சமுதாயங்களும் ஒரு குறிப்பிட்ட ஆன்மிகக் குரு அல்லது ஆன்மிகத் தலைவர்களைப் பின்பற்றுபவர்கள் என்ற

சில உள்ளூர் சாதிகள்

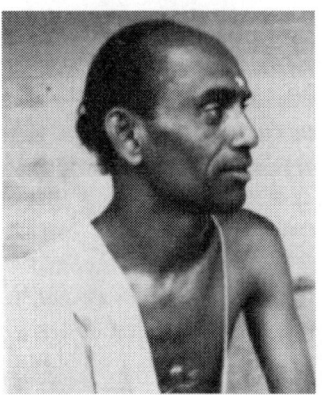

சுந்தரமூர்த்தி குருக்கள் (தகவலாளி 34)
பிராமணப் பூசகர்

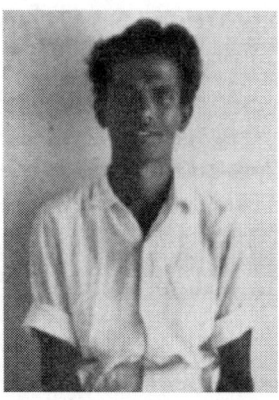

கே. சுந்தரம் (தகவலாளி 20)
பண்டாரம்

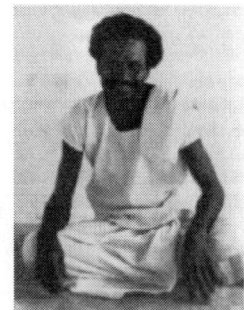

செங்கோட்டையன் (தகவலாளி 29) கவுண்டர்

பாப்பம்மாள் (தகவலாளி 24)
பண்டாரம்

நாச்சி, மாதாரி

அளவில் மத அடிப்படையிலான அமைப்புகளைக் கொண்டுள்ளனர். குறிப்பாக, தென்னிந்தியா முழுவதும் பரவியுள்ள ஐந்து பிரிவு விஸ்வகர்ம சாதிகளான சோழி ஆசாரி, கொங்கு ஆசாரி முதலான சாதிகளில் இது வெகுவாகப் பேசப்படுகிறது. எனக்குக் கிடைத்த தகவலின்படி இவர்கள் கிளைச்சாதி அடிப்படையிலான தொழில் முறைக்கு மாறாக குழு உறுப்பினரின் பரம்பரையின் வழியாக இந்தக் குழுக்கள் வரையறை செய்யப்படுகிறார்கள்.[31] இவர்களின் குருமார்கள் அல்லது இவர்களின் கோயில்கள் இவற்றில் ஒன்றுகூட கொங்குப் பகுதிக்குள் கிடையாது.[32]

நெசவாளர்கள் இது போன்று வேறு ஓர் அமைப்பைச் கொண்டுள்ளனர். ஒவ்வொரு குழுவுக்கும் ஒரு சாமியார் அல்லது குரு இருக்கிறார்.[33] ஆசாரிகள், நெசவாளர்கள் ஆகிய இரு சமுதாயங் களின் குருக்கள் ஆண்டுதோறும் பயணத்தில் இருப்பார்கள். ஒவ்வொரு இடமாகச் சென்று தமது பக்தர்களைச் சந்தித்து ஒவ்வொரு குடும்பத்தில் இருந்தும் காணிக்கை பெறுவார்கள்.

இதற்கான தொகை ஒவ்வோர் ஆண்டும் மதிப்பிடப்படுகிறது. பெரும்பாலும் ஒரு குடும்பத்துக்கு இரண்டு அல்லது ஐந்து ரூபாய் விதிக்கப்பட்டு வசூலிக்கப்படுகிறது. ஒவ்வோர் ஆண்டும் அனைத்துப் பகுதிகளுக்கும் செல்லமுடியாது என்பதால் செல்லும்போது மொத்தமாக வசூலிக்கப்படுகிறது. இந்தத் தொகை அவர்களுக்கான கோயில்களில் வழிபாடு நடத்துவதற்கும் பூசைகள் செய்வதற்கும் பயன்படுத்தப்படுகிறது.

வலங்கைப் பிரிவில் நாடார் சமுதாயம் குறித்து விவரிக்கப்பட்ட போது கூறப்பட்ட அமைப்பை ஒத்ததாக இது இருக்கிறது. ஆனால், அதற்கும் இவற்றுக்கும் இரண்டு முக்கிய வேறுபாடுகள் உள்ளன. முதலாவதாக, இடங்கைக் குழுக்களின் இந்தக் குருக்கள் நாடார் சமுதாய குருவாகப் பிராமணர் இருப்பதைப் போலல்லாமல் தங்கள் சொந்த சாதியைச் சேர்ந்தவர்களே குருவாக இருக்கிறார்கள். ஆனால், பிராமணருக்கு உரிய தகுதியைக் கோருகிறார்கள். இரண்டாவதாக, இந்த அமைப்பு ஒரு பகுதிக்கு மட்டும் உரியதல்ல. அனைத்துத் தென்னிந்தியா முழுமைக்குமானது. இவற்றில் பல கோயில்கள் கொங்குப் பகுதிக்கு வெளியே உள்ளன.

இந்த விளக்கங்கள் இரண்டு கீழ்நிலை இடங்கைக் குழுக்களைப் பற்றிப் பேசவில்லை: ஒன்று-கதை சொல்லிகள் (வேடர்), இரண்டு—

தோல் தொழிலாளர்கள் (மாதாரி அல்லது சக்கிலியர்). ஏற்கனவே விவரிக்கப்பட்டதிலிருந்து இந்த இரு குழுக்கள் தனிச்சிறப்பான அம்சங்களைக் கொண்டுள்ளன. வேடர் மற்றும் மாதாரி சமுதாயங்கள் நாடு பகுதிகளைப் பொறுத்தவரை இரண்டு பெருங்குழுக்களைக் (moiety) கொண்ட கிளைச்சாதி அமைப்புகளைக் கொண்டுள்ளன.[34] இந்த இரண்டு சமுதாயங்களிலும் கிளைச்சாதி அமைப்பு இரண்டு பெரும் பிரிவுகளாகப் பிரிக்கப்பட்டுள்ளது. இவை சடங்கியல் ரீதியான எதிர்நிலைக் குழுக்கள் (பங்குக் குழுக்கள்) ஆகும். ஒவ்வொரு குழுவுக்குள் உள்ள குலங்கள் 'சகோதரர்கள்' ஆகக் கருதப்படுகிறார்கள். சகோதரர் குலங்களுக்குள் திருமணம் தடுக்கப்படுகிறது. இதன்மூலம் எதிர்நிலைக் குழுவில் இருந்து மட்டும் பெண் எடுப்பது உறுதிப் படுத்தப்படுகிறது.

ஒவ்வொரு பங்குக் குழுவும் ஒரு தனி நாடு பகுதியுடன் இணைக்கப்படுகிறது. ஆனால், அவர்களுக்கு எனத் தனிப்பெயர் கிடையாது. எனினும் அவர்களின் கோயில்களைக்கொண்டே தொடர்புபடுத்தப்படுகின்றனர். ஒவ்வொரு பங்குக் குழுவுக்கும் ஒரு தலைவர் உண்டு. இரு நாடுகளின் தலைவர்களும் சேர்ந்து இணை ஜோடிகளாகக் கருதப்படுவர். இரு தலைவர்களின் தகுதி நிலைகளும் பிரிக்கப்படுகின்றன. இருவரில் ஒருவர் உள்ளூர்ப் பிரச்சினைகளைத் தீர்த்து வைக்க நியமிக்கப்படுகிறார்.

மாதாரி கிளைச்சாதியைப் பொறுத்தவரை இவர்களுக்குத் தலா ஓர் உதவியாளர் உண்டு. இவரது சடங்கியல் பங்களிப்பு அவருடைய உயர்நிலைக் குழுக்களில் அரசியல் தலைமைக்குச் சமநிலை கொண்டது. குக்கிராமம் நிலையிலும் மாதாரி குழுக்களுக்குத் தலைவர்கள் உள்ளனர். அவர்கள் ஊர்த்தலைவர் என்று அழைக்கப் படுகிறார்கள். இந்த இயலின் பிற்பகுதியில் இடங்கைக் குழுக்களின் வம்சாவளி குறித்த பிரிவு இடம்பெறுகிறது. அதில் வேடர், மாதாரி கிளைச்சாதிகளில் உள்ள இருபெரும் கூட்டம் முறை (moiety) அமைப்பு குறித்த உதாரணங்கள் அளிக்கப்படுகின்றன.

தொகுப்புரையாக, கிளைச்சாதி அளவில் இடங்கை-வலங்கைப் பிரிவு அரசியல் அமைப்புகளில் காணப்படும் முக்கிய வேறுபாடுகள். வலங்கைப் பிரிவின் ஆதிக்க சமுதாயமான கவுண்டர்கள், பிரதேச அளவில் மிகவும் நேர்த்தியாக வரையறுக்கப்பட்ட அமைப்புகளைக் கொண்டுள்ளனர். அது மண்டல அளவிலும் கீழ் மட்டத்திலும் மிக வலுவாக உள்ளது. நடுவாந்திர நிலைகளில் அதாவது நாடு அளவில்

ஓர் அரசியல் எதிரியை வைத்துக்கொண்டுள்ளது போல் தெரிகிறது. கவுண்டர்களோடு இணைந்துள்ள இதர இரண்டு வலங்கைப் பிரிவு சமுதாயங்களைப் பொறுத்தவரை ஓரளவுக்கு சுயேச்சைத் தன்மையுடனும் பிரதேச அடிப்படையில் அமைப்புரீதியாகவும் திரண்டுள்ளனர். குறிப்பாக, நாடு அளவில் தங்களின் அமைப்புகளை வலுப்படுத்து கிறார்கள். அவர்களின் முறைப்படியான அமைப்பு நாடு அலகுக்கு மிகச் சரியாகப் பொருந்தியுள்ளது. அதிலும் குறிப்பாகக் கவுண்டர்கள் நிலை பலவீனமாக இருக்கும் இடங்களில் அவர்கள் வலுவாக இருக்கிறார்கள்.

மறுபுறத்தில், கவுண்டர்களுக்கு ஊழியம் செய்யும் பிற வலங்கைப் பிரிவு கிளைச்சாதிகள் தங்களுக்கெனக் குறிப்பிடத்தக்க அமைப்புகள் எதுவும் கொண்டிருக்கவில்லை. தங்களுக்குள் உள் முரண்பாடுகள், மோதல்கள் ஏற்படும்போது அவற்றைத் தீர்த்து வைக்க கவுண்டர்கள் தயவையே நாடவேண்டியுள்ளது.[35] வலங்கைப் பிரிவு அமைப்பின் இச் சித்திரத்தின் ஆந்திரா அமைப்பு குறித்து அண்மையில் என். எஸ். ரெட்டியால் வழங்கப்பட்டுள்ள விவரிப்புகளுடன் ஒப்புமை கொண்டுள்ளது. அவருடைய கூற்றுப்படி, இப்பகுதியின் வலங்கைக் குழுக்களும் ஒரு மைய அமைப்பைக் கொண்டுள்ளன. அது மிக உயரிய சமூக நடத்தைகள் மற்றும் ஓர் 'உயரிய தீர்ப்புக்காரர்' ஆகிய கூறுகளைக் கொண்டுள்ளது.[36] கொங்கு நாடு குறித்துத் தற்போது இத்தகைய ஒரு வலுவான கருத்தை ஒருவரால் சொல்ல முடியாது எனினும் 1947க்கு முன்பு இத்தகைய நிலைதான் நிலவியது.

இடங்கைப் பிரிவை ஒப்புநோக்கில் உயரிய நிலையில் இருக்கும் கிளைச்சாதிகளின் அமைப்பைப் பொறுத்தவரை சில வழிகளில் வலங்கைப் பிரிவின் ஊழிய சமூகங்களின் அமைப்பையே எதிரொலிக்கிறது. இந்தக் குழுக்களுக்கும் தமக்கென சொந்த அரசியல் அமைப்புகள் கிடையாது. ஆனால், இடங்கைப் பிரிவின் உயர்நிலை சமுதாயங்கள் தங்களுக்குள் ஏற்படும் பிரச்சினைகளைத் தீர்க்க, மற்ற சமுதாயத்தைச் சேர்ந்தவர் எவ்வளவு முக்கியஸ்தராக இருந்தபோதும் எவரது நாட்டாமையையும் நாடுவதில்லை. மாறாக, இடங்கைக் குழுச் சமுதாயங்கள் தங்களுக்குள் மூத்தவர்களைக்கொண்ட ஒரு குழுவை அமைத்துக்கொண்டு தங்கள் பிரச்சினைகளைத் தீர்த்துக்கொள் கிறார்கள். இத்தகையவர்கள் கருத்தால் தலைவர்களாக இருக்கலாம், ஆனால், அவர்களுக்கு எந்தப் பட்டமும் கிடையாது. மேலும், அவர்கள் நிலை பிரதேச அமைப்புகளில் எந்த விதமான செல்வாக்கையும்

செலுத்த முடியாது. கூடுதலாக, அவர்கள் நிலை அவர்களுக்குக் கவுரவத்தைப் பெற்றுத்தரலாம், ஆனால், அதைப் பரம்பரையாகப் பயன்படுத்த முடியாது. உள்ளுக்குள் நாட்டாமை செய்யும் நடுநிலை அமைப்புகளுக்குக் கட்டுப்பாடுகள் நிலவுவதால் பொதுவாக இடங்கைப் பிரிவு அமைப்பு வலங்கைப் பிரிவு அமைப்பைக் காட்டிலும் மிக அதிகமாக அகப் பார்வையையே கொண்டுள்ளது.

இடங்கைப் பிரிவு உயர்நிலைக் குழுக்களில் சிலர் தங்கள் சமுதாயங் களில் இருந்து உருவான குருக்கள், சன்னியாசிகளின் பக்தர்களாக உள்ளனர். இவர்களின் மடங்கள் புகழ்பெற்ற தென்னிந்தியக் கோயில்கள் சார்ந்தவை. இந்தக் கோயில்கள் பெரும்பாலும் கொங்குப் பகுதிக்கு வெளியில் உள்ளன. இதுபோன்று வலங்கைப் பிரிவு குழுக்களிடமும் உள்ளது. என்றாலும் அவற்றின் குருக்கள் பிராமண சாதியைச் சார்ந்தவர்கள். இதனால் அந்த அமைப்பு மீண்டும் சாதிகள் இடையேயான அமைப்பாகிறது. இங்குத் தங்கள் சாதியைச் சேராதவரும் பக்தனாக இருக்க முடியும். வலங்கைப் பிரிவுக் குழுக்களின் குருமட அமைப்பில் கொங்குப் பகுதிக்கும் அதன் பிரதேச அமைப்புகளுக்கும் குறிப்பிடத்தக்க முக்கியத்துவம் அளிக்கப் படுகிறது. மாறாக, இடங்கைக் கிளைச்சாதிகளின் மத அமைப்புகள் அனைத்துத் தென்னிந்திய மையங்களையும் நோக்கியுள்ளன. இவ்வாறாக, சடங்குகள் சார்ந்த, சடங்குகள் சாராத விவகாரங்கள் இரண்டிலும் இடங்கைப் பிரிவின் உயர்நிலை சமுதாயங்களின் அமைப்புகள் அதன் எதிர்நிலை வலங்கைப் பிரிவு அமைப்புகளைக் காட்டிலும் மிகக் குறைவாகவே பிரதேசம் சார்ந்துள்ளது.

இறுதியாக, இடங்கைப் பிரிவின் அடிமட்டத்தில் உள்ள இரண்டு சமூகங்கள் 'இருபெரும் குழு' (moiety)* அமைப்பைக் கொண்டுள்ளன. அதன் அமைப்பியல் தலைமை சில அம்சங்களில் வலங்கைக் கிளைச்சாதிகளின் பிரதேச அமைப்புகளை ஒத்திருப்பது முன்னரே விளக்கப்பட்டுள்ளது. வேறுபாடு என்னவென்றால் பிரதேச தொடர்புகளுக்குக் குறைவான முக்கியத்துவம் அளிக்கப்படுவதும் அவர்களின் தலைமை அமைப்பில் உறவின்முறைக்கு அதிக அழுத்தம் அளிக்கப்படுவதும் ஆகும். இதைவிட, இந்த அமைப்புகள் முற்றிலும் அவர்களின் உள் விவகாரமும், அதே பிரிவின் உயர்நிலைக் குழுக்க ளோடுகூட எந்தத் தொடர்புமற்று இருக்கின்றன.

* ஒரு சமூகம் இரண்டு பெருங்குழுக்களாகப் பாகுபடும் அமைப்பை இது குறிக்கிறது (ப-ர்).

இடங்கைப் பிரிவின் இந்த இரண்டு அடித்தளக் கிளைச்சாதிகளின் அமைப்புகள் வலங்கை, இடங்கைப் பிரிவுகளின் அமைப்புகளுக்கு இடைப்பட்ட நிலையை வகிக்கின்றன. இரண்டின் அம்சங்களும் இதில் இணைந்துள்ளன. இந்த இரண்டுக்கும் நடுவிலான நிலை என்பது அவர்கள் குழுக்களின் பொருளாதாரம் உயர்நிலைச் சமுதாயங்களைக் குறிப்பாகக் கவுண்டர் சமுதாயத்தைச் சார்ந்து இருப்பதால் ஏற்படுகிறது. இவ்வாறாக, இடங்கைப் பிரிவின் இந்த அடித்தள சமுதாயங்கள் தங்கள் உயர்நிலைச் சமுதாயங்களின் பிரதேசப் பிரிவுகளுடன் தங்கள் பிரிவின் உயர்நிலை சமுதாயங்களைக் காட்டிலும் மிகவும் மனப்பூர்வமாக ஈடுபாடு கொண்டுள்ளன. அரசியல், சடங்கியல் அமைப்புகளில் உள்ளூர்ச் சமூகப் படிநிலையில் உயர்நிலை வகிக்கும் வலங்கை, இடங்கைப் பிரிவு கிளைச் சாதிகளின் அடையாளங்களை இந்த இரு பிரிவுகளின் கீழ்நிலைக் கிளைச் சாதிகளைக் காட்டிலும் துல்லியமாகக் காண முடியும்.

பிராமண அமைப்பும்கூட ஓரளவுக்கு வலங்கை, இடங்கைப் பிரிவுகளின் உயர்நிலைக் கிளைச்சாதிகளின் அமைப்புகளுக்கு இடைப்பட்ட நிலையினையே கொண்டுள்ளன.[37] கொங்குப் பகுதிப் பிராமண ஐயர் சமுதாயத்துக்குள் ஆண்வழி பரம்பரையில் தொடர் பட்டங்கள் உள்ளன. இப்பட்டங்கள் மண்டலம், நாடு, கிராம மட்டங்களில் உள்ளூர் வரி வசூலிப்பது உள்ளிட்ட பல உரிமைகளைக் கொண்டுள்ளன. இதற்கான கோயில்கள், தொடர் குருக்களின் பிரதேச படிநிலைகளுக்கு ஒப்ப இந்தப் பட்டங்களும் படிநிலைகளைத் தாங்கியுள்ளன. இவர்கள் இக்கோயில்களில் நடைபெறும் ஆண்டுத் திருவிழாக்களில் முக்கியச் சடங்குகளை நிறைவேற்றுகிறார்கள்.[38] எனினும், அதேநேரத்தில் அனைத்துத் தென்னிந்தியப் பிராமண ஐயர் அமைப்பின் அங்கமாகவும் கொங்குப் பிராமண ஐயர்கள் உள்ளனர். இவர்கள் ஐந்துபடிநிலைகள்கொண்ட பிரிவுகளாகப் பிரிக்கப்பட்டுத் தென்னிந்தியாவின் யாத்திரை முக்கியத்துவம்கொண்ட மையங்களுடன் இணைக்கப்பட்டுள்ளனர்.[39] இந்த அம்சங்களில் பார்க்கும் போது இவர்களின் அமைப்புகள் ஏற்கனவே விவரிக்கப்பட்டபடி இடங்கைப் பிரிவு துணைக்குழுக்களின் அமைப்புகளைப்போன்றே எதிரொலிக்கின்றன. இதைவிட காருணிகர் பிள்ளை குழுதான் இடங்கைப் பிரிவின் வடிவங்களை அதிகமாக ஒத்துள்ளது. இங்கும் அதேபோன்று குருமார்கள் உள்ளனர். ஆனால் பிரதேச அமைப்பு கிடையாது.

வலங்கைக் கிளைச்சாதிகளின் வம்சாவளி அமைப்பு

காங்கேயம் நாடு எவ்வாறு தனக்கான நேர்த்தியான எல்லைகளைக் கொண்ட நிலவியல் அமைப்பைக் கொண்டுள்ளதோ அதேவழியில் நிலத்துடன் பிணைக்கப்பட்டுள்ள ஒவ்வொரு முதன்மையான கிளைச்சாதிகளும் நேர்த்தியாக வரையறுக்கப்பட்ட உள்நிலை அமைப்பையும் அதற்கேற்ப உறவின்முறை அதிகாரம் கொண்ட கோயில்களையும் கொண்டுள்ளன. பகுதியின் ஒவ்வொரு கூட்டம் மற்றும் பரம்பரைக்கும் அதனதற்கான கோயில்களும், கடவுள்களும், காலமுறைச் சடங்குகள், திருவிழாக்களும் உள்ளன. இத்தகைய விழாக்கள் கொண்டாடப்படும் ஒவ்வொரு கோயிலும் அதனை வழிபடும் சமுதாயத்தின் ஒற்றுமை, ஒத்துழைப்பு ஆகியவற்றுக்கு அழுத்தம் தருகிறது. உதாரணமாக, கொங்கு கவுண்டர்களைப் பொறுத்தவரை, பல்வேறு கூட்டங்களைச் சேர்ந்தவர்கள் ஒன்றாக வழிபடும் கிளைச்சாதி கோயில்களும், பல பரம்பரைகளைச் சேர்ந்தவர்கள் ஒற்றுமையுடன் வழிபடும் குலதெய்வக் கோயில்களும், பல தலைக்கட்டுகள், வீடுகளைச் சேர்ந்தவர்கள் ஒன்றாக வழிபடும் பரம்பரைக் கோயில்களும் உள்ளன.[40]

பொதுவாக, கிளைச்சாதி கோயில்கள் கிராம அளவிலும், குல தெய்வக் கோயில்கள் ஊர் அளவிலும், பரம்பரைக் கோயில்கள் குடும்ப அளவிலும் இணைக்கின்றன. எனினும், கொங்குக் கவுண்டர் கிளைச்சாதிக்கு உட்பட்ட அனைத்துக் குலங்களும் பரம்பரைகளும் தமக்கெனத் தனிக்கோயில்கள் கொண்டிருந்தன என்று கூறமுடியாது. குறிப்பிட்ட கிளைச்சாதி, குலம், பரம்பரை அக்குறிப்பிட்ட பகுதியில் அதிக எண்ணிக்கையிலும் பொருளாதார ஆதிக்க நிலையிலும் இருக்கும்போது மட்டுமே இவை முழுமையாக இடம்பெறுகின்றன. பெரும் எண்ணிக்கையிலான வேறுபாடுகள் சாத்தியமற்றுப் போக வில்லையெனில் அதாவது பெரும் எண்ணிக்கையில் பிரதேச உரிமைக்கான கோரிக்கைகள் உண்டாகாவிடில் அங்குப் பிரிவினை ஏற்படுவதற்கு ஒன்றும் இருக்காது. எங்கு ஒரு குழு பெரும் எண்ணிக்கையிலும், உள்ளூர் ஆதிக்கத்திலும் இருக்கிறதோ அங்கு முன்பு விவரிக்கப்பட்ட உறவுமுறை, குழு வேறுபாடு பிரதேச துணைப் பிரிவோடு சேர்ந்தே அந்தப் பிரிவினை உருவாகும்.

தொடர்ந்து, பல உள்ளூர்க் கிராமப் பகுதிகளில், கூட்ட உரிமைகள் ஒழுங்கைப் பார்க்கும்போது நாடு பகுதிக்குள் கவுண்டர்களின் 'கூட்டம்' குல அமைப்பு குறித்த சில தகவல்களைப் பெறுவதற்கான

வாய்ப்புகள் காணப்பட்டன. விளக்கப்படம் 2.3இல் காட்டப்பட்டுள்ள நிலவரைபடத்தில் காங்கேயம் நாடு பகுதிக்குள் வாழும் நான்கு முக்கிய கவுண்டர் கூட்டங்களின் பரப்புகள் பிரித்துக்காட்டப்பட்டன. இது மற்ற இடங்களுக்கான உதாரணமாக கொள்ளப்படலாம். பிற சிறிய கூட்டங்கள் இதன் மேலமுந்தினாலும் இதில் தொழிற்படும் கோட்பாடு குறித்து அறிய மேற்கொண்ட முயற்சியில் எதையும் அறிய முடியவில்லை.

ஒவ்வொரு கிராமமும் ஒரு சிவன் கோயிலைக் கொண்டிருப்ப தற்குக் கூடுதலாக, அங்குள்ள கவுண்டர் கூட்டங்களைக் காக்கும் ஒரு அம்மன் கோயிலையும் கொண்டிருக்கின்றது.[41] இங்குக் குறிப்பிட வேண்டிய ஓர் அம்சம், ஒவ்வோர் உள்ளூர்க் கவுண்டர் கூட்டமும் தங்கள் மூதாதையரின் சொந்த கல் அல்லது கற்களைக் கொண்டிருக்க வேண்டும் என்பது கொள்கையாக உள்ளது. கிளைச்சாதித் திருவிழாவின் போது இக்கற்கள் படிநிலை வரிசையின்படி வழிபாடு செய்யப் படுகிறது. இந்தப் படிநிலை வரிசை என்பது அதாவது இந்தப் படிநிலை இறக்கம் என்பது குழுக்களின் அரசியல், பொருளாதார ஆதிக்க நிலைகளைக் குறிக்கிறது. அதன்படியே கோயில்களில் பிரதிஷ்டை செய்யப்படுகிறது.

இந்த வரிசை என்பது ஒரு காலத்தில் அவர்களுக்குள் ஏற்பட்ட சண்டைகளின் விளைவாக இருக்கலாம்; அல்லது அவர்களுக்குள் ஏற்பட்ட சச்சரவுகளுக்குத் தீர்வுகாண மாற்றியமைக்கப்பட்டதாக இருக்கலாம். எனவே, திருவிழாவின்போது பின்பற்றப்படும் இந்த வரிசைக்கு முன்னுதாரணங்கள் இருந்தாலும் அது மாற்றப்பட முடியாதது அல்ல. குலங்களுக்குள் அரசியல் சமநிலை மாறும்போது இந்த வரிசையும் மாற்றப்படுகிறது. அதாவது, இந்தக் குலங்களில் யார் முக்கியத்துவம் கொண்டவர் என்ற நிலை மாற்றப்படுகிறது. ஏற்றுக்கொள்ளப்பட்ட உண்மைகளை நிறுவனமயப்படுத்தும் கருவிகளாக இந்தச் சடங்குகள் அமைகின்றன. இது அதிகாரத்துக்கான போட்டியில் தொடங்கி சடங்கியல் படிமங்களில் இணைக்கப் படுவதுடன் நிறைவடைகிறது.[42]

காங்கேயம் நாடு பாரம்பரியமாகவே பன்னிரண்டு கிராமங்களைக் கொண்டுள்ளதாகக் கூறப்படுகிறது. ஒவ்வொரு கிராமத்திலும் கொங்குக் கவுண்டர்கள் தங்கள் கிளைச்சாதி கோயிலாக வழிபடும் ஓர் அம்மன்கோயிலும் உள்ளது.[43] எளிமை கருதியே, பன்னிரண்டில் எட்டுக் கிராமங்கள் மட்டும் விளக்கப்படம் 2.3இல் காட்டப்

பட்டுள்ளன. இந்தக் கோயில்களின் குலவரிசை இந்த விஷயங்களில் அதிக நினைவாற்றல் கொண்ட உள்ளூர்ப் புலவர் ஒருவர் அளித்தது; இது அட்டவணை 2.2இல் காட்டப்பட்டுள்ளது.[44] நான்கு பகுதிகள் ஒவ்வொன்றிலும் ஆதிக்கக் கூட்டம் இரண்டு கோயில்களில் உரிமை கோருவதைக் கவனிக்கவும்.[45] இது எதைக் காட்டுகிறது என்றால் ஒரு பெரிய கூட்டம் தாங்கள் ஆதிக்கம்செலுத்தும் பகுதியில் ஒன்றுக்கும் அதிகமான கிராமங்களைக் கொண்டிருக்கின்றன என்பதைக் காட்டுகின்றன.

ஆனால் ஒவ்வொரு கோயிலிலும் இந்தக் கூட்டத்தின் முன்னுரிமை நன்றாக நிறுவப்பட்டிருக்க வேண்டும். கூட்ட அடையாளமும் கூட்ட வரிசையும் வெளிப்படுத்தப்படும் கோயிலே கிராமத்தின் முதன்மை அமைப்பாக இருக்கிறது என்பதை இந்த அமைப்பு குறிக்கிறது. இந்தக் கோயில்களில் இருந்துதான் கிளைச்சாதியில் இருந்து அவர்களுக்கான உறுப்பினரை எடுத்துக்கொள்கின்றனர்.

ஒரு பிரதேச அலகுகளுக்குள் இத்தகைய கிளைச்சாதி கோயில்கள் அல்லாமல் தனிப்பட்ட கூட்டங்களுக்குச் சொந்தமான தனிக் கோயில்களும் உள்ளன. இந்தக் கூட்டம் கோயில்கள் ஊர் அல்லது குக்கிராமங்களுடன் தொடர்புடையவை. ஒரு கூட்டத்தைச் சார்ந்த பல பரம்பரைகள் சிறப்பான நாள்களில் இங்கு வழிபாடு நடத்துகின்றனர். ஒவ்வொரு கோயிலும் ஊர் அல்லது குக்கிராமம் அருகிலேயே உள்ளது. அங்குதான் அந்தக் கூட்ட ஆதிக்க சக்தியாகவும் அதனைச் சேர்ந்த மக்கள் அதிகமாகவும் வாழுகிறார்கள். உதாரணமாக, ஒரு காலத்தில் கண்ணபுரம் கிராமத்தில் செல்வாக்கான செங்கண்ணன் கூட்டத்தார் தங்களுக்கெனத் தனியாகக் கரியகாளியம்மன் கோயிலைக் கொண்டுள்ளனர். அதாவது அட்டவணை 2.2இல் குறிப்பிடப் பட்டுள்ளதற்கு மாறாக இந்தக் கிராமத்தில் ஒரே கடவுளுக்கு இருவேறு கோயில்கள் உள்ளன.[46] இது விளக்கப்படம் 2.3இல் காட்டப்படவில்லை.

இக்கோயில் கிராமத்தின் தென்பாதி பகுதியில் கோயில்பாளையம் அருகில் உள்ளது. இங்குதான் இந்தக் கூட்டத்தைச் சேர்ந்த பெரும்பான்மை மக்கள் நெருக்கமாக வாழ்கிறார்கள். அதேநேரத்தில் இவர்களின் கிளைச்சாதி கோயில் கிராமத்தின் மையப்பகுதியில் அந்தப் பகுதிக்கான சிவன், மாரியம்மன் கோயில்களுக்கு அடுத்து உள்ளது. தற்போது கரியகாளியம்மன் கோயில் சிதிலமடைந்த நிலையில் உள்ளது. ஆனால், கிளைச்சாதிக்கான கோயில் நல்ல நிலையில் இருக்கிறது. செங்கண்ணன் குலத்தைச் சேர்ந்தவர்களில்

பெரும்பாலோர் இங்கிருந்து குடிபெயர்ந்து சென்றுவிட்டனர். அதேசமயம், மற்ற கரியகாளியம்மன் கோயிலில் ஆண்டுக்குப் பல நாள்கள் விழாக்கள் நடக்கின்றன. ஓலப்பாளையம், கண்ணபுரம் குக்கிராமம் பகுதிகளில் ஆதிக்கம் செலுத்தும் கணவாளர் கூட்டமும் தமது கூட்டக் கோயில்களைக் கொண்டுள்ளது; இந்தக் கோயில் கன்னிமார்கள் அல்லது ஏழு சகோதரிகளுக்கானது. செங்கண்ணன் குலத்துக்கு மாறாக இக்கோயில் கண்ணபுரத்திலயே உள்ளது; நல்ல நிலையிலும் இருக்கிறது.[47]

கிராமத்துக்குக் கீழ்நிலையில் அதாவது குக்கிராமம் நிலையில் கணவாளர் கூட்டம் இரு வம்சாவளிகளாகப் பிரிந்துள்ளது; இரு பிரிவுகள் ஒவ்வொன்றுமே தங்கள் கூட்டத்தை உருவாக்கிய மூதாதயை வழிபடுகிறார்கள். இந்த இரண்டு வம்சாவளியினரும் ஒரு தனி ஆணின் இரு மனைவியருக்குப் பிறந்தவர்கள். முதல் மனைவிக்குப் பிறந்த வம்சாவளியினர் ஒரு குடியிருப்புப் பகுதியிலும், இளைய மனைவிக்குப் பிறந்த வம்சாவளியினர் மற்றொரு குடியிருப்புப் பகுதியிலும் வசிக்கிறார்கள். இந்த இரண்டு மனைவிகளும் தங்கள் கணவர் இறந்தபின்னர் தற்கொலை செய்துகொண்டதாகக் கூறப் படுகிறது. ஆனால் இந்த இருவரின் இறுதி நடவடிக்கைகள் வேறுபாடானவை. முதல் மனைவி கிணற்றில் விழுந்து இறந்தார். இரண்டாவது மனைவி தீக்குளித்தார்.[48] பின்னவரின் சந்ததியினர் அவருக்கு ஓலப்பாளையத்தில் கோயில் எடுத்து ஆண்டுதோறும் விழா கொண்டாடுகின்றனர். முன்னவருக்கு அவரது சந்ததியினர் மற்றொரு நாளில் விழா எடுக்கின்றனர். அவர்களுக்கெனத் தனி பரம்பரைக் கோயில் இல்லாததால் கண்ணபுரம் கிராமத்தில் ஒரு மரத்தின் கீழே இந்த விழா எடுக்கின்றனர்.

கொங்குக் கவுண்டர் அமைப்பில் மூன்று நிலைகளிலும் (கிளைச்சாதி, கூட்டம், பரம்பரை என) அவர்களின் கோயில்கள் அம்மன் கோயில்களாக உள்ளன என்பது ஆர்வமூட்டக்கூடியது. ஆனால், இவர்களில் சிலர் மனித மூலம் கொண்டவர்களாக இருக்கலாம். கண்ணபுரத்தில் உள்ள கவுண்டர் கிளைச்சாதிக்கான முதன்மைத் தெய்வம் கரியகாளியம்மன். குலம் மட்டத்தில் செங்கண்ணன் கூட்டம் மற்றொரு இடத்தில் இதே கடவுளை வழிபட்டாலும், கணவாளர் கூட்டம் ஏழுகன்னிமார் (ஏழு சகோதரிகள்) சாமியை வழிபடுகிறார்கள். அவர்களின் காவல் தெய்வம் கருப்பண்ணசாமி. இந்த ஏழு சகோதரிகள் அனைவரும் ஒரு காலத்தில்

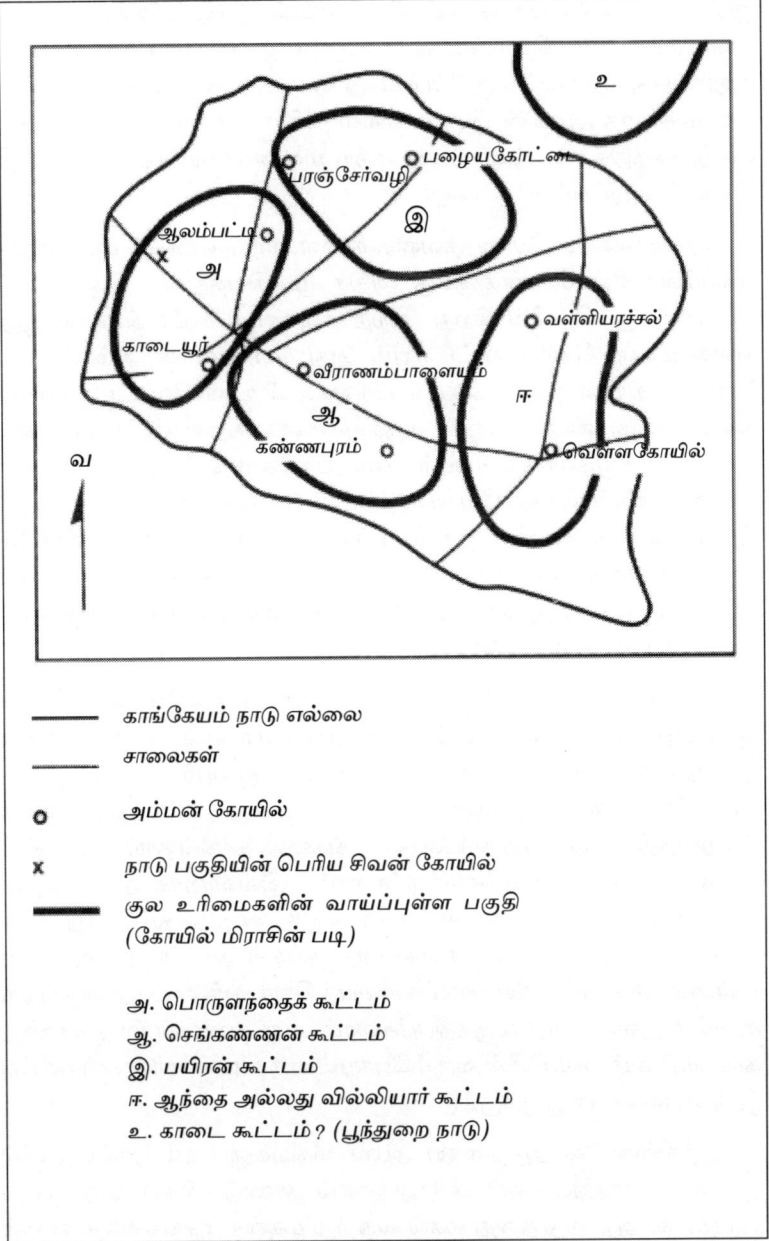

———	காங்கேயம் நாடு எல்லை
——	சாலைகள்
o	அம்மன் கோயில்
x	நாடு பகுதியின் பெரிய சிவன் கோயில்
▬	குல உரிமைகளின் வாய்ப்புள்ள பகுதி (கோயில் மிராசின் படி)

அ. பொருளந்தைக் கூட்டம்
ஆ. செங்கண்ணன் கூட்டம்
இ. பயிரன் கூட்டம்
ஈ. ஆந்தை அல்லது வில்லியார் கூட்டம்
உ. காடை கூட்டம்? (பூந்துறை நாடு)

விளக்கப்படம் 2.3: காங்கேயம் நாட்டின் கவுண்டர் குலங்களின் பாரம்பரிய தொகுப்புகள்.

இதே கூட்டத்தில் பிறந்து கன்னிகழியாமல் இறந்தவர்கள். அதனால் புனிதத்தன்மை கொண்டவர்களாக வழிபடப்படுகிறார்கள்.[49] இறுதியாக, ஏற்கனவே குறிப்பிட்டது போல, கணவாளர் கூட்டத்தில் ஒரு மூதாதை ஆணின் இரு மனைவிகளில் ஒரு மனைவியிலிருந்து வேறுபடுத்திக் காட்டுவதற்காக மற்ற மனைவியை கவுரவப்படுத்தி கோயில் எழுப்பப்பட்டுள்ளது.

கணவாளரைப் பொறுத்தவரை, கிளைச்சாதி, கூட்டம், பரம்பரைக் கோயில்களில் பெண்களுக்கு அதிக முக்கியத்துவம் கொடுக்கப் பட்டிருப்பது தெளிவாகிறது. மற்ற கவுண்டர் கூட்டங்களில் இது துலக்கமாகத் தெரியாவிட்டாலும் இது பொதுவான அம்சம்தான். கிளைச்சாதியின் இத்தகைய உள் பிரிவுகளின் உணர்வோட்டங்களைச் சித்திரிக்க இரண்டு பொதுக் கருத்துகளைக் கூறலாம். முதலாவது, கவுண்டர் சமுதாயத்தில் உள் வேறுபாடுகள் என்பதைப் பிரதேச துணைப்பிரிவிலிருந்து வேறுபடுத்திக் காணமுடியாது. இரண்டாவது, இந்த வேறுபாடுகளின் குறிப்பானாகப் பொதுவாகப் பெண்களே இருக்கிறார்கள். கவுண்டர் படிவரிசைக் குழுக்களுக்குள் துணைப் பிரிவுகள் உருவாவதற்கான முக்கிய கருவிகளாகப் பெண்கள் உள்ளனர் என்று ஒருவர் கூறக்கூடும்.

ஓர் ஆண் வம்சாவளி குழுவை உருவாக்குவதில் ஒரு பெண் இருவழிகளில் பங்காற்றுகிறாள். முதலாவதாக, ஒரு மனிதன் ஒன்றுக்கும் அதிகமான மனைவிகள் மூலம் மகன்களைப் பெற்றிருக்கலாம். இந்த மாற்றாள் சகோதரர்கள் ஒரு கட்டத்தில் தம்மை வேறுபடுத்துவதற்காகத் தங்கள் கூட்டங்களை, தங்கள் தாயின் வழியில் கூறத்தொடங்க முடிவுசெய்திருக்கலாம். இவ்வாறாக ஒரு மனிதன் ஒன்றுக்கு அதிகமான மனைவிகளைக் கொண்டிருக்கும்போது அந்த மனைவிகள் தங்கள் பிள்ளைகளைத் தங்கள் தந்தை, தான், தமது பிள்ளைகள் எனப் புதிய பரம்பரையைத் தொடங்கி வைத்து ஒரு புதிய குலம் உருவாக வழி வகுத்திருக்கலாம். ஒரு கணவன் இதுபோன்று தாய்வழி வம்சாவளியில் வரும்போதும் ஒரு பெண்ணின் பங்களிப்பு இதுபோலத்தான் இருக்கும்.

இந்நிலையில் அத்தகைய ஆண் மகவுகளுக்கும் தாய்வழியில் இருந்து சொத்துகளைப் பிரித்துத்தரும் தூண்டுதல்கள் உருவாவது இயற்கை. அதாவது தனது மகள் வயிற்று மகன்கள் தங்களைத் தங்கள் தாய்வழிப் பாட்டன் மரபில் வைத்துக்கூறும்போது அந்த மகள் வயிற்றுப் பேரன்களுக்கும் தமது சொத்துகளைத் தரும் பழக்கம்

அட்டவணை 2.2

காங்கேயம் நாட்டின் சில முக்கிய கோயில்களும் கவுண்டர் குல உரிமை வரிசைகளும்

நிலப்படத்தின் பகுதி	கிராமம்	கடவுள் பெயர்	கவுண்டர் கூட்டங்கள் (பிரசாதம் பெறும் உரிமையின் வரிசையில்)		
			1	2	3
அ	காடையூர்	கரியகாளியம்மன்	சேடர் பொருளந்தை	பொருளந்தை --	--
	ஆலம்பட்டி	ஆலம்பட்டியம்மன்			--
ஆ	காங்கேயம் (தற்போது வீரணாம்பாளையம்)	ஆயிஅம்மன்	பெருங்குடி[1]	செங்கண்ணன்	தூரன்
	கண்ணபுரம்	கரியகாளியம்மன்	செங்கண்ணன்	ஓதாளர்	கணவாளர்[2]
இ	பரஞ்சேர்வழி	கரியகாளியம்மன்	பயிரன்	செம்பியர்	ஓதாளர்
	பழையகோட்டை	ஆனூரம்மன்	பயிரன்	--	--
ஈ	வள்ளியரச்சல்	அழகுநாச்சியம்மன்	வில்லியர்	செல்லர்	ஆந்தை
	வெள்ளகோயில்	வெள்ளகோயிலம்மன்	குருகுலர்[3]	ஆந்தை	வில்லியர்

ஆதாரம்: இந்த அட்டவணைக்கான தகவல் பழனிச்சாமி புலவர் எழுதிய *கொங்குச்செல்வி* புத்தகத்திலிருந்து சேகரிக்கப்பட்டது. பக். 70-122.

குறிப்புகள்: இது மிகவும் எளிமைப்படுத்தப்பட்ட அட்டவணை மட்டுமே. ஒரு குறிப்பிட்ட வட்டாரத்தில் குலங்களின் ஆதிக்கம் எவ்வாறு தொழிற்படுகிறது என்பதைக் காட்டவே குறிப்பிடப்படுகிறது. முதல் பத்தியில் குறிப்பிட்டுள்ள எழுத்துகள் விளக்கப்படம் 2.3இல் குறிப்பிடப்பட்டுள்ள பகுதிகளைக் குறிக்கிறது. இந்த இரண்டு கோயில்களுக்கான குலங்கள் குறித்து பாட்டுக்காரர்கள் கூறிய தகவல்கள் அக்கிராமத்தில் கிளைச்சாதிக் கோயில்களுடன் பொருந்தவில்லை என்பதைக் கவனிக்கவும். இதில் எனக்கு முழு திருப்தி இல்லை. அட்டவணையுடன் ஒப்பிட விளக்கப்படங்கள் 2.4, 2.5 பார்க்கவும். காங்கேயம் தவிர அனைத்து இடங்களிலும் கிராமத்தின் பெயரும் கோயில் இருக்கும் ஊரின் பெயரும் ஒன்றாக உள்ளன. ஆயிஅம்மன் கோயில் இருக்கும் வீரணாம்பாளையம் ஊர் ஒரு காலத்தில் காங்கேயத்துக்கு உட்பட்ட பகுதியாக இருந்தது. தற்போது பிரிந்து தனிக் கிராமமாக உள்ளது.

[1] *அண்ணன்மார் கதையில் புகழ்பெற்ற குலம்.* [2] இந்த அட்டவணை தயாரிக்க உதவிய புத்தகத்தின் ஆசிரியர் மூன்றாவது குலம் பதரியா, நான்காவது குலம் கணவாளர் என்கிறார். ஆனால், இவர்கள் பல காலமாகவே கோயில் காரியங்களில் கலந்துகொள்வதில்லை என்று தகவலாளி எண் 20 கூறுகிறார். இப்போது இக்குலத்தைச் சேர்ந்த ஒருவர்கூட இங்கு வாழவில்லை என்பதால் இந்தத் தகவல் வியப்பளிக்கவில்லை. [3] இப்பெயர் பெரும்பாலும் கவுண்டர் சமுதாயத்தின் பெயரல்ல.

உருவாகியிருக்கலாம். இந்த மகன்கள் பின்னர் தங்கள் தந்தையிடமும் சொத்துகளைக் கோருவர். இதனால் தங்கள் தந்தையின் மற்ற மனைவியரின் மகன்களுடன் உரசல்கள் ஏற்பட்டிருக்கும். இந்த அம்சங்கள் இரு வம்சாவளிகளை உருவாக்கி இறுதியில் இரு கூட்டங்களாகப் பிரிந்திருக்கலாம். இது தர்க்கரீதியாகப் பெண்ணை மையமாகக் கொண்ட வம்சாவளியை உருவாக்கியிருக்கும். அதாவது பெண்ணின் மகனின் மகன் வழியான வம்சாவளி குலம்.

வம்சாவளியைப் பிரிப்பவராக ஒரு பெண் இருப்பது கொங்குப் பகுதியில் பொதுவாகக் காணப்படுகிறது. இந்தப் பிரிவினை, பகைமை சாதி, கிளைச்சாதி, குலம், வம்சாவளி, பரம்பரை எனப் பல நிலைகளில் ஏற்படலாம். இத்தகைய கதைகள் குறிப்பாக ஆதிக்க சாதியான கவுண்டர் சமுதாயத்தில் அதிகம் காணப்படுகிறது. பின்வரும் கதை காடையூர் பட்டக்காரர் குடும்பம் தொடர்பான நாட்டார் கதையில் இருந்து எடுக்கப்பட்டது. வெள்ளையம்மன் கோயில் ஏன் ஒரு குறிப்பிட்ட குலத்தோடு தொடர்புபடுத்தப்படுகிறது என்பதற்கான கதை.[50] இந்தக் கதை கோயில் பூசாரியால் சொல்லப்பட்டது.[51]

> ஒரு காலத்தில் காடையூரில் சேரர் கவுண்டர் குலம் இருந்தது. இவர்களில் ஒருவருக்குப் அல்பினோ என்னும் நிறக்குறைபாடு கொண்ட ஒரு மகள் பிறந்தாள். கவுரவமான குடும்பத்தில் இருந்து ஒருவருமே அவளைத் திருமணம் செய்ய முன்வரவில்லை. அந்தச் சமயத்தில் ஆதிகருமாபுரத்தைச் சேர்ந்த பொருளந்தை குலத்தைச் சேர்ந்த ஓர் ஏழை இளைஞன் இருந்தான். அப்போது அவன் காடையூர் பகுதியில் நாடோடியாகச் சுற்றிக்கொண்டிருந்தான். சேர குலத்தைச் சேர்ந்தவர்கள் அவனிடம் அந்தப் பெண்ணைத் திருமணம் செய்துகொள்ளும்படி வற்புறுத்திக் கேட்டனர். அதற்காகச் சிறிது நிலம் தருவதாகவும் கூறியுள்ளனர். இதனையேற்று அந்தப் பெண்ணைத் திருமணம் செய்யச் சம்மதித்தான். திருமணம் முடிந்து கொஞ்ச காலத்தில் அவளுடைய பெற்றோர் இறந்து விட்டனர். இதற்குள் அப்பெண் மூன்று குழந்தைகளைப் பெற்று, நாலாவது குழந்தையைக் கருத்தருத்திருந்தாள். இப்போது அவளின் பொறாமை பிடித்த சகோதரர்கள் தம் சகோதரியின் கணவருக்குத் தம் தந்தை தந்த நிலங்களைப் பிடுங்கிக்கொண்டனர். தன் சகோதரர்களால் தன்னுடைய கணவன் கொல்லப்பட்டபோது அந்தப் பெண் வெகுண்டாள். ஆனால் அவளை அடித்துத் துன்புறுத்தி கிராமத்தைவிட்டு வெளியேற்றினர்.

கடைசியில் கிராமக் கூட்டம்கூடி இதனை விசாரித்தது. கூட்டத்தில் அவளுடைய நிலத்தைத் திருப்பித்தரத் தயார் என்றும் ஆனால் தாம்சொல்லும் நிபந்தனையை நிறைவேற்ற வேண்டும் என்றும் கூறினர். அது என்ன என்று கிராமக்கூட்டம் கேட்டது. பத்து ஆண்டுகளுக்கு முன்பே பட்டுப்போய் விழுந்த கருவேல மரம் ஒன்றை ஊசியாக சீவி, நிலத்தில் நட்டுத் துளிர்க்கச் செய்ய வேண்டும் என்றனர். ஒவ்வொரு முறை நடும்போது கிளைகளில் இலைகள் துளிர்க்க வேண்டும் என்றனர்.

இந்த நிபந்தனையை அந்தப் பெண் ஏற்றுக்கொண்டதைக் கிராமத்தினர் அதிசயமாகப் பார்த்தனர். முதலில் அவள் தன் நான்காவது குழந்தையைப் பெற்றெடுத்தாள். பின்னர், அந்த மரத்தைக் கொண்டுவரும்படி சகோதரர்களிடம் கூறினாள். குளித்து முடித்து சிவன் கோயிலை வலக்கை பக்கமாகச் சுற்றி வந்தாள். பிறகு, அந்த மரத்தை நிலத்தில் நட்டாள். ஆனால், இரண்டு முறையும் மரம் தூக்கி வீசப்பட்டது. மூன்றாவது முறை நடவும் இலைகள் லேசாகத் துளிர் விடுவது தெரிந்தது. உடனே, மரத்தின் ஆண் கிளைகள் எல்லாம் ஒடியட்டும், பெண் கிளைகள் எல்லாம் துளிர்க்கட்டும் என்று பாடினாள். உடனே பெண் கிளைகள் துளிர்த்து, காய்த்து, கனிந்து குலுங்கியது. இதைப்பார்த்த சகோதரர்கள் பயந்து ஓடிவிட்டனர். அந்தப் பெண்ணின் மகன்கள் வளர்ந்து பலசாலிகள் ஆனார்கள். நான்காவது மகன் பாண்டிய ராஜாவுக்குச் சொந்தமான மதம்பிடித்த யானை ஒன்றை, கைகளால் அடக்கினான். இதையறிந்து மகிழ்ந்த பாண்டியராஜா அவனுக்குப் பட்டக்காரர் பட்டம் சூட்டினார். பின்னர், அந்தப் பெண் பெயரில் (வெள்ளையம்மாள்) கோயில் கட்டப்பட்டது. அவளுடைய கதை அங்குள்ள சிவன் கோயில் சுவர்களில் எழுதப்பட்டது.

இந்தக் கதை ஒரு கூட்டத்தின் பெண்கள் எவ்வாறு அதீத சக்தி படைத்திருந்தனர் என்பதைக் காட்டுவதுடன் இந்தச் சக்தியைப் புதிய குலப்பிரிவுகளை உருவாக்கவும் எவ்வாறு பயன்படுத்தினர் என்பதையும் சித்திரிக்கிறது. ஒன்று, ஒரு பெண்ணின் சொந்த மகன்கள் தாய்வழிச் சமுதாயமாக வாழ்க்கையில் தமக்கான தனிப் பரம்பரையை, தனிக்குலப்பிரிவை உருவாக்கலாம்; அல்லது, இத்தகைய புதல்வர்கள் மற்றொரு மனைவியின் மகன்களிடம் இருந்து தம்மை வேறுபடுத்திக் காட்ட இத்தகைய முடிவை மேற்கொண்டிருக்கலாம். பின்னர் கூறிய முறைதான் பொதுவாகக் காணப்படுகிறது. இந்த அடிப்படையில்

கண்ணபுரம் கிராமத்தில் கணவாளர் கூட்டத்தில் எவ்வாறு இரண்டு கூட்டங்கள் உருவாகின என்பதைத் தற்போது பார்த்தோம். ஒவ்வொரு குழுவுக்கும் சொந்தக் கோயில் உள்ளது; அது ஒரு ஆண்வழி மூதாதையின் மனைவியருக்கு என அமைக்கப்பட்ட கோயில் ஆகும்.

இம்முறை வலங்கை, இடங்கைப் பிரிவுகளின் கிளைச்சாதிகளிலும் பின்பற்றப்பட்டுள்ளது என்பதற்கான ஒரு நாட்டார் கதை:

ஒரு கம்மாளனுக்கு இரண்டு மகன்கள் இருந்தனர். ஒருவர் பலிஜா மூலமாகவும், ஒருவர் கம்மாளப் பெண் மூலமாகவும் பிறந்தனர். அந்தக் கம்மாளன் காஞ்சிபுரம் அரசனால் கொல்லப்பட்டான். இதற்குப் பழிவாங்கும் வகையில் இரண்டு மகன்களும் அரசனைக் கொன்று இரண்டாக வகுந்தனர். கம்மாள மகன் அரசனின் தலையை எடுத்துக்கொண்டு துலாத் தட்டாகப் பயன்படுத்தினான். பலிஜா புத்திரன் அரசனின் உடலில் இருந்து தோலை உரித்துத் தரைவிரிப்பாகப் பயன்படுத்திக்கொண்டான். அவனது தசை நாண்களை வளையல்களாக்கி சரம், சரமாகப் போட்டுக் கொண்டான். இங்குப் பிரச்சினை வெடித்தது. ஏனென்றால், ஒவ்வொருவரும் மற்றவன் நல்ல பாகத்தை எடுத்துக்கொண்டு தன்னை ஏமாற்றிவிட்டதாக நினைத்தனர். மற்ற சாதியினரும் இருவரில் ஒருவரை ஆதரித்தனர். இதனால் கம்மாளர், பலிஜா இரண்டு பேர் பின்னாலும் ஆள்கள் திரண்டனர். (இதுவே பின்னர் வலங்கை, இடங்கைப் பிரிவுகளாக மாறியது).[52]

இதனால், குழுவுக்குள்ளாக இருந்தாலும், சமுதாயத்துக்குள்ளாக இருந்தாலும் ஒட்டுமொத்தத்தில் ஒரு பெண்ணின் இருத்தல் என்பது சமூகப் பிரிவினைக்கான காரணியாகச் செயல்படுகிறது.

இத்தகைய கிளைச்சாதியின் கட்டமைப்பும் குலக் கோயில்களின் கட்டமைப்பும் சமூகப் பிரிவினைக்கான அதே கருத்தமைவைக் கொண்டுள்ளன. ஆயிஅம்மன், அறக்க நாச்சியம்மன் கோயில்கள் குறித்துப் படங்கள் 2.4, 2.5 ஆகியவற்றில் தரப்பட்டுள்ள நிலவரை படங்கள் இதனைச் சித்திரிக்கின்றன. ஒரு கிளைச்சாதி கோயிலில் பெண் சிற்பம் பொதுவாக வடக்கு நோக்கி இருக்கும். குறிப்பாக, கொல்லப்பட்டவர்களுக்காக எழுப்பப்படும் கோயில்கள் பெரும்பாலும் இத்தகைய திசையில் அமைக்கப்படுகின்றன. இத்தகைய கோயில்களில் அம்மனுக்கு எதிராக மூதாதையரின் கற்கள் ஒன்று அல்லது அதற்கு அதிகமான எண்ணிக்கையில் வரிசையாக அடுக்கி வைக்கப் பட்டுள்ளன. மிக முக்கியமான கூட்டம்- விழாக்களில் முதல் மரியாதை

கிளைச்சாதியும் குல விழாக்களும்

அழகிய ஏழு கன்னிமார்கள் கற்சிலை. உள்ளூர் குலக் கோயில்களில் இந்த எழு கன்னி சகோதரிகள் வழிபடப் படுவது பொதுவாகக் காணப்படுவதாகும்.

கன்னிமார்கள் கோயிலில் காவல் தெய்வமாகக் காணப்படும் கருப்பண்ணசாமி

ஒரு முக்கிய கிளைச்சாதி கோயிலில் வெற்றிலைகளைக் குறியீடாகப் பிரிக் கிறார்கள். இக்கோயில் ஆண்டுத் திருவிழா இப்போது தான் முடிந்திருக்கிறது.

பெறுபவர்—முதலில் பிறந்தவர்கள் என்ற வகையிலும், முக்கிய சடங்குகளின்போது அம்மனுக்கு அருகில் நிற்கும் மரியாதைக் குரியவர்கள் என்பதைக் காட்டவும்—முதல் வரிசையில் முதல் கல்லாக அம்மனுக்கு மிக அருகில் வைக்கப்படுகிறது.[53] ஆதிக்கச் சாதிக் கவுண்டர் சமுதாயத்துக்கான இந்தக் கோயில்களில் பிற சாதிகளின் தெய்வங்கள் கடைசியிலோ உள் சுவருக்கு வெளியிலோ வைக்கப் படுகின்றன. தங்கள் சொந்தச் சாதிக்குள்ளான படிநிலை வரிசையை உறுதிப்படுத்தும் அதேநேரத்தில் ஊழியம் செய்யும் குழுக்களும் தங்களின் முன்னோர்களை வணங்கச் செய்யும் அமைப்புகளையும் உருவாக்கியுள்ளனர்.

ஊழியம் செய்யும் கிளைச்சாதிகளிலும் எவ்வாறு பிரிவினைகள் உருவாகின்றன என்பதைக் காட்டும் உள்ளூர் வரலாறு தொடர்கிறது:

> பண்டாரம் கிளைச்சாதிப் பிரிவுகளின் உள்ளூர் வரலாறு[54] நீண்ட காலத்துக்கு முன்பாக ஒக்கச்சண்டி பண்டாரம் குழுவில் ஒரு பிரிவு உண்டானது. சேலூர்புதூர் என்ற கிராமத்தைச் சேர்ந்த இவர்கள் அங்கிருந்து பிரிந்து கண்ணபுரம் கிராமத்தில் வாழ்ந்துவந்தனர். கிராம அம்மன் கோயிலான மாரியம்மன் கோயிலில் சடங்குகள், பூசைகள் செய்யும் உரிமை இவர்களுக்கு இருந்தது. சிறிதுகாலம் சென்றபின், அவர்களுக்கு வேலையில் அதிருப்தி ஏற்பட்டதால் அங்கிருந்து வெளியேறினர். கவுண்டர் சமுதாயம் அதிக வேலை வாங்கியதாகக் காரணம் கூறப்பட்டது.
>
> பிறகு குமராண்டிச்சாவடி, கோரைப்பாளையம் இடங்களில் வாழ்ந்த ஒக்கச்சண்டிப் பண்டாரங்களின் இரண்டாவது குழுவை கண்ணபுரம் குக்கிராம முன்னணி கவுண்டர் சமுதாயம் அழைத்தது. பிறகு, இந்தப் புதிய குழுவுக்கு மாரியம்மன் கோயில் பூசை செய்யும் அதிகாரம் வழங்கப்பட்டது.
>
> சிறிது காலத்தில், இதே கண்ணபுரம் கிராமத்தின் மற்றொரு குக்கிராமத்தில் வாழ்ந்த இரண்டாவது முக்கிய குடும்பம் இவர் களின் வேலையில் அதிருப்தி அடைந்தது. மற்றொரு கண்ணபுர குக்கிராமக் கவுண்டர்கள் இவர்களை அடிக்கடி கூப்பிடுவதால் தங்கள் கோயில் வேலைகளும் சொந்த வேலைகளும் பாதிப்பதாகப் புகார் கூறினர்.
>
> இதனால் ரெட்டிவலசு கவுண்டர் குடும்பம் மேற்கு தாராபுரத்தில் உள்ள வெருவேடம்பாளையத்திலிருந்து தங்களின் சொந்த

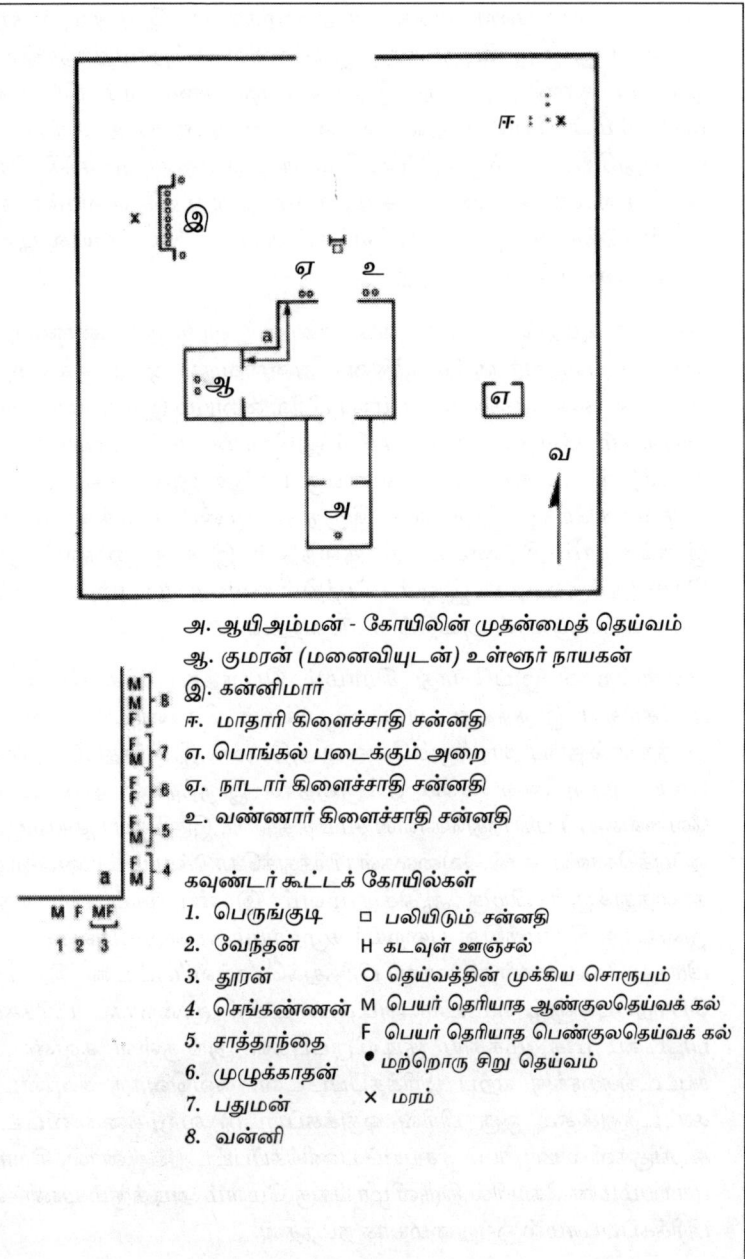

அ. ஆயிஅம்மன் - கோயிலின் முதன்மைத் தெய்வம்
ஆ. குமரன் (மனைவியுடன்) உள்ளூர் நாயகன்
இ. கன்னிமார்
ஈ. மாதாரி கிளைச்சாதி சன்னதி
எ. பொங்கல் படைக்கும் அறை
ஏ. நாடார் கிளைச்சாதி சன்னதி
உ. வண்ணார் கிளைச்சாதி சன்னதி

a கவுண்டர் கூட்டக் கோயில்கள்

1. பெருங்குடி
2. வேந்தன்
3. தூரன்
4. செங்கண்ணன்
5. சாத்தாந்தை
6. முழுக்காதன்
7. பதுமன்
8. வன்னி

□ பலியிடும் சன்னதி
H கடவுள் ஊஞ்சல்
O தெய்வத்தின் முக்கிய சொரூபம்
M பெயர் தெரியாத ஆண்குலதெய்வக் கல்
F பெயர் தெரியாத பெண்குலதெய்வக் கல்
● மற்றொரு சிறு தெய்வம்
× மரம்

விளக்கப்படம் 2.4: வீரணாம்பாளைய ஆயி அம்மன் கோயில்

ஒக்கச்சண்டிப் பண்டாரங்களை அழைத்தனர். இது சுமார் நூறு ஆண்டுகளுக்கு முன்பு நடந்தது. இவர்களின் மூன்றாவது சந்ததியை இன்றும் காணமுடிகிறது. இரண்டாவது பண்டாரம் பிரிவினர் மாரியம்மன் கோயில் பூசை உரிமையை மூன்றாவது பிரிவுடன் பகிர்ந்துகொள்வதற்கு எதிர்ப்பு தெரிவித்தது. ஆனாலும் சக்தி மிக்க ரெட்டிவலசு கவுண்டர் சமுதாயம் தனது செல்வாக்கைப் பயன்படுத்தி மூன்றாவது பிரிவுக்கும் மாரியம்மன் கோயில் பூசை உரிமையைப் பெற்றுத்தந்தது.

பறையர் சமுதாயப் பிரிவுகளின் உள்ளூர் வரலாறு[55] கண்ணபுரம் கிராமப் பறையர் குடும்பத்தினர் அனைவரும் ஒரே குலத்தைச் சேர்ந்தவர்களே. எந்த முறையான பிரிவினையும் இல்லாமல் தப்பு அடிக்கும் வேலைகளைப் பகிர்ந்துகொண்டனர். பின்னர் ஒரு காலத்தில் பஞ்சம் ஏற்பட்டு எங்கு பார்த்தாலும் கஷ்ட காலம் உருவானபோது-இது ஒரு இருநூறு ஆண்டுகளுக்கு முன்பு இருக்கலாம்-இரண்டாவது குலத்தில் இருந்து ஒருவர் இக் கிராமத்துக்கு வந்தார். இந்தச் சமயத்தில் கண்ணபுரம் பறையர்களும் வேலைப்பளுவால் அவதிப்பட்டு வந்தனர்.

ஏனென்றால் இப்போது கிராமம் பெருத்து மக்கள்தொகை அதிகரித்து இருந்தது. பல விழாக்கள் கொண்டாட்டங்கள் நடந்ததால் தப்பு அடிக்கும் வேலை அதிகமாக இருந்தது. இதனால் புதிய வரவு அங்கேயே தங்குவதாக இருந்தால் அவருடன் வேலையைப் பகிர்ந்துகொள்ள சம்மதித்தனர். இதற்குப் புதியவரும் ஒப்புக்கொண்டதால் வேலைகள் பிரித்துக்கொடுக்கப்பட்டன. சிறிது காலத்துக்குப் பிறகு ஆதிக்குழுவும் இரண்டாகப் பிரிந்தது. இவ்வாறு கிராமத்தின் பறையர் சமுதாயம் மூன்று பிரிவுகளாகப் பிரிந்து வேலைகள் சமமாகப் பிரித்துக்கொள்ளப்பட்டன. கிராமப் பொறுப்புகளும் வட்டார அடிப்படையில் மூன்றாகப் பிரிக்கப் பட்டன. மிக முக்கிய குடியிருப்புகள் அங்குள்ள கவுண்டர் கூட்டங்களுக்கு ஏற்ப பிரிக்கப்பட்டன. ஒவ்வொரு கவுண்டர் கூட்டத்துக்கும் ஒரு பிரிவு ஒதுக்கப்பட்டு வாழ்க்கை வட்டச் சடங்குகளில் ஊழியம் செய்யப் பணிக்கப்பட்டது. ஆனால், கிராம மாரியம்மன் கோயில் திருவிழாவுக்கு மேளம் அடிக்கும் பணிகள் பிரிக்கப்படாமல் ஒற்றுமையாக நடந்தன.

இந்த உதாரணங்கள் உறுதிப்படுத்துகிற அம்சம் என்னவென்றால் ஊழிய சாதியின் ஒரு குறிப்பிட்ட குடும்பத்துக்கும் தங்கள் சொந்த

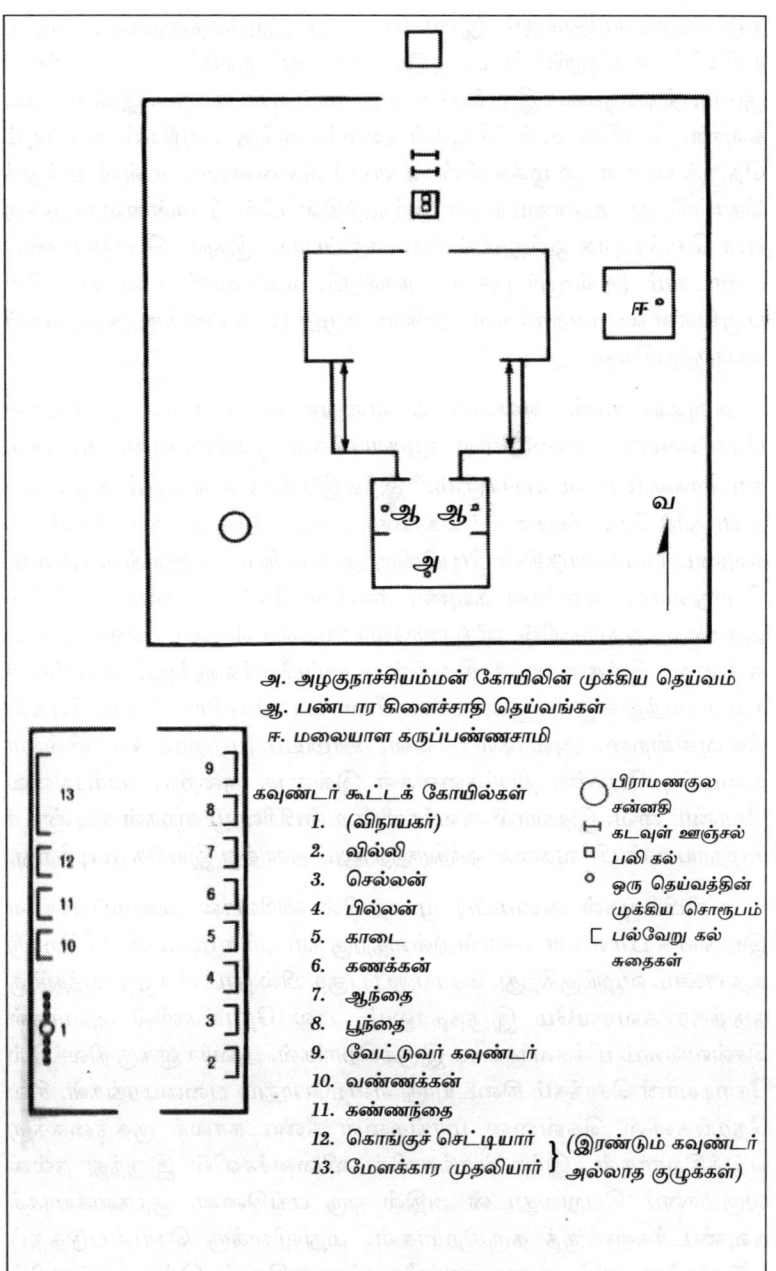

விளக்கப்படம் 2.5: வள்ளியரச்சல் அழகுநாச்சியம்மன் கோயில்

சாதி சமுதாயத்துக்கும் இடையேயான இறுக்கத்தைவிட ஊழிய சாதியின் ஒரு குறிப்பிட்ட குடும்பத்துக்கும் தனிப்பட்ட கவுண்டர் குடும்பத்துக்குமான இறுக்கம் மிக அதிகம் என்பதாகும். இவ்வாறாக, கவுண்டர்களின் உள்பிரிவுகள் அவர்களுக்கு ஊழியம் செய்யும் நெருக்கமான குழுக்களின் உள்பிரிவுகளையும் உள்ளிழுத்துக் கொள்கிறது. உண்மையான அர்த்தத்தில் பின் சொன்னவர்களுக்கு என சொந்தமாக ஒன்றுமில்லை. குறிப்பாக, இந்தப் பொதுப்பண்பு பண்டாரம் (உள்ளூர் பூசாரி), நாவிதர், வண்ணார், பறையர், சில பகுதிகளில் மாதாரிகள் ஆகிய சமுதாயங்களுக்கு நன்றாகப் பொருந்துகிறது.

கவுண்டர்கள் அல்லாமல் வலங்கைப் பிரிவில் தனியான பிரிவுகளைக் கொண்டுள்ள சமுதாயங்கள் இரண்டுதான். அவர்கள் நாடார்களும் உடையார்களும்.[56] இந்த இரண்டு சாதிகளும் வலுவான உள்ளூர்த் தொடர்புகளைக் கொண்டுள்ளன. மேலும், ஒப்புநோக்கில் கவுண்டர் சமுதாயத்தின் பிடியிலிருந்து சுதந்திரமாக இயங்குகின்றன. பொதுவாக, அவர்கள் கவுண்டர்களின் நேரடிக் கண்காணிப்பில் அதாவது அவர்களின் வீடுகளிலோ வயல்களிலோ பணியாற்றுவ தில்லை. இத்தகைய சாதிகளின் உறுப்பினர்களுக்கும் கவுண்டர் சமுதாயத்துக்கும் இடையே சில பாரம்பரிய தொடர்புகள் நிலவுகின்றன. அவர்கள் நிலை, ஊழியம் மற்றும் கூலியில்லா உழைப்பு போன்ற நிபந்தனைகள் இல்லாத குறைந்த சார்புநிலை கொண்டவை. இதனால் அவர்களின் உள்பிரிவு முறைகள் கவுண்டர் சமுதாய உள் பிரிவுகளை ஒத்திருந்தாலும் தனித்து இயங்க முடிகிறது.

உள்பிரிவுகள் அமைப்பு முறையில் விரிவான அமைப்புகளை இடங்கை பிரிவுகள் கொண்டுள்ளதற்கு நாடார் சமுதாயம் மற்றொரு உதாரணம் வழங்குகிறது. கொங்குப் பகுதியில் நாடார் சமுதாயத்துக்கு நடுத்தர கவுரவமே இருந்தாலும், பல நேரங்களில் அவர்கள் செல்வவளம் மிக்கவர்களாக இருக்கிறார்கள். அவர்களுக்கு நிலத்தில் நேரடியான சொந்தம் கிடையாது என்றபோதும் பனைமரங்கள், சில நேரங்களில் தென்னை மரங்களை நீண்டகாலக் குத்தகைக்கு எடுக்கிறார்கள். இந்த மரங்களின் விளைச்சலில் இருந்து நல்ல வருமானம் பெறுவதுடன் அதில் ஒரு பங்கினை, குத்தகையாகக் கவுண்டர்களுக்குத் தருகிறார்கள். மதுவிலக்கு செயல்படுத்தப் படுவதற்கு முன்புவரை காங்கேயம் பகுதியில் இந்த மரங்களில் இருந்து கள் இறக்கி விற்றுவந்தார்கள். இவர்கள் நன்றாகக் கட்டப்பட்ட

கவுரவமான வீடுகளில் வாழ்ந்தனர். மேலும், கவுண்டர் சமுதாயத்தினரை விட அதிக வெளிநடமாட்டம் கொண்டவர்களாகவும் நாடார்கள் இருப்பதால் வேறு பகுதிகளுக்குப் பெயர்ந்து இதே தொழிலைச்செய்து பிழைக்கிறார்கள்.

கண்ணபுரம் பகுதியில் இந்தச் சமுதாயத்தில் மரமேறி நாடார்கள் முக்கிய கிளைச்சாதி ஆகும். இந்தக் குழு இப்பகுதியில் எவ்வாறு குடியேறியது[57] என்பதை இந்த கிளைச்சாதியின் தலைவர் அல்லது பெரிய தனக்காரர் கூறியதாவது:

நாடார்கள் ஒரு காலத்தில் திருவாடா என்ற நாட்டில் வாழ்ந்து வந்தனர். அங்கு ஒரு ராஜா ஆட்சி செய்தார். அங்கு ஒரு பெரிய ஏரியும், அணையும் இருந்தன. ஒரு நாள் அந்த அணை உடைந்து வயல்கள் வெள்ளத்தில் மூழ்கின. வீட்டுக்கு ஒரு வலுவான ஆண் வந்து உடைந்த அணையை அடைக்க வேண்டும் என்று ராஜா உத்தரவிட்டார். நாடார்கள் தவிர மற்ற அனைத்து சமுதாயங்களும் ஆள்களை அனுப்பினர். இதனால் கோபமடைந்த ராஜா, அனைத்து நாடார்களின் தலையையும் யானையின் காலால் இடறச்செய்து, கொல்லும்படி ஆணையிட்டார். ராஜாவின் உத்தரவை மதித்து வேலைசெய்த ஒரேயொரு நாடார் தனது இரு சகோதரர்கள், மனைவியர், ஒரு மைத்துனர் மற்றும் குழந்தைகள், உறவினருடன் தப்பித்துக் கொங்குப் பகுதிக்கு வந்தனர்.

இந்தச் சிறிய கூட்டம் கொங்குப் பகுதியின் தென் எல்லையான வீரசோழபுரம் அருகே வந்தபோது அடர்ந்த கருவேலமரக்காடு ஒன்று குறுக்கிட்டதைப் பார்த்தது. இங்கு அவர்கள் முகாமிட்டுச் சமையல் செய்து சாப்பிட்டனர். அப்போது காட்டில் புகைவருவதை வீரசோழபுர செல்வந்தர் ஒருவர் கண்டு அவர்கள் யார் என்பதை அறிய ஒரு காளையோடு வந்தார். அவர்கள் அங்குச் சமைத்து உண்பதைப் பார்த்து, ஊருக்குத் தென்புறம் செல்லும் சாலைக்குக் கிழக்கே ஒரு குடிசை இருக்கிறது. அங்கு அவர்கள் ஓர் இரவு தங்கிக்கொள்ளலாம் என்கிறார். (ஆனால் அந்தக் குடிசையில் இரவு தங்குபவர்கள் உயிர் பிழைத்ததில்லை என்பது அவருக்குத்தான் நன்றாகத் தெரியும்.) இதைச் சந்தேகப்படாத நாடார்கள், தங்கள் கூடைகளைத் தூக்கிக்கொண்டு அவருடன் நகர்ந்தனர். ஆனால், அவர்களின் கூடையின் கீழே ஒரு காந்தக்கல் போன்ற மந்திரக்கல் ஒட்டியிருந்தது. அதைப் பெயர்த்து எடுத்து மற்றதைக் கண்டு பிடிக்கவும் வீசினர். இவ்வாறு மீண்டும் மீண்டும் செய்தனர். அந்தக்

குடிசையை அடைந்ததும் அந்தக் கல்லை கடைசியாக வீசினர். (ஒண்டிவீரையன் என்ற கடவுள்தான் கல்லாக வந்தார் என்று கதைசொல்லி கூறினார்.) இந்தக் கல் விழுந்த இடத்தில் பின்னர் கோயில் கட்டப்பட்டது.

அந்தக் குடிசையில் இரவைக் கழிப்பவர்கள் உயிரிழப்பதற்குக் காரணம் அந்தச் சாலையின் மேற்குப்பக்கத்தில் ஒரு முனி வாழ்ந்து வருவதாகும். இரவில் அந்த முனி வந்து அங்கு வந்து தங்கி யிருப்பவர் ஒவ்வொருவரையும் அடித்துக் கொன்றுவிடும். அன்றும் மூன்று குடும்பத்தாரும் நன்றாகத் தூங்கிக்கொண்டிருந்தனர். நடுஇரவில் ஒரு பல்லி (கௌளி) கத்தி அவர்களை எச்சரித்தது. உடனே எழுந்த மூத்த சகோதரர் கடைசித் தம்பியைத் தட்டி எழுப்பினார். அவன் ஜோதிடம் பார்ப்பதில் கெட்டிக்காரன். உடனே, அவன் ஏட்டைப் புரட்டிப் பார்த்தபோது காலை வரைக்கும் இங்குத் தங்கினால் மரணம் நிச்சயம் என்பதை அறிந்து சொன்னான்.

அதே சமயத்தில் வெளியே பயங்கர சத்தம் கேட்டது. முனி வரும் சத்தம்தான். அது குடிசையை நோக்கி ஆவேசத்துடன் வந்தது. அதற்குள் காந்தக்கல்லில் மறைந்திருந்த ஒண்டிவீரையன் பிரசன்ன மாகி அதை மறித்து சண்டையிட்டான். இதற்குள் மூத்த சகோதரர் முனியின் தலைமுடியைப் பிடித்து இழுத்து முன்னம்பற்களை உடைத்தார்.[58] பிறகு முனியை இழுத்து சாலையில் மேற்குப் புறத்தில் போட்டு கிழக்குப்பக்கமாகக் கிடத்தினார். பிறகு அது முன்னால் ஏழு நேர்கோடுகளைக் கிழித்தார். அதைத் தாண்டினால் பலி கொடுக்கப்படுவாய் என்று சாபமிட்டார்.

குடிசையில் யாரும் உயிருடனிருக்கிறார்களா என்பதைக் காண காலையில் வீரசோழபுர கவுண்டர்கள் வந்தனர். ஆனால் அவர்கள் காலையில் சுருட்டு புகைத்துக்கொண்டிருந்ததைப் பார்த்து வியப்படைந்தனர். நடந்த கதையை அவர்களிடம் கூறினார்கள். அந்தக் கிராமத்தைச் சேர்ந்த ஓர் ஆள் நாடார்களிடம் உங்களுக்கு என்ன வேலை தெரியும் என்று கேட்டார். நாங்கள் மரமேறிகள் என்றனர். இதனால் மகிழ்ச்சியடைந்த கிராமத்தினர் அவர்கள் தங்கள் கிராமத்தில் தங்கி தங்கள் மரங்களில் ஏறி தொழில் செய்து, வாடகை கொடுத்துவிட வேண்டும் என்றனர். நாடார்களில் ஒருவர் தலைகீழாகவே பனைமரத்தில் ஏறிக்காட்டினார். இவர்களின் சந்ததியைச் சேர்ந்தவர்கள் இன்னமும் வீரசோழபுரத்தில் உள்ளனர்.

இந்தக் கதை நாடார்களின் சுயேச்சைத் தன்மையையும் உள்ளூர் பகுதியுடனான வலுவான உறவையும் விளக்குகிறது. மேலும், மரமேறி கிளைச்சாதியின் கடவுள்தான் தற்போதைய இடத்தில் தாங்கள் குடியேறக் காரணம் என்பதையும் இந்தக் கதை குறிக்கிறது. எங்கு காந்தக்கல் விழுந்ததோ அந்த இடத்தில் அடஞ்சாரம்மன் கோயில் இருக்கிறது. அடஞ்சாரம்மன் என்பது நாடார்களுக்கு மரமேறும் உரிமை வழங்கப்பட்ட பகுதியில் இருக்கிறது. ஆனால் இந்த தெய்வத்துக்குத் தனிக் கதை இருக்கிறதா என்பது தெரியவில்லை. விளக்கப்படம் 2.6இல் காட்டப்பட்டுள்ள மரமேறி நாடார் கோயில் முன்னர் கூறப்பட்ட கவுண்டர் சமுதாய ஆயிஅம்மன் கோயில் போன்றே உள்ளது. தற்போது மரமேறி நாடார் சமுதாயத்தில் 63 குலங்கள் இருப்பதாகக் கூறப்படுகிறது.[59] கிளைச்சாதி திருவிழாவின் போது 63 குலங்களுக்கும் கல் வைக்கப்பட்டுள்ள ஒவ்வொரு குலத்தின் தனித்தனிக் கல்லுக்கும் பூசை செய்யப்படுகிறது.[60] அடஞ்சாரம்மன் கோயிலில் குலச் சடங்குகள் பூசைகளுக்காகக் குறைந்த எண்ணிக்கை யிலான சன்னதிகள் உள்ளன. அவற்றில் என்னால் அடையாளம் காண முடிந்த சில:

x_1 மூப்பர் குலம் x_4 வாத்தியார் குலம்
x_2 சப்பாணி குலம் x_5 கிணறுப்பாவ குலம்
                       x_3 ராவுத்தர் குலம்

ஒவ்வொரு சன்னதியும் ஏழு கன்னிமாருக்கும் கருப்பண்ணசாமிக்கும் எடுக்கப்பட்டுள்ளது.

கிளைச்சாதி திருவிழாவில் எந்தக் குலத்துக்கு முதல் மரியாதை என்பதில் நீண்டகால தகராறு இருந்துள்ளது. இவற்றில் ஒன்று, தற்போது இந்தக் கிளைச்சாதியின் மதம் சாராத நிறுவனங்களில் தலைமைப் பொறுப்பில் இருப்பதும், இப்பிரிவின் பெரிய தனக் காரராக இருப்பதுமான மூப்பர் குலம் ஆகும். மற்றொன்று, அடஞ்சாரம்மன் கோயில் பூசாரியான சப்பாணி குலம்.

ஒரு காலத்தில் கோயில் திருவிழா முதல்மரியாதையைச் சப்பாணி குலத்துக்கு விட்டுத்தருவது குறித்து தகராறு எழுந்தபோது கோயில் அருகிலேயே மூப்பர் குலம் தமக்கெனத் தனிக் கோயில் (ஆ) அமைத்துக்கொள்ள நேர்ந்தது. இதில் அதிருப்திக் குழுதான் வென்றது. இரண்டாவது கோயில் அப்படியே முதல் கோயில் (அ) போன்றே கட்டப்பட்டது.[61] இந்தப் புதிய கோயிலில் (ஆ) சப்பாணி குலம் முதலிடம் பெறுகிறது. பிறகு தமது சொந்தச் செலவில் மூப்பன்குலக்

கோயிலை (ஆ1) அமைத்தனர். எனினும், மற்ற குலங்களுக்குத் தொடரவில்லை. அண்மைக்காலத்தில் சப்பாணி, மூப்பன் குலங்கள் இடையே குழுமனப்பான்மை ஏற்பட்டுள்ளது. கோயில் (அ) சடங்கு உரிமைகளை முன்னவர்கள் கைவிட்டுவிட்டது காரணமாக இருக்கலாம். தற்போது, கோயில் ஆ மற்றும் அ1 கோயில்கள் தூர்ந்துபோய்க் கிடக்கின்றன. ஆனால், மற்ற அனைத்துக் கோயில்களும் சன்னதிகளும் சிறப்பாக உள்ளன. மூப்பர் குலக்கோயில் அடஞ்சாரம்மன் பெரிய கோயிலுடன் இணைந்ததால், சன்னதி அ1 இடத்தை ஆ1 எடுத்துக்கொண்டது.[62]

வலங்கைப் பிரிவில் தனக்கென குல சன்னதிகளும், திருவிழாக் களும் கொண்ட கடைசி சாதி உடையார் அல்லது குயவர் சமுதாய மாகும். ஒப்புநோக்கில் சிறிய சாதியாக இருப்பதாலும், சில குடும்பங்கள் பரந்த பகுதியில் வாழமுடியும் என்பதாலும் ஒரு உடையார் குலம் காங்கேயம் நாடு பகுதி முழுவதும் பிரதேச உரிமைகளைக் கொண்டுள்ளது. இதேபோன்று, ஒரு இரண்டாவது குலம் அருகில் உள்ள பூந்துறை நாட்டில் உரிமைகள் கொண்டுள்ளது. ஒவ்வொரு குலமும் தமது சொந்தநாட்டில் ஒரு பெரியகோயிலை ஆதரிக்கின்றது. அங்கு ஆண்டுத்திருவிழா நடைபெறுகிறது. ஒவ்வொரு கோயிலிலும் பூசை செய்யும் உரிமை குல உறுப்பினர் களுக்கு உள்ளது. ஆனால் திருவிழா கிளைச்சாதி விவகாரமாகும். இத்திருவிழாவில் பல குலங்களின் குழுக்கள் கலந்துகொள்கின்றன.[63]

காங்கேயம் நாடு உடையார் கோயில் ஏழு கன்னிமார் கோயிலாகும். இது கிளைச்சாதி அமைப்பைவிட குலக்கோயில் அமைப்பைக் கொண்டுள்ளது. ஒருவேளை முன்னர் குலக்கோயிலாக இருந்து பின்னர் கிளைச்சாதி கோயிலாக உயர்த்தப்பட்டிருக்கலாம். சுமார் ஐம்பது ஆண்டுகளுக்கு முன்பு உடையார் சமுதாயத்தைச் சேர்ந்த மூன்று சகோதரர்களுக்குள் ஏற்பட்ட தகராறால் காங்கேயம்நாடு குலத்தில் பிரிவினை ஏற்பட்டது என்ற தகவல் இப்பார்வையை உறுதிப்படுத்துகிறது. ஒவ்வொரு சகோதரரின் பரம்பரையினரும் ஒவ்வொரு ஆண்டு தங்கள் சொந்தத் திருவிழாவை இங்குக் கொண்டாடு கின்றனர். தங்களுக்கான பூசாரியையும் தாங்களே நியமிக்கிறார்கள்.[64] இந்த உரிமை ஆண்டுக்கு ஒருவர் என்ற முறையில் சுற்றுக்குவிடப் படுகிறது. அதாவது ஒவ்வொரு குழுவும் மூன்று ஆண்டுகளுக்கு ஒருமுறை திருவிழா கொண்டாடுகிறார்கள்.[65] ஒரு காலத்தில் பரம்பரைகளாக இருந்தவர்கள்—இறப்பு நேரும்போது எந்த

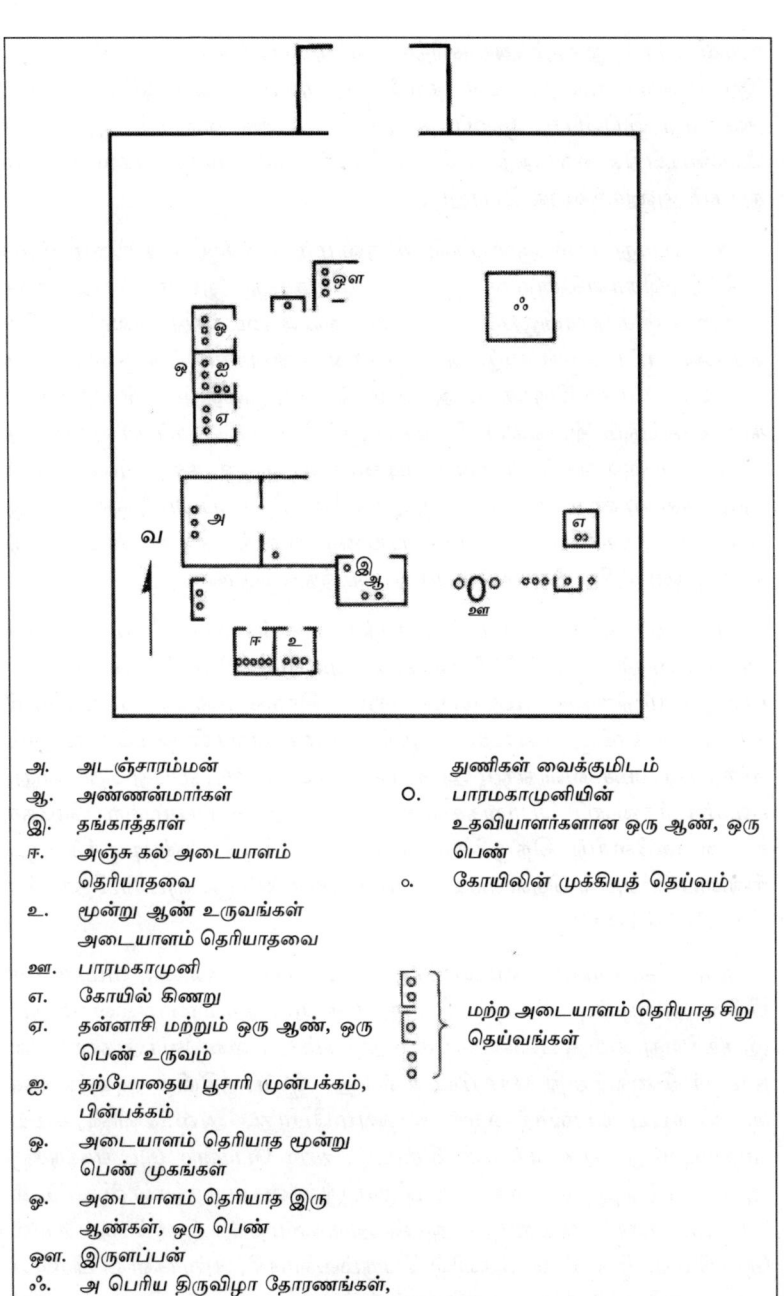

அ. அடஞ்சாரம்மன்
ஆ. அண்ணன்மார்கள்
இ. தங்காத்தாள்
ஈ. அஞ்சு கல் அடையாளம் தெரியாதவை
உ. மூன்று ஆண் உருவங்கள் அடையாளம் தெரியாதவை
ஊ. பாரமகாமுனி
எ. கோயில் கிணறு
ஏ. தன்னாசி மற்றும் ஒரு ஆண், ஒரு பெண் உருவம்
ஐ. தற்போதைய பூசாரி முன்பக்கம், பின்பக்கம்
ஒ. அடையாளம் தெரியாத மூன்று பெண் முகங்கள்
ஓ. அடையாளம் தெரியாத இரு ஆண்கள், ஒரு பெண்
ஔ. இருளப்பன்
ஃ. அ பெரிய திருவிழா தோரணங்கள், துணிகள் வைக்குமிடம்
O. பாரமகாமுனியின் உதவியாளர்களான ஒரு ஆண், ஒரு பெண்
o. கோயிலின் முக்கியத் தெய்வம்

மற்ற அடையாளம் தெரியாத சிறு தெய்வங்கள்

விளக்கப்படம் 2.6: மரமேறி நாடார் கிளைச்சாதி கோயில்

உறவினர்கள் துக்கம் அனுசரித்து, கட்டுப்பாடுகளைக் கடைப்பிடிக் கிறார்களோ அக்குழுக்கள்- தற்போது குலமாக வளர்ந்திருக்கலாம். அதாவது இப்போது இறப்புத் துக்கத்தை அனைவரும் அனுசரிக்க வேண்டியதில்லை. அந்தக் கிளைப் பிரிவைச் சேர்ந்தவர்கள் மட்டும் துக்கம் அனுசரித்தால் போதும்.

தற்போது பல குலங்கள் திருவிழா எடுக்கும் உரிமையைப் பகிர்ந்துகொள்கின்றன. இந்த வழிபாட்டு இடம் வேகமாகக் கிளைச்சாதிக் கோயிலுக்கான தன்மையை அடைந்தது. குலக்கோயில் கொண்டாட்டங்கள் நாடு அளவுக்கான கிளைச்சாதித் திருவிழாவாக ஏற்கனவே மாறியிருந்தன. அதனோடு, ஒரு குலத்துக்குள் பரம்பரை களாக மட்டும் இயங்கிய பிரிவுகள் இப்போது கிளைப்பிரிவுகளாகித் தனித்தனி குலங்கள் போன்ற வடிவை அடந்தன. நாடு வம்சாவளிக் குழுக்கள் மூன்று ‘சகோதர’ குழுக்களின் தொகுப்பாகி, ஒவ்வொரு குலமும் தனக்கென தனிப்பெயரை வைத்துக்கொண்டதோடு தனக்கென சிறிய கோயிலையும் அமைத்துக் கொண்டது.[66]

முன்னர் விவரிக்கப்பட்டு வந்த வலங்கைப் பிரிவு கிளைச் சாதிகளின் வம்சாவளிப் பிரிவுகளில், மூன்று தனிப்பட்ட வலங்கைப் பிரிவு உயர்நிலைச் சமுதாயங்களான - கொங்குகவுண்டர், மரமேறி நாடார், கொங்கு உடையார் ஆகிய சமுதாயங்கள் ஒவ்வொன்றும் விரிவான வம்சாவளிக்குழு அமைப்பைக் கொண்டிருப்பது தெரிகிறது. கவுண்டர்களைப் பொறுத்தவரை, இந்த அமைப்புமுறை பிரதேச உரிமைகளோடு நெருக்கமாகத் தொடர்புகொண்டிருக்கிறது. கிளைப்பிரிவுகள் தெளிவாக கிராமம், ஊர் அலகுகளுடன் தொடர்பு கொண்டுள்ளன.[67]

நாடார்களையும் உடையார்களையும் பொறுத்தவரை, வம்சாவளி பிரிவு அமைப்பு மிகவும் பொதுவாகவும், தீர்மானமில்லாமலும் இருக்கிறது. எங்கு பனைமரங்கள் அதிகம் உள்ளனவோ அதனருகில் நாடார் கிளைச்சாதி கோயில் உள்ளது. இப்பகுதியில் அவர்களின் குடியிருப்பு வரலாற்றைக் காணும்போது, அவர்களின் சமய வழிப்பாட்டு அமைப்புகள் கிராமம், ஊர் போன்ற இடங்களுக்கு அருகமைந்து இருப்பதைக் காட்டிலும் இத்தகைய மரங்களின் கூட்டம் எங்குக் காணப்படுகிறதோ அதன் அருகமைந்தே இருப்பது போல் தெரிகிறது. இக் கோயில்களில் பெரும்வளர்ச்சி, அவர்களின் பிரதேச உரிமைகளோடு தொடர்புகொண்டுள்ளது. ஆனால் கிராமம், ஊர் போன்ற அலகுகளோடு நேரடியான தொடர்புகொண்டிருக்கவில்லை.

உடையார் சமுதாயம் வேறுவழி எடுத்தது. அவர்களின் கோயில் அமைப்பு ஓரளவுக்கு நாடு எல்லைக்கு ஏற்ப அமைக்கப்பட்டிருக்கிறது. ஆனால் கிராமம், ஊர் அளவில் குறைவான பிரிவுகளே உள்ளன; இவற்றுக்கு அதிக முக்கியத்துவம் தரவில்லை போல் தெரிகிறது. இந்த மூன்று குழுக்களுடனும் வம்சாவளி அமைப்பு, அரசியல்—பிரதேச அமைப்பு இடையே சில தொடர்புகள் காணப்படுகின்றன. இந்த அமைப்பு கவுண்டர் சமுதாயத்தில் நன்றாக வளர்ச்சி கண்டுள்ளது. ஆனால், நாடார், உடையார் சமுதாயங்களும் தங்கள் வழியில் வளர்ச்சி கண்டுள்ளன.

மீதமிருக்கும் வலங்கைப் பிரிவு கிளைச்சாதிகளான - பண்டாரம், நாவிதர், வண்ணார், பறையர் ஆகியோர் முதன்மையான ஊழியக் குழுக்கள் ஆகும். இக்குழுக்களுள் உள்ள தனிப்பட்ட குடும்பங்கள் முக்கியமான கவுண்டர்களின் குடும்பங்களுக்குப் பாரம்பரியமாக ஊழியம் செய்து வருவதால் பொதுவாக அவர்களுடன் வலுவான தனிப்பட்ட தொடர்பில் இருக்கிறார்கள். இத்தகைய சக்திமிக்க குடும்பங்களுக்குள்ளான தொடர்பு/நெருக்கம் எல்லைகளைக்கொண்ட அமைப்புகளுடனான நேரடித் தொடர்புக்கு மாறாக உள்பிரிவுகளுக்கு ஏற்ப வளைந்து கொடுக்க வேண்டியிருக்கிறது. ஒரு முன்னணி குழு தங்களுக்கான ஊழியங்களைச் செய்ய அதிக தேவை என்று உணரும்போது வெளியில் இருந்து அழைத்து வரப்பட்டவர்களாக இந்த பிரிவுக்குழுக்கள் இருக்கின்றன. முன்னர் பண்டாரம் பிரிவுக் குழுக்கள் குறித்துக் குறிப்பிட்டபோது இதனைக் கவனித்திருக்கலாம். இந்தப் பிரிவுக் குழுக்களின் வம்சாவளிகள் பின்னர் தங்கள் குடும்பக் கோயில், கிளைச்சாதிக் கோயில் ஆகியவற்றை உருவாக்கிக்கொண்டு ஆண்டுத் திருவிழாக்களை அங்கேயே கொண்டாடுவார்கள் என எதிர்பார்க்கப்படுகிறது. இத்தகைய சமுதாயங்களில் சுயேச்சையான பிரிவுக் குழுக்கள் ஒன்றாவது இங்கிருப்பதாக எனக்குத் தெரியவில்லை.

நாடு மற்றும் அதற்கும் கீழான அளவில் வலங்கைப் பிரிவுக் கிளைச்சாதி அமைப்புகள் விரிவானதாகவும் முக்கியத்துவம் கொண்டதாகவும் இருக்கின்றன.[68] மேலும், கவுண்டர் இரத்த உறவுக் குழுக்களின் படிநிலையும் கவுண்டர் வழிபாட்டுக் கோயில்களும் வேறு எந்த வலங்கைப் பிரிவு துணைக்குழு அமைப்புகளையும்விட பிரதேச கருத்துடன் மிக நெருக்கமான உறவுகொண்டுள்ளது.[69] அதேசமயத்தில், கவுண்டர் இரத்தஉறவுக் குழு அமைப்பு தற்போது கைவிடப்பட்டு விட்டது என்பது நுண்ணிய தகவல் ஆகும்.[70] தற்போதெல்லாம் தங்கள்

கோயிலுக்குக் கவுண்டர்கள் பணம் செலவழிப்பதில்லை. கடந்த காலங்களில் இதுபோன்ற நிலை ஏற்பட்டால் அதற்குக் கவுண்டர் சமுதாயத்துக்குள் ஏற்பட்ட மோதல்கள் காரணமாக இருந்திருக்கும். இதனால் அவ்வப்போது நடக்க வேண்டிய திருவிழாக்களைக் கைவிட்டுவிடுவர். இத்தகைய மோதல்கள், சண்டைகள் இப்போது பழங்கதை. இப்போதெல்லாம் தங்கள் வம்சாவளிக் குழுக்களுடன் இணைந்து நடவடிக்கைகளில் ஈடுபடுவதைவிட தங்கள் குடும்பத்துக்கு மட்டும் அழுத்தம் கொடுக்கவே ஆர்வம்கொள்கிறார்கள். ஆகவே, உள்ளூர் கவுரவத்தை நிலைநாட்டுவதற்கான போட்டிகள் இப்போ தெல்லாம் பரம்பரைகள், குலங்களுக்கு இடையே நடப்பதில்லை; மாறாகத் தனிப்பட்ட குடும்பங்களுக்கு இடையே இத்தகைய போட்டி நிலவுகிறது. இந்த மாற்றம் கவுண்டர் சமுதாயத்தில் அதிகம் காணப் பட்டாலும், பிற குழுக்களும் இதனைப் பின்தொடரும் என்பது உண்மை.

இடங்கைக் கிளைச்சாதிகளின் வம்சாவளி அமைப்பு

வம்சாவளிக்குழு அமைப்பைப் பொறுத்தவரை வலங்கை, இடங்கைப் பிரிவுகளுக்குள் முக்கிய வேறுபாடு இருப்பது கவனிக்கத்தக்கது. வலங்கைப் பிரிவுக்குள்ளே குலம், பரம்பரைக் குழுக்களின் விரிவான அதிகாரப் படிநிலை நிலவுகிறது. ஒவ்வொரு குழுவும் தான் இணைந்து கொண்டாடவும் சடங்குகள் நிகழ்த்தவும் வெளிப்படையான ஒரு கோயில் கட்டியுள்ளது. நான் ஏற்கனவே பார்த்த இந்தப் படிநிலை, உயர்நிலைக் கவுண்டர் சாதியில் மிக விரிவாக நிலவுகிறது. இதே பிரிவுடன் ஒப்புநோக்கில், பிற உயர்சாதிகளும் இதையே எதிரொலிக் கின்றன. இவர்களுக்கு ஊழியம்செய்யும் வலங்கைப் பிரிவு சமுதாயங்கள் தங்கள் எஜமானர்களின் அமைப்புகள் கொண்டாடும் திருவிழாக்களில் பங்கெடுப்பதன்மூலம் இதே அமைப்பைப் பலவழிகளில் பகிர்ந்துகொள்கின்றனர். முரணாக, இடங்கைப் பிரிவின் உயர்நிலைச் சமுதாயங்களில்கூட இரத்தஉறவு வம்சாவளி அமைப்புகள் கிடையாது. குறிப்பாக, பருவமுறை திருவிழாக்களில் தாங்கள்கூடி வழிபட அங்குக் குலம், பரம்பரை, கிளைச்சாதி சார்ந்த அமைப்புகள் கிடையாது. இக்குழுக்களுக்கு எனத் தனிக்கோயில்கள் கிடையாது. குறிப்பாக, குறிப்பிட்ட வம்சாவளி பிரிவுகளோடு தொடர்புடைய கோயில்களே கிடையாது.

இத்தகைய குணாம்சங்களை இடங்கைப் பிரிவின் மூன்று உயர்நிலைச் சமுதாயங்களிலும் (சோழஆசாரி, கோமுட்டிச் செட்டியார்,

கொங்கு ஆசாரி) காணலாம். இந்த இரண்டு பிரிவுகளுக்கும் மேல் உயர்நிலையில் வைக்கப்பட்டுள்ள ஐயர், காருணிகர் பிள்ளை சாதிகளுக்கும் இது பொருந்தும். இந்த அனைத்துச் சாதிகளுமே குலம் போன்ற ஒன்றை உருவாக்கியுள்ளனர்; அதன் பெயர் கோத்திரம். இது ஆண்வழியில் தங்கள் மூதாதையரைத் தேடுகிறது. இவ்வாறு ஒவ்வொரு ஆண் வம்சாவளியில் வரும் குழுக்களுக்கு/ கோத்திரங்களுக்குத் தனிப் பெயர்கள் உண்டு. இக்கோத்திரங்கள் முனிவர் வழி உருவானதற்குச் செவ்வியல் இலக்கியங்களை அடிப்படையாகக் கொண்ட புராணக் கதைகள் சொல்லப்படுகின்றன.[71] கோட்பாட்டு அளவில், ஒரு கோத்திரம் என்பது புறமணம் (exogamy) செய்து கொள்பவர்களின் அலகு ஆகும். இதில் குறைந்தது ஏழு தலைமுறைகள் வரை கால்வழியின் அடையாளம் காணமுடியும். இருந்தாலும், இந்தச் சமுதாயங்களில் கோத்திரப் பெயர்களின் அடிப்படையில் அல்லாமல் அண்ணன் தம்பி, மாமன் மச்சான் உறவின் முறை அடிப்படையில் திருமணங்கள் நடப்பதை நான் பார்த்திருக்கிறேன்.[72]

இக்குழுக்களின் உறுப்பினர்கள் சில நேரங்களில் அவர்களின் கோத்திரம் அல்லது வம்சாவளிக்குழு, குறிப்பிட்ட ஒரு தெய்வம் ஆகியவற்றுக்கு இடையே ஒரு தொடர்பை உறுதிப்படுத்துகின்றனர். எனினும், இத்தெய்வத்துக்காகக் கட்டப்பட்டுள்ள கோயில்கள் அனைத்துச் சமுதாயத்தவர்களாலும் பயன்படுத்தப்படுகின்றன. இங்கு எந்தக் கிளைச்சாதியினரும் பூசை செய்வதில்லை; பிராமணர் அல்லது பண்டார சமுதாய மக்களே பூசாரிகளாக உள்ளனர்.[73] இந்த மூன்று இடங்கைப் பிரிவு உயர்நிலை சமுதாயங்கள், நடுநிலை வகிக்கும் இரு சமுதாயங்களைச் சேர்ந்த குடும்பங்கள் முக்கிய வாழ்க்கை வட்டச் சடங்குகளின்போது இந்தக் கோயிலுக்குப் புனிதப் பயணமாகச் செல்கிறார்கள். இருந்தாலும் குலம், பரம்பரை கிளைச்சாதி அளவில் இந்தச் சடங்குகளுக்கான நிதி நல்கைகள் செய்யப்படுவதில்லை. அதேநேரத்தில் மற்ற குழுக்களும் அங்கு வழிபாடு செய்யலாம். அங்கு பல சாதிகள் வழிபாடு செய்தாலும் யாருக்கு முதல் மரியாதை, யாருக்கு அடுத்த மரியாதை என்ற பாகுபாடெல்லாம் கிடையாது. ஒரு குறிப்பிட்ட குடும்பத்தில் யார் மூத்தவரோ அவருக்கு நெய்வேத்தியம், பிரசாதம் போன்றவற்றை முதலில் கொடுத்தால் போதுமானது.

வலங்கைப் பிரிவு சமுதாயங்களைப் போலவே, பிராமண மற்றும் நான்கு சமுதாயங்களுடான உரையாடல்களின் போதும் அவர்களின் குலதெய்வம் பற்றிப் பேச்சுவரும்போது அவர்கள் பெண்கள்

பெயர்களையே குறிப்பிட்டனர். வலங்கைக் குழுக்கள் போலல்லாமல், எங்கெல்லாம் பிராமணர், காருணிகர் பிள்ளை, கோமுட்டிச் செட்டியார், ஆசாரி சாதி குலதெய்வங்கள் தனித்த, உள்ளூர்ப் பெயர் கொண்டிருக்கிறதோ அங்குள்ள கடவுள்கள் தென்னிந்தியா முழுவதும் அறியப்பட்டவையாக உள்ளன. மேலும், வலங்கைப் பிரிவு சிறு தெய்வங்கள் போலல்லாமல் இந்த இடங்கைப் பிரிவு தெய்வங்கள் எந்த ஒரு பிரதேசத்திற்கும் உட்பட்டதில்லை; இவர்களுக்கான கோயில்கள் தொலை தூரத்திலிருந்து பக்தர்களை ஈர்க்கின்றன. அவர்களின் கோயில்களைச் சுற்றி மிக அருகமைந்துள்ள குறிப்பிட்ட நிலம் மட்டும் அவர்களோடு தொடர்புடையதாக இருக்கிறது. பொதுவாக, மிகத் தொலைவில் உள்ள, அதாவது காஞ்சிபுரம், மதுரை போன்ற புனிதத் தலங்களில் உள்ள பெரிய கோயில்களின் பதிலி பிரதிஷ்டைகளாகவே அங்குள்ள தெய்வங்கள் உள்ளன.[74]

எனது நேரடியான விசாரணைகளின்படி, கோமுட்டிச் செட்டியார், இரு ஆசாரி குழுக்கள் ஆகிய இடங்கைச் சமுதாயங்கள் அடிக்கடி கூறிய குலதெய்வத்தின் பெயர் அங்காளம்மன் ஆகும். அங்காளம்மன் வாழ்க்கை தொடர்பாக மிக நீண்ட கதை சொல்லப்படுகிறது.[75] அந்தக் கதை அங்காளம்மனுக்கும் இச்சமுதாயங்களுக்கும் உள்ள தொடர்பைக் கூறுகிறது. மேலுலகத்தில் பார்வதியாகப் பிறந்த அங்காளம்மன் பருவமடைந்தபின் தனது நடத்தை காரணமாக தனது கணவன் சிவனின் வெறுப்பைச் சம்பாதித்ததால் தண்டிக்கப்படுகிறாள். இதனால் மனிதப்பிறவியாக அங்காளம்மன் என்ற பெயரில் பூமியில் பிறக்கிறாள். ஓர் இடத்தில் இருந்து இன்னொரு இடம் எனத் திரிகிறாள். அவளது பயணத்தில் பல்வேறு சாதிகளில் இருந்து பக்தர்கள் சேர்கிறார்கள். அவள் எவ்வாறு பக்தர்களைச் சேர்த்தாள் என்பதுதான் விரிவான மீதிக்கதை. இதில் கூறப்பட்டுள்ள ஏராளமான கதைகளில் ஒன்று, இதன் எடுத்துக்காட்டாகத் தரப்படுகிறது:

> அங்காளம்மன் இப்படியாகப் பல தலங்களுக்குச் சென்று கொண்டிருந்தாள். ஆனாலும், இப்படியே சுற்றிக்கொண்டு இருக்காமல் தன் பக்தர்களுக்காக ஓர் இடத்தில் கோயில் எழுப்பித் தங்கவேண்டும் என முடிவு செய்கிறாள். அப்போது அவள் மனதில் ஒரு பணக்கார ஆசாரி நினைவுக்கு வந்தான். இதற்கான திறமைகளும் வசதிகளும் அவனிடம் இருப்பதை அவள் அறிவாள். அவன் ஒரு பெரிய அரசாங்க அதிகாரி; தாசில்தார். அந்த தாலுகாவிலேயே அவன்தான் பெரிய அதிகாரி. அவன் யாருக்கும்

பயப்படமாட்டான் என்பதும் அவளுக்குத் தெரியும். அவன் எட்டடுக்கு வீடு வைத்திருக்கும் அளவுக்குச் செல்வந்தன். ஆனால், அவனுக்கு ஒரே ஒரு மகன்தான் இருந்தான். இதுதான் அவனுடைய பெரும் கவலை. அங்காளம்மன் கோயில் கட்டும் முடிவை எடுத்ததும் தன் விருப்பத்தைத் தெரிவிக்கும்படி ஒரு பூசாரியை அந்த ஆசாரியிடம் அனுப்பினாள்.

அந்தப் பூசாரி ஒரு பானையை எடுத்து அங்காளம்மன் அம்சமாக சுடுகாட்டில் இருந்து சாம்பலை எடுத்து அப்பானையில் போட்டான். அவன் அந்த ஆசாரியின் மாளிகை அடைந்து ஆசாரியைப் பார்க்கவேண்டும் என்று கேட்டான். ஆனால் யாரும் அத்தகவலை ஆசாரியிடம் சொல்ல மறுத்துவிட்டனர். அதனால் தாமே ஏழு வாசல்கள், ஏழு காவல்களைத் தாண்டிச் சென்று ஆசாரியைப் பார்த்தான். தன்னிடம் அங்காளம்மன் தோன்றி 'ஆசாரியிடம் தனக்குக் கோயில் எடுக்கச்சொல்' என்று சொல்லியனுப்பியதைப் பூசாரி கூறினான். இதனைக் கேட்டு வெகுண்ட ஆசாரி தனது ஆட்களை அழைத்து அந்தப் பூசாரியைக் கட்டி வைத்து அடிக்கும்படி உத்தரவிட்டான். தன்னை மன்னித்து விட்டுவிடும்படி பூசாரி கதறினான். அதனால் கொஞ்ச அடியோடு விட்டுவிட்டனர். சுடுகாட்டைக் காக்கும் ஒருத்திக்கு நான் கோயில் எழுப்ப மாட்டேன் என்று ஆசாரி கத்தினான். மேலும், அங்காளம்மனின் கோரப்பல்லைப் பிடுங்கி, அவள் சாகும்வரை அடித்துக்கொல்வேன் என்றும் சபதமிட்டான்.

ஆசாரியின் வீட்டிலிருந்து திரும்பிய பூசாரி நடந்த கதையை அப்படியே கூறினான். அவள் அவனுக்குச் சில மந்திரங்களைச் சொல்லி அதனை அந்த ஆசாரி வீட்டைச்சுற்றிவந்து பல இடங்களில் சொல்லுமாறு கூறினாள். பூசாரியும் அவ்வாறே செய்தான். அந்த மாபெரும் மாளிகை பட்டப்பகலிலேயே அந்தகார இருளில் மறையும்படி அங்காளம்மன் செய்தாள். ஆசாரியின் ஒரே மகனுக்கும் கடுமையான வயிற்றுவலி வரச்செய்தாள். திடீர் இருளில் துழாவிய ஆசாரி ஜன்னல் திண்டில் உள்ள விளக்கை எடுத்து வருமாறு வேலைக்காரியிடம் கூறினான். ஆனால், அந்த வேலைக்காரியைத் தேள் கடித்து அலறினாள். அடுத்து மற்றொரு வேலைக்காரியை அனுப்பினான். அவளை, பாம்பு கடித்தது. கடைசியில் இதெல்லாம் அங்காளம்மன் வேலைதான் என்பதை அந்த ஆசாரி புரிந்துகொண்டான். அவளுடைய பல்லைப்

பிடுங்குவதாக அவன் ஏற்கனவே சொல்லியிருந்தான். அந்தக் கணத்தில் ஒரு வயதான பெண் சென்றாள். அங்காளம்மன்தான் மாறு வேடத்தில் சென்றாள். அப்போது ஆசாரியின் கதையையும் எதிர்காலத்தில் நடக்கப் போவதையும் கூறியபடி சென்றாள். தன் மகனின் வயிற்று வலி குணமானால், தேள் கடித்த பெண்ணும் பாம்புக்கடி பட்ட பெண்ணும் எழுந்தால் அங்களாம்மனைக் குல தெய்வமாக ஏற்று, அவளுக்குக் கோயிலும் கட்டுவதாகக் கூறினான். இதனை ஏற்றுக்கொண்ட அம்மன், அவனுக்கு இனி பிறக்கப்போகும் அனைத்து குழந்தைகளுக்கும் தனது பெயரே வைக்கப்பட வேண்டும் என்றும் கட்டளையிட்டாள். அப்படிச் செய்யாவிட்டால் மீண்டும் வந்து மேலும் தொந்தரவு கொடுப்பேன் என்றாள்.[76]

அங்காளம்மன் நிகழ்த்திய லீலைகளில் இது ஒரு மிகச் சிறிய சம்பவம் மட்டுமே. ஆனால், அவள் குறித்த புராணக் கதை எவ்வாறு இடங்கைப் பிரிவின் ஒவ்வொரு கிளைச்சாதிகளோடு நெருக்கமாக இணைக்கப்பட்டுள்ளது என்ற சித்திரத்தைக் காட்டுகிறது. அனைத்துச் சாதிகளிலும் ஒவ்வொரு குழுவிலும் தனக்குத் தேவையான திறமைசாலி ஒருவரைத் தேர்வு செய்து அவரைத் தன் பக்தனாக்கு வதற்குத் தந்திரங்களையும் யுக்திகளையும் கையாள்கிறாள்.

ஆசாரி கதைபோன்றே செட்டியார் குறித்த ஒரு கதை, செம்படவர் (மீனவர்) குறித்த ஒரு கதை, வேடர் குறித்த ஒரு கதை ஆகியவற்றையும் நான் சேகரித்துள்ளேன்.[77] இதே கடவுளை நாயக்கர்களோடு தொடர்புபடுத்தும் கதை ஒன்றைத் துய்மோனும் பதிவு செய்துள்ளார். மாதாரி சமுதாய உறுப்பினர்கள் இந்தக் கதையை நடித்துக் காட்டுவதாக தர்ஸ்டன் கூறுகிறார்.[78] இந்தப் புராணக் கதைகளின் தொகுப்பு இடங்கைப் பிரிவுக் குழுக்களின் தோற்றம் குறித்து முதல் இயலில் கூறப்பட்ட கதைகளைப்போன்றே இருக்கின்றன. வலங்கைச் சமுதாயங்களின் முக்கிய குணாம்சங்களில் ஒன்றான வளர்ச்சியடைந்த பொருளாதார உள்சார்புத்தன்மையை ஈடுகட்டும் விதத்தில் இந்த அனைத்து இடங்கைப் பிரிவு குழுக்கள் தொடர்பாக ஒரு புராண இழையைக் கட்டமைக்கும் முயற்சியாக இது இருக்கலாம் என்று ஐயம்கொள்ள இடமிருக்கிறது.

மற்றொரு குழுவான முதலியார் சமுதாயமும் குறிப்பிட்ட சில வேறுபாடுகள் தவிர மற்ற அம்சங்களில் முன்னர்க் கூறிய மூன்று இடங்கைப் பிரிவு சமுதாயங்களை அப்படியே எதிரொலிக்கின்றன. தங்கள் வம்சாவளி பிரிவுக்குழுக்களைக் கோத்திரம் என்று

அழைப்பதற்குப் பதிலாகக் கூட்டம் என்ற சொல்லை அவர்கள் பயன்படுத்துகிறார்கள்.[79] மேலும், இந்தப் பிரிவுகளுக்கு முதலியார் சமுதாயத்தில் பெயர்கள் கிடையாது; தங்கள் பிரிவுகளை ரிஷிகளோடு இணைத்து அடையாளம் காண்பதுமில்லை. மாறாக, கவுண்டர்கள், மற்ற வலங்கைப் பிரிவு சாதிகள் போன்றே முதலியார்கள் தங்கள் வம்சாவளிப் பிரிவுகளுக்கு எவ்வாறு பெயர் வைப்பார்களோ அதுபோன்றே பெயர் வைத்திருக்கிறார்கள். உதாரணமாக, தங்கள் பரம்பரையில் நாயகத் தன்மை கொண்ட முன்னோர் பெயர், சில விலங்குகளின் பெயர்கள், தாவரங்களின் பெயர்கள் போன்று வைத்துக் கொள்கிறார்கள்.[80] இறுதியாக, முதலியார்கள் தங்கள் குலப் பெயர்களைத் திருமணத் தகுதியை வரையறுக்கப் பயன்படுத்திக் கொள்கிறார்கள். இதனால் இப்பெயர்கள் இவர்களுக்கு சம்பிரதாயத்துக்கு மட்டும் இல்லை; மாறாக, அண்ணன் தம்பி, மாமன் மச்சான் உறவின்முறையை ஒழுங்குபடுத்துவதற்கும் அவசியமாகின்றன. இவர்களுக்குள் குலக் கோயில்களோ, திருவிழாக்களோ இல்லை யென்றாலும், பொதுவான குடும்ப தெய்வமாக அங்காளம்மன் பெயர் ஆங்காங்கு குறிப்பிடப்படுவதன் மூலம், நடுநிலைச் சாதிகள், இடங்கைப் பிரிவின் பிற உயர்நிலைச் சாதிகள் ஆகியவையே முதலியார் சமுதாயத்திலும் எதிரொலிக்கிறது.

வம்சாவளி பிரிவுகளைப் பொறுத்தவரை மற்ற பல சாதிய பாரம்பரியத்தைப் போன்றே, கைக்கோள முதலியார்களும் இரட்டை நிலைப்பாட்டை எடுக்கிறார்கள். அதிகாரப்பூர்வமாக, அவர்கள் இடங்கைப் பிரிவைச் சேர்ந்தவர்கள். வரலாற்றுக் கோளாறு காரணமாக, இவர்களும் வலங்கைப் பிரிவு அரசர்களின் விசுவாசம் பெற அவர்களுக்காகப் படைகளில் போராடி, வெற்றி தேடித்தந்து, அவர்களின் வீரதீரச் செயல்களுக்காக அரசர்களிடம் இருந்து கொங்குப் பகுதியில் நிலம் பெற்றுள்ளனர்.[81] இதன் விளைவாக, இவர்களின் இரட்டை விசுவாசம் இரட்டைத் தன்மை கொண்டதாகத் தெரிகிறது. குழுவின் பல உறுப்பினர்கள் தங்களை வலங்கைப் பிரிவுத் தலைவர்கள் போன்றே அடையாளம் காணத்தொடங்கி, அவர்களைப் போன்றே நடை, உடை, பாவனைகளையும் பாரம்பரிய பழக்க வழக்கங்களையும் எதிரொலித்து வருகிறார்கள். அதேநேரம் தமது இடங்கைப் பிரிவு மூதாதைகளையும் அங்கீகரிக்கிறார்கள்.[82]

வசதி, கவுரவம் ஆகியவற்றில் முதலியார்களுக்குக் கீழே மூன்று இடங்கைப் பிரிவு சமுதாயங்கள் இருக்கின்றன: வடுக நாயக்கர் (கிணறு

தோண்டுபவர்கள்), பாண்டிய நாவிதர், வடுக வண்ணார்.[83] இவற்றில் முதல் குழுவான வடுக நாயக்கர்கள் தங்கள் குலங்களைக் கூட்டம் என்று அழைத்து முதலியார்கள் போன்றே பெயரிட்டுள்ளனர். நாவிதர்கள், வண்ணார்களைப் பொறுத்தவரை தாம் எந்த நாட்டில் ஊழியம் செய்கிறார்களோ அந்த நாட்டின் பெயரால் தங்கள் பிரிவுகளுக்குப் பெயரிடுகிறார்கள். மற்ற இடங்கைப் பிரிவுகளுக்கு மாறாக நாயக்கர், இடங்கைப் பிரிவு வண்ணார் ஆகிய சமுதாயங்கள் தாங்கள் பரவலாக வாழும் பகுதிகளில் தங்கள் பரம்பரைக் கோயில்களை எழுப்பி அவ்வப்போது விழா எடுக்கிறார்கள். மற்ற இடங்கைச் சமுதாயங்களைப் போன்றே குல மொத்தத்துக்கான அல்லது கிளைச்சாதி முழுமைக்குமான திருவிழாக்கள் கிடையாது. இந்தக் குலங்களைச் சேர்ந்த குடும்பங்கள் ஏற்கனவே முன்னர் விவரித்தவாறு வலங்கையின் உயர் பிரிவுச் சமுதாயங்களின் கோயில்களைப் போன்று தோற்றமளிக்கும் கோயில்களையே தங்கள் வழிபாட்டுக்குப் பயன்படுத்துகின்றனர்.

இடங்கைப் பிரிவில் இரண்டு சமுதாயங்களின் வம்சாவளிக் குழுப் பிரிவுகள் பற்றி மட்டுமே விளக்கமளிக்க வேண்டியுள்ளது. வேடர் (வேடர்கள், கோயில் மத்தளம் அடிப்பவர்கள்), மாதாரி (தோல் தொழிலாளர்கள், நிலமற்ற வேளாண் தொழிலாளர்கள்) ஆகிய சமுதாயங்கள் இரண்டு பிரிவுகளிலும் மிகவும் கீழ்நிலையில் உள்ளவர்கள். இரண்டு குழுக்களுமே குலப் பிரிவுகளுக்கும் நாடு என பிரதேசத்துக்கும் இடையே நெருக்கமான தொடர்பைக் காண்பிக் கின்றனர். நாவிதர், வண்ணார் போன்ற இடங்கைக் குழுக்கள் போன்றே வேடர்களும் நாடு பெயர்களைப் பயன்படுத்தியே தங்களை அடையாளப்படுத்திக்கொள்கின்றனர். எனினும், காங்கேயம் நாட்டில் தற்போது ஒரு வேடர் குடும்பம்கூட வாழவில்லை. காங்கேயம் நாட்டின் மடவிளாகம் பகுதியில் உள்ள அங்காளம்மன் கோயில் ஆண்டுத் திருவிழாவின் போது தற்போது மேளம் அடிக்கும் வேடர் ஆண்டுதோறும் அருகில் உள்ள மணநாடு பகுதியில் இருந்து அழைத்து வரப்படுகிறார்.

மணநாட்டில் வேடர்கள் மிக இறுக்கமான இரண்டு பெருங்குழுக் களைக் (moiety) கொண்டுள்ளனர்; இவர்களைப் பற்றி சில வார்த்தைகள் கூறுவது தகும். மணநாடு பகுதியில் சடங்கியல் ரீதியாக இணைந்துள்ள வேடர்கள் புறமணக் குழுவைக் கொண்டுள்ளனர். அவர்கள் திருமண உறவுக்கு இரண்டாவது நாடான பூந்துறையில்

இருந்தே பெண் எடுக்கிறார்கள். பூந்துறை சடங்கியல் ரீதியாகவும் நிர்வாகரீதியிலும் மணநாட்டுடன் இணைக்கப்பட்டுள்ளது. இந்த ஜோடி நாடு அலகுகள் ஒவ்வொன்றும் தன் சொந்த வேடர் கிளைச்சாதிக்கான அங்காளம்மன் கோயிலைக் கொண்டுள்ளது. மேலும், இந்தப் பிரதேசங்களில் பூந்துறையே தலைநாடு என அறியப் படுகிறது. கிளைச்சாதியின் தலைவர் இங்குதான் குடியிருக்கிறார். விரிவான கிளைச்சாதி திருவிழா எது நடந்தாலும் இவருக்குத்தான் முதல் மரியாதை அளிக்கப்பட வேண்டும். உதவித் தலைவர் மண நாட்டைச் சேர்ந்தவர் என்பது மட்டுமல்ல தலைவரின் சம்பந்தி உறவினரும் (மாமன், மச்சான்) ஆவார்.[84] இரண்டு பதவிகளும் பரம்பரை யாக மாறுபவை. மறுபுறத்தில் தலைவர்களின் பிரதிநிதிகள் எப்போதும் நேரடிப் பங்காளி உறவினர் (மகன், தம்பி) ஆவர். விளக்கப்படம் 2.7 தொடர்புடைய நாடுபகுதிகளைக் காட்டுவதுடன் தலைவரின் கிராமம் மற்றும் அவரின் பங்காளி, சம்பந்தி உறவினர் களின் கிராமங்கள் அமைந்திருக்கும் பகுதிகளையும் தருகிறது.

நாடு பகுதியின் அனைத்து உறுப்பினர்களும் கூடும் பருவமுறை திருவிழாக்கள் எந்த முதன்மைக் கிளைச்சாதி கோயில்களிலும் நடைபெறுவதில்லை. மாறாகத் தனிப்பட்ட குடும்பங்கள் இந்த இடங்களில் வழிபாடு நடத்துகிறார்கள்.

இங்கு, நாடு பகுதிக்கும் பின்னர் 5ஆம் இயலில் பார்க்கப் படுவதைப்போல கால்வழி, சம்பந்தி உறவுமுறைகளின் வகைப் படுத்தலுக்கும் தொடர்பு உருவாக்கும் இந்த இருபெருங்குழு முறை (moiety) எதிர் அரைக்கோள அமைப்பு போன்றது. இதில் நேர்த்தியான சமச்சீருடன் அமைந்துள்ள சமூகப்பிரிவுக் கொள்கையை நாம் காணுகிறோம். கொங்குப் பகுதியிலேயே இடங்கை, வலங்கைப் பிரிவு களின் அடிப்படையான எதிரிணைத் (binary opposition) தன்மை என்ற சிறப்பு, இடங்கைப் பிரிவின் தீண்டாமை சமுதாயங்களுக்கு மட்டுமே உள்ளது. வேடர்கள் குறிப்பிட்ட அமைப்பியல் கூறுகளைக் காட்டு கிறார்கள்—அங்காளம்மன் மற்றும் தனிப்பட்ட வழிபாடுகள் மீதான அழுத்தம்—இது இடங்கையின் உயர்நிலைக் குழுக்களின் நடைமுறை களை எதிரொலிக்கிறது. ஆனால், அடிப்படை அமைப்பில் அவற்றில் இருந்து வேறுபடுவதுடன் கீழ்நிலையில் இருக்கும் தீண்டத்தகாத சமூகமான மாதாரிகளின் தன்மைகளுடனும் மிக நெருக்கமாக இருக்கிறது.

அனைத்து இடங்கைக் குழுக்களிலேயே நான் குறிப்பிடத்தக்க அளவுக்கான அறிவு பெற்றிருப்பது என்றால் அது மிகக் கீழான

மரியாதை என்று அழைக்கப்படும் மாதாரி சமுதாயம் ஆகும்.[85] அவர்கள் எண்ணிக்கையில் மிகப்பெரிய சாதி ஆகும். அதன் உறுப்பினர்கள் பாரம்பரியமாகத் தோல் தொழிலாளர்களாகக் கருதப் படுகிறார்கள். ஆனால் உண்மையில் அவர்கள் திறன்குறைந்த விவசாயக் கூலிகளாகவே உள்ளனர். மாதாரி சமூகம் கிளைச் சாதிகளாகப் பிரிந்துள்ளது. நான் சந்தித்த அனைத்து மாதாரிகளும் வீட்டில் தெலுங்கு அல்லது கன்னடம் பேசுகிறார்கள்; வெளியே மற்றவர்களுடன் தமிழில் பேசுகிறார்கள்.[86]

மொரசு, அனப்பு, தோட்டி ஆகிய மூன்று மாதாரி கிளைச்சாதி களிடமிருந்து நான் தகவல்கள் திரட்டினேன். இந்த மூன்று கிளைச் சாதிகளுக்குள்ளும் குலங்கள் உள்ளன. அவை ஜோடிகளாக, பெயரில்லாத, புறமணத் தன்மையுள்ள இருபெருங்குழு முறையாக உள்ளன. ஒவ்வொரு குழுவுக்குள்ளும் சடங்குரீதியிலான சடங்குகள் அல்லாத நிகழ்வுகளுக்கான பிரிவும் குறிக்கப்பட்டிருக்கிறது. இதற்கான தெளிவுமிக்க உதாரணத்தை அனப்பு மாதாரி குழுவிடம் கண்டேன். இக்குழுவினர் கரூர் அருகே காணப்படுகின்றனர்.[87] அட்டவணை 2.3இல் காட்டப்பட்டுள்ளது போல இந்தக் கிளைச்சாதியின் அமைப்பு காணப்படுகிறது.

ஒவ்வொரு பெருங்குழுவும் (moiety) ஒரு நாடு பகுதியுடன் ஒரு பொதுவான இணைப்பைக் கொண்டுள்ளது. இணைப்பு என்பது சற்றுமுன் விவாதிக்கப்பட்டது போன்று ஊழியச் சமுதாயங்களில் காண்பது போல மிகத் தெளிவானது அல்ல; நாடு பகுதியில் மாதாரி களிடம் புறமணமுறை காணப்படவில்லை. இருந்தாலும், இரு பெருங்குழுக்களை இணைக்கும் கோயில்கள் நிலவரைபடத்தில் காட்டப்பட்டுள்ளதுபோல் இந்தப் பாரம்பரியப் பிரதேசத்துடன் ஒரு முழுமையற்ற தொடர்பு உருவாகிறது. அனப்பு மாதாரிகளைப் பொறுத்தவரை இந்த விவகாரத்தில் போதிய தகவல்கள் இல்லை யென்பதால் மொரசு கிளைச்சாதியை உதாரணத்துக்குப் பயன்படுத்து கிறேன். குழுவிலுள்ள என் தகவலாளிகள் காங்கேயம், தென்கரை ஆகிய இரு நாடுகளுடனான தங்களின் பாரம்பரிய இணைப்பு குறித்துப் பேசினர்.[88] இவற்றில், தென்கரை தலைநாடு என்று கூறப்படுகிறது; தலைவர் இந்தப் பகுதியைச் சேர்ந்தவர். இதே அடிப்படையில் உதவித் தலைவர் இரண்டாவது நாடான காங்கேயம் பகுதியைச் சேர்ந்தவர். இவற்றில் பரம்பரை உரிமைகள்கொண்ட குலங்களின் அமைப்புகள் ஒவ்வொன்றும் தங்கள், தங்கள் பகுதியில்

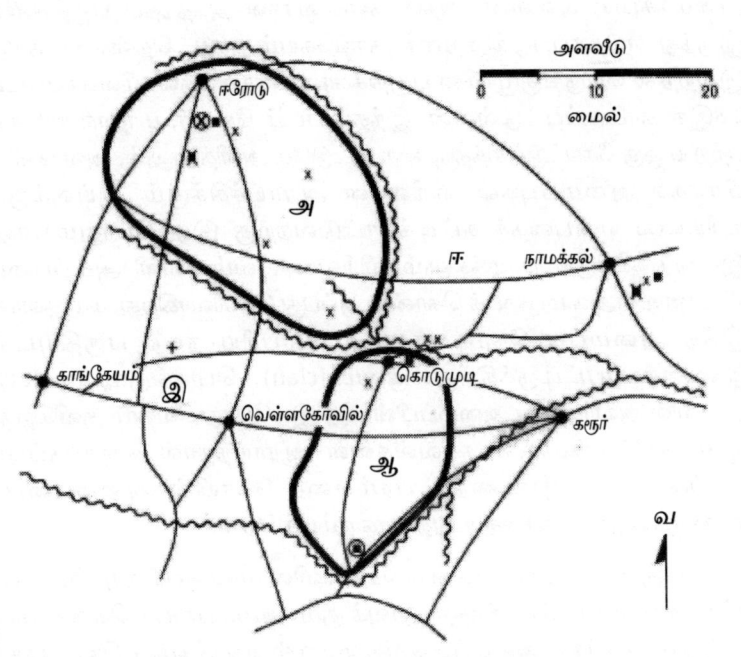

தலைவர் கிராமமும் (பூந்துறை), அங்காளம்மன் கோயிலும்

தலைவரின் பங்காளி உறவுகள் வசிக்கும் பிற கிராமங்கள்

உதவித் தலைவரின் கிராமமும் (சூடாமணி) அங்காளம்மன் கோயிலும்

தலைவரின் சம்பந்தி முறை உறவினர்கள் வசிக்கும் பிற கிராமங்கள்

பங்காளி, சம்பந்தி உறவுகள் வசிக்கும் கிராமங்கள்

உதவித் தலைவர் தற்போது மத்தளம் வாசிக்கும் காங்கேயம் நாடு அங்காளம்மன் கோயில்

நேரடி, பங்காளி, சம்பந்திப் பகுதிகளைப் பிரிக்கும் தோராய எல்லைப்பகுதி

அ பூந்துறை நாடு (பங்காளி உறவினர்கள்)

சாலை

ஆறுகள்

நகரங்கள்

ஆ. மணநாடு (சம்பந்தி முறை உறவினர்கள்)

மற்ற அருகமை பகுதிகள்

இ. காங்கேயம் நாடு

ஈ. கிழக்கு நாடு

விளக்கப்படம் 2.7: வேடர் சமுதாயத்தின் பரவல்

அமைக்கப்பட்டுள்ளன. அதன் தலைவர்கள் அந்தந்தப் பகுதிகளில் இருந்து எடுக்கப்படுகின்றனர். காங்கேயம் நாடு, தென்கரை நாடு, இவற்றில் பெருங்குழுவின் பகுதிக்கான கோயில்கள் விளக்கப்படம் 2.8இல் காட்டப்பட்டுள்ளன. இந்தப் படம் வேடர், மாதாரி சாதிகள் பற்றிய ஒரு கோட்டுச் சித்திரத்தை மட்டுமே அளித்தாலும், அவர்களின் பிரதேச அமைப்புகள் விரிவான ஆராய்ச்சிக்கும் ஆய்வுக்கும் உரியவை என்பதைச் சுட்டிக்காட்டுவதற்கு இது போதுமானது. இரண்டு பெருங் குழுக்களும் விரிவான, வம்சாவளி அடிப்படை யிலான உள்அமைப்பைக் கொண்டிருப்பது தெளிவாகிறது. கூடுதலாக, இந்த அமைப்பு நேரடியாகப் பாரம்பரிய நாடு பகுதியுடன் இணைக்கப்பட்டிருக்கிறது. குலம் (clan), பெருங்குழு (moiety) அளவில் அவர்களின் அமைப்பின் மீது இப்போது கவனம் குவிகிறது. இது குறித்த கூடுதல் தகவல்களை ஆராய்ந்தால் குடியிருப்புப் பகுதிகளுடன் இணைந்த பரம்பரை கோயில் அமைப்பைக் காணமுடியும் என்பதை உறுதியாக நம்புகிறேன்.

தொகுப்புரையாக, வலங்கைப் பிரிவின் முன்னணி சமுதாயங்கள் விரிவான வம்சாவளி இரத்த உறவுக் குழு அமைப்பைக் கொண்டிருக் கின்றன. அவர்கள் அமைப்பு நாடு அளவில் நெருக்கமாக இணைக்கப் பட்டுள்ளது. நாடார்களைப் பொறுத்தவரை கிராமம், ஊர் அளவில் நெருக்கமாக இணைக்கப்பட்டுள்ளது.

ஆனாலும், சேவை சாதிகளைப் பொறுத்தவரை தங்களின் சொந்த துணைக்குழுக்களைவிட தங்கள் பிரிவின் ஆதிக்கச் சாதிகளின் உட்குழுக்களைச் சுற்றியே தங்களைத் தகவமைத்துக் கொண்டுள்ளனர். மாறாக, நடுநிலைக் குழுக்கள், இடங்கைப் பிரிவின் கவுரவமிக்க சாதிகளைப் பொறுத்தவரை அவர்களுக்குக் குறிப்பிடத்தக்க வம்சாவளிப் பிரிவு அமைப்பு கிடையாது; அவர்களுக்கு உள்ளூர்க் கோயில்களும் கிடையாது. ஆனாலும், தனிப்பட்ட குடும்ப அளவில் அந்தப் பகுதியில் உள்ள பழக்கமான உள்ளூர்க் கோயில்களில் வழிபாடு செய்கிறார்கள். கீழ்நிலை இடங்கைப் பிரிவின் கிளைச் சாதிகளில் இந்த அமைப்புகள் பெயரளவுக்கே உள்ளன. உள்ளூர்க் கிளைச்சாதிக் கோயில்கள் மீண்டும் அமைகின்றன. இறுதியாக, இந்தக் குழுவில் அனைத்துக் கீழ்நிலைச் சமுதாயங்களும் ஒரு புதிய ஆர்வ மூட்டும் வேறுபாட்டை—இருபெருங்குழு அமைப்பை வழங்குகிறது.

கீழ்நிலைக் கிளைச்சாதிகள் உயர்நிலைக் கிளைச்சாதிகளைக் காட்டிலும் ஒரு விரிவான உள்அமைப்பைச் கொண்டிருக்கும் என்ற

அட்டவணை 2.3

கரூர் அனப்பு மாதாரிகளின் பரம்பரைத் தலைமை முறை

பெருங்குழு அ			பெருங்குழு ஆ		
குலப் பெயர்	சடங்கு முன்னிலை	பரம்பரைப் பட்டம்	குலப் பெயர்	சடங்கு முன்னிலை	பரம்பரைப் பட்டம்
போட்டனார்	1	காப்பிளியன் (மொத்த சமுதாயத்துக்கும் சடங்குத் தலைவர்)	எடுப்பனார்	2	பகடை (மொத்த சமுதாயத்துக்கும் சடங்குசார்பற்ற அமைப்புத் தலைவர்)
சோளனார்	3	மணியம் (பெருங் குழுவின் சடங்குசார்பற்ற தலைவர்)	திட்டனார்	4	கோலுக்காரன் (பெருங் குழுவின் சடங்குத் தலைவர்)

குறிப்புகள்: தகவலாளி எண் 24 வழங்கிய தகவல்கள் அடிப்படையில் இந்த அட்டவணை தயாரிக்கப்பட்டுள்ளது. இந்தச் சுருக்கமான அட்டவணையில் காணப்படும் அலசல் என்னுடையது. இந்தக் கிளைச்சாதி குறித்த என் விளக்கங்கள் துல்லியமானவை என நான் நம்புகிறேன். ஆனால், இந்தத் தகவல்களை இன்னும் விரிவாக ஆய்வுசெய்ய இன்னும் விரிவான களஆய்வுகள் தேவைப்படுகின்றன. இந்த அட்டவணையில் குறிப்பிடப்பட்டுள்ள நான்கு குலங்களின் பெயர்கள் மொத்தமாக ஓரலகு போல் தோன்றுகிறது. சோளனார் என்ற குலப்பெயர் சோளம் என்ற முக்கிய உணவுப்பொருளின் பெயரிலிருந்து வந்திருப்பது போல் தோன்றுகிறது. 'போட்டனார்' என்பது சடங்கு முக்கியத்துவத்தை அளிக்கிறது. திட்டனார் என்பது சடங்குரீதியாக உமி பிரிப்பவர்களைக் குறிக்கிறது. எடுப்பனார் என்பவர்கள் அதனை எடுப்பவர்களாக இருப்பர். சடங்குகள், சடங்குசாரா இலக்குகள் இடையேயான குறியீடாக இவை பிரிக்கப்பட்டிருக்கலாம்.

அட்டவணை 2.4
இருபெருங் குழுக்களாக உள்ள நாடுகளின் இயைபுகள்

பெருங்குழு அ	பெருங்குழு ஆ
1. பூந்துறை நாடு	2. காங்கேயம் நாடு
3. தென்கரை நாடு	4. மணநாடு

முந்தைய புத்தகங்களின் பொதுமைக்கருத்துக்கு வலுசேர்க்கும் வகையில் கொங்குப் பகுதியில் இருந்து போதுமான தரவுகள் கிடைக்கவில்லை.[89] தற்போது கிடைத்துள்ள விவரங்களிலிருந்து தெளிவாகத் தெரியும் இரண்டாவது காரணியின் முக்கியத்துவம் என்னவென்றால்: ஒவ்வொரு பிரிவுக்குமான உறுப்பினர் பிரச்சினையாகும். நிலத்தில் உரிமை கொண்டாடும் வலங்கைப் பிரிவு உள்ளூர் நிர்வாகப் பரப்போடு நெருக்கமாக இணைக்கப்பட்ட ஒரு விரிவான உள் இரத்த உறவு வடிவமைப்பைக் கொண்டுள்ளது. பல்வேறு பாரம்பரிய, சிறப்புத் திறன்களைக்கொண்ட இடங்கைப் பிரிவு இரத்த உறவு வம்சாவளி மீது அதிக அழுத்தம் தருவதில்லை; அதற்குப் பிரதேசத்தோடு எந்த முக்கியத் தொடர்பும் இல்லை. எனினும் இந்தப் பொதுப்பண்பு இரு பிரிவுகளின் உயர்நிலைக் குழுக்களுக்கு மட்டுமே பெரும்பாலும் பொருந்தும்.

சமுதாய அதிகாரப் படிநிலையில் உயர்கவுரவம் பெறுவதில் ஒரு குழுவின் உள் அமைப்பை வரையறை செய்வது இரண்டாவது முக்கியப் பங்களிப்பு செய்கிறது. வலங்கைப் பிரிவின் கீழ்நிலைச் சமுதாயங்களைப் பொறுத்தவரை அவர்கள் கவுண்டர்களைச் சார்ந்து வாழ வேண்டியுள்ளதால் தங்களின் சொந்த உள் அமைப்புகளை இந்தப் பிரிவுகளின் தலைமையின் நலனுக்கேற்ப அமைத்துக்கொள்ள வேண்டியிருக்கிறது. இதேபோல, இடங்கைப் பிரிவின் கீழ்நிலைச் சமுதாயங்களைப் பொறுத்தவரை தங்களின் அடிமைநிலை போன்ற ஊழிய நிலைகளால் வலங்கைக் கிளைச்சாதிகளின் எல்லைப் பகுதிகளுக்கு ஏற்ப தங்கள் அமைப்புகளை உருவாக்கிக்கொள்ள வேண்டியிருக்கிறது. இந்தத் தர்க்கத்தின்படி, கிராமப்புறங்களின் அதிக மக்கள்தொகை கொண்ட மாதாரி, வேடர் ஆகிய இடங்கைப் பிரிவின் இரு கீழ்நிலைச் சமுதாயங்கள் தங்கள் குழுக்களின் எந்த ஒரு குழு அமைப்பையும் எதிரொலிப்பதைக் காட்டிலும் கவுண்டர் அமைப்பையே அதிகமாக எதிரொலிக்கிறது.

இறுதியாக, நாடு அமைப்பு சில பொதுமைப் பண்புகளைக் காட்டுகிறது. சேகரிக்கப்பட்ட தகவல்கள் எந்தவகையிலும் போது

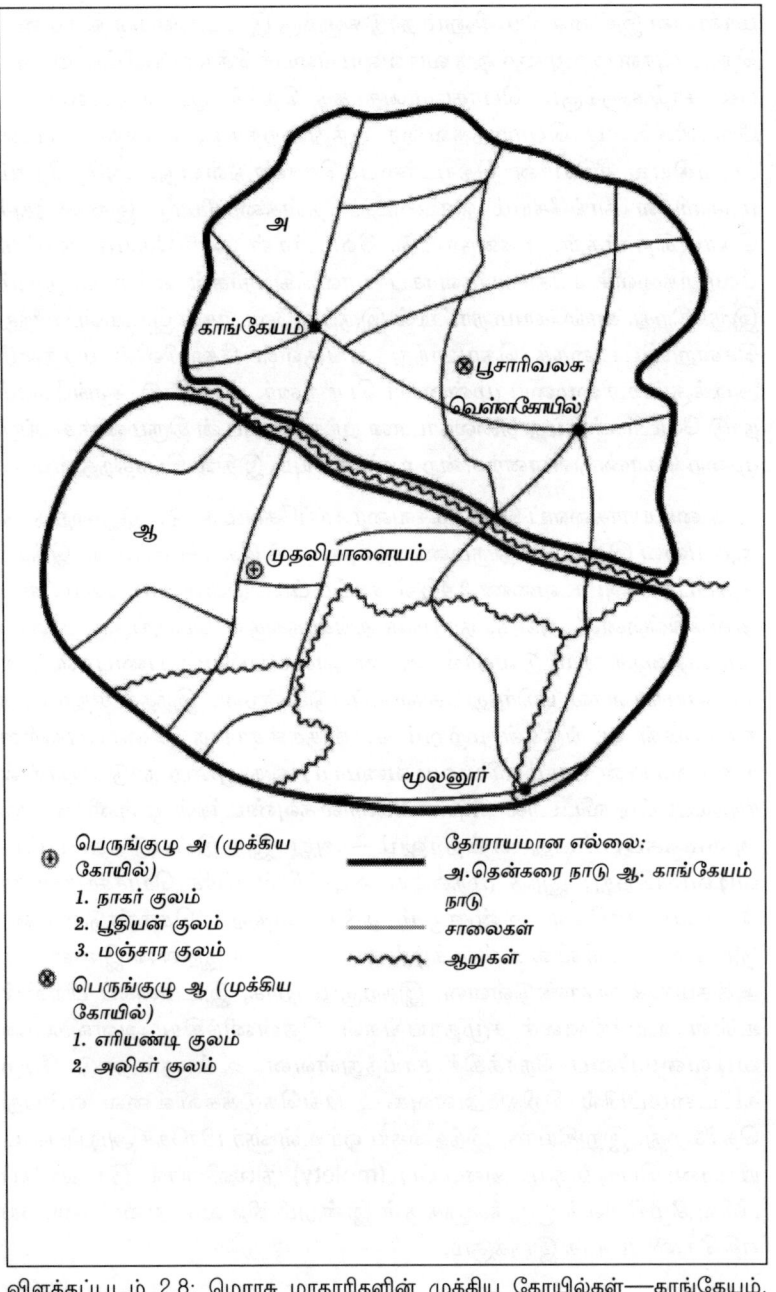

விளக்கப்படம் 2.8: மொரசு மாதாரிகளின் முக்கிய கோயில்கள்—காங்கேயம், தென்கரை நாடுகளில்.

மானவை இல்லையெனினும் நாடுகளுக்கு இடையிலான திருமணத் தொடர்புகள் ஒருமுறை ஒரு வடிவமைப்பைக் கொண்டுவிட்டால் அது பல சாதிகளுக்கும் பொதுவானதாகத் தெரிகிறது. உதாரணமாக, வேடர்களைப் பொறுத்தவரை பூந்துறைநாடு, மணநாட்டுடன் சடங்கியல் ரீதியான தொடர்பைக்கொண்டுள்ளது. அதேநேரம் மாதாரிகள் காங்கேயம் நாட்டைத் தென்கரையோடு இணைத்துக் கொள்கிறார்கள். மணநாட்டு வேடர்கள் காங்கேயம் நாட்டு வேடர்களைச் சகோதரர்களாகப் பாவிக்கிறார்கள் என்ற புரிதலும் இருக்கிறது. காங்கேயம் நாட்டில் இருந்து வேடர்கள் இடம்பெயர்ந்து சென்றுவிட்டதைத் தொடர்ந்து அங்குள்ள கோயிலில் மத்தளம் அடிக்கும் உரிமையை முன்னவர் பெற்றனர். மணநாடு, காங்கேயம் நாடு வேடர்கள் தமது தலைநாடான பூந்துறையுடன் திருமணச் சடங்கு முறை கொண்டுள்ளனர் என்ற உண்மையும் இதில் பொதிந்துள்ளது.

உடையார்களைப் பொறுத்தவரை காங்கேயம் நாடு, பூந்துறை நாடு ஆகியவை இடையே திருமண உறவுகளைக் கொண்டுள்ளன. இந்தக் குறிப்புகள் அட்டவணை 2.4இல் காட்டப்பட்டுள்ள வடிவமைப்பை அளிக்கின்றன.[90] அங்கு, நாடுகள் தங்களுக்குள் பெருங்குழு எனும் வடிவத்தைக் காட்டுவதால் அதன் அமைப்பியல் பண்புகள் பல சமுதாயங்களால் பகிர்ந்துகொள்ளப்படுகின்றன. இந்தச் சிதறலான தகவல்கள் சடங்குகள் மற்றும் சடங்குகள்சாராத அமைப்புகளின் தலைமையின் பாரம்பரிய வடிவமைப்பு ஒரு முறை நாடு அளவில் நிறுவப்பட்டு விட்டால்-கவுண்டர்களால் கவுண்டர்கள் முன்னிலையில் அமைக்கப்பட்டது என்றாலும்—அது இறுதிப்படுத்தப்பட்ட வடிவமாகிறது; இந்த முந்தைய ஒழுங்கின் மிச்ச சொச்சங்களைச் சேவைச் சாதிகள் இன்னமும் தக்கவைத்துக் கொண்டுள்ளன. இடங்கைப் பிரிவில் உள்ள கீழ்நிலைச் சாதிகள் இதனை இன்னமும் அதிகமாகக் கொண்டுள்ளன. இதற்கு மாறாக, இடங்கைப் பிரிவில் உள்ள உயர்நிலைச் சமுதாயங்கள் தென்னிந்திய அளவிலான வடிவமைப்பை நோக்கிச் சாய்ந்துள்ளன. உள்ளூர் நாடு மேற் கட்டமைப்பில் சிறிது அளவுகூட பங்கெடுக்கவில்லை என்பது தெரிகிறது. இறுதியாக, இத்தகைய ஓர் உள்ளூர் பிரதேச அடிப்படை யிலான பெருங்குழு அமைப்பு (moiety) நிலவினால் இடங்கைப் பிரிவு கீழ்நிலைக் குழுக்களுக்குள் இன்றும் நிலவும் அமைப்பையே எதிரொலிப்பதாக இருக்கும்.

3

வருவாய்க் கிராமம்: கண்ணபுரம் கிராமம்

கிராமப் புவியியலும் மாரியம்மனும்

கொங்குப் பகுதியைப் பொறுத்தவரை, வருவாய்க் கிராமம் என்பது சில வழிகளில் மிகவும் முக்கியத்துவம் வாய்ந்த அலகு ஆகும். மக்கள் அந்நியர்களைச் சந்திக்கும்போதெல்லாம் தம்மைத்தாமே அடையாளம் காண்பது கிராம அடிப்படையில்தான். அதாவது, 'இந்தக் கிராமத்தவர்' என்ற அடையாளம் உள்ளது. மேலும், பல முக்கிய பருவகாலத் திருவிழாக்கள் நடைபெறுவதற்கான எல்லைப் பரப்பும் கிராமம்தான். உள்ளாட்சி அதிகார அமைப்பு கிராம அளவில்தான் செயல்படுகிறது. பிரிட்டிஷ் ஆட்சிக்காலத்தில், வருவாய்ப் பகுதி என்பது அரசு ஆவணங்களில் 'கிராமம்' என்றே குறிப்பிடப்பட்டு வந்தது. இந்தச் சொற்பிரயோகம் இந்திய ஆட்சியாளர்களால் இன்றுவரை நீட்டிக்கப் பட்டுவருகிறது. இந்தச் சொற்பிரயோகம் மிகவும் வாய்ப்புக்கேடானது. அண்மைப் பத்தாண்டுகளில் கணக்கற்ற இனவரைவியல் குழப்பங்கள் உருவாக இதுவே காரணமாகியுள்ளது.

இந்தியப் பயன்பாட்டில், கிராமம் என்ற சொல், 'வரம்புக்குட்பட்ட ஆளுகை அதிகாரங்களுடனான சிறிய நகராட்சி' என்ற ஆங்கிலேயே மரபையொட்டியே கையாளப்படுகிறது.[1] தெற்கின் ஊரகப்பகுதிகளில் நிர்வாகப் பகுதி (கிராமம்) என்று அர்த்தம் கொள்ளப்படுகிறது. இது (கிராமம்) பொதுவாக, தனிப்பட்ட குடியிருப்புகளைக் (ur) கொண்ட தொகுப்பான குக்கிராமங்கள் (Ur).[2] குக்கிராமங்களை உருவாக்கும் குடியிருப்புப் பகுதி என்பது ஒன்றிரண்டு வீடுகளை மட்டுமே கொண்ட பகுதியாகும். குழப்பங்களைத் தவிர்ப்பதற்காக தற்போதைய புரிதலை விளக்க அதன் மரபான அர்த்தங்களில் பயன்படுத்தப்படும் சொற் பிரயோகங்களையே பயன்படுத்துகிறேன்.

தற்காலக் கொங்குப் பகுதியில், சிறிய குடியிருப்புப் பகுதிகள் என்பது பெரும்பாலும் ஒரே சாதியினர் வாழும் பகுதியாக இருக்கிறது. அதேசமயம், தீண்டத்தகாத மக்கள் வாழும்பகுதிக்கு இந்த வரையறை பொருந்தாது. பெரியபகுதிகள் பொதுவாக பலசாதிகள் வாழும் பகுதியாகும். குக்கிராமம் பல சாதிகள் வசிக்கும் பகுதியாகவே இருந்தாக வேண்டும். இயல்பான உற்பத்தி நடவடிக்கைகள் தொடரவும், அடிப்படையான சடங்கியல் பணிகளை வழங்கவும் ஒரு குக்கிராமத்தில் பல சாதிகள் வாழ்ந்தாக வேண்டியது அவசியமாகும். குக்கிராமங்கள், கிராமங்கள் இரண்டும் மிகத் தெளிவான ஒரு சமூக ஆளுமையைக் கொண்டுள்ளன. சடங்குகள் மேற்கொள்ளப் படும் தருணங்களில் இது வெளிப்படுவதைக் காணலாம். மறுபக்கத்தில் குடியிருப்புகள் மிகக் குறைவான முக்கியத்துவங் களையே கொண்டுள்ளன.[3]

கிராமம் என்ற சொற்பிரயோகம் இங்குக் குடியிருப்புப்பகுதி என்ற பொருளில் அல்லாமல் நுட்பமான ரீதியில் வருவாய்ப் பகுதி என்ற அடிப்படையில் பயன்படுத்தப்படுகிறது. தமிழ் மரபில் எல்லைப் பரப்பைக் குறிப்பதற்காகப் பயன்படுத்தப்பட்டுவரும் கிராமம் என்ற அலகு 20 சதுர மைல்கள் வரை அளவுள்ளதும் ஒன்று அல்லது இரண்டு குடியிருப்புப்பகுதிகள் அல்லது சில சமயங்களில் பல குடியிருப்புகளைக் கொண்டதாகவும் குறிப்பிடப்படுகிறது.[4] இது தனிப்பட்ட குடியிருப்புப்பகுதி அல்ல. கிராமம் எனும் இப்பகுதிதான் சமூக, சடங்கியல் முக்கியத்துவம் கொண்ட பகுதியாகும்.

நாடு, பிரதேசம் போன்றவை தனக்கான சொந்த புனித நிலப்பரப்பைக் கொண்டிருப்பதைப்போல ஒவ்வொரு கிராமமும் தனக்கான சொந்த புனித நிலப்பரப்பைக் கொண்டுள்ளது. முதலாவதும் முக்கியமானதுமாக ஒரு கிராமம் தனக்கான சொந்த சிவன் கோயிலைக் கொண்டிருக்கிறது.[5] இந்தக் கோயில் திருவிழாவும் அதனை நடத்தித்தரும் பிராமணரும் கிராமத்தையும் புனித நிலப்பரப்பையும் இணைக்கிறார்கள். இரண்டாம் இயலில் இடம்பெற்ற விளக்கப் படம் 2.2 இந்த இணைப்பைக் கோடிட்டுக் காட்டுகிறது. மேலும், அனைத்துக் கிராமங்களிலும் பெரும்பாலும் ஒரு விஷ்ணு கோயில் இருக்கிறது. ஒரு கரியகாளியம்மன் (பத்ரகாளி) கோயில் இருக்கிறது. கடைசியாக, ஒவ்வொரு கிராமத்திலும் குறைந்தது ஒரு முருகன் கோயில் இருக்கிறது. இவை அனைத்துமே பிராமணர்களால் பார்த்துக்கொள்ளப்படுகின்றன. இடங்கை, வலங்கைக் குழுவினர்

வழிபடுகிறார்கள். எனினும், உள்ளூர் மக்களின் சடங்குகளில் மையமாக எந்த தெய்வத்தையும் கூறமுடியாது, குறிப்பாக, வலங்கைப் பிரிவு உறுப்பினர்கள் யாருமில்லை.[6] இந்தத் தெய்வங்கள் நாட்டுத் தெய்வங்களோடு பிணைக்கப்பட்டு அவை இந்து மத முன்னணிக் கடவுள்களுடன் பிணைக்கப்படுகின்றன. இதன் இருப்பு பக்தர்களின் உணர்ச்சி வடிகாலாக இல்லாமல் வளமையான தேவைகளையே நிறைவேற்றுகின்றன. ஒரு குறைந்த மக்கள்தொகையின் நலன்களையே எதிரொலிக்கின்றன.

பெரிய அல்லது அதிகாரப்பூர்வ கடவுள்கள் அவர்களின் மனைவியர் (பெருந்தெய்வம்—மொ-ர்.) கோயில்களுக்கு இணையாக தனிப்பட்ட பெண்களுக்கான சிறு தெய்வக் கோயில்களும் உள்ளன. இவையும் உள்ளூர் வழிபாடு, திருவிழா நடவடிக்கைகளின் மூலம் ஆரக்கால் களை உருவாக்குகின்றன. இந்த உள்ளூர் தெய்வங்களில் மிக முக்கியமான கடவுள் கிராமதேவி ஆவாள். இவள்தான் கிராம மக்களைக் காப்பவள். காங்கேயம் நாட்டில் இந்தக் கிராமதேவியாக மாரியம்மன் இருக்கிறாள். காங்கேயம் நாட்டின் 12 கிராமங்களில் பத்து கிராமங்களில் மாரியம்மன் கோயில்கள் இருக்கின்றன. ஒன்றைத் தவிர அனைத்துக் கிராமங்களிலும் மாரியம்மன் திருவிழா கிராமத் திருவிழாவாக நடைபெறுகிறது.[7] பதினோறாவது கிராமமான மருதுறை சிறிய கிராமம் என்பதால் அருகில் உள்ள நத்தக்காடையூர் கிராம மாரியம்மன் கோயிலைப் பகிர்ந்துகொள்கிறது. பன்னி ரெண்டாவது கிராமம் பாப்பிணியில் அங்காளம்மன் கோயில் உள்ளது. இதனை பதிலியாகக் கொள்ளலாம். அங்காளம்மனும் மாரியம்மனும் எதிரிகள். அதனால் இரு கோயில்களும் அருகருகில் இருக்கக்கூடாது என சொல்லக் கேட்டிருக்கிறேன்.[8]

இந்த இயலிலும் அடுத்துவரும் இயல்களிலும் காங்கேயம் பகுதியின் முக்கிய மாதிரி கிராமமாகக் கண்ணபுரம் முன்வைக்கப் படும். விளக்கப்படம் 3.1 இந்தக் கிராமத்தின் குடியிருப்பு அமைப்பைக் கோடிட்டுக் காண்பிக்கிறது. தொடரும் இயல்களில் இக்கிராமம் விரிவாக விவரிக்கப்பட உள்ளதால் இந்தப் பகுதியின் சமூக உருவாக்கம் குறித்த சில தகவல்களோடு தொடங்குவது முக்கியம். மக்கள்தொகைக் கணக்கெடுப்பின்படி 1961இல் இந்தக் கிராம மக்கள்தொகை 4,706.[9] இங்குச் சாதிவாரி மக்கள் விவரம் அட்டவணை 3.1இல் தரப்பட்டுள்ளது.

கண்ணபுரம் கிராமம் (தற்போது பச்சைப்பாளையம் ஊராட்சி) ஒரு வருவாய் அலகு. கிராம தேவதை மாரியம்மனுக்கு மிக விமர்சையாக இங்குதான் திருவிழா எடுக்கப்படுகிறது. இந்தக் கிராமம் மிக விரிந்த பரப்பைக் கொண்டுள்ளதால் அதன் மக்கள்தொகை அதிகம். அதனால் ஊடாட்டங்களுக்கான வாய்ப்பு குறைவு. குக்கிராமங்களாகப் பிரிக்கப்பட்டிருக்கிறது. இவை அன்றாடச் செயல்பாடுகளிலும் தங்கள் ஒத்துழைப்பை நல்குகின்றன. ஒரு குக்கிராமம் என்பது அனைத்து விவசாய உற்பத்தி வேலைகள், அன்றாட வாழ்க்கைக்கான தேவைகளை நிறைவுசெய்யக்கூடிய முக்கிய தொழில்முறைக் குழுக்கள் அல்லது சாதிகளைக் கொண்டுள்ள பகுதியாகும்.

பொதுவாக, ஒரு குக்கிராமம் என்பது நில உடைமையாளர்கள், ஊழியச் சாதிகள், சில வணிகர்கள், கைவினைஞர்கள், குறிப்பிடத்தக்க உடல் உழைப்பாளர்கள் ஆகியோரை உள்ளடக்கியதாக இருக்கும். இந்தக் குழுவினர் அனைவரும் ஒரே குடியிருப்புப் பகுதியில் வாழலாம். அல்லது கால் சதுரமைல் பரப்புகொண்ட தனித்தனிப் பகுதிகளில் குடியிருக்கலாம். கிராமம் போன்றே ஒவ்வொரு குக்கிராமமும் ஒரு கிராம தேவதையால் காவல்காக்கப்படுகிறது. கண்ணபுரத்தில் இவள் மாகாளியம்மன் (பத்ரகாளி அம்சம்) என அறியப்படுகிறாள். இந்தக் கிராமப் பகுதியில் உள்ள அனைத்து குக்கிராமமும் தனக்கான சொந்த அங்காளம்மன் கோயிலைக் கொண்டுள்ளது. விளக்கப்படம் 3.2 கண்ணபுரம் கிராமத்தின் புனிதநிலப் பரப்பை விளக்குகிறது.

இங்கு ஆண்டுக்கு இரண்டு முக்கிய நிகழ்வுகள் நடக்கின்றன. இவற்றில் கிராம மக்கள் பெரும்பாலும் கலந்துகொள்கிறார்கள். ஒன்று முயல்வேட்டை. இது ஜூன் கடைசியில் நடைபெறுகிறது. அதாவது ஆனி மாதம் பிறந்தபிறகு நடைபெறும். இதில் ஆண்கள் மட்டும் பங்கேற்க முடியும். அதிலும் திடகாத்திரமான பலசாலிகளுக்கு மட்டுமே முன்னுரிமை.[10] முயல்வேட்டையில் 15 வயது முதல் 60 வயதுக்கு உட்பட்டவர்கள்வரை கலந்துகொள்கிறார்கள். கலந்துகொள்ளும் அனைவரும் பெருமையாக உணர்வார்கள். உடல்நலம் அல்லது வெளியூர் சென்றதால் கலந்துகொள்ள முடியாதவர்கள் இந்த வாய்ப்பை இழந்ததற்காக வருந்துவார்கள். இந்த வேட்டையில் கலந்துகொள்ள கிளைச்சாதி, பாரம்பரியமான குழு போன்ற எந்தத் தடையும் கிடையாது. மூன்று நாள்கள் நடக்கும் முயல்வேட்டையில் ஒரு நாளாவது தங்கள் வீட்டிலிருந்து ஒருவரை அனுப்பவேண்டும் என அனைத்து வீடுகளில் இருப்பவர்களும் ஆசைப்படுவர்.[11]

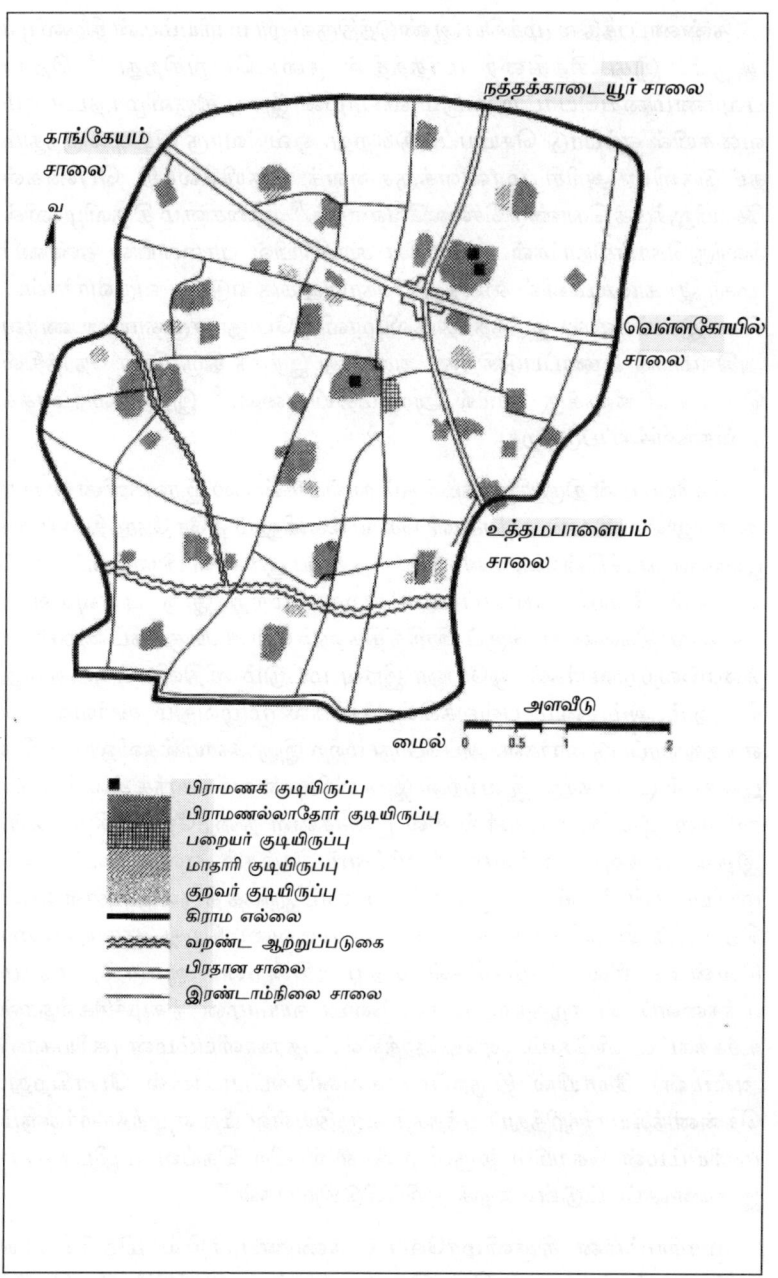

விளக்கப்படம் 3.1: கண்ணபுரம் கிராமக் குடியிருப்பு அமைப்பு

கண்ணபுரத்தில் முக்கிய ஆண்டுத்திருவிழா மாரியம்மன் திருவிழா ஆகும். இது சித்திரை மாதத்தில் நடைபெறுகிறது.[12] சித்ரா பவுர்ணமியையொட்டி வரும் வியாழன் இரவு திருவிழா நடக்கும் வகையில் ஏற்பாடு செய்யப்படுகிறது. ஒவ்வொரு வீட்டிலிருந்தும் தட்டுகளில் அரிசி மாவிளக்குகளைக் கையிலேந்தி பெண்கள் கோயிலுக்குக் கொண்டுசெல்லவேண்டும்.[13] ஆண்களும் திருவிழாவில் கலந்துகொள்கிறார்கள். அவர்கள் காவிரியில் பானையில் தண்ணீர் முகர்ந்து காவடிகளில் வைத்துக் கோயிலுக்கு எடுத்து வருவார்கள்.[14] சில இடங்களில் இந்தத் திருவிழாவின்போது சமுதாய உணர்வு அதிகமாகக் காணப்படுகிறது. அதாவது இந்தத் திருவிழா நேரத்தில் வெளியாட்களுக்கு ஊரில் அனுமதியில்லை.[15] இது தீவிரமாகக் கண்காணிக்கப்படுகிறது.

மாரியம்மன் திருவிழா நடக்கும் நாள்களின் பல இரவுகளின் போது அருகிலுள்ள சிவன், பத்ரகாளி கோயில்களிலும் ஒரே நேரத்தில் மற்ற பூசைகள் நடக்கின்றன. எனினும், பிந்தைய பூசைகள் பிராமணர்களால் மட்டும் மேற்கொள்ளப்படுகின்றன. மற்ற இரு பிரிவுகளின் கிளைச்சாதிகளின் சடங்குப் பிரதிநிதிகளும் சில சடங்குக் கடமைகளை நிறைவேற்றுவார்கள். ஒரே ஓர் இரவு மட்டும் விதிவிலக்கு. அன்று சிவனும் அம்மனும் பல்லக்கில் கோயில் முழுவதும் ஊர்வலமாக எடுத்துவரப்படுவார்கள். அப்போது மற்ற இரு கோயில்களிலும் அதிக பூசைகள் இருக்காது. இவற்றில் இரு பிரிவுகளைச் சேர்ந்த சில கிளைச் சாதிகள் இக்கோயில்களில் சில பூசைகளை நிறைவேற்றுகிறார்கள். இதில் மிகவும் ஆர்வம் கிளர்த்தும் அம்சம் என்னவென்றால் மாரியம்மன் கோயில் நிகழ்வுகள் எல்லாம் இந்தத் திருவிழா நாள்களில் தொடங்கி திருவிழா நாள்களிலேயே முடிவடைகிறது. ஞாயிறுவரை சிவன்கோயில் நிகழ்ச்சிகள் தொடர்கின்றன. ஆனால், கிராம மக்களைப் பொறுத்தவரை பவுர்ணமி வியாழன் நிகழ்ச்சிகள்தான் உச்சக்கட்ட விசேசம். அதேநேரத்தில், பத்ரகாளியம்மன் (கரியகாளி அம்மன்) கோயில் திருவிழா கவனிக்கப்படாமல் போகிறது. தென்னிந்தியா குறித்துப் புத்தகம் எழுதியுள்ள பிற எழுத்தாளர்களும் மாரியம்மன் கோயில் திருவிழாக்களில் பிற தெய்வ வழிபாடுகள் இணைக்கப்பட்டுள்ளதைக் குறிப்பிடுகிறார்கள்.[16]

மாரியம்மன் திருவிழாவோடு கண்ணபுரத்தில் மிகப்பெரிய கால்நடைச் சந்தை நடைபெறுகிறது. மதராஸ் மாநிலத்திலேயே பெரிய நான்கைந்து கால்நடைச் சந்தைகளில் இதுவும் ஒன்று. நூறு

அட்டவணை 3.1
கண்ணபுரம் கிராம சாதிவாரி மக்கள்தொகை, 1966 (வீடுகள்)

சாதிப் பெயர்	வீடுகளின் எண்ணிக்கை	மக்கள்தொகை விழுக்காடு
நடுநிலைப் பிரிவு		
பிராமணர்	3	0.3
காருணிகர் பிள்ளை	1	0.1
வலங்கைப் பிரிவு		
கவுண்டர்	590	54.0
பண்டாரம்	16	1.0
உடையார்	18	1.0
நாடார்	75	7.0
நாவிதர்	22	2.0
பறையர்*	55	5.0
கூடுதல்	776	70.0
இடங்கைப் பிரிவு		
ஆசாரி	18	1.0
செட்டியார்	5	0.4
முதலியார்	24	2.0
நாயக்கர்	23	2.0
வண்ணார்	21	2.0
குறவர்*	6	0.5
மாதாரி*	237	21.0
கூடுதல்	334	29.0
கிராமத்திற்கான மொத்தம்	1,114	100.0

குறிப்புகள்: இத்தரவுகள், இதன் பொருட்டு நான் பணித்த எனது தகவலாளி எண் 33 அளித்த தரவுகள். அட்டவணை 1.3 பத்தி 5இல் காணப்படும் அதே தரவுகள்தாம். அந்த அட்டவணை வகைப்படுத்தப்படாத அட்டவணை. இது, சிறிய குழுக்கள் என்பதால் துல்லியத்தன்மை கொண்டவை.

* தீண்டத்தகாதவர்கள். 1961 சர்வே தீண்டத்தகாதவர் விழுக்காடு 12% என்கிறது. இது தவிர கிராமத்தில் தீண்டத்தகாதவர்கள் 25%. கிறித்துவ மதத்துக்கு மாறியவர்களைத் தீண்டத்தகாதவராகக் கணக்கெடுக்காததால் இவ்வாறு குறைந்துள்ளது.

மைல்களுக்கு அப்பாலிருந்தும் இச்சந்தைக்கு மக்கள் வருகிறார்கள். கிராமத்தைப் பொறுத்தவரை இது மிகப்பெரிய சந்தர்ப்பம். முதன்மைச் சாலையைச் சுற்றியுள்ள நிலங்களில் சந்தை நடக்கும் ஒருவார காலம் முழுவதும் கொட்டகை போட்டுக்கொண்டு வெளியே தாங்கள் கொண்டுவந்த கால்நடைகளைக் கட்டிவைத்துக் காத்திருப்பார்கள். எனினும், இந்தச் சந்தைக்கும் மாரியம்மன் திருவிழாவுக்கும் ஒரு தொடர்பும் கிடையாது. ஆனால், வேறு எங்கும் மாரியம்மன் கோயில் விழாவின்போது இதுபோல் நடக்கவில்லை.[17]

இந்தப் புத்தகத்தின் நோக்கத்திலிருந்து, இந்த மாரியம்மன் கோயில் திருவிழாவின் முக்கிய அம்சம் என்னவென்றால் இந்தப் பகுதியில் வசிக்கும் வலங்கைப் பிரிவு கிளைச்சாதிகளின் ஒவ்வொரு குடியிருப்பு வாசிக்கும் இந்தத் திருவிழாவில் நிறைவேற்ற வேண்டிய சடங்கியல் கடமை இருக்கிறது. ஆனால், இடங்கைப் பிரிவைச் சேர்ந்த யாருக்கும் இந்த அம்மன் தொடர்பாக ஒரு வழிபாட்டுக் கடமையும் கிடையாது.[18]

மேலும், முந்தைய நூற்றாண்டுகளில், திருவிழா நடக்கும் பகுதிக்குள் இடங்கைப் பிரிவு பெண்கள் மாவிளக்கு கொண்டு வரவோ, வேறு காணிக்கை அளிக்கவோ அனுமதிக்கப்பட்டதில்லை. இப்புத்தகத்தின் முன்னுரையில் அம்மன் கோயில் திருவிழா நடக்கும் பகுதிக்குள் இடங்கைப் பிரிவு பெண்கள் நுழைய தடை விதிக்கப்பட்டது குறித்தும் இதையொட்டி இலை தோரணம் கட்டி அடையாளப் படுத்தப்பட்டிருக்கும் என்றும் கூறப்பட்டுள்ளது இங்கு நினைவு கூரத்தக்கது. ஒரு காலத்தில் நிலவிய இந்தத் தடை இப்போது நீக்கப்பட்டுவிட்டாலும், இலை தோரணம் இன்னமும் ஒரு சடங்காகக் கட்டப்பட்டு வருகிறது.

மாரியம்மன் திருவிழாவின்போது, வலங்கைப் பிரிவின் ஒவ்வொரு கிளைச்சாதிக்கும் ஒதுக்கப்பட்டுள்ள கடமைகள் வருமாறு: கிராமத்தில் சடங்கியல்ரீதியான அனுபவமுள்ள குலத்தைச் சேர்ந்த ஒரு கவுண்டர், திருவிழாவில் பயன்படுத்துவதற்காக ஒரு நல்ல மரத்தை வெட்டித் தருவார்; அவருக்குத் திருவிழா முடிந்ததும் அம்மன் பிரசாதம் முதல் மரியாதையாக வழங்கப்படும். திருவிழாவுக்குத் தேவையான ஆடு, கிடாக்களை ஒரு மரமேறி நாடார் வழங்கி பத்து ரூபாயும் வழங்குவார். இந்தப் பத்து ரூபாய் ஏழுநாள் திருவிழாவுக்கான செலவு ஆகும். இது ஓர் அடையாளமாகத் தரப்படுகிறது.[19] இத்திருவிழாவில் நடைபெறும் மொத்த பூசைகளையும் நடத்தித் தந்து, அம்மன் அருள் இறங்கும்போது மக்களுக்குக் குறிசொல்லி, ஒவ்வொரு நாள் காலையிலும் அக்னி சட்டி

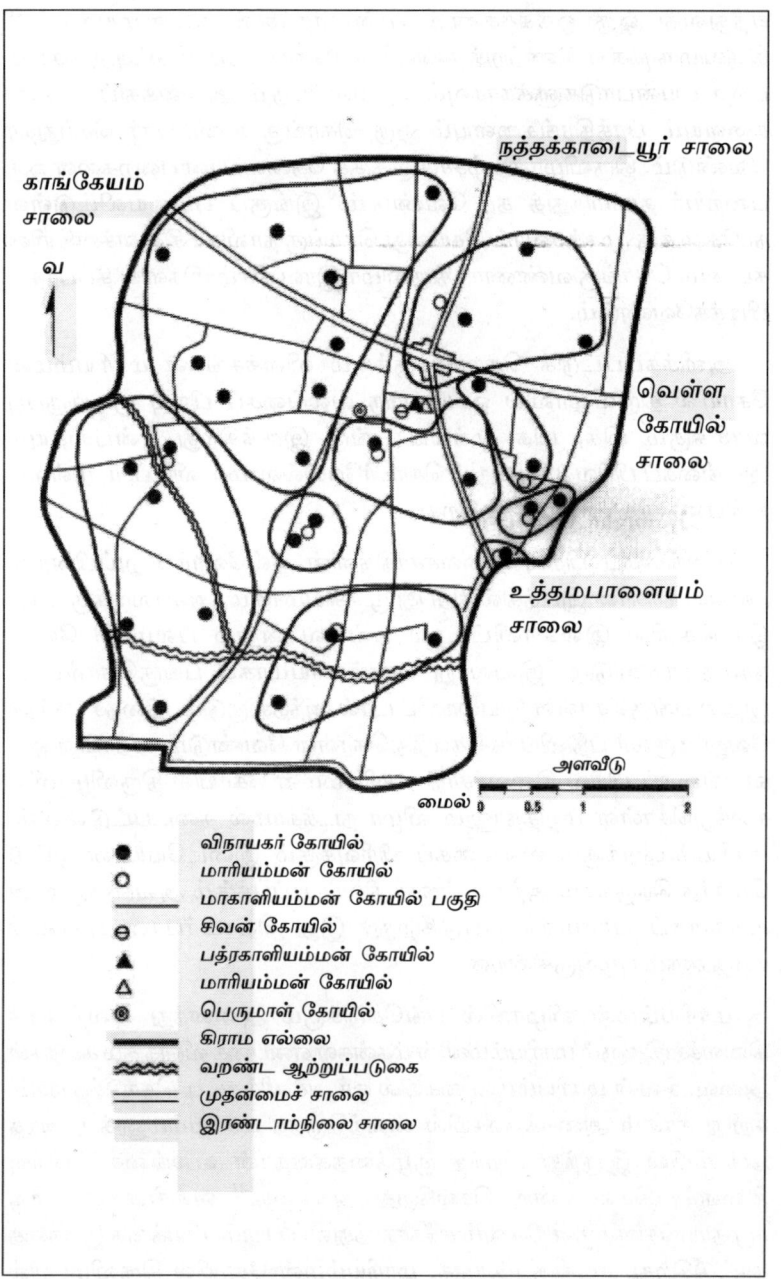

விளக்கப்படம் 3.2: கண்ணபுரம் கிராமத்தின் புனித இடங்கள்

ஏந்துவது ஒரு ஒக்கச்சண்டி பண்டாரத்தின் கடமையாகும்.[20] திருவிழாவுக்காக கிணற்றுத் தண்ணீர் எடுக்கவும் அக்னி சட்டி தூக்கவும் மற்ற பயன்பாடுகளுக்காகவும் தேவைப்படும் அனைத்துப் பானை களையும் பாத்திரங்களையும் ஒரு கொங்கு உடையார் செய்துதர வேண்டும். திருவிழா நிகழ்ச்சிகளுக்குத் தேவையான பறைகளை ஒரு பறையர் தயாரித்துத் தர வேண்டும். இங்குப் பட்டியலிட்டுள்ள நபர்களுக்கு முகச் சவரம் செய்வது கொங்கு நாவிதர் கிளைச்சாதியின் கடமை. கொங்கு வண்ணார் திருவிழா இரவு நிகழ்ச்சிகளில் தீப்பந்தம் பிடிக்கவேண்டும்.

அளிக்கப்பட்டுக் கொண்டிருக்கும் விளக்கங்கள் மாரியம்மன் கோயில் திருவிழாவில் ஒவ்வொரு வலங்கைப் பிரிவு குடியிருப்பு வாசிக்கும் மிக, மிக முக்கிய பங்கு இருக்கிறது என்பதையும் இடங்கைப் பிரிவு முழுவதும் தொடர்பேயில்லாமல் விடப்பட்டுள்ளது என்பதையும் தெளிவாக்குகிறது.

வலங்கைப் பிரிவு கிளைச்சாதிகளின் ஒவ்வோர் உறுப்பினரும் அவரவருக்கான இடத்தில் நிற்பது முக்கியமாகும். அவரவருக்கு உரிய இடங்களில் இல்லாவிட்டால் ஒவ்வொன்றும் பலமணி நேரம் தாமதமாகிவிடும். இவ்வாறு பாரம்பரியமாகப் பங்குகொள்பவர் இதில் பங்குகொள்ள இயலாவிட்டால் அந்தக் குடும்பத்தைச் சேர்ந்த வேறு ஒருவர் பதிலியாகக் கலந்துகொள்ள வேண்டும். ஏதாவது ஒரு வலங்கைப் பிரிவு கிளைச்சாதி மாரியம்மன் கோயில் திருவிழாவில் கலந்துகொள்ள மறுத்தாலும் விழா நடக்காமல் தடைபட்டுவிடும். மாரியம்மனுக்கும் வலங்கைப் பிரிவுக்கும் இடையேயான ஒட்டு மொத்த நெருக்கம் அந்த உள்ளூர் நிலப்பரப்புக்கும் அவளுக்குமான உறவாகப் பராமரிக்கப்படுகிறது. இது தொடர்பான புராணக் கதைகளும் புழங்குகின்றன.

மாரியம்மன் விழாவில் பங்கெடுக்கும் அனைத்து வலங்கைக் கிளைச்சாதிகளும் மாரியம்மனின் மகன்கள் என்பதை விளக்கும் கதைகள் அவை. சிவன் மாரியம்மன் கையில் ஓர் அக்னிச் சட்டி கொடுத்தாராம். சிறிது காலம் அதைக் கையில் வைத்திருந்த மாரியம்மனுக்கு அந்த அக்னியில் இருந்து பிறந்த குழந்தைகள்தான் வலங்கைப் பிரிவு கிளைச்சாதிகள் என்று செல்கிறது அக்கதை.[21] வலங்கைப் பிரிவு சமுதாயங்களுக்குள் நிலவும் சகோதரத்துவப் பாரம்பரியத்தை இக்கதை காட்டுகிறது. சடங்கு ரீதியாக, மாரியம்மன் கோயில் திருவிழாவில் இவர்களுக்கான கடமைகள் பிணைக்கப்பட்டுள்ளதில் இந்தப்

மாரியம்மன் திருவிழா

ஆண்டுத் திருவிழாவுக்காக அலங்கரிக்கப்பட்ட மாரியம்மன்.

அம்மன் இறங்கியுள்ள பண்டார பூசாரி. கம்பம் அல்லது சடங்குக்காக நடப்பட்ட மரக்கம்பத்தின் மீது வைக்கப்பட்ட (பார்க்க: கீழுள்ள படம்) அக்னிச் சட்டியை இறக்குகிறார். அதைக் குளிர்வித்து மீண்டும் மேலே வைக்க முயல்கிறார்.

திருவிழாவின்போது மாரியம்மன் கோயில் முன்பு வெள்ளை நிறக் கம்பம் நடப்படும். இது அவளது காதலனைக் குறிக்கிறது. அந்த மரத்தின் கீழுள்ள கல் அதன் சடங்கியல் பதிலியாக திருவிழாக்களில் பயன்படுத்தப்படுகிறது. அக்னிக் கம்பத்தின் மீது ஒவ்வோர் இரவும் வைக்கப்படுகிறது. கம்பத்தின் மீதுள்ள கற்பலகைகள் அக்கினிச் சட்டியிலிருந்து தீ மரத்தில் பரவாதபடி தடுக்கிறது. அம்மனின் கோபத்தைத் தணிக்கும் முயற்சியாகப் பெண்கள் அந்தக் கம்பத்தின் அடியில் தண்ணீர் ஊற்றுகிறார்கள்.

பாரம்பரியம் வெளிப்படுகிறது. இது அன்றாட நடவடிக்கைகளிலும் வெளிப்படுகிறது. உதாரணமாக, வலங்கைப் பிரிவு இடைநிலை கிளைச்சாதிகளான ஒக்கசண்டி பண்டாரம், மரமேறி நாடார், கொங்கு உடையார், கொங்குச் செட்டியார் ஆகிய சமுதாயத்தினர் ஒருவருக் கொருவர் அண்ணன், தம்பி என்று அழைத்துக் கொள்கின்றனர். இடங்கைப் பிரிவின் இதே இடைநிலைச் சாதியினரை மச்சான் என்று அழைக்கின்றனர்.[22] புராணத்தை அடிப்படையாகக் கொண்ட அண்ணன்-தம்பி உறவு சடங்கு ரீதியாக மாரியம்மன் திருவிழாவிலும் சடங்குசாராத அமைப்புகளிலும் இப்படியாக எதிரொலிக்கிறது.

கிராமம் முழுமைக்குமான புனித நிலப்பரப்பு குறித்த உரையாட லுக்குத் திரும்புகையில் மேலும் ஒரு விஷயத்தைக் குறிப்பிட வேண்டியுள்ளது. கிராம எல்லைகளும் குறிப்பிடத்தக்க அளவுக்குச் சடங்குத்தன்மை கொண்டுள்ளது. மாரியம்மன் திருவிழாவில் இதற்கும் முக்கியத்துவம் இருக்கிறது. கொடைக்கு முந்தைய நாள் இரவு நடக்கும் சிறிய சடங்கு நிகழ்வு கிராமத்திலுள்ள கெட்ட ஆவிகள் அனைத்தையும் விரட்டுவதற்கு நடத்தப்படுகிறது. இது கிராம சாந்தி என அழைக்கப்படுகிறது. இது அந்தப் பகுதிக்கு குளுமையைக் கொண்டுவருகிறது.[23] இதற்காக நடக்கும் ஊர்வலம் மாரியம்மன் கோயில் வளாகத்தைச் சுற்றி நடை பெறுகிறது. அப்போது தீப்பந்தம் ஏந்தியபடி பயங்கரமாகக் கத்திக்கொண்டு கோயிலை வலம் வருவார். அப்போது இரத்தத்தில் தோய்ந்த சோற்றை வானத்தை நோக்கி வீசியபடியே ஆக்ரோஷமாகச் செல்வார். தர்ஸ்டன் பல கிராமத் திருவிழாக்கள் இதே போன்று நடை பெறுவதை விளக்கியுள்ளார். இவ்வாறு வீசப்படும் இரத்தச்சோற்றில் மீதமாகும் சோறு ஊர் எல்லையைத் தாண்டி புதைக்கப்படுகிறது.[24] கண்ணபுரத்தில் பெரிய கோயிலே கிராமமாகக் குறியீடு பெறுகிறது. இதனைச் சுற்றுவது கிராமத்தையே சுற்றுவதாக அர்த்தம் கொள்ளப்படுகிறது.[25]

இவ்வாறு கிராமம் புனிதப்படுத்தப்பட்ட புவியியலாகக் குறிக்கப் படுகிறது. அதோடு சடங்கியல்பகுதி எது, சமூகப்பகுதி எது என்பதும் தெளிவாக வரையறுக்கப்படுகிறது. மேலும், இங்கு வாழும் மக்கள் வலுவான அடையாள உணர்வும் கொண்டுள்ளனர். இந்த ஒத்துழைப்பு உணர்வு ஆண்டுதோறும் நடைபெறும் முயல்வேட்டையில் வெளிப்படுகிறது. சமூகம் மற்றும் பொருளாதாரப் பொருத்தப்பாட்டில் இரண்டாவதும் முக்கியமானதுமான நிகழ்வான மாரியம்மன் திருவிழாவில் வலங்கைப் பிரிவு சாதிகளின் சுயேச்சைத் தன்மை

கிராம நடவடிக்கைகள்

கண்ணபுர கிராம பெரிய கோயில் வளாகம். சிவன், பார்வதி, விநாயகன், முருகன் ஆகியோர் இங்கு உள்ளனர். சிவபெருமான் திருமண வைபவம் இக்கோயிலின் பெரிய திருவிழா ஆகும்.

ஓர் உடையாரும் அவருடைய இரண்டு உதவியாளரும் கிராம சாந்தி நிகழ்த்தத் தயாராகிறார்கள். இது சிவ-பார்வதி கல்யாணத்துக்கு முன்பாக நடத்தப்படும். இவர் கோயில் வளாகம் முழுவதும் சுற்றிவந்து இரத்தத்தில் ஊறிய அரிசியை வீசுவார். அப்போது கெட்ட ஆவிகள் அதை எடுத்துக்கொண்டு ஓடிவிடும் படிக் கூறுவார். இது மிகவும் ஆபத்தான சடங்கு ஆகும். அதனால் சடங்கை நடத்தும் உடையாரை இரண்டு பேர் இறுக்கமாகப் பிடித்துக்கொள்வர், இல்லாவிட்டால் கெட்ட ஆவிகள் அவரை அரிசியுடன் இழுத்துச் சென்று விடும் என்பது நம்பிக்கை.

ஆண்டு முயல்வேட்டையில் இருந்து திரும்பும் கண்ணபுரம் கிராம மக்கள்.

வெளிப்படுகிறது. மேலும், இப்போது அனைத்து வலங்கைச் சாதிகளின் புராணரீதியான சகோதரத்துவமும் உறுதிப்படுத்தப் படுகிறது. திருவிழாவில் இடங்கைப் பிரிவு சாதிகளுக்கு இணைக் கடமைகள் கிடையாது. கடந்த காலங்களில் இந்தத் திருவிழா நடவடிக்கைகளில் பெண்கள் முழுமையாக விலக்கப்பட்டிருந்தனர்.

இங்கு மாறுபட்ட பொருளாதார அடித்தளங்களை இரு பிரிவுகளும் கடைப்பிடிக்கின்றன. இதில், பிரதேச அமைப்பைப் பொறுத்தவரை வலங்கைப் பிரிவு அதிக முக்கியத்துவத்தைப் பெறுகிறது. ஒரு தனிச்சிறப்பான சமூக, சடங்கியல் ஒருங்கிணைப்பை அடையாளமாக அளிக்கும் கிராம வாழ்க்கையின் அம்சங்களும் அவற்றோடு நெருங்கிய தொடர்பு கொண்டுள்ளன. வலங்கைப் பிரிவிற்குள்ளும் பிரதேச ஆதிக்கத்தின் முக்கியத்துவம் பெறுவது கவுண்டர்கள் ஆவர்.

கூட்டம்: வரலாறுகளும் உள்ளூர் கிராம உரிமைகளும்

கடந்த நூற்றாண்டுகளில், கிராமமானது அங்கு வாழும் கூட்டம் மற்றும் சாதியில் ஆதிக்கம்செலுத்தும் ஒரு குறிப்பிட்ட பரம்பரையைச் சேர்ந்த ஒரு குறிப்பிட்ட குடும்பத்தால் கட்டுப்படுத்தப்பட்டது. பொதுவாக, ஒரு கிராமப் பகுதியைக் கட்டுப்படுத்தத் தேவையான நிலத்தைப் பராமரிக்கும் உரிமை, உழைப்பு சக்திகளைப் பயன் படுத்தும் உரிமை ஆகியன நாடு அளவிலான பகுதியில் அதிகாரம் கொண்டவர்களால் இக்குடும்பங்களுக்கு வழங்கப்படுகின்றன. இதற்குப் பதிலாக, நிலத்தில் கிடைக்கும் வருமானத்தை இக் குடும்பங்கள் அவர்களுக்குப் பகிர்ந்தளிப்பதுடன் போர்க்காலங்களில் படைகளையும் அனுப்புகின்றன.[26] ஒரு குறிப்பிட்ட கிராமத்தில் அதிகாரம் பெற்றவுடன் உள்ளூர்த் தொழிலாளர் அமைப்பை நிர்வாகம் செய்யும் உரிமையும் அவர்களின் கடமைகள், உரிமைகள் ஆகியவற்றை உருவாக்கும் உரிமையும் அக்குடும்பத்துக்குக் கிடைக்கின்றன. ஒரு குறிப்பிட்ட பகுதிக்குள் கூட்ட ஆதிக்கம் எவ்வாறு இருக்கிறது என்பதைப் பின்வரும் விவாதம் விளக்குகிறது. ஆனால், இது உண்மையில் அர்த்தப்படுத்துவது என்னவென்றால் அந்தக் கூட்டத்தின் ஒன்று அல்லது அதற்கு மேற்பட்ட பரம்பரைகளின் ஆதிக்கம் ஆகும். இதுபோன்ற கூட்ட ஆதிக்கம் மற்றும் அதன் உரிமைகள் குறித்த சிறந்த உதாரணம் கண்ணபுரம் கிராமம் ஆகும். செங்கண்ணன் என்ற கவுண்டர் கூட்டமே இப்பகுதியை உண்மையில் கட்டுப்படுத்துகிறது. இக்கூட்டத்தின் வரலாற்றை ஆராய்ந்தால் இவர்கள் 12ஆம்

நூற்றாண்டைச் சேர்ந்த சோழர் காலத்தைச் சேர்ந்தவர்கள் என்று நாட்டார் கதைகள் கூறுகின்றன. இக்குலத்தின் மூதாதையரில் ஒருவருக்குக் காங்கேயம் அருகிலுள்ள பகுதிகள் சோழ மன்னரால் வழங்கப்பட்டுள்ளன.[27] இவர்களின் முக்கிய குடியிருப்புப் பகுதி புதூர் என்று அழைக்கப்படுகிறது. ஆனால், இவர்களின் சந்ததிகள் இப்பகுதி முழுவதும் பரவி வாழ்ந்து, கண்ணபுரம் முழுவதையும் ஆதிக்கம் செலுத்துகிறார்கள்.[28] கண்ணபுரம் சிவன்கோயில், கரிய காளியம்மன் கோயில் ஆகியவற்றில் இன்றும்கூட செங்கண்ணன் கூட்டத்தைச் சேர்ந்தவர்களுக்குத்தான் முதல் மரியாதை அளிக்கப்படுகிறது.

14ஆம் நூற்றாண்டில் முகமதியர்கள் வடக்கிலிருந்து படை யெடுத்துவந்த சமயத்தில் கண்ணபுரம் கிராமத்தின் குடியிருப்புப் பகுதியான சுக்குத்திப்பாளையம் பகுதியில் செங்கண்ணன் கூட்டத்தைச் சேர்ந்த ஒருவர் வாழ்ந்து வந்தார். அவருக்குத் திருமணமாகி அல்பினோ என்னும் நிறக்குறைபாடு கொண்ட ஒரு மகளும் இருந்தாள். இந்தப் பெண்ணுக்கு மணமகன் கிடைக்கவில்லை. இதனால் வடக்கே பத்துமைல் தள்ளியுள்ள கிராமத்திலிருந்து ஓதாளர் கூட்டத்தைச் சேர்ந்த ஒருவர் மணமகனாகக் கொண்டுவரப்பட்டார். மாமனார் வீட்டோடு இருக்கவேண்டும் என்ற நிபந்தனையின் அடிப்படையில் அந்தப் பெண்ணை மணமுடித்து அவருக்கு மாமனாரின் நிலபுலங்களைப் மேற்பார்வையிடும் பொறுப்பும் தரப்பட்டது. காலப்போக்கில், அவருடைய குடும்பமும் விரிவடைந்து அப்பகுதியிலேயே திருமண உறவுகள் ஏற்பட்டு விருத்தியடைந்து, கண்ணபுரம் கிராமத்தில் குறிப்பிடத்தக்க செல்வாக்கு பெற்றது. இவ்வளவு செல்வாக்கு அடைந்தபோதும், செங்கண்ணன் கூட்டத்தில் ஏழு தலைமுறை களுக்குப் பின் ஏற்பட்ட பங்காளித் தகராறால் அக்குலம் இரண்டாக உடையும்வரை அதிகாரம் அவர்கள் கைக்கு வரவில்லை. இக்கால கட்டத்தில் செங்கண்ணன் கூட்டத்தைச் சேர்ந்தவர்கள் மேற்குக் கொங்குப் பகுதியை நோக்கிக் குடிபெயர்ந்துவிட்டனர். அங்கு அவர்களை இன்றும் காணலாம்.[29] அந்தத் தகராறு குறித்த கதை, உள்ளூர் கிராமத்தவர் கூறியவாறு தரப்படுகிறது:

கிராமத்தில் மாமனார் வீட்டோடு தங்கிக்கொள்ளும்படி கேட்டுக்கொள்ளப்பட்ட ஓதாளர் மாப்பிள்ளை ரொம்பவும் முன்கோபக்காரராக மாறினார். அவருடைய மாமனாரும் அவர் பெயருக்கு நிலங்களை மாற்றித்தரவில்லை. இதனால்தான் புதிதாக தனதாக்கிய நிலங்களுடன் அருகிலுள்ள ஒரு காலி வீட்டில்

மனைவியுடன் குடியேறினார். மாமனாருக்கு எந்த வரவு- செலவுக் கணக்கும் கொடுக்க மறுத்தார். அவரை அவமானப் படுத்தும் விதமாக சில ரெண்டாம் தரமான குதிரைகளைக் கொடுத்தார். சில நேரங்களில் தட்டிக்கேட்ட மாமனாரை அடித்து உதைத்தார். இதனால் செங்கண்ணன் வெகுண்டு மருமகனைக் கொன்று விடும்படி தன் ஆட்களை ஏவினார். அதன்படி அவர்கள் அவரைக் கொலைசெய்தனர். ஆனால், அவர் மனைவி அப்போது கர்ப்பவதி யாக இருந்தார். அவளுக்கு ஒரு ஆண்பிள்ளை பிறந்ததும் அவளது அப்பாவுக்கு அவள்மீது இரக்கம் ஏற்பட்டது. அவர்களிடமிருந்து பிடுங்கிய நிலபுலன்களைத் தனது பேரனுக்கே பரிசாகத் திரும்பிக் கொடுத்தார். அந்தப் பையன் வளர்ந்து வாலிபனாகும் பருவத்தில் தனது தந்தை கொலை செய்யப்பட்ட விவரத்தை அறிந்தான். இதனால் ஆத்திரமடைந்த அவன் தனது தாய்மாமனைக் கொன்று பழிக்குப்பழி வாங்கினான். (இதற்குள் அவனது தாய்வழி தாத்தாவும் இறந்துவிட்டிருந்தார்). ஆனால், கொலை செய்யப்பட்ட தாய்மாமனின் மனைவி அப்போது கர்ப்பமாகியிருந்தாள். இப்போது அவளுக்கு ஒரு மகன் பிறந்து வாலிபனானான். இவ்வாறு இரு குடும்பங்களுக்கும் இடையில் பகைமை ஏழு தலைமுறைகளுக்குத் தொடர்ந்தது.

இப்படியாக, தொடர்ந்து கொண்டிருக்கையில் இதற்கு முடிவுகட்ட செங்கண்ணன் கூட்டத்தைச் சேர்ந்தவர்கள் கண்ணபுரம் வந்து ஓதாளர் ரத்தவம்சத்தைச் சேர்ந்த ஆண்கள் அனைவரையும் கொன்றனர். கடைசியில் யாரும் மிஞ்சக்கூடாது எனத் தேடித்தேடி கொலை செய்தனர். அப்போது கண்ணபுரம் காவல் தேவதை பேசினாள். ஓதாளர் கூட்டத்தைச் சேர்ந்த ஒருவர் இன்னமும் மிச்சமிருப்பதாகக் கூறினாள். இதனால் மேலும் சல்லடை போட்டுத் தேடினார்கள். ஆனால், அந்தக் கடைசி உயிர் கர்ப்பத்தில் இருக்கிறது என்பதை அவர்கள் அறியவில்லை. இப்படியாக ஓதாள குலத்தின் வம்சத்தில் கடைசி ஆண் தப்பித்து பின்னர் அவனுக்கு மூன்று ஆண் குழந்தைகள் பிறந்தன. (இப்போது, இந்த ஓதாளர் குலப் பிரிவின் ஏழாவது தலைமுறை இந்தக் கிராமத்தில் இருப்பதாகக் கூறிய தகவலாளி அந்த ஏழு தலைமுறைகளின் வம்சாவளி மரத்தை விளக்கிக் கூறினார்.)[30]

தற்போது கண்ணபுரம் கிராமக் கோயில் திருவிழாவில் ஓதாளர் இரண்டாவது மரியாதை பெறுகிறார்கள்.[31] இந்தச் சடங்கியல்

முன்னிலை வரிசையில் மூன்றாவதாக முக்கியத்துவம் பெறும் கூட்டம் கணவாளர் கூட்டமாகும். ஓலப்பாளையம் குக்கிராமத்தில் மிகவும் செல்வாக்கு கொண்டது இக்குழு. இதன் சில விவரங்கள் இயல் 4இல் தரப்படுகிறது. என்றாலும் கண்ணபுர கிராம வரலாற்றில் இந்தப் பிரிவு எவ்வாறு இணைகிறது என்பதைச் சொல்வது முக்கியமாகும். இங்குக் கணவாளர் வந்த கதை இவ்வாறு தொடர்கிறது:

> ஒரு காலத்தில் கொங்குப் பகுதியில் பெரும் வறட்சி ஏற்பட்டது. அப்போது கணவாளர் குலத்தைச் சேர்ந்த சிலர் கண்ணபுரம் அருகில் ஓடும் ஆற்றங்கரையோரமாகத் தங்கள் ஆடு-மாடுகளுடன் அலைந்துகொண்டிருந்தனர். சில நாள்களில் அங்கேயே படுதாக்களால் குடிசை போட்டுக்கொண்டனர். அந்தச் சமயத்தில் ஓலப்பாளையத்தில் ஏழு நாள் ராத்திரி கூத்து நடத்த முடிவு செய்தனர். அப்போது ஒருநாள் இரவு கூத்து நடந்துகொண்டிருக்கும் போது தீப்பந்தத்துக்கு ஊற்றுவதற்கு நெய் இல்லை. இதனால் கூத்தை நிறுத்தும் நிலைமை. அதைச் சமாளிக்க அவர்கள் ஆற்றங்கரையோரம் மேய்ச்சலில் ஈடுபடும் கணவாளர்களிடம் போய் சுத்தமான நெய் தரும்படி கேட்டனர். அதற்கு அவர்கள் நெய் தருகிறோம்; ஆனால் நாங்கள் இங்குத் தங்கி நிலத்தில் பயிரிட எங்களுக்கு உரிமை தரவேண்டும் என்று நிபந்தனை விதித்தனர். உடனே கிராமத்தவர்கள் இதற்கு உடன்பட்டனர். இதன் பிறகே கணவாளர் கூட்டத்தினர் இந்தப் பகுதியில் நிரந்தரமாகத் தங்கினர்.[32]

ஓதாளர், கணவாளர் கூட்டங்கள் குறித்த இக்கதைகள் உள்ளூர் கிராமக் கோயில்களில் சடங்கியல் உரிமைகளைப் பெறவேண்டுமானால் அவர்கள் நிலங்களில் உரிமை பெற்றிருக்க வேண்டுமென்ற முன் நிபந்தனையை அழுத்திக் கூறுகின்றன. இதிலும், இந்த இரு கதைகளுக்குள்ளும் ஒரு முக்கிய வேறுபாடு இருக்கிறது. முதல் கதையில் திருமண உறவின்மூலம் ஓதாளர்கள் இந்த உரிமையைப் பெறுகிறார்கள். ஆனால், இரண்டாவது கதையில் சடங்கியல் முக்கியத்துவம்மிக்க பொருளைப் பகிர்வதன்மூலம் இந்த உரிமையைப் பெறுகிறார்கள். இந்த வேறுபாட்டின் பாதிப்புகள் இன்றுவரை திருமண உறவுகளில் தொடர்கின்றன. முதல் இரண்டு கூட்டங்கள்-செங்கண்ணன், ஓதாளர்-தங்களுக்குள் பகைமூண்ட அந்த ஏழு தலைமுறைகள் காலகட்டம் கழிந்ததும் திருமண உறவு ஏற்படுத்திக்கொண்டனர். இந்த முறையில் மட்டுமே அவர்கள் பெண் கொடுத்து பெண் எடுக்கிறார்கள் என்றும் விளக்கமளிக்கலாம்.[33] இதனால், இந்த வம்சாவளி மரபை இன்றும் சரியாக நினைவில் பாதுகாத்து

வருகின்றனர். மேலும், இந்த பந்தம் செங்கண்ணன் கவுண்டர் அல்பினோ என்னும் நிறக்குறைபாடுள்ள பெண்ணுக்கு நாட்டின் வடபகுதி ஓதாளர் கவுண்டர் ஆணைத் திருமணம் செய்வதில் தொடர்கிறது. இதனைத் தொடரும் வம்சாவளி மரபு குறித்து விளக்கப்படம் 3.3இல் குறிப்பிட்டுள்ளபடி அப்படியே என்னிடம் நினைவு கூரப்பட்டது.[34]

இந்த வரைபடத்தின் மூலம், கிராமத்தின் குறிப்பிட்ட குடியிருப்புப் பகுதியில் வாழும் ஓதாளர் குடும்பங்களுக்குச் செங்கண்ணன் குடும்பங்கள் தொடர்ந்து 'பெண் கொடுப்பதையும்', இதே கிராமத்தின் பிற குடியிருப்புப் பகுதிகளில் இருந்து 'பெண் எடுப்பதையும்' உடனடியாகக் கவனிக்கலாம் — குறைந்தபட்சம் ஐந்து தலைமுறை களுக்காவது. இந்தத் திருமண உறவு உள்ளூர் மட்டத்தில் சமமின்றியும் கிராம அளவில் சமமாகவும் இருந்தது. மாமன் மகள் என்ற பந்தம்-தாய்மாமன் மகளுக்கான இந்த உறவு தூரத்து உறவுகளுக்கும் விரிவடைந்து பதிலியாக்கும் நடைமுறை உருவானது.[35] வாய்ப்புக் கேடாக, முன்னர்க் குறிப்பிட்ட வம்சாவளி மரத்தில் எந்தெந்த உறவுகள் இந்த தூரத்துப் பந்தம் மூலம் நெருக்கமாயின என்பதை எனது தகவலாளிகளால் துல்லியமாகக் கூறமுடியவில்லை. ஓதாளர்கள் போல் கணவாளர்கள் செங்கண்ணன் குலத்துடன் திருமண உறவு ஏற்படுத்துவ தில்லை. இதர கவுண்டர் குலங்களில் இருந்து வெளியில் பெண்களைக் கொண்டுவருகிறார்கள். ஓலப்பாளையத்தில் இத்தகைய திருமணங்கள் வீட்டோடு மாப்பிள்ளை என்ற அளவில் நடைபெறுகின்றன. இதனால் காலப்போக்கில் அவர்கள் சிறிய அளவில் நிலங்களைப் பெற்று வளர் கிறார்கள். அவர்களால் ஓதாளர்கள் போன்று உள்ளூர் கவுண்டர் களுக்கு நிகரான செல்வாக்குப் பெற முடியவில்லை

ஓதாளர்கள் கண்ணபுரம் கிராமத்திலேயே பெரிய நில உடைமை யாளர்களாக இருப்பதால் இப்பகுதியின் அனைத்துக் கவுண்டர் சமுதாயப் பிரிவுகளிலுமே அரசியல் செல்வாக்கு மிக்கவர்களாக இவர்கள் இருக்கிறார்கள். இக்கிராமத்தின் பெரிய குடும்பம் என்ற பிரிவில் இங்கு வாழும் 45 குடும்பங்களில் 17 குடும்பங்கள் அதாவது சுமார் 38% ஓதாளர் குல கவுண்டர்கள்தான்.[36] மேலும் உள்ளூர் ஊராட்சி அமைப்பிலும்-ஒன்பதில் ஐந்து உறுப்பினர்கள்-இவர்களே அதிகம் உள்ளனர். தேர்ந்தெடுக்கப்பட்ட ஊராட்சித் தலைவர் ஓதாளர் பிரிவு சமுதாயத்தினர். இவ்வாறாக அனைத்து அம்சங்களிலும் இந்தக் கிராமத்தின் மிகவும் செல்வாக்குமிக்க சமுதாயமாக ஓதாளர் கூட்டக் கவுண்டர்கள் திகழ்கிறார்கள்.[37]

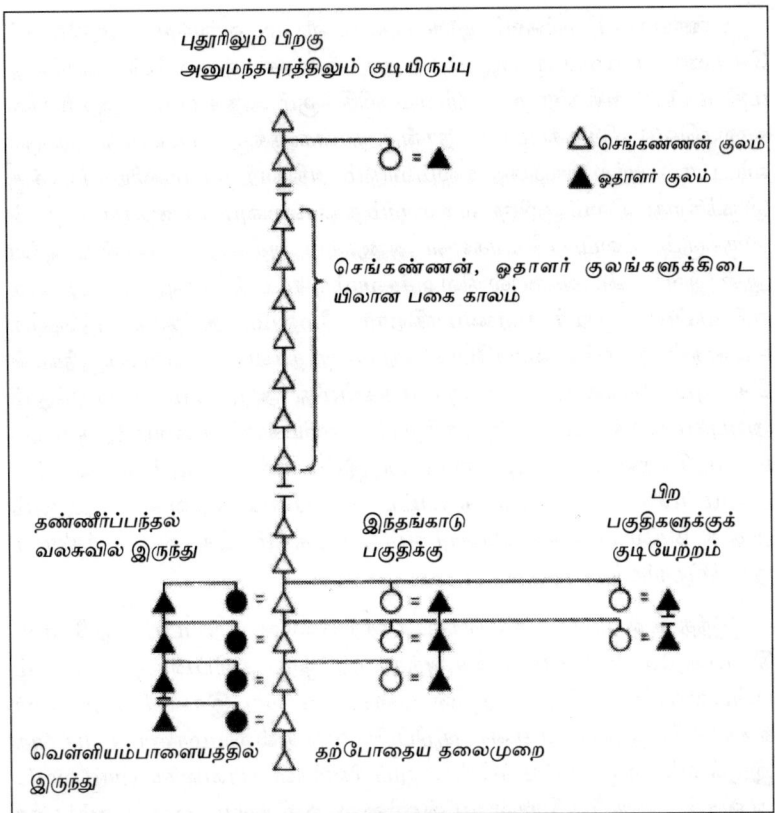

விளக்கப்படம் 3.3: கண்ணபுரம் கிராமத்தின் முதல் கூட்டத்தில் முதல் பரம்பரையின் வம்சாவளி விளக்கம். கிராமத்தின் இரண்டாவது குலத்துடன் காலம்காலமாக தொடரும் திருமண உறவுகளை விளக்குகிறது.

முன்னர்க் கூறப்பட்ட ஊராட்சி உறுப்பினர்கள் தவிர இரண்டு முக்கிய நியமன பதவிகள் உள்ளன: மணியகாரர்-உள்ளூர் வரி வசூலிப்பவர், கர்ணம்- உள்ளூர் கணக்கப்பிள்ளை, நிலப் பதிவாளர். மணியகாரர் பதவி பரம்பரைப் பதவியாகும். இதனை ஓதாளர் குடும்பமே வைத்துள்ளது. கர்ணம் பதவியும் பரம்பரையாக காருணிகர் பிள்ளை சமுதாயமே வகிக்கிறது.[38] இந்தப் பணிகளை மேற்கொள் வதற்காக இவர்களுக்கு நில மானியம் வழங்கப்பட்டிருந்தது. ஆனால், இப்போது மாத ஊதியம் மட்டும் வழங்கப்படுகிறது. இந்த நியமன பதவியில் இருப்பவர்களுக்கு உதவ ஐந்துபேர் உள்ளனர். அவர்கள் செய்தி சொல்பவர்களாகவும் ஓடும்பிள்ளையாகவும் உள்ளனர். அவர்களுக்குச் சிறிய அளவு ஊதியம் வழங்கப்படுகிறது.[39]

மணியகாரர், கர்ணம் இரு பதவிகளுமே ஓரளவுக்கு அதிகாரம் கொண்ட பதவிகள் ஆகும். உதாரணமாக, ஒருவரின் நிலத்தை மதிப்பிடும் அதிகாரமும், தீர்வை விதிக்கும் அதிகாரமும் அதற்கான காலக்கெடு விதிக்கப்பட்ட நான்கு நாள்களுக்குள் பணம் செலுத்தா விட்டால் அந்த நிலத்தை ஏலம்விடும் அதிகாரமும் மணியகாரருக்கு இருக்கிறது. நிலம் குறித்த வரலாறும் தகவலறிவும் கர்ணத்துக்குத்தான் இருக்கும். நிலப்பத்திரங்களை அணுகும் அதிகாரம் கொண்ட ஒரே ஆள் இவர்தான். அதனால் நில உச்சவரம்பு சட்டத்தின்கீழ் நடவடிக்கை எடுக்கப்பட இவர் காரணமாகிறார். மேலும், அதோடு எந்தெந்த நிலங்கள் ஜப்திக்கு வரப்போகிறது என்ற தகவலும் அவருக்குத்தான் தெரியும். இதனால் உள்ளூர் மக்கள்மீது அழுத்தம் ஏற்படுத்தும் அற்புதமான நிலையில் இருக்கிறார். மணியகாரர், கர்ணம் இருவரும் ஊராட்சி மன்ற உறுப்பினர்களாக இல்லாவிட்டாலும் உள்ளாட்சி அமைப்பில் தேர்ந்தெடுக்கப்பட்ட உறுப்பினர்களைக் காட்டிலும் அதிக செல்வாக்குச் செலுத்தும் அழுத்தம் கொண்டவர்களாக இருக்கிறார்கள்.

இந்த உரையாடலின் தொடக்கத்திலேயே குறிப்பிட்டதுபோல், கிராமத்தில் அதிகாரம் செலுத்துவது ஒரு குறிப்பிட்ட கூட்டம் என்பதைவிட அக்கூட்டத்தின் ஒன்று அல்லது இரண்டு பரம்பரை களைச் சேர்ந்தவர்கள் என்று குறிப்பிடுவது துல்லியமான மதிப்பீடாக இருக்கும். ஒரு கூட்டத்தின் உறுப்பினர்கள் பரவலாக வாழலாம். ஆனால், ஒருபகுதியில் முன்னிலை வகிக்கும் ஒரு பரம்பரை இன்னொரு பகுதியில் முன்னிலைபெற அது தகுதியாக முடியாது. ஒருபகுதியில் முன்னிலை வகிக்கிறோம் என்ற தகுதியைக் காட்டி இன்னொரு பகுதியில் பெறமுடியாது. இதனால் கண்ணபுரம் பகுதியில் ஓதாளர் கூட்டத்து உறுப்பினர்கள் அடைந்துள்ள ஆதிக்கநிலை அவர்களின் பூர்விகப் பகுதியான கொங்கு நாட்டின் மேற்குப் பகுதியில் அவர்களின் ஆதிக்க நிலையை உயர்த்திக்கொள்ள உதவவில்லை. மேலும், வறட்சி, பஞ்ச காலங்களில் இன்னும் வாய்ப்புள்ள புதிய இடங்களைத் தேடி சில பிரிவுக்குழுக்கள் இடம்பெயர்ந்தனர். உதாரணமாக, முன்னர்க் குறிப்பிட்டதுபோல செங்கண்ணன், ஓதாளர் குழுக்கள் இடையே பகை நிலவிய காலங் களில் முந்தைய கூட்ட உறுப்பினர்கள் காங்கேயம் பகுதியிலிருந்து மேற்கு நோக்கி இடம்பெயர்ந்தனர். ஆனால் முதல் கிராமத்தில் அவர்கள் அனுபவித்த முதல் மரியாதையை தாங்கள் சென்ற இடங்களில் பெறமுடியவில்லை. ஒரு கிராமப் பகுதிக்குள் பகை

போன்ற மோதல்களால் உள் பிரிவினைகள் ஏற்படுவது பொதுவானது.[40] ஒரு கூட்டத்தின் உறுப்பினர்கள் இடம் பெயர்வதற்கு இதுவும் காரணமாக இருக்கலாம். இது அப்பகுதியில் அரசியல் அமைப்பில் மாற்றங்களை உருவாக்கும்.

ஒரு குழு இரண்டு அல்லது அதற்கு மேற்பட்ட கூட்டங்களாகப் பிரியும்போது, ஒவ்வொரு கூட்டமும் தங்களுக்கான குலதெய்வக் கோயிலை எழுப்பிக்கொள்கிறது. இந்தப் பிரிவினை ஒரே பகுதிக்குள் நிகழ்ந்தால் புதிய கோயில் ஒரு புதிய தெய்வத்துக்கானதாக—பெரும்பாலும் பெண் தெய்வம்—இருக்கும். அந்தத் தெய்வம் அந்தக் கூட்டத்துக்கு ஏதோ ஒருவகையில் உதவி செய்ததாக நம்பப்படும் தெய்வமாக இருக்கும்.[41] புதிய கோயில் இடம் பெயர்ந்ததன் காரணமாக இருக்குமானால், அவர்கள் எங்கிருந்து வந்தார்களோ அங்கு வழிபட்ட கோயிலின் பிரதியாக இருக்கும்.

உதாரணமாக, செங்கண்ணன் கூட்டம் பெரும் எண்ணிக்கையில் மேற்கு கொங்குப் பகுதிக்கு இடம்பெயர்ந்தபோது அங்குப் புதிய கோயில் கட்டினர். ஆனால், தங்கள் கிராமத்தின் கூட்டக் கோயிலையே கட்டினர். ஆனால், அவர்கள் பூர்விகக் கோயிலில் இருந்து மண்ணோ, உருவமோ எடுத்துவரவில்லை. ஏனென்றால், தங்கள் இடம் பெயர்ந்ததால் தங்கள் பழைய கோயிலில் இருந்து நிரந்தரமாகப் பிரிக்கப்படவில்லை என்று நம்புகிறார்கள். புதிய கோயில் அவர்களுக்கு எப்போதுமே இரண்டாம் பட்சமானதுதான். முந்தைய கோயிலுடனான உறவை நீடிக்க அவர்கள் தொடர்ந்து தங்கள் பூர்விகக் கோயிலின் ஆண்டு விழாக்களுக்கு நன்கொடை வழங்குபவர்களாகவும் வாய்ப்புகள் கிடைக்கும் போதெல்லாம் அங்குச் சென்று வழிபட்டுவிட்டு வருபவர்களாகவும் இருக்கிறார்கள். மேலும் தங்கள் பழைய கோயில் தெய்வத்தின் சக்தி அளவுக்குப் புதிய கோயில் தெய்வத்தின் சக்தி இருக்காது என்று நம்புகிறார்கள்.[42]

பொதுவான வார்த்தைகளில் கூறுவதானால், கொங்குப் பகுதியில் குடியிருப்புப் பரப்புகளுக்கும் பரம்பரைக்கும் இடையே ஒரு தெளிவான உறவு இருக்கிறது. ஒரு நீண்ட பாரம்பரிய வம்சாவளி அலகில் எங்கே முதல் பிரிவு உண்டாகிறதோ அங்கு ஒரு தனியான பரம்பரை தொடங்குகிறது என்பது முக்கியமாகும். இந்தத் தனித்தன்மையான எல்லைப்பரப்புடன் கூடிய குறிப்புரை கொங்குக் கவுண்டர் வம்சாவளி பிரிவுக்குழுவின் பிரிக்கமுடியாத அம்சமாக இருக்கிறது. இருந்தாலும் இந்தப் பிரதேச அங்கம் நெகிழ்வுத்தன்மை

கொண்டதாக இருப்பதால் இந்தக் குழு இடம்பெயரும்போது அதன் மூலத் தொடர்புடன் அதன் முக்கியத்துவம் சிறிது காலத்துக்கு நீடிக்கிறது. இவ்வாறு புதிதாக உருவான ஒரு கூட்டம் ஒரு புதிய பரம்பரையாகத் தம்மை விருத்தி செய்துகொண்டு இடம்பெயர்ந்த சூழலில் புதிய கோயில்களில் வழிபாடு செய்கிறார்கள். இப்புள்ளியில் பழைய பிரதேசத் தொடர்பு அறுபட்டு அந்த இடத்தைப் புதிது ஆக்கிரமிக்கிறது.

ஒரு பிரதேச முக்கியத்துவம்கொண்ட தேவதை எக்காரணம் கொண்டும் அகற்றப்படக்கூடாது. அது நாட்டுக்கல் என்று அழைக்கப் படுகிறது.[43] இதை ஒவ்வொரு குடியிருப்புப் பகுதியிலும் காணலாம். இது முழுமையும் ஒரு பிரதேசத்தின் அடையாளம் சார்ந்தது. அனைத்து வாழ்க்கை வட்டச் சடங்குகளின்போதும் இந்த நாட்டுக் கல்லுக்குப் பக்தி செலுத்தப்படுகிறது, முக்கியமான சடங்குகளில் அனைத்து வலங்கைப் பிரிவு சாதிகளாலும் பகிர்ந்துகொள்ளப்படுகிறது.[44] இதனை எடுத்துச்செல்லக்கூடாது. ஒரு குடியிருப்புப்பகுதி அமைக்கப் படும்போது ஒரு புதிய நாட்டுக்கல்லும் நடப்படுகிறது.

இங்கு விவரிக்கப்பட்ட இச்சூழ்நிலை இந்தியாவில் வேறு இரு சாதிகளின் முறைகளுக்கு மையமாக அமைகிறது. தெற்கு மாவட்டங் களில் வாழும் கள்ளர்களிடம் குடியிருப்புக்கும் வம்சாவளி குழுவுக்கும் வேறுபாடு இருப்பதில்லை. இது ஒரு துருவம்.[45] வடக்கில் மால்வா பகுதியின் பல சாதிகளில் முன்சொன்ன இரண்டு அம்சங்களும் தனித்தனியாக உள்ளன. இது மறு துருவம்.[46] ஒருமுறை நடப்பட்டுவிட்டால் ஒரு குறிப்பிட்ட கல்லை அகற்றக்கூடாது.[47] ஆனால், முன்னர்க் குறிப்பிட்டது போல, தேவைப்படும்போது புதிய குடியிருப்புப்பகுதி எல்லையில் ஒரு புதிய பதிலி கல்லை நட்டுக் கொள்ளலாம். இரு தென் மாவட்டங்கள், ஒரு வடமாநில மாவட்டம் ஆகியவற்றில் உள்ளூர் ஆதிக்கசாதிகளுக்கான பரம்பரைக் கோயில்கள் மாற்றப்படுகின்றன என்பது அட்டவணை 3.2இல் தொகுத்தளிக்கப் பட்டுள்ளது.

ஒரு பிரிவினை தெளிவாக உருவாகும்போது ஒரு குடியிருப்புப் பகுதியும் பரம்பரையும் வேறுபடுத்தப்படாமல் இருப்பதிலிருந்து ஒரு தெளிவான முன்னேற்றம் இருக்கிறது. அவர்கள் வாழ்ந்த சூழ்நிலையில் இருந்து கோயில்களின் பதிலிகள் புதிய இடங்களுக்கு மாற்றப்படுவதிலும் முன்னேற்றம் காணப்படுகிறது. இறுதியாக,

அட்டவணை 3.2
இந்தியாவில் பல பகுதிகளில் பரம்பரை,
அருகமை கோயில்கள் இடம்பெயர்வு ஒப்பீடு

சாதி	பகுதி	பரம்பரைக் கோயில்	அருகமைக் கோயில்
அ. கள்ளர்	மதுரை மாவட்டம்	வெளியே. அங்கிருந்து மண் எடுத்து அமைத்துக் கொள்ளலாம்.	இல்லை
ஆ. கவுண்டர்	கோவை மாவட்டம்	வெளியே. மண் எடுக்காமல் புதிய கோயில் அமைத்துக் கொள்ளலாம், ஆனால் பின்னர் மாற்றப்படக் கூடாது.	இருக்கிறது. மாற்ற முடியாது.
இ. காத்தி, ராஜபுத்திரர்	தேவார் மாவட்டம், மத்திய பிரதேசம்	உள்ளே. குடும்பத்தின் விருப்பப்படி மாற்றிக் கொள்ளலாம்.	இருக்கிறது. மிகுந்த 'மனக்கிலேச'த்தில் மட்டும் மாற்றலாம்.

ஆதாரங்கள்: அ. Louis Dumont, *Une Sous-Caste de l'Inde du sud* (Paris: Mouton, 1957), pp. 327, 336, 359, 393; ஆ. ஆசிரியர் அவதானிப்பு; இ. Adrian C. Mayer, *Caste and Kinship in Central India* (London: Routledge and Kegan Paul, 1960), pp. 184-93.

அங்கு, பருண்மை அங்கங்கள் இன்றியும், எளிதாக அகற்றத்தக்கதுமான கோயில்கள் இருக்கின்றன. இது வெறுமனே, வடக்கு-தெற்கு முரணைக் குறிக்கிறதா அல்லது உள்ளூர்ப்பகுதியில் நிலவும் சாதி பாகுபாடுகளைக் குறிக்கிறதா என்பது ஆராயத்தக்கது.

கிராமம் குறித்த இந்த இயலில் தொடரும் உரையாடலில், இந்தப் பிரதேச அலகு தொடர்பான வலங்கைப் பிரிவு உயர்நிலைச் சாதிகளின் சமுதாயங்களுக்குத் தனிக்கவனம் அளிக்கப்பட உள்ளது. இந்த இயலின் இறுதிப் பிரிவில், இந்தப் பகுதியின் தீண்டாமைக் குழுக்கள் பற்றி விவாதிக்கப்பட உள்ளது. இரண்டு பெரிய தீண்டாமைச் சமுதாயங்கள் இடையேயான வேறுபாடுகளை நாம் காணப் போகிறோம்; அதில் இந்த தீண்டாமைச் சாதிகள் கல்வி கற்பதற்கான

அவசியம், கிறித்துவ மிஷினரிகளிடமிருந்து மத மாற்றம் செய்யக்கோரி உருவாகும் நெருக்கடி ஆகியவற்றை எதிர்கொள்ள கிராமம் அளவிலான வலங்கை—இடங்கைப் படிநிலை அமைப்பில் ஏற்பட்டுள்ள தலைகீழ் மாற்றத்தையும் அவதானிக்க உள்ளோம்.

வலங்கை-இடங்கைத் தீண்டாமைச் சமுதாயங்களில் வேறுபாடுகள்

கண்ணபுரம் கிராமத்தில் மாதாரி, பறையர் குழுக்களுடன் மிக நெருக்கமாகப் பணியாற்றும் வாய்ப்புகள் எனக்குக் கிடைக்கவில்லை எனினும் இரண்டு முக்கிய தீண்டத்தகாத குழுக்கள் இடையேயான வேறுபாடுகள் குறித்த பொதுவான சித்திரங்களை நான் பெற்றுள்ளேன். இச்சித்திரங்கள், இரு பிரிவுகளுக்கும் ஊழியம் செய்து இரு பிரிவு களிலும் மிகவும் கீழ்நிலையில் இருப்பதன் சில முக்கிய விழுமியங் களைத் தெளிவுபடுத்துகின்றன. இத்தகைய பொதுச் சித்திரங்கள் இந்தப் பிரிவில் விளக்கப்பட உள்ளன.

ஒரு சாதாரண பார்வையாளர்கூட கண்ணபுரம் கிராமத்தில் பல மாதாரி குடியிருப்புகளுக்கும் ஒரே பறையர் குடியிருப்புக்கும் இடையேயான வேறுபாட்டைக் காணமுடியும். உள்ளூர் அளவில் இந்த இரு கிளைச்சாதிகளிடையில் காணப்படும் வேறுபாடு மட்டுமல்லாமல் அவர்களின் இடப் பகிர்விலும் வேறுபாடு காணப் படுகிறது. பறையர் வாழும்பகுதி கிராமத்தின் சடங்கியல் மையத்துக்கு அருகமையில் இருக்கிறது. இந்தக் கிராம கோயில்களில் இந்தக் குழுவிற்குப் பாரம்பரிய உரிமைகள் உள்ளன. ஆனால், மறுபக்கத்தில் மாதாரி சமுதாய குடியிருப்புகளை எடுத்துக்கொண்டால் கிராமம் முழுவதும் சிதறிக்கிடக்கின்றன; பெரும்பாலான வீடுகள் நடந்து செல்ல முடியாத தொலைவில் உள்ளன. இப்பகுதிகளில் வாழும் மாதாரிகள் பல கிளைச்சாதிகளைச் சேர்ந்தவர்கள். இந்தத் தனிப் பிரிவுகள் இடையே ஊடாட்டங்கள் அரிதாகவே நிகழ்கின்றன.

இன்னும் மனதைத் தைக்கும் செய்தி என்னவென்றால், இந்த இரு சமுதாயங்களின் வாழிடங்களில் காணப்படும் சுத்தம், அடிப்படை வசதிகள் ஆகியவற்றில் காணப்படும் வேறுபாடுகள் ஆகும். பறையர் சமுதாயத்தினர் அகலமான சுத்தமான தெருக்களில் வசிக்கிறார்கள், அவர்களின் வீடுகள் செங்கற்களால் கட்டப்பட்டு சாந்து பூசப்பட்டுக் காணப்படுகின்றன. அவர்கள் குடியிருப்புகள் அழகான மரங்கள் சூழ்ந்த தேவாலயம் ஒன்றை உள்ளடக்கியதாக உள்ளன. மாறாக, மாதாரிகள் வாழும் பகுதிகள் முழுவதும் அழுக்காகவும் குறுகலான

சந்துகளாகவும், சாந்து பூசாத கூரைவீடுகளாகவும் உள்ளன. இந்தக் குடியிருப்புகளில் ஒன்றில்கூட தேவாலயங்கள் காணப்படவில்லை; பள்ளி, மருத்துவமனைக்குச் செல்வதென்றாலும், கடைகளுக்குச் செல்வதென்றாலும் தொலைதூரம் நடக்கவேண்டும். அதிலும் அவை கிராமத்தின் மையப்பகுதியில் உள்ளன. இந்த முரண்பாடுகள் காட்டுவது என்னவென்றால், இந்த இரண்டு சமுதாயங்களிலும் மாதாரி சமுதாயம்தான் மிக ஏழ்மை நிலையில் இருக்கிறது; இரு சமுதாயங்களில் அவர்களே மிகவும் புறக்கணிக்கப்பட்டவர்களாக இருக்கிறார்கள். அவர்கள் மிகக்குறைவான உடைமைகளும் கவுரவமும் கொண்டவர்களாகிறார்கள். ஓர் இனவரைவியலராக மாதாரிகள் என்னுடன் நிகழ்த்திய ஊடாட்டங்களிலும் இதே முரண்பாடு காணப்பட்டது. இரு சமுதாயங்களைச் சேர்ந்த ஒரே வயதினர், ஒரே பொருளாதார நிலைகொண்டவர்களில் மாதாரி சமுதாயத்தினர் மிகவும் பணிந்தும், குறைந்த கவுரவத்தோடுமே பழகுகிறார்கள். அதாவது தங்களின் கீழான நிலையையொட்டியே அவர்கள் பழக்க வழக்கங்கள் உருவாகியுள்ளன.

இரு சமுதாயங்கள் இடையேயான இந்த வேறுபாட்டை நாட்டார் கதைகளிலும் காணமுடிகிறது. உதாரணமாக. கொங்குக் காவியமான அண்ணன்மார் கதை நாயகர்களில் பறையர் சமுதாயத்தவரும் ஒருவர். அவரது பங்களிப்புக் கீழ்நிலையானது என்றாலும் கதையின் முக்கிய நாயகர்களான அண்ணன்மார்களில் மீஆற்றல் கொண்ட மகன் ஆவார்.[48] மேலும், வலங்கைப் பிரிவுச் சாதிகள் அனைவரும் சகோதரர்கள் என்று உள்ளூர் புராணக் கதைகள் கூறுகின்றன. இவர்கள் அனைவரும் ஒரே அக்னி குண்டத்திலிருந்து தோன்றியவர்கள் என்றும் இவர்களை உருவாக்கிய கடவுள் இவர்கள் ஒவ்வொருவருக்குமான கடமைகளை உத்தரவிட்டார் என்றும் அந்தக் கதைகள் கூறுகின்றன. மாரியம்மன் திருவிழாவில் பறையர்களுக்குக் கவுரவமான பங்களிப்பு இருக்கிறது.[49] அவர்களின் வலங்கைப் பிரிவு கோட்பாட்டின்படி ஒதுக்கப்பட்ட சாதிகள் கிடையாது.

பறையர் சமுதாயத்தைப் பொறுத்தவரையில் அவர்கள் கிறித்துவ மதத்துக்கு மாறும்வரையில் அவர்கள் பிரிவின் உயர்நிலைச் சாதிகள் மேற்கொண்ட அதே சடங்கியல் கடமைகளைத் தாங்களும் மேற்கொண்டதைப் பறையர் சமுதாயம் பெருமையாகக் கருதுவது முக்கியமாகும்.[50] அன்றாட நடவடிக்கைகளில்கூட வலங்கைப் பிரிவு ஒத்துழைப்பை நல்குகிறது. அவர்களுக்குள் உணவு பகிர்ந்து

கொள்ளப்படுகிறது. திருவிழா சமயங்களில் அனைத்துச் சாதிகளின் இருப்பு அவசியமாகிறது. கவுண்டர் சமுதாயம் போன்றே பறையர் சமுதாயத்திலும் விதவைப் பெண்கள் மறுமணம் அனுமதிக்கப் படுவதில்லை; இந்தப் பெண்கள் முழு வெள்ளையாக இருக்கிறார்கள். இதனால் புராண மற்றும் சடங்கியல் அடிப்படையில் வலங்கைப் பிரிவுக் குழுக்கள் அனைவரும் சமமானவர்கள் என்று கூறலாம். இவை அனைத்தையும் கணக்கில் எடுத்துக்கொண்டு பார்க்கையில் பிராமணர்கள் பார்வையில் மட்டுமே வலங்கைப் பிரிவின் தீண்டத் தகாத பிரிவாக பறையர் சமுதாயம் உள்ளது. இந்தத் தீண்டாமை தங்கள்மீது படிந்துள்ளதைப் பறையர் சமுதாயம் அதிருஷ்டக் குறைவாகக் கருதுகிறது. வலங்கைப் பிரிவுச் சமுதாய அமைப்பிற்குள் அவர்களின் பிணைப்பே அவர்களைக் கீழ்நிலையில் வைத்துள்ளது.

மாறாக, மாதாரி சமுதாயம் இடங்கைப் பிரிவின் உயர்நிலைச் சாதிகளுடனான உறவுநிலையில் மிகப்பெரும் வேறுபாடுகளைக் காட்டுகின்றன. மாதாரிகளுக்கும் அப்பிரிவுகளின் இதர கிளைச் சாதிகளுக்கும் இடையே தகுதிநிலைப் பிரிப்பைப் பொறுத்தவரை இங்குத் தொன்மம் மாதாரிகள் மீது அழுத்தத்தை அளிக்கிறது. இந்த உறவுநிலை 'தந்தை', 'மகன்' என்ற உறவுநிலையில் வெளிப் படுத்தப்படுகிறது; வலங்கைப் பிரிவுபோல 'அண்ணன்', 'தம்பி' என சகோதரர்களாகப் பாவிக்கப்படவில்லை. இதனால் தெலுங்கு பேசும், கன்னடம் பேசும் பல மாதாரி கிளைச்சாதிகள் தங்களை 'சாதிப் பிள்ளை' அல்லது நாயக்கர் 'குழந்தைகள்' என்று குறிப்பிடுகிறார்கள்.[51]

மாதாரிகள், நாயக்கர்களைத் தொடர்புபடுத்தும் கதைகள் பின்ன வரை முன்னவர் சார்ந்து இருப்பதை அழுத்திக்கூறுகிறது. உதாரணமாக, நான் சேகரித்த கதைகளில் ஒன்று, நாயக்கர்கள் எவ்வாறு மாதாரிகளை இப்பகுதிக்குள் வேலைக்காரர்களாகக் கொண்டு வந்தார்கள் என்பதைக் கூறுகிறது.[52] மற்றொரு உதாரணம், தென்னிந்தியா முழுவதும் புகழ் பெற்ற நாட்டார் கதை மதுரைவீரன் கதையாகும்.[53] மதுரை அரசனுக்குப் பிறக்கும் மகன் ராசியில்லாதவன் என்று கூறப்பட்டதால் காட்டில் விடப்படுகிறான். அக்குழந்தையை மாதாரி சமுதாயக் குடும்பம் எடுத்து வளர்க்கிறது. அந்தக் குடும்பத்தில் வளரும் அவன் இளைஞனாகி நாயக்க அரசர் மகளை மணம் முடிக்கிறான். அதன்பிறகு பல வீரதீர சாகசங்களை மேற்கொண்டு தனது அரச வம்சத்தை வெளிப்படுத்து கிறான். நாயக்கர் அரசர்களுடன் அவர்கள் வாழ்வில் பல முரண்பாடு களை மதுரைவீரன் கதைமூலம் கதை சொல்லி முன்வைக்கிறார்.

எனினும், மாதாரிகள் மாட்டிறைச்சி உண்பவர்கள், தோல்வேலை செய்பவர்கள் என்பது முக்கியமாகும். மாதாரிகள் எனக்குச் சொன்ன கதைகளில் இரண்டு விதமான கதைகளைக் கீழே தருகிறேன்:

1. *வடுக கிளைச்சாதியாக மாதாரி.*[54] ஒரு காலத்தில் ஒரு தொட்டி நாயக்கரும் அவருடைய தம்பியும் வாழ்ந்து வந்தார்கள். ஒருநாள் வீட்டில் போதுமான உணவு இல்லை. இதனால் தம்பி வேலைதேடி வெளியே சென்றார். ஆறு, ஏழு நாள்கள் சென்றன. தம்பிக்கு அதிக பசியாக இருந்தது. ஆனால், அண்ணன் வீட்டுக்குச் செல்லும் பாதையெல்லாம் மழை வெள்ளத்தில் மூழ்கிவிட்டது. இதனால் பசி தாங்காமல் ஓர் இளம் கன்றை தம்பி வெட்டிச் சாப்பிட்டுவிட்டார். கடைசியில் வீட்டுக்குத் திரும்பியதும் தன்னை விட்டுவிட்டுத் தம்பி மட்டும் இளம் கன்றைத் தின்றது அறிந்த அண்ணன் வீட்டைவிட்டு வெளி யேறும்படி தம்பிக்காரனுக்கு உத்தரவிட்டார். இவ்வாறு அண்ணனின் சந்ததியினர் நாயக்கராகவும் தம்பியின் சந்ததியினர் மாதாரிகளாகவும் ஆயினர். இருந்தாலும் இந்த இரு குழுக் களும் இன்றும் தங்களின் முன்னோர் உறவை நினைவுகூர்ந்து வருகிறார்கள். மாதாரிகள் தம்பி என்ற உரிமையைக் கோருகிறார்கள்.

2. *மொரசு கிளைச்சாதியாக மாதாரி.* (வேட்டுவ கருப்பண்ணசாமி கோயில், வீரசோழபுரம்)[55] முன்னொரு காலத்தில் மூன்று மொரசு மாதாரி ஆண்கள் வீரசோழபுரத்திலிருந்து கரூருக்குக் கிழக்கேயுள்ள மணப்பாறை அருகேயுள்ள உப்ப மாணிக்கத்துக்கு தோல் வாங்கச் சென்றனர். அவர்கள் முறையே பூதியன், எரியாண்டி, அலிகார் குலங்களைச் சேர்ந்தவர்கள். இவர்கள் வாரம் முழுவதும் தேடியும் ஆட்டுத் தோல் உட்பட எந்தத் தோலும் வாங்கமுடியவில்லை. இதனால் வெறும்கையுடன் வீடு திரும்பினார்கள். பாதிவழியில், ஒரு மரத்தடியில் கோயில் ஒன்றைப் பார்த்தார்கள். அதன் கடவுளின்முன் ஓர் இலையில் சோறும் கறியும் படைக்கப்பட்டிருந்தன. மூன்று மாதாரிகளும் நல்லபசியோடு இருந்தார்கள். இதனால், ஆவலை அடக்க முடியாமல் படையலைச் சாப்பிட்டுவிட்டனர். அடுத்து வயல் வேலியில் சில தோல்கள் காயப்போட்டிருந்ததைக் கண்டனர். இது கடவுளுக்குக் காவு கொடுக்கப்பட்ட கால்நடையின் தோல் என்பதையும் அதை வெட்டியவர்கள் காயப்போட்டுள்ளனர்

என்பதையும் உணர்ந்தனர். அவற்றில் ஒவ்வொரு மாதாரியும் இரண்டு தோல்களை எடுத்துக்கொண்டு தங்கள் பயணத்தைத் தொடர்ந்தனர்.

கொஞ்சநேரத்துக்குப் பிறகு, அவர்களில் ஒருவர் தனது தோளில் தொங்கும் தோல் வழக்கத்துக்கு மாறாகக் கனப்பதை உணர்ந்தார். அவர் தனது மாமனை அழைத்து விஷயத்தைச் சொல்ல மாமனோ தனது மச்சானால் தோலைச் சுமக்க முடியவில்லை என்றார். கடைசியில் அவன் மூட்டையைக் கீழேஇறக்கி வைத்து அவிழ்த்துப் பார்த்தால் அதில் ஒரு கல் இருந்தது. அதைத் தூக்கி எறிந்துவிட்டு நடந்தனர். சிறிது தூரம் நடந்ததும் மற்றொரு வருக்கும் இதுபோல தோல் கனத்தது. கீழே இறக்கிப் பார்த்தால் அதிலும் ஒரு கல் காணப்பட்டது. அதைத் தூக்கி வீசிவிட்டு நடந்தனர். இதுவே மூன்றாவது ஆளுக்கும் நடந்தது. ஆனால் அந்தக் கல்தான் மரத்தடியில் படைக்கப்பட்ட கடவுள் என்று கதைசொல்லி விளக்கினார்.

இதே சமயத்தில், தூக்கிவீசப்பட்ட கடவுள் தனக்குப் படையல் செய்த வேட்டுவர் கவுண்டர் பூசாரியிடம் சென்று முறையிட்டது. தனக்குப் படைக்கப்பட்ட படையலை இந்த மூன்று பேரும் எப்படிச் சாப்பிட்டார்கள் என்பதை விளக்கிக்கூறி அந்தப் படையலை வாங்கித்தரும்படிக் கூறியது. அந்த மூன்று மாதாரி களுக்கும் சரியான பாடம் கற்பித்தால்தான் அவர்கள் ஏதாவது தமக்குச் செய்வார்கள் என்றது. அதேநேரத்தில் அந்த மூன்று மாதாரிகளும் தங்கள் போக்கில் நடந்தனர். கடைசியில் அவர்கள் வெள்ளகோயிலை அடைந்தபோது அவர்களில் ஒருவர் இறந்தார். அவரைக் குடியிருப்புப் பகுதிக்கு வடக்கே புதைத்தனர். மீதமிருந்த இருவரும் இறுதிக் காரியங்களை முடித்துவிட்டுத் தங்கள் ஊரான வீரசோழபுரம் வந்தனர். ஆனால் ஊருக்குள் வந்ததும் தாங்கள் ஊமை ஆகிவிட்டதை உணர்ந்தனர். இதைப் பார்த்த உறவினர்கள் கவலை அடைந்து. அவர்கள் வந்த பாதையில் அவர்களை அழைத்துக்கொண்டு சென்று அந்தக் கோயிலை அடைந்தனர்.

அந்த மரத்தடி கோயிலை இரண்டாவது தடவையாக அடைந்ததும் அங்கு வேட்டுவக் கவுண்டர் பூசாரி இவர்களுக்காகக் காத்துக் கொண்டிருந்ததைக் கண்டனர். அந்த மாதாரிகள் பூசை செய்யத் தேவையான அனைத்தையும் பூசாரி கொடுத்தார். அதன் பின்னர்

அந்த இரண்டு மாதாரிகளும் அவர்களின் உறவினர்களும் வீரசோழபுரம் திரும்பினர். அங்கு மூத்த கவுண்டர் தலைவரைச் சந்தித்து எங்கே கோயில் வைப்பது என்று கேட்டனர். கிராமத்திலிருந்து வெகுதொலைவில் இருந்த ஓர் இடத்தில் கோயில் வைக்கும்படியும் அப்போதுதான் தானியங்களைக் குத்தும் அரைக்கும் சத்தம் கேட்காது என்றும் கூறினார். அதன்படி ஊரைத்தாண்டி ஓடும் ஒரு ஓடைக்கரையில் கிழக்குநோக்கிக் கடவுளை பிரதிஷ்டை செய்தனர். அதன் பெயர் வேட்டுவர் கருப்பண்ணசாமி ஆகும். அதன் அருகில் அவருடைய தங்கை வீரத்தங்காளுக்கும் கோயில் எழுப்பினர்.

இந்த இரண்டு கதைகளும் மாதாரிகளின் கீழ்நிலையை வெளிப்படை யாகப் பேசுகின்றன. மேலும், இரண்டிலுமே தடை செய்யப்பட்ட ஏதோ ஒன்றை உண்கின்றனர். ஒன்றில் மாட்டிறைச்சி என்றால் மற்றொன்றில் சாமிக்குப் படைக்கப்பட்ட ஆட்டிறைச்சியைத் திருடி உண்கிறார்கள். முதல் கதையின் பின்விளைவு குடும்பத்திலிருந்து ஒதுக்கப்படுதல்; இரண்டாவது கதையில் கிராமத்திலிருந்தே ஒதுக்கப்படுகிறார்கள். இந்தக் கதைகள் பறையர்கள் தமக்கான வம்சாவளி குறித்துக் கூறும் கதைகளில் இருந்து எவ்வளவு வேறு பட்டிருக்கிறது? முன்னவர்கள் தங்களின் கீழ்நிலையை ஏற்றுக் கொள்ள வேண்டியிருந்தது; ஆனால் தமக்கு அநீதி இழைக்கப் பட்டதாகக் கூறுகிறார்கள்; தங்கள் சொந்த கடந்தகால வரலாற்றுக்கு மாறாக கதைகள் கட்டப்பட்டுள்ளதாக முறையிடுகிறார்கள். இரண்டு குழுக்களுமே தங்களின் கீழ்நிலையால் குழம்பிப்போயுள்ளனர். ஆனால், மாதாரிகள் விஷயத்தில் அவர்களின் கீழ்நிலை என்பது முழுவதும் உள்வயமானது என்றும் இச்சமுதாய உறுப்பினர்கள் தங்களுக்குத் தாங்களே தாழ்வுமனப்பான்மைக்கு அடிமையாகி யுள்ளனர் என்பதும் எனது எண்ணமாகும்.

மாட்டிறைச்சி உண்பதாக உயர்நிலைச் சாதிகள் கூறுவதை ஏற்க பறையர் சமுதாயத்தினர் மறுக்கிறார்கள்; ஆனால், மாதாரிகள் இதே குற்றச்சாட்டை ஏற்கிறார்கள்.[56] விதவைகள், சடங்கியல் உரிமைகள் தொடர்பான மாதாரிகளின் பாரம்பரியம் அவர்கள் பிரிவின் முன்னணி சமுதாயங்களோடு ஓரளவுக்கு மட்டுமே தொடர்புடையதாக இருக்கிறது. உதாரணமாக, தர்ஸ்டன் கூற்றுப்படி, கோமுட்டிச் செட்டியார் வீட்டுத் திருமணங்களுக்கு அழைக்கப்படும் உரிமை மாதாரிகள் கொண்டுள்ளனர். சில சமயங்களில் மணமகளின் திருமண அட்டிகையை ஆசிர்வைக்கும்படி கேட்டுக்கொள்ளப்படுகிறார்கள்.[57]

இருந்தபோதும், உயர்நிலைக் குழுக்களின் பழக்க வழக்கங்களுக்கும் தங்களின் பழக்க வழக்ககளுக்கும் இடையேயான முக்கிய வேறுபாடுகளை ஏற்கிறார்கள், மேலும், முன்னணி சமுதாயங்களின் சடங்குகளைப் பதிலி செய்து தங்கள் நிலையை மேட்டிமையாக்கும் நடவடிக்கைகளை மேற்கொள்வதில்லை.

இதே வேறுபாடுகளே கண்ணபுரத்தின் (உண்மையில் ஓலப் பாளையம் குடியிருப்பு) வலங்கை, இடங்கைப் பிரிவுகளின் எழுத்தறிவு மட்டத்திலும் காணப்படுகிறது. 1911 சென்னை மாகாண மதிப்பீட்டின் படி மாகாணம் முழுவதும் வாழ்ந்த பல்வேறு சமுதாயங்களின் எழுத்தறிவு நிலையும் இதையொத்தே உள்ளன.[58]

அட்டவணை 3.3இல் காட்டியுள்ளபடி, கண்ணபுரம் கிராம எழுத்தறிவுநிலை மற்ற பகுதிகளைக்காட்டிலும் மேம்பட்ட நிலையில் இருப்பதைக் காணமுடிகிறது. குறிப்பாக, ஐம்பது மைல் தொலைவில் உள்ள பெரிய நகரத்திற்கும் 18 மைல் தொலைவில் சிறிய நகரத்துக்கும் இடையே உள்ள ஒட்டுமொத்த கிராமப்புற நிலையைக் காட்டிலும் மேம்பட்டதாக இருக்கிறது.[59] இங்கு ஒப்புநோக்கில் எழுத்தறிவு விகிதம் அதிகம் இருப்பதற்குக் காரணமாக இரு அம்சங்கள் காணப்படுகின்றன. முதலாவதாக, கண்ணபுரம் ஒரு பெரிய நிறுவனப்படுத்தப்பட்ட பண்பாட்டு மையமாகும். இரண்டாவதாக, குறைந்தபட்சம் இந்த நூற்றாண்டின் (20ஆம் நூற்றாண்டின்) தொடக்கத்திலிருந்தே ஒரு தரமான பள்ளி இங்கு உள்ளது.

கிராம அளவிலான இந்த எழுத்தறிவு புள்ளிவிவரங்களோடு, இப் புத்தக ஆய்வுநோக்கில், இந்தப் புள்ளிவிவரங்களைக் கூடுமான வரைக்கும் சாதிகள், கிளைச்சாதிகள் வாரியாக உடைத்துப் பார்ப்பது அவசியமாகிறது. இவ்வாறு செய்துபார்த்ததன் மூலம், அட்டவணை 3.4இல் காட்டுவதுபோல, வலங்கை, இடங்கைப் பிரிவுகளின் கிளைச் சாதிகளின் எழுத்தறிவு நிலைமைகளில் பெரும் வேறுபாட்டைக் காண முடிகிறது.

ஓலப்பாளையத்தில் வலங்கைப் பிரிவு உயர்நிலைக் குழுக்களைவிட இடங்கைப் பிரிவு உயர்நிலைக்குழுக்களின் எழுத்தறிவு நிலை இரண்டு மடங்குகள் அதிகமாக இருப்பதை முதலில் கவனிக்கவும். மேலும், இந்த வேறுபாட்டைக் கடந்த ஐம்பது ஆண்டுகளாகத் தக்கவைத்து வந்துள்ளனர். 1911க்குப் பிறகு ஒட்டுமொத்த எழுத்தறிவு வீதம் மூன்று மடங்குகள் அதிகரித்துள்ள போதிலும்கூட இந்த வேறுபாட்டை

அட்டவணை 3.3
கொங்குப் பகுதியின் எழுத்தறிவு நிலை

பகுதி	எழுத்தறிவு விகிதம்
அ. கோவை மாவட்டம்	30.0
ஆ. தாராபுரம் வட்டம்	25.0
இ. கண்ணபுரம்(அதிகாரப்பூர்வமாகப் பச்சப்பாளையம் ஊராட்சி)	28.0
ஈ. ஓலப்பாளையம் குடியிருப்பு	31.0

அவர்கள் தக்கவைத்து வந்திருப்பது முக்கியமாகும். அதேநேரம் வலங்கைப் பிரிவு உயர்சாதிகளால் தங்கள் சராசரியையே பராமரிக்க முடிந்துள்ளது. இடங்கைப் பிரிவின் உயர்நிலைச் சமுதாயங்களைப் பொறுத்தவரை அவர்கள் தனித்திறன்கள் கொண்டவர்கள். தங்கள் திறனை மட்டும் சார்ந்து வாழ்பவர்கள். தங்கள் வாழ்வாதாரத்துக்காக விரிவான வெளிஉலகத் தொடர்புகள் கொண்டவர்கள் என்பதால் இந்த வளர்ச்சி எதிர்பார்க்கத்தக்கதே.

எனினும், இந்தச் சமுதாயங்களின் தொழில் முக்கியத்துவம்தான் அவர்கள் எழுத்தறிவில் காட்டும் ஆர்வத்துக்குக் காரணம் என்று நான் எண்ணவில்லை. உதாரணமாக, வலங்கைப் பிரிவு உடையார் சமுதாயமும் தொழில் திறனுக்கு முக்கியத்துவமளிக்கும் சமுதாயம் தான். ஆனால், அவர்களிடம் இந்த வேறுபாடு காணப்படாதது ஏன்? மேலே கூறிய தரவுகள் இந்தப் புத்தகம் முழுவதும் எது உரையாடலுக்கு உட்படுத்தப்பட்டு வருகிறதோ அதனை மேலும் விவாதித்து உட்படுத்துகின்றன: இடங்கைப் பிரிவின் உயர்நிலைக் குழுக்கள் வலங்கைப் பிரிவின் உயர்நிலைக் குழுக்களைக் காட்டிலும் தென்னிந்திய எழுத்துப் பாரம்பரியத்துடன் தம்மை அதிகமாக அடையாளப்படுத்துகின்றன. இப்பாரம்பரியம் என்பது கடந்த காலத்தின் பெரும் புராண, சடங்கியல், தத்துவ எழுத்துகளைச் சுற்றிச் சுழல்கிறது. இத்தனித்தன்மையும் மதத் தன்மையும் கொண்ட அறிவை அணுகும் வழி எழுத்தறிவாகும். இதற்காகவே இடங்கைச் சமுதாயங்கள் மிகுந்த கவுரவத்துடன் பாராட்டப்பட வேண்டுமென்று எண்ணுகிறேன்."[60]

அட்டவணை 3.4 காட்டும் இன்னும் கவனிக்கத்தக்க தரவு என்னவென்றால் இந்த வேறுபாடு இரு பிரிவுகளின் கீழ்நிலைச்

சமுதாயங்களின் எழுத்தறிவைப் பொறுத்தவரை எதிர்நிலையில் காணப்படுகிறது. இடங்கைப் பிரிவு மாதாரிகளைக் காட்டிலும் வலங்கைப் பிரிவு பறையர்கள் கல்வியில் அதிக அக்கறை காட்டு கின்றனர்.[61] இதே நிலையைத் தீண்டத்தகும் சாதிகளில் கீழ்நிலைக் குழுவிலும் காணலாம். உதாரணமாக, இடங்கை உறுப்பினர்களான நாயக்கர்கள் எழுத்தறிவு விகிதம் மிகக் குறைவாக இருக்க, வலங்கைப் பிரிவின் கொங்கு நாவிதர், வண்ணார் ஆகியோர் தங்கள் தகுதி நிலையை உயர்த்திக்கொள்ள ஒப்பீட்டளவில் அதிகமாகக் கல்வி கற்கிறார்கள்.[62]

சமூகப் படிநிலையில் அடிமட்டத்தில் எழுத்தறிவு நிலை தலை கீழாகக் காணப்படுகிறது. தற்போது விவாதிக்கப்படும் இரு முக்கிய தீண்டத்தகாத குழுக்கள் தங்களுக்குள் ஒருவர்மீது ஒருவர் கடைப் பிடித்துவரும் அணுகுமுறைகளில் காணப்படும் வேறுபாடுகளின் அடிப்படையில் இதனை விளக்கமுடியும் என்று எண்ணுகிறேன். மேலும், வலங்கைப் பிரிவு உறுப்பினர்கள் மத்தியில் ஒரு சமப்படுத்துதல் முயற்சி செல்வாக்கு செலுத்துவதுபோல் தோன்றுகிறது. இப்பிரிவின் கீழ்நிலையில் இருப்பவர்கள் உயர்நிலைக் குழுக்கள் அளவுக்குச் சமத்துவமாக வளரவும், படிநிலை வேறுபாட்டைக் கடக்கவும் பெரிதும் விரும்புகிறார்கள். இந்தச் சமத்துவத்துக்கான நவீன வழியாக, கல்வியை அணுகுகிறார்கள். இதற்கு முரணாக, இடங்கைப் பிரிவின் கீழ்நிலைச் சாதிகள் இடையே அதே பிரிவின் உயர்நிலைச் சாதிகளிடம் இருந்து விலகி இருக்கும் போக்கு காணப்படுவதே அவர்கள் கல்வியறிவுக்கு அதிக முக்கியத்துவம் அளிக்காததற்குக் காரணமாகிறது. மதாரிகள் சமூக அளவில் மிகவும் கீழ்நிலையில் இருப்பதை உண்மையாகவே அவர்கள் நம்பும்போது எந்தவிதமான நம்பிக்கையையும் அவர்கள் 'பற்றுவது' இயலாததாகிறது.

இடங்கைப் பிரிவு தீண்டத்தகாத சாதிகள், வலங்கைப் பிரிவு தீண்டத்தகாத சாதிகள் இடையே எழுத்தறிவு விகிதத்தில் காணப்படும் இந்த வேறுபாட்டில் இந்த இரு குறிப்பிட்ட சமுதாயங்களின் புதிய நம்பிக்கையாக அந்நிய மதமான கிறித்துவத்தை ஏற்கச்செய்ய, கிறித்துவ மிஷினரிகள் மேற்கொண்ட முயற்சிகளின் பலன்களும் செயல்படுகின்றன. வலங்கைப் பிரிவுப் பறையர் சமூகத்தவரைவிட இடங்கைப் பிரிவு மாதாரி சமுதாயத்துக்கே சமூகத்தில் இழக்க ஒன்றுமில்லை எனினும் ஒரு அந்நிய மதத்துக்கு மாறுவதன் இன்னல்களைச் சந்தித்துச் சமத்துவம் என்ற பெருமையை அடைய அவர்கள் முயலவில்லை.

அட்டவணை 3.4

சமுதாய வாரியாக எழுத்தறிவு நிலை

சாதி அல்லது கிளைச்சாதி பெயர்	1911இல் மதராஸ் மாநிலம் [1]		1966இல் ஓலப்பாளையம் [2]	
	எழுத்தறிவு சதவிகிதம்	மாதிரி அளவு	எழுத்தறிவு எண்ணிக்கை	மாதிரி அளவு
நடுநிலைப்பிரிவு				
பிராமணர்	*42.0*	*480,063*	*9*	*9*
காருணிகர் பிள்ளை	*27.0*	*63,360*	*7*	*7*
வலங்கைப்பிரிவு (உயர், நடுத்தரநிலை)				
கவுண்டர் (வெள்ளாளர்)	*13.0*	*2,535,791*	*44*	*184*
பண்டாரம்	*9.0*	*66,868*	*2*	*9*
உடையார் (குயவர்)	*5.1*	*153,127*	*5*	*9*
நாடார் (சாணான்)	*9.2*	*641,976*	*4*	*29*
பிரிவு சராசரி	*9.3*			
இடங்கைப்பிரிவு(உயர், நடுத்தர நிலை)				
ஆசாரி (கம்மாளர்)	*13.3*	*559,205*	*12*	*8*
கோமுட்டிச் செட்டியார்	*27.0*	*498,295*	*4*	*4*
முதலியார் (கைக்கோளர்	*11.2*	*368,347*	*15*	*26*
பிரிவு சராசரி	*20.0*			
கீழ்நிலைக் குழுக்கள்				
நாயக்கர் (ஒட்டர்)	*0.6*	*550,109*	*1*	*21*
வடுக நாயக்கர்	தெரியவில்லை	...	*1*	*5*
கொங்கு நாவிதர்	தெரியவில்லை	...	*1*	*4*
பறையர்*	*1.4*	*2,363,802*	*6,775*	*35,923*
மாதாரி* (மாதாரி - சக்கிலியர்)	*0.5*	*526,451*	*9,002*	*300,075*

ஆதாரம்: 1911ஆம் ஆண்டு கணக்கீட்டுக்கான அடிப்படை Republic of India, *Census of India, 1911,* Vol. XII, *Madras Part II, Imperial and Provincial Tables* (Madras, Government Press, 1912) பக். 80இல் இருந்து எடுக்கப்பட்டது. வாய்ப்புக்கேடாக, இது ஒட்டுமொத்த மதராஸ் மாநிலத்துக்கானதாக இருக்கிறது. 1966க்கான தரவுகள் ஓலைப்பாளையம் குடியிருப்பில் நானே மேற்கொண்ட சர்வே ஆகும். **குறிப்புகள்:** அடைப்புக்குறிக்குள் கூறப்பட்டுள்ள பெயர்கள் சர்வே எடுப்பவர்களால் அளிக்கப்பட்டவை: 1. இத்தரவுகள் 1911 சர்வேயில் இருந்து தரப்பட்டுள்ளதற்கான காரணம் இதுதான் இருப்பதிலேயே சாதிவாரியான மக்கள்தொகைக் கணக்கெடுப்பில் துல்லியமான தகவல்களை வழங்குகின்றன. எழுத்தறிவு என்பதற்கான தெளிவான விளக்கம் காணப்படவில்லை. எனவே, உங்களுக்கு எழுதத் தெரியுமா, படிக்கத் தெரியுமா என்று ஒவ்வொருவரிடமும் கேள்வி கேட்டுப் பெற்றதன் அடிப்படையில் இத்தரவு தரப்பட்டுள்ளது. குடிமதிப்பு புள்ளிவிவரங்களில் 15 வயதுக்கு மேற்பட்டவர்களிடமே இந்தக் கணிப்பு நடத்தப்பட்டிருக்கிறது. 2. ஓலப்பாளையம் குடியிருப்புக் கணக்கெடுப்பு 1966இல் நானே மேற்கொண்டது. இங்கு 15 வயதுக்கு மேற்பட்ட ஒவ்வொருவரிடமும் அல்லது மொத்தமாக 356பேரிடமும் தனித் தனியாக நேர்காணல் செய்து திரட்டிய தரவுகள். ஒருவர் ஐந்தாம் வகுப்புவரை படித்திருந்தாலோ அதன் தரத்துக்கு சுயமாகக் கற்றிருந்தாலோ அவரை எழுத்தறிவு பெற்றவர் எனக் கணக்கிட்டேன். இந்த வரையறையின்படி ஓலப்பாளையத்தில் எழுத்தறிவு பெற்றவர்கள் 105. விகிதாசாரப்படி 31%.இந்த வரையறையை மூன்றாம் வகுப்பு எனக் குறைத்தால் இது 42% ஆக உயரும். இது தீண்டத்தகும் மக்களின் நிலைமை என்பதைக் கவனத்தில் கொள்க. தீண்டத்தகாதவர்களையும் உள்ளடக்கினால் இது 25% ஆக குறையும். *ஓலப்பாளையம் குடியிருப்பில் தீண்டத் தகாதோர் குடியிருப்பு இல்லாததாலும், மாவட்ட அளவில் பட்டியல்சாதி மக்களின் எழுத்தறிவு கணக்கெடுப்பு கிடைப்ப தாலும் 1961 மதிப்பாய்வுத் தரவுகளை ஒப்பிடுவதற்காக இணைத்துக்கொண்டேன். (இது கிறித்துவரல்லாத பறையர்கள் மாதாரிகள் மட்டும்.) கோவை மாவட்ட ஊரகப்பகுதி தரவுகள் மட்டும் கையாளப்பட்டுள்ளது. நகர்ப் புறத்தையும் இணைத்துக்கொண்டால் பறையர்களின் எழுத்தறிவு விகிதம் 19இலிருந்து 21 விழுக்காடாகவும் மாதாரிகளின் எழுத்தறிவு விகிதம் 3இலிருந்து 17 விழுக்காடாகவும் உயரும். ஆதாரம்: Republic of India, *Census of India, 1961,* Vol. IX, *Madras, Part X-i, District Census Handbook, Coimbatore,* 2 Vols. Madras: Government Press, 1964) 1:339.

மாறாக, மாதாரிகளைவிட பறையர் சமுதாயமே கடவுளின்முன் அனைவரும் சமம் என்ற விழுமியத்தை நோக்கிய சமுதாய மாற்றத்துக்கு அறைகூவல் விடுத்தது. மாதாரி சமுதாயமோ, தற்போது ஏற்கனவே ஒட்டுமொத்த சமூகத்தில் அந்நியப்பட்டுள்ள நிலையில் மதமாற்றங்கள் தம்மை மேலும் அந்நியப்படுத்தி இன்னமும் சமூக இழிவான நிலைக்குத் தள்ளப்பட்டுவிடுவோமோ என்று பயந்தது.[63]

தீண்டாமைக் குழுக்களைப் பொறுத்தவரை மிஷினரிகள் இவர்கள் மத்தியில் நிலவும் பகைக்கு அதிக முக்கியத்துவம் அளிக்கவில்லை. அவர்களுக்குள் எந்தவிதப் போட்டியையும் அவர்கள் உருவாக்க வில்லை. அவர்களைப் பொறுத்தவரை இரு குழுக்களையும் சமமாக அணுகினர்.[64] 1850வாக்கில் கொங்குப் பகுதியில் கிறித்துவ மிஷினரிகள் முதல்தடவையாக வந்தபோது பிற தென்மாவட்டங்களில் உயர் சாதிகளை மதமாற்றம் செய்ய முயன்று தோல்வியடைந்த கசப்பான அனுபவங்களைக் கொண்டிருந்தனர். அவர்கள் மேலும் உள்ளே குக்கிராமப் பகுதிகளுக்குச் செல்ல திட்டமிட்டதால் தங்கள் நடை முறைகளை மாற்றினர். தீண்டத்தகாத குழுக்கள் மத்தியில் மட்டும் பிரசாரம் மேற்கொண்டனர்.

பத்தொன்பதாம் நூற்றாண்டின் பிற்பகுதியில் தீண்டத்தகாத மக்கள் மத்தியில் கிறித்து பாதுகாப்பார் என்றும் கடவுளின் முன் அனைவரும் சமம் என்றும் பிரசாரம் செய்தது எடுபட்டது. இங்கு ஏராளமான மத மாற்றத்துக்கு வாய்ப்பிருப்பதாக எண்ணினர். பஞ்சம், வறட்சி போன்ற நெருக்கடியான நிலைகளில் மட்டும் பல மாதாரிகள் மதம் மாறினர். இந்த நம்பிக்கைகளில் பல காலம் கடந்து நீடிக்கவில்லை. காலப் போக்கில் தங்கள் பாரம்பரிய பழக்கங்களுக்கே திரும்பிவிட்டனர்.[65] ஆனால், பறையர் சமுதாயத்தினர் கல்வி, மருத்துவ வசதிகள், வெளியுலகத் தொடர்பு, நகர்வு என்று கிறித்துவ தேவாலயங்கள் மூலம் பல வசதிகளைப் பெற்றனர் - இவை தவிர ஆன்மிக ரீதியாக அவர்கள் அடைந்த அமைதி குறிப்பிடப்படவில்லை. இந்த இரு சமுதாயங்கள் இடையே நிலவிய வேறுபாடுகள் அந்நிய ஆசையால் மீண்டும் உருவாக்கப்பட்டது.

தொகுப்புரையாக, வலங்கைப் பிரிவு குழுக்களுக்குக் கிராமம் என்ற அமைப்பு எந்த அளவு முக்கியத்துவம் வாய்ந்தது என்பது இந்த இயலில் விவாதிக்கப்பட்டது. மேலும், உள்ளூர் அளவில் அரசியல், சடங்கியல் மட்டங்களில் இக்குழுக்கள் செலுத்தும் ஆதிக்கம் குறித்தும்

விளக்கப்பட்டது. மேலும், இறுதியாக இரு பிரிவுகளில் கீழ்நிலைச் சமுதாயங்கள் மத்தியில் எதிர்பாராத முரண்பாடுகள் நிலவுவதும் அதனால் பல மதிப்பீடுகள் அழுத்தம் பெறுவதும் விவாதத்துக்கு உட்படுத்தப்பட்டது. சடங்குகளிலும் உள்ளூர் விவகாரங்களிலும் வலங்கைப் பிரிவின் உயர்நிலைச் சாதிகள் இடையே காணப்படும் ஒத்துழைப்பும், கூட்டணியும் அப்பிரிவின் கீழ்நிலைக் குழுக்கள் மத்தியில் தங்கள் தாழ்வுநிலை காரணமாக ஓர் எதிர்ப்பு நிலையை உருவாக்கியுள்ளதையும் அழுத்திக் கூறினோம். மாறாக, இடங்கைப் பிரிவுக் கிளைச்சாதிகள் இடையே சடங்குகளில் பல குழுக்களாகப் பிரிக்கப்பட்டிருப்பதும், படிநிலை அதிக அழுத்தம் பெறுவதும் குறிப்பிடப்பட்டது. இதன் காரணமாக இப்பிரிவின் கீழ்நிலைக் குழுக்கள் மேலும் தனிமைப்பட்டுள்ளன. அதே சமயத்தில், வாழும் பகுதியில் பிற குழுக்கள் அளவுக்கு உயர்வதற்கான போராட்டமும், நம்பிக்கையும், ஆர்வமும் குறைவாகக் காணப்படுகின்றன. இத்தகைய பாகுபாடான நிலைமைகளால் கிறித்துவ மிஷினரிகளின் வருகையால் பறையர் சமுதாயம் அளவுக்கு மாதாரி சமுதாயங்களால் பயன் அடைய முடியவில்லை.

அடுத்த இயல் கிராமம் அளவுக்கு மாறாக ஊர் அளவில் இந்தப் பிரிவுகளின் அமைப்பின் அம்சங்கள் முக்கியத்துவம் பெறுகின்றன. அப்போது, உள்ளூர் தகுதிநிலையை அடைவதற்காக இருபிரிவுகளின் கிளைச்சாதிகளால் பயன்படுத்தப்படும் போட்டி வடிவங்கள் குறித்தும் விவாதிக்கப்படும்.

4

குக்கிராமம்: ஓலப்பாளையமும் அருகமைப் பகுதிகளும்

ஆக்கமுள்ள சமுதாயமும் அதன் அருகமைக் குடியிருப்புகளும்
கண்ணபுரம் கிராமம் அதிகாரப்பூர்வமாக 32 குக்கிராமங்கள் அல்லது தனித்தனியான குடியிருப்புப் பகுதிகளை உள்ளடக்கியது ஆகும்.[1] இந்தக் கணக்கு, இங்கு நடக்கும் கிராம மாரியம்மன் கோயில் திருவிழாவின் போது உறுதிசெய்யப்படுகிறது. அச்சமயத்தில் ஒவ்வொரு தனி குடியிருப்புப் பகுதிகளில் இருந்தும் தலா ஒரு பெண் கையில் சுடரும் மாவிளக்கு ஏந்தி அம்மனுக்குப் படைக்கவேண்டும். இது இன்றுவரை தொடர்கிறது. இந்தச் சடங்கு இல்லாவிட்டால் ஒரு குறிப்பிட்ட கிராமத்தில் எத்தனை குடியிருப்புகள் உள்ளன என்பதைக் கணக்கிடுவது கடினம் ஆகும்.

தொடக்கத்திலேயே, தீண்டத்தகும் சாதிகள் குடியிருக்கும் பகுதிகள் மட்டுமே குக்கிராமமாகக் கணக்கிடப்படுகின்றன என்பதைக் கூறிவிடுகிறேன். மேலும், ஒரு சில குடும்பங்கள் மட்டும் வாழும் பகுதிகள் குடியிருப்புப் பகுதியாகக் கணக்கிடுவதிலிருந்து விடுபடவும் வாய்ப்புகள் உள்ளன. எந்தக் குடியிருப்பில் சொந்தமாக விநாயகர் கோயில் இருக்கிறதோ அதுமட்டும் குடியிருப்பாகக் கணக்கிடப் படுகிறது. அனைத்து நாடார் பகுதிகளும் இத்தகைய கோயில்களைக் கொண்டிருப்பதால் கணக்கில் சேர்க்கப்படுகின்றன. அதேசமயம், தனிமைப்பட்டுள்ள சில கவுண்டர் வீடுகள் இதே காரணத்துக்காக, தனிக் குடியிருப்புகளாகக் கணக்கிடப்பட்டோ கணக்கிடப்படாமல் விடுபட்டோ உள்ளன. உயர்நிலை அமைப்புகளைப் பொறுத்தவரை, உள்ளூர்க் குடியிருப்புப் பகுதி அலகுகள், இறுதியாக, அதன் சடங்கியல் வரையறை மூலமே வரையறுக்கப்படுகின்றன.

யானைத்தலை தெய்வமான விநாயகன் சிவனின் மகன் என்பது நாடு முழுவதும் அறியப்பட்டதாகும். கொங்குப் பகுதியில் அவர் திருமணமானவராகக் கருதப்படுகிறார்.[2] அதேசமயம் அவர் எப்போதும் நாகக்கல் என்றழைக்கப்படும் புனிதக்கல்லுடன் காணப்படுகிறார். இது, மற்ற பொருத்தப்பாடுகளில் பெண் அம்சத்துடன் இணைத்துப் புனிதப்படுத்தப்படுகிறது.[3] விநாயகர் தடைகளைக் களைபவர் என்றும் கோயில் நிகழ்வுகளானாலும் குடும்ப நிகழ்வுகளானாலும் முதலில் விநாயகரை வழிபட்டுவிட்டுத்தான் தொடங்க வேண்டும் என்றும் நம்பப்படுகிறது. திருவிழாக்களிலும் வாழ்க்கை வட்டச் சடங்குகளிலும் பங்கேற்பவர்கள் தங்கள் பகுதியில் உள்ள விநாயகர் கோயிலில் வழிபாடு செய்துவிட்டே சடங்குகள், நிகழ்வுகள் நிகழும் கோயில் அல்லது வீடுகளுக்குச் சென்று சம்பந்தப்பட்ட சடங்குகள், நிகழ்வுகளைத் தொடர்கிறார்கள். திருமணச் சடங்குகளின் போது, மணமகனும் மணமகளும் பல தடவை விநாயகர் கோயிலுக்கு வந்து வழிபாடு செய்வது அவசியமாகும். எனினும், எந்தப் பெரிய திருவிழாவும் விநாயகர் கோயிலில் நடைபெறுவதில்லை. ஒரு பகுதியில் நிகழும் அனைத்து நிகழ்வுகளுக்கும் தொடக்கப் புள்ளியாக விநாயகர் பார்க்கப்படுகிறார்.

ஒரு அசல் குடியிருப்புப் பகுதியைவிட பெரிதாகவும் ஒரு கிராம அளவைவிட சிறியதாகவும் ‘அன்றாட நடவடிக்கைகள் ஒத்துழைப்புப் பகுதி’ (உள்ளூர் ஒத்துழைப்பு அலகு) உள்ளது. இதை அழைப்பதற்கு தனியான சொல்லடங்கல் இல்லை. உள்ளூர் மொழியில் ஊர் (ur) என்று அழைக்கலாம்.[4] குக்கிராமம் என்றும் கூறலாம். இத்தகைய பகுதி பொதுவாக ஒரு வெளிச்சாதி பகுதியையும் பல தீண்டத்தக்கவர் குடியிருப்புப் பகுதிகளையும் கொண்டிருக்கும். இந்தக் குடியிருப்புப் பகுதிகளின் தொகுப்பு என்பது அதன் மக்கள், தங்கள் அன்றாடத் தேவைகளுக்காக ஊடாட்டம்கொள்ளும் இடமாக இருக்கிறது. இதற்குள்தான் வண்ணார், நாவிதர் போன்ற அனைத்து ஊழியச் சாதியினரின் பணிகள் நிகழ்கின்றன. அதனால் இப்பகுதியை நான் குக்கிராமம் என்று அழைக்கிறேன். முன்பு குடியிருப்புப்பகுதி குறித்து விளக்கப்பட்டதைக் காட்டிலும் இந்தக் குக்கிராமம் மிகவும் முக்கியத்துவம் வாய்ந்ததாகும். அப்பகுதி அங்குள்ள ஊர்த்தெய்வத்தை வழிபடும் மக்கள் பகுதியாகும். அது சடங்கியல் அடிப்படையில் வரையறுக்கப்படுகிறது. மாகாளியம்மனே ஊர்த்தெய்வமாக இடம் பெறுகிறாள். இந்தக் குக்கிராம எல்லையைக் காக்கும் தெய்வம் அவள்தான்.

கண்ணபுரம் கிராமத்தில் ஒன்பது ஊர் அல்லது குக்கிராமத் தெய்வங்கள் உள்ளன. இந்தக் கிராமத்தில் சில குக்கிராமங்களில் இந்தத் தெய்வங்களுக்கு அமைந்த கோயில்களின் இருப்பிடங்கள் விளக்கப்படம் 4.1இல் காட்டப்பட்டுள்ளன. இந்த ஒன்பது அம்மன் கோயில்கள் ஒவ்வொன்றிலும் ஆண்டுத் திருவிழா நடக்கிறது. அப்போது குக்கிராமத்தின் ஒவ்வொரு வீட்டிலிருந்தும் பெண்கள் அம்மன் கோயிலுக்கு மாவிளக்கு எடுத்துச் செல்கிறார்கள்.[5] இந்தக் குக்கிராமப் பகுதிக்குள் இருக்கும் தீண்டத்தகாதவர்கள் இந்தத் திருவிழாவில் பங்கெடுக்க அனுமதிக்கப்படுகிறார்கள். சடங்குகள் நடக்கும் இடத்திலிருந்து மதிக்கத்தக்க தொலைவுக்குத் தள்ளி இருந்து கலந்துகொள்ள அனுமதிக்கப்படுகிறார்கள். இந்த அனைத்து அம்சங்களுடன் மாகாளியம்மன் கோயில் திருவிழாக்கள் கிராம மாரியம்மன் கோயில் திருவிழா நடந்து முடிந்தவுடன் தொடங்குகிறது.

ஆனால், அந்த அளவுக்கு இல்லாமல், குறைந்த கொண்டாட்டங் களுடன். மற்றபடி அனைத்து விவகாரங்களும் கிட்டத்தட்ட ஒன்று போல் என்பதால் கூடுதல் தகவல்கள் தேவையில்லை.

கிராம மட்டத்தில் ஒரு முக்கியமான மாரியம்மன் கோயிலும் அதிகம் பயன்படுத்தப்படாத அதே சமயம் முக்கியத்துவமும் கொண்ட கரியகாளியம்மன் கோயிலும் இருப்பதை மீண்டும் நினைவுகூரலாம். மாரியம்மன் தனித்தன்மை கொண்ட கடவுள்; அவளது கதை அனைத்து மக்களுக்கும் தெரியும். மாறாக, கரியகாளியம்மன் பொதுவான கடவுள். அவள் சிவனின் மனைவி சக்தி அல்லது பார்வதியின் அம்சமாக, கோபமும் ஆவேசமும் கொண்டவளாகப் பார்க்கப்படுகிறாள். நோய்கள், துன்பங்கள்தீர சில நேரங்களில் இவளிடம் வேண்டுகிறார்கள். ஊர் (குக்கிராம) மட்டத்தில் கிராமம் மட்டத்தில் வணங்கப்படும் மாரியம்மன், கரியகாளியம்மன் ஆகிய இரு கடவுள்களின் அம்சங்களையும் இணைத்து மாகாளியம்மனாகப் பார்க்கப்படுகிறது. இந்த இருபெரும் கிராம தேவதைகளையும் எளிமைப்படுத்தி உள்ளூர்மயப்படுத்தி குக்கிராமத்துடன் தொடர்பு படுத்திக்கொண்டிருக்கிறார்கள். மேலும், மாரியம்மன் போன்றே மாகாளியம்மனும் மழைவரம் தருபவள் என்று நம்புகிறார்கள். இதனால், வறட்சிக் காலங்களில் அவளுக்குச் சிறப்பு வழிபாடுகள் நடக்கின்றன.

திருவிழாக் காலங்களில் வழிபடுவதற்கான ஊர் அம்மன் தவிர கூடுதலாக, காத்து —கருப்பிடமிருந்து காப்பதற்காக ஊர் (குக்கிராம)

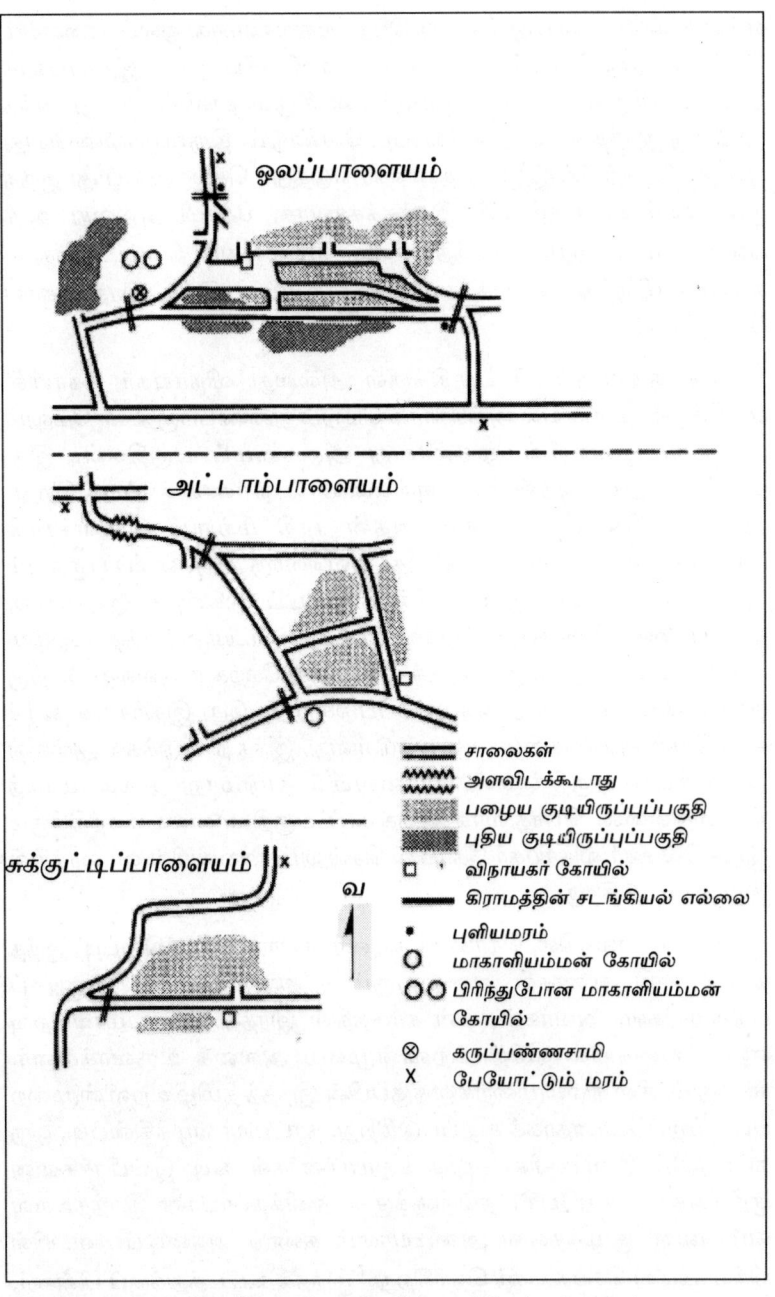

விளக்கப்படம் 4.1: குடியிருப்புப் பகுதிகளின் சடங்கியல் எல்லைகள்

எல்லைகளும் வரையறுக்கப்படுகிறது. உதாரணமாக, ஓலப்பாளையம் செல்லும் முதன்மைச் சாலையில் ஒரு பெரிய முனி இருப்பதாக நம்பப்படுகிறது. ஊர் மாகாளியம்மன் திருவிழாவின் போது அந்த முனிக்கு இரத்தக்காவு அளிக்கப்பட வேண்டும். திருவிழாவின்போது புனிதக் கிணற்றில் இருந்து தண்ணீர் எடுத்துச் செல்லும்போது இந்த முனியைக் கடக்கும்முன் இரத்தக்காவாக, கோழி அல்லது ஆடு பலியிடப்படுகிறது.[6] அடுத்த ஆண்டு முழுவதும் கெட்டகாத்து—கருப்பிடமிருந்து ஊரைக் காப்பதற்காக முனி இந்த இரத்தக்காவு கோருகிறார்.

ஒரு குடியிருப்புப் பகுதிக்குள் அல்லது விநாயகர் கோயில் பகுதிக்குள் சடங்கியல் அங்கீகாரம் பெறும் துணைப்பகுதிகள் மேலும் உள்ளன. இவற்றில் முதலாவது அருகமைப் பகுதிகள். இது பெரும்பாலும் அதன் வட எல்லையால் நிர்ணயிக்கப்படுகிறது. ஆனால், சில இடங்களில் அதன் சாதி மற்றும் கிளைச்சாதி மக்களுக்கான பகுதியாக இருகிறது. ஒவ்வொரு அருகமைப் பகுதியும் அதன் தனி நாட்டுக்கல் மூலம் பிரித்துக் காட்டப்படுகின்றது. இதுபோல, ஓலப்பாளையம் ஊரில் நாட்டுக்கல் மூலம் அடையாளப்படுத்தப்படும் அசல் குடியிருப்புப் பகுதி இருக்கிறது. அது மேற்கூர் அல்லது மேற்கு ஓலப்பாளையம் என்று அழைக்கப்படுகிறது. இது இதற்கான தனிச் சடங்கியல் அம்சங்களைக் கொண்டுள்ளது. இந்த நாட்டுக்கல் அல்லது அருகமைப் பகுதிக் கல் பார்வையில் படுமாறு துலக்கமாகத் தெரிவதில்லை. பொதுவாக அருகமைப்பகுதி சாலைகள் சந்திக்கும் இடத்தில் ஊர் விநாயகர் கோயில் செல்லும் சாலையில் ஓர் ஓரத்தில் இது நடப்படுகிறது.

பழைய காலத்தில், கொங்குக் கவுண்டர் பாரம்பரியத்தின்படி, இந்த கிளைச்சாதி ஆண்கள் அனைவரும் சகோதரர்கள் ஆக அணுகப் படுகிறார்கள். அவர்கள் முன் காலத்தில் இரத்த உறவு, மணஉறவு எனும் வகையில் தமிழ் உறவின்முறை அலகை உருவாக்கினர். எனினும், சில தலைமுறைகளுக்குப்பின் இந்தத் தமிழ் உறவின்முறை பயனற்றுப்போனதாகக் கூறப்படுகிறது. நாட்டார் வழக்கின்படி, ஒரு கட்டத்தில் இவர்களின் மூத்த உறுப்பினர்கள் கூடி இப்பிரச்சினை குறித்துக் கலந்துபேசி, தங்களுக்குள் தனித்தனியான இரத்தஉறவு வம்சாவளி குழுக்களை அடையாளம் கண்டு அதனடிப்படையில் பிரிய முடிவு செய்ததாகத் தெரிகிறது.[7] இந்தக் கூட்டத்துக்குப் பின்னர், கவுண்டர்கள் தங்களுக்குள் 'நாடு' அளவில் இரத்தஉறவு, மணஉறவு

முறையிலான தமிழ் உறவின்முறையைக் கடைப் பிடிப்பதற்குப் பதில் குலங்களில் அடிப்படையைக் கடைபிடிக்கத் தொடங்கினர். இதனால் பரம்பரை அடிப்படையில் பிரதேசத்தைக் குறிக்க நாட்டுக்கல் நட்டுள்ளனர். திருமணம், ஈமச்சடங்குகள் ஆகியவற்றின் போது மட்டுமே இந்த நாட்டுக்கல் முக்கியத்துவம் பெறுகிறது.[8] இந்தக் கல் நாட்டுத்தலைவரை பிரதிநிதித்துவப்படுத்துகிறது.

இந்த அருகமைப் பகுதிக்குள் மற்றொரு முக்கிய பிரதேசம் இருக்கிறது. அது—தெரு ஆகும். தனி வீடுகள் குறித்துப் பேசும்முன் தெரு குறித்துப் பார்க்கலாம். இங்குச் சடங்கியல் ஒருமைப் பாட்டுக்கான குறியீடு தோரணம் ஆகும். இது வேம்பு இலைகளைக் கொண்டு தெருவின் குறுக்காகக் தோரணவாயிலாகக் கட்டப்படுவது ஆகும். ஏதாவது ஒரு வீட்டில் திருமணம் நடைபெறும்போது அந்தத் தெருமுனையில் விநாயகர் கோயிலருகே இந்தத் தோரணவாயில் அமைக்கப்படுகிறது. எனவே, திருமணச் சடங்குக்கு வருபவர்கள் இந்தத் தோரணவாயில் வழியாகத்தான் வரவேண்டும். கோட்பாட்டளவில் இந்தத் தோரணம் என்பது, ஒரு சடங்கு நடைபெறும் குறிப்பிட்ட சாதியின் குறிப்பிட்ட குலம் அல்லது பரம்பரையின் குடியிருப்புப் பகுதியைக் குறிக்கிறது என்பதுபோல் தோன்றுகிறது. இருந்தாலும், ஒரு குடியிருப்புப் பகுதி என்பது பொருளாதாரம், இடநெருக்கடி போன்றவற்றால் நிர்ணயிக்கப்படுவதால் மேற்கூறிய அலகுகளின்படி மட்டும் வரையறுக்கப்படுவதில்லை. இதனால், இங்குத் தோரணம் என்பது திருமண இல்லத்தில் குல, பரம்பரை ஒற்றுமையைக் குறிப்பதைக் காட்டிலும் தெருவின் ஒருமைப் பாட்டையே குறிக்கிறது.[9]

இது அல்லாமல், குடியிருப்புப் பகுதியில் செல்லும் இதர இரு சாலைகளும் சடங்கு எல்லைகளைக் கொண்டுள்ளன. இவை மக்கள் பார்வையில் நன்றாகப்படும் வகையில் உள்ளன. அவை குறிப்பிட்ட ஒரு மரத்தால் குறிக்கப்படுகின்றன. பாரம்பரியமாக, பேய் குடியிருக்கும் மரமாக அது தேர்ந்தெடுக்கப்படுகிறது.[10] அதாவது, ஒருவர் துர்மரணம் அடையும்போது அவர் உடலில் இருந்து வெளியேறும் ஆவி, பேயாக அலைகிறது என்று நம்பப்படுகிறது. இது காத்து-கருப்பு என்றும் அழைக்கப்படுகிறது. அதனால், அந்த ஆவி ஊருக்குள் நுழைவதைத் தடுக்க சடங்குகள் செய்யப்படுகின்றன. இதன்படி ஊர் எல்லைகளுக்கு அப்பால் ஒரு மரத்தில் அந்தப் பேயைத் தங்கவைக்கின்றனர். ஈமக்காரியங்களின்போது பல்வேறு தூய்மைப்படுத்தும் சடங்குகள்

நடக்கின்றன. அதன்பின் இந்த ஆவி அந்த மரத்தின் கீழே எரியும் ஒரு தீச் சுடரில் தயாராக (தீபத்தில்) பாயும்படி கேட்டுக்கொள்ளப் படுகிறது.[11] அதேபோல, சடலத்தை எடுத்துச் செல்லப் பயன்படுத்திய பாடை இந்த எல்லை முனையில் எதிர்வலமாக அரை வட்டம் சுற்றப்பட்டு மயானத்துக்கு எடுத்துச் செல்லப்படுகிறது. அதாவது, சடலம் எந்தத் திசையில் எடுத்துச் செல்லப்படுகிறது என்பதை ஆவி தெரிந்துகொண்டு, பின்னாடியே சென்று சவ ஊர்வலத்தில் கலந்து கொள்பவர்களை, ஊர்மக்களை அடிக்காமல் தடுக்க (இது பேய் பிடித்தல் என்றும் கூறப்படுகிறது. மொ—ர்.) இவ்வாறு எதிர்த்திசையில் சுற்றி குழப்பி எடுத்துச் செல்லப்படுகிறது. குறிப்பிட்ட காப்பு நடவடிக்கைகள் ஊர் எல்லையில் முடிவதால் பேய்களும் இந்த எல்லையோடு நிற்கின்றன. ஊர் எல்லைக்குள் அப்படியும் ஏதாவது இருக்குமானால் அது சில பார்வைகள் அல்லது சகுனங்கள் மூலம் வெளிப்பட்டுவிடும். இத்தகைய சடங்குகள் தடைகளுக்கு வெளியே இதே போன்ற நிகழ்வுகள் (துர்மரணங்கள்) நிகழ்ந்தால் அதற்கு எந்தவிதமான தொடர்புகளும் ஊருடன் கிடையாது.[12]

மிகச்சரியாகக் கூறின், உயர்நிறுவன மட்டங்களில் மட்டுமே, ஊர்ப்பகுதி (குக்கிராம) சடங்கியல் எல்லைகள், புனித நிலவியல் ஆகியன மிக அதிக முக்கியத்துவம் பெறுகின்றன. உள்ளூர் ஒத்துழைப்பு அலகு (ஊர்ப்பகுதி), பிரதேசப் பிரிவுகள், அருகமைப் பகுதிகள், தெருக்கள் ஆகிய ஒவ்வொன்றும் தத்தமக்கான அளவுக்குத் திருவிழாச் சந்தைகளைக் கொண்டுள்ளன. இயல் 5இல் பார்க்கப் போவதைப்போல, இந்த உரிமைக்கொள்கை ஒவ்வொரு வீடு வரைக்கும் கீழிறங்கிச் செல்கிறது. கொங்கு ஊரகப்பகுதியில் ஒவ்வொரு முக்கிய சமூகக்குழுவும் சில சடங்கியல் அல்லது திருவிழா வெளிப்பாடுகளைக் கொண்டுள்ளன.

தனிக் குடியிருப்புப் பகுதிகள்

ஓலப்பாளையம் மாகாளியம்மன் கோயில் பகுதிக்குள் மூன்று முக்கிய மக்கள் நெருக்க மையங்கள் உள்ளன: ஓலப்பாளையம் குடியிருப்பு, கடைவீதி, சேரி. இந்த மூன்றடுக்குக் குடியிருப்புப் பகுதிகளின் தொகுதி ஒரு குக்கிராமம் அல்லது நான் முந்தைய விவாதத்தில் பயன்படுத்திய ‘ஆக்கமுள்ள உள்ளூர் சமுதாயம்’ அல்லது உள்ளூர் ஒத்துழைப்பு அலகு ஆகும். தென்னிந்தியாவின் பிற பகுதிகளை ஒப்பிடும்போது, கொங்குப் பகுதியில் இத்தகைய பகுதியின் சராசரி

அளவு மிக்குறைவானது என்பது குறித்துக்கொள்ளத்தக்கதாகும். இந்தப் பகுதி வறண்ட பகுதி, இங்கு விளைச்சல் நிலம் குறைவு போன்ற அம்சங்கள் இதற்குப் பகுதிக் காரணமாக அமையலாம். இங்குக் காணப்படும் நிலைமைகள் மக்கள் அடர்த்தியாக வாழத் தகுந்தவையல்ல.

பல்வேறு மண்டலங்களின் சராசரி அளவை ஒப்பிட்டு நோக்குவது கடினமான பணியாகும். தனிப்பட்ட குடியிருப்புகளின் சராசரி அளவு என்ற அலகுக்கு மாறாக, நான் பயன்படுத்திய 'ஆக்கமுள்ள உள்ளூர் சமுதாயம்' என்ற அலகின் அடிப்படையில் இத்தகைய ஒரு முயற்சியை மெக்கிம் மாரியட் மேற்கொண்டிருக்கிறார். நான் மதிப்பிட்டது போலவே அவரும் இதனை மக்கள் அன்றாட ஊடாட்டம்கொண்டு, பணிகளைப் பகிர்ந்து, உழைப்பைக் கொடுத்து, கூலி பெறும் பகுதி என்றே குறிப்பிடுகிறார்.[13] கொங்குப் பகுதியில் 'ஆக்கமுள்ள உள்ளூர்ச் சமுதாயம்' என்ற அலகை ஒப்பிட கண்ணபுரம் கிராமத்தின் மாகாளியம்மன் கோயில் பகுதியை எடுத்து ஆராய்ச்சி செய்வது பொருத்தமாக இருக்கும் என்று தெரிகிறது. இந்த உள்ளூர் வினியோகம் இந்த மண்டலத்தில் பிற வருவாய்க் கிராமம் அல்லது கிராமங்களின் இத்தகைய கோயில்களின் எண்ணிக்கையை எதிரொலிக்கிறது என்று கொண்டால் ஊராட்சி மக்கள்தொகையை இந்த எண்ணிக்கையால் வகுத்தால் கிடைக்கும் விடையே இதன் சராசரி மக்கள்தொகை என்று கொள்ளலாம்.

1961 மக்கள்தொகை கணக்கெடுப்பு புள்ளிவிவரங்களை அடிப்படையாகக் கொண்டால் 'ஆக்கமுள்ள உள்ளூர்ச் சமுதாயம்' பகுதியின் சராசரி மக்கள்தொகை கோவை மாவட்டத்துக்கு 313 பேர் என்றும், தாராபுரம் துணைப்பகுதிக்கு 406 என்றும் தெரிகிறது[14] நெல் விளையும் சோழமண்டலம் பகுதியில் இது 813 என்று மக்கிம் மாரியட் மதிப்பிடுகிறார்.[15] 1965இல், ஓலப்பாளையம் பகுதி குக்கிராம மக்கள்தொகை சுமார் 600. இது மண்டலத்துக்கான சராசரியைவிட அதிகமாகும்.

ஓலப்பாளையம் குக்கிராமம் அல்லது மாகாளியம்மன் கோயில் எல்லைப்பகுதியின் மூன்று முக்கிய குடியிருப்புகளும் தலா பின்வருமாறு விவரிக்கப்படுகின்றன:

1. ஓலப்பாளையம் குடியிருப்பு: மைய ஓலப்பாளையம் என்கிற ஓலப்பாளையம் குடியிருப்பில் 1966இல் நான் மேற்கொண்ட

கணக்கெடுப்பின்படி அதன் மக்கள்தொகை 404 ஆகும்.[16] கண்ணபுரம் கிராமத்திலேயே அதிக மக்கள்தொகை இங்குதான் உள்ளது. இப்பிராந்தியத்தின் முக்கிய சாதிகள் அனைத்தும் இங்கு வாழ்கிறார்கள். அதன் வாழும் தொகுப்பே அதன் உள்குடியிருப்பு அமைப்பின் தன்மையை ஓரளவுக்குக் காரணகாரியத்துடன் வெளிப்படுத்துகிறது. விளக்கப்படம் 4.2, 1965இல் சாதிவாரியான வீட்டு வளாகங்களைக் காட்டுகிறது. அதில் மேற்கிலிருந்து கிழக்காக மூன்று முக்கியவீதிகள் செல்வதைக் கவனிக்கவும். அவை வடக்கு வீதி, நடுவீதி, தென் வீதி என்று அழைக்கப்படுகின்றன.

சைவ உணவு உண்ணும் அனைத்து வீடுகளும் வடக்குத் தெருவின் வட ஓரத்தில் உள்ளன. பொதுவாக, இதுதான் அந்த ஊரின் வசதி மிக்க பகுதி ஆகும். வடக்குத் தெருவின் வடகிழக்கு முனையில் வாழும் சோழி ஆசாரிகள் தங்களைத் தாங்களே தனிமைப்படுத்திக் கொண்டுள்ளனர். அவர்கள் வீட்டு வாசல்கள் உள்பக்கமாக உள்ளொடுங்கிக் காணப்படுகின்றன. சாலையில் நின்று அவர்கள் வீட்டு வாசலைக் காணமுடியாது. இந்தக் குடியிருப்பு அமைப்பு இதர அம்சங்களிலும் அவர்களின் குழப்பமான நிலையை எதிரொலிக்கிறது. இடங்கைப் பிரிவுக் குழுவான ஆசாரிகள் உள்ளூர் மக்களால் தங்களுக்கு வழங்கப்பட்டுள்ள சமூகத் தகுதியைவிட அதிகமாகக் கோருகிறார்கள்.[17]

முக்கிய நில உடைமைச் சாதியினர் (கவுண்டர்) வீடுகள் நடுத் தெருவில் சீராக அமைந்துள்ளன. கிட்டத்தட்ட அனைத்து வீடுகளின் வாசல்களுமே வடக்கு நோக்கி உள்ளன. வடக்குத் தெருவில் இருந்து தங்கள் வீட்டுக்கு வருபவர்கள் வசதி யானவர்கள் என்றும் தெற்குத் தெருவிலிருந்து தங்கள் வீட்டுக்கு வருபவர்கள் ஏழைகள் என்றும் மதிப்பிடப்படுகிறார்கள். எனினும், இது குறித்த தனியான விதிகள் எதுவும் கிடையாது. வசதியானவர்கள் பெரும்பாலும் தெருவின் கிழக்குப் பக்கம் வாழ்கிறார்கள். அவர்களின் வீடுகள் நடுத்தெரு முழுவதையும் ஆக்கிரமித்துள்ளன. பெரும்பாலும் நெசவாளர்களாக உள்ள முதலியார்கள், குடியிருப்பின் கிழக்குப் பக்கம் வாழ்கிறார்கள். பொதுவாக, மேற்கு நோக்கியும் தெற்கு நோக்கியும் செல்லச் செல்ல மிகவும் கீழ்ச் சாதியினர் வாழ்வதைக் காணலாம். வடக்கு, கிழக்கு ஆகிய திசைகள் வளம்தரும், ராசியான, மங்களகரமான திசைகள் என்ற நம்பிக்கையின் அடிப்படையில் இவ்வாறு

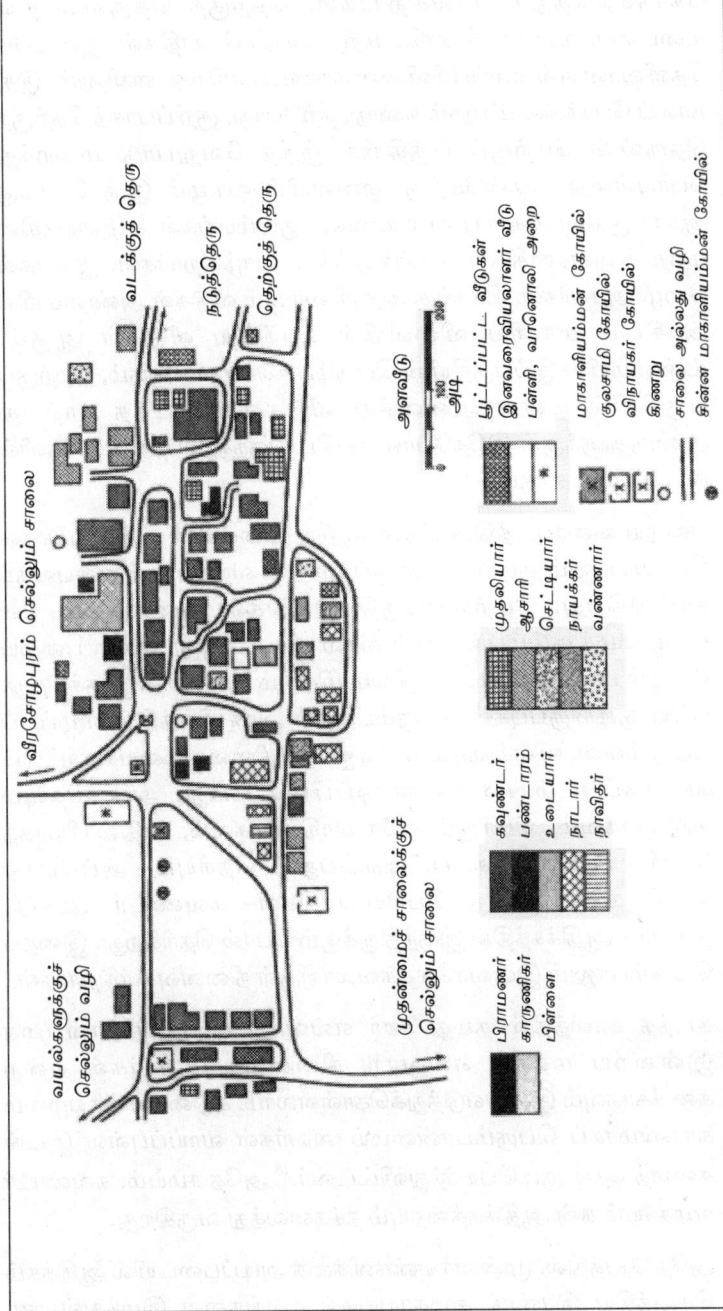

விளக்கப்படம் 4.2 ஓலப்பாளையம் குடியிருப்புப் பகுதி, 1965

தேர்ந்தெடுத்துக்கொள்கிறார்கள். தெற்குத் தெருவில் நில உடைமை கவுண்டர் சாதி, மற்ற ஊழியச் சாதிகள் இடையே தெளிவான எல்லைப்பிரிவினை காணப்படுகிறது. எனினும், இது காலப் போக்கில் மாற்றம் கண்டு, தற்போது, குறிப்பாகத் தெற்குத் தெருவின் மேற்குப் பகுதியில் இந்த வேறுபாடு மறைந்து போயுள்ளது. தென்மேற்கு முனையில் வாழும் இரு கொங்கு ஆசாரி குடும்பங்கள் புலால் உணவுக் குடும்பங்கள். சமுதாயத்தின் மற்ற கிளைச்சாதிகள் தென்கிழக்கில் வாழ்கிறார்கள். இவர்கள் சோழி ஆசாரிகள். கொங்கு ஆசாரி வாழும் வீடுகள் அண்மையில் அரசிடம் மானிய விலையில் வாங்கிய வீடுகள் ஆகும். உண்மையில் இப்பகுதியின் பெரும்பாலான வீடுகளும், மேற்குப் பகுதியில் உள்ள அனைத்து வீடுகளும் கடந்த நாற்பது ஆண்டுகளுக்குள் இதேபோல் அரசிடமிருந்து பெற்ற நிலங்களில் கட்டப்பட்டதாகும்.

பழைய வரைபடத்தின் தென்மேற்கு முனையில் உள்ள வீடுகள் பெரும்பாலும் குடியிருப்புக்குப் புதிதாக வந்தவர்கள் என்பதைக் காட்டுகிறது. மேற்குப்பகுதி இடங்கள் அனைத்தும் நில உடைமைக் குடும்பங்களால் கைவிடப்பட்ட இடங்கள். பழைய வாழும் பகுதியில் கட்டட நிலம் மிகவும் அலசலாக இருக்கிறது. புதிய குடியிருப்புகள் பெரும்பாலும் அரசு நிலத்தில் எழுப்பப் பட்டுள்ளன. விளக்கப்படம் 4.2 ஐ 1900 நிலைமையைக் காட்டும் விளக்கப்படம் 4.3 உடன் ஒப்பிடும்போது, அது மிகவும் சிறியதாகவும், பெரிதும் ஒரே மாதிரியாகவும், சாதிவாரியாகத் தெளிவாகப் பிரிக்கப்பட்டிருப்பதும் தெரியும். அப்போது வாழிடங்கள் மூன்று பெரிய சாதிகள்—கவுண்டர், ஆசாரி, நாடார்—ஆதிக்கத்தில் இருந்திருக்கும் போல் தெரிகிறது. இதைப் பெரும்பாலும் இவ்வாறே தகவலாளிகள் நினைவுகூர்கிறார்கள்.

கடந்த காலத்தில் தமது ஊர் எவ்வாறு இருந்தது என்பதை இன்றைய மக்கள் எவ்வாறு நினைவுகூர்கிறார்கள் என்ற கணக்காகவும் இதை எடுத்துக்கொள்ளலாம். கடுமையான ஏழ்மை காரணமாகப் பெரும்பான்மையானவர்கள் வாய்ப்புள்ள இடங் களைத் தேடி குடிபெயர்ந்துவிட்டனர்.[18] அதே சமயம், கவுண்டர் சமுதாயம் தன் ஆதிக்கத்தையும் தக்கவைத்து வருகிறது.

அதே நேரத்தில், முன்னர் எண்ணிக்கை அடிப்படையில் ஆதிக்கம் செலுத்திய இரண்டு சமுதாயங்கள் தலங்களை இழந்துள்ளன.

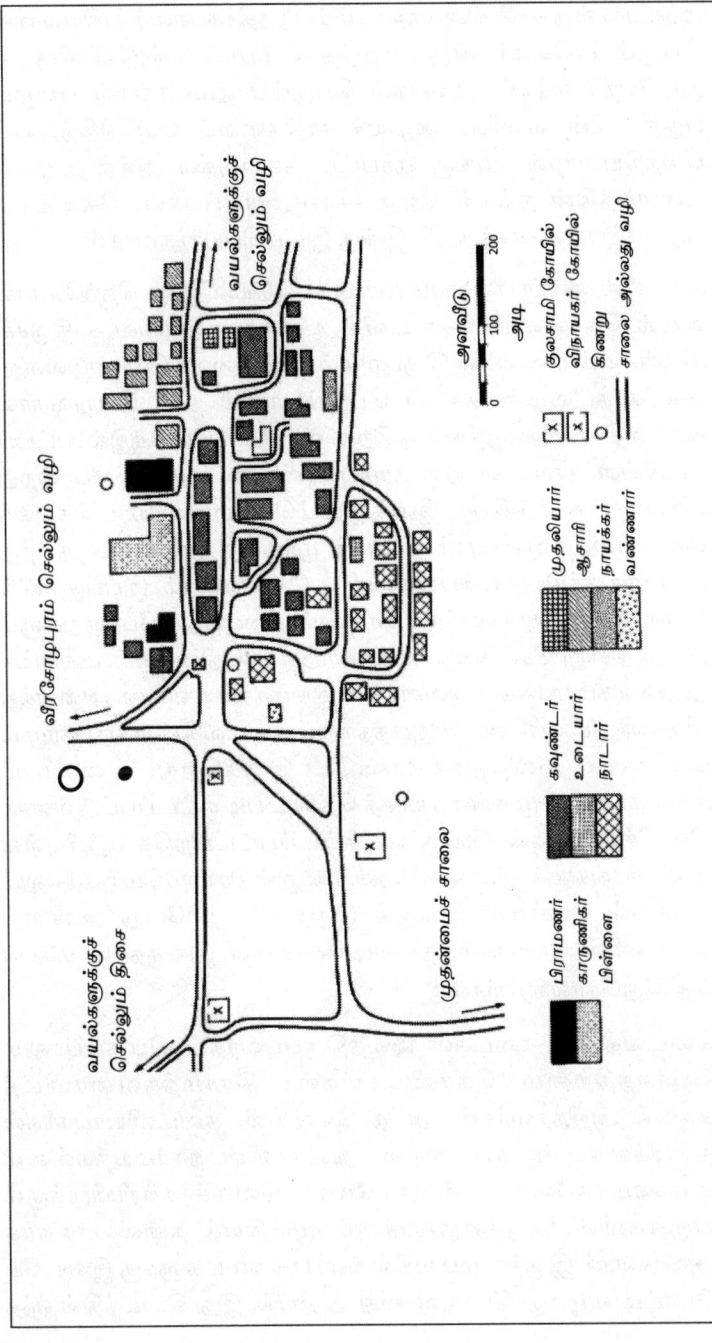

விளக்கப்படம் 4.3: ஓலப்பாளையம் குடியிருப்புப் பகுதி - தோராயமாக, 1900

மற்றவர்கள் தங்கள் நிலையை மேம்படுத்தியுள்ளனர். புதியவர்கள் பெரும்பாலோர் அருகமைந்த கிராமப் பகுதியிலிருந்து குடியேறியவர்கள். அவர்கள் பெரும்பாலும் தங்கள் பழைய பகுதிகளின் வணிக, ஊழியச் சாதிகளைப் பிரதிநிதித்துவப் படுத்தியவர்கள். அங்கு ஏற்பட்ட தகராறுகள் அல்லது ஓலப் பளையத்தின் தங்கள் திறனுக்கான வாய்ப்புகள், தேவைகள் அதிகரித்துள்ளதாகக் கருதி இங்கு இடம்பெயர்ந்தவர்கள்.

2. *கடைவீதி:* ஓலப்பாளையம் மையப் பகுதியிலிருந்து தெற்கே கால் மைல் தொலைவில் கடைவீதி உள்ளது. கோவை - திருச்சி முதன்மைச் சாலையின் இருபுறமும் கடைகளைக் கொண்டுள்ளது. வணிக நடவடிக்கைகளே பெரும்பாலும் நடைபெறுவதால் கடைவீதி என அழைக்கப்படுகிறது. விளக்கப்படம் 4.4இல் காட்டப் பட்டுள்ள கடைகள் ஒரு நரம்பு மண்டல மையம் போன்றது என்பதைக் காட்டுகிறது. இங்கு இடம்பெறும் உரையாடல்களைக் கேட்டால், கண்ணபுரம் கிராமம் முழுவதிலும் என்ன நடந்து கொண்டிருக்கிறது என்பதை அறிந்துகொள்ளலாம். இப்பகுதியில் உள்ள முக்கிய ஊர்களுக்குச் செல்லும் அனைத்துப் பேருந்துகளும் இங்கு நின்று செல்கிறது. உள்ளூர் அஞ்சல் நிலையம், ஊராட்சி அலுவலகம், நூலகம் அனைத்தும் இங்குதான் உள்ளன. அனைத்து வீடுகளிலும் வானொலி இருந்தாலும் கடைவீதியில் எந்நேரமும் வானொலி ஒலித்துக்கொண்டே இருக்கிறது. திரைப்பட சுவரொட்டிகள் முதன்மையாகத் தெரியும்படி ஒட்டப்பட்டுள்ளன. வெளிச்செய்திகள் இங்கு வடிகட்டப்பட்டபிறகே சுற்றியுள்ள குக்கிராமங்களுக்குச் செல்கின்றன. 1965இல் கிராமம் மொத்தத்திலும் அரசியல் பேசப்படும் பகுதி இதுதான். பல்வேறு அரசியல் கட்சிகளின் பெயர்கள், நடவடிக்கைகளை இங்குதான் மக்கள் தெரிந்துகொள்கிறார்கள்.[19]

கடைவீதியில் கடைகள் வைத்திருப்பவர்கள் பெரும்பாலும் பேச்சுத்திறமை கொண்டவர்கள்; கிராமத்தவரைவிடத் தகவல் அறிந்தவர்கள். அதே நேரத்தில், கடைவியாபாரிகள் நம்பிக்கையாளர்கள் அல்ல. அவர்களின் நகர்மயத்தன்மை காரணமாகவோ, அல்லாமலோ தம்மைச் சுற்றியிருக்கும் பகுதிகளில், கருத்துருவாக்கும் முக்கியத் தலைவர்களாக அவர்களால் இருக்க முடிவதில்லை. பல கடைகளுக்கு இடையே போட்டி எழுவது பொதுவானது. ஆனால், இது கிராமத்தில் எந்த

பாதிப்பையும் ஏற்படுத்தாது. ஓலப்பாளையம் மக்களே மற்றவர்களைக் காட்டிலும் இக்கடைகளின் புரவலர்களாக உள்ளனர். ஏனெனில், கடைக்காரர்கள் கடந்த காலங்களில் நாணயமாக நடந்துகொண்டதும், பெரும்பாலானவர்கள் அதே குடியிருப்பில் வசிப்பதும் ஆகும்.[20] இக்கடைக்காரர்கள் சிறிய அளவு பொருள்களைக் கடனுக்குக் கொடுக்கிறார்கள். அதற்காக, அதே குடியிருப்புப் பகுதியின் நில உடைமையாளர்களுடன் போட்டியிட முடியாது. தங்கள் வியாபாரத்தின் மூலம் கிடைக்கும் லாபத்தில் சிறிய அளவு நிலமே அவர்களால் வாங்க முடிந்துள்ளது. அவர்கள் அப்பகுதியின் வசதியானவர்கள் அல்ல.[21]

1965இல் கடைவீதியில் 25 கடைகள் இருந்தன. மூன்றில் ஒரு பங்கு கவுண்டர்களாலும் மூன்றில் ஒரு பங்கு முதலியார்களாலும் முதல் போடப்பட்டுள்ளன. மொத்தத்தில் இதில் முதலியார்களே வெற்றியாளர்களாக உள்ளனர். மீதமுள்ள மூன்றில் ஒரு பங்கு கடைகளுக்குப் பலவிதமான ஊழியச் சாதியினர் பங்களிக்கிறார்கள். உள்ளூர் வணிகச் சமுதாயத்தில் செட்டியார்கள் முக்கியப் பங்களிப்பு அளிக்கவில்லை. மூன்றில் இரண்டுபங்கு கடை உரிமையாளர்கள் கிராமத்தில் பிறந்தவர்கள். நான்கு கடைக்காரர்கள் தங்கள் மனைவி உறவினர்கள் மூலம் இங்கு கடை வைத்தவர்கள். ஏழுபேர் மட்டுமே கிராமத்துடன் நேரடித் தொடர்பு இல்லாதவர்கள். ஆனால், இவர்களோ இவர்களின் தந்தையோ கடைவீதியிலிருந்து நான்கு மைல் தொலைவுக்குள் உள்ளவர்கள்தாம். இவ்வாறு கடைவீதியில் கடை நடத்துபவர்களை வெளியாட்கள் என்று கூறமுடியாது.

இந்தக் கணக்கெடுப்பிற்குப் பிறகு மாற்றங்கள் நிகழ்ந்துள்ளதா என்பதை அறிய 1968இல் ஓர் உதவியாளர் மூலம் மறு கணக்கெடுப்பு மேற்கொள்ளப்பட்டது.[22] இந்தக் கணக்கெடுப்பு கடைகளின் வியாபார வருவாய் மிகுதியாக அதிகரித்திருப்பதைக் காட்டிய போதிலும், அப்பகுதியின் அடிப்படைச் சமூக அமைப்பில் அதிக மாற்றத்தைக் காண்பிக்கவில்லை. கால்பங்கு அல்லது ஆறு கடைகள் வியாபாரத்தை விட்டுவிட்டன. அந்த இடத்தில் புதிய கடைகள் வந்துள்ளன. கடையைக் காலி செய்தவர்களில் இரண்டுபேர் அங்குப் பத்தாண்டுகளாகக் கடை நடத்தியவர்கள். மற்றவர்கள் ஓராண்டுக்குள் கடை வைத்து எடுத்தவர்கள். இவர்களில் பாதிபேர் கிராமத்திற்கு வெளியில்

பிறந்தவர்கள். மாறாக, புதிதாகக் கடை திறந்தவர்கள் அனைவரும் உள்ளூர்க் குடியிருப்புப் பகுதிகளைச் சேர்ந்தவர்கள்.[23] இவ்வாறு, இடைப்பட்ட காலகட்டத்தில் நிகழ்ந்த ஒரே மாற்றம் வெளிப் பகுதியைச் சேர்ந்த சிலர் இங்கு முயற்சிசெய்து பார்த்துள்ளனர் என்பதுதான். மேலும், சாதி விகிதாச்சாரத்திலும் பெரிய மாற்றமில்லை. புதியவர்களில் நான்குபேர் கவுண்டர்கள், ஒருவர் முதலியார். ஒருவர் ஆசாரி.

சாதி ஊடாட்டத்தில், நான்கு காபி கிளப்புகள் சுவையான ஆய்வைத் தருகின்றன. மற்றப்பகுதிகளில் நிலவும் உணவுக் கட்டுப்பாடு இந்த வணிகமையத்தில் குறிப்பிடத்தக்க அளவுக்குக் குறைந் திருக்கிறது. அனைத்துக் காபி கடைகளும் உயர்நிலைக் குழுக் களான கவுண்டர், முதலியார், பிள்ளைகளால் நடத்தப்படுகின்றன. ஒரு விதிவிலக்காக, பிராமணர் காபிகடை தொடங்க மறுத் துள்ளனர். ஆனால், மற்ற அனைவரும் இந்தக் காபி கடை களின் உணவுவகைகளை எந்தப் பாகுபாடும் பார்க்காமல் ஏற்கின்றனர்.[24]

1962 வரை, தீண்டத்தகாதவர்களைத் தனியாகத் தரையில் அமரவைத்து, குவளையில் ஊற்றிக் கொடுத்துள்ளனர். அவர்கள் குடித்த குவளையை அவர்களே கழுவி வைக்கவேண்டும். அவர்கள் உயர்சாதிக்குச் சமமாகப் பலகையில் உட்காரக்கூடாது என்றெல்லாம் கட்டுப்பாடுகள் இருந்ததாகக் கேள்விப் பட்டுள்ளேன். ஆனால், இப்போது நிலைமை மாறியுள்ளது. அவர்கள் பலகையில் உட்காரலாம். அவர்களுக்குத் தனிக்குவளை கிடையாது. கூட்டம் அதிகமாக இருந்தால் மட்டும் உயர் சாதியினருக்கு இடம்விட்டு எழுந்திருக்க வேண்டும். ஆனால், ஒரே வேறுபாடு இன்றும் கடைப்பிடிக்கப்படுகிறது. சாப்பிட்ட எச்சில் இலையை யார் எடுப்பது என்பதில் பாகுபாடு நிலவுகிறது. பொதுவாகக் கவுண்டர்கள், சைவ உணவாளர்களான பிள்ளை, சோழி ஆசாரி, கோமுட்டிச் செட்டியார் ஆகியோர் சாப்பிட்ட எச்சில் இலையை எடுக்க வேண்டியதில்லை. கடை முதலாளியே அதனை அகற்றுவார். முதலியார், பண்டாரம், நாடார், உடையார் போன்ற நடுநிலை சாதிகள் நிலைமை மதில்மேல் பூனையாக உள்ளது. அவர்கள் இலையை எடுப்பதும் எடுக்காததும் அவர்களின் சுயமரியாதை உணர்வு அல்லது சவாலைச் சந்திக்கும் துணிவு ஆகியவற்றைப் பொறுத்து இருக்கிறது. கீழ்நிலைச்

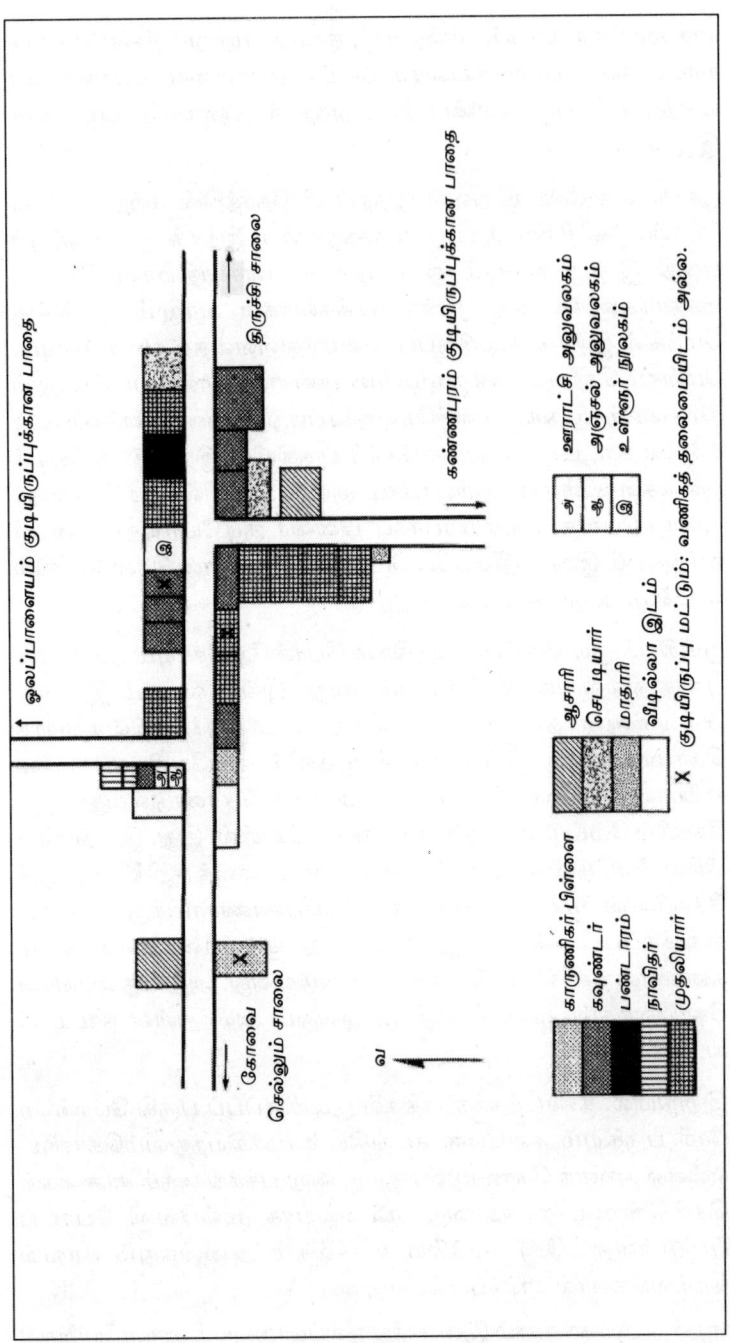

விளக்கப்படம் 4.4: ஓலப்பாளையம் கடைவீதி

சாதிகளான நாயக்கர், வண்ணார், நாவிதர் மற்றும் தீண்டத்தகாத சாதிகளைப் பொறுத்தவரை சாப்பிட்ட இலையை அவர்கள்தான் எடுத்துப் போட வேண்டும். மறுத்தால் நிலைமை சுமுகமாக இருக்காது.

3. பூசாரிவலசு சேரி: இதுவும் இந்தப் பிரதேசத்தின் மற்ற சேரிகள் போன்றதே. தீண்டத்தகாத மக்களுக்கான இந்தக் குடியிருப்புப் பகுதி இங்கு வாழும் ஒரே ஒரு கிளைச்சாதியான மொரசு மாதாரிகளுக்கானது. தீண்டத்தக்கவர்கள் வாழும் பகுதிக்கு மேற்கில் இந்தக் குடியிருப்பு அமைந்துள்ளதைக் கவனிக்கவும். மேற்கும் தெற்கும் புனிதமற்ற திசைகள் என்பதால் பெரும்பாலும் கீழ்நிலைச் சமுதாயங்களுக்கே ஒதுக்கப்படுகின்றன. விளக்கப்படம் 4.5இல் காட்டப்பட்டுள்ள சேரிப் பகுதியில் இரண்டு முக்கியக் குலங்கள் உள்ளன. எரியாண்டி குலம் முதலில் குடியேறியது. நாகர் குலம் தாய்வழிமரபாகப் பின்னர் குடியேறியது. பின்னர் வந்தகுலம் இருப்பதிலேயே மோசமான இடமான தென்மேற்கில் குடியேற அனுமதிக்கப்பட்டது.

முக்கியக் குடியிருப்புப் பகுதிகள் போன்றே சேரியும் தனக்கான புனித நிலவியலைக் கொண்டுள்ளது. இங்கு வாழும் இரண்டு பிரிவுகளும் தமக்கான தனித்த வம்சக் கோயில்களைக் கொண்டுள்ளன. இப்பகுதியில் முதலில் குடியேறியவர்களான எரியாண்டி குலம் பெரிய கோயிலைக் கொண்டுள்ளது. இக் கோயில் வேட்டுவர் கருப்பண்ணசாமி கோயில். இது, இடங்கைப் பிரிவு வேட்டுவ கவுண்டர்களுடனான உறவைக் குறிக்கிறது. இக் கோயிலின் முன்பு, முன்னாடி கருப்பண்ணசாமிக்கு ஒரு கல் வைக்கப்பட்டுள்ளது. இரண்டாவது குலமான நாகர் குலம் தனக்கான தனிக்கோயிலைக் கொண்டுள்ளது. அது மதுரைவீரன் கோயிலாகும். மாதாரி சாதி முழுவதும் அறிந்துள்ள நாட்டார் கடவுளாகும்.

இறுதியில், தீண்டத்தக்க சாதிகள் குடியிருப்புப் பகுதி போன்றே சேரி பகுதியும் தனியான சடங்கியல் முக்கியத்துவம்கொண்ட எல்லைகளைக் கொண்டுள்ளது. மூன்று பக்கங்களும் சாலைகள் செல்கின்றன. நான்காவது எல்லையாக முள்வேலி போடப் பட்டுள்ளது. சேரி முக்கிய வாசல்கள் அனைத்தும் காவல் தெய்வங்களால் காக்கப்படுகின்றன.

இந்த மூன்று அங்கங்களும் இணைந்து ஓலப்பாளையம் மாகாளியம்மன்

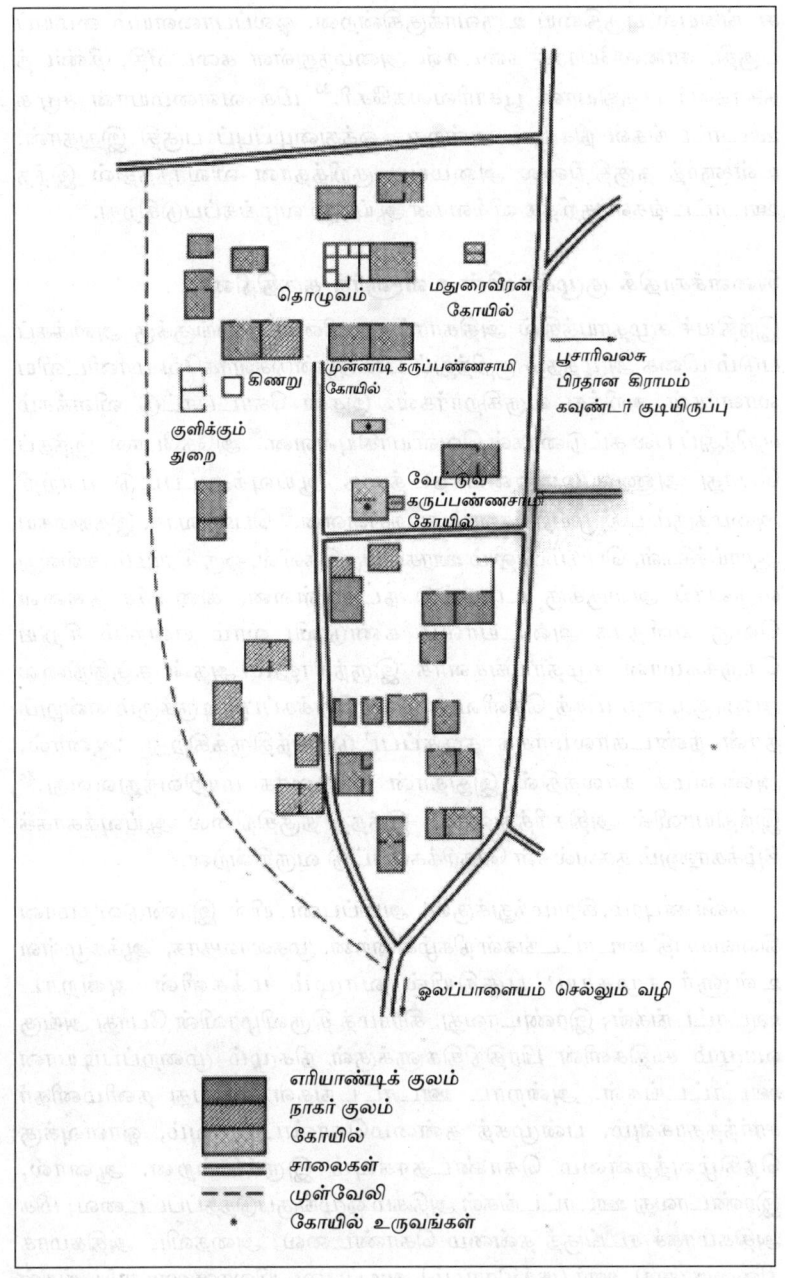

விளக்கப்படம் 4.5: பூசாரிவலசு சேரி வரைபடம் (ஒரு மொரசு மாதாரி குடியிருப்பு)

சடங்கியல் பகுதியை உருவாக்குகின்றன. ஓலப்பாளையம் மையப் பகுதி, சாலையோரக் கடைகள் அமைந்துள்ள கடைவீதி, தீண்டத் தகாதவர் பகுதியான பூசாரிவலசுசேரி.[25] மிக வளமையான சமூக ஊடாட்டங்கள் நிகழும் அன்றாட ஒத்துழைப்புப் பகுதி இதுதான். உள்ளூர்த் தகுதிநிலை அமைப்பு குறித்தான விவாதத்தில் இந்த ஊடாட்டங்கள் குறித்த விரிவான ஆய்வும் வழங்கப்படுகிறது.

கிளைச்சாதிக் குழுக்களின் உள்ளூர்த் தகுதிநிலை

இந்தியச் சமுதாயத்தில் அதிகாரப் படிநிலை ஒழுங்குக்கு அளிக்கப் படும் மிகை அழுத்தம் குறித்துப் பல ஆண்டுகளாகவே மானிடவியலாளர்கள் அறிந்து வருகிறார்கள். இதன் கோட்பாட்டு விளக்கம் குறித்துப் பல கட்டுரைகள் வெளியாகியுள்ளன.[26] அதேபோல, இந்தப் பொது அணுகுமுறையை நடத்தை ஆய்வுக்குட்பட்டு மாற்றி அமைக்கும் பல முயற்சிகளும் நடந்துள்ளன.[27] பொதுவாக, இத்தகைய ஆராய்ச்சிகள், பெரும்பாலும் ஊரகப் பகுதிகளில், ஒரு கிராமம் அல்லது வருவாய் அலகுக்கு உட்பட்டு நடந்துள்ளன. கிளைச்சாதிகளை வெகு எளிதாக அடையாளம் கண்டுவிடலாம் என்றும் சிறிய நெருக்கமான சமுதாயங்களாக இருந்தாலும் அதன் தகுதிநிலை அணுகுமுறை மிகத் தெளிவாக வரையறுக்கப்பட்டிருக்கும் என்றும் தான் நீண்டகாலமாகக் கருதப்பட்டு வந்திருக்கிறது. ஆனால், அண்மைக் காலத்தில் இதுதான் சிக்கலாக மாறிவந்துள்ளது.[28] இந்தியாவில் அதிகரித்துவரும் இந்தத் தகுதிநிலை ஆய்வுக்காகக் கீழ்க்காணும் தகவல்கள் சேகரிக்கப்பட்டு வருகின்றன.

கண்ணபுரம் கிராமத்துக்குள், அடிப்படையில் இரண்டுவிதமான கிளைச்சாதி ஊடாட்டங்கள் நிகழ்கின்றன. முதலாவதாக, 'ஆக்கமுள்ள உள்ளூர் சமுதாய' பகுதியில் வாழும் மக்களின் அன்றாட ஊடாட்டங்கள்; இரண்டாவது, கிராமத் திருவிழாவின் போது அங்கு வாழும் சாதிகளின் பிரதிநிதிகளுக்குள் நிகழும் முறைப்படியான ஊடாட்டங்கள். அன்றாட ஊடாட்டங்கள் என்பது தனிமனிதர் சார்ந்ததாகவும், பன்முகத் தன்மைகொண்டதாகவும், ஓரளவுக்கு நெகிழ்வுத்தன்மை கொண்டதாகவும் இருக்கின்றன. ஆனால், இரண்டாவது ஊடாட்டங்கள் அதிகம் ஒழுங்குபடுத்தப்பட்டவை; மிக அதிகமாகச் சடங்குத் தன்மை கொண்டவை; அதைவிட அதிகமாக நிலையானது. ஊர் (குக்கிராமம்) அடிப்படையிலான ஊடாட்டங்கள் ஒரு குறிப்பிட்ட, உள்ளூர்மயப்படுத்தப்பட்ட தகுதிநிலை அமைப்புக்கு

அதிக மதிப்பளிப்பதாகவும், அதிக அளவில் அதனை வெளிப் படுத்துவதாகவும் உள்ளன. மறுபக்கத்தில், கிராமத் திருவிழாக்களின் அமைப்பு விரிவான, மிகவும் பொதுமைப்படுத்தப்பட்ட விதிகளைக் கொண்டுள்ளது. இந்த விரிவான கூற்று அல்லது அதன் கோட்பாட்டுச் சட்டகம் குறித்து இயல் 3இல் விவரிக்கப்பட்டது. இப்போது நாம் ஊர்மீது கவனம் செலுத்துவோம். ஒரு தனியான குக்கிராமத்தில் பொதிந்துள்ள சாதிய இயங்குதல்கள் குறித்து என்னமாதிரியான சிக்கல்கள் வெளியாகின்றன, அன்றாட ஊடாட்டங்களில் என்ன மாதிரியான போதாமைகள் வெளியாகின்றன என்பதில் கவனம் செலுத்தலாம்.

ஒரு சிறிய சமூகத்தில்கூட, பலவிதமான வாய்ப்புகள் உருவாகி அதற்குள் இயங்கும் பல கிளைச்சாதிகள் தங்களுக்குள்ளான தகுதி நிலையை உருவாக்கும், உறுதிப்படுத்தும் முயற்சிகளைக் கவனிக்க இயலும். உணவு சில குழுக்களுக்கு மட்டும் பகிரப்படுகிறது. மற்றவர்களுக்கு அல்ல; ஒரு குறிப்பிட்ட சமுதாயம் வீடுகளின் திண்ணையில் அமரவைக்கப்படுகிறார்கள், மற்றவர்கள் வெளியில் நிறுத்தப்படுகிறார்கள். குழுக்களுக்குள் அழைத்துக்கொள்வது, உரையாடல்களின் போதான உடல்மொழி இவற்றிலும் தகுதிநிலை காணப்படுகிறது. உதாரணமாக, ஒரு சமுதாயத்தைச் சேர்ந்தவர்கள் பேசும்போது தமது வாயைப் பொத்திக்கொண்டு பேசுகிறார்கள். அல்லது வளைந்து, தரையைப் பார்த்தபடி பேசுகிறார்கள். உயர்ந்த சாதி என்று கூறிக்கொள்ளும் ஒரு சாதியைச் சேர்ந்தவர் நிமிர்ந்து நின்று நெஞ்சை உயர்த்தி, கைகளை மார்பில் கட்டிக்கொண்டு நேராகப் பார்த்துப் பேசுகிறார். உடைகளைச் சரிசெய்து கொள்வதில்கூட தகுதிநிலை தொழில்படுகிறது. பெண்கள் பொதுவாக தமது புடவை முந்தானையை இரு தோள்களையும் சுற்றிப் பிடித்துக்கொண்டு பேசுகிறார்கள். ஆண்கள் தமது தகுதிநிலையைச் சுட்டிக்காட்ட தமது வேட்டியைத் தழைய, தழைய தொங்கவிட்டுக்கொண்டு பேசுகிறார்கள்.[29]

இவ்வாறு உறவுத் தகுதிகளைச் சுட்டுவதற்கான இத்தகைய வழிகள் ஒவ்வொன்றும் தங்கள் கிளைச்சாதித் தகுதிநிலையை வெளிப் படுத்துவதற்கான ஓர் ஊடகம்/கருவி ஆகும். இதனால் உணவைப் பரிமாறுதல் ஓர் ஊடகம்; விருந்தினர்கள் அமர்வதற்கான விதிகள் மூலம் ஓர் ஊடகம் செயல்படுகிறது. மற்றொரு ஊடகம் மலம் அள்ளுவதற்கான விதிகள், அழைக்கும்போது வெளிப்படுத்த

வேண்டிய குரல், மொழி மாற்றங்கள் அனைத்தையும் உள்ளடக்குகிறது. கூடுதலாக, இந்த வகைமைகளுக்குள் துணைப் பிரிவுகளையும் உருவாக்கலாம். உதாரணமாக, முறையான அதாவது திருவிழா தருணங்களில் உணவு பரிமாறும் விதிகளும் முறைசார் தருணங்களில் உணவு பரிமாறுவதற்கான விதிகளும் மென்மையாக மாறுகின்றன.

ஒவ்வொரு நடைமுறைக்குள்ளும் இரு பாத்திரங்கள் செயல் படுகின்றன. அதாவது விருந்தளிப்பவர், விருந்தாளி. உணவுப் பரிமாற்றத்தில் இது மிகத் தெளிவாகத் தெரிகிறது. ஆனால், இருக்கையளித்தல், மலம் அள்ளுதல் ஆகியவற்றுக்கும் இதே பாத்திரங்களை வழங்கலாம். விருந்தளிப்பவர், விருந்தாளி பாத்திரங் களுக்குப் பதிலாக 'எஜமான்', 'பணியாளர்' என்று கூறலாம். உண்மையில், இதுவே பொருத்தமானதாக இருக்கும். விருந்தளிப்பவர் என்பதை எஜமானர் என்றும் விருந்தாளியைப் பணியாளர் என்றும் சற்று மெல்லிய நகையாடலுடன் மாற்றுவதுகூட உள்ளூர்த் தகுதி நிலைப்படுத்தலில் விமர்சனத்துக்கு உட்படுத்தப்படக்கூடும். பெறுபவர் நிலையில் இருப்பது எப்போதும் அபாயமாகும். ஓரளவுக்குக் கடன்வலை, இதனால் அடிமைத்தனம் போன்றவையும் தொழிற்படும்.[30]

பெறுபவராக இருப்பதனால் உண்டாகும் விளைவுகளின் பயத்தின் காரணமாக, உள்ளூர் மட்டத்திலாவது தங்கள் தகுதிநிலையை உயர்த்திக்கொள்ள முயன்றுகொண்டிருக்கும் சாதிகள், கொடுப்பவரின் விருந்தோம்பலை ஏற்றுக்கொள்ளும் நிலையில் இருப்பதை ஏற்க மறுத்து நிராகரிக்க முயல்வது எதிர்பார்க்கத்தக்கதே. இதன் விளைவாக, சில குழுக்கள் சில ஊடகங்களில் ஒரே நேரத்தில் விருந்தளிப் பவராகவும் விருந்தாளியும் வித்தியாசமான பாத்திரத்தை வகிக்கின்றன. ஒருசிலருக்கு, ஒரு பரிமாணத்தில், கீழ்நிலையில் உள்ளவர்கள்— கொடுப்பதன் மூலமும் அதேநேரத்தில் பெறுவதை நிராகரிப்பதன் மூலமும்—மிக உயர்நிலை வகிப்பதால்—இதை அடையமுடியும். இதுகுறித்த மாரியட் மேற்கொண்ட முந்தைய ஆய்வுகளில், பெறுபவராக இழக்கும் புள்ளிகளைக் கொடுப்பவராகப் பெறும் புள்ளிகளிலிருந்து கழித்து நான் குறிப்பிடும் இந்த இரு அம்சங்களும் 'சமப்படுத்துவதற்காகத்' தொகுத்தளிக்கப்படுகிறது.[31] ஆனால் தகவலாளிகள் கூறியது என்னவென்றால் இந்த இரண்டு கண்ணோட்டங்களும் நேரடியாகச் சமப்படுத்தவோ, சேர்க்கவோ முடியாது என்பதாகும். அழைப்புகள், நிராகரிப்புகள், எதிர்

நிராகரிப்புகள் என்பன சாதாரணமாக நடப்பவைதான். இத்தகைய நடத்தைகள் பின்னர் விவாதிக்கப்படும்.

தகுதிநிலையின் இரண்டு அன்றாட வெளிப்படுத்தல்கள் குறித்து முதலில் கவனத்தில் கொள்ளப்படவேண்டும். உணவுப் பரிமாற்றத்துக் கான விதிகள் மற்றும் இருக்கை வரிசைமுறை. உணவுப் பரிமாற்றம் என்பது தூய்மை - தீட்டு என்ற கருத்தாக்கங்களின் அடிப்படையில் கிளைச்சாதிகளின் தகுதிநிலையை ஒப்பிட்டு நோக்குவது; மிகவும் சிக்கல்தன்மை கொண்டதாகும். மறுபக்கத்தில், இருக்கை வரிசை என்பது அன்றாடத் தொழிலாளர் உறவுகளைப் பொறுத்தவரை மிகவும் முக்கியமான ஊடகம் ஆகும். இந்த இரு ஊடகங்களிலும் உள்ளூர்க் கிளைச்சாதிகளின் தகுதிநிலை மாறுகிறது. மேலும், ஒவ்வொரு நடைமுறையிலும்கூட ஊடாட்டங்கள் வழக்கமான முறையில் நிகழ்கிறதா சடங்கியலாக நிகழ்கிறதா என்பதைப் பொறுத்து கிளைச்சாதிகளின் தகுதிநிலை மாறுகின்றது.

இந்தப் பிரிவின் பிற்பகுதியில் தோன்றும் விளக்கப்படம் 4.8இல், விருந்தளிப்பவர், விருந்தாளி கிளைச்சாதிகள் இடையே சோறு பரிமாறும் விதிகள் குறித்த தகவல்களை அளிக்கிறது. அரிசியைச் சமைக்கும்போது, தண்ணீர் சேர்க்கப்படுகிறது. இந்தத் தண்ணீரைப் பயன்படுத்தும் சமையல்காரர் தீட்டானவர் என்பதால் அவரது தீட்டு ஈவும் சேர்கிறது. இதனால், தம்மைவிட தீட்டுஈவு அதிகமுள்ளவர் என நினைக்கும் கிளைச் சாதிகளிடமிருந்து சமைத்த உணவைப் பெறுவதில்லை. தரவுகள் 24 நேர்காணல் வினா-விடைத் தாள்களில் இருந்து நேரடியாக எடுக்கப்பட்டவை. 12 கிளைச்சாதிகளில் இருந்தும் தலா ஓர் ஆண், ஒரு பெண் என்ற அடிப்படையிலும் 13வது கிளைச்சாதியில் இருந்து ஒரேஒரு ஆணிடமிருந்தும் பதில்கள் பெறப்பட்டன: 'நீங்கள் ... (கிளைச்சாதி பெயர்) கையில் சமைத்த உணவை வாங்குவீர்களா?' இக்கேள்வி ஒவ்வொருவரிடமும் 16 கிளைச்சாதிகள் பெயரைக் குறிப்பிட்டுக் கேட்கப்பட்டது.[32] இப் பிரிவின் பிற்பகுதியில் இடம்பெறும் மற்றொரு படமான விளக்கப் படம் 4.7இல் விருந்தளிப்பவர், விருந்தாளி கிளைச்சாதிவாரியாக இருக்கை வரிசை குறித்த தகவல்களை வழங்குகிறது. இந்தத் தரவு மேற்சொன்ன அதே நேர்காணல் வினா-விடைத்தாளில் கேட்கப்பட்ட இரண்டாவது கேள்வி அடிப்படையில் சேகரிக்கப்பட்டது: 'உங்கள் வீட்டு இருக்கையில் அமர... கிளைச்சாதி (பெயர்) ஆளை அழைப்பீர்களா?'

இருக்கை என்று நான் சொல்வது நுழைவுக்கான விதிகளிலிருந்து வேறுபட்டது. அனைத்துத் தீண்டத்தகும் கிளைச்சாதிகளின் வீடுகளின் வராந்தா, திண்ணை, உள்பகுதி அனைத்திலும் தீண்டத்தகும் கிளைச்சாதிகளும் அனுமதிக்கப்படுகிறார்கள்.[33] இருந்தாலும் அவர்கள் உள்ளே வந்ததும் எங்கே அமர்வது என்பது குறிப்பிட்ட வரம்புகளால் வரையறுக்கப்படுகிறது. வழக்கமான ஊழியங்களை வழங்கும் மக்கள் —வேலைக்காரர்கள், நாவிதர்கள், வண்ணார், சமையலாளர்கள் போன்ற வேலையாட்கள் — சம்பந்தப்பட்ட வேலைகளின் தேவைக் கேற்ப தங்கள், தங்கள் ஊழியங்களை மேற்கொள்ள வீட்டில் பலவழிகள் மூலமாக உள்ளே அனுமதிக்கப்படுகிறார்கள். பிறகான ஓய்வு நேரங்களில் அவர்கள் உள்வராந்தாவின் தரையிலேயே அமரவேண்டும். மாறாக, விருந்தளிப்பவரால் அழைக்கப்படும் உண்மையான விருந்தாளி அழைத்தவரின் வீட்டின் வாழிட அறைகளில் ஒன்றில் உயரமான இருக்கையில் அமரவைக்கப்படுகிறார். வீட்டின் உள்வராந்தா எப்போதும் இந்த வாழிட அறைகளைவிட தாழ்வாகவே இருக்கும். எனவே, ஊழியர்–விருந்தாளி வேறுபாடு இந்த உயர ஏற்றத்தாழ்வுகள் மூலமாக வெளிப்பட்டுவிடும். மேலும் தெளிவுபெற, விளக்கப்படம் 4.6இல் வீட்டின் பகுதிகள் குறித்துக் காட்டப்பட்டுள்ளன.

இந்த விவகாரத்தைப் பொறுத்தவரை, தூய்மை–தீட்டு பிரச்சினைக்கு எதிராக, எஜமான்–பணியாளர் உறவின் முக்கியத்துவத்தை இரண்டு உதாரணங்களில் காணலாம். முதல் உதாரணமாக, ஒரு பண்டார சமுதாயத்தவரை எடுத்துக்கொள்ளலாம். சமையலாளரான அவர் ஒரு கவுண்டர் வீட்டில் சமையலறைக்குள் நேரடியாக அனுமதிக்கப் படுகிறார். ஆனால், மற்ற நேரங்களில் அந்த வீட்டில் உயர்ந்த தளங்களிலோ, திண்ணையிலோ அமர அனுமதிக்கப்படுவதில்லை. அந்த வீட்டின் உரிமையாளரே அவர் சமைக்கும் உணவைத்தான் உண்கிறார் என்றாலும், இதனால் தூய்மை–தீட்டு பிரச்சினையில் இருவரும் சமமானவர்கள் என்றாலும் எஜமானர்–பணியாளர் என்ற அளவில் அந்தச் சமையலாளர் கீழானவர்தான்.

இரண்டாவது உதாரணம், தூய்மை–தீட்டு அளவில் மிகவும் கீழ்நிலையில் உள்ள கிளைச்சாதி பற்றியது. இந்தச் சாதியைச் சேர்ந்தவர் ஒரு கவுண்டர் விருந்தளிப்பவரால் அழைக்கப்படுகிறார். ஆனால், அந்த விருந்தாளியும் அவர் அளவுக்கு வசதியும் அதிகாரநிலையும் கொண்டவராக இருக்கும்பட்சத்தில் அந்த விருந்தாளியைத் தமக்குச்

சமமான இருக்கையில் அமர அனுமதிக்கிறார். ஒரு கீழ்ச்சாதியைச் சேர்ந்த அதிகாரி ஒருவர் ஊர்ப்பகுதியைப் பார்வையிட்டபோது அவரை ஒரு கவுண்டர் தம் வீட்டுக்குள் அனுமதித்து, அவர் தீண்டத் தகாத சாதியாக இருந்தபோதும் சம இருக்கை அளித்ததை நான் பார்த்துள்ளேன். அதேசமயம், அதே தீண்டத்தகாத அதிகாரி வீட்டில் அளிக்கும் உணவை அந்த விருந்தளிக்கும் கவுண்டர் ஏற்றிருக்க மாட்டார்.[34] இங்கே, ஊர், ஆதிக்கம்-அடிமை கண்ணோட்டத்தில் ஊர் அவருக்குச் சமத்துவம் அளிக்கிறது. ஆனால் தூய்மை-தீட்டு கண்ணோட்டத்தில் தமது மேலாதிக்கத்தை நிலைநாட்டுகிறது.[35] விளக்கப்படம் 4.7 காட்டும் ஊர்விவரங்களில், வழக்கமாக அல்லது எதிர்பார்க்கப்படும் கிளைச்சாதிகள் நடவடிக்கைகளே குறிக்கப் பட்டுள்ளன என்பது புரிந்துகொள்ளப்பட வேண்டும். ஒரு சில கிளைச்சாதி உறுப்பினர்கள், அதிகக் கட்டுப்பாடுகள் காரணமாகவோ தனிப்பட்டவர்களின் தாராள மனப்பான்மை காரணமாகவோ இந்த வழக்கமான நடவடிக்கைகளில் மாறுபடலாம். ஆனால், இது மிகச்சிறிய எண்ணிக்கையில்தான் நடைபெறுகிறது. பொதுவாக, இதற்காக அவர்கள் மீது தடை விதிக்கப்படுவது இல்லை.

உணவு மற்றும் இருக்கை வரிசை ஏற்பாடு குறித்து வாசகர்கள் ஓரளவுக்குப் புரிந்துகொள்ள சில உதவிகள் தேவைப்படுகின்றன. தனிப்பட்ட கிளைச்சாதிப் பெயர்கள் தொடர்பான எண்கள் ஒரு திறப்பாக கீழே தரப்பட்டுள்ளன. இங்கு வழங்கப்பட்ட கிளைச் சாதிகளின் வரிசை அறிமுகக்கட்டுரையில் கூறப்பட்டதன் அடிப்படையில் தரப்பட்டுள்ளன.

தமிழ் எழுத்துகள், பிராமணர் அளிக்கும் படையலில் கிளைச் சாதிகள் விருந்தாளிகளாக அமரும் வரிசையைக் குறிக்கின்றன. பிராமணர்கள் அளிக்கும் படையல்தான் ஊர்ப் பகுதியின் சமூக தகுதிநிலைகளை அளவிட பயன்படுத்தப்படுகிறது. இந்தத் தகுதி நிலைக்குள் வரும் கிளைச்சாதிகள் வரிசை தகவலாளி எண் 20 கூறிய வரிசைப்படி எண்ணிட்டுக் காட்டப்பட்டுள்ளன.[36] இந்த விவரங்களுக்குப் பழக்கப்படாத அந்நிய வாசகர்களின் புரிதலுக்காக இந்த வரிசை தரப்படுகிறது.[37]

ஒவ்வோர் அணிக்கான கட்டவரிசையின் முனைகளில் தரப்பட்டுள்ள எண்கள் கிளைச்சாதிப்பெயர்களின் சுருக்கெழுத்தாகப் பயன் படுகின்றன. ஒவ்வொரு படத்தின் நடுவிலும் காணப்படும் வரிசைகள் குறிப்பிட்ட பட்டுவாடாக்களின்படி பொருந்தும் கிளைச்சாதிகளின்

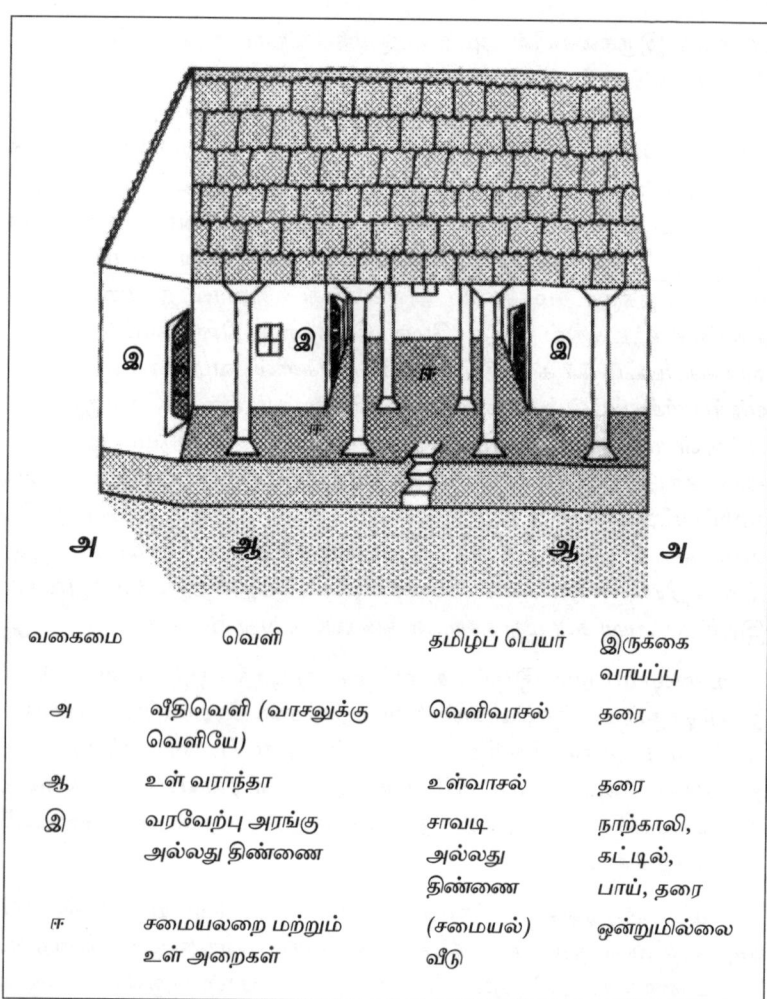

வகைமை	வெளி	தமிழ்ப் பெயர்	இருக்கை வாய்ப்பு
அ	வீதிவெளி (வாசலுக்கு வெளியே)	வெளிவாசல்	தரை
ஆ	உள் வராந்தா	உள்வாசல்	தரை
இ	வரவேற்பு அரங்கு அல்லது திண்ணை	சாவடி அல்லது திண்ணை	நாற்காலி, கட்டில், பாய், தரை
ஈ	சமையலறை மற்றும் உள் அறைகள்	(சமையல்) வீடு	ஒன்றுமில்லை

விளக்கப்படம் 4.6: ஒரு கொங்கு வீட்டில் சடங்கியல் சிறப்புள்ள பகுதிகள். (இந்த வரைபடம் தகவலாளி எண் 20ஆல் வழங்கப்பட்டது.)

பட்டியல் ஆகும். தகுதிநிலையில் உச்சத்தில் இருக்கும் கிளைச்சாதி மேலே இடம்பெறுகிறது. தகுதிநிலை ஒழுங்கு நிலையைக் குறிக்கப் பயன்படுத்தப்பட்டுள்ள இந்தத் தொழில்நுட்பம் கட்மேன் அளவீடு (Guttman scaling method) முறை அடிப்படையில் உருவாக்கப் பட்டதாகும்.[38] ஒரேஒரு மாறுபாடு என்னவென்றால், பொதுவாக இதுபோன்ற அளவீடுகளில் பயன்படுத்தப்படும் ஏற்பு-மறுப்பு அடிப்படையில் அல்லாமல், ஒவ்வொரு துணைச்சாதியும் மற்ற

அ	1. ஐயர் பிராமணர்	இ	10. மரமேறி நாடார்
	2. காருணிகர் பிள்ளை		11. வடுக நாயக்கர்
	3. சோழி ஆசாரி		12. கொங்கு வண்ணார்
	4. கோமுட்டிச் செட்டியார்		13. வடுக வண்ணார்
ஆ	5. கொங்குக் கவுண்டர்	ஈ	14. கொங்கு நாவிதர்
	6. கொங்கு ஆசாரி		15. பாண்டிய நாவிதர்
	7. கைக்கோளர் முதலியார்		16. கொங்குப் பறையர்
	8. ஒக்கசண்டி பண்டாரம்		17. கூடைக் குறவர்
	9 கொங்கு உடையார்		18. மொரசு மாதாரி

கிளைச்சாதிகளால் எவ்வாறு பார்க்கப்படுகிறது என்ற அடிப்படையில் அளவிடப்பட்டது ஆகும்.[39]

இனங்களும், பொருள்களும் ஒரே பிரபஞ்சத்தைக் குறிக்கும் இந்த வழக்கத்துக்கு மாறான சூழ்நிலையும், அவர்களுக்குள் காணப்படும் கொடுப்பவர், பெறுபவர் என்ற வேறுபாட்டைக் கொண்டுள்ள ஒரே பரிமாணமும் எண்ணற்ற சுய-தன்பகிர்தல் கூண்டுகளைத் தவிர்க்க முடியாததாக ஆக்குகிறது. பெருக்கல் குறி இடப்பட்டுள்ள அனைத்துக் கட்டங்களும் ஊடாட்டங்கள் அனுமதிக்கப்படுவதைக் குறிக்கின்றன (நேர்மறை). சுழியன் (0) இடப்பட்ட கட்டங்கள் ஊடாட்டங்கள் அனுமதிக்கப்படுவதில்லை என்பதைக் காட்டுகின்றன. (எதிர்மறை). ஒருவர் தமது சொந்தக் கிளைச்சாதியின் பிற உறுப்பினர்களிடமிருந்து உணவு பெறலாம், உதாரணம் நேர்மறை. ஆனால், தனது சொந்த கிளைச் சாதிச் சமுதாயத்தின் கழிவுகளை எடுக்க மறுக்கலாம். உதாரணம் எதிர்மறை.

ஒவ்வொரு படத்திலும் காட்டப்பட்டுள்ள அடர்த்தியான கோடு ஒவ்வொரு கிளைச்சாதியிலும் நேர்மறை ஊடாட்டங்கள் அனுபவமாவதன் மொத்த எண்ணிக்கையைக் குறிக்கிறது. இந்த அடர்த்தியான கோட்டினை இடும்போது, ஒருவேளை, ஒரு தன் — பரஸ்பர கட்டம் தொடர்ந்து நிழல் பகுதியாகத் தொடராமல் போனால்—மற்ற நேர்மறை எதிர்வினைகளுக்காக, எல்லைக்கோட்டுக்கு உள்ளே வெற்றிடமாக விடுவதன்மூலம் அதனை ஈடுகட்டியுள்ளேன். ஒவ்வொரு படத்திலும், நேர்மறை எதிர்வினைகள் படிப்படியாகக் குறைவதை அணி வரிசைகள் ஒரு சீரான, படிப்படியான வரிசையில் குறைவதன்மூலம் காட்டியுள்ளேன்.

இது அசல் அளவீடு அடிப்படையில் காட்டப்பட்டுள்ளது.[40] புள்ளியிட்ட படுக்கைக்கோடுகள் ஒவ்வொரு அளவீட்டுக்குள்ளும்

வரும் சாதிகளைக் காட்டுகின்றன. இந்தப் படுக்கைக் கோடுகளுக்குள் வரும் அனைத்துச் சாதிகளும் அக்குறிப்பிட்ட அணிவரிசையில் வேறுபாடு அற்றவை என்பதைக் காட்டுகின்றன. இந்தக் குறிப்பிட்ட பகுதிகளின் சாதிகளின் வரிசை எண் ஏற்கனவே விளக்கப்பட்ட வரிசையின்படியே தரப்பட்டுள்ளன. அதேசமயம், இரு வரிசை களிலும் ஏற்றத்தாழ்வுகள் ஒப்பிடப்பட்டுள்ள சில சாதிகளின் வரிசை மாற்றித் தரப்பட்டுள்ளன.

முதலில், இருக்கை நடைமுறையில் கிளைச்சாதிகளின் தகுதிநிலை வரிசையைப் பார்க்கலாம். இந்த அளவீடு பெரும்பாலும் எஜமானர் - பணியாளர் உறவின் அடிப்படையில் செல்வாக்குப் பெறுகிறது. (பார்க்க விளக்கப்படம் 4.7). கொடுப்பவர், பெறுபவர் பரிமாணங்கள் ஒப்பீட்டில் தகுதிநிலை வரிசையில் எந்தத் தலைகீழ் மாற்றமும் (reversal) காணப்படவில்லை என்பதைக் கவனிக்கவும். இரு நிலைகளிலும், கவுண்டர்கள் (எண் 5), சக்திமிக்க இந்தக் குழுவை எதிர்கொள்ளும் சக்தி வாய்ந்த இரு கிளைச்சாதிகள் (எண் 1, 2) ஆகியவை படிநிலையின் உச்சத்தில் இருப்பதைக் காணலாம்.[41] அடுத்து, கவுண்டர்களைத் தொடர்ந்து, அன்றாட நடவடிக்கைகளில் சக்திமிக்க நில உடைமை சமுதாயத்தைச் சாராமல் இயங்கும் ஒப்பீட்டளவில் சுயேச்சையான சமுதாயங்கள் (3, 4, 6, 7) உள்ளன. அதனடியில், இரு சடங்கியல் ஊழியச் சாதிகளான சமையலாளர்கள் பண்டாரம் (8), குயவர்கள் (9) இடம்பெறுகின்றனர்; இவர்கள் கவுண்டர்களுடன் நேரடியான அணியில் உள்ளவர்கள், கவுண்டர் உணவுத் தயாரிப்பில் இவர்களின் கை நேரடியாக உள்ளது. அடுத்து அத்தியாவசிய தனிமனிதர் தேவைகளை நிறைவேற்றித்தரும் ஊழியச் சாதிகளான வண்ணார், நாவிதர்கள் வருகிறார்கள். இறுதியில் தீண்டத்தகாத கூலிகள் வருகிறார்கள். கவுண்டர் சமுதாயத்தின் ஊர் பகுதியில் பல்வேறு கிளைச்சாதிகளின் சார்புத்தன்மை, தொடர்பான அதிகாரம் ஆகியவற்றின் அளவீடுகளை இதன் மூலம் விவாதிப்பது சாத்தியம் என்று நான் எண்ணுகிறேன். இதிலிருந்து, கவுண்டரைவிட உயர்நிலை வகிக்கும் இரு குழுக்கள் (1,2) மிக உயர்ந்த சடங்கியல், சட்ட அதிகாரங்களைக் கொண்டுள்ளன என்று கூறலாம்; கவுண்டர் களுக்கு அடுத்து உடனடியாக வரும் குழுக்கள் (3, 4, 6, 7) தனித் தன்மையைக் காட்டுவதால் சமநிலையைக் கோரும் போட்டியாளர்கள் என்று கூறலாம். அடிமட்டத்தில் உள்ள குழுக்கள் (8,9,10,11) கவுண்டர் குழுவின் (5) நல்லெண்ணத்தையும் அபிமானத்தையும் சார்ந்து இயங்குபவை என்று கூறலாம்.

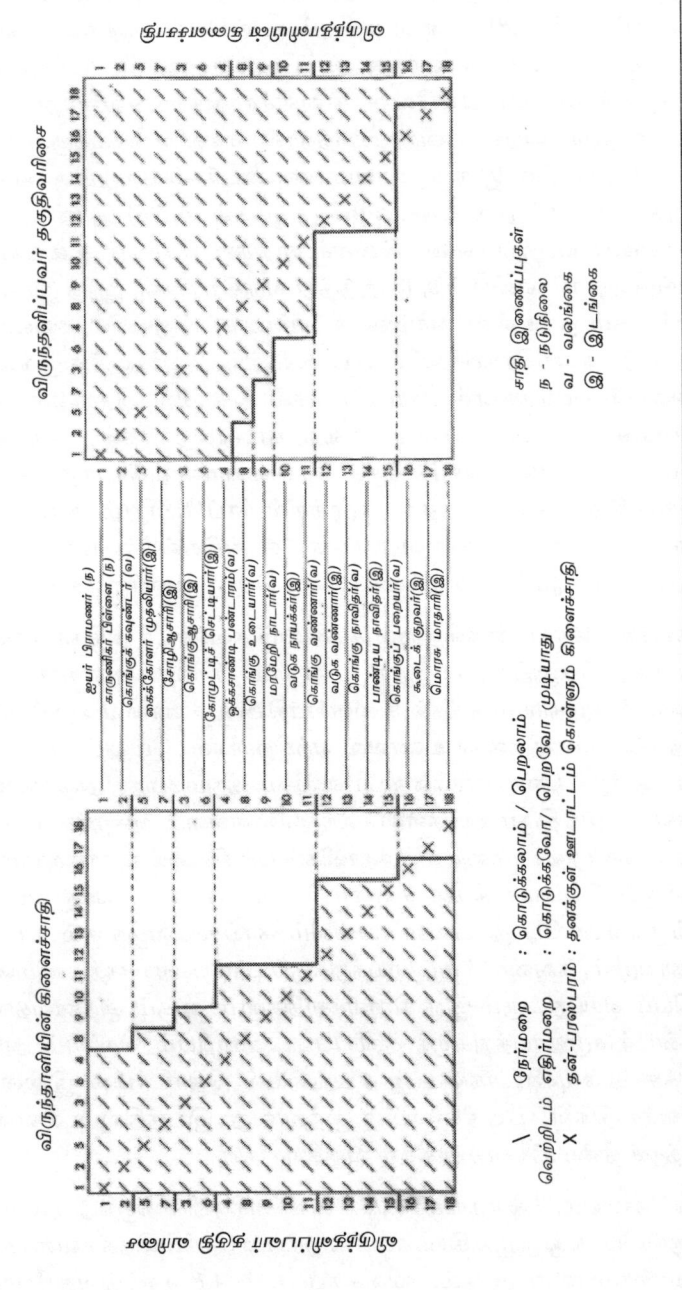

விளக்கப்படம் 4.7: வரவேற்புக் கூடத்தின் இருக்கை வரிசை, சாதாரண தருணங்களில்.

இப்போது நாம் உணவுசார்ந்த நடைமுறைகளுக்கு வரலாம் (விளக்கப்படம் 4.8). உணவு மற்றும் சடங்கியல் கருத்தியல்களால் இது பெரிதும் செல்வாக்குக்கு ஆட்பட்டுள்ளது. தொடக்கத்தில், விருந்தாளிகளாகப் பல்வேறு கிளைச்சாதிகள் எவ்வாறு எதிர் வினையாற்றுகின்றன என்று பார்த்தால் சைவ உணவுக்குழுக்கள் (1,2.4-3) உச்சத்தில் இருப்பதையும், கவுண்டர்கள் மற்றும் உணவை ஏற்றுக்கொள்ளும் நில உடைமைக் குழுக்கள் (5,7-8) இரண்டாவது நிலையைப் பெற்றுள்ளன. கிளைச் சாதிகள் கொங்கு உடையார், கொங்கு ஆசாரி (எண்கள் 9, 6) அடுத்து வருகிறார்கள். இந்த இரண்டு குழுக்களும் தங்களின் வாழ்க்கை வட்டச்சடங்குகளில் கவுண்டர் சமுதாயத்தை எதிரொலிக்கவில்லை. எனினும், அவர்களுக்கு முக்கியச் சடங்கியல் பணிகளைச் செய் கிறார்கள். கொங்கு ஆசாரிகள் சாவு ஊர்வலத்துக்கான சப்பரங்களைக் கட்டுகிறார்கள்; கொங்கு உடையார்கள் சாவு நிகழ்சிக்குத் தேவையான மண்பானைகளை வழங்குகிறார்கள். இந்தக் குழுக்கள் எப்போதும் கவுண்டர் சமுதாயத்துடன் நல்லுறவைப்பேணி, சடங்கியல்ரீதியான முக்கிய நிகழ்வுகளில் இவர்களின் நல்கைகளைப் பெற முயல்கிறார்கள்.

கவுண்டர்களுடன் நல்லுறவு காணவும் கவுண்டர் அதிகாரத்துக்கு மரியாதை செலுத்தவும் இந்த மூன்றாம் பிரிவு கிளைச்சாதிகள், கவுண்டர் சமுதாயம் எந்தக் கிளைச்சாதியின் உணவை ஏற்கிறதோ அதே கிளைச்சாதிகளின் உணவை ஏற்கிறார்கள். மேலும், திருமண சமையலுக்குப் பண்டாரங்களைப் பணிக்கமர்த்தும்போது, அவர்களைத் தங்கள் வீட்டுத் திருமணங்களில் கலந்துகொள்ளவும் அழைக்கிறார்கள். இந்த உணவு நடைமுறை விருந்தாளிகள் படிநிலையில் நான்காவதாக இருக்கும் கிளைச்சாதிகள் கவுண்டர் சமுதாய வாழ்க்கை வட்டச் சடங்குகளின் போது பனைவெல்லம் காய்ச்சி வழங்கும் நாடார் சமுதாயமும், கவுண்டர் சமுதாயத்துக்குப் பரம்பரையாகத் தனிமனித ஊழியம் செய்துவரும் இரு கிளைச்சாதிகளும் ஆகும். ஐந்தாவதாகக் கவுண்டர் சமுதாயத்துக்குத் தனிப்பட்ட ஊழியம் செய்யும் அதே நேரத்தில் கவுண்டர்களுடன் சடங்கியல் தொடர்பில் இல்லாத கிளைச்சாதிகள், படிநிலையின் ஐந்தாவது இடத்தில் உள்ளனர். அடுத்துத் தீண்டத்தகாத சாதிகள் வருகிறார்கள்.

அதேசமயம், உணவு வழங்கும் கிளைச்சாதிகளின் தகுதி நிலையைக் காணும்போது ஒரு முக்கியமான வேறுபாடு தெரிவதைக் கவனிப்பது சுவாரஸ்யமானது ஆகும். விளக்கப்படம் 4.8 காட்டுவதுபோல்,

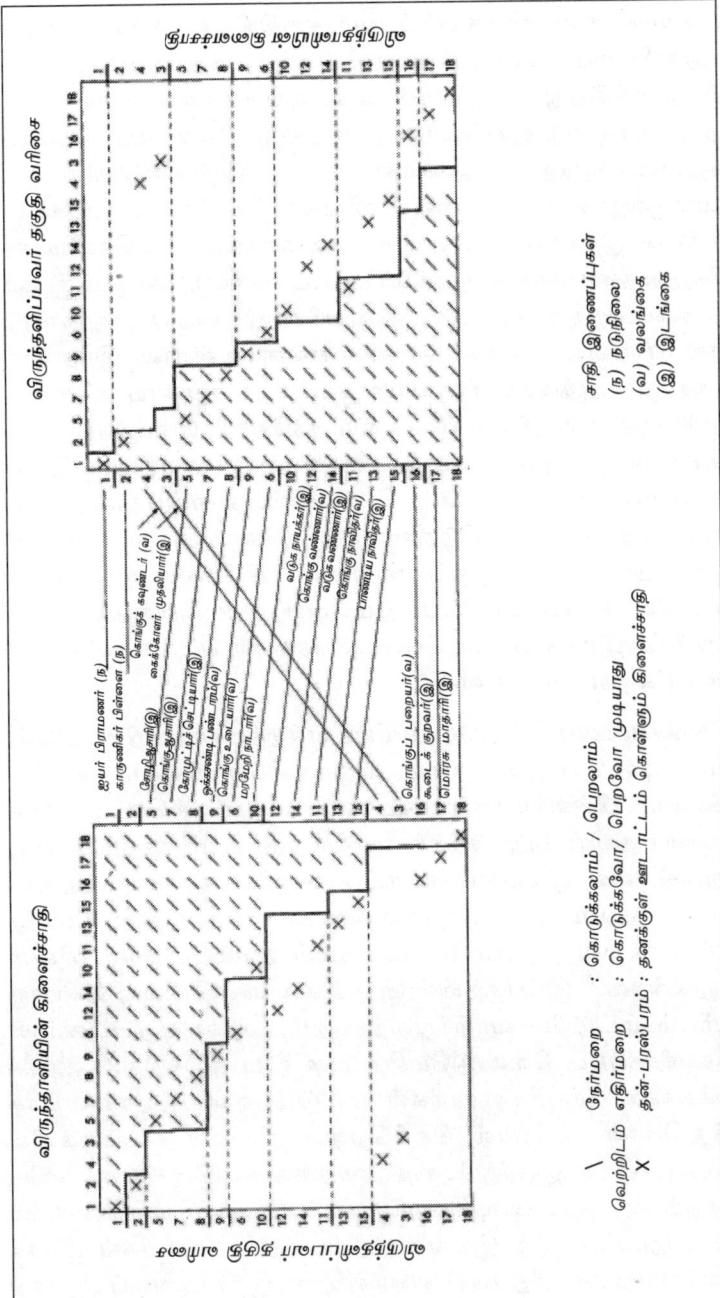

\	நேர்மறை	: கொடுக்கலாம் / பெறலாம்
வெற்றிடம்	எதிர்மறை	: கொடுக்கவோ/ பெறவோ முடியாது
X	தன்-பரஸ்பரம்	: தனக்குள் ஊடாட்டம் கொள்ளும் கிளைச்சாதி

சாதி இணைப்புகள்
(ந) நடுநிலை
(வ) வலங்கை
(இ) இடங்கை

விளக்கப்படம் 4.8: சோறு பரிமாற்றம்- சாதாரண தருணங்களில்.

3, 4 குழுக்களின் விருந்தளிப்பவர் தகுதிநிலை வரிசையானது விருந்தாளிகளாகப் பெற்ற நிலைகளிலிருந்து படிநிலையில் மிகவும் தாழ்ந்திருக்கிறது. இதனால் உணவுபரிமாற்ற வரிசையை முழுமையாக எடுத்துக்கொண்டு இத்தகுதிநிலை வரிசையைப் பொதுமைப்படுத்துவது அல்லது சீரான தகுதிநிலை வரிசையை உருவாக்குவது கடினமாக உள்ளது. விருந்தளிப்பவர்களாக அவர்களின் தகுதிநிலை இறக்கத்துக்கான சடங்கியல் காரணம் மிகத்தெளிவாகத் தெரிகிறது: தீண்டத்தகாத குழுக்கள் உட்பட எந்தக் குழுக்களும் இந்தக் குழுக்களிடமிருந்து, அவர்கள் உணவு பரிமாறத் தயாராக இருந்தாலும் உணவு பெறுவது இல்லை. காரணம் என்னவென்றால், இந்த இரு குழுக்களும் ஆதிக்கச் சாதியான கவுண்டர் சமுதாய உணவை நிராகரிப்பதுதான். இதனால் கவுண்டர்களோடு இணைந்து மற்ற சமுதாயங்களும் பழிக்குப் பழியாகக் கவுண்டர் சமுதாயம் இந்தச் சமுதாயங்களிடமிருந்து உணவு பெறுவதில்லை என்பதால் தாமும் உணவு பெறுவதில்லை என்ற நிலை எடுத்துள்ளன. இச்சூழ்நிலையை இன்னும் ஆழமாகப் புரிந்துகொள்ள தயிர் பகிர்வது மற்றும் இலை எடுப்பதில் கடைப்பிடிக்கப்படும் முறைகள் குறித்தும் அறிய வேண்டும். இதற்கான அடிப்படைத் தரவுகள் படங்கள் 4.9, 4.10 ஆகியற்றில் தரப் பட்டுள்ளன.[42]

விளக்கப்படங்கள் 4.9/4.10 உதவியுடன் கீழ்நிலை சோழி ஆசாரிகள், கோமுட்டிச் செட்டியார்களை விருந்தளிப்பவர்களாக அலசிப் பார்க்கலாம். பின்னர் சொன்ன குழுவான கோமுட்டிச் செட்டியார்கள் பிராமணர் தவிர வேறு எந்தச் சமுதாயத்தவரிடமிருந்தும் உணவு பெறுவதில்லை. இதனைப் பலரும் சமூக விரோதமாகவும் அராஜக மாகவும் கருதலாம். மற்ற குழுக்கள் அவர்களிடமிருந்து தயிர், சமைத்த அரிசி உணவை நிராகரிப்பதன் மூலம் பரஸ்பர எதிர் வினை யாற்றுகின்றன.[43] இப்பகுதியில் இந்தக் கிளைச்சாதியில் ஒரேயொரு குடும்பம் மட்டுமே வாழ்ந்துவந்தாலும், அதன் உறுப்பினர்கள் புறக்கணிக்கப்பட வேண்டுமென்ற உணர்வே ஓடுகிறது.[44] இந்தக் குழுக்களில் சோழி ஆசாரிகள் மட்டும் ஓரளவு தாராளமாக நடந்துகொள்வதுபோல் தெரிகிறது. அவர்கள் சடங்குகளில் பிராமணர்களிடம் இருந்தும், சாதாரண தருணங்களில் பிள்ளைகளிட மிருந்தும் சமைத்த உணவு பெறுகிறார்கள். இந்தத் தாராள நிலையில் சற்று மாறுபட்டு இரு இடங்கை தீண்டத்தகாத குழுக்கள் இந்தக் கிளைச்சாதியிடமிருந்து தயிர் பெறுகின்றன. இந்த உணவுப் பழக்கங் களில் ஓரளவுக்குக் கணிசமான அளவுக்குத் தீவிரத் தன்மையைக்

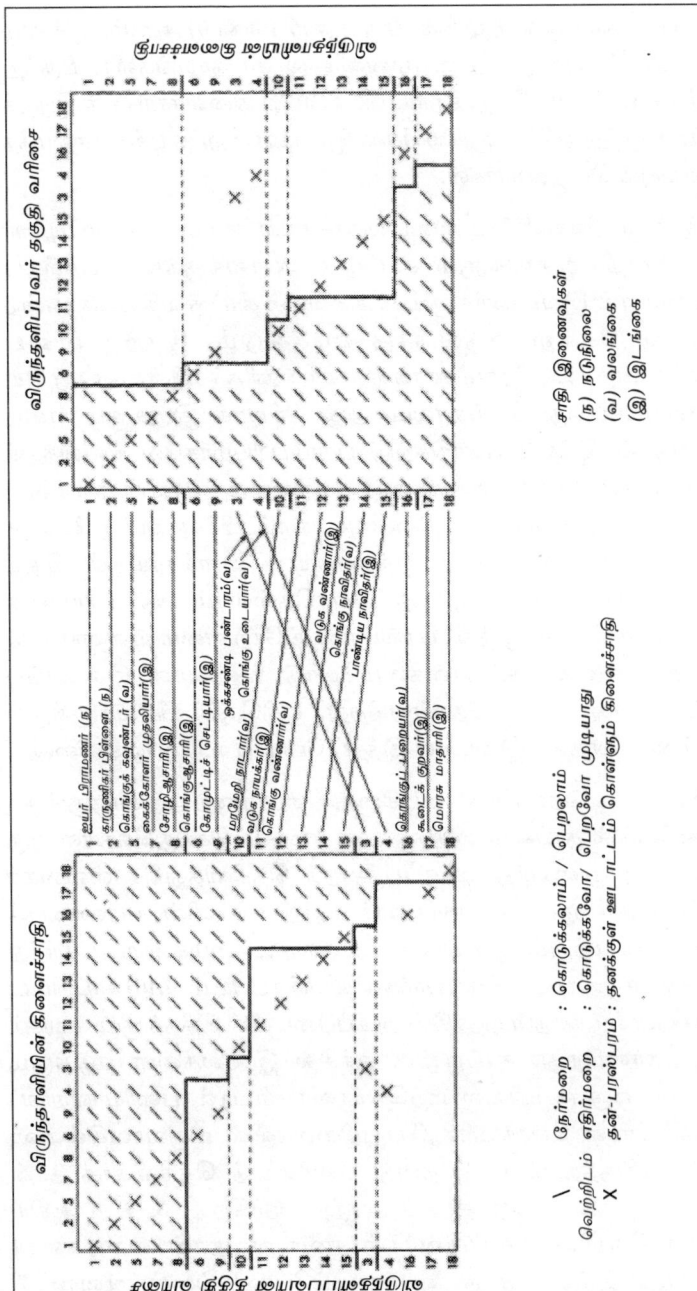

\	நேர்மறை	: கொடுக்கலாம் / பெறலாம்
வெற்றிடம்	எதிர்மறை	: கொடுக்கவோ/ பெறவோ முடியாது
X	தன்-பரஸ்பரம்	: தனக்குள் ஊடாட்டம் கொள்ளும் கிளைச்சாதி

சாதி இணைவுகள்
(ந) நடுநிலை
(வ) வலங்கை
(இ) இடங்கை

விளக்கப்படம் 4.9: தயிர் பரிமாற்றம்

கடைப்பிடிக்காத ஒரு குழு கொங்கு ஆசாரி (எண் 6) ஆகும். இக்குழு இப்பகுதியில் வாழும் ஆறு முன்னிலை சமுதாயங்களிடமிருந்து சமைத்த உணவைப் பெறுகிறார்கள். ஒன்பது கிளைச்சாதிகள் இந்தக் குழுவிடமிருந்து தயிர் பெறுகிறார்கள். இவர்கள் ஆறு குழுக்கள் சமைத்த உணவையும் பெறுகிறார்கள்.

இந்தச் சூழ்நிலையில், உணவுப் பழக்கத்தில் கோமுட்டிச் செட்டியார்களும் சோழி ஆசாரிகளும் காட்டும் அளவுக்குக்கூட பரஸ்பர பகிர்தலை ஏன் பிராமணர்களும் பிள்ளையும் காட்டுவதில்லை என்ற ஒரு நல்ல கேள்வி ஒருவருக்கு எழக்கூடும். இதற்கு விடை என்னவென்றால் பிராமணர்கள், காருணிகர் பிள்ளை ஆகிய சமுதாயங்கள் எது செய்தாலும் அது சரியாக இருக்கும் என்ற பார்வைதான். இந்த இரு சாதிகளும் பாரம்பரியமாகவே அனைத்துக் குழுக்களுக்கும் மேலான உச்சநிலைத் தகுதியை அனுபவிப்பவர் என்று முன்னர்க் கூறியதை மீண்டும் நினைவுகூரலாம். பிரிவுகளுக்கு மேலாக வகைமைப்படுத்தப்படாத இத்தகைய கிளைச்சாதிகள் இந்த நடுநிலையை அடைய முயலும்போதெல்லாம் அவமரியாதை செய்யப்படுகிறார்கள். இந்தப் பரஸ்பரம் பங்கேற்காமை விளையாட்டு இடங்கை- வலங்கைப் பகைமையோடு வலுவான இணைப்பு கொண்டுள்ளது போல் தோன்றுகிறது. எதிரெதிர் பிரிவுகளுக்குள் உறுப்பினரல்லாதவர் இடையே இந்தப் போட்டி உருவாவதில்லை.

மற்றொரு கூடுதலான நடவடிக்கை, நடைமுறை அதிகாரத்துக்குத் தாழ்பணிவதில் தூய்மை விதிகளுடன் சமரசம் செய்துகொள்ள ஒரு குழு தானே முன்வந்து விருப்பத்தைத் தெரிவித்துகொள்வதைச் சுட்டிக்காட்டுகிறது. பொருளாதாரச் சூழ்நிலைகளின் காரணமாகக் கவுண்டர்கள் மற்றும் இரு பரஸ்பர உணவு உரிமைகளைப் பகிர்ந்து கொள்ளும் சமுதாயங்களின் (பார்க்க: விளக்கப்படம் 4.10) சாப்பிட்ட இலைகளை எடுக்க நிர்பந்தத்தின் அடிப்படையில் இந்தக் குழு சமரசம் செய்துகொள்கிறது. சாப்பிட்ட எச்சில் இலைகளை எடுக்கும் இத்தகைய ஒரு சூழ்நிலை மற்றொருவர் வீட்டில் பணியாளராகப் பணியாற்றாமல் பொதுவாக வேறுநிலைகளில் உருவாவதில்லை. சந்தர்ப்ப விருந்தாளியாகத் தனது பணிவைத் தெரிவிக்கத் தான் சாப்பிட்ட இலைகளைத் தானே அகற்ற நேர்கிறது. 3, 4, 6 ஆகிய கிளைச்சாதிகளின் உறுப்பினர்கள் எவ்வளவுதான் ஏழைகளாக இருந்தாலும் இத்தகைய பணியை ஏற்கப்போவதில்லை; ஆனால், 7, 8 ஆகிய குழுக்களின் உறுப்பினர்கள் இத்தகைய பணிகளை ஏற்க

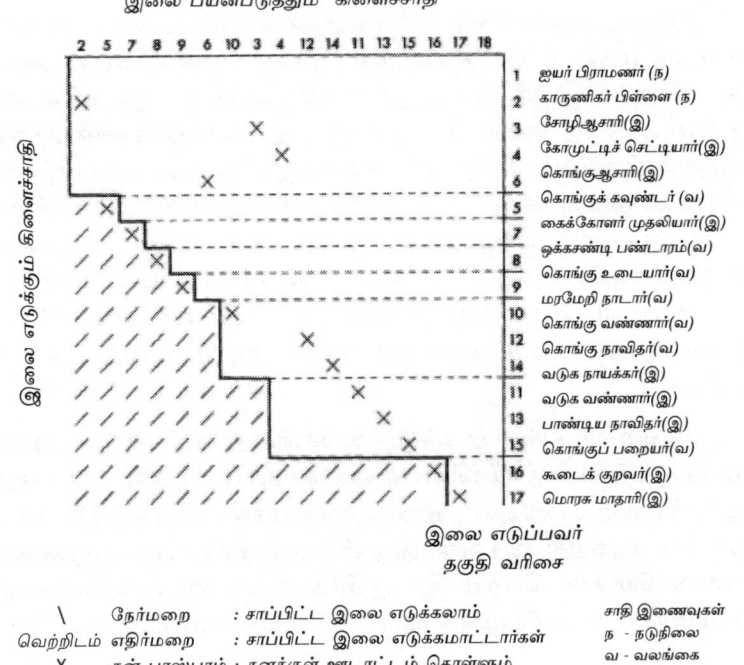

விளக்கப்படம் 4.10: சாப்பிட்ட இலை எடுத்தல்

வேண்டிய சூழ்நிலை உருவாகலாம் என்பதில் இந்த முக்கியமான வேறுபாடு உள்ளது.[45] சில தாழ்ந்த கிளைச்சாதிகளின் தூய்மையைக் காவுகொடுத்து உள்ளூர் அதிகார உறவுகளுக்குத் தாழ்பணியும் இந்த அணுகுமுறையால் பின்னவர்களான இரு குழுக்களும் உள்ளூர் உணவு பரிமாற்றப் படிநிலையில் உயர்நிலை பெறுகின்றனர். இக்குழுக்களின் பயனாக (நீ இலைகளை எடுக்கவில்லையானால் நானும் எடுக்க மாட்டேன் என்ற) பரஸ்பர மறுத்தல்கள் மறைகின்றன.

இவ்வாறு மறுத்தல்கள், எதிர் மறுத்தல்கள் என்ற அமைப்பு உணவு நடைமுறையில் மட்டுமே நிலவுவதைக் கவனிப்பது ஆர்வ மூட்டுவதாக இருக்கும். இருந்தாலும், இந்த ஓர் இடத்தில்தான் தூய்மை, தீட்டு என்ற பேச்சு எழுகிறது என்பது உண்மைதான். மேலும், இந்த ஒரே ஓர் இடத்தில்தான் தகுதிநிலை அளவிடுவதற்கான பிராமண அளவுகோல் பயன்படுத்தப்படுகிறது என்பதும் உண்மை தான். ஆதிக்க உணர்வுகொண்ட வலங்கைப் பிரிவு சமுதாயங்கள் உருவாக்கியுள்ள அதிகாரக் கூட்டை முறியடிக்க உயரிய பொருளாதார நிலையை எட்டுவது என்ற இலக்கை காட்டிலும் உயரிய சடங்கியல் நிலைக்காகப் போட்டியிடுவது என்ற அணுகுமுறையாக இது உள்ளது.

வலங்கைப் பிரிவு சாராத சமுதாயங்களின் தகுதிநிலை மேட்டிமை யாக்க முயற்சிகளை எதிர்கொள்ள வலங்கைப் பிரிவு அணி கையாளும் இந்தப் பரஸ்பர மறுத்தல் அணுகுமுறை முக்கிய போர்த் தந்திரமாகப் பார்க்கப்படுகிறது. இதனை, இரு பிரிவுகள் தீண்டாமைச் சமுதாயங் களிடையே நடைபெறும் இது குறித்த நையாண்டி உரையாடல்கள் மூலம் நன்றாக அறியமுடிகிறது (பார்க்க: விளக்கப்படம் *4.11*)[46].

உதாரணமாக, *17, 18* ஆகிய இடங்கைப் பிரிவு கிளைச்சாதிகள் அனைத்துத் தீண்டத்தக்கவர்கள் வீடுகளிலும் மனிதக் கழிவுகளை அகற்றுகிறார்கள். ஆனால், வலங்கைப் பிரிவு தீண்டத்தகாத குழு *(16)* வீடுகளில் மனிதக்கழிவை அகற்ற மறுக்கிறார்கள். தீண்டத்தகாத குழுக்களில் தமது மேட்டிமையை உறுதிப்படுத்த மற்ற இரு தீண்டத்தகாத குழுக்களிடமிருந்து வெற்றிலை பாக்கு (தாம்பூலம்) பெறுவதில்லை. இந்த மறுதலிப்பு, அவர்கள் பிரிவின் உயர்நிலைச் சமுதாயங்களின் மறுதலிப்பில் இருந்து வேறுபட்டது; அதற்குச் சமமானதல்ல. *17, 18* ஆகிய குழுக்கள் தம்மைவிட அதிகம் தீட்டானவர்கள் என்பதைக் காட்டுவதற்காகவும் அவர்களைவிடத் தாம் 'தூய்மை'யானவர்கள் என்பதைக் காட்டுவதற்காவும் குழு *16* இவ்வாறு

அட்டவணை 4.1: படங்கள் 4.8, 4.9, 4.10 ஆகியவற்றில் காணப்படும் முக்கியத் தகவல்களின் தொகுப்புரை

(1) கிளைச்சாதி பெயர்	(2) யாரிடம் சமைத்த அரிசிச்சோறு பெறுவர்	(3) தேவையானால்,சாப்பிட்ட இலைகள் யாருக்காக எடுக்க வேண்டும்	(4) பத்தி (1) இடமிருந்து பரஸ்பர ஊடாட்டம் பெறுபவர்
கோமுட்டிச் செட்டியார் (எண் 4)	பிராமணர் மட்டும்	யாருமில்லை	அவர்களிடமிருந்து எந்தத் தனிக்குழுவும் சமைத்த அரிசிச்சோறு, தயிர் பெறுவதில்லை
சோழி ஆசாரி (எண் 3)	பிராமணர் (சாதாரண தருணங்களில் பிள்ளை)	யாருமில்லை	இரு இடங்கைத் தீண்டத்தகாத குழுக்கள் தயிர்எடுக்கும், ஆனால் யாரும் இவர்களிடம் இருந்து சமைத்த அரிசிச்சோறு பெறுவதில்லை
கொங்கு ஆசாரி (எண் 6)	பிராமணர், பிள்ளை, கவுண்டர், முதலியார், பண்டாரம்.	யாருமில்லை	அனைத்துக் குழுக்களும் தயிர் பெறுகிறார்கள்.9 கீழ்நிலை குழுக்கள் தயிர்பெறுகிறார்கள். மூன்று இடங்கைத் தீண்டத்தகும் குழுக்களும் அனைத்துத் தீண்டத்தகாத குழுக்களும் சமைத்த அரிசிச் சோறு பெறுகிறார்கள்.
கைக்கோளர் முதலியார், ஒக்கசண்டி பண்டாரம் (எண்கள் 7,8)	பிராமணர், பிள்ளை, கவுண்டர், முதலியார், பண்டாரம்.	பிராமணர், பிள்ளை, கவுண்டர், முதலியார், பண்டாரம்.	அனைத்துக் குழுக்களும் தயிர் பெறுகிறார்கள். பிள்ளை, செட்டியார், சோழி ஆசாரி தவிர அனைத்துப் பிராமணரல்லாத குழுக்களும் சமைத்த அரிசிச் சோறுபெறுகிறார்கள் .
காருணிகர் பிள்ளை (எண் 2)	பிராமணர் மட்டும்	யாருமில்லை	அனைத்துக் குழுக்களும் தயிர் பெறுகிறார்கள். செட்டியார்கள் தவிர அனைத்துப் பிராமணரல்லாதவர்களும் சமைத்த அரிசிச்சோறு பெறுகிறார்கள்.

செயல்படுகிறது. மிக அதிகத் தீட்டுத்தன்மை கொண்டவர்களுக்கான தண்டனை தூய்மைமீது மிகை அழுத்தம் அளிப்பவர்களை எதிர் கொள்ளும் தன்மைகளை ஒத்துள்ளது எனலாம்.

இதுவரை விவாதிக்கப்பட்ட உணவுப் பரிமாற்றத்தின் பல்வேறு அம்சங்களை விளக்கப்படம் 4.12இல் தோன்றும் வரைபடத்தில் ஒப்பிட்டுப் பார்த்து அறிந்துகொள்ளலாம்.[47] இதில், தயிர் பெறுவதில் தொழிற்படும் விதிகள் ஆர்வம் கிளர்த்துவதுபோல் தோன்றுகிறது. 3, 4 ஆகிய கிளைச்சாதிகள் இடையில் பெறுபவர், கொடுப்பவராகக் காணப்படும் மிகப்பெரிய வேறுபாடுகள் மிதப்படும் பகுதியாக இது இருக்கிறது; இந்தச் சமரச நடைமுறைகளில் பொருளாதார மேலாதிக்கத்தின் பங்களிப்பு நன்றாகத் தெரிகிறது. இங்கு, குழு 6 தொடர்ந்து முன்வைக்கும் தகுதிநிலைப் புகார்களின் தீவிரத்தைவிட, 3, 4 ஆகிய குழுக்களுக்கான புகார்கள் மிகக்குறைவாகக் காணப் படுவதை ஒருவர் கவனிக்கலாம். முன்னவர் சமுதாயத்தின் உள்ளூர் அதிகாரப் படிநிலையை மென்மையாக நிராகரிப்பதில் இது காணப்படுகிறது. கோட்பாட்டளவில், பாலில் தண்ணீர் இல்லை என்பதாலும், மனிதத் தலையீடு இல்லாமல் அது நேரடியாகப் பெறப்படுவது என்பதாலும் தீட்டுத்தன்மை குறைவாக உள்ளதாகப் பார்க்கப்படுகிறது. தகவலாளி எண் 20 கூற்றுப்படி, அதனைச் சூடுபடுத்துவது போன்ற நடவடிக்கைகள் மனிதரால் மேற்கொள்ளப் படுகிறது. தாங்கள் சமைத்த உணவைப் பெற மறுக்கும் அதே சாதிகளிடமிருந்து சில சமுதாயங்கள் பால்பொருள்கள் பெறுவதை இந்த அம்சம்தான் மறுக்க வைக்கிறது. தண்ணீர் கலப்பதால் கடத்தப்படும் தீட்டின் அளவைவிட பாலைத் தயிராக்கும் நடை முறையின் மூலம் குறைவான தீட்டே கடத்தப்படுவதாக எண்ணப்படுகிறது.

பொருளாதாரரீதியாக ஆதிக்கத்தில் உள்ள கவுண்டர்கள் பால் உற்பத்தியையும் தங்கள் கட்டுப்பாட்டில் வைத்துள்ள இடங்களில் பிராமணர்கள், பிள்ளைகள், உயர்நிலை இடங்கைச் சமுதாயங்கள் தேவையின் காரணமாக தங்கள் கொள்கைகளில் நெகிழ்வுப் போக்குடன் இருக்கிறார்கள். தயிர்த்தேவையைப் பொறுத்தவரையில் தேவையின்பொருட்டு வளைந்துகொடுக்கும் அதே கொள்கையே இங்கும் செயல்படுகிறது. இங்குத் தண்ணீர் கலக்காததால் குறைந்த அளவு தீட்டே இருப்பதாலும், பால் தேவைக்குக் கவுண்டர்களை விட்டால் வேறு வழியில்லை என்பதாலும் கவுண்டர்களிடமிருந்தும் கவுண்டர் சாதியிடம் உணவுஏற்கும் பிற சாதிகளிடமிருந்தும் தயிரை

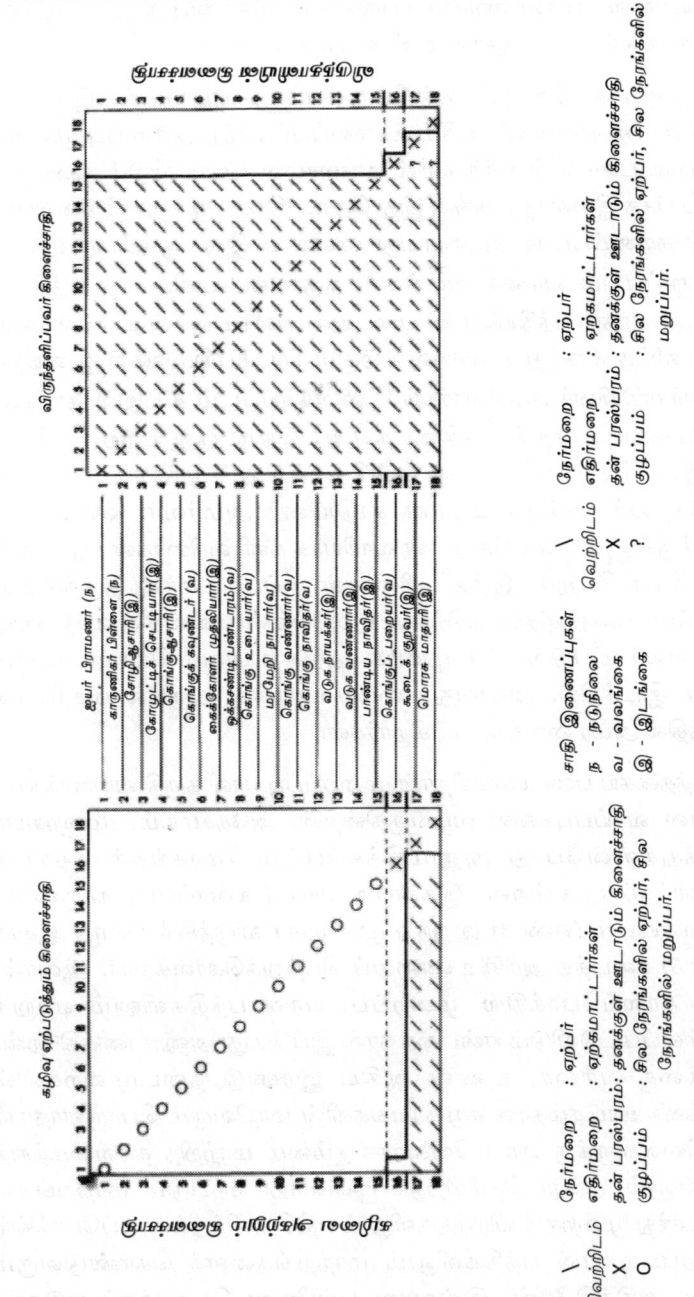

விளக்கப்படம் 4.11: மனிதக் கழிவு அகற்றல், வெற்றிலை-பாக்கு பரிமாற்றம் தொடர்பில் கிளைச்சாதி ஊடாட்டம்

ஏற்கிறார்கள். பிராமணர்கள் பால்வளம் கொண்டிருந்தால் இந்தச் சமுதாயங்கள் அனைத்தாலும் விரும்பப்படுவர்.

இறுதியாக, கொடுப்பவர்-பெறுபவர் வேறுபாடுகள், இருக்கை வரிசைப் படிநிலைகள் ஆகிய உணவுப்பரிமாற்ற அமைப்பு முறைப் படியான படையல் பந்திகளில் காணாமல் போய்விடும் என்பதை எதிர்பார்க்க இயலாது; அங்கு இது தொடர்கிறது. முறைசார் நிலைமை களில் காணப்படாத மூன்றாவது விளைவு இது ஆகும்: குழுக்கள் பரிமாறப்படும் வரிசை ஒழுங்கு.[48] ஒரு படையலில் பல பந்திகள் உள்ளன. முதல் பந்தியில்(அ) படையல் அளிப்பவரின் உறவினர்கள், அந்த வீட்டிலிருந்து உணவை ஏற்கும் பாரம்பரியமுள்ள இயைந்த கிளைச்சாதியினர் அமர்வார்கள்.[49] விளக்கப்படம் 4.13இல் காட்டப் பட்டுள்ளபடி, முதல் பந்தியைத் (அ) தொடர்ந்து மற்ற பந்திகள் (ஆ.இ.ஈ) தொடரும். இவை ஒவ்வொன்றிலும் முந்தைய பந்தியில் அமர்ந்தவர்களுக்குக் கீழான சாதியினர் அமர்வர். ஒவ்வொரு பந்திக்குள்ளும் கிளைச்சாதிகள் வாரியாக தனி வரிசைகள் (ஆ1, ஆ2, ஆ3) இடம்பெறும். இந்த வரிசைகள் அப்பட்டமாகத் தகுதிநிலை காணப்படாத அந்தந்தப் பந்திக்கான சமுதாயத்தவர்களின் கவுரவத்தின்படி அமரவைக்கப்படுவர். பொதுவாக, அதிக கவுரவம் கொண்டவர்கள் சிறந்த இடத்தில், அதாவது சமையலறைக்கு அருகில் வசதியான இடத்தில் அமர வைக்கப்படுகிறார்கள்.

இத்தகைய படையல்கள்தான் முறைப்படியான தகுதி வரிசைக்கான சரியான வாய்ப்புகளை வழங்குகின்றன. அதேசமயம், முறைசாரா விருந்துகளின்போது அனுமதிக்கப்படும் சமரசங்கள் கறாராக நிராகரிக்கப்படுகின்றன. இதன்படி 1965 நிலவரப்படி, காருணிகர் பிள்ளையிடம் (எண் 2) இருந்து முறைசார் விருந்தில் சோழி ஆசாரி (எண் 3) சமைத்த அரிசி உணவைப் பெற்றுக்கொள்கிறார். ஆனால், இது, காலப்போக்கில் முறைப்படியான பந்திகளிலும் ஏற்றுக் கொள்ளப்பட்டுவிடும் என்பதை நான் இப்போது அனுமானிக்கிறேன். இருக்கை வரிசை, உணவு ஆகிய இரண்டு நடைமுறைகளில் இருக்கை ஊடகம்தான் சமுதாயங்களின் மாறிவரும் பொருளாதாரச் சூழ்நிலைகளுக்கு ஏற்ப வேகமாக தம்மை மாற்றித் தகவமைத்துக் கொள்ளும் என்று தெரிகிறது. இவ்வாறு ஏற்படும் மாற்றங்கள் தொடர்ந்து முறைசார் விருந்துகளிலும் எதிரொலித்துக் காலப்போக்கில் முறைப்படியான பந்திகளிலும் மாற்றங்களைக் கொண்டுவரும் என்று ஊகிக்கிறேன். இவ்வாறு பல்வேறு பொருத்தப்பாடுகள்,

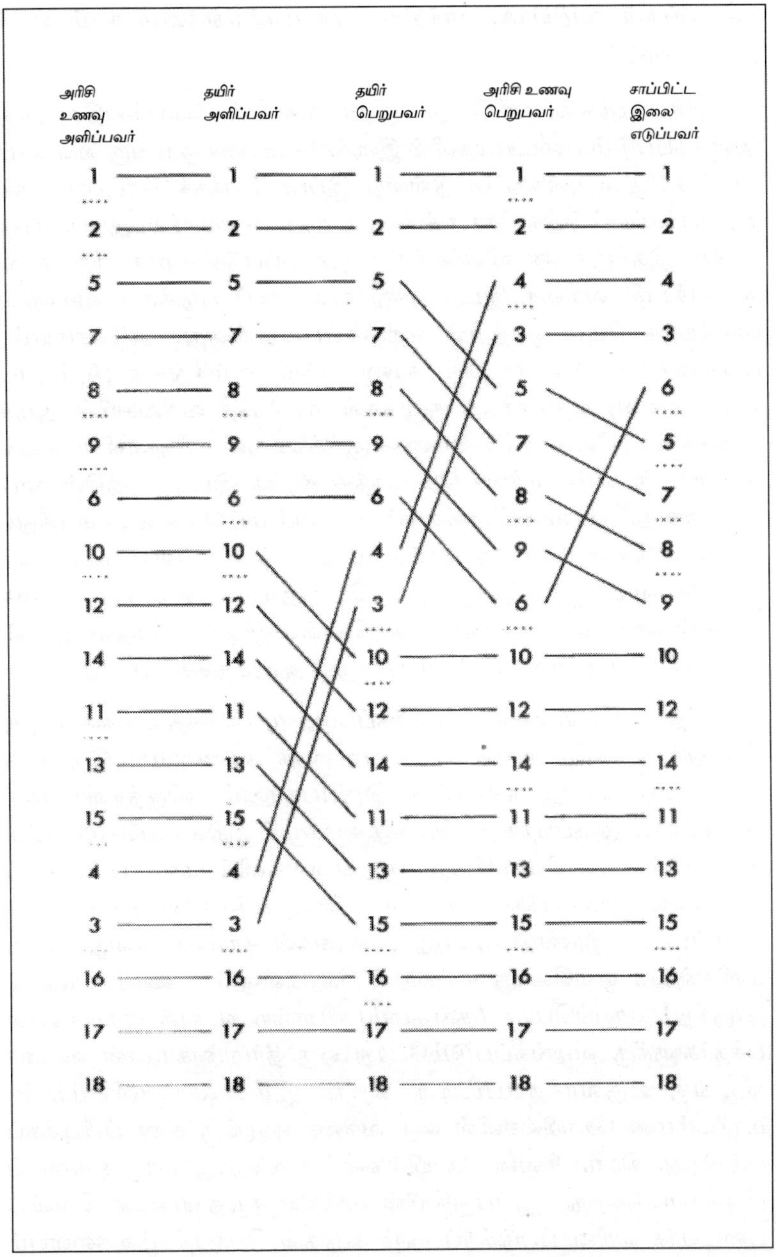

அரிசி உணவு அளிப்பவர்	தயிர் அளிப்பவர்	தயிர் பெறுபவர்	அரிசி உணவு பெறுபவர்	சாப்பிட்ட இலை எடுப்பவர்
1	1	1	1	1
2	2	2	2	2
5	5	5	4	4
7	7	7	3	3
8	8	8	5	6
9	9	9	7	5
6	6	6	8	7
10	10	4	9	8
12	12	3	6	9
14	14	10	10	10
11	11	12	12	12
13	13	14	14	14
15	15	11	11	11
4	4	13	13	13
3	3	15	15	15
16	16	16	16	16
17	17	17	17	17
18	18	18	18	18

விளக்கப்படம் 4.12: உணவு நடைமுறையின் உட் பிரிவுகளில் கிளைச்சாதிகளின் தகுதிநிலை வரிசைகள் ஒப்பீடு

ஊடகங்கள் வழியாக, சாத்தியமான மாற்றங்களை நாம் எதிர் பார்க்கலாம்.[50]

குக்கிராமத்தில், பல்வேறு சமுதாயங்களால் கிளைச்சாதிகளுக்கு அளிக்கப்படும் படையல்களில் இருக்கை வரிசை ஒழுங்கு விளக்கப் படம் 4.13இல் அளிக்கப்பட்டுள்ளது. இப்படம் எந்தக் கோட்பாட்டால் உருவாக்கப்பட்டுள்ளதோ அக்கோட்பாடு உண்மையில் புதுமையான தாகும். இதற்குத் தனி விளக்கங்கள் தேவைப்படுகின்றன. விருந்தாளி கிளைச்சாதி வரிசை இடமிருந்து வலமாகப் படுக்கை வசத்தில் வசதியாக மேல் ஓரத்தில் குறிக்கப்பட்டுள்ளது. அதேசமயம், படுக்கைவசப் பட்டையில் காணப்படும் எழுத்துகள் (A, B_1, B_2 போன்றவை) எந்தெந்தக் குழுக்கள் எந்தெந்த வரிசையில் அமர வைக்கப்பட வேண்டும் என்பதைக் குறிக்கின்றன. விருந்தளிப்பவரின் கிளைச்சாதி எண் வரிசை மேலிருந்து கீழாக இடது ஓரத்தில் தரப் பட்டுள்ளது.[51] பிராமணர் அளிக்கும் படையல் மட்டும்தான் அனைத்துக் கிளைச்சாதிகளும் கலந்துகொள்ளும் விருந்தாக உள்ளது என்பதைக் கவனிக்கவும். இதிலிருந்து ஒட்டுமொத்தமான இருக்கை வரிசை எது என்பதைத் தெளிவாகத் தெரிந்துகொள்ள முடியும். மேலும், இதில் எந்தவிதமான மாற்றம் கோரும் புகாரும் அனுமதிக்கப்படாது.

இந்தப் படையல்களில் அளிக்கப்படும் முக்கியத்துவங்களில் ஒரு பொதுக் கருத்தொற்றுமை நிலவுவதைக் காணலாம். இது ஒரு அரைகுறை பொது நிகழ்வாக இருப்பதாலும், விருந்தளிப்பவர் பிராமணராக இருப்பதாலும் மொத்த சமூகமும் இதில் பங்கெடுப்பதில் வியப்பில்லை. வெவ்வேறு சூழ்நிலைகளில் கடைப்பிடிக்கப் பட்டுவரும் முக்கியத்துவங்களின்படி பொதுமக்களால் முழுமையாக ஏற்கப்பட்ட இரண்டு முன்னுதாரணங்கள் காணப்படுவது ஆர்வ மளிக்கிறது. ஒவ்வொரு உள்ளூர்க் கோயிலிலும் உணவு, சாம்பல் (திருநீறு), சாயப்பொடி (குங்குமம்) போன்ற கடவுள் பிரசாதங்கள் பக்தர்களுக்கு வழங்கப்படும்போது ஒரு தீர்மானகரமான வரிசை ஒழுங்கு உருவாக்கப்பட்டிருக்கிறது. இதில் மாகாளியம்மன், மாரியம்மன் கோயில்களில் ஒரு வரிசை ஒழுங்கு கடைப்பிடிக்கப் படுகிறது. கிராம சிவன் கோயில்களில் வேறொரு வரிசை கடைப் பிடிக்கப்படுகிறது. இப்பகுதியின் முக்கிய சமுதாயங்கள் வெளிப் படையாக வரிசைப்படுத்தப்படும் கூடுதல் பொதுநிகழ்வுகளையும் இந்தத் திருவிழாக்கள் வழங்குகின்றன. பந்தி வரிசைகளும் கோயில் திருவிழாக்களில் கடைப்பிடிக்கப்படும் வரிசை ஒழுங்குகளும்

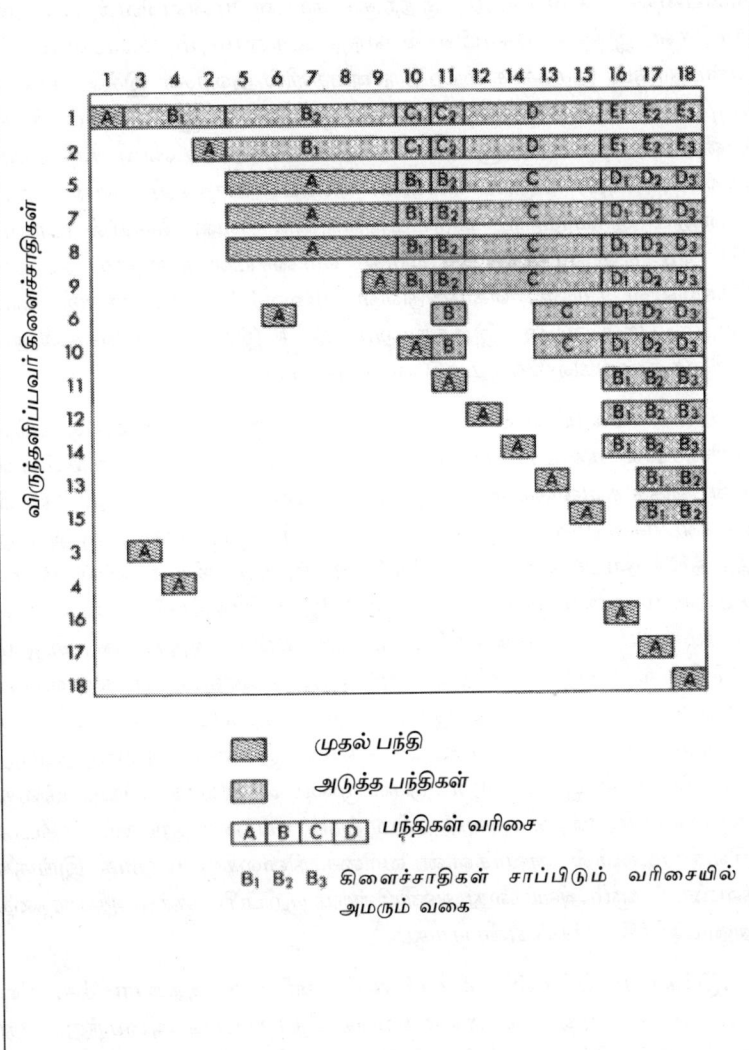

விளக்கப்படம் 4.13: முறைப்படியான கிளைச்சாதி விருந்துகளில் பந்திகள் எண்ணிக்கை

ஒப்பீட்டுப் பார்வைக்காக விளக்கப்படம் 4.14இல் வழங்கப் படுகிறது.

கோயில் நிகழ்வுகளைக் குறிக்கும் பந்திகளில் முன்னர்க் கூறப்பட்ட அனைத்துத் துணைச்சாதிகளின் பெயர்களும் இடம்பெறவில்லை என்பதைக் கவனிக்கவும். இதற்குக் காரணமென்னவென்றால் பல சாதிகள் இந்தக் கோயிலில் எந்த உரிமையும் கோரவில்லை என்பதாகும். இதற்காக மற்ற தருணங்களில் அவர்கள் இக்கோயிலில் வழிபடமாட்டார்கள் என்பதல்ல. குறிப்பாக, இடங்கைப் பிரிவு வண்ணார், நாவிதர்களுடன் உயர்நிலை சைவ உணவு சாதிகளும் (எண்கள் 2,3,4) விடுபட்டுள்ளன.[52] தீண்டத்தகாத சமூகமான கூடை பின்னும் குறவர்களும் விடுபட்டுள்ளனர். சிவன் கோயில் உரிமை கோரும் கிளைச்சாதிகள் 'இறுதி' வரிசையில் உள்ளூர் அம்மன் கோயிலில் உரிமை கொண்டுள்ள அனைத்துக் கிளைச்சாதிகளும் இடம்பெறுகின்றன. இருந்தாலும் இந்த இரண்டு வகைகளிலும் வரிசை ஒழுங்கில் வேறுபாடுகள் காணப்படுகின்றன.

சிவன் கோயிலில் பின்பற்றப்படும் வரிசை ஒழுங்கு பந்தி வரிசையில் கடைப்பிடிக்கப்படும் ஒழுங்கினை மாற்றவில்லை என்பதைக் கவனிக்கவும். மாறாக, உள்ளூர் அம்மன் கோயில்களில் கவுண்டர்கள் முதல் இடத்துக்கு வருகிறார்கள். அவர்களுக்கு அடுத்த இடத்தில் நாடார்கள் வருகிறார்கள். அவர்கள் முக்கியமான விவசாயச் சமுதாயம் என்ற அடிப்படையிலும் இந்த முக்கியச் சடங்குகளில் பாரம்பரிய உரிமைகொண்டவர்கள் என்ற அடிப்படையிலும் இந்நிலை பெறுகிறார்கள். அடுத்து, உணவுப் படிநிலையில் கவுண்டர்களுக்கு அடுத்த இடம்பெறும் முதலியார்களும் கொங்கு ஆசாரிகளும் வருகிறார்கள். பந்திகளில் இவர்கள் நினைத்தவாறு அமர்கிறார்கள். இந்த வேறுபாடுகள் மூலம் தெளிவாக அறியப்படுவது என்னவென்றால், உணவுப் பரிமாற்றம் போன்ற தூய்மை - தீட்டு விவகாரங்களில் அவர்களின் வரிசை நிலைக்கு மாறாக இங்குக் கவுண்டர்களும் அவர்களது அணியினரும் குறிப்பிடத்தக்க அதிகாரத்தை அனுபவிக்கிறார்கள் என்பதாகும்.[53]

இந்தச் சடங்கியல் வரிசைக் கூட்டணி ஒரு அதிகாரமிக்க, நில உடைமைச் சமுதாயங்களைச் சுற்றித் தொகுப்பாக அமைந்துள்ளது மால்வா குறித்து ஆட்ரியன் மேயர் விளக்கியுள்ளதை ஒத்துக் காணப்படுகிறது.[54] இந்த இரு உதாரணங்களிலும் ஒப்பீட்டளவில் உயர்நிலைச் சமுதாயங்களின் சிறுகுழுக்கள் இந்நிலைக்கு ஆதரவு

நல்குவதை ஒருவர் கவனிக்கலாம். ஒற்றைப் பரிமாண இணைப்புக்கு மாறாக, கொங்குப் பகுதியில் பல்வேறு விதமான கூட்டுகள் பல அமைப்புகளாகக் காணப்படுகின்றன. உணவுப் பரிமாற்றத்தைப் பொறுத்தவரையில் கவுண்டர்கள், முதலியார்கள், பண்டாரங்கள் ஒருவரையொருவர் சமமாகப் பாவிக்கின்றனர். ஆனால், இருக்கை வரிசையைப் பொறுத்தவரையில் பண்டாரங்கள் மற்ற இரு சமுதாயங் களின் வீடுகளில் ஊழியம் செய்யும் நிலை இருப்பதால் கீழ்நிலை அடைந்துள்ளனர். ஊர்க் கோயில் முன்னிலை வழங்கப்படுவதில், உடைமைச் சமநிலை பின்னடைவு காரணமாக நாடார் சமுதாயம் கவுண்டர்களுக்கு அடுத்த கீழ்நிலையைப் பெற்றுள்ளது. மேலும், தமது கிளைச்சாதிப் பெயர்களில் 'கொங்கு' முன்னொட்டைக் கொண்டுள்ள சமுதாயங்கள் கவுண்டர் சமுதாயம் போன்றே சடங்கியல் முக்கியத்துவம் பெறுகின்றன. மேலும், குறிப்பிட்ட தருணங்களில் இவை ஒரே குழுவாக நடத்தப்படுகின்றன.

உள்ளூரில் பொருளாதார அதிகாரம் படைத்த கிளைச்சாதியைச் சார்ந்து இணைந்துள்ள இந்தக் குழுக்களின் கூட்டணி தளர்வாக அமைந்துள்ளதற்கு முரணாக நான்கு கிளைச்சாதிகள் இதில் சேராமல் தனியாகவே உள்ளன. இவை நான்கும் சைவ உணவு சமுதாயங்கள்: பிராமணர், காருணிகர் பிள்ளை, கோமுட்டிச் செட்டியார், சோழி ஆசாரி. இந்த நான்கு குழுக்களும் தமக்குள் விரிவான நடைமுறை களைக் கொண்டுள்ளன. இதிலும் கடைசி இரு சமுதாயங்கள் இரண்டாம் நிலையாகப் பார்க்கப்படுகின்றன. முன்வரும் இரு குழுக் களின் வீடுகளுக்குச் செல்வது, அங்குள்ள இருக்கைகளில் அமர்வது ஆகிய உரிமைகளைப் பின்வரும் இரு குழுக்களும் பெற்றுள்ளனர். முன்வரும் இரு சமுதாயங்களில் உள்ள தங்கள் நண்பர்கள் தங்களிடம் உணவு பெறுவதில்லை எனினும் தாங்கள் அவர்களிடம் உணவு பெற்றுக்கொள்கிறார்கள். இந்த நான்கு குழுக்களுக்கும் முன்சொன்ன குழுக்களின் அணிக்கும் இடையே ஒருவகையான 'பிடிவாத' நிலை நிலவுகிறது. இது எதனாலென்றால் முன்சொன்ன அதே பொதுநிலை ஊடாட்டங்கள் இரு கண்ணோட்டங்களின் அடிப்படையில் நிகழ்கிறது என்பதால். சமூகத் தகுதிநிலையை மதிப்பிடுவதில் தூய்மை-தீட்டு வரம்புதான் முக்கியத்துவம் பெறவேண்டுமென்று சைவ உணவுக் குழுக்கள் கருதுவதுடன் ஊர் பகுதிக்குள் தமது குழுவே முதல்நிலை வகிக்கிறது என்றும் தமக்குள் நம்புகின்றனர். உணவுப் பழக்க வழக்கமும் பிராமண வாழ்க்கை வட்டச் சடங்குகளுமே உச்சக்கட்ட தூய்மையின் அளவீடாகக் கொள்ளப்படுகின்றன.

சமூகப் படிநிலையில் பிராமணர்களுக்கு முதலிடம் அளிக்கும் கவுண்டர்கள் ஏணியின் முதல் படியிலிருந்து கீழிறக்கப்படுகிறார்கள்; உடைமைச் சமுதாயமாகத் தாங்கள் அடைந்துள்ள அதிகார நிலையையே சமூக முதல்நிலைக்கு வரையறையாக மாற்றியமைக்க வேண்டும் என்கிறார்கள், இவர்கள். தங்களின் நில ஆவணங்களைக் கட்டுப்படுத்தும் பிள்ளை சமுதாயத்துக்கு இரண்டாம் இடம் அளிக்கிறார்கள். அடுத்து, மூன்றாவது இடத்தில் தம்மை (கவுண்டர்கள்) இருத்துகிறார்கள். தமக்கு ஊழியம் செய்யும் சமுதாயங்களும், அதிகமாகவோ, குறைவாகவோ ஏதோவொரு வகையில் தம்மைச் சார்ந்து இயங்கும் சமுதாயங்களும் சமூகத் தகுதிநிலையில் தங்களுக்குக் கீழ்தான் இருக்க வேண்டும் என்று விரும்புகிறார்கள். இவ்வாறு பார்க்கும்போது, சோழி ஆசாரிகள் சைவ உணவு உண்டாலும் கவுண்டர்கள் பார்வையில் பலபடிகள் கீழே உள்ளனர்.

கொங்கு ஆசாரி அசைவம் உண்டாலும் அவர்களுக்குக் கவுண்டர்கள் அதிக மரியாதை அளிக்கிறார்கள். காரணமென்ன வென்றால் சைவ உணவு உண்ணும் சோழிஆசாரிகளைவிட கொங்கு ஆசாரிகளே கவுண்டர் சமுதாயச் சடங்குகளில் பங்கெடுக்கிறார்கள். இந்தப் புத்தகம் தொடர்பான களஆய்வில், கிளைச்சாதிகளின் பொதுத் தகுதிநிலை குறித்து நான் ஊர் மக்களிடம் பேசியபோது, கவுண்டர்கள் குழு தரப்பிலிருந்தோ, சைவ உணவுக்குழு தரப்பிலிருந்தோ ஒரு குறிப்பிட்ட ஊடகத்தின் வரிசையைக் குறிப்பிடாமல் யாராலும் இதற்கான பதிலை அளிக்கமுடியவில்லை என்பது வாய்ப்புக்கேடானது. இருந்தாலும், சாதியால் பண்டாரமான என் தகவலாளி எண் 20, மூன்று அங்குலத்துக்கு ஐந்து அங்குலம் அட்டைகளைப் பயன்படுத்தி இதனை எனக்கு விளக்க முயன்றார்.[55]

இது, விளக்கப்படம் 4.15இன் மைய பத்தியில் இடம்பெற்றுள்ளது. இதைக் கவனிக்கையில் இது ஒரு சமரச ஏற்பாடு என்பது தெரிகிறது. படையல்களின்போது கடைப்பிடிக்கப்படும் தகுதிநிலை வரிசை, உள்ளூர் அம்மன் திருவிழாவின் போது கடைப்பிடிக்கப்படும் தகுதி நிலை வரிசை இரண்டுக்கும் இடைப்பட்ட ஒருநிலைப்பாடாக இது இருப்பதைக் கவனிக்கலாம். இவரது நிலைப்பாடு பெரும்பாலும் கவுண்டர்கள் நிலைப்பாட்டை எதிரொலிப்பதாகவும் ஆனால் இவர் பூசாரியாக இருப்பதால் தூய்மை-தீட்டுக்குக் கவுண்டர்கள் அளிப்பதைவிட சற்றுக் கூடுதல் முக்கியத்துவம் கொடுத்துள்ளதாகவும் நான் மதிப்பிடுவேன்.

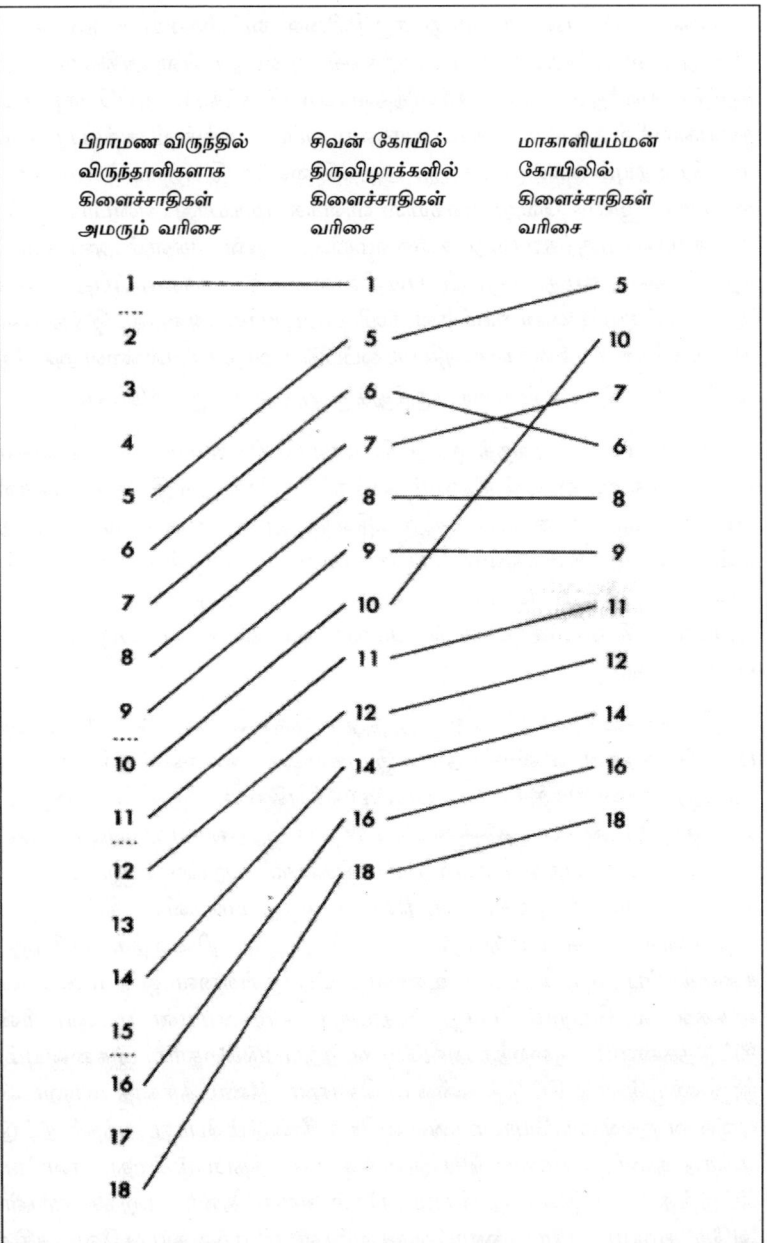

விளக்கப்படம் 4.14: பல பொது நிகழ்வுகளில் குக்கிராமக் கிளைச்சாதிகள் எவ்வாறு வரிசைப் படுத்தப்படுகிறார்கள் என்ற ஒப்பீடு

தகவலாளி எண் 20 தமது தகுதிநிலை வரிசையை உருவாக்கும் போது உள்ளூரிலுள்ள பல குழுக்கள் அடைந்துள்ள அதிகாரநிலை குறித்த கருத்துகளைத் தெரிவித்தவாறே இருந்தார். அப்போது பல சமயங்களில் தூய்மை தொடர்பாகவும் ஒப்பிட்டுக் கூறி அந்தப் பக்கம் சாய்ந்ததையும் காணமுடிந்தது. 'அந்த கிளைச்சாதி சுத்தமில்லாத சாதி' என்பார். 'இதை வேறுவகையில் விளக்க முடியாது' என்பார். இந்த வகையாகப் பகுத்தாய்வது, உண்மையில், கவுண்டர்களும் அவர்களின் குழுக்களும் தமது சமூகப் படிநிலையைத் தக்கவைப்பதற்காகத் தூய்மைப் பிரச்சினையைத் தள்ளிவிட முடியாது. ஆனால், இத்தகைய நிலையை அடைவதற்காக அதிகார ஒப்பீடு குறித்த தகவல்களை அளித்து மாற்றமளிக்கிறார்கள் என்ற கருத்துக்கு ஆதரவாக இருக்கிறது.[56]

அதேசமயம், இந்தத் தகுதிநிலையை நியாயப்படுத்த உள்ளூர் சமுதாயங்கள் மத்தியில் நிலவும் ஊடாட்ட விதிகளை இதே தகவலாளி எண் 20 ஒரு தடவைகூட கூறாததிலிருந்து தூய்மை என்ற கருத்து எவ்வளவு முக்கியத்துவம் பெற்றுள்ளது என்பதைக் காணமுடியும். அவரது முன்னுதாரணம் அல்லது கோட்பாட்டுச் சட்டகத்தின்படி பல்வேறு கிளைச்சாதிகளின் வரிசை ஓரளவுக்கு அப்படியே தரப் பட்டுள்ளது.

தீட்டு கடத்தப்படுவது குறித்தும் தகவலாளி எண் 20 இதே பாணியில்தான் விவாதித்தார். இங்கும்கூட விளக்கத்துக்காக ஒரு முன்னுதாரண மாதிரியைப் பயன்படுத்துகிறார். இதனை அன்றாட யதார்த்தத்துடன் பொருத்திக் காண்பிக்கிறார். இத்தகைய நடவடிக்கைகள் மாறாமல் இருப்பதற்கான பல நியாயங்களைக் கூறுகிறார். இப்படியாக, நீடித்து நிலைத்திருக்கும் கீழ்நிலைச் சமுதாயங்களின் தீட்டு இரு வழிகளில் கடத்தப்படுவதன் மூலம் நீடித்து நிலைத்திருக்கிறது. சமைக்கப்படாத, உலர்ந்த உணவுப் பொருள்களை ஒரு மனிதரின் கைகளால் பெறும்போது அதற்குக் காரணமான மானுடரின் தீட்டுத்தன்மை குறைந்த அளவே கடத்தப்படுகிறதாம். இதனையும், நூறு விழுக்காடு தீட்டுத் தன்மை கொண்ட தீண்டத்தகாத மானுடன் ஒருவன் துணியையோ, உணவையோ தீண்டும்போது அந்தத் தீட்டு அந்தத் துணி, உணவுப் பொருளுக்குள் கடத்தப்படுகிறது. எனவே, தீட்டுத் தன்மை இல்லாத பிராமணர்கள் அதைத் தீண்ட மறுக்கிறார்கள். அதே சமயம், பிராமணரல்லாதவர்கள் இயற்கையாகவே அதிக தீட்டுத்தன்மை கொண்டிருந்தாலும்கூட, தங்களின் தீட்டுத்தன்மையை உயர்த்திக்கொள்ளாமலேயே தீண்டத்தகாதவர்களிடமிருந்து

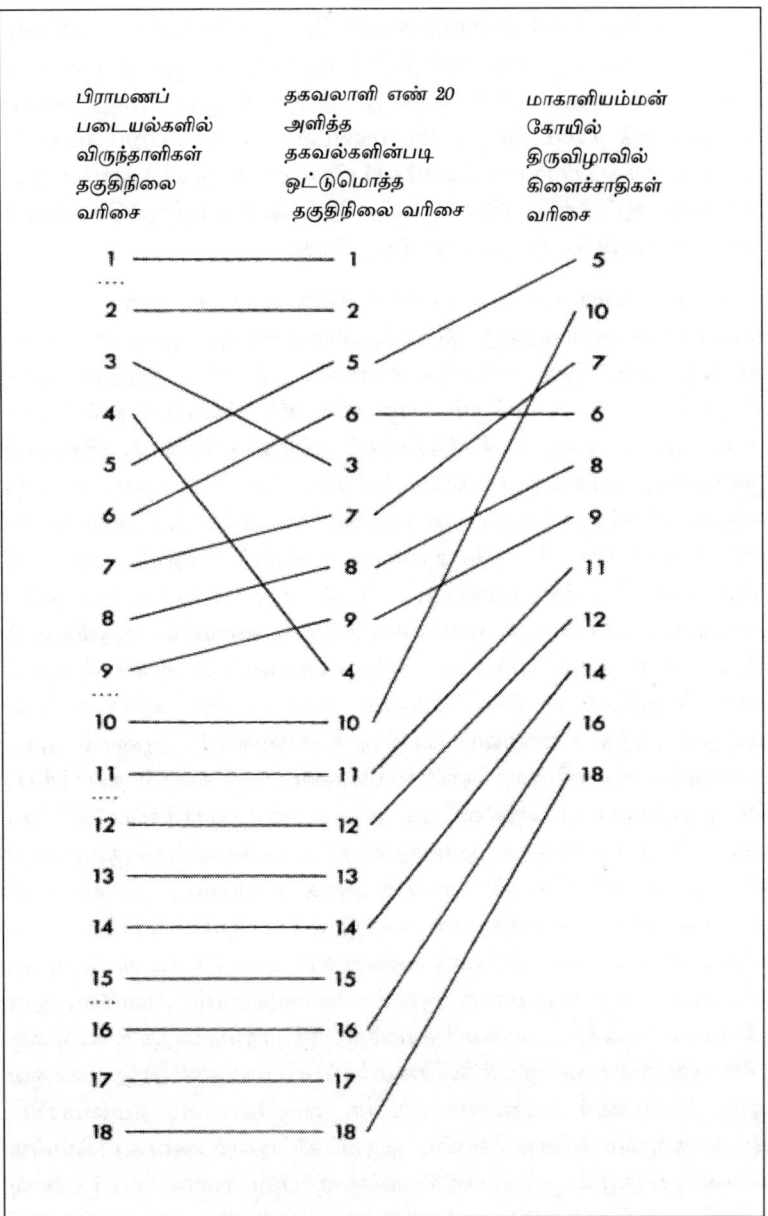

விளக்கப்படம் 4.15: பிராமணப் படையல்களில் விருந்தாளிகள் அமரும் வரிசை, குக்கிராம மாகாளியம்மன் கோயில் திருவிழாவில் பங்கேற்பவர் வரிசை, இவற்றுடன் தகவலாளி எண் 20 அளித்த தகுதிநிலை வரிசை ஆகியவற்றுடன் ஒப்பீடு

மேற்சொன்ன உலர் உணவுகளைப் பெற்றுக்கொள்ள முடிகிறது. மேலும், தீண்டத் தகாதவர்கள் தீண்டுவதால் தீட்டாகும் ஒருபொருள் அந்தத் தீண்டத்தகாதவர் அந்த இடத்தை அகலும்போது அந்தப் பொருளைத் தீண்டத்தகும் பிராமணரல்லாதவர் பெறும்போதும், அதனை அந்தப் பிராமணல்லாதோர் பிராமணருக்கு விற்கும்போதும், அதனை ஆட்சேபம் இல்லாமல் பிராமணர் பெற்றுக்கொள்ளும் போதும் அதன் தீட்டுத்தன்மை நீங்குகிறது.

இதுபோன்ற உலர் பொருள்களுக்கு மாறாக, தண்ணீர், ஒரு மனிதனின் அனைத்துத் தீட்டுத்தன்மையையும் முழுமையாகக் கடத்துகிறது. இது சமைத்த உணவில் மேலும் முழுமையாக நிறைவுறுகிறது. சமைக்கும்போது தண்ணீர் ஈர்க்கப்பட்டுவிட்டால் அதன் தீட்டுத்தன்மை நிரந்தரமாகத் தங்கிவிடுகிறதாம். இதனால் இவ்வாறு தண்ணீரால் தீட்டுப்பட்டுச் சமைக்கப்பட்ட உணவை அதே சாதியைச் சேர்ந்தவர்களும் அல்லது அவர்களைவிட அதிகத் தீட்டுள்ள சாதியைச் சேர்ந்தவர்களுமே உண்ண வேண்டும். மேலும், உணவைத் தீண்டுவதால் எந்த அளவுக்குத் தீட்டு கடத்தப்படுகிறதோ அதே அளவுக்கு வீடுகளில் சமைக்கப்படும் உணவுப்பொருள்களும் தீட்டைக் கடத்தும். அதனால், அந்த உணவைப் பெறுவதால் எந்தச் சாதிகள் அதிகத் தீட்டுத்தன்மையை அடையாதோ அந்தச் சாதிகள் மட்டும் அந்த உணவைப் பெற்று உண்ணலாம். ஆனால் அந்த உணவுகள் உயர்நிலைத் தூய்மைகொண்ட சாதிகளால் தயாரிக்கப் பட்டிருந்தாலும்கூட எந்த வீட்டில் அந்த உணவு தயாரிக்கப்படுகிறதோ அந்த வீட்டினர் சார்ந்த சமுதாயத்தின் தீட்டுத்தன்மைக்குக் குறைவான தீட்டுத்தன்மை கொண்டவர்கள் அந்த உணவைத் தீண்டினால் அவர்களின் தூய்மைத்தன்மைக்கு இழுக்கு ஏற்பட்டுவிடும். ஒரு பிராமணரல்லாதவரைத் தீண்டுவதன்மூலம் ஏற்படும் தீட்டைக் கழிக்க பிராமணர் உடனடியாகக் குளிக்கவேண்டுமாம். எனவே, ஒரு பிராமணரே அந்த உணவைத் தயாரித்திருந்தாலும், அந்த உணவு ஒரு பிராமணரல்லாதவர் இடத்தில் சமைக்கப்பட்டிருந்தால் அந்த உணவை ஒரு பிராமணர் உண்ணமாட்டார். ஒருவேளை, தம்மைவிட தீட்டுத்தன்மை அதிகம்கொண்ட ஒருவர் வீட்டில் உணவு உட்கொள்ள வேண்டிய சூழல் ஒரு யாத்திரிகருக்கு ஏற்படுமானால் அவர் உணவு உண்டதால் ஏற்பட்ட தீட்டைக்கழிக்க உடனடியாக நீராட வேண்டுமாம்.[57]

இந்நிலையில், ஒருவர் உலர்ந்த உணவைத் தீண்டினால் தீட்டு கடத்தப்படாது, ஆனால், நனைந்த உணவைத் தீண்டினால் உடனடியாக

அதன் தீட்டு கடத்தப்பட்டுவிடும் என்று கூறுவதற்கான தனிச் சிறப்பான தன்மையையும் அதன் கோட்பாட்டியல் அடிப்படை யையும் ஒருவர் கேள்விக்குட்படுத்துவது ஆர்வத்தைக் காட்டுவதாக உள்ளது. இந்தக் கேள்வியை மேலும் அழுத்தமாக எழுப்புகையில் தகவலாளர் எண் 20 பதில்கூற முடியாமல் திணறிய பல சந்தர்ப்பங்களை நான் கண்ணுற்றேன். உதாரணமாக, பிராமணர் உட்பட அந்தக் குக்கிராமத்தின் அனைத்துக் கிளைச்சாதிகளும் பனைமரத்தில் இருந்து வடிக்கப்பட்ட இனிப்பு வெல்லமான கருப்பட்டியைப் பயன்படுத்து கிறார்கள். நாடார் சமுதாயத்தால் இந்த சர்க்கரை தயாரிக்கப்படுகிறது. இதற்கான மதுரத்தைப் பனை மரத்திலிருந்து இறக்கி, காய்ச்சி, அதனை ஈரத் துணிகளில் வடித்து வெல்லமாக/கட்டியாக வார்க்கப்படுவது அனைவரும் அறிந்ததே! இத்துணிகள் தூய்மையானவை/தீட்டற்றவை என யாரும் கூறத் துணியமாட்டார்கள். ஈரத்தால் அந்தத் துணி அடைந்துள்ள ஈரத்தன்மையே அதில் நாடார்களின் தீட்டு ஒட்டிக் கொண்டுள்ளது என்பதற்குப் போதுமானது. ஆனால், இதனால் இந்தக் கருப்பட்டி சர்க்கரையைப் பயன்படுத்த மாட்டேன் என்று ஒரு கிளைச்சாதிகூட மறுக்கவில்லை.

இந்தப் பிரச்சினையை இன்னும் புதிய திசையில் திருப்பலாம். உதாரணமாக, உணவுப்பொருள்கள் வெண்ணெய்யில் வறுக்கப்படும் போது, பாலில் அவிக்கப்படும்போது அதிலும் தண்ணீர் சேர்க்கப் படுவதில்லை என்பதால் அதில் தீட்டு உள்ளதா எனக் கேட்கலாம். கோட்பாட்டளவில் சமைத்த உணவு 'உலர் தொடுதல்' அளவே தீட்டுத்தன்மை கொண்டதாக இருக்கும். ஆனாலும் அது உணவுப் பரிமாற்ற விதிகளின்படி சமைத்த உணவாகக் கருதப்படும். அதனால் அது சமைத்த உணவாகவே கருதப்படுகிறது. ஆனால் இடைப்பட்ட உணவுத் தயாரிப்புகளுக்கு எந்தவிதிகளும் விதிக்கப்படவில்லை என்பதால் தகவலாளி எண் 20 நிலையின்படி அது தீட்டுக்குரியதாக இல்லை. அதேபோல, சமைக்கப்படாத விளைபொருளாக இருந்தாலும் அதனை ஒரு தீண்டத்தகாதவர் பரிசுப்பொருளாக ஒரு பிராமண ரல்லாதவர் வீட்டுக்குக் கொண்டுவந்து தரும்போது அது ஏற்கப்படாது. ஆனால், அதே பொருளை ஒரு சாலையோரக் கடையில் இருந்து அதே பிராமணரல்லாதவர் வாங்கிவருவார். தனிப்பட்ட பரிமாற்ற முறைகள் தீட்டை அதிகப்படுத்துகின்றன. ஆனால், இதைக்கூட தகவலாளியின் கோட்பாடு அங்கீகரிக்க மறுக்கிறது. இதுபோன்ற அம்சங்கள் எவ்வளவு அழுத்தம் கொடுத்தாலும் அவர் தமது முன்னுதாரணங்களை மாற்றத் தயாராக இல்லை.[58] மேலும், இந்த உலர், ஈர தொடுதல்

கொள்கை ஒன்றுதான் உள்ளூர் பண்பாட்டில் அளிக்கப்படும் விளக்கங்களாகும்.

இதுபோல பலவகையான விளக்கங்கள் இந்தக் குக்கிராமப் பகுதியில் அளிக்கப்படுகின்றன. இத்தகைய சில ஊடாட்டங்கள் தனிப்பட்டவையாகவும் சில அரைகுறை, தனிநபர் சார்ந்ததாகவும் உள்ளன. ஆனால், மற்றவையெல்லாம் பொதுவானவை; முறைப்படுத்தப்பட்டவை. உதாரணமாக, பல்வேறு கிளைச்சாதிக் குழுக்களின் தகுதிநிலைகளில் இருக்கை வரிசை, உணவுப் பரிமாற்றம் ஆகியவை இரு விதமான வெளிப்பாடுகளை முன்வைக்கின்றன. இருக்கை வரிசை என்பது அதிகார அடுக்கோடு நெருக்கமாக இணைந்துள்ளது. அது விருந்தளிப்பவர், விருந்தாளி என்ற அளவீடுகளில்கூட வேறுபடுகின்றன. மறுபக்கத்தில், உணவுப் பரிமாற்றம் என்பது நேரடியாகத் தூய்மையுடன் தொடர்பு கொண்டுள்ளது.

இந்த நடைமுறையில் இரு இடங்கைப் பிரிவு கிளைச்சாதிகளின் கைகளில் இருந்து உணவைப் பெற மறுப்பது விருந்தளிப்பவர், விருந்தாளி ஆகிய இருவழிகளிலும் வேறு வேறுவிதமான தகுதிநிலை பெறுகிறது. இந்த இரு சமுதாயங்களும் பிராமணர்களால் நன்கு அங்கீகாரம் பெறுகின்றன. அவர்களோடு தொடர்ந்து ஊடாட்டம் கொள்கிறார்கள். அவர்கள் இயல்பாகவே பிராமணர்களோடும் நடுநிலைப் பிரிவின் இரண்டாம் சாதி காருணிகர் பிள்ளையோடும் இணைவுகொள்கிறார்கள். மேலும், அந்தக் குக்கிராமத்தில் இதர சமுதாயங்களிடமிருந்தும் தனித்து நிற்கிறார்கள். இருந்தாலும், உள்ளூரில் உச்சபட்ச அதிகாரம் கொண்டதாகக் கருதும் வலங்கைச் சமுதாயங்களால் இதே குழுக்கள் தரையிறக்கம் செய்யப்பட்டு, உள்ளூர் பிரதேசத்தில் அவர்கள் இரண்டாம் நிலைக்குக் கொண்டுவரப் படுகிறார்கள்.

இறுதியாக, நிலையான கோட்பாடு கூறுவது யாதெனில், சிலர் பிராமணராகப் பிறப்பதும், பிராமணரல்லாதவராகப் பிறப்பதும், தீண்டத்தகாதவராகப் பிறப்பதும் இயல்பானது. அவர்கள் ஒட்டு மொத்தமாக ஒரு சமூகமாக அர்த்தப்படுத்தும்போதுதான் இவை யெல்லாம் முன்னுக்கு வருகின்றன. இந்த அர்த்தத்தில், தூய்மை - தீட்டு விஷயங்களெல்லாம் அதிகாரத்தைக் கருத்தில் கொண்டவை என்றுதான் கூற வேண்டும்.[59] இந்த அலங்காரமான முன்னுதாரணம் சடங்கியல் பொருத்தப்பாடுகளில் நேரடியாக வெளிப்பாடுகளைக் காண்கின்றன.[60] அதே சமயத்தில், அன்றாட நடவடிக்கைகளைப்

பொறுத்தவரை, யதார்த்த நிலைமைகளுக்கேற்ப மாற்றிக்கொள்ளப் படுகிறது. இந்தப் பிரிவினையை இறுதியாக நிலைப்படுத்தும் ஆபத்பாந்தவனாக, தூய்மை-தீட்டு விவாதங்கள் பண்டைய எழுத்தாளர்கள் கூறியதைப்போல 'சாதி அமைப்பை' உறுதிப்படுத்து கின்றன. இத்தகைய மீட்பு நடவடிக்கைகள் நிலைக்காத போதும், இந்த ஊடாட்டங்கள் அனைத்தும் வழக்கமான அம்சங்கள் எனும் போதும் சாதி என்பது அதன் பாரம்பரிய அர்த்தத்தில் நிலைத்திருக்கவில்லை என்று நாம் கூறலாம்.

நில உடைமை அமைப்பும் தொழில்சார் அமைப்பும்

சமூக அந்தஸ்தை மையமாகக்கொண்ட சமூக ஒழுங்கிற்கு உதாரணமாகச் சாதி அமைப்பு அடிக்கடி விவரிக்கப்படுகின்றது.[61] இதன்படி ஒரு சமூக ஒழுங்கிற்குள் ஒருவரின், ஒரு குழுவின் பொதுவான பொருளாதாரத் தகுதிநிலை முறைப்படியான ஊடாட்ட விதிகளால் வரையறைக்கப் பட்டுள்ள சடங்கியல் தகுதிநிலைக்கு இசைவு நல்குவதாகவே இருக்க முடியும். இந்தக் கோட்பாட்டின்படி, ஓலப்பாளையம் குக்கிராமத்தில் உள்ளூர் இருக்கை வரிசைக்கும், உணவுப்பரிமாற்ற படிநிலைகளின்படி அமலிலுள்ள தகுதிநிலை வரிசைகளுக்கும் இடையில் ஒற்றுமை காணப்படவேண்டும். ஒவ்வொரு கிளைச்சாதியின் சராசரி ஆண்டு வருமான ஈவு அல்லது சராசரி மொத்த சொத்து மதிப்பு அடிப்படையில் தகுதிநிலை வரிசைப்படுத்தப்பட்டிருக்கிறது. இருந்தாலும், ஒவ்வொரு கிளைச் சாதிக்குள்ளும் காணப்படும் பொருளாதாரநிலை மாறுபாடுகள் விரிவானதாகும்; இதில் ஒற்றுமை காணமுடியாது. சராசரி ஆண்டு வருமான ஈவு அல்லது சராசரி மொத்த சொத்து மதிப்பை ஒரு குறிப்பிட கிளைச்சாதியின் குடும்பங்களுக்குக் கணக்கிடும்போது முன்னர் விவாதிக்கப்பட்ட தகுதிநிலை வரிசை களோடு அர்த்த பூர்வமாக ஒப்பிடக்கூடிய தகுதிவரிசையைக் காணமுடியாது. ஒன்றுக் கொன்று தொடர்புடைய உணவு, பந்தி ஆகிய நிலைகளில்கூட தகுதிநிலை வரிசைகளில் ஒற்றுமை கிடையாது.

விளக்கப்படம் 4.16இல் தெளிவுபடுத்துவதற்காக நான் பயன்படுத்திய வரையறைகளின் படி, ஒரு குடும்பத்தின் மொத்த சொத்து மதிப்பை அனைத்து நிலம், கட்டடங்கள், கால்நடைகளின் சந்தை மதிப்புகள், கையில் இருக்கும் ரொக்கம் இவற்றின் மொத்தத் தொகையில் இருந்து கடன்தொகையைக் கழித்துக் கணக்கிடப்பட வேண்டும்.[62] ஓலப் பாளையத்தில் ஒருசில குடும்பங்களுக்கே நிலையான சேமிப்புகளும்

வர்த்தக முதலீடுகளும் இருப்பதால் இது முழுவதும் மனை சொத்துகளாக மட்டுமே இருக்கிறது. விளக்கப்படம் 4.16இன் முக்கிய நோக்கம், ஒரு கிளைச்சாதிக்குள் வரும் குடும்பங்களுக்கு இடையே மொத்த சொத்துமதிப்பில் எவ்வாறு மிகப்பெரிய வேறுபாடுகள் காணப் படுகின்றன என்பதைக் காட்டுவதாகும். இதில், கிளைச்சாதிகளின் சராசரியையும் அதன் குடும்பங்களின் சொத்து மதிப்புகளில் காணப்படும் வேறுபாடுகளையும் ஒப்பிடும்போது கவுண்டர் கிளைச்சாதிக்குள்தான் அதிக வேறுபாடுகள் காணப்படுகின்றன. இந்த வரைபடத்தில் காணப்படும் செங்குத்துக்கோடுகள் ஒரு கிளைச் சாதிக்குள் குடும்பங்களின் சொத்துமதிப்புகளில் காணப்படும் வேறுபாடுகளைக் குறிக்கின்றன. இந்தச் செங்குத்துக்கோடுகளில் இணைக்கப்பட்டுள்ள படுக்கைக் கோடுகள் ஒரு கிளைச்சாதிக்குள் ஒரே அளவான சொத்து மதிப்புகளைக் கொண்டுள்ள குடும்பங்களின் எண்ணிக்கையைக் குறிக்கின்றன. (படுக்கைக்கோட்டின் ஒவ்வொரு பிரிவும் ஒரு குடும்பத்தைக் குறிக்கிறது.)

விளக்கப்படம் 4.16ஐப் பொறுத்தவரை கூடுதல் ஆர்வமளிக்கக் கூடிய தகவல்கள் ஒன்றுமில்லை. பிராமணர் (எண் 1), சடங்குகளையும் தொழில்சார்புகளையும் இணைக்கக்கூடிய பிற முதன்மைக் குழுக்கள் (எண்கள் 8, 9, 12, 13, 14, 15, 16) ஆகியவற்றில் மற்ற சமுதாயங்களைக் காட்டிலும் ஒரே கிளைச்சாதிக்குள் குடும்பங்களின் மொத்த சொத்து மதிப்புகளில் குறைவான வேறுபாடுகள் காணப்படுகின்றன.[63] இது, இந்தக் குழுக்கள் ஊரகப் பகுதிகளில் தாங்கள் வழங்கும் ஊழியங் களுக்கான ஊதியமாகப் பாரம்பரிய முறையிலும் ரொக்கமாகவும் சீரான அளவில் ஊதியங்களைப் பெறுவதை எதிரொலிக்கிறது. மாறாக, வேளாண்மையிலும், தனித்திறன் சார்பு வணிகங்களிலும் ஈடுபடும் குழுக்களின் வருவாயானது தேவை, சேவைப் பற்றாக் குறைக்கு ஏற்ப மாறுபடுவதால் அதன் சொத்து மதிப்பிலும் வேறுபாடுகள் ஏற்படுவதற்கு வழி வகுக்கின்றன. இவையல்லாமல் கவனத்துக்கு வரும் அம்சங்கள் கிளைச்சாதி எண்கள் 3, 4 ஆகியவற்றின் எதிர்பார்ப்புக்கு மாறாக மிகக் கீழான நிலை வகிப்பதாகும். இவை சைவ உணவுக் குழுக்களாக இருப்பதும் தனித்திறன்கொண்ட குழுக்கள் என்பதும் கூடுதல் கவனத்துக்குக்குரியவை. முன்பு பார்த்தது போல உணவுப் பரிமாற்ற தகுதிநிலை வரிசையில் இவை மிகக் கீழ்நிலைக்குத் தள்ளப்பட்டதற்கு ஒப்ப பொருளாதாரரீதியாகவும் இந்தக் குழுக்கள் மீது பாகுபாடு காட்டப்படுவதையும் இந்த மோசமான தரையிறக்கம் எதிரொலிக்கிறது.

சொத்துகள் அல்லாமல் வேறு வருமானங்களைக் கணக்கிடும் போது எண் 3, 4 (கோமுட்டிச் செட்டியார்கள், சோழி ஆசாரிகள்) குழுக்களின் பொருளாதாரநிலை மேலும் குறைகிறது. தங்களுடைய திறன்களுக்கான வருவாய் தவிர இதர உள்ளூர் முதலீடுகளுக்கான வாய்ப்புகள் இவர்களுக்குக் குறுக்கப்பட்டுள்ளன. இடங்கைப் பிரிவின் முன்னணி இரு கிளைச்சாதிகளான இக்குழுக்கள் மீது வலங்கைப் பிரிவு கொண்டுள்ள நீண்டகால வன்மம், எல்லைப்பரப்பு ரீதியான தனிப்பட்ட அதிகாரங்களைத் தங்களிடம் இருந்து எடுத்துக் கொண்டதற்காகப் பழிவாங்கும் வன்மத்துடன் இந்த விளக்கத்தைப் பொருத்திப் பார்க்க முடிகிறது.

பொதுவாக, விளக்கப்படம் 4.17இல் காட்டப்பட்டுள்ளபடி, ஆண்டு வருமானத்தின் வினியோகம் மொத்த சொத்து மதிப்புக்கான அமைப்பைக் கிளைச்சாதி வாரியாகவும் தனிக்குடும்பங்கள் வாரியாகவும் ஓரளவு அப்படியே எதிரொலித்தாலும் வேறுபாடுகளின் அளவீடுகள் குறைந்து காணப்படுகின்றன.[64] சொத்து மதிப்புக்கு மாறாக ஆண்டு வருமானத்தைக் கணக்கிடும்போது சடங்கியல் ஊழியம் செய்யும் குழுக்கள் மற்ற பிற குழுக்களைவிட ஓரளவுக்கு நன்றாகவே ஈட்டுகின்றன. 3, 4 ஆகிய குழுக்கள் குறிப்பிடத்தக்க அளவுக்கு இதில் ஈட்டுவதில் வியப்படைய ஒன்றுமில்லை. உணவுப் பரிமாற்றத்திலும் இக்குழுக்கள் விருந்தளிப்பவராகத் தொழிற் படுவதைக் காட்டிலும் விருந்தாளியாக அதிக முன்னிலை பெறுகிறார்கள். இதேபோல, பொருளாதாரப் புலத்தில் உடைமை உரிமையாளரைக் காட்டிலும் ஊதியம் பெறுபவர்களாக நல்ல நிலையில் இக்குழுக்கள் உள்ளனர். விளக்கப்படம் 4.17, செங்குத்துக் கோடுகள் ஒரு தனி கிளைச்சாதிக்குள் குடும்பங்கள் வாரியாகப் பெறும் வருமானம் தனித்தனியாகக் குறிக்கப்பட்டுள்ளது. இந்தச் செங்குத்துக் கோடுகளுடன் இணைக்கப்பட்டுள்ள படுக்கைக்கோடுகள் சம அளவு வருமானம்கொண்ட குடும்பங்களின் எண்ணிக்கையைக் குறிக்கின்றன. (படம் 4.16 போன்றே செங்குத்துக்கோட்டின் படுக்கைக்கோட்டின் ஒவ்வொரு பிரிவும் ஒரு குடும்பத்தைக் குறிக்கிறது.)

ஓலப்பாளையம் குக்கிராமத்தில் வாழும் மக்கள் மொத்தமாக 630 ஏக்கர் நிலம் கொண்டுள்ளனர். இது, மொத்த கிராமப் பரப்பளவில் 5 விழுக்காடு ஆகும்.[65] கிராமத்தின் தீண்டத்தகும் மக்களின் எண்ணிக்கையில் 9 விழுக்காடுதான் நில உடைமையாளர்கள் என்பதைக் கணக்கில் கொண்டால், ஓலப்பாளையம் மக்கள் கிராமத்தின் பிற

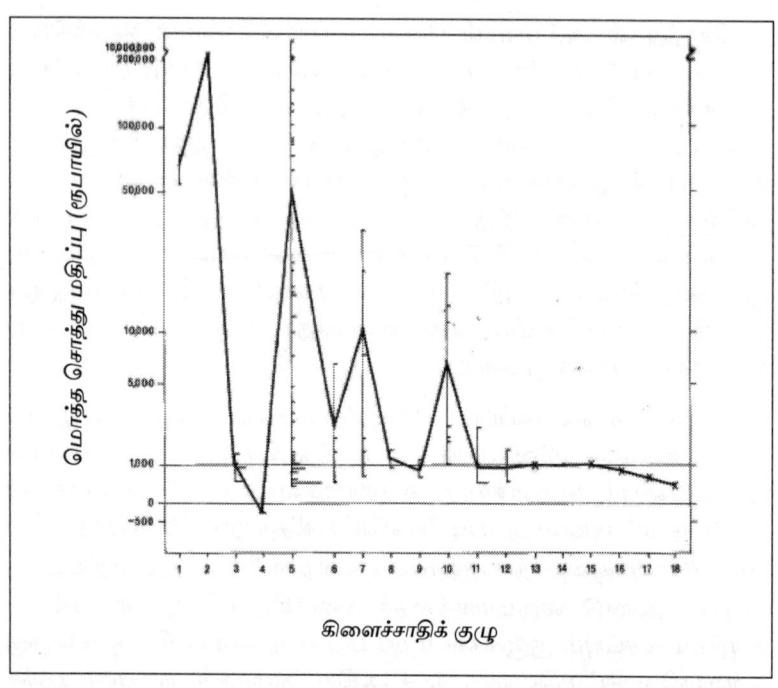

விளக்கப்படம் 4.16: கிளைச்சாதி வாரியாக சராசரி மொத்த சொத்து மதிப்பீடு

பகுதிகளை ஒப்பிடும்போது மிகக் குறைவான நிலமே கொண்டுள்ளனர் என்பது தெரிகிறது. இதற்கு இரண்டு காரணங்கள் உள்ளன: கிராமத்தின் வசதியான குடும்பங்கள் சிதறல்களாக உள்ளனர் என்பது முதல் காரணம். இரண்டாவது காரணம், ஓலப்பாளையம் குக்கிராமத்தில் நிலமற்ற சாதிகளான, கைவினையாளர்களும் நெசவாளர்களும் குவியலாக இருப்பது ஆகும். கிராமத்தில் பிற பகுதிகளில் இவ்வாறு காணப்படவில்லை.

ஓலப்பாளையம் மக்களிடம் 630 ஏக்கர் நிலம் இருக்கிறது என்பது இந்த நிலம் அனைவருக்கும் சமமாகக் கிடைக்கப்பட்டுள்ளது என்று அர்த்தம் ஆகாது. நில உடைமையாளர்கள் குறித்து எனக்குக் கிடைத்த தகவல்களின்படி, ஒரு விழுக்காட்டுக்கும் குறைவான குடும்ப ஆண் தலைக்கட்டுகளிடம் 35 விழுக்காடு நிலம் இருக்கிறது. மற்றொரு 7 விழுக்காட்டினரிடம் 40 விழுக்காடு நிலம் இருக்கிறது. மொத்தமாக 8 விழுக்காடு மக்களிடம் 75 விழுக்காடு நிலம் இருக்கிறது. மீதி நிலங்கள் 28 விழுக்காடு மக்களிடம் இருக்கின்றன. இதனால் ஓலப்பாளையம் குக்கிராமத்தில் 64 விழுக்காடு மக்கள் நிலமற்றவர்களாக இருக்கிறார்கள்.

இதில் சிங்கத்தின் பங்குபோல பெருமளவு நிலத்தினை இங்குள்ள வசதியான மக்களே பங்கிட்டுக் கொள்கிறார்கள். இந்த விஷயத்தில் ஓலப்பாளையம் விதிவிலக்குதான் என்றோ இதுஒரு மிகை உதாரணம் என்றோ எண்ணவேண்டாம். இந்தியா முழுவதும் இதே நிலை காணப்படுவதாகத்தான் மற்றவர்களும் பதிவுசெய்து வைத்துள்ளனர்.[66]

இந்தக் கணக்கீட்டில் தீண்டத்தகாத சாதிகளையும் சேர்த்துக் கொண்டால் இந்தச் சமத்துவமற்ற நிலை இன்னும் பெரிதாகக் காணப்படும். வாய்ப்புக்கேடாக, இதற்கான ஒப்பீட்டுத் தரவுகள் எனக்குக் கிடைக்கவில்லை.

கிளைச்சாதி வாரியாக நில உடைமையாளர்களைப் பிரிப்பது மேலும் முக்கியத்துவம் வாய்ந்ததாகும். மேற்கூறியதில் நான்கில் மூன்று பங்குக்கும் அதிகமான நிலங்கள் கவுண்டர் கிளைச்சாதியிடம் மட்டும் உள்ளது. ஓலப்பாளையம் நில உடைமையாளர்களில் இவர்கள் மட்டும் 89 விழுக்காட்டினர். நான் இந்தக் கணக்கெடுப்பை மேற்கொண்டபோது 11 விழுக்காடு நிலம் மட்டுமே மற்ற கிளைச்சாதிகளிடம் இருந்தது. இந்த ஈவு விகிதங்கள் அட்டவணை 4.2இல் தரப்பட்டுள்ளன.

4.18இல் காணப்படும் நிலவரைபடம் ஓலப்பாளையம் ஊரில் கவுண்டர் நிலங்கள் எவ்வாறு கூட்ட வாரியாகப் பிரிந்துள்ளன என்பதைக்காட்டுகிறது. இங்கு முதல்முதலாகக் குடியேறிய கணவாளர் கூட்டம் 75 விழுக்காடு நிலங்களை உடைமையாக்கித் தொடர்ந்து ஆதிக்கம் செலுத்தி வருவது முதல்பார்வையிலேயே தெரியவருகிறது. கிராமத்தில் பிற பகுதிகளில் வரலாற்றுரீதியான முக்கியத்துவம் கொண்ட மற்ற இரு கவுண்டர் கூட்டங்கள் செங்கண்ணன், ஓதாளர் கூட்டங்களும் இங்குப் பிரதிநிதித்துவம் பெறுகின்றன.[67]

ஒரு வேறுபாடாக, தாய்வழி மரபில், சென்ற தலைமுறையில் கண்ணந்தைக் கூட்டத்தைச் சேர்ந்த ஓர் ஆண், வசதியான கணவாளர் கூட்டத்தின் பெண்ணைத் திருமணம் செய்து இங்கு வாழ்கிறார். தாய்வழி மரபாக வந்த நிலங்கள் அவருடைய உடைமையாக உள்ளன. அவரது மகன்கள் அந்த நிலத்தின் வாரிசாக உள்ளனர். இங்கு ஆந்தை, முழுக்காதன் ஆகிய வேறு இரு கூட்டங்களைச் சேர்ந்தவர்களும் மேற்சொன்ன மரபில் இங்கு நில உடைமையாளர்களாக உள்ளனர்.

மேலும், ஓலப்பாளையம் கவுண்டர் சமுதாயத்துக்குள்ளும் கணவாளர் கூட்டமே ஆதிக்கம் செலுத்துகிறது. இங்கு நான்கு

அட்டவணை 4.2
ஓலப்பாளையம் நில உடைமையாளர்கள் *(கிளைச்சாதி வாரியாக)*

கிளைச்சாதி பெயர்	சராசரி மொத்த ஏக்கர் (விழுக்காடு)	குடும்பங்களின் எண்ணிக்கை
ஐயர் பிராமணர்	5.0	2
காருணிகர் பிள்ளை	4.0	1
கொங்குக் கவுண்டர்	89.0	32
கைக்கோளர் முதலியார்	1.0	2
மரமேறி நாடார்	1.0	3
மொத்தம்	100.0	40

குறிப்பு: நிலம் அதிகாரப்பூர்வமாக பதியப்பெற்றபோது கூட்டுக் குடும்பமாகவே பதியப் பெற்றிருந்தாலும் இங்குக் குடும்பம் எனக் குறிப்பிடுவது தனி சமையல் அலகுகளை ஆகும்.

சகோதரர்களுக்குள் தொடக்கத்தில் ஏற்பட்ட பிரிவுகள் வழியாக வம்சாவளி மரம் தெளிவாக நினைவுகூரப்படுகிறது.

விளக்கப்படம் 4.19இல் கொடுக்கப்பட்டுள்ள ஓலப்பாளையம் குக்கிராமக் கவுண்டர் குல வம்சாவளி மரத்தின்படி ஒவ்வொரு குலத்தின் முக்கியக் கிளைகளும் தமக்கான பாரம்பரிய மனையைத் தக்கவைத்து வந்துள்ளன என்பது தெளிவாகிறது. கவுண்டர் சிந்தனையில் இவர்களின் பரம்பரைகளின் வழி இவர்கள் நினைவு கூரும் வழி இந்தப் பங்கு பாகங்களில் தெளிவாகத் தெரிகிறது.

இந்தக் குக்கிராமத்திலேயே வயது முதிந்தவர்களான தகவலாளிகள் 43, 44, 45, 46 ஆகியோர் என்னிடம் பேசும்போது முப்பாட்டன் காலத்தில் (FFFF) ஆதி கணவாளர் கூட்டம் நிலம் நான்கு பாகங்களாகப் பிரிக்கப்பட்டதாகக் கூறினர்.[68] பாட்டன் (FFF) காலத்தில், இந்த நான்கு சகோதரர்களில் ஒவ்வொருவருக்கும் எத்தனையெத்தனை மகன்களோ அத்தனையத்தனை பங்குகளாகப் பிரிக்கப்பட்டன. இவை மீண்டும் அப்பாரு (FF) காலத்தில் அவர்கள் ஒவ்வொருவருக்கும் எத்தனை எத்தனை மகன்களோ அத்தனையத்தனை பங்குகளாகப் பிரிக்கப்பட்டன. இந்தக் கதை நான்கு தலைமுறைகளின் கதை. முதல் இரண்டின் வரலாறு மிக எளிதானது. பிந்தைய இரண்டும்—அப்பாரு, அப்பா—மிகவும் விரிவானவை. முந்தைய இரண்டைப் போலல்லாமல், பிந்தைய இரண்டு தலைமுறைகளில் பிரிவினை மிகச் சிக்கலானது ஆகும். ஏராளமான இணைப்புகள், உரிமை மாற்றங்கள் கொண்டவை. இவை முந்தைய தலைமுறைகளில் நிகழ்ந்திருந்தாலும் தெரியாமல்

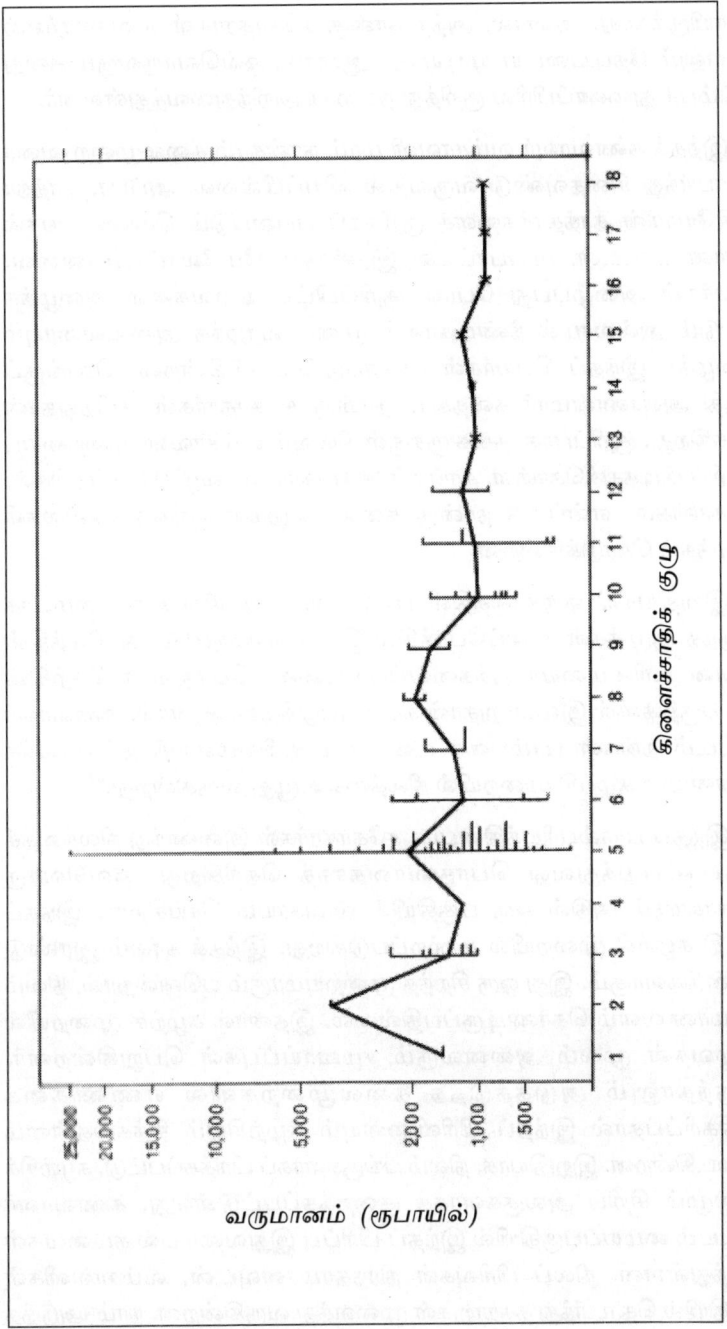

விளக்கப்படம் 4.17: கிளைச்சாதிவாரியாக சராசரி ஆண்டு வருமானம்

போயிருக்காது. ஆனால், அந்த நான்கு சகோதரர்களின் வரலாற்றை யாராலும் தேடியடைய முடியாது. ஆனால், ஒவ்வொருவரும் தனது குடும்பத் துணைப்பிரிவு குறித்து நன்றாக அறிந்துவைத்துள்ளனர்.

இந்தக் கணவாளர் வம்சாவளி மரம் நான்காம் தலைமுறை வரை தொடர்ந்து சிதைவுண்டு வருவதில் வியப்பில்லை. அப்பா, தாத்தா ஆகியோரின் தாத்தாக்களைக் குறிக்கப் பயன்படும் சொல்லடங்கல்களான பாட்டன், முப்பாட்டன் இரண்டும் மேலோட்டமானவை. இவர்கள் அழைப்பது போல குறிப்பிட்ட உறவுகளை அழைக்க மட்டும் அல்லாமல் நீண்டகாலம் முன்பு வாழ்ந்த அனைவரையும் அழைக்க இந்தப் பெயர்கள் பயன்படுத்தப்படுகின்றன. கொங்குப் பகுதி அண்ணன்மார் கதைகூட நான்கு சகோதரர்கள் குறித்துதான் பேசுகிறது. குறிப்பாக, தங்களுக்குள் நிலவும் வம்சாவளி முறையைப் பற்றிப் பிடித்துக்கொள்ள, தாங்கள் 'சகோதரர்கள்' வழித்தோன்றல்கள், பங்காளிகள், என்பதை நான்கு தலைமுறைகள் குறித்த தகவல்கள் அழுத்தம் கொடுக்கின்றன.

இறுதியாக, ஒருகாலத்தில் பாரம்பரியமாக நில உடைமையாக இருந்த குழுக்கள் காலப்போக்கில் இடம்பெயரும்போது நிலத்தின் மீதான உரிமையைத் தக்கவைப்பதில்லை. பொதுவாக தெற்கின் பிற பகுதிகளில் இவ்வாறுதான் காணப்படுகிறது. ஆனால், கணவாளர் கூட்டம் தங்கள் பரம்பரை உடைமை உரிமையைத் தக்கவைக்க இன்னமும் சுழற்சி முறையில் நிலத்தை உழுது வருகின்றது.⁶⁹

இந்தப் பாரம்பரியத்தின்படி, சகோதரர்கள் இணைந்து நிலத்தைக் கையகப்படுத்துவது பொதுவானதாகத் தெரிகிறது. ஒவ்வொரு சகோதரரும் அதில் ஒரு பகுதியில் விவசாயம் செய்கிறார். இந்தப் பகுதி சுழற்சி முறையில் மாற்றப்படுகிறது. இந்தக் காலம் இரண்டு ஆண்டுகளாகும். இது ஒரு சிறந்த முறையுமாகும் ஏனென்றால், நிலம் சமமான வளம் கொண்டிருப்பதில்லை. இதனால் சுழற்சி முறையில் உழுவதன் மூலம் அனைவரும் சமவாய்ப்புகள் பெறுகின்றனர். இருந்தாலும் அடுத்தடுத்த தலைமுறைகளில் எண்ணிக்கை அதிகரிப்பதால் இந்தப் பிரிவினையும் சுழற்சியும் சிக்கல்தன்மை அடைகின்றன. இறுதியாக, நிலம் பங்குகளாகப் பிரிக்கப்பட்டு, சுழற்சிக் காலமும் சிறிய அலகுகளாகக் குறைக்கப்பட்டுள்ளது. கணவாளர் கூட்டம் மையப்பகுதியில் இந்தப் பிரிப்பு இதுவரை பல தடவைகள் நடந்துள்ளன. நிலப் பிரிவுகள் நிரந்தரமானவுடன், வம்சாவளிகள் மத்தியில் தொடர்ந்து தகராறுகள் முளைத்து வருகின்றன. நாம் அடுத்த

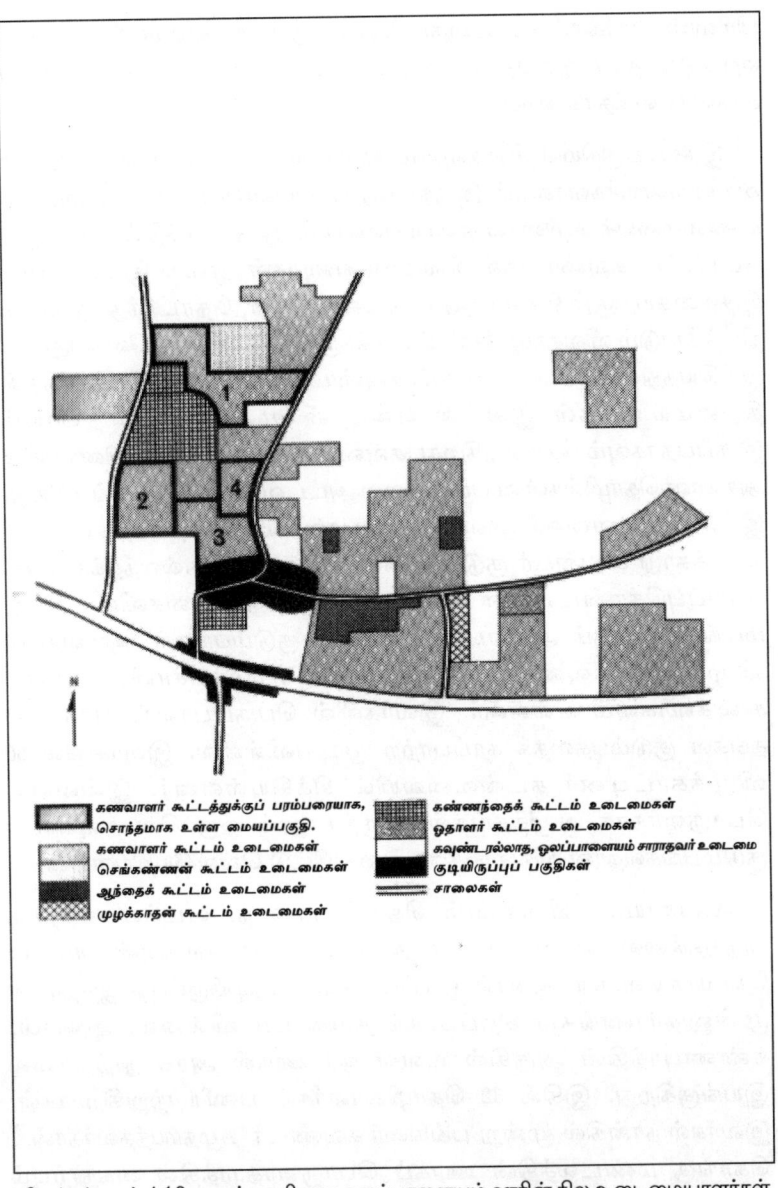

விளக்கப்படம் 4.18: குலம் வாரியாக ஓலப்பாளையம் ஊரின் நில உடைமையாளர்கள், 1965. கொடுக்கப்பட்டுள்ள எண் கவுண்டர் கூட்டங்களுக்கான எண்கள். விளக்கப்படம் 4.19இல் கவுண்டர் வம்சாவளி இனவரைவியல் படத்தில் காட்டப்பட்டுள்ளது போல் தரப்பட்டுள்ளது: 1. வெள்ளையன் தோட்டம் 2. குட்டைக்காடு. 3. குட்டைத் தோட்டம் 4. நடுத்தோட்டம்

பிரிவில் பார்க்கப்போவதைப்போல, இந்தக் குடும்பங்களுக்குள் ஏற்படும் தகராறுகள்தான் குடியிருப்புப்பகுதிக்குள் பகைமைகள் உருவாக வித்தாகின்றன.

இந்தப் பகுதியில் சில கவுண்டர்கள் நில உடைமையாளர்களாகவும் வசதியானவர்களாகவும் இருந்தாலும், ஏராளமானவர்கள் ஏழைகள். உண்மையைக் கூறினால் ஓலப்பாளையம் குக்கிராமத்தில் பாதிக்கும் மேற்பட்ட கவுண்டர்கள் நிலமற்ற ஏழைகள் ஆவர். இருந்தாலும், இத்தகைய சூழ்நிலையிலும் கவுண்டர்கள் தொடர்ந்து தம்மை நிலத்தோடும் விவசாயத்தோடும் பிரிக்கமுடியாதவர்களாகவே கருதுவது முக்கியத்துவம் கொண்டதாகும். கவுண்டர்கள் வணிகம், வர்த்தகத்தில் திறமையாளர்கள் இல்லை என்பதன் மூலம் இதில் நியாயம் இருப்பதாகவும் தோன்றுகிறது. கவுண்டர் சமுதாய உறுப்பினர்களில் அசலான தொழில்களின் பட்டியலை அட்டவணை 4.3 வழங்குகிறது. இந்த அட்டவணை மூலம் ஓலப்பாளையம் கவுண்டர்களில் 16 விழுக்காடு கவுண்டர் குடும்பங்கள் மட்டுமே சொல்லத்தக்க வசதி வாய்ப்புகொண்டவர்கள் என்பது தெரிகிறது. இதைவிட மூன்று மடங்குகளுக்கும் அதிகமான கவுண்டர் குடும்பங்கள் அதாவது 60 விழுக்காடு கவுண்டர் குடும்பங்கள் சிறுவிவசாயிகளாகவும் கூலிகளாகவும் உள்ளனர். இவர்களில் பெரும்பாலானவர்களால் தங்கள் குடும்பத்தைக் காப்பாற்ற முடியவில்லை. இவர்களில் 80 விழுக்காட்டினர் கடன்வலையில் சிக்கியுள்ளனர். இவ்வளவு பொருளாதார அழுத்தங்கள் இருந்தாலும் ஒரு சில கவுண்டர் குடும்பங்கள்தான் விவசாயத்தைக் கைவிட்டு வெளியேறியுள்ளன.

விவசாயம், விவசாயம் தொடர்பான நடவடிக்கைகளுக்கு அடுத்தநிலையில் நூற்பு, நெசவு ஆகிய தொழில்களே கவுண்டர்களின் தேர்வாக உள்ளன. ஆனால், ஓலப்பாளையம் குடியிருப்பில் இதற்கான முன்னுதாரணங்கள் சிறப்பாகக் காணப்படவில்லை. ஆனால், கண்ணபுரத்தின் அருகில் உள்ள ஓர் ஊரில் அரசு நூற்பாலை இயங்குகிறது. இதில் 32 தொழிலாளர்கள் பணியாற்றுகிறார்கள். இவர்கள் நான்கில் மூன்று பங்கினர் கவுண்டர் சமுதாயத்தவர்தான்.[70] கொங்கு மண்டலத்தின் ஊரகப் பொருளாதாரத்தில் கைநூற்பும் கைத்தறியும் முக்கியப்பங்கு வகிக்கின்றன. இப்பகுதி மண்ணில் பருத்தி நன்றாக விளைகிறது. மழை குறைவாகப் பெய்யும் இந்தப் பகுதியில் உணவுப்பொருள்கள் விவசாயத்தில் ஏற்படும் இழப்பைப் பருத்தி விவசாய வருமானம் ஈடுகட்டுகிறது.

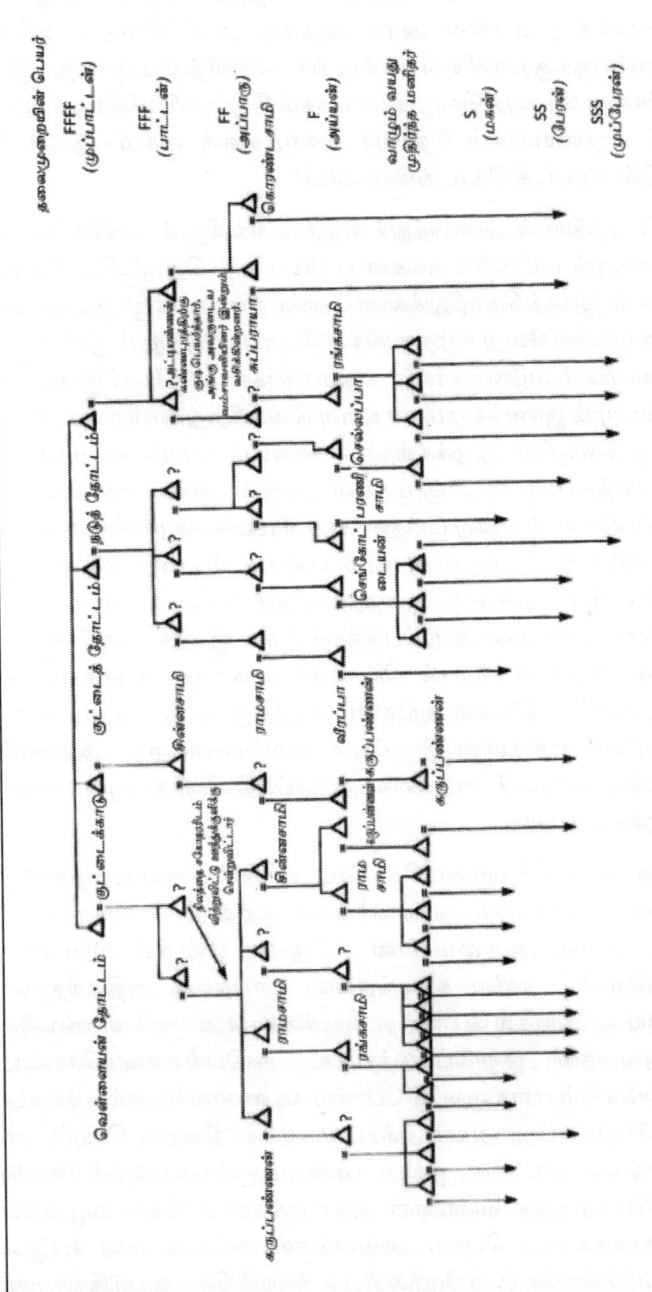

? பெயர் தெரியவில்லை என்பதைக் குறிக்கிறது.
அம்புக்குறிகள் குறிப்பிட்ட வரிசைகள் தற்போதுவரை தலைமுறைவாரியாக எண்களைக் குறிக்கிறது, *1965.*

விளக்கப்படம் 4.19: ஓலப்பாளையம் கணவாளர் வம்சாவளி மரம்

அண்மைக் காலங்களில், உள்ளூர்க் கைத்தறி மற்றும் கை நூற்பு தொழில்களுக்கு மாநில அரசு ஆதரவு அளிக்கிறது; அதில் ஈடுபடுபவர்களுக்கு மானியங்கள் வழங்கி கவுரவித்து வருகிறது. இது கவுண்டர்களை நெசவுத் தொழிலின் பக்கம் திருப்பியிருக்கிறது; அதே நேரத்தில் முதலியார்கள் நெசவுத் தொழிலைக் கைவிட்டுவிட்டு வணிகத்தில் ஈடுபடத் தொடங்கியுள்ளனர்.

இந்தப் பகுதியின் அனைத்துச் சமுதாயங்களிலும் நாவிதர்களும் வண்ணார்களும் மட்டுமே தங்கள் பாரம்பரியத் தொழிலில் நீடித்து வருகிறார்கள். இந்தத் தொழிலுக்கான தேவை நிலையாக இருப்பதுடன், இந்தத் தொழிலில் வேறு சமுதாயங்கள் போட்டியிடுவதும் இல்லை.[71] மேலும், ஊழியம் வழங்குநர்கள், எஜமானர்கள் ஆகியோர் இடையே அந்யோன்யமும் இணக்கமுமான உறவு நிலவுகிறது. என்றாலும்கூட, இந்த இரு தொழில் குழுக்கள்தான் ஊதியம் பாரம்பரியமாகவே இறுதிப்படுத்தப்படட்ட குழுக்கள் ஆகும். எந்த நேரத்திலும் அழைக்கப்படுதல் போன்று இத்தகைய தனிமனித ஊழியங்களுக்கான தீவிர பிரச்சினைகள் நிலவினாலும் பஞ்சம் போன்ற கடினமான நேரங்களில் இந்த ஏற்பாடு குறைந்தபட்சம் தேவையான உணவு, உடை ஆகியவற்றை உத்தரவாதப்படுத்துகின்றன. இந்தத் தொழில்களின் தேவையை, சமுதாயங்களால் நிராகரிக்க முடியாது. கிராமங்களில் நில உடைமைச் சாதிகளின் அதிகாரம் நீடித்திருக்க வேண்டுமானால் இந்த ஊழியச் சாதிகளின் இருப்பும் அவசியமாகிறது. அதனால் இந்த முக்கிய ஊழியச் சாதிகளை ஆதரிப்பதிலிருந்து அவர்களால் விலகியிருக்க முடியாது.

இத்தகைய தனித்தன்மைகொண்ட ஊழிய உறவுமுறைகளின் பொதுவான பொருளாதாரத் தாக்கங்கள் குறித்து டி. ஸ்கார்லெட் எப்ஸ்டைன் தம் அருமையான கட்டுரை ஒன்றில் சிறப்பாக விவாதிக்கிறார்.[72] நவீன காலங்களில் லாபத்தை அதிகரித்தல், உற்பத்தியை அதிகரித்தல் போன்ற நடவடிக்கைகள் அபாயக் காலங்களில் காப்பாற்றுவதைவிட இறுதிப்படுத்தப்பட்ட ஊதியங் களைக்கொண்ட பாரம்பரியம் எதிர்பாராத வறட்சி போன்ற கடின காலங்களில் உச்சபட்ச காப்பளிக்கிறது என்று அவர் அக்கட்டுரையை நிறைவு செய்கிறார். இதற்கு எடுத்துக்காட்டாக, ஓலப்பாளையம் குக்கிராமத்தில் 1965-66 ஆண்டின்போது இரு வண்ணார் குடும்பங்கள் தாங்கள் வழங்கிய ஊழியங்களுக்காகப் பெற்ற ஊதியங்கள் அட்டவணை 4.4இல் வழங்கப்பட்டுள்ளன. இது மேற்கூறிய கூற்றைத் தெளிவுபடுத்துகிறது.

உள்ளூர்த் தொழில்கள்

கடைத்தெருவில் உள்ள தன் பலசரக்குக் கடையில் சுப்பிரமணியம் முதலியார் வியாபாரம் செய்கிறார்.

உள்ளூர்ப் புலவராக உள்ள கங்கப்பா புலவர் (தகவலாளி எண் 9) உள்ளூர்க் கோயில் சடங்கில் ஓலைச் சுவடி வாசிக்கிறார்.

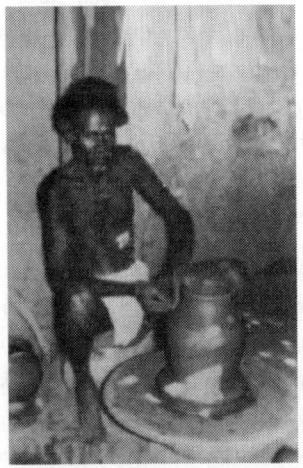

குயவர் பழனிச்சாரி உடையார் (தகவலாளி எண் 48) பெரிய சமையல் பாத்திரம் ஒன்றை வனைகிறார்.

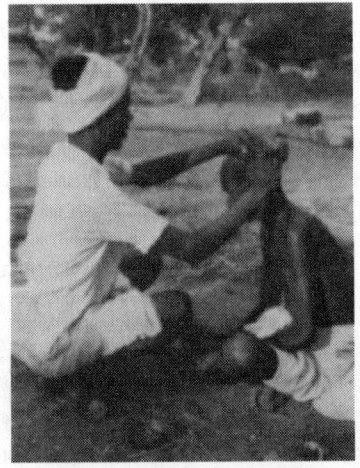

பழனியப்ப நாவிதர் (தகவலாளி எண் 33) உள்ளூர்க் கவுண்டர் ஒருவருக்குப் பாரம்பரிய முறையில் சிகை திருத்தம் செய்கிறார்.

வழக்கமாக, ஒரு கவுண்டர் குடும்பம் தன்னிடம் ஊழியம் செய்யும் குடும்பத்துக்கு ஆண்டுக்கு 16 வல்லம் அல்லது ஒரு மொடா தானியம் வழங்குகிறது.[73] பல குடும்பங்கள் இதனை முழு அளவு கொடுக்க முடியாத அளவுக்கு ஏழ்மையாக உள்ளன. அதனால், ஏழை கவுண்டர் குடும்பங்கள் பாதி அளவே கொடுக்கின்றன. அதற்கேற்ப, பாதியளவு மட்டும் ஊழியங்களைப் பெற்றுக்கொள்கின்றனர். பல கவுண்டர்கள் இப்போது தானியத்துக்குப் பதிலாக சிறிது பணம் தருகிறார்கள்.

ஊழியச் சமுதாயங்கள் ஊதியத்துக்குப் பதிலாக ஊழியங்களையே பரஸ்பரம் பரிமாறிக்கொள்கிறார்கள். நாவிதர் பண்டாரத்துக்கு முகச்சவரம் செய்வார். பதிலியாக நாவிதரின் குடும்பக் காரியங்களுக்குத் தேவையான சாப்பாட்டு இலைகளைப் பண்டாரம் வழங்குவார். பொதுவாக, இந்த வகையான ஊதியம் வறட்சி, பணவீக்கம் ஆகிய வற்றிலிருந்து காக்கும் காப்பீடாகக் கருதப்படுகிறது. மறுபுறம், சந்தைப் பொருளாதாரத்தில் பொருள்களை வாங்குவதற்குப் பணமும் அவசியமாகிறது.

அட்டவணை 4.4 தகவல்கள் வெளிப்படுத்துவதுபோல், இந்த வகையான ஊதியமுறை மூலம், ஆண்டுக்கு இவ்வளவு தானியம் என்று ஊதியம் இறுதிப்படுத்தப்பட்டுள்ளதால் ஒரு வண்ணார் ரொக்கக்கூலி முறையைவிட சிறப்பான ஊதியம் பெறுவது தெரிகிறது. ஆண்டு ஊதியம் அதோடு திருவிழாக்களில் வழங்கப்படும் ஊதியங்களை இணைத்து இந்த இரு வண்ணார் குடும்பத்தாரும் 200 வல்லம் தானியங்களும், 200 ரூபாய் ரொக்கமும் ஆண்டுதோறும் பெறுகிறார்கள். ஒரு சிறிய குடும்பம் வறுமையின்றி வாழ இந்த வருவாய் போதுமானதாக இருக்கலாம்.

மற்ற சமுதாயங்களும் மாற்று வழிகள் தெரியாததால் பெரும்பாலும் தங்கள் பாரம்பரிய ஊழியங்களைத் தொடர்ந்துகொண்டே, விமோசனத்துக்கான புதிய வாய்ப்புகளை, குறிப்பாகத் தங்கள் குழந்தைகளைக் கல்வி கற்க வைப்பதன்மூலம் புதிய வழி கிடைக்காதா என்ற தேடலில் ஈடுபட்டு வருகின்றனர். ஊரகப்பகுதிகளில் வாழும் பிராமணர்கள் சிவன், வைணவக் கோயில்களில் பட்டராகத் தொடர்கிறார்கள். இதன் மூலம் கிடைக்கும் சிறிய வருவாயுடன், இனாமாக அளிக்கப்பட்ட கோயில் நிலங்களை கவுண்டர்களுக்குக் குத்தகைக்கு விட்டதன்மூலம் கிடைக்கும் வருமானமும் ஓரளவுக்கு ஈடுகட்டுகிறது.

அட்டவணை 4.3
கவுண்டர் தொழில்சார் அமைப்பு, ஓலப்பாளையம், 1966

தொழிலின் மைய வகைமை	மொத்தம் %	தொழிலில் குறிப்பிட்ட வகைமை	மொத்தம் %	மொத்தக் குடும்பங்கள்
வசதியான நிலக்கிழார்கள்	2.0	ஏராளமான குத்தகை தாரர்களையும் தொழிலாளர்களையும் குடும்பம் கட்டுப்படுத்துகிறது	2.0	1
நிலையான விவசாயிகள்	14.0	குடும்பம் குறைந்தது மற்றொரு கவுண்டர் நிலத்தில் உழைக்கிறது; பிறசாதி நிலங்களிலும் உழைக்கிறது	6.0	4
		பிறசாதி தொழிலாளர்களை மட்டும் கூலிக்கு அமர்த்துகிறது ஆனால் வழக்கமான அடிப்படையில்.	8.0	5
சிறு விவசாயிகள்	46.0	யாரையும் கூலிக்கு அமர்த்தாமல் தாமே சமாளித்துக்கொள்ள குடும்பமே போராடுகிறது.	28.0	19
		குடும்பம் மற்றவர் நிலத்தில் குத்தகைதாரராக உழைக்கிறது.	6.0	4
		கால்நடை வியாபாரம், வண்டி வியாபாரம்	12.0	8
கூலிகள்	13.0	அன்றாட, மாதக் கூலிகளாக உழைத்துக் குடும்பத்தைக் காப்பாற்றுதல்	20.0	13
		சாலைத்தொழிலாளர்களாக உழைத்துப் பிழைக்கிறது.	2.0	1
விவசாயம் சாராதவர்கள்	25.0	நெசவாளர்	6.0	4
		கடை வைத்திருப்பவர்	6.0	4
		நகரத்தில் தொழிலாளர்	4.0	2
மொத்தம்	100.0		100.0	65

அட்டவணை 4.4 (அ)
வண்ணாருக்கு வழங்கப்படும் ஊதியம், 1965-66
(ஆண்டு அடிப்படையில்)

கிளைச்சாதிப் பெயர்	குடும்பங்கள் எண்ணிக்கை	பணமாக வழங்கப்படும் ஊதியம்	பொருளாக வழங்கப்படும் தானியம்
கொங்கு கவுண்டர்	1	5.00	
	2	6.0 (தலா)	
	3	8.00 (தலா)	அவ்வப்போது மதிய உணவு?
	1	10.00	
	1	12.00	
	4	...	12 வல்லம் தானியம் (தலா)
	6	...	12 வல்லம் தானியம் (தலா)
கொங்கு ஆசாரி	1	10.00	...
கைக்கோள முதலியார்	1	9.00	...
ஒக்கசண்டி பண்டாரம்	1	12.00	...
கொங்கு உடையார்	1	...	...
மரமேறி நாடார்	2	...	ஒரு மணக்கு வெல்லம்
வடுக நாயக்கர்	1	5.00	...
	1	9.00	...
	1	12.00	...
மொத்தம்	28	120.00	144 வல்லம் தானியம், அவ்வப்போது மதிய உணவு, வெல்லம், பானைகள், சாப்பாட்டு இலைகள்
இரண்டாவது வண்ணாருக்கான மொத்தம்	26	145.00	135 வல்லம் தானியம், அவ்வப்போது மதிய உணவு, வெல்லம், வாடகை

குறிப்புகள்: இந்த ஊதியம் பொதுவாக ஏப்ரல்-மே மாதம் நிகழும் மாரியம்மன் திருவிழாவின் போது தரப்படுகிறது. வல்லம், மணக்கு போன்ற அளவுகளுக்கான வரையறை பின்னிணைப்பு உ-வில் வழங்கப்பட்டுள்ளது.

சில பிராமணர்கள் சோதிடம் பார்க்கிறார்கள். சிலர் சிறு நகரங்களில் சைவ உணவகங்கள் நடத்துகிறார்கள். உள்ளூர்க் கோயில்களில் பிராமணரல்லாத பூசாரிகளாகப் பணியாற்றும் பண்டாரங்கள் கோயில்

அட்டவணை 4.4 (ஆ)
வாழ்க்கை வட்டச் சடங்குகளின்போது
எதிர்பார்க்கப்படும் கூடுதல் பரிசுகள்

திருமணம்	ரூ 2-1/2, 4-1/2 வல்லம் அரிசி உள்ளூரில் நடக்கும் திருமணத்துக்கு, ரூ10/= ஒரு வல்லம் அரிசி வெளியே நடக்கும் திருமணங்களுக்கு. ஓர் ஆணுக்கான வேட்டி, துண்டு, பெண்ணுக்கான புடவை மற்றும் இத்தருணத்தில் எதிர்பார்க்கப்படும் கூடுதல் பரிசுகள்
சாவு	ரூ 5ம், 8 வல்லம் அரிசி
பூப்புச் சடங்கு	ரூ 2ம், 4 வல்லம் அரிசி

குறிப்பு: கிராமத்துக்கு வெளியே திருமணங்களின்போது இந்த வகையான ஊதியமாக மாற்றித் தரப்படுகிறது. குறிப்பிட்ட குடும்பங்களுடன் மிக நெருக்கமாக இருக்கும் ஊழியர்கள் அவ்வப்போது (குறிப்பாக நோம்புகள், பெரிய பண்டிகைகளின்போது) பரிசுகள் பெறுகிறார்கள். சில சமயங்களில் வாடகையின்றி வீடுகள், தங்கள் நிலத்தில் மேய உரிமை ஆகியவை வழங்கப்படுகின்றன.

ஊழியங்கள் மூலம் கிடைக்கும் ஊதியப் போதாமைக்காக, விழா நிகழ்வுகளில் சமையலாளர்களாகப் பணியாற்றுகிறார்கள். அவர்களின் மற்ற ஊழியங்களாகச் சாப்பாட்டு இலைகள் வழங்குவது, பூ கட்டுவது ஆகியவற்றுக்கு அதிக தேவையிருப்பதில்லை. மற்ற சமுதாயங்கள் போன்றே பண்டாரங்களும் தங்கள் வாழ்வாதாரங்களை மேம்படுத்த கல்வி, மற்ற வாய்ப்புகளை நாடுகிறார்கள்.

இதேபோல பிள்ளைகளும் தங்கள் பாரம்பரிய கணக்குப்பிள்ளை வேலையில் நீடிக்கிறார்கள். ஆசாரிகள் தங்கள் பாரம்பரிய கைவினைத் திறன் தொழில்களைத் தொடர்வதுடன் ஒப்புநோக்கில் அதிக வருவாய் தரும் விலையுயர்ந்த உலோகங்கள், மர வணிகத்தில் ஈடுபடுகிறார்கள். ஆனால், பொற்கொல்லர்கள், தங்கம் மிக உயர்ந்த விலையுள்ள பொருள் என்பதால் அதன்மூலம் அதிக வருவாய் ஈட்ட முடிவதில்லை. ஏனெனில், கொங்குப் பகுதி வறண்ட பூமியாக இருப்பதால் அதிக மக்கள் தங்கம் வாங்க முன்வருவதில்லை. தற்போது நகரங்களில் நகை வணிகம் செய்பவர்களிடம் குறிப்பாக செட்டியார்களிடம் நகைத் தொழிலாளர்களாகத் தங்களை ஈடுபடுத்தத் தொடங்கியுள்ளனர்.

மற்றொரு பாரம்பரிய கைவினைத் திறனாளர்கள் குயவர்கள். சாந்துபூசுதல், கட்டடத் தொழிலில் ஈடுபடுவது ஆகியவற்றின்மூலம் கூடுதல் வருவாய் ஈட்ட முயல்கிறார்கள். இன்றுவரை இந்த மனிதர்கள் தங்கள் பாரம்பரியத் தொழிலைத் தொடர்கிறார்கள். ஆனால், புதிய

பானைகளுக்குத் தேவை உண்டாகும் திருவிழாக் காலங்களில் மட்டும் தங்கள் பாரம்பரிய தொழிலில் ஈடுபாடு காட்டுகிறார்கள். நகரங்களில் பானைகளுக்கு விளம்பரம் இருப்பதால் நகரங்களை நோக்கித் தமது கவனத்தைத் திருப்பி இருக்கிறார்கள். இளைஞர்கள் இத்தொழிலில் ஆர்வம் காட்டுவதில்லை. இதனால் இத்தொழிலில் கைவினைத் தொழிலாளர்கள் குறைந்துவருகிறார்கள்.

கிணறு வெட்டுதல், மண் அள்ளுதல் தொழிலில் ஈடுபடும் நாயக்கர் களும் கொல்லர்கள், மரத் தச்சர்கள் நிலையில் உள்ளனர். அவர்களிடம் குறிப்பிட்ட தனித்திறன் உள்ளதால் அடிக்கடி அழைக்கப் படுகிறார்கள். இதனால் ஓலப்பாளையத்தில் வாழும் நாயக்கர்கள் தங்கள் பாரம்பரியத் தொழிலைத் தொடர்கிறார்கள். கட்டடத் தொழில் வேலைகள் இல்லாதபோது சாலைப் பணியாளர்களாகவும் பணியாற்றுகிறார்கள்.

இறுதியில், தீண்டத்தகாத சமுதாயத்தினர் மிஞ்சுகிறார்கள். பண்டாரம் போன்றே இவர்களாலும் சடங்கியல் ஊழியத்தால் கிடைக்கும் வருவாயால் வாழமுடியவில்லை. சிலர் உள்ளூர்க் கூலிகளாக உள்ளனர். சிலர் மலைத் தேயிலைத் தோட்டங்களுக்குக் குடிபெயர்ந்துவிட்டனர். பெரும்பாலானவர்கள் நகரங்களில் வாழ்வாதாரங்களைத் தேடுகின்றனர். பெரும்பான்மையான தீண்டத்தகாத மக்கள் மாதாரி சமுதாயத்தவராக இருக்கின்றனர். இவர்கள் மிகவும் வறுமையான நிலையில் வாழ்கிறார்கள். இவர்களின் பாரம்பரியத் தொழில் தோல் செருப்பு, தண்ணீர் இறைக்கும் கமலை தயாரித்தல். இவையெல்லாம் தற்போது நவீன தொழில்மயமாகி விட்டன. தற்போது பெரும்பாலான மாதாரிகள் வயல்களில் திறனற்ற அன்றாடக் கூலிகளாத்தான் வாழ்வாதாரங்களைப் பெறுகிறார்கள். இதற்காக அவர்களுக்கு வழங்கப்படும் தினக்கூலி மிகக் குறைவான தாகும்.[74] மாதாரிகள் அதிக எண்ணிக்கையில் இருப்பதால் கடும் போட்டியைச் சமாளிக்க முடியாமல் ஒருவேளை உணவுக்கும் வழியற்றுத்தான் இருக்கிறார்கள். குறவர்கள் நிலை மாதாரிகள் நிலையைவிடப் பரவாயில்லை. காரணம் அவர்கள் எண்ணிக்கையில் குறைவாக இருக்கிறார்கள். கூடை பின்னுவதில் தனித்திறனாளர்களாக இருக்கிறார்கள். உள்ளூர் வாய்ப்புகள் குறையும்போது இடம்பெயரத் தயாராக இருக்கிறார்கள்.

இவ்வாறாக, ஓலப்பாளையத்தில் பெரும்பான்மையான மக்கள் தங்கள் பாரம்பரிய கிளைச்சாதி தொழில்களைத் தொடர்கிறார்கள். இருந்தாலும், இந்தப் பொதுவான சித்திரத்தை மேலும் மெருகேற்றுவது

வலங்கை-இடங்கைப் பிரிவு முரண்பாடுகளைத் தொழில் சார்ந்த ஆசாபாசங்கள் வழியாக வெளிப்படுத்துகின்றன. கல்வியின்மீது பெருகும் ஆர்வம், நகர வாழ்க்கைக்கான வாய்ப்புகளைத் தேடுவது ஆகிய போக்குகள் இடங்கைப் பிரிவு உயர்நிலைச் சமுதாயங்கள் மத்தியில் அதிகரித்து வருகின்றன. மாறாக, வலங்கைப் பிரிவு கவுண்டர்களைப் பொறுத்தவரை புதிய கல்வி வாய்ப்புகள், நகர்ப்புற வேலைவாய்ப்புகள் ஆகியவற்றுக்கு மெதுவாகவே அசைந்து கொடுக்கிறாகள். உள்ளூரில் தமது ஆதிக்கத்தை தக்கவைத்துக் கொள்ளவே முதன்மையாக விரும்புவதும் இதற்கு ஒரு காரணமாகும். கவுண்டர்கள் பொதுவாகவே உள்ளூர் விரும்பிகளாகவும், இடங்கைப் பிரிவின் உயர் சமுதாயங்கள் தங்கள் தனித்திறன்களை மேம்படுத்திக் கொள்வதில் ஆர்வமுள்ளவர் களாகவும் உள்ளனர். இதனால் தங்கள் தொடர்புகளை விரிவுபடுத்திக்கொள்ள முனைகிறார்கள்.

நடுத்தர, கீழ்நிலைக் கிளைச்சாதிகள் குறித்து ஒருவர் சிந்திக்கையில், இந்த மாறுபாடுகள் தலைகீழாகின்றன. பண்டாரம், உடையார் ஊழிய சமுதாயங்கள் கல்வி மற்றும் வேலை வாய்ப்புகளில் அதிக கவனம் செலுத்துகிறார்கள். வலங்கைப் பிரிவு தீண்டாமைச் சமுதாயமான பறையர்களும் இதே பார்வையைக் கொண்டுள்ளனர். இயல் 3இல் குறிப்பிட்டதுபோல, நில உடைமைச் சமுதாயத்துடன் இணைந்திருப்பதால் உண்டான கவுரவமும் பெருமையும் நீடிக்க வில்லை. அவர்களின் தற்போதைய நிலையால் மிகவும் அதிருப்தி அடைந் துள்ளனர். தன்னம்பிக்கையுடன் மேலான வாய்ப்புகளைத் தேடுகிறார்கள். மாறாக, இடங்கைப் பிரிவின் கீழ்நிலைச் சமுதாயங்களான நாயக்கர்களும் மாதாரிகளும் தற்போதைய நிலையே கதி என்று பிடித்துக்கொண்டுள்ளார்கள். அவர்களின் வலங்கைப் பிரிவு ஜோடிகளைவிட அவர்கள் நிலைதான் மிகவும் பாதிப்புக்குள்ளாகும் வகையில் உள்ளது. அவர்களின் தன்னம்பிக்கையும் குறைவாக உள்ளது.

சமுதாய அளவிலான குழுவாதப் பிரிவு

கிராமம் அல்லது ஊர் மட்டத்தில் குழுவாதமும் போட்டிகளும் உருவாகின்றன என்றால் அது கவுண்டர் சமுதாயத்தின் முக்கிய மனிதர்கள் மத்தியில் உருவாகும் தனிப்பட்ட பகைமையால்தான். சிலநேரங்களில் இரண்டு குல முக்கியஸ்தர்கள் பகைமை கொள்ளும் போது அது வெளியே தெரியாமல் தங்களுக்குள் புதைத்துக்

கொள்கிறார்கள். (ஓலப்பாளையம் குடியிருப்பில் கவுண்டர் கூட்டப் பிரிவு குறித்த விவரங்களுக்கு விளக்கப்படம் 4.20 பார்க்க.) இந்தப் பகை உச்சத்துக்கு வரும்போது அவரவர் தங்களுக்குச் சார்பாக சமுதாயத்தின் ஆதரவைத் திரட்டுகிறார்கள். முதலில் தங்கள் ஊழியர்களின் ஆதரவைப் பெறுகிறார்கள். இரண்டாவது நண்பர்கள், உறவினர்கள் ஆதரவைப் பெறுகிறார்கள். இந்த மோதல்களுக்கான மூலம் சாதாரண விஷயமாகவே பெரும்பாலும் இருக்கிறது. ஆனால், ஆதரவு திரட்டும் நடவடிக்கைகளில் எளிய மனிதர்கள் இடையே கடும்பகை எழுகிறது. இதனால் சகோதரர்கள், குடும்பத்தினர்கூட எதிரெதிர் அணியில் நிற்க நேரிடுகிறது. சொந்தங்கள் பகையாகின்றன.

ஓலப்பாளையம் கிராமத்தில் தற்போது எழுந்துள்ள குழுவாத மோதல்களின் வரலாறு ஆர்வம் கிளர்த்துவது. இதற்கான ஒரு எடுத்துக்காட்டாக இதனை விளக்குவது அவசியம்:

சுமார் இருபத்தைந்து ஆண்டுகளுக்கு முன்பு, ஊர்ப் பகுதி சடங்குசார் அமைப்பின் தலைவராக (கொத்துக்காரர்) கணவாளர் கூட்டத்தைச் சேர்ந்த ஒருவர் (அ) இருந்தார். இந்தப் பதவி நினைவுதெரிந்த காலம் தொட்டு அவரின் பரம்பரையினரே வகித்துவந்த பதவி. அதன்படி அவர் அந்தப் பதவிக்குக் கொண்டு வரப்பட்டார். உள்ளூர்க் கோயில் திருவிழாக்களில் கணவாளர் கூட்டத்தவருக்கே முதல் மரியாதை. ஏனென்றால், அந்தப் பகுதியில் முதலில் குடியேறியவர்கள் அவர்கள்தாம். இருந்தாலும், அந்தச் சமயத்தில் ஓலப்பாளையம் பகுதியில் வாழ்ந்த ஓதாளர் (ஆ) குடும்பமும் சக்திவாய்ந்த குடும்பம்தான். இந்தக் கூட்டம் கண்ணபுரம் கிராம மட்டத்திலும் கணவாளர் கூட்டத்துக்கு அடுத்த நிலையில் இருப்பவர்கள். அக்குடும்பத்தின் மூத்த உறுப்பினர் மிகவும் மரியாதைக்குரியவர்.

ஒருநாள், ஓதாளர் தலைவர் ஒரு பிரச்சினை எழுப்பினார். அது மாகாளியம்மன் கோயில் திருவிழா நேரம். திருவிழாவின்போது அம்மன் பிரசாதம் வழங்குமுறை மாற்றப்பட வேண்டுமென்றார். தமது நண்பரான முதலியார் சமுதாயத்தைச் சேர்ந்தவருக்கு நாடார் சமுதாயத்தவருக்கு முன்னதாக அம்மன் பிரசாதம் வழங்கி மரியாதை செய்யப்பட வேண்டுமென்றார். இந்தச் சமுதாயம் இப்பகுதிக்கு நாடார்கள் வருவதற்குமுன்பே வந்துவிட்டதால் நாடார்கள் அனுபவித்துவரும் முன்னிலையை முதலியார் சமுதாயத்துக்குத் தரவேண்டும் என்றார். இதை கொத்துக்காரர் குடும்பம்

ஏற்கவில்லை. இதனால் பெரிய தகராறு உருவானது. இரண்டாவது ஒரு வாக்குவாதமும் எழுந்தது. அம்மனுக்குப் பலி கொடுக்கும் போது முதல் ஆட்டைக் கொத்துக்காரர் குடும்பம் தருவதா ஓதாளர் குடும்பம் தருவதா என்ற பிரச்சினை கிளப்பப்பட்டது. மக்கள் கூடி இரு தரப்புகளில் விருப்பப்படி ஒன்றை ஆதரித்தனர்.

இதனால் கலவரச் சூழல் உருவானது. கடைசியில், அரசு அதிகாரிகள் தலையிட்டு, மாகாளியம்மன் கோயிலை இழுத்துப் பூட்டினர். இதன் விளைவாக கடந்த பல ஆண்டுகளாக அங்குத் திருவிழா நடக்கவில்லை. தொடர்ந்து, சில வசதியான கவுண்டர்கள் சேர்ந்து பூட்டப்பட்ட கோயில் அருகே ஒரு புதிய கோயிலை அம்மனுக்கு உருவாக்கினார். இது குடிசைக்கோயில் ஆகும். அந்தக் கோயிலில் திருவிழா நடந்தது. சிறிது காலம் பழைய சம்பிரதாயமே தொடர்ந்தது. இதில், பழைய பிரச்சினையை எழுப்பிய அந்த ஓதாளர் குடும்பம் காணப்படவில்லை.

வாய்ப்புக்கேடாக, அதிக பிரச்சினைகள் உருவாயின. இரண்டாவது கணவாளர் குடும்பத்தில் (இ) இரு சகோதரர்கள் மத்தியில் புகைந்த பழைய பகை, குடும்ப நிலம் யாருக்குச் சொந்தம் என்ற பிரச்சினை மூலமாக மீண்டும் வெடித்தது. ஒரு வருடம், மாகாளியம்மன் கோயில் திருவிழா நெருங்கிக் கொண்டிருந்த சமயத்தில், கோயில் நிர்வாகப் பொருளாளராக இருந்த இ1 கோயில் திருவிழாவுக்காக நன்கொடை வசூலித்துக்கொண்டிருந்தார். அப்போது தனது பங்கினை அவரிடம் இ2 விரும்பினார். இதனை இ1 ஏற்காமல் நிராகரித்தார். இத்தனைக்கும் இ2, ஓதாளர் கூட்டம் வம்சாவளி பிரிவுக்குழு பரம்பரையின்படி அந்தப் பிரிவுத் தலைவராக உள்ளார். பல இடைநிலை நபர்கள் மூலமாகவாவது தனது பங்கைக் கோயிலுக்குச் சேர்த்துவிட முயன்றார். ஆனால் அதை எப்படியோ தெரிந்துகொண்டு இ1 தடுத்து வந்தார். ஒருமுறை நாவிதர் மூலம் தொகையைக் கொடுத்து அனுப்பினார். ஆனால் பணம் ஏது என்று விசாரித்து அதையும் தெரிந்துகொண்டு வாங்க மறுத்தார். இதற்குள் அம்மன் திருவிழா வந்துவிட்டது.

அனைத்து உள்ளூர்க் குடும்பங்களும் பொங்கல் வைக்கக் கூடினர். அனைத்துப் பானைகளிலும் பொங்கல் பொங்கியது. கோயில் பூசாரி ஒவ்வொரு பானையிலிருந்தும் ஒரு கரண்டி பொங்கல் வாங்கி அம்மனுக்குப் படைக்க வேண்டும். அப்போது இ2 குடும்பத்தின் பொங்கல் பானையில் இருந்து பொங்கல் எடுக்கக்கூடாது என்று

பூசாரிக்கு இ1 திடீரென உத்தரவிட்டார். இ2 இதற்குக் கடும் எதிர்ப்பு தெரிவிக்கவும் தகராறு எழுந்தது. பல நண்பர்கள் அவரை (இ2) ஆதரித்தனர். நண்பர்கள் பெரும்பாலானவர் ஏழை கவுண்டர்கள் ஆவர். இ1 ஐ வசதிமிக்க கவுண்டர்கள் ஆதரித்தனர். இ2உம் அவருடைய ஆதரவாளர்களும் கடுங்கோபம் கொண்டனர். கடைசியில், நாங்கள் தனிக்கோயில் கட்டிக்கொள்கிறோம் என்று கூறிவிட்டு வெளிநடப்புப் செய்தனர். சொன்னது போலவே, இரண்டு மாகாளியம்மன் கோயில்களுக்கு அருகில் புதிதாக மூன்றாவது கோயிலை உருவாக்கினர்.

இ2 நண்பர்கள் புதிய கோயில் கட்ட நன்கொடை வசூலித்தனர். பத்துக் குடும்பங்கள் புதுக்கோயிலுக்கு நிதியளிக்க முன்வந்தனர். அவர்களில் ஒருவர் கொத்துக்காரர் குடும்பத்தின் (அ) இளைய மகன் ஆவார். அவர் புதிய கோயிலுக்கு ஆதரவு தெரிவித்ததன் மூலம் பரம்பரைக் கொத்துக்காரரான தனது மூத்த சகோதரரின் உறவை முறித்துக்கொண்டு வெளியேறினார். இப்போது அங்கு மூன்று அம்மன்கோயில்கள் உள்ளன. ஒன்று பழைய கல் கோயில். புதிய இரண்டு கோயில்கள் 'கிழக்குக் கோயில்', 'மேற்குக் கோயில்' என்று அழைக்கப்படுகின்றன. ஓதாளர்கள் கட்டிய குடிசைக் கோயில் கிழக்குக் கோயில். அதிலிருந்து பிரிந்து கொத்துக்காரருடன் இணைந்து கட்டிய கோயில் (இதுவும் குடிசைக் கோயில்) மேற்குக் கோயில். இங்கு வாழும் மக்கள் இந்தப் பக்கமோ அந்தப் பக்கமோ ஆதரிக்கிறார்கள். இதனால் பத்து ஆண்டுகளாக பகைமை நீடிக்கிறது.

இந்த இரண்டு போட்டிக் குழுக்களும் ஓலப்பாளையம் கவுண்டர் சமுதாயத்தை இரண்டாகப் பிளந்துள்ளன. இரண்டு குழுக்களில் உள்ளவர்கள் எண்ணிக்கை ஏறத்தாழ சமமாக உள்ளது. மேலும், இப் பகுதியிலுள்ள ஒவ்வொரு கவுண்டர் குலமும் — இந்தப் பகுதியில் ஓதாளர் குடும்பம் ஒன்றுதான் இருக்கிறது என்பதால் அதுதவிர — உடைந்து ஒவ்வொரு குழுவின் ஆதரவாளர்களாக பிரிந்துகிடக் கிறார்கள். ஒரே குடும்பத்தைச் சேர்ந்த சொந்த சகோதரர்கள்தாம் பெரும்பாலும் இவ்வாறு பிளவுபட்டுள்ளனர். அதாவது ஊர் பகுதியில் ஆதிக்கம் செலுத்தும் சமுதாயம் இவ்வாறு இரண்டு மூன்று போட்டிக் குழுக்களாக உள்ளன. இந்த மோதல் நெருங்கிய உறவுகள் மத்தியில் உருவாகும்போது அதன் தீவிரம் அதிகமாகி உள்ளூர்ப் பொருளாதார, அரசியல் அதிகார மையங்களிலும் நேரடியாக எதிரொலிக்கும்.

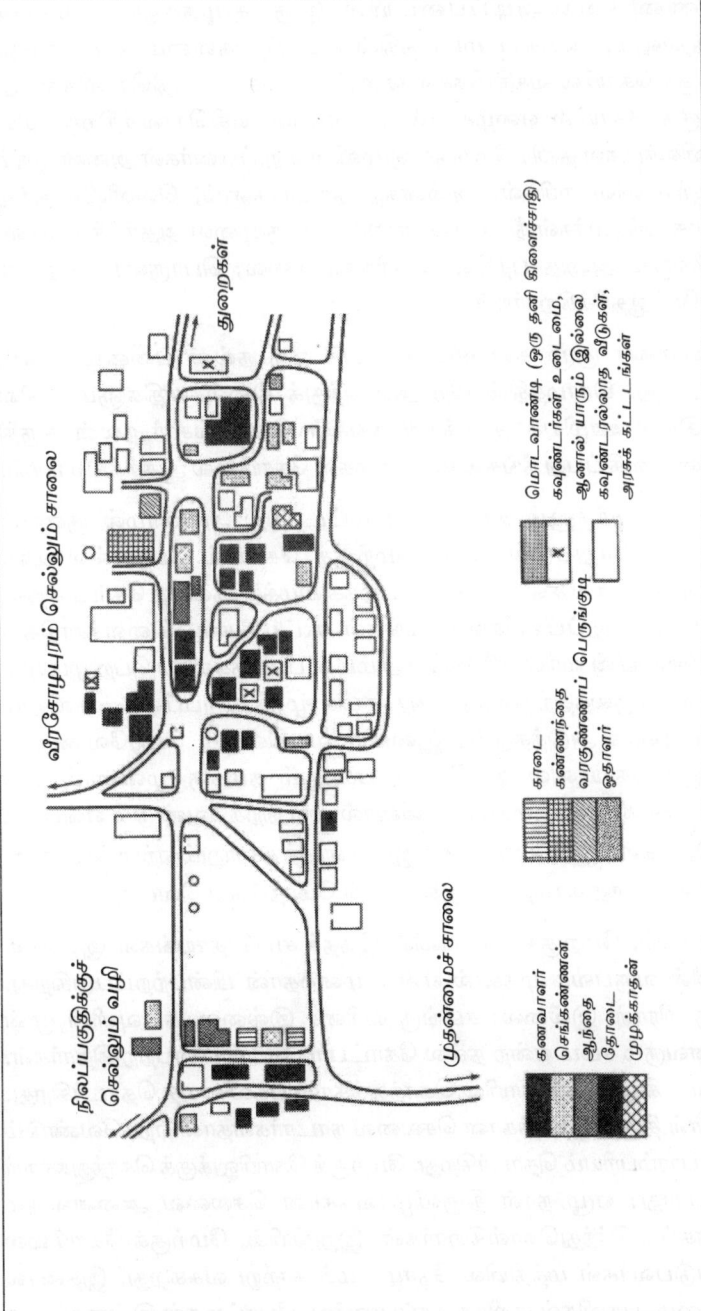

விளக்கப்படம் 4.20: ஓலப்பாளையம் குடியிருப்புப் பகுதி, கவுண்டர் கூட்டங்கள் - குடியிருப்பு மற்றும் அவற்றுக்குச் சொந்தமான கட்டடங்கள்

எண்ணிக்கை அடிப்படையில் இரு குழுக்களும் சமமாக இருந்தாலும், அதிகார மட்டத்தில் சமமற்ற தன்மை நிலவுகிறது. கிழக்குக் கோயில் வசதிமிக்கவர்களின் நலன்களை எதிரொலிக்கிறது. மேற்குக் கோயில் ஏழைகளின் நலன்களை எதிரொலிக்கிறது. சில விதிவிலக்குகள் தவிர மேற்குக் குழுவின் உறுப்பினர்கள் அனைவரும் நிலமற்ற விவசாயிகள். அனைத்து நாடார்களும், வெளியிலிருந்து புதிதாக வந்தவர்கள் நீங்கலாக, வசதியான குழுவை ஆதரிக்கிறார்கள். இவர்களும் அனுதாபத்தில் ஆதரிக்கவில்லை; பொருளாதார நலன் கருதியே ஆதரிக்கிறார்கள்.

ஏழைகள் குழு கவுண்டர்களிடம் ஒரு நல்ல பனைமரம்கூட கிடையாது. கிராமத்தில் பிற அனைத்துக் கிளைச்சாதிகளும் - சில சடங்கியல் ஊழியக் குழுக்கள் தங்கள் தொழில்சார் நலன் கருதி நடுநிலை வகிப்பது நீங்கலாக, ஏழைகள் கோயிலை ஆதரிக்கிறார்கள்.

இரு குழுக்களும் உறுப்பினர் மட்டத்தில் அல்லாமல் குணாம் சத்திலும் வேறுபடுகின்றன. மேற்குக் கோயில் போலல்லாமல், கிழக்குக் கோயில் சில சடங்கியல் பழக்க வழக்கங்களைத் தொடர்கிறது. அனைத்து உறுப்பினர்களும் தங்கள் கூட்டங்கள், கிளைச்சாதிகள் தகுதிநிலையின் வரிசையிலேயே அம்மன் பிரசாதத்தைப் பெறமுடியும். ஒவ்வொரு குலத்திற்குள்ளும் அதன் மிக மூத்த உறுப்பினர் முதலிலும் படிப்படியாக அடுத்தடுத்த இளைய வயதினரும் பெறவேண்டும். கிழக்குக் கோயிலில் ஒவ்வொரு பக்தரும் தமக்கு முன்னால் யார் இருக்கவேண்டும், தமக்குப் பின்னால் யார் நிற்கவேண்டும் என்பதை அறிகிறார்கள்.[75] இப்போதுவரை இதில் எந்தத் தகராறும் ஏற்படவில்லை. ஆனால், கடந்த காலத்தில் இதில்தான் மோதல்கள் வெடித்தன.

ஆனால், மேற்குக் கோயிலில் இந்தச் சம்பிரதாயங்கள் இல்லை. முதலில் வருபவர் முதலில் என்ற முறைதான் பின்பற்றப்படுகிறது. அங்கு மிராஸ் இல்லை; சடங்கு வரிசை இல்லை. கடவுளின் முன் அனைவரும் சமம் என்ற நல்ல கோட்பாட்டைப் பின்பற்றுகிறார்கள். மேலும், கிழக்குக் கோயில் கொத்துக்காரர் பதவியைத் தொடர்கிறது. ஏழுநாள் திருவிழாவுக்கான செலவை நாடார்கள்தான் ஏற்கவேண்டும் என்ற பாரம்பரியம் தொடர்கிறது. மேற்குக் கோயிலுக்குக் கொத்துக்காரர் கிடையாது; ஏழு நாள் திருவிழாவுக்கான செலவை அனைவரும் சமமாகப் பகிர்ந்துகொள்கிறார்கள். இறுதியில், மேற்குக் கோயிலை வழிபடுபவர்கள் மத்தியில் தோழமைக் காற்று வீசுகிறது. இதனால் தலைமை, பதவிகள் குறித்த கசப்புணர்வு, போட்டிகள் இல்லை.

ஊர்ச் சடங்கியல் நிகழ்வுகள்

'கிழக்கு' மாகாளியம்மன் கோயில் ஒரு குடிசையாக நடுப்பகுதியில் தெரிகிறது. அதன் வலப்பக்கத்தில் செல்லும் பகுதி ஆண்டுத் திருவிழாவுக்காக அமைக்கப் பட்டுள்ளது. பழைய மாகாளியம்மன் கோயில், ஒரு காலத்தில் ஊர்க் கோயிலாக வழிபடப்பட்டு இப்போது பூட்டப்பட்டுள்ள அந்தக் கோயில் 'கிழக்கு' கோயிலின் வலப் பக்கம் தெரிகிறது. 'மேற்கு' மாகாளியம்மன் கோயில் இந்தப் படத்தில் தெரிய வில்லை. ஆனால் அடுத்துவரும் அம்மன் திருவிழாவுக்காக அதன் விரிவாக்கப் பகுதி கட்டப்பட்டுவருகிறது. அதை இடது மூலையில் காணலாம்.

'கிழக்கு' மாகாளியம்மன் கோயில் குடிசைக்குள் தெரியும் அம்மன் உருவம் திருவிழாவுக்காக அலங்கரிக்கப்பட்டு காட்சி தருகிறது.

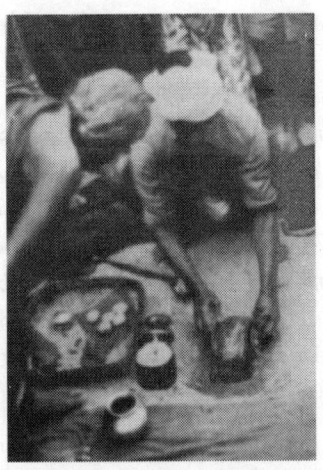

ஊர்ப் பகுதி எல்லையைக் குறிக்கும் நாட்டுக்கல். உள்ளூர்வாசி ஒருவரின் திருமணத்தையொட்டி வழிபடப்படுகிறது.

கிழக்குக் கோயிலில் சம்பிரதாயங்களும் மரியாதைகளும் அதிகமாகக் கடைப்பிடிக்கப்படும் அதே நேரத்தில், உண்மையில் அதன் உறுப்பினர்களுக்கு மாகாளியம்மன் கோயில் திருவிழா எடுப்பதில் அவ்வளவு ஆர்வம் இல்லை. அதைவிட மேற்குக் கோயில் உறுப்பினர்கள் அதிக ஆர்வமாக உள்ளனர். மேற்குக் கோயிலில் மாதாந்தரக் கூட்டங்கள் சீராக நடக்கின்றன. அனைவரும் நன்றாகக் கலந்துகொள்கிறார்கள். கோயில் நிதியைக் கிழக்குக் கோயிலை விட அதிக வட்டிக்கு விடுகிறார்கள். மாதம் 9% வட்டி என்ற அடிப்படையில் 10 ரூபாய் கோயில் பணத்தில் வட்டிக்கு வாங்கிக்கொள்ளலாம்.[76] வசதிபடைத்த கிழக்குக் கோயில் நிதி 20 ரூபாய் என்ற அளவில் வட்டிக்கு விடப்படுகிறது. ஆனால் 6%தான் வட்டி வாங்குகிறார்கள். வட்டியில் சேரும் தொகை பண்டிகையின்போது செலவழிக்கப் படுகிறது. பொதுவாக, மேற்குக்கோயில் உறுப்பினர்கள் அளவுக்குக் கிழக்குக் கோயில் உறுப்பினர்கள் இதில் அக்கறை காட்டுவதில்லை. திருவிழாவுக்குக் குறைந்த பணமே செலவழிக்கப்படுகிறது. அதிலும் பல ஆண்டுகள் திருவிழாவே நடப்பதில்லை. ஆனால், கிழக்குக் கோயில் உறுப்பினர்கள் தங்கள் கோயிலைப் பெருமையாக உணர்கிறார்கள். அதனால் தங்கள் ஆதரவைத் தாராளமாக வழங்குகிறார்கள்.

கண்ணபுரம் கிராமத்திலுள்ள ஒன்பது மாகாளியம்மன் கோயில் களில் ஐந்து கோயில்களில் போட்டி, பூசல்கள் காரணமாக அண்மை ஆண்டுகளில் திருவிழா நடைபெறவில்லை. ஓலப்பாளையம் உள்ளிட்ட இரண்டு இடங்களில் மோதல் காரணமாக ஒன்று தனிக் கோயில் கட்டியுள்ளனர்; அல்லது, மாற்று ஆண்டுகளில் கொண்டாடுகின்றனர். ஒன்பதில் இரண்டு கோயில்களில் மட்டுமே தற்போதைக்கு பிரச்சினை இல்லாமல் திருவிழா நடைபெறுகிறது. இருந்தாலும், அனைத்து மோதல்களிலும் திருவிழாவின்போது எந்தக் குடும்பம் அல்லது கூட்டம் முதல் மரியாதை பெறுவது என்பதில்தான் பிரச்சினைகள் வெடிக்கின்றன. ஆனாலும், இதன் அடிநாதமாக எப்போதும் பொருளாதார, தனிமனித பகைதான் புதைந்துள்ளது.

தற்போதைக்கு, ஓலப்பாளையத்துக்குள் குழுவாதம் அதிகமாகக் காணப்படவில்லை. இருக்கும் மோதல்கள் அன்றாட நடவடிக்கைகள் அல்லது வேலைக்குழுக்களைப் பாதிக்கும் அளவுக்குப் போகவில்லை. அனைத்துப் போட்டிக்குழு உறுப்பினர்களும் கிராம அம்மன் கோயில் திருவிழா நடக்கும் போது கலந்துகொள்கிறார்கள். உள்ளூர்ப் பிரிவுக்

குழுக்களில் யார் அதிகாரம் மிக்கவர் என்பதைக் காட்டுவதிலும், சமுதாயத் தலைமைப் பதவியை யார் வகிப்பது என்பதிலும் குழுவாதம் வெளிப்படுகிறது. இவர்கள் கவுண்டர்களாகவே உள்ளனர்.

இந்த இயல் 'ஊர்' பகுதியின் முக்கியத்துவங்களையும் அதன் சமூகப்பரப்பு 'ஊர்' காவல்தெய்வமான அம்மனால் காக்கப்படுவது குறித்தும், அதன் சடங்கியல் எல்லைகள் குறித்தும் கருத்துகள் அளித்துள்ளன. ஊர் பகுதிக்குள் வலங்கை—இடங்கைச் சாதி அமைப்பு களில் வேறுபாடுகள் தெளிவாக வெளிப்படுத்துவதைப் புலப் படுத்தியது. எடுத்துக்காட்டாக, உணவு பரிமாறுவதில் இரு குழுக்களிடையே காணப்படும் முரண்பாடுகள் குறித்துச் சிறப்பான கவனம் அளிக்கப்பட்டுள்ளது. அவர்களின் பொருளாதார நிலைகள் தொழில் தேர்வுகளில் காணப்படும் மாறுபட்ட அணுகுமுறை குறித்தும் விவாதிக்கப்பட்டிருக்கிறது. இறுதியாக, குழுவாதங்கள் வெடிப்பது, இத்தகைய மோதல்களில் முன்னணி நில உடைமைக் கூட்டம் தனி முக்கியத்துவம் கோருவது ஆகிய அம்சங்கள் அலசப்பட்டிருக்கின்றன. தனிப்பட்ட குடும்பங்களில் இதன் சில அம்சங்கள் எவ்வாறு வலங்கை—இடங்கைப் பிரிவுகளை உருவாக்குகின்றன என்பது அடுத்த இயலில் முக்கியத்துவம் பெறுகிறது.

5

தனிக்குடும்பம்

குடும்பம்: வரையறையும் விளக்கமும்

முந்தைய இயல்களில், நான்கு மாவட்டங்களில் பரந்துள்ள கொங்குப் பகுதியின் சமூக நிறுவனம் பிரதேச மட்டத்தில் வரையறுக்கப்படுவது குறித்து விவாதிக்கப்பட்டது. இத்தகைய தனித்தன்மை கொண்ட பிரதேசங்கள் அதன் அளவுகளின் இறங்கு முகத்தில் வரும் வகையில் ஆய்வுசெய்யப்பட்டிருக்கிறது: முதலில், (கொங்கு) மண்டலம் என்ற அளவில் முழுஅளவிலும், தொடர்ந்து துணை மண்டலம் அல்லது நாடு என்ற அளவிலும், அடுத்தடுத்து கிராமம், ஊர் (குக்கிராமம்) என்ற அளவிலும் விவாதத்துக்கு உட்படுத்தப்பட்டன. இந்த ஒவ்வொரு அளவிலான அலகுகளுமே உள்ளூர் மக்கள் பார்வையில் மிக முக்கியத் தன்மைகள் கொண்ட வையாகும். விவாதத்தின் ஒவ்வொரு மட்டத்திலும் வலங்கை, இடங்கைப் பிரிவுகளின் வேறுபாடுகள் சுட்டிக்காட்டப்பட்டுள்ளன. ஒட்டு மொத்தத்தில் ஒவ்வொன்றும் சீனப் 'பேழைகள்' போன்று தோன்றுகின்றன. பார்வைக்கு அனைத்தும் ஒரே வடிவில் தோன்று கின்றன. ஆனால், ஒன்றுக்குள் ஒன்று, ஒன்றுக்குள் ஒன்று என அனைத்தையும் ஒரே பேழைக்குள் அடக்கிவிடமுடியும். இதன் கடைசிப் பேழைதான் 'குடும்பம்'. இங்கும்கூட, ஒவ்வொரு சமூக அலகும் ஒரு தெளிவான பிரதேசப் பரிமாணத்தைக் கொண்டுள்ளது. இங்கும்கூட, வலங்கை, இடங்கை வேறுபாடுகளை ஒருவர் காணமுடியும்.

குடும்பம் என்பது அடிப்படைக் கூட்டு வாழ்க்கைக் குழு ஆகும். அதேசமயத்தில், அனைத்து உறவுமுறைப் பின்னல்களுக்கும் அடிப்படை அலகாக உள்ளது. இதன் வரையறை என்பது திருமணத் தம்பதியைச் சுற்றிக் கட்டமைக்கப்படுகிறது. 'பெண் இல்லை எனில் குடும்பம் இல்லை' எனச் சாதாரணமாகப் பேசுவதைக் கேட்கலாம்.

அதாவது பெண் இல்லையெனில் அங்குக் குடும்பம் இருக்க முடியாது என்பது ஏற்கப்பட்ட வழக்காக இருக்கிறது. வீட்டைப் பராமரிப்பவர், பாலுறவு இணை என்ற இரு பங்களிப்பை ஒருங்கே குறிக்கும் வகையில் இது குறிப்பிடப்படுகிறது. கொங்குப் பகுதியில் இருவருமே இறுதி இணை துருவங்கள் ஆகும். ஒரே பரம்பரையைச் சாராத ஒரு பெண் ஓர் ஆணின் வீட்டில் அல்லது பகுதியில் அவனுக்காகச் சமையல் செய்வதே அவனது மனைவி என்பதற்கான வரையறை ஆகும்.[1] திருமணம் செய்துகொள்ளாமல் ஓர் ஆணுடன் இருக்கும் ஒரு பெண் அவனுக்காக சமையல் செய்யவேண்டும் என்பதை எதிர்பார்க்க மாட்டார். இத்தகைய சூழ்நிலையில், தங்கள் தங்கள் திருமண இணை அல்லது தங்கள் சொந்த குடும்ப உறுப்பினரின் அடுப்புகளில் சமைக்கப்படும் உணவையே உண்பார்கள்.

மேலதிகமாக, ஓர் ஆணுக்கு இரண்டு மனைவிகள் இருக்குமானால் அவர் இரண்டு குடும்பங்களைக் கொண்டிருப்பார். ஒவ்வொரு மனைவியும் தத்தமக்கான அடுப்புகளில் அவனுக்காக சமையல் செய்வார். ஒவ்வொரு மனைவியும் அவளுடைய அடுப்பில் சமைக்கும் உணவில் அந்தக் கணவன் இரண்டிலிருந்தும் சிறிதளவு உணவை எடுத்துக்கொள்வான்.

இருந்தாலும், ஓர் ஆண் இரண்டு மனைவிகள் கொண்டிருப்பது அபூர்வமாகும். மூன்று, நான்கு தலைமுறைகளைச் சேர்ந்தவர்கள் ஒன்றாக இருந்தால், அவர்களின் உணவுப் பழக்கத்தை வைத்தே அவர்கள் ஒரே குடும்பமா இல்லையா என்பதைக் கூறமுடியும். அனைவரும் சமமாகத் தங்கள் பெற்றோர் குடும்பத்தில் சாப்பிட்டால் அவர்கள் ஒரே குடும்பம்; அல்லாமல், தன் மனைவி குழந்தைகளுடன் உண்டால் அவர் தனிக்குடும்பமாகப் (தனிக்குடித்தனம்) பிரிந்துவிட்டதாகக் கருதப்படும்.

ஒன்றாக உண்பது என்பது உணவு சேகரிப்புக்கான பொறுப்பு களையும் கடினங்களையும் பகிர்ந்துகொள்வது என்பதாகும். எனது சமையலாளரும் அவரது மகனும் (தகவலாளி எண்கள் 21, 20) என்னிடம் பேசும்போது நானும் அவர்கள் குடும்பத்தில் ஒருத்தி என்று கூறுவார்கள். நான் அவர்களின் இரத்த உறவும் இல்லை, அந்தக் குடும்ப உறுப்பினர்கள் யாரோடும் திருமண உறவும் இல்லை என்பதால் இவ்வாறு சொல்லப்படவே கூடாது. ஆனாலும், நான் அவர்களது உணவைப் பகிர்ந்துகொள்வதாலும் அந்தக் குடும்ப உணவுக்குப் பங்களிப்பதாலும் இவ்வாறு கூறினார்கள்.

விளக்கப்படம் 5.1 (அ)

குடும்ப அலகுக்கான எடுத்துக்காட்டுகள்

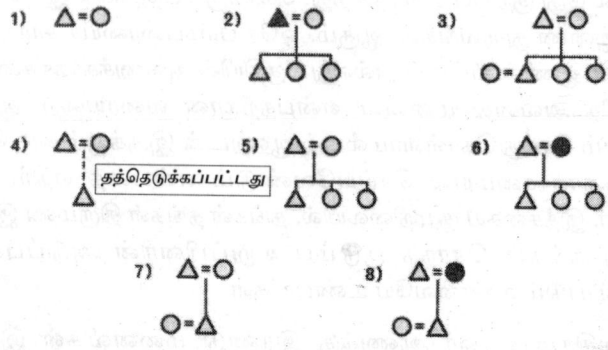

ஒரு விரிவான பொருளில் கூறுவதானால், ஒரு குடும்பம் என்பது ஓர் ஆணின் நெருங்கிய உறவினர்களைக் குறிக்கிறது. இது கூடுதலாக ஓர் உதாரணத்தை வழங்குகிறது. இந்தச் சொல்லாடல் நாடு, ஊர் ஆகிய சமூக நிறுவனங்கள் மட்டங்களில் வேறுபடுகிறது. இந்தச் சமூக நிறுவனங்களில் இதை மக்கள் பயன்படுத்தும் விதங்களில் மாறுபடுகிறது. நெருங்கிய உறவினர்களைக் குறிக்கும் பொதுச் சொல்: பக்கத்தால சொந்தம். குடும்பம் என்ற சொல் பொதுவாக சமைத்துண்ணும் ஒரு குழுவைக் குறிக்கப் பயன்படுத்தப்படுகிறது.[2]

குடும்ப அலகுகள் குறித்த பல உதாரணங்கள் விளக்கப்படம் 5.1இல் தரப்பட்டுள்ளன. அவற்றில், தொடக்கத்தில் திருமணம் செய்து கொண்ட ஓர் இணையர் இருவரும் உயிரோடு வாழும் குடும்பத்தைக் குறிக்கிறது. அவர்களில் ஒருவர் இறந்த பின்னர் மற்றொருவர் உயிர்பிழைத்து வாழும் தருவாயில் தனியாக வாழ்ந்தாலோ அல்லது அவருக்கு ஆண் குழந்தை(கள்) இருக்குமாயின் அவர்களுடன் இணைந்து வாழும்போது அவர் அக்குடும்பத்தில் ஒருவராகக் கருதப்படுகிறார்.

இவ்வாறாக, முந்தைய திருமண உறவின் மூலமாகவோ தத்து எடுப்பதன் மூலமாகவோ பெற்றோர்–குழந்தை உறவு உருவாகியிருப்பது அத்தகைய ஓர் அலகை உருவாக்கிக்கொள்வதற்கு முன் நிபந்தனையாக இருக்கிறது. இதன் வரையறையில் கூட்டுச் சொத்துரிமை தொடர்பற்ற ஒன்றாகக் கருதப்படுகிறது.

விளக்கப்படம் 5.1 (ஆ)

குடும்பம் அல்லாத அலகுக்கான எடுத்துக்காட்டுகள்

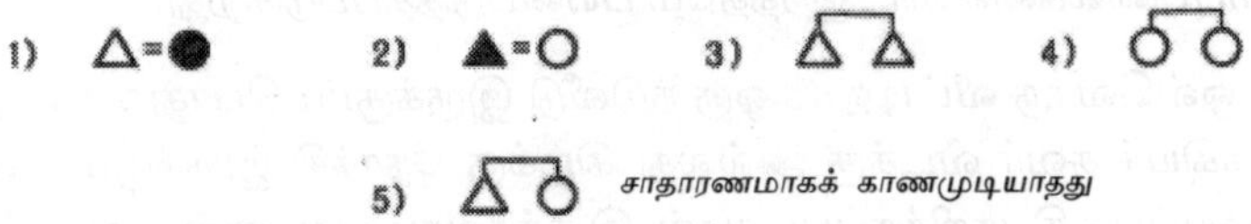

1)
2)
3)
4)
5)
சாதாரணமாகக் காணமுடியாதது

குறிப்பு: விளக்கப்படங்கள் 5.1 அ. 5.2 ஆ. ஆகியவற்றில் சுழியன்கள், முக்கோணங்கள் கருப்பால் நிரப்பப்பட்டிருப்பின் அவர் காலமானதைக் குறிக்கிறது.

கூட்டுவாழ்க்கை, பாலுறவுத் தொடர்பு ஆகிய குடும்பம் குறித்த தொடர்புகளுடன் இந்தச் சமூகஅலகு குறித்த ஒரு கூடுதல் அலகும் நிலவுகிறது. ஒரு குடும்பத்தை அடையாளம் காணும் ஒரு எளிய வழியாக சமையலறைப் பகுதியும் அதில் யார் உணவு உண்கிறார்கள் என்பதும் விசாரிக்கப்படுகிறது. இந்த மையப் புள்ளியுடன் கூடுதலாக, ஓரளவுக்கு நன்றாக வரையறுக்கப்பட்ட ஒரு வாழிடப்பகுதி ஒவ்வொரு வீட்டிலும் இருக்கும். இந்தப் பகுதி அந்தக் குடும்பத்தின் பொருளாதாரச் சூழ்நிலைகளுக்கு ஏற்ப மாறுபடும். இப்பகுதிக்கும் ஒரு சடங்கியல் எல்லை உள்ளது; ஒன்று இது சுவரால் குறிக்கப்பட்டிருக்கும் அல்லது சானம் மொழுகிய பகுதி அல்லது அது அல்லாத அழுக்குப்பகுதி எனப் பிரிக்கப்பட்டிருக்கும்.[3] இந்த நடைமுறைகள் அனைத்தும் குடும்ப வாழிடப் பகுதியைக் குறிக்க உதவுகின்றன. ஒரு பெரிய வளாகத்தில் இரண்டு அல்லது அதற்கு மேற்பட்ட குடும்பங்கள் வாழ்வது பழக்கமில்லாதது அல்ல. ஆனால், கடினமான பொருளாதார நிலை ஏற்படும்போதுதான் இவ்வாறு ஒரே சாமான் அறை அல்லது படுக்கையறைகளை இரண்டு குடும்பங்கள் பகிர்ந்துகொள்ள வேண்டிய தருணங்கள் உருவாகும்.

வீட்டின் வாழும்பகுதி குறித்த மற்ற குறிகள் விசேட தருணங்களில் குறிக்கப்படுகின்றன. குடும்பத்தில் யாருக்காவது அம்மை போன்ற நோய்கள் தாக்கினால், பாதிக்கப்பட்டவர் வீட்டின் வாசலின் குறுக்காக, வேப்பிலை தோரணம் கட்டப்படும். இந்தத் தோரணம் அந்த வீட்டுக்கு வருபவர்களை எச்சரிப்பதற்காகவும், காத்து, கருப்பு, கெட்ட ஆவிகள் அண்டாமல் இருப்பதற்காகவும் கட்டப்படுகிறது.[4] வீட்டின் வாழிடப் பகுதி இறுதிச் சடங்கின் போதும் குறிக்கப்படுகிறது. அத்தகைய நேரங்களில் ஒரு கோழி அல்லது ஆடு வெட்டப்பட்டு, அதன் இரத்தம்

இந்த எல்லைப்பகுதி ஓரமாக எதிர்கடிகாரச் சுற்று வாக்கில் தெளிக்கப் படுகிறது. பிறகு, அது பறையரிடம் கொடுத்து அகற்றப்படுகிறது. அடக்கத்துக்கு முந்தைய இத்தருணத்தில் கெட்ட ஆவிகளை விரட்ட வேப்பிலைகளைவிட இரத்தமே பயன்படுத்தப்படுகிறது.[5]

ஒவ்வொரு வீட்டிலும் ஒரு நடுவீடு இருக்கும்; பொதுவாக அதன் முக்கியச் சுவர் வடக்கு அல்லது கிழக்கு நோக்கி இருக்கும். அதன் மையப்பகுதி குறிக்கப்படாமல் இருக்கலாம்; ஆனால், மையத்தில் விளக்கு வைப்பதற்கான இடம் தரையில் ஏதோ ஒருவகையில் குறிக்கப்பட்டிருக்கும். அந்தச் சிறு பகுதியில் பல கடவுள் படங்கள் சுவரில் தொங்கவிடப்பட்டிருக்கும். அந்தக் குடும்ப உறுப்பினர் இறக்கும்போது அச்சுவரின் வடகோணங்களில் உடல் கிடத்தப்படும். அப்போது அவரது தலை அந்த நடுப் பகுதியில் வைக்கப்பட்டிருக்கும். அங்கிருந்து மயானத்துக்கு எடுத்துச்செல்லும் வரையான சடங்குகள் அந்த இடத்தில்தான் நடைபெறும். அந்தப் பகுதி முன்னோர்களுடன் பொருத்திப் பார்க்கப்படும் பகுதி ஆகும். ஆடி மாதம் முன்னோர்கள் நினைக்கப்படும் நாளில் அந்த இடத்தில்தான் முன்னோர்களுக்குப் படையல் படைக்கப்படும். அந்த நாளில் குடும்பத்தவருக்கான உணவு பங்கிடுவதற்கு முன்னதாக அந்த உணவு முன்னோர்களால் உண்ணப் படுவதாகக் கூறப்படுகிறது.

நடுவீடு பகுதியுடன், சில வீடுகளில், வீட்டுக்கு வெளிப் புறமாகச் சிறிய கோயில்கள் அமைப்பதும் உண்டு. அது, அண்மையில் அக்குடும்பத்தில் உயிரிழந்தவர்கள் புதைக்கப்பட்ட இடுகாட்டின் திசை நோக்கி அமைக்கப்பட்டிருக்கும். இத்தகைய கோயில்கள் சமாதி என்று அழைக்கப்படுகின்றன. உயிரிழந்த அவரின் குடும்பத்தைச் சேர்ந்த உறுப்பினர்கள் மட்டுமே அதை வழிபடுகிறார்கள். எந்தக் குடும்பக் குழுவாலும் இந்தச் சமாதி கோயில் எழுப்பப்படலாம். இறந்தவர் பூசாரியாக இருந்த கோயிலின் வெளியே ஒரு பிராமணக் கோயில் எழுப்பப்பட்டிருக்கும். இத்தகைய வீட்டுக் கோயில்களின் சில உதாரணங்கள் தரப்பட்டுள்ளன.

1. ஐயர் பிராமணர்: கண்ணபுரம் கிராம சிவன் கோயிலில் தற்போதைய பிராமணப் பட்டரின் தாத்தா சிறந்த ஜோதிடராகவும் சிறந்த மந்திர விற்பன்னராகவும் இருந்துள்ளார். அவர் இறந்தபோது சிவன் கோயில் முதன்மைச் சுவருக்கு வெளியே வடக்கு பார்த்து அவருக்கு ஒரு சமாதிக் கோயில் எழுப்பப்பட்டது. அதனுள்ளே ஒருவர் தியானநிலையில்

இருக்கும் உருவமும் வைக்கப்பட்டது. மக்கள் கோயிலுக்குள் நுழையும் முன்பும் வெளியே வந்தபின்பும் அதை வழிபட்டு வந்தனர். சிலநேரங்களில் பூசைகளும் நடந்தன. ஆனால், தற்போது அக்கோயில் கைவிடப்பட்டுக் கிட்டத்தட்ட மறந்து விட்டனர்.

2. கொங்குக் கவுண்டர்: ஓலப்பாளையத்தில், கணவாளர் குலத்தைச் சேர்ந்த ஒரு முன்னணி கவுண்டரின் தாத்தா ஒருவர் இருந்தார். பாம்புக்கடிக்கு மந்திரிப்பதில் புகழ்பெற்றிருந்தார். அவர் மரணமடைந்தபோது, கிராமத்தின் வடக்குத் திசையில் இருந்த அவருக்குச் சொந்தமான நிலத்தில் அடக்கம் செய்யப்பட்டார். அதன்மீது ஒரு சமாதிக் கோயில் கட்டப்பட்டு வழிபடப்பட்டு வந்தது. ஆனால், அது தற்போது யாருக்குச் சொந்தம் என்பதில் பேரன்களுக்கு இடையில் மோதல் ஏற்பட்டு, யாரும் அந்தக் கோயிலில் வழிபடுவதில்லை. அந்தச் சமாதிக் கோயில் சிதிலமடைந்த நிலையில் காணப்படுகிறது.

3. ஒக்கசண்டி பண்டாரம்: ஓலப்பாளையம் மாரியமன் கோயிலின் தற்போதைய பூசாரியின் பாட்டி மந்திரங்களில் கூடுதல் அறிவு பெற்றவராக விளங்கினார். அவர் மரணமடைந்தபோது, கிராமத்திலிருந்து பத்து மைல் தள்ளியிருந்த அவருடைய வீட்டில் அவரது உறவினர்கள் சமாதிக் கோயில் எழுப்பினார்கள். மக்கள், அதை வழிபாட்டுக்குப் பயன்படுத்தி வந்தனர். ஆனால், தற்போது அந்தக் கோயில் விழுந்து பயன்பாட்டில் இல்லாமல் ஆகியுள்ளது.

4. கைக்கோளர் முதலியார்: ஓலப்பாளையத்தில் தற்போது வாழும் முதலியார் வணிகரின் தந்தை கிராமத்தின் வடதிசையில் உள்ள குடும்ப நிலத்தில் அடக்கம் செய்யப்பட்டார். அங்கு, உடனேயே நல்ல சமாதி கட்டப்பட்டு நல்லமுறையில் அவரது மகன் குடும்பத்தார் வழிபட்டு வருகிறார்கள்.

5. வடுக நாயக்கர்: பல ஆண்டுகளுக்கு முன்பு இக்குடும்பத்தைச் சேர்ந்த ஒரு சிறுவர் உயிரிழந்துவிட்டார். பின்னர், அவர் தம் தந்தையின் கனவில் வந்து, தமக்குச் சமாதி எழுப்புமாறு கேட்டுள்ளார். அவர் புதைக்கப்பட்ட இடத்தில் மேடைகட்டி அதன்மீது விளக்குமாடம் அமைக்கப்பட்டுள்ளது.

முன்னர் கூறப்பட்ட அனைத்து நிலைகளிலும் சமாதிக் கோயில்கள் ஆண்களுக்கு மட்டுமே எழுப்பப்பட்டுள்ளன. தமது சமுதாயத்தின்

தனிக்குடும்பம் ✦ 257

வாழ்ந்து மறைந்த மதிப்புமிக்கவருக்குச் செய்யும் கைங்கர்யமாக இவ்வாறு கோயில் எழுப்பி வணங்கினர். ஆனால், இந்தச் சமாதிக் கோயில் ஒரு பெண்ணுக்கு எழுப்பப்பட்டதை நான் அறிவேன். மேளக்காரர்கள் என்று அழைக்கப்படும் முதலியார் கிளைச்சாதியைச் சேர்ந்தவர் அவர். கண்ணபுரம் கிராம பெரிய சிவன்கோயிலில் நாட்டியக்காரராகவும் இசைக்கருவி வாசிப்பவராகவும் பணியாற்றி வந்தார். இச்சமுதாயத்தின் வம்சாவளி பெண் வாரிசு வழியாகக் கணக்கிடப்படுவதால் அந்தப் பெண் மூதாதைக்குச் சமாதிக் கோயில் எழுப்பியது உரித்தானதாகிறது.[6]

மதிக்கத்தக்க மூதாதைகளுக்குக் கோயில் கட்டுவது அனைத்துக் கிளைச்சாதிகளிலும் பொதுவாகக் காணப்படுகிறது. ஆனால், இதெல்லாம் பத்து இருபது ஆண்டுகளுக்குத்தான் நீடிக்கும். பின்னர், இதன் மீதான ஆர்வம் படிப்படியாகக் குறைந்து, கோயில் சிதிலத்துக்குள்ளாகிறது. சில சந்தர்ப்பங்களில், பரம்பரைக்குள் பிரிவுகள் உருவாக இந்தச் சமாதிக் கோயில்களே காரணமாகின்றன. சில சந்தர்ப்பங்களில் சிறிதாக இருக்கும் சமாதிக் கோயில்கள் பெரிதாக எடுத்துக்கட்டப்பட்டு விரிவு செய்யப்படுகின்றன. இறுதியாக, முக்கியமெனக் கருதப்படும் பட்சத்தில் அந்த சமாதிக் கோயில்களில் குல உறுப்பினர்களால் அந்த இடத்தில் காலவாரி விழாக்களும் எடுக்கப்படலாம். ஆனால், இந்தக் காலகட்டத்திற்குள் தங்களுக்கும் இந்த சமாதிக்கு உரியவருக்குமான பாரம்பரியத் தொடர்பு மறக்கப்பட்டுவிடுகிறது; அது பொதுவான தெய்வமாக்கப்பட்டு விடுகிறது. இவ்வாறாக, குடும்பக் கோயில்கள் காலப்போக்கில் படிப்படியாக மாறுகின்றன: ஒன்று, அசல் குடும்பம் மறக்கடிக்கப் படுவதால் அக்கோயில் கைவிடப்படுகிறது, அல்லது, அந்தக் குடும்பம் மிக நீண்ட பரம்பரைப் பிரிவாக மாறி அந்தக் கோயிலும் விரிவடைந்து பொதுக் கோயிலாகிறது.

குடும்பம் என்பது குறைந்தது ஓர் உறுப்பினர் முதல் அதிகபட்சம் 15 உறுப்பினர்கள்வரை கொண்டதாக இருக்கிறது. பொதுவாக, இதில் பிரிவு என்பது மகனின் திருமணத்தின்போது நிகழ்கிறது.[7] சில குடும்பங்கள், அதன் மூத்த உறுப்பினர்களால் குடும்பச் சொத்துகளை மேலாண்மை செய்ய இயலாமல் போகும்வரை கூட்டுக்குடும்ப மாகவே நீடிக்கின்றன. சில குடும்பங்கள் அதன் மூத்த உறுப்பினர் காலமாகும்வரை கூட்டுக்குடும்பமாக நீடிக்கின்றன. தனி அடுப்பு போடாமல் ஒரு கூட்டுக் குடும்பத்திலாவது பாகப்பிரிவினை

வீடுகளின் வகைகள்

ஒரு முதலியார் குடும்பத்தின் ஊரகப்பகுதி வீடு. பழைய பாணியில் நேர்த்தியாகக் கட்டப்பட்டிருக்கிறது.

ஓரளவுக்கு வசதி குறைந்த கவுண்டர் குடும்பத்தின் ஓரறை வீடு. இரண்டாவது அறைக்கான தேவைக்காக அந்த வீட்டின் திண்ணையின் பகுதி தென்னை ஓலைகளால் வேயப்பட்ட தடுப்பால் மறைக்கப்பட்டுப் பயன்படுத்தப்பட்டு வருகிறது. இப்பகுதி, பெண்கள் மாத விலக்காகும் நாள்களிலும் குழந்தைப் பேறு தீட்டுக் காலங்களிலும் பயன்படுத்தப்படுகிறது. இந்தக் காலங்களில் அவர்கள் வீட்டுக்குள் அனுமதிக்கப்படுவதில்லை.

ஏழை நாடார் குடும்பத்தின் ஓர் அறை வீடு. (வீட்டின் முன்னால் நிற்கும் பெண் நாயக்கர் சாதி.) அண்மைக்காலம்வரை ஓலைதான் கூரையில் வேயப்பட்டு வந்தது. கீழ்ச் சாதியினருக்கு ஓலைக் கூரைதான் அனுமதிக்கப் பட்டது. கட்டிலில் தானியம் காய வைக்கப்பட்டிருப்பதைக் கவனிக்கவும்.

நடந்ததாக நான் அறியவில்லை.[8] மேலும், தனிச் சமையலில் இருந்து தான் பிரிவினையே தொடங்குகிறது. வாழும் பகுதியைத் தனிமைப் படுத்துவது அதன் பின்னர் தொடர்கிறது; பாகப்பிரிவினை இறுதியாகத் தான் நிகழ்கிறது.

கொங்குப் பகுதிகளில் காணப்படும் குடும்ப வகைமைகள், அவர்கள் எந்த அளவுக்குக் கூட்டாக வாழ்கிறார்கள் என்பதைப் பொறுத்து அழைக்கப்படுகின்றன.

குடும்ப வகைகள் [9]

அ$_1$ தனிக்குடும்பம் (Nuclear Household). ஒரு திருமணமான தம்பதியரும், அவர்களின் வயதுவராத குழந்தைகள் அல்லது வயதுவந்த திருமணமாகாத குழந்தைகள் கொண்ட சேர்ந்துண்ணும் குழு.[10]

அ$_2$ துணை தனிக்குடும்பம் (Sub-Nuclear Household). திருமணமான தம்பதியரில் ஒருவர் அவருடன் வயதுவராத குழந்தைகள் அல்லது தனித்து வாழும் ஒருவர் அடங்கிய அலகு.

ஆ$_1$ கூட்டுக் குடும்பம் (Joint Household). இரண்டு அல்லது அதற்கும் மேற்பட்ட திருமணத் தம்பதியர்களைக் கொண்ட கூட்டு வாழ்க்கை.

ஆ$_2$ இணைக்கப்பட்ட தனிக்குடும்பம் (Supplemented Nuclear Household) ஒரு தனிக்குடும்பத்துடன் விதவையான ஒரு பெற்றோர், வயதுவராத குழந்தைகள் அல்லது வயது வந்த குழந்தைகளைக் கொண்ட கூட்டு வாழ்க்கை. மேலும், பெற்றோரில் ஒருவருடன் வாழும் வயதுவந்த குழந்தை மற்றும் துணைத் தனிக் குடும்பத் துடன் கூடுதல் உறவினர்கள் வாழ்தல்.

அட்டவணை 5.1, காங்கேயம் பகுதியில் காணப்படும் குடும்ப வகைமைகளைக் கிளைச்சாதி வாரியாக வழங்குகிறது. ஓலப் பாளையம் மையக் குடியிருப்புப் பகுதியோடு காங்கேயம் பகுதியின் பிற குடியிருப்புப் பகுதிகளின் புள்ளிவிவரங்களும் இணைக்கப் பட்டுள்ளன. பிற குடியிருப்புப் பகுதி குடும்பங்கள் குறித்த புள்ளிவிவரங்களை ஓலப்பாளையத்தில் வாழும் உறவினர்கள் மூலம் சேகரித்தேன். எனவே, இதனைக் கணக்கெடுப்பாகக் கருத இயலாது.

காங்கேயம் பகுதி கூட்டுக் குடும்பங்கள் மற்றும் இணைக்கப்பட்ட தனிக்குடும்பங்களின் விகிதம் (அட்டவணை 5.1இன்படி 26% ஆகும்) இந்திய சராசரியைவிட மிகக்குறைவு ஆகும்.[11] ஆனால், சென்னை மாகாணத்தைப் பொறுத்தவரையில் இந்த விகிதத்தை ஒதுக்கிவிட முடியாது.

அட்டவணை 5.2இல் காட்டியுள்ளபடி, சென்னை மாகாணத்தில் இதற்கான மூன்றே மூன்று வெளியீட்டு ஆவணங்களே பதிப்பிக்கப் பட்டுள்ளன. ஒவ்வொன்றும் ஒரு சமுதாயத்துக்கானதாகவே இருக்கிறது. அதன் சராசரி அளவுகள் அட்டவணை 5.2இல் இடம் பெற்றுள்ளன. இவற்றின் மூலம், சராசரி 25% என்ற ஒரு பொதுவான முடிவுக்கு வருகிறோம். கூட்டு, இணைப்புக் குடும்பங்களின் இந்த விகிதம் தற்போதைய ஆய்வு முடிவுகளின் சராசரிக்கும் இணையாக உள்ளது. திருநெல்வேலி மாவட்டத்தின் பல்வேறு சமுதாயங்கள் குறித்துக் கொலண்டா தயாரித்த பதிப்பிக்கப்படாத ஆய்வறிக்கை இதன் பொதுவான அமைப்பை அறிந்துகொள்ள உதவுகிறது.[12] பொது மக்கள்தொகையை எடுத்துக்கொண்டால் மதராஸ் மாநிலத்தில்தான் கூட்டு, இணைப்புக் குடும்பங்களின் விகிதம் குறைவாகக் காணப்படுகிறது.

கொங்குப் பகுதியிலும் கூட்டு மற்றும் இணைப்புக் குடும்பங்களின் சராசரி அல்லது பொதுவிகிதம் 25 விழுக்காடு என்பதை ஏற்றுக் கொண்டால், இதிலிருந்து வேறுபடும் சமுதாயங்களின் மனவோட்டம் குறித்து நாம் பேசலாம். இந்தக் கண்ணோட்டத்தில் அட்டவணை 5.1 அளிக்கும் புள்ளிவிவரங்களை அலசும்போது, பிராமணர்கள்தான் ஒப்பீட்டளவில் அதிக அளவில் கூட்டுக் குடும்பமாகவும், இணைப்புக் குடும்பமாகவும் வாழ்வது தெளிவாகிறது. இடங்கைப் பிரிவுக் குழுக்களும் பிராமண உதாரணத்தைப் பின்பற்றுகின்றன. அந்தக் குழுக்கள் தங்கள், தங்கள் தலைவரைச் சார்ந்திருக்க வேண்டியுள்ளதால் சராசரி அல்லது சராசரிக்கும் அதிகமாக, கூட்டுக் குடும்பங்களைக் கொண்டுள்ளன. மாறாக, ஒரு வலங்கைப் பிரிவுக்குழுவாயினும் சராசரிக்கும் அதிகமாகக் காணப்படவில்லை. பெரும்பாலும் சராசரிக்குக் கீழாகவே காணப்படுகின்றன.

கூட்டு, இணைப்புக் குடும்பங்களின் விகிதத்தில் காணப்படும் வேறுபாடுகளைப் பிரிவுகள் அடிப்படையில் அணுகும்பொழுது, இதர கண்டுபிடிப்புகளில் எதிர்பார்க்கக்கூடிய திசையிலேயே இந்த வேறுபாடுகளும் அமைந்துள்ளன. குடும்ப நல்லிணக்கம்,

அட்டவணை 5.1 கூட்டுக் குடும்பங்கள் புள்ளிவிவரம் *(கிளைச்சாதி வாரியாக)*

கிளைச்சாதிப் பெயர்	1 அடிப்படைக் குடும்பம் %	2 துணைத் தனிக் குடும்பம் %	மொத்த % 1+2	3 கூட்டுக் குடும்பம் %	4 இணைக்கப்பட்ட தனிக் குடும்பம் %	மொத்த % 3+4	மாதிரி அளவு குடும்பங்கள்
நடுநிலைப் பிரிவு							
பிராமணர்	43.0	14.0	57.0	27.0	16.0	43.0	37
வலங்கைப் பிரிவு							
கொங்குக் கவுண்டர்	49.0	21.0	70.0	15.0	15.0	30.0	187
ஒக்கசண்டி பண்டாரம்	57.0	14.0	71.0	11.0	18.0	29.0	28
கொங்கு உடையார்	60.0	29.0	89.0	00.0	11.0	11.0	17
மரமேறி நாடார்	66.0	18.0	84.0	10.0	6.0	16.0	51
கொங்கு நாவிதர்	87.0	00.0	87.0	00.0	13.0	13.0	8
கொங்குப் பறையர்	64.0	28.0	92.0	5.0	3.0	8.0	39
மொத்தம் சராசரி			76.0			24.0	330
இடங்கைப் பிரிவு							
சோழி ஆசாரி	67.0	0.0	67.0	13.0	20.0	33.0	30
கைக்கோளர் முதலியார்	45.0	9.0	56.0	13.0	31.0	44.0	23
வடுக நாயக்கர்	63.0	15.0	78.0	11.0	11.0	22.0	27
வடுக வண்ணார்	76.0	0.0	76.0	6.0	18.0	24.0	33
தெலுங்கு மாதாரி	60.0	6.0	66.0	20.0	14.0	34.0	82
மொத்தம் சராசரி			68.0			32.0	195
அனைத்து கிளைச்சாதிகள் சராசரி, குடும்பங்கள் எண்ணிக்கையின்படி			74.0			26.0	562

(கிளைச்சாதி வாரி) குறிப்புகள்: வலங்கை வண்ணார்கள், இடங்கை நாவிதர்கள், நடுநிலைப் பிள்ளை, இரு பிரிவுகளின் செட்டியார்கள் குறித்துப் போதிய புள்ளிவிவரங்கள் கிடைக்காததால் விடுபட்டுள்ளன. சராசரி, குறிப்பிட்ட கிளைச்சாதியை மட்டும் மதிப்பிட்டுக் கூறப்பட்டுள்ளது.

அட்டவணை 5.2
தேர்ந்தெடுக்கபட்ட சில மாவட்டங்களில்
தனிக்குடும்ப, கூட்டுக் குடும்பங்களின் விகிதம்

மாவட்டம்	சாதிப் பெயர்	தனிக் குடும்பங்கள் %	கூட்டுக் குடும்பங்கள் %	ஆசிரியர்
தஞ்சை	பிராமணர்	58.0	42.0	காக்
வ.ஆற்காடு (பெங்களூரில் குடியிருப்பு)	பறையர்	76.0	24.0	வுட்ரஃப்
மதுரை	கள்ளர்	92.0	8.0	டுமோண்ட்
மதராஸ் மாநிலம் (சராசரி)		75.0	25.0	

ஆதாரம்: பாலின் எம். கொலெண்டா தொகுப்புரை. மேலும், விவரங்களுக்குப் பார்க்க: குறிப்பு 11

ஒத்துழைப்பு ஆகிய கருத்தியல்களை இடங்கைப் பிரிவுக் குழுக்கள் செவ்வியல் சட்டப் புத்தகங்களில் (இந்துமத ஸ்மிருதிகளைத்தான் இவ்வாறு ஆசிரியர் குறிப்பிடுகிறார் —மொ-ர்.) இருந்துபெற்று நடைமுறைப்படுத்த முயல்கிறார்கள்.[13] ஆனால், வலங்கைப் பிரிவுக் குழுக்களில் ஒன்று இவற்றை எதிர்க்கிறது அல்லது கண்டுகொள்ள மறுக்கிறது. கூட்டுக் குடும்பம் தொடர்பாக வலங்கை, இடங்கைப் பிரிவுகள் இடையே காணப்படும் வேறுபாட்டை, இடங்கைப் பிரிவுக் குழுக்களின் உயர்நிலைச் சமுதாயங்கள் அதிக எழுத்தறிவு பெற்றுக் காணப்படுவதன் ஒளியில் இருந்து புரிந்துகொள்ள வேண்டும். ஒரு குடும்பம் இந்தியச் செவ்வியல் இலக்கியங்கள் (இந்துமத ஸ்மிருதிகள், புராண, இதிகாசங்கள் என்று வாசிக்கவும் —மொ-ர்.) கூறும் கருத்துகளை எந்த அளவுக்கு நன்றாகக் கற்றுள்ளதோ அந்த அளவுக்கு அந்தக் குடும்பம், மூத்தவர்களுக்கும் இளைய உறுப்பினர்களுக்கும் இடையேயான நல்லிணக்கத்துக்கு அதிக அழுத்தம் அளிக்கிறது. அப்பாவுக்கும் மகனுக்கும் இடையிலான வேறுபாடுகள், கணவன்–மனைவி இடையேயான வேறுபாடுகள், மாமியார்-மருமகள் இடையேயான வேறுபாடுகள் மீது இந்த மிகவும் மதிக்கத்தக்க பாரம்பரியம் அதிக அழுத்தங்களை அளிக்கிறது. இத்தகைய அணுகுமுறைகள் குடும்ப மோதல்களைத் தடுத்துக்

கூட்டுக் குடும்பங்கள் தனிக் குடும்பங்களாக உடைவதைத் தாமதப் படுத்துகின்றன.[14]

கூட்டுக்குடும்பம் தொடர்பாக வலங்கை-இடங்கைப் பிரிவு களுக்குள் காணப்படும் இத்தகைய பொதுவேறுபாடுகள் அபத்தம் எனினும் இந்த இரு பிரிவுகளின் உயர்நிலைச் சமுதாயங்கள் அதன் கீழ்நிலைச் சமுதாயங்களைக் காட்டிலும் அதிக விகிதத்தில் கூட்டுக் குடும்பங்களைக் கொண்டுள்ளன.[15] இவ்வாறு, வலங்கை, இடங்கைப் பிரிவுகளின் உயர்நிலைச் சமுதாயங்களின் கூட்டுக்குடும்ப விகிதம், சராசரி அளவுக்கும் அதிகமாகக் காணப்படுகின்றன; என்றாலும், முதலியார், ஆசாரி சமுதாயங்களில் அதன் வலங்கைப் பிரிவு இணை சமுதாயங்களைவிட அதிக விகிதத்தில் கூட்டுக் குடும்பங்கள் காணப்படுகின்றன. இரண்டு தீண்டத்தகாத சமுதாயங்களான பறையர், மாதாரி சமுதாயங்கள் இடையேயான வேறுபாடுகள் அதிகம் சிந்திக்கத் தூண்டுவனவாகத் தெரிகின்றன.[16] நாடு, கிராமம், ஊர் மட்டங்களில் காணப்படும் வலங்கை-இடங்கைப் பிரிவு வேறுபாடுகளின் பண்புகள் குடும்பங்கள் அளவிலும் எழுவதைக் காணலாம்.

உறவுமுறைச் சொற்களின் தர்க்கம்: ஒரு கண்ணோட்டம்

உறவுகள் ஒரு பிரபஞ்சம். தமிழ் பேசுபவர்கள் கிரகித்துக்கொள்ளும் பார்வையில் இவற்றை ஒருவர் புரிந்துகொள்ள வேண்டுமானால் உறவுமுறைச் சொற்களின் தர்க்கத்தை ஆய்வுசெய்வது அவசியம். இவ்வாறு தொடரும் இந்த ஆய்வு முதலில் உறவுமுறையின் அடிப்படை வகைமைகளைத் தெளிவுபடுத்துகிறது. இதில் வலங்கை - இடங்கைப் பிரிவுகள் இடையே காணப்படும் ஆர்வம் கிளர்த்தும் அம்சங்கள் பின்னர் விவாதிக்கப்படும்.

தமிழ் உறவுமுறைச் சொற்களின் அமைப்பில் நிலவும் எதிர் இயைபுநிலை மிக மிக முக்கியத்துவமானதாகும். ஆனால், ஆங்கிலம் பேசும் ஒருவருக்கு இது மிக அந்நியமாகத் தோன்றும். அது, இரத்தவழி, மணவழி உறவுமுறைகளை அழைப்பதில் தமிழ் பேசும் மக்கள் காட்டும் தனித்த வேறுபாடுகள் ஆகும். இதன்படி, பேசுநர் (Ego) பார்வையில் உறவுமுறைகளின் பெயர்கள் அடங்கிய பட்டியல் தயாரிக்கப்படுகிறது. அவரது பார்வையில் அவரும் அவரது சொந்தக் குடும்பத்தின் உறுப்பினர்கள் அதாவது அப்பா, அம்மா, உடன் பிறப்புகள் ஆகியோர் இரத்தவழி உறவுகள் (பங்காளி) ஆகும். மாறாக, பேசுநரின் குழந்தைகளின் திருமண இணைகள் (மருமகள்,

மருமகன்-மொ-ர்), சகோதரர்களின் மனைவிகள், அவரது சொந்த திருமண இணை, இவ்வாறு திருமண உறவுக்குத் தகுதியானவர்களின் அனைத்து பெற்றோர் ஆகிய உறவுகள் மணவழி உறவுகள் ஆகும். இந்த வேறுபாடுகள் விளக்கப்படம் 5.2இல் விவரிக்கப்பட்டுள்ளன. பேசுநரின் சொந்தக் குடும்பம், அவரது துணையின் (spouse) சொந்தக் குடும்பம் ஆகிய இரண்டு உறவுகளுக்கும் இடையிலான இந்த மைய முரண்பாட்டை அடியொற்றி, தூரத்து உறவுகளுக்கும் இதனை விரித்து அனைத்து உறவுகளையும் முன்சொன்ன இரண்டு அடிப்படை வகைமைகளில் ஒன்றாகப் பாகுபடுத்துவது சாத்தியமாகிறது.

பேசுநரின் (ego) சொந்த தலைமுறைகளின் மணவழி உறவினர் அவருடன் திருமணம் செய்துகொள்வதற்கான தகுதிகளைப் பெறுகின்றனர். பரஸ்பரம் பரிசளித்து மீள பரிசளிக்கும் ஓர் உறவுமுறை இத்தகைய நபர்களுடன் ஊடாட்டம் கொள்வதற்கான நிலைகளை உருவாக்குகின்றது. ஒரே தலைமுறையின் இரத்தவழி உறவுகள் பேசுநரின் சொந்த சகோதரர்கள் ஆகிறார்கள். அவர்களுக்கு பேசுநரின் பரம்பரை உரிமைகளும் உள்ளன. இவர்களுக்கு இடையே உரிய மரியாதைகள், கட்டுப்பாடுகள் பராமரிக்கப்பட வேண்டும். இவர்களுக்கிடையில் பாலியல் உறவு தடுக்கப்படுவதுடன் தூரத்து உறவினர்களாக இருந்தாலும்கூட திருமணங்கள் பொதுவாக அனுமதிக்கப்படுவதில்லை.

ஒரேயொரு விதியை மட்டும் நினைவில் வைத்துக்கொண்டால், இந்த உறவுமுறைச் சொற்களின் தர்க்கத்தை மிக எளிதாகக் கூறிவிட முடியும்: ஒரு பேசுநருக்கு மூத்த உறவினர்களில் அந்த ஆண் சார்ந்துள்ள தலைமுறையின் உறவினர்கள் அந்த ஆணின் சொந்த தலைமுறையினர் மற்றும் அவரது இளைய தலைமுறை உறவினரை வகைமைப்படுத்தப் பயன்படுத்தப்படும் தர்க்கத்துக்கு எதிர்நிலையில் வகைமைப்படுத்தப்படுவர். அதாவது ஓர் ஆண் திருமணம் முடிப்பதுவரை அவரது சொந்தத் தலைமுறையினரையும் அவரது மூத்த தலைமுறைகளின் உறவினர்களையும் அழைக்கப் பயன்படுத்தும் உறவின்முறைச் சொற்கள் அவரது திருமணத்துக்குப் பின்னர் அவருடைய சொந்தத் தலைமுறையினரையும் அவருக்கு இளைய தலைமுறை உறவினர்களையும் அழைக்கப் பயன்படுத்தும் உறவின்முறை சொற்களுக்கு எதிரானவை. மிகவும் தூரத்துத் தலைமுறைகளில் உள்ள உறவினர்களைப் பொறுத்தவரை பொதுவாக மணவழி-இரத்தவழி உறவின்முறைகளாகப் பிரித்துப் பார்ப்பதில்லை;

ஆனாலும், கவுண்டர்கள் போன்ற முக்கிய கிளைச்சாதிகள் நேரடியான பாட்டன், பூட்டன்களை இந்த உறவின்முறை அமைப்புக்குள் கொண்டுவந்து விடுகின்றனர்.

எந்த உறவுகள் அடிப்படை மாதிரியில் சேர்க்கப்பட வேண்டும் என்பதில் ஒரு குழு (சமுதாயம்/கிளைச்சாதி) எவ்வாறுதான் மாறுபட்ட பழக்கங்களைக் கொண்டிருந்தாலும், அந்த வகைமைப் படுத்தலுக்கான தர்க்கம் மாறாது. ஒரு பேசுநரின் சொந்தப் பெற்றோர், உடன்பிறப்புகள், குழந்தைகள் அனைவருமே அவரது இரத்த உறவுகள் ஆவர். தனது பெற்றோரின் எதிர்-பால் உடன்பிறப்புகள் (அப்பாவின் சகோதரி-FZ, அம்மாவின் சகோதரர்-MB) எதிர் உறவு நிலையில் (மணவழி-உறவுமுறை) வகைமைப்படுத்தப்படுவர். பெற்றோர் எப்போதும் இரத்த உறவுகள் என்றாலும் அவர்களின் எதிர்பால் சகோதர/சகோதரிகள் மணவழி உறவுமுறை ஆவர்.[17]

இந்த விதியை மேலும் விரித்தால், மூதாதை தலைமுறைகளில் எந்த ஒரு திருமணத்தின் இணையர்களும் ஒரே வகைமைக்குள் வகைப் படுத்தப்படுவர். அவர்களின் எதிர் பால் உடன்பிறப்புகள் எதிர் நிலையில் - மணவழி உறவுகளாக-வகைப்படுத்தப்படுவர். மேலும், ஆண்குழந்தைகள் அவர்களின் பெற்றோரைப் போன்றே இரத்த உறவுகளில் வகைப்படுத்தப்படுகிறார்கள். அதேபோல பெண் குழந்தைகள் அவர்களது பெற்றோருக்கு எதிரான நிலையில் வகைப்படுத்தப்படுகிறார்கள்.

அதே சமயம், இந்த தர்க்கம், பேசுநரின் சொந்தத் தலைமுறை மற்றும் அடுத்த தலைமுறையில் எதிர்நிலையில் பயன்படுத்தப்படுவது குறித்துக்கொள்ளத்தக்க முக்கிய அம்சமாகும். இங்கு உடன்பிறப்புகள் பால் வேறுபாடு இல்லாமல் இரத்தவழி உறவுகள் ஆகிறார்கள். மனைவி மட்டுமே எதிர்நிலையான மணவழி உறவாகவே எப்போதும் எண்ணுவார். இதனைப் பொதுமைப்படுத்துகையில், தனது சொந்தத் தலைமுறை மற்றும் அதன் அடுத்த ஒரு இளைய தலைமுறையைச் சேர்ந்த உடன்பிறப்புகள் அனைவருமே பேசுநரின் ஒரே குழுவைச் சேர்ந்தவர்கள் என்று கூறலாம். இதன் காரணமாக அவரவர்களது பேசுநரின் தவிர்க்க இயலாத மணவழி உறவின் முறைகள் ஆகிறார்கள். இறுதியாக, தனது சொந்தத் தலைமுறை மற்றும் அவருக்குக் கீழான ஒரு தலைமுறையைச் சேர்ந்த உறுப்பினர்களைப் பேசுநர் தனது பெற்றோரின் இணை பால் வகையில் ஒரே குழுவாக வகைப் படுத்துகிறார்.

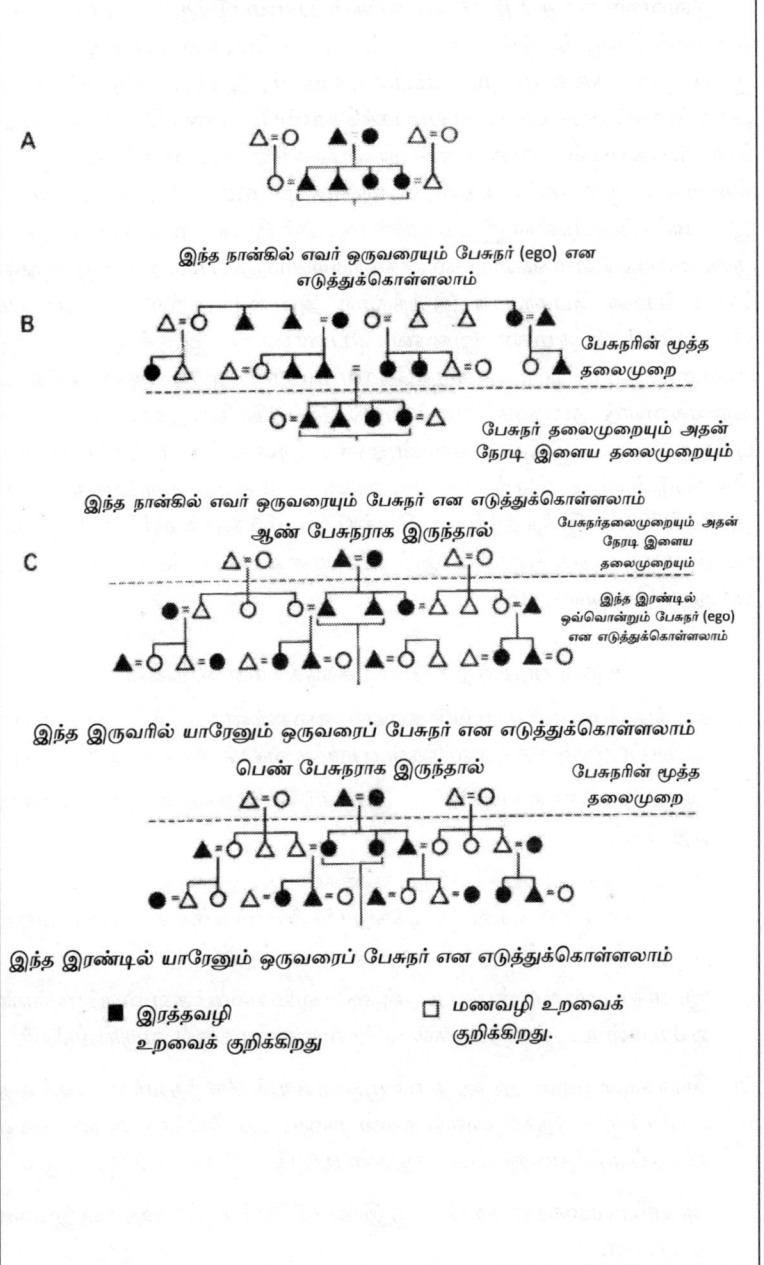

விளக்கப்படம் 5.2: இரத்தவழி - மணவழி வேறுபாடுகளின் வம்சாவளி வரைபடம்

இவ்வாறாகத் தமிழ் பேசுபவர்கள் பயன்படுத்தும் உறவுமுறைச் சொற்கள் தொழிற்படும் தர்க்கம் என்பது ஒரு பேசுநரை மையமிட்டதாக இருக்கிறது. (தலைமுறை, பரம்பரை, வம்சம், இரத்த உறவு ஆகியவை ஓர் ஒற்றைப் பேசுநரை மையமாகக்கொண்டே கணக்கிடப்படுகிறது-மொ-ர்.) ஆனால், சில கிளைச்சாதிகளில் காணப்படுவதுபோல, இந்தச் சொற்கள் குல மட்டத்தில் பெருங்குழு (moiety) அமைப்புடன் இணைக்கப்பட்டுள்ள இடங்களில் மட்டும் இந்த உறவுகள் பிரபஞ்சம் இரு அரைக்கோளங்களாக-விளிக்கிறவர் சார்ந்த பால், தலைமுறைகள் தொடர்பான பேசுநராக இருந்தால் அவரைச் சுற்றி ஒரு அரைக் கோளமும் திருமண இணை பெண்ணாக இருக்கும் போது அவரைச்சுற்றி ஒரு அரைக்கோளமுமாக அதே அரைக்கோள உறவுகளைத் தனதாக வகைப்படுத்திப்-பிரிகின்றன. வாசகர்கள் புரிதலுக்காக, இந்த உறவின்முறை அமைப்பை நான் புரிந்து கொண்டுள்ளபடி, இதற்கான விதிகளின் பட்டியலை உருவாக்கிக் கீழே அளிக்கிறேன். இதே தர்க்கம் விளக்கப்படம்5.2லும் சித்திரப்படுத்தப் பட்டுள்ளது; அதனோடும் இப்பட்டியலை வாசகர்கள் ஒப்பிட்டுப் பார்த்துக்கொள்ளலாம்.

உறவின்முறைச் சொற்களுக்கான விதிகள்

1. தனக்கு மேலான இரண்டு தலைமுறைகளின் உறவின் முறைகளை வகைப்படுவதற்கான விதிகள் (பார்க்க விளக்கப்படம் 5.2இன் ஆ):

   அ. ஒரே வகையைச் சேர்ந்த இரண்டுபேர் திருமணத்தில் இணை கிறார்கள்.

   ஆ. ஒரே வகையைச் சேர்ந்த ஆண்கள் அவரது தந்தையைப் போல ஒரே வகைமைக்குள் இருக்கிறார்கள்; பெண்கள் அனைவரும் தமது தந்தையின் எதிர்நிலை வகைமைக்குள் வருகிறார்கள்.

   இ. எதிர்பால் உடன்பிறப்புகள் எதிர் வகைமைக்குள் வருகிறார்கள். ஒரேபால் உடன்பிறப்புகள் ஒரே வகைமைக்குள் வருகிறார்கள்.

2. பேசுநரின் (ego) அதே தலைமுறையைச் சேர்ந்தவர்கள் அல்லது அவருக்கு அடுத்த இளைய தலைமுறையைச் சேர்ந்த உறவினர்களை வகைப்படுத்துவதற்கான விதிகள். (பார்க்க வி. படம் 5.2இன் இ):

   அ. எதிர் வகைகளைச் சேர்ந்த இரண்டுபேர் திருமணத்தில் இணை கிறார்கள்.

   ஆ. குழந்தைகள், தங்கள் பெற்றோரில் தங்கள் பாலைக்

கொண்டவர்கள் வகைப்படுத்தப்படும் அதே வகைமைக்குள் வருகிறார்கள்.

இ. ஓர் உடன்பிறப்பாகிய அனைத்துக் குழந்தைகளும் ஒரே வகைமைக்குள் வருகிறார்கள்.

இங்குப் பட்டியலிடப்பட்ட விதிகள் நேர், எதிர் ஆகிய சொற்களால் மட்டும் விளக்கப்பட்டுள்ளதால், இங்கு, ஒவ்வொரு விதிக்கும் ஒரு குறிப்புரை அவசியமாகிறது. எனவே, எந்த ஓர் உறவை வகைப்படுத்துவது என்பது அவருக்கும் ஏற்கனவே உறவுமுறை அறியப்பட்ட பேசுநரின் உறவுப் பின்னலில் இருப்பவருக்குமானதாகத்தான் இருக்கமுடியும். இறுதியில், இவர் பேசுநரின் குடும்பத்தைத் தொடக்கமாகக் கொண்ட ஓர் உறுப்பினராகத்தான் இருப்பார். இப்புள்ளியில் இருந்து தொடங்கி, முன்னர்க் கூறிய விதிகளைப் பயன்படுத்தி, ஒருவர் தனது உறவுகளின் உலகை இரத்தவழி, மணவழி உறவுகளாக வகைப்படுத்திக்கொண்டே செல்ல முடியும், ஒருவரின் உறவுகள் அடையாளம் காணமுடியாமல் காலத்தில் மறைந்து போகும்வரை. அவர் பின்னர் குறிப்பிட்ட மனைவி, பெற்றோர், உடன்பிறப்பு, குழந்தைகள் ஆகிய குறிப்புணர்த்துதல்களோடு அவர்களை அறியப்பட்ட உறவினர்களோடு தொடர்புபடுத்தி வகைப்படுத்தப்படுகிறார். மிக மூத்த தலைமுறைகளின் (உதாரணமாக, FFZ, FFM) உறவுகளை அழைக்க, தமிழ் உறவுமுறைச் சொற்களில் பெயர்கள் இல்லையென்றாலும் இந்தத் தர்க்கத்தைப் பயன்படுத்தி, பேசுநரின் சொந்தத் தலைமுறையில் உள்ள தூரத்துச் சொந்தங்களின் வகைமைகளைக் கணக்கிடப் பயன்படக்கூடிய இணைப்புகளைக் கண்டுபிடிக்கலாம்.

தமிழ் பேசுபவர் அன்றும் இன்றும் பயன்படுத்தும் இந்தத் தர்க்கம் கல்விப்புலம் சார்ந்தது அல்லவே அல்ல. ஒரு பேசுநர் தூரத்து உறவினர் ஒருவரைச் சந்திக்கும்போது அவர், இரத்த உறவா, மண உறவா என்பதைத் தெரிந்திருந்தால்தான் அவர் முன்னிலையில் எவ்வாறு நடந்துகொள்வது, பழகுவது என்பதைத் தீர்மானிக்க முடியும். இதுபோல, ஒவ்வொரு முறை தனது உறவுப் பின்னலில் இருந்து புதிய மனிதரைச் சந்திக்கும்போதும் அவர் எந்த வகைமையைச் சேர்ந்தவர்— இரத்த உறவா, மண உறவா என்று உறுதியாக அறிந்திருந்தால்தான் அவரை கேலி, கிண்டல் செய்யலாமா, கூடாதா என்பதை அவர் முடிவுசெய்ய முடியும். இதில் பேரப் பிள்ளைகள் அல்லது பெற்றோரின் பெற்றோருக்கு மட்டுமே விதிவிலக்கு உண்டு.

தனிக்குடும்பம் ✵ 269

இப்படியாக ஒரு குறிப்பிட்ட தலைமுறையைச் சேர்ந்த உறவின் வகைமையை உறுதிசெய்துவிட்டால் போதும்; அந்தக் குறிப்பிட்ட உறவின் பெயரைக் கண்டுபிடிப்பது மிக எளிது. ஒவ்வொரு தலைமுறையிலும் ஒரே பாலின் இரத்த, மண உறவுகளைக் குறிக்க ஒரே ஒரு சொல்தான்.[18] மூத்த தலைமுறையின் உறவுகளை அழைக்க ஒரே ஒரு சொல்லை— பெரிய அல்லது சின்ன— மாற்றினால் போதும். பெற்றோர் அல்லது பெற்றோரின் ஒரே பாலைச் சேர்ந்தவர்களின் மூத்தவர்கள், இளையவர்களை இச்சொல்லை மாற்றி, மாற்றி அழைக்கலாம். இரத்த-மண உறவுகளில் மாறுபடும் தர்க்கத்தைப் பிடித்துவிட்டால், அனைத்து உறவு முறைகளுக்கான வகைமை அமைப்புக்கான சொற்கள் தமிழ்மொழியில்தான் மிக எளிமையானது.

இக்கருத்தியல் முறையில் பெண் நிலை சற்றுக் கூடுதலான சிக்கல்தன்மை கொண்டிருப்பதைக் கவனிப்பது முக்கியம். ஆண் உறவுகளில் தங்கள் தந்தைகளாக வகைமைப்படுத்துவது போலல்லாமல், மூத்த தலைமுறையின் பெண் உறவுகளைத் தனது தந்தைக்கு எதிர்நிலையில் வகைப்படுத்தி அழைக்கவேண்டும். இதை மற்றொரு வழியிலும் பார்க்கலாம்; மூத்த தலைமுறை இரத்த உறவு கொண்ட பெண்கள் இரத்த உறவில் குழந்தைகளைப் பெற்றெடுக் கிறார்கள். தனது தலைமுறை மற்றும் தனக்கு அடுத்த தலைமுறையின் இரத்த உறவு பெண்கள் மண உறவுமுறைக் குழந்தைகளைப் பெற்றெடுக்கிறார்கள்.

மூத்த, இளைய தலைமுறைகளின் பெண்களில் காணப்படும் இந்த வேறுபாடுகள் நான் கூடுதல் விளக்கப்படம் மூலம் விளக்கியுள்ளது போல் முக்கியத்துவம் கொண்டதாகும். விளக்கப்படம் 5.3இன் முதல் பத்தியில் பெண்களை அவர்களின் தலைமுறை, உடன்பிறப்புகள் அல்லது அப் பேசுநரின் சொந்தப் பரம்பரை வரிசையின் திருமண பந்தத்தின் வரிசையின்படி வகைமைப்படுத்தியிருக்கிறேன். முதல் பத்தியில் இரத்த உறவில் சகோதரிகளுக்கான உறவுமுறைகள், இரண்டாவது பத்தியில் இரத்த உறவில் ஆண்களின் மனைவிகளுக்கான உறவு முறைகள். மூன்றாவது பத்தியில் மண உறவு ஆண்களின் சகோதரிகள், அதேபோல நான்காவது பத்தியிலும் தரப்பட்டுள்ளன. மண உறவு ஆணின் மனைவி சகோதரிக்கு நிகரானவர் என்பதையும் இதே எதிர்நிலையில் கடைப்பிடிக்கப்படுவதையும் கவனிக்கவும்.

இப்போது விளக்கப்படம் 5.3இல் அடர் வண்ணமாக்கப்பட்டுள்ள பகுதிகளைக் காணலாம். 'இரத்த' உறவுப் பெண்களுக்கான

அனைத்துப் பெயர்களும் 'மண' உறவு பெண்களுக்கான உறவுப் பெயர்களைவிட அடர்வண்ணமிட்டுக் காண்பிக்கப்பட்டுள்ளன. படத்தின் முதல் பாதி கட்டங்கள் நான்கு தலைமுறைகளைச் சேர்ந்த இரத்தவழி ஆண்கள், அவர்களது சகோதரிகள், தங்கள் மனைவிகள் ஆகியோரைக் கொண்டுள்ளன என்று கொள்க. இதனைக் 'குடும்பத்தின்' நிலையான உறவுகளாகக் கொண்டு விளக்கப்படம் 5.4.இல் தரப்பட்டுள்ள சிறிய படங்களை ஆய்வு செய்க. இவை, பல தலைமுறைகளின் ஆண்களின் பார்வையிலிருந்து குடும்பத்தின் பெண்கள் எவ்வாறு இரத்தவழி, மணவழி உறவுகளாகப் பார்க்கப் படுகின்றனர் என்பதாகும். ஆண் எந்தத் தலைமுறையில் இருந்து தான் பிறந்த தலைமுறை அமைப்பைப் பார்க்கிறார் என்பதற்கும் அவரது பெற்றோர் பிறந்த தலைமுறைகளில் இருந்து தமது தலைமுறை அமைப்பைப் பார்ப்பதற்கும் இடையில் மணவழி-இரத்தவழி வேறுபாடுகள் எவ்வாறு தலைகீழாக மாறுகின்றன என்பதையும் கவனிக்கவும்.

தந்தை பெண்களுக்குப் பயன்படுத்தும் வகைமைகளை மகன் பயன்படுத்தும்போது தலைகீழாக மாறுகின்றன. இவற்றை ஒருவர் நினைவுகூர்வது நல்லுணர்வை ஏற்படுத்துவதாக இருக்கக்கூடும். ஒரு பெண் அவரது கணவரின் பார்வையில் மண உறவாக இருக்க நேரிடும்; ஆனால், தனது மகன்களுக்கு இரத்த உறவாகவும் தாயாகவும் இருக்க நேரிடும்.[19]

தமிழில் இரத்த உறவு, மண உறவு ஆகிய இரண்டுக்குமான முக்கியத்துவம், அவர்களுக்கான பெயரிடப்படாத குழுக்களாகவும் நீடிக்கின்றன. 'இரத்தவழி', 'மணவழி' ஆகிய சொற்கள் அதற்கான தமிழ்ச் சொற்களின் நேரடியான ஆங்கிலச் சொற்கள் அல்ல. இதன் தன்மைகளை விளக்குவதற்காக இச்சொற்கள் குறிப்பிடப்படுகின்றன. நான்கு தலைமுறைகளின் உறவுகளை வகைமைப்படுத்தப்படுவதை விளக்க இவை உதவிபுரிகின்றன. சில சாதிகள் பெண் கொடுப்பது, பெண் எடுப்பதைக் குறிக்கும் கூடுதல் எதிர்நிலை உறவுகள் உள்ளன. ஆனால், இவை இரத்தவழி, மணவழி உறவின்முறை அமைப்பை பாதிக்கவில்லை.

இரத்த, மணவழி உறவின்முறை தமிழில் சரியாக பங்காளி, மச்சான் முறைகள் வழியாக வகைப்படுத்தப்படுகிறது. பங்காளி, பங்கு என்ற சொல்லில் இருந்து உருவாக்கப்பட்டுள்ளது. ஒற்றை ஆண் வம்சாவளி குழுவை அழைக்க இந்தச் சொல் பயன்படுகிறது. இவர்கள் தங்கள்

மூதாதைகளின் சொத்துகளுக்கு உரிமை கொண்டவர்கள். இந்தச் சொல் சட்டப்படியான தொடர்புகளையும் கொண்டுள்ளது. ஒட்டுமொத்தமாக ஓர் அடையாளப்பெயர் இடமுடியுமென்றால் அது உருவகத்தன்மை கொண்டதாகும். இந்தப் பொருளில், குடும்பச் சொத்தைப் 'பகிரும்' பெண்கள், ஒத்ததன்மையின் தர்க்கத்தைப் பின்பற்றி இணைக்கப்படும் கணவரின் மனைவியின் 'சகோதரிகள்' போன்ற நேரடியாகத் தொடர்பில்லாத மற்றவர்களையும் அது உள்ளடக்குகிறது.

பங்காளிக்கு மாறாக மச்சான் என்ற சொல் மிகவும் பாலியல் அம்சம் கொண்டதாக இருக்கிறது. மைத்துனர் என்ற சொல்லின் நேர்த்தியற்ற வடிவத்தில் பயன்படுத்தப்படுகிறது; மைதுனம், மைதுனா என்ற சம்ஸ்கிருத சொல் தொடர்பானது; மைதுனா என்றால் பாலியல் உடல் உறவு ஆகும்.[20] மச்சானின் பெண்பால் பெயர் மச்சினி அல்லது மைத்துனி ஆகும். இந்த வகைமையின் பண்புகளை விரிக்கும்போது, மச்சான் உறவு பாலுறவு உரிமையையும் கொண்டிருப்பதால், அந்த ஆண் பேசுநர் மற்றும் அவரது இரத்தவழி உறவுகள் அவருடன் மண உறவு கொள்ளலாம். தனது மகளை மணந்துகொள்வதற்கான உறவின் பெயரும் சுவாரஸ்யமானது. மகன் என்ற உறவுடன் வினை உறுப்பான மரு சேர்க்கப்பட்டு மருமகன் என்று அழைக்கப்படுகிறார். எதிர்நிலை வகைமை மகன் என்ற பொருளில் இந்தச் சொல் உருவாக்கப் பட்டுள்ளது. மருமகனும் மற்றொரு மகன் என்ற அர்த்தத்தில். மகனைத் திருமணம் செய்துகொள்ளும் பெண்ணும் இதே அடிப்படையில் மருமகள் என அழைக்கப்படுகிறார்.[21]

இங்கு விவரிக்கப்பட்டுள்ள மணவழி-இரத்தவழி வகைமைப் படுத்தல் நடைமுறைகளைப் பரிசோதிக்கும் நிலை - ஆண் திருமண இணைக்கும் பெண்ணுக்கும் இடையிலான வம்சாவளித் தொடர்புகள் அறியப்படாமல் இருக்கும் சூழ்நிலைகளில் எழுகிறது. ஒரு பொது உறவை எந்த அளவுக்குத் தேடிச்செல்ல முடியும் என்பது குறிப்பிட்ட நபரைப் பொறுத்து மாறுபடுகிறது. பொதுவாக, இந்தத் தேடல் தாயின் வம்சாவளியைவிட தந்தையின் வழியில் அதிகம் நடைபெறுகிறது. திருமண இணையின் தந்தையின் தந்தை வாழ்ந்த இடம் பொதுவாக அறியப்பட்டதாக இருக்கிறபடியால், பெண்ணின் தந்தையின் தந்தை அல்லது அவரது ஆண் மூதாதைகள் அந்தக் கிராமத்தைச் சேர்ந்தவரா என்று ஆராயப்படுகிறது. இதற்கு விடை 'ஆம்' என்றால் இரத்த உறவாக இருக்குமோ என்ற ஐயம் எழுப்பப்படுகிறது. இதுபோன்ற ஐயம் ஏதாவது எழும்போது, அதற்கு எதிரான ஆதாரங்கள்

விளிபெயர்	இரத்தவழி ஆண்கள்			மணைவழி ஆண்கள்			திருமண ஆணைகள்	
	சகோதரிகள்	மனைவிகள்	பேசுநர் (ego)	சகோதரிகள்	மனைவிகள்		சகோதரிகள்	மனைவிகள்
தந்தையின் தந்தை	அம்மாயி	ஆச்தா		ஆச்தா			ஆச்தா	அம்மாயி
தந்தை	அச்தை	அம்மா		அம்மா			அம்மா	அச்தை
பேசுநர் (ego)	அக்கா, தங்கச்சி	தங்கையா, கொழுந்தியா		தங்கையா, கொழுந்தியா			தங்கையா, கொழுந்தியா	அக்கா, தங்கச்சி
மகன்	மகள்	மருமகள்		மருமகள்			மருமகள்	மகள்

விளக்கப்படம் 5.3 : ஆண் பேசுநர் (ego) பயன்படுத்தும் பெண் உறவுகளுக்கான சொற்கள்

இரத்தவழி பெண்கள்   மனைவழி பெண்கள்

இல்லாதபட்சத்தில் திருமணம் உறுதி செய்யப்படுவது நிறுத்தப்படும். இரத்த உறவு இல்லை என்பது உறுதிப்படுத்தப்படாமல் திருமணம் நிகழ்ந்துவிட்டுப் பின் தெரியவருமானால் முறைகேடான உறவு மேற்கொண்டதற்கான பழி வந்துவிடும் என்ற அச்சத்தின் காரணமாக இவ்வாறு நிறுத்தப்படுகிறது. இது விஷயங்களில் மேம்போக்கான ஐயங்கள்கூட பெரும்பாலான திருமணப் பேச்சுவார்த்தைகளை முறித்துவிடுகின்றன. எந்தத் தொடர்புகளையும் ஒதுக்குவது ஒரு பெண்ணை மணவழி உறவின்முறை வகைக்குள் சேர்த்துவிடும்.

தனக்குத் திருமண இணையாகப் போகிறவரின் முந்தைய வம்சாவளித் தொடர்புகள் குறித்த சரியான அறிதல் இல்லாமல் எத்தனை திருமணங்கள் நடந்திருக்கக்கூடும் என்ற புள்ளிவிவரங் களைப் பெறுவதற்கான வாய்ப்புகள் இல்லை. பல தகவலாளிகள் சாதாரணமாகத் தாம் தூரத்துச் சொந்தத்தில் திருமணம் செய்துள்ளதாகக் கூறுகிறார்கள். மற்றவர்கள் தமது மனைவி சொந்தம் இல்லை என்கிறார்கள். அதாவது திருமணத்துக்கு முன்னர் தமக்கு உறவின் முறை இல்லை என்று பொருள். இந்தத் திருமண ஏற்பாடுகளின்போது அவர்களின் பெற்றோர்கள் இதுகுறித்து ஏதேனும் அறிந்திருந்தார்களா என்பதை உறுதியாகக் கூறமுடியாது. இரண்டு குடும்பங்களும் ஒரே உள்ளூர்க் கிளைச்சாதியாகக் கோர நேரும் தருணத்தில் பெரும் எண்ணிக்கையிலான மக்கள் வம்சாவளி பார்க்காமல் திருமணம் செய்துகொண்டனர் என்பதுதான் எனது பொதுவான கருத்து ஆகும். இப்போது பயணங்கள் எளிதாகி வருவதால் இத்தகைய திருமணங் களின் விகிதம் அதிகரித்தபடி இருக்கிறது.[22]

குறிப்பாக, திருமண வரன்கள் பிரச்சினையின் போது மணவழி– இரத்தவழி வேறுபாட்டுத் தர்க்கம் முக்கியத்துவம் பெறுகிறது. கொள்கை அளவில் இரத்த உறவின்முறைக்குள் வரும் அனைத்துப் பெண்களும் பரிசீலனைக்குக்கூட எடுத்துக்கொள்ளப்படக்கூடாது என்பதால் மணவழி உறவின்முறைக்குள் வரும் பெண்கள் மட்டுமே திருமண வதுவாகின்றனர். இருப்பினும், இந்த விதியை விடாப் பிடியாகத் தொடர்பவர்கள் பிராமணர், பிள்ளைதவிர, கோமுட்டிச் செட்டியார், சோழி ஆசாரி ஆகிய இடங்கைப் பிரிவின் உயர்நிலை சமுதாயங்கள் ஆவர். மாறாக, இந்தப் பகுதியில் வாழும் வேறு எந்தக் கிளைச்சாதிகளையும்விட கொங்கு கவுண்டர்கள் இத்தகைய உறவின்முறை விதிகளிலிருந்து மிகவும் விலகியுள்ளனர். ஆதிக்க சாதியான இந்த நில உடைமைக்குழு மண உறவு ஏற்படுத்திக்

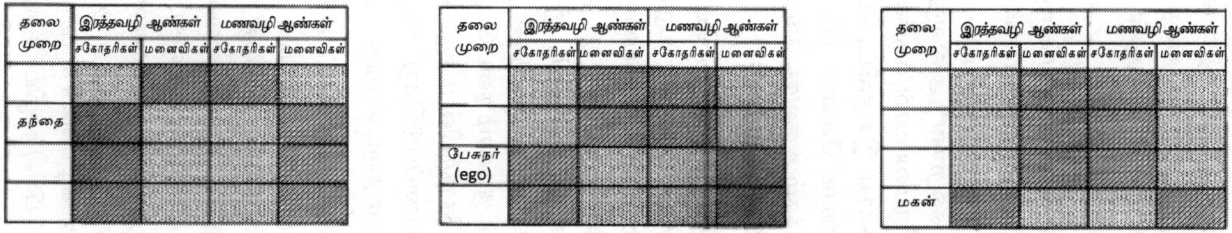

தலை முறை
இரத்தவழி ஆண்கள்
மணவழி ஆண்கள்
சகோதரிகள்
மனைவிகள்
சகோதரிகள்
மனைவிகள்
தந்தை
தலை முறை
இரத்தவழி ஆண்கள்
மணவழி ஆண்கள்
சகோதரிகள்
மனைவிகள்
சகோதரிகள்
மனைவிகள்
பேசுநர் (ego)
தலை முறை
இரத்தவழி ஆண்கள்
மணவழி ஆண்கள்
சகோதரிகள்
மனைவிகள்
சகோதரிகள்
மனைவிகள்
மகன்

விளக்கப்படம் 5.4 : மூன்று தலைமுறை ஆண்களின் பார்வையில் ஒரே பெண்ணை அழைப்பதற்காகப் பயன்படும் உறவுமுறைச் சொல் மாறும் வகைகள். (இரத்தவழி, மணவழி வகைமைகள் விளக்கப்படம் 5.3இல் கூறப்பட்ட அதே வகையில் அளிக்கப்பட்டுள்ளன.)

கொள்வதற்கான வழிகாட்டிகளாக மணவழி—இரத்தவழி உறவின் முறை விதிகளைப் பின்பற்றுவதற்குப் பதிலாக, குல உறுப்பினர் முறையையே பின்பற்றுகிறது. இதன்படி தனது சொந்த குலத்தைச் சேராத எந்த ஒருவரின் மகளையும் ஓர் ஆண் திருமணம் செய்து கொள்ளலாம்.

இத்தகைய வரையறை பல பெண்களையும் (உதாரணமாக, தாயின் சகோதரரின் மனைவியின் சகோதரரின் மகள்-MBWBD) உறவின் முறைகளின்படி இரத்த உறவுகளாக்குகிறது. இதற்காக, இந்த 'உறவின்முறைகளின்படி தவறான' அல்லது இரத்த உறவின் முறைகளைக் கவுண்டர்கள் திருமண வரன்/வதுகளாகப் பார்க்கிறார்கள் என்று கூறுவது சரியாக இருக்காது. இதைவிட, பொருளாதாரரீதியாகச் சமமான, பொதுவாக நன்றாக வேலை பார்க்கக்கூடிய, வசதி வாய்ப்புகள் கொண்ட சம்பந்தம் உருவாக வேண்டும் என்பதுதான் அவர்கள் கவலையாக உள்ளது.

ஒரு பெண் தமது குடும்பத்துக்குப் பொருத்தமானவராக இருக்கும்போது, அவர் தம் சொந்த குல உறுப்பினரின் மகளாக இல்லாமல் இருந்தால், மற்ற முக்கிய விஷயங்கள் கண்டுகொள்ளப் படுவதில்லை. மிகநெருக்கமாக ஒரு பெண், ஓர் ஆணின் தாயாருக்குச் சொந்தமாக இருக்க வேண்டும், எனினும், இதில் பொருளாதார நோக்கங்கள் செயல்படும்போது குறைபாடுகள் தள்ளுபடி செய்யப் படுகின்றன. MMZDD உடன் திருமணம் நடைபெறுவது பொதுவாகக் காணப்படுகிறது.[23] தாயின் சகோதரியின் மகளுடன் (MZD) திருமணம் நடைபெறுவது அரிதாகக் காணப்படுகிறது. ஆனால், அம்மாவின் சகோதரியுடன் (MZ) திருமணம் நடைபெறுவது அரிதினும் அரிது.[24]

இந்த விவகாரத்தில் பிற வலங்கைப் பிரிவு சமுதாயங்கள் கவுண்டர்களின் செல்வாக்குக்கு உட்பட்டுக் காணப்பட்டாலும் கவுண்டர்கள் அளவுக்கு மாறுதலான அல்லது 'தவறான' உறவின் முறைகளுடன் திருமணம் நடைபெறுவதில்லை; அவை தடுக்கப் படுகின்றன. நாடார் சமுதாயம் வலங்கைப்பிரிவின் ஊழியச் சமுதாயமாக இருந்தாலும் மற்ற இரு குழுக்களைக் காட்டிலும் இந்த விவகாரத்தில் மிகவும் கறாராக இருக்கிறது. தீண்டத்தகாதவர்கள் நீங்கலாக இடங்கைப் பிரிவின் கீழ்நிலைச் சமுதாயங்கள் அனைத்தும் இவ்விவகாரத்தில் வலங்கைப் பிரிவு ஊழியச் சமுதாயங்கள் போன்றே உள்ளன. அதாவது, சைவ உணவு சமுதாயங்களான பிராமணர், பிள்ளை, செட்டியார், சோழி ஆசாரிகளை விட கடுமை குறைவாகவும்

கவுண்டர்கள், நாடார்களைவிட குறைந்த தாராளத்திலும் உள்ளனர். இந்தப் பொதுவான முரண்கள் அட்டவணை 5.3இல் பதிவுசெய்யப் பட்டுள்ளன.

இடங்கைப் பிரிவு கிளைச்சாதிகள் திருமண உறவுமுறைகளில் மூன்றாவது தனி அணுகுமுறையைக் கொண்டுள்ளது. அது ஒருவகையில் வலங்கை, இடங்கைப் பிரிவுகளில் காணப்படும் வேறுபாடுகளின் நீட்சியாக அட்டவணை 5.3இல் காட்டப்பட்டுள்ளபடி தங்களுக்கான சந்திப்புப்புள்ளியை அடைந்துள்ளது. நான் விசாரணைகள் மேற்கொண்ட வடுகர், குறவர், மாதாரியின் நான்கு கிளைச்சாதிகள் மத்தியில் ஆண் வம்சாவளிக் குழுக்கள் எப்போதுமே ஒட்டுமொத்தத்தில் இரண்டாகப் பிரிக்கப்பட்டுள்ள அயல் உறவு குழுக்களில் ஒன்றைச் சேர்ந்ததாகவே விளக்கமளிக்கப்பட்டது.[25] எனினும், இப்பெருங் குழுக்கள் பெயரிடப்படவில்லை.

ஒவ்வொரு இனத்திலும், தகவலாளிகளால் கொடுக்கப்பட்ட விளக்கங்கள் ஒரே மாதிரியானவை. ஓர் அயல் உறவுக் குழுவில் உள்ள அனைத்துக் குலங்களும் ஒன்று சொந்த குலத்தின் திருமண இணைக்குச் 'சகோதரர்கள்' அல்லது மணவுறவுக் குழு குலங்களில் 'சகோதரர்கள்' ஆகத்தான் இருக்க முடியும். 'சகோதரர்' தகுதிபெற்ற குலங்கள் தங்களுக்குள் திருமண உறவு வைத்துக்கொள்ளக்கூடாது. ஒவ்வொரு பிரிவும் எதிர்ப்பிரிவில் இருந்துதான் திருமணம் செய்துகொள்ளலாம். ஒவ்வொரு பெருங்குழுவும் ஒரு திருமண இணையின் சொந்தத் தலைமுறை மற்றும் அடுத்த தலைமுறையில் அனைத்து 'மண' உறவுகளைக் கொண்டிருந்தாலும் திருமணம் என்று வரும்போது சிறிதுகூட குழப்பிக் கொள்வதில்லை.[26]

ஒரு கிளைச்சாதி அனுமதிக்கும் உறவின்முறை தர்க்கங்களுக்கு மாறான திருமண சம்பந்தங்களில் காணப்படுகின்ற மிகவும் ஆர்வம் கிளர்த்தும் அம்சம் என்னவென்றால் இயல் 2இல் விவாதிக்கப் பட்டதுபோல, சில காரணங்களுக்காகச் சில வலுவான குலங்களை மட்டும் விதிகளைக் கண்டுகொள்ளாமல் திருமணத்துக்கு அனுமதிப்பதாகும். கவுண்டர்கள், நாடார்கள் ஆகிய தீண்டத்தக்க சாதிகள் மிக வளர்ந்த நிலையிலான குல நிறுவனங்களைக் கொண்டுள்ளன. உறவின்முறை விதிகளைக் குழப்பி திருமண உறவுகளைக் காண்பவர்களும் இவர்கள்தாம். மிக பலவீனமான குல நிறுவன அமைப்பைக் கொண்டுள்ள பிராமணர், பிள்ளை ஆகிய சமுதாயங்கள் இது போன்ற வழக்கமற்ற (குழப்பமுடைய —மொ.ர்.)

திருமண உறவுகளைக் கறாராகத் தடைசெய்துள்ளன. சமூகத் தகுதிநிலையில் நடுநிலை வகிக்கும் அனைத்துத் தீண்டத்தக்க குழுக்களும் இந்த இரு தீவிர எதிர்நிலைகளுக்கு இடைப்பட்ட நிலைகளை எடுக்கின்றன. வலங்கையின் தீண்டத்தகாத பறையர் மக்கள் தமது பிரிவின் ஆதிக்க சக்திகள் பின்பற்றும் முறைகளைப் பின்பற்றுகின்றனர். மாறாக, இடங்கைப் பிரிவு தீண்டத்தகாத குழுக்கள் திருமண ஏற்பாடுகளுக்கான தமது சொந்த ஏற்பாடுகளைக் கொண்டுள்ளன. ஒருவகையில், பாலியல் உறவு குறித்து அவர்கள் கொண்டுள்ள பெருங்குழு தீர்வு இடங்கைப் பிரிவு அணுகுமுறை களுக்குள் ஒரு நேர்த்தியான சமரசத்தைக் கொண்டுள்ளது.

மணவழி - இரத்தவழி வேறுபாட்டைக் கிளைச்சாதி முழுமைக்கு மாக உயர்த்தும்போது, உறவுமுறைச் சொற்களில் குழப்பமில்லாமல் திருமணத்துக்கான அடிப்படை வரையறையாக வம்சாவளி குழு அயல் உறவை உருவாக்குகிறது. இவ்வாதத்துடன் உறவின்முறை அமைப்பு ஒரு குறிப்பிட்ட தனிநபர் தொடர்பானதாக நீடிக்கவில்லை; அனைத்து உறுப்பினர்களுக்குமான திருமணம் செய்யத்தக்க, செய்யத்தகாத அணிகளாக நீடிக்கின்றன.

தீண்டப்படும் சமுதாயங்களுக்கு மத்தியில் திருமணங்களில் உறவின்முறை விதிகளைத் தளர்த்தி அனுமதிப்பதில் முக்கிய அம்சமாக விளங்கும் வம்சாவளி—குழு அயல் உறவின் அடிப்படையை, இந்தப் பிரச்சினை எழும்போது எவ்வாறு தீர்த்துவைக்கப்படுகிறது என்பதை ஆராய்வதன்மூலம் காரண காரியங்களுடன் விளக்கலாம். இதற்கான குழப்ப வகைகளைச் சித்திரிக்கும் ஊகமான மரபுவரிசைகளும், அது எவ்வாறு தீர்த்துவைக்கப்படுகிறது என்பதற்கான சுட்டிகளும் அட்டவணை 5.5இல் காட்டப்பட்டுள்ளன. ஒவ்வொரு தீர்வுக்குமே குழப்பமான சொற்களுக்கு இடையிலான தேர்வு தேவைப்படுவதைக் கவனிக்கவும்; ஒவ்வொன்றுமே முன்னர் கொடுக்கப்பட்ட 'விதிகளுக்கு'த் துல்லியமான சமமாக இருக்கவேண்டும். தேர்வு களிலிருந்து 'முன்னுரிமை விதிகள்' உருவாக்கப்பட வேண்டும். இது, எந்த உறவு முதன்மையாகக் கருதப்பட வேண்டும் அல்லது எந்த உறவு மிகவும் அபாயகரமானது என்பதைச் சுட்டிக்காட்டுகிறது.

இரண்டு அல்லது அதற்கும் மேற்பட்ட உறவுமுறைப் பெயர்கள் ஒரு உறவினருக்குப் பொருந்தும்போது, இடது ஓரத்தின் வகைமையே வலது ஓரத்தை நோக்கிய வகைமையைவிட முன்னிலை பெறும்.[27] ஒரே வகைமைக்குள்ளும் ஒன்றுக்கும் மேற்பட்ட சாத்தியங்கள்

அட்டவணை 5.3
உறவின்முறைச் சொற்களில் திருமணம் அனுமதிக்கப்படும் இரத்த உறவினர்கள்
(கிளைச்சாதி வரியாக)

கிளைச்சாதிப் பெயர்	திருமணம் அனுமதிக்கப்படும் உறவினம்
நடுநிலைப்பிரிவு	
பிராமணர்	ZD
பிள்ளை	ZD
வலங்கைப் பிரிவு	
கொங்குக் கவுண்டர்	ZD, MMZDD, MZD, (MZ)
ஒக்கசண்டிபண்டாரம்	ZD, MMZDD
கொங்கு உடையார்	ZD, MMZDD
மரமேறி நாடார்	ZD, MMZDD, MZD
கொங்கு வண்ணார்	ZD, MMZDD
கொங்கு நாவிதர்	ZD, MMZDD
கொங்குப் பறையர்	ZD, MMZDD
இடங்கைப் பிரிவு	
கொங்கு ஆசாரி	ZD, MMZDD
கைக்கோளர் முதலியார்	ZD, MMZDD
வடுக நாயக்கர்	ZD, MMZDD
வடுக வண்ணார்	ZD, MMZDD
பாண்டிய நாவிதர்	ZD, MMZDD
வேடர்[1]	ZD
கூடைக் குறவர்	ZD
தெலுங்கு, அனப்பு, தோட்டி, மொரசு மாதாரி	ZD

குறிப்புகள்: கிளைச்சாதிகளுடன் நான் மேற்கொண்ட விவாதங்கள், வம்சாவளி வரிசைகளாக நான் சேகரித்து வைத்திருந்தவை ஆகியவற்றிலிருந்து உருவாக்கப்பட்ட இந்த அட்டவணை தோராயமானது. எந்தச் சாதியும் இந்த விதிவிலக்குகளில் உறுதியாக இல்லாததாலும் விதிகள் முறைப்படி சொல்லப்படாததாலும் இந்த விவகாரங்களில் தரவு சேகரிப்பது இயலவில்லை. MMZDD உடன் FZSWZ, MBWBD ஆகிய திருமணங்களையும் உள்ளடக்குகிறேன். [1] இது தொடர்பாக வேடர் குறித்த தகவல்கள் என்னிடம் இருந்ததால் இணைத்துள்ளேன். மற்ற விவாதங்களில் அவர்கள் குறித்த போதிய தரவுகள் இல்லை.

விளக்கப்படம் 5.5
குறிப்பிட்ட உறவின்முறைச் சொற்களுக்கான சிக்கல்களும்
அதற்கான தீர்வுகளும் - நான்கு எடுத்துக்காட்டுகள்.

எடுத்துக்காட்டு 1

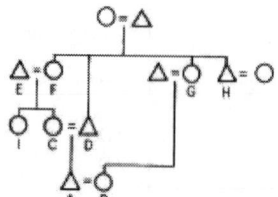

Aக்கு, F = MM (FZ இல்லை)
G = MMZ (WM இல்லை)
Dக்கு, E = WF (ZH இல்லை)
I = WZ (ZD)

Eக்கு, D = WB (DH இல்லை)
Hக்கு, C = BW (ZD இல்லை)
Iக்கு, C = ZH (MB இல்லை)

குறிப்பு: D ஐ E மச்சான் என்று அழைப்பதால் E யையும் பரிவர்த்தனையாக மாமா என்று அழைப்பதற்குப் பதிலாக மச்சான் என்றே அழைக்கலாம். (பிந்தைய உறவு மிகவும் மதிக்கத்தக்க உறவு.)

எடுத்துக்காட்டு 2

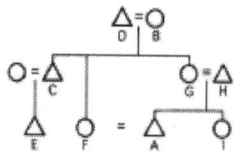

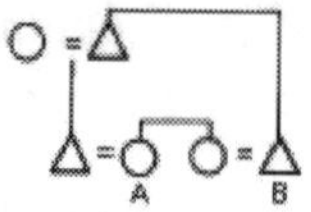

Aக்கு, B = HFB (ZH இல்லை)   B க்கு, A = WZ (BSW இல்லை)

எடுத்துக்காட்டு 3

Aக்கு, B = FM (WM அல்லது MM இல்லை)
C = WB (MB இல்லை)
D = FF (WF அல்லது MF இல்லை)
E = WBS (MBS இல்லை)

F க்கு, G = Z (HM இல்லை)
H = HF (ZH இல்லை)
I = ZD* (HZ இல்லை)

*ஒரு பெண் பேச்சாளருக்கான இரத்த உறவினர் சொல்லாகும் இது.

எடுத்துக்காட்டு 4

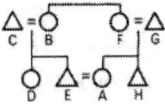

Aக்கு, B = FM (MZ அல்லது
 HM இல்லை.)
C = FF (MZH அல்லது
 HF இல்லை.)
D = MZD (HZ இல்லை.)

Eக்கு, F = FM
 (MZ அல்லது WM இல்லை.)
G = FF (MZH அல்லது WF இல்லை.)
H = MZS (WB இல்லை.)

குறிப்புகள்: எடுத்துக்காட்டுகள் 3, 4இல் சாய்வெழுத்தில் தரப்பட்டுள்ளவை ஒரு கேவலமான தேர்வைக் கண்டுபிடிப்பதற்காகப் பேசுபவர் கண்டுபிடித்தவை. அவை அசலான உறவைக் குறிப்பிடவில்லை.

விளக்கப்படம் 5.5இல் உள்ள உதாரணங்களில் இருந்து கீழ்க்காணும் முன்னுரிமை வரிசையை உருவாக்கலாம்.

இரத்த உறவுப் பெற்றோரின் பெற்றோருக்கான சொல்	பிற இரத்த உறவுச் சொல்	பேசுநரின் (ego) திருமண உறவுச்சொல்	பேசுநரின் தலைமுறை அல்லது கீழுள்ள தலைமுறையின் மண உறவுச்சொல்	மூத்த தலை முறையில் ஒரு திருமணத்தால் உருவாகும் மண உறவுச்சொல்
0	1	2	3	4

உருவாகுமானால் அந்தத் திருமண இணையின் உறவினர்களில் வயது மூத்தவருடனான உறவைக் கொண்டிருக்கும் உறவுமுறைக்கு மதிப்பளிக்கப்படும். இந்த இறுதி முடிவு வகைமை 1ஐ தேவையற்ற தாக்கும். நான் இதனையே பின்பற்றியிருக்கிறேன்; ஏனென்றால், ஒற்றைத் திருமண இணையின் பெற்றோருக்கான உறவுமுறை குறித்த மணவழி–இரத்தவழி சிக்கல்களில், பிரச்சினையைத் தீர்க்க அந்தத் திருமண இணை பெற்றோரின் பெற்றோருக்கான ஒரு உறவுமுறைச் சொல்லையே 'கண்டுபிடிப்பார்'.

பெற்றோரின் பெற்றோர் உறவுமுறைப் பெயர்கள் மற்றொரு காரணத்துக்காக சுவாரஸ்யமானது. முன்னதாக, பிள்ளைகளின் பிள்ளைகளுக்கான உறவுமுறைப் பெயர்களில் முரண்பாடு இல்லாததைப் போல பெற்றோரின் பெற்றோருக்கான மணவழி - இரத்தவழி உறவுமுறைப் பெயர்ச் சிக்கலும் எழுவதில்லை என்பதை முந்தைய ஆய்வாளர்களும் குறிப்பிட்டுள்ளனர்.[28] பொதுவான தன்மையில் பேசும்போது இது உண்மையாக இருக்கலாம்.

ஆனால், கொங்குப் பகுதியில் உள்ள பெரும்பாலான கிளைச் சாதிகள் அப்பாவைப் பெற்றவர்களை அழைக்கவும் (இரத்தவழி) அம்மாவைப் பெற்றவர்களையும் அழைக்கவும் (மணவழி) தனித் தனிப்பெயர்களைக் கொண்டுள்ளனர். மிகவும் பலவீனமான குல நிறுவனத்தைக் கொண்டுள்ள மூன்று கிளைச்சாதிகள் (பிராமணர், பிள்ளை, சோழி ஆசாரி) மட்டுமே அப்பாவைப் பெற்ற அம்மாவுக்கும் அம்மாவைப் பெற்ற அம்மாவுக்கும் தனி உறவுப்பெயர் இல்லாதவர்கள். இது ஏனெனில் பொதுவாக, குல நிறுவன மேம்பாட்டு வளர்ச்சிப் போக்குடன் இந்த முரண்பாடு ஒருங்கிணைந் திருப்பதால் தான் என்பதைப் புரிந்துகொள்ளலாம்.[29] கொங்குப் பகுதிக்கு வெளியே இந்த முரண்பாடு காணப்படாததற்கும் இதுவே காரணமாக இருக்கலாம். அப்படியானால், கொங்குப் பகுதியில் பெற்றோரின் பெற்றோர் வகைமைப்படுத்தலுக்கு அதிக அழுத்தம் காணப்படுவது இந்தப் பகுதியில் குல அமைப்புகளுக்கு அளிக்கப்படும் பொது முக்கியத்துவத்தோடு இணைந்ததாக இருக்கலாம்.

முன்னுரிமை விதிகளின் மிகப் பெரிய செயல்பாடுகளுக்கு இப்போது திரும்பலாம். இரத்தவழி உறவுமுறை ஒன்றைப் பின் தொடரும்போது மணவழி உறவுமுறைப் பெயர்களுக்கு முக்கியத்துவம் அளிப்பது தவிர்க்கப்படுகிறது. முன்னுரிமையின் முதலாவது விதி, ஒரு மணவழி உறவுமுறையைத் தேர்வு செய்வதற்காக மூத்த தலை முறையின் இரத்த உறவுமுறைகளை வசதியாக மறக்க முயல்வதைத் தவிர்க்க வேண்டும். இரண்டாவது விதி, நீண்டகால நீடிப்புக்காக, நெருங்கிய அல்லது அண்மைய உறவுகளைத் மறைப்பதில்லை. தங்கள் குலம் விருத்தியாகாத வரையில் இரத்த உறவுகள் உறவின்முறை சொந்தங்களில் திருமணங்கள் அனுமதிக்கப்பட்டதை நாம் நினைவு கூரும்போது ஒரு தெளிவான வடிவம் உருவாகிறது. வம்சாவளி-குழு உறுப்பினர்முறை பலவீனமாக இருந்தபோது அல்லது இல்லாத காலகட்டத்தில் இரத்த உறவுச் சொற்களுக்கு அதிக முக்கியத்துவம் கொடுக்கப்பட்டது. ஒரு பொதுவான வம்சாவளி-குழு உறுப்பினர் முறை தனது இடத்தை எடுத்துக்கொள்ளும்போது மட்டும் திருமண ஏற்பாடுகளில் இரத்த உறவுச்சொற்கள் புறக்கணிக்கப் படலாம். விரும்பத்தகாத முறைகேடான உறவுகள் ஏற்படுவதற்கான வாய்ப்புகளைத் தடுப்பதை உறுதிப்படுத்துவதில் இந்த இரண்டு விதிகளும் தொழிற்படுவதாகத் தெரிகிறது.[30] எனவே, பெரும்பாலான பொதுச் சொல்லாடல்களில், சிலர் ஏற்கனவே வாதிட்டு வந்தது போல,

திராவிட உறவு முறைகளில் அயல் உறவுகள் முழுவதுமாக கிடையாது என்ற கருத்து தோன்றவில்லை.[31]

உறவுமுறைச் சொற்கள் தலைமுறைகளைக் கடந்து அர்த்தப்படுத்தும் வகையில் அழைக்கப்படும் குழப்பச் சிக்கல்கள் குறித்த உதாரணங்களில் இருந்து மற்றொரு முக்கியக் கருத்து கூறப்பட வேண்டும். கொங்குப் பகுதியில், ஒரு குழந்தை எந்தப் பாலினமாக இருந்தாலும் தனது தாயின் கணவரை அண்ணன் (B), அப்பா (F), ஐயா (FF) என்று அழைக்கலாம்; இது அந்தக் குழந்தையின் வயது, குழந்தைக்கும் அவருக்குமான நெருக்கம் ஆகியவற்றைப் பொறுத்து மாறுபடுகிறது. இதன் விளைவால், வீட்டில் அவர்களின் உரையாடலைக் கேட்பதால் மட்டும் தனது அண்ணனுடன் பேசுகிறாரா, தந்தையுடன் பேசுகிறாரா தாத்தாவுடன் பேசுகிறாரா என்பதை அறியமுடியாது. தற்போது, அப்பாவை அண்ணன் என்று அழைக்கும் பழக்கம் வழக்கொழிந்து போயிருக்கலாம். ஆனால், ஓலப்பாளையத்தில் பழைமைவாத குடும்பங்களில் இவ்வாறு அழைக்கப்படுவதை இன்றும் கேட்கலாம். ஆனால், அம்மாவை அழைப்பதற்கு இதுபோன்ற 'நழுவுதல்' சொற்கள் இல்லை என்பது ஆர்வமூட்டுவது ஆகும்.

குழந்தை அப்பாவை 'அண்ணன்' என்று அழைக்கும்போது, அப்பா பதிலுக்குத் தம்பி என்றோ தங்கை என்றோ அழைப்பதில்லை. குறைந்தபட்சம் காங்கேயம் பகுதியில் இல்லை. தனது வயதுக்குக் கீழானவர்களை அவரது பெயரைச் சொல்லி அழைப்பதே பொதுவான வழக்கம் என்ற உண்மைத் தகவலால் இதனை விளக்கலாம். இருந்தாலும், கொங்கு மண்டலத்தில் மேற்கு முனையான பொள்ளாச்சியில் மகனை அப்பன் என்றும் மகளை அம்மிணி என்றும் அழைக்கிறார்கள். கொங்குப் பகுதிக்குள் சில வேறுபாடுகள் இருந்த போதிலும், தனிக் குடும்பத்துக்குள் தலைமுறை வேறு பாடுகளை முன்னிலைப்படுத்தாமல் இருப்பது இது விஷயத்தில் உறவின்முறை பெயர்களுக்கு அதிக அழுத்தம் கொடுக்கப்படாததைக் காட்டுகிறது. தலைமுறைகள் இடையிலான திருமணங்கள் அடிக்கடி நிகழும். தென் இந்தியப் பகுதிகளில் பொதுவில் அங்கீகரிக்கப்படும் இத்தகைய பயன்பாடு காணப்படுகிறது.

கிளைச்சாதிகள் இடையே நிலவும் உறவுமுறைப் பெயர்களின் வேறுபாடுகள் குறித்துக் காணப்படும் ஒன்றிரண்டு கூடுதல் விவரங்கள் முன்னர் விவரிக்கப்பட்ட அதே வலங்கை-இடங்கை

அட்டவணை 5.4
தலைமுறைகள் மாறும்போது உறவுப் பெயர்கள் நழுவுதல்

தலைமுறை	இரத்தவழி வகைமை சொற்கள்		மணவழி வகைமை சொற்கள்	
	ஆண்	பெண்	ஆண்	பெண்
அப்பாவின் அப்பா	{ ஐயா	ஆத்தா	[அப்புச்சி	[அம்மாயி
அப்பா	{ அப்பா	அம்மா	[மாமன்	[அத்தை
பேசுநர் மூத்தவர்	{ அண்ணன்	அக்கா	[மச்சான்	[நங்கையா
இளையவர் மகன்	தம்பி	தங்கச்சி	[மாப்பிள்ளை	[கொழுந்தியா
மகன் மகனின்	[மகன்	[மகள்	[மருமகன்	[மருமகள்
	[பேரன்	[பேத்தி	[பேரன்	[பேத்தி

[இக்குறி: பொதுப் பயன்பாட்டில் பயன்படும் நழுவல்களைக் குறிக்கிறது.

{ இக்குறி: குறிப்பிட்ட வகை தலைமுறைகள் தாண்டிய திருமணங்களின் விளைவாக அழைக்கப்படவேண்டிய கூடுதல் நழுவல்களைக் குறிக்கிறது.

முரண்பாடுகளின் அமைப்பையே ஒத்திருப்பதைச் சித்திரிக்கிறது. இந்த வேறுபாடுகள் அட்டவணை 5.5இல் காட்டப்படுகின்றன.

அட்டவணை 5.5 காட்டுவதுபோல, குலங்களுக்கான சொல்லாக பிராமணர்கள், பிள்ளைகள் பாரம்பரிய சம்ஸ்கிருத கோத்திரப் பெயரைப் பயன்படுத்துகின்றனர்; இடங்கைப் பிரிவின் மூன்று உயர்நிலை சமுதாயங்களும் இவர்களையே பின்பற்றுகிறார்கள்.[32] வலங்கைப் பிரிவு முன்னணிக் குழுக்கள் இதற்கு மாறாக குலம் என்ற சொல்லைப் பயன்படுத்துகிறார்கள். இவ்வாறு, மற்ற அம்சங்களில் காணப்படுவதுபோல், இடங்கைப் பிரிவு உயர்நிலைக் குழுக்கள் பிராமண வழக்கத்தைப் பின்பற்றுகிறது. அனைத்தும் ஊழியக் குழுக்களான பிற வலங்கைப் பிரிவு குழுக்கள் நாடு என்ற பிரதேச சொல்லைப் பயன்படுத்துகின்றன. கவுண்டர்களின் பழைய வழக்கத்தில் இருந்து இந்தச் சொல்லைப் பெற்றிருக்கலாம் எனத் தெரிகிறது.[33] இடங்கைப் பிரிவு ஊழியக்குழுக்களான வண்ணார்களும் நாவிதர்களும் இதனையே பின்பற்றுகின்றனர். இடங்கைப் பிரிவின் பிற அனைத்துக் குழுக்களும் கூட்டம் என்ற சொல்லைப் பயன்படுத்து கின்றன. இதுவும் பிராமணர்கள் தென்பகுதியில் வம்சாவளிக் குழுவை அழைக்கப் பயன்படுத்தும் சொல் ஆகும்.[34] இது, இடங்கைப் பிரிவுக் குழுக்கள் பெரும்பாலும் பிராமண அமைப்பைப் பின்பற்றும் அம்சத்துடன் ஒத்திசைவதாகத் தெரிகிறது.

அட்டவணை 5.5
உறவுமுறைப் பெயர்களில் வேறுபாடுகள்
(கிளைச்சாதி வாரியாக)

கிளைச்சாதிப் பெயர்	குலத்தின் பெயர்	இவர்களுக்கு இடையில் இணையான பெயர் இருக்கிறது, இல்லை		
		FZH-MB FZ-MBW	FZS-MBS FZD-MBD	FF-MF FM-MM
நடுநிலைப் பிரிவு				
பிராமணர்	கோத்திரம்	≠	≠	=
பிள்ளை	கோத்திரம்	≠	≠	=
வலங்கைப் பிரிவு				
கொங்குக் கவுண்டர்	குலம்	=	=	≠
ஒக்கசண்டிபண்டாரம்	நாடு	=	=	≠
கொங்கு உடையார்	நாடு	=	=	≠
மரமேறி நாடார்	குலம்*	=	=	≠
கொங்கு வண்ணார்†	நாடு	=	=	≠
கொங்கு நாவிதர்	நாடு	=	=	≠
கொங்குப் பறையர்	நாடு	=	=	≠
இடங்கைப் பிரிவு				
சோழி ஆசாரி	கோத்திரம்	=	=	=
கோமுட்டிச் செட்டியார்	கோத்திரம்	≠(?)	=	≠
கொங்கு ஆசாரி	கோத்திரம்	=	=	≠
கைக்கோளர் முதலியார்	கூட்டம்	=	=	=(?)
வடுக நாயக்கர்	கூட்டம்	=	=	≠
வடுக வண்ணார்	நாடு	=	=	≠
பாண்டிய நாவிதர்†	நாடு	=	=	≠
குறவர்	கூட்டம்	=	=	≠
தோட்டி மாதாரி††	கூட்டம்	=	=	≠

குறிப்புகள்:
= சமம். இரு சொற்களும் ஒன்றுதான்.
≠ சமமில்லை. இரண்டு சொற்களும் ஒன்றில்லை.
? சில தகவலாளிகள் நழுவலான தகவல் அளித்தனர்; ஆதிக்க அமைப்புடன் இணைத்தார்கள். ஆனால், ஒவ்வோர் இனத்திலும் ஒருவராவது இந்த வேறுபாடு நிலவுவதைச் சுட்டிக்காட்டினர்.
* ஓரிரு இனங்களில் இந்தக் கிளைச்சாதிக்கும் கூட்டம் என நான் பதிவு செய்திருக்கிறேன். திருநெல்வேலி பகுதியில் நாடார்களுக்கான பொதுப்பெயர் கூட்டம் என்று ஹார்டுகிரேவ் பதிவு செய்திருக்கிறார். நாடார்கள் தென் தமிழகத்திலிருந்து கொங்குப் பகுதிக்கு இடம்பெயர்ந்தவர்கள் எனக் கூறப்படுவதால் அதையொட்டி இந்த மாற்றம் ஏற்பட்டிருக்கலாம். † இந்தக் குழு குறித்த துல்லியமான தகவல்கள் என்னிடம் இல்லை. ஆனால், ஆதிக்க அமைப்பைப் பின்பற்றுகிறார்கள் என ஊகிக்க முடிகிறது. †† தெலுங்கு மாதாரி குறித்த தகவல்கள் என்னிடம் இல்லை. மற்ற அட்டவணைகளில் இக்குழு பற்றிக் குறிப்பிட்டு வந்துள்ளேன்.

இறுதியில், அடிப்படை உறவுமுறைச் சொற்கள் குறிப்பிட்ட உறவுகளுக்கு விரிவுபடுத்தப்படுவதிலும் சில மாறுபாடுகளை அட்டவனை 5.5 சித்திரிக்கிறது. உதாரணமாக, அனைத்து வலங்கைப் பிரிவு சமுதாயங்களும் தந்தைவழி, தாய்வழிப் பாட்டன்கள் வெவ்வேறு வம்சாவளிக் குழுக்களில் இருந்து வந்தவர்கள் என்ற வேறுபாட்டைக் காட்ட இருவிதமான உறவுமுறைப் பெயர்களிலும் வேறுபாட்டை உருவாக்கினர். மாறாக, பிராமணர்கள், இடங்கைப் பிரிவு உயர்நிலைக் குழுக்களில் ஒன்று அல்லது இரண்டு குழுக்கள் தங்கள் உறவுமுறைப் பெயர்களில் இத்தகைய வேறுபாட்டை உருவாக்கவில்லை. இந்த நடைமுறை, பொதுவாக வம்சாவளிக் குழுக்களுக்கு அவர்கள் அதிக முக்கியத்துவம் அளிக்காத போக்கை எதிரொலிப்பதாக இருக்கிறது. இதே வழியில், வரனின் தந்தை வரதட்சிணை வாங்குவதால் பிராமணர்கள், பிள்ளைகள் ஆகிய சமுதாயங்கள் பெண் கொடுக்கும் உறவுகள் (MB, MBS), பெண் எடுக்கும் உறவுகள் (FZH, FZS) இடையேயான வேறுபாட்டை உருவாக்கிக் கொண்டுள்ளனர். இவற்றுக்காக அவர்கள் பயன்படுத்தும் தனித்த உறவுப்பெயர்களே பெண் கொடுப்பவர் யார், பெண் எடுப்பவர் யார் என்பதைச் சுட்டிக்காட்டப் போதுமானது. பெண் எடுப்பவர் 'மரியாதைக் குரியவர்', பெண் கொடுப்பவர் 'தாழ்ந்தவர்' என்ற பொருளில் இப் பெயர்கள் போதுமானவை.[35] ஒரு இடங்கைப் பிரிவு உயர்நிலைச் சமுதாயம் இந்த அமைப்பை அப்படியே பின்பற்ற, மற்ற இடங்கைப் பிரிவு குழுக்கள் அனைத்தும் புறக்கணித்து விட்டன.

உறவுமுறைப் பெயர்களுக்கான சொற்களில் காணப்படும் இந்த மாறுபாடுகள் ஏற்கனவே மற்ற நிலைகளில் வலங்கை-இடங்கைப் பிரிவுகளில் விளக்கப்பட்ட வேறுபாடுகளுடன் அப்படியே பொருந்துகின்றன. இந்த முரண்பாடுகள் திருமண ஏற்பாடுகளிலும் எதிரொலிப்பதை ஆராயலாம்.

திருமண ஏற்பாட்டில் நடைமுறை கரிசனங்கள்

திருமணங்கள் என்பது மிகவும் கொண்டாட்டமான தருணங்கள் ஆகும். ஒருவர் வாழ்வில் மிக அதிக செலவில் நடைபெறும் ஒரு நிகழ்வு திருமணம் ஆகும். தங்கள் தகுதிக்கு ஏற்ப திருமணங்களை விமர்சையாக நடத்த தங்கள் நிலங்களை விற்பதும் கடன் வாங்குவதும் வழக்கமாக இருக்கிறது. இப்போது இருபத்து நான்கு மணி நேரங்களில் அனைத்துச் சடங்குகளையும் அடக்கிவிடும் திருமண நிகழ்வுகள்

முன்னர் ஐந்து நாள்கள் நடந்தன. ஏராளமானவர்களை அழைத்து அவர்களுக்கு விருந்தளிப்பது முக்கியப் பங்காற்றுகிறது; இதனால் திருமண அழைப்பிதழ்களுடன் முக்கியமானவர்கள் நாலா திசைகளுக்கும் சென்று திருமணங்களுக்கு அழைக்கிறார்கள். அதிக கவுரவமிக்க ஒரு விருந்தாளியை அழைக்க வேண்டுமென்பது கட்டாயமில்லை. ஒருவர் அந்தத் திருமணத்தில் கலந்துகொள்வதும் அங்கு விருந்துண்பதும் விருந்தளிப்பவரின் தகுதிநிலையைப் பொறுத்து இருக்கிறது.

எவ்வளவு வரதட்சிணை, மணப்பெண் அணிந்துள்ள புடவையின் மதிப்பு எவ்வளவு, அவர் அணிந்துள்ள தங்க, வைர நகைகளின் மதிப்பு இவைதான் அந்தத் திருமண விருந்தாளிகள் மத்தியில் நடைபெறும் முக்கிய உரையாடலாக அமையும். மிகவும் வசதிபடைத்தவர்கள் பிரபல இசைக்கலைஞர்கள், நடனக் கலைஞர்களை அதிக பணம் செலவழித்து வெகு தொலைவில் இருந்து அழைத்து வருகிறார்கள். பிரமாண்டமான முறையில் திருமணங்களை நடத்துவது இப்போது அதிகரித்துள்ளது. ஆனால், இதில் ஈடுபடும் குழுக்களில் பொருளாதார வளர்ச்சியை மட்டும் காட்டுகிறது. ஆனால், பிரமாண்ட திருமணங்கள் அதிகரிப்பது பழைய கருத்தையே சித்திரிக்கிறது: திருமணம் என்பது அதைக் கொண்டாடும் குடும்பத்தின் சடங்கியல் மற்றும் பொருளாதார தகுதிநிலையை உறுதிப்படுத்தும் ஒரு நிகழ்வு ஆகும்.

கொங்குப் பகுதியில் வதுக்களுக்குத் தட்டுப்பாடு இல்லை. வதுக்கள் தயாராக இருப்பதையும் அனைத்துச் சாதிகளின் வரன்களும் நல்ல பேரம் பேசும் நிலையில் இருப்பதையும் அனைவரும் ஏற்றுக்கொள்கிறார்கள். இந்தக் கருத்துக்கு அடிநாதமாக உள்ள, இரு பால் மக்கள் இடையே காணப்படும் விகிதாசார வேறுபாடு, சிக்கலான அம்சமாகும். ஆனால், நான் தொகுத்த வம்சாவளிகளிலும், கணக்கெடுப்புகளிலும் ஆண்களுக்கும் பெண்களுக்குமான எண்ணிக்கையில் அதிக வேறுபாடு காணப்படவில்லை. சில ஆண்கள் வாழ்வாதாரம்தேடி நகர்ப்புறங்களுக்குப் பெயர்ந்து அங்குப் பெண் பார்த்துத் திருமணம் செய்துகொண்டது உண்மைதான். ஆனால், காங்கேயம் பகுதியில் இந்தப் போக்கு காணப்படவில்லை. பெண்கள் ஆண்களைவிட இளம்வயதிலேயே திருமணம் செய்விக்கப்படுகின்றனர் என்ற கருத்து மிகவும் பரவலானது. அவர்கள் பூப்படைந்த உடனேயே திருமணத்துக்குத் தயாரானவர் என்று கருதப்படுகிறார்கள். பல பெண்கள் திருமணத்துக்காகப் பல

ஆண்டுகள் காத்திருந்தாலும், பொதுவாக 16, 17 வயதிலேயே திருமணம் செய்விக்கப்படுகிறது. ஆண்கள் 20 வயதானாலும் திருமணம் செய்வதில்லை.

திருமணமாகாத பெண் அதிகம் கவனிக்கப்படுகிறார்; 'கிசுகிசு' களுக்கும் கிண்டல்களுக்கும் ஆளாகிறார். அவர்கள் நீண்ட காலம் காத்திருப்பது அபாயமானது என்று கருதப்படுகிறது. ஆண்கள் இருபதுகளின் இறுதி வயதிலும் எளிதாகத் திருமணம் செய்ய முடிகிறது. பொருளாதாரச் சுமை ஏழைக் குடும்பங்களில் ஆண்கள் மற்றும் மகன்கள் மீது விழுகிறது; அவர்கள் தங்கள் குடும்பத்துக்கு உணவும் அளிக்க வேண்டியுள்ளது. கைக்குழந்தை இல்லாத பெண்கள் கூலி வேலைக்குச் செல்கிறார்கள். அதோடு, ஓர் ஆண் திருமணம் செய்வதன் மூலம் மிகப் பெரிய பொருளாதார சுமைக்குத் தயாராக வேண்டியுள்ளது. இது போன்ற காரணிகளால் திருமணமாகாத பெண்கள் ஏராளமாக இருப்பதாகத் தகவலாளிகள் கூறுகின்றனர்.

மணப்பெண் தேடி எவ்வளவு தொலைவுக்குச் செல்கிறார்கள் என்பதே அவர்களது தயார்நிலைக்கான அளவுகோலாகும். மணப்பெண் தேர்வில் கடைப்பிடிக்கப்படும் பல்வேறு கருத்தாக்கங்கள் குறித்து ஏற்கனவே விவாதிக்கப்பட்டுள்ளது. 200 திருமணங்கள் மாதிரிக்காக எடுக்கப்பட்டதில் 6 விழுக்காடு மட்டுமே அதே குடியிருப்புப் பகுதிக்குள் நிகழ்ந்துள்ளன. இதனால் உள்ளூர்ப் பகுதியில் திருமணம் செய்வதில் அவர்களுக்கு எந்தவிதமான வெறுப்பும் இருப்பதாக பொருள்கொள்ள வேண்டாம். குடும்பத்தின் வசதி, பொறுப்புணர்வு, சம்பந்தப்பட்ட பெண்ணின் குணம் அனைத்தும் கணக்கிலெடுக்கப் படுகிறது. பெரும்பாலான நேரங்களில் சொந்த கிராமத்துக்குள் உரிய வயதிலான பெண்கள் அதிகமாக இல்லாமல் போகின்றனர்.

தூரத்தில் திருமணம் செய்யப்போகிறவர்களுக்கும் இதே கருதுகோள்கள் கடைப்பிடிக்கப்படுகின்றன. ஒரு குடியிருப்பில் எண்ணிக்கையில் அதிகமாக வாழும் கிளைச்சாதிகள் அருகமை குடியிருப்புகளிலும் தங்கள் இனத்தை விருத்திசெய்ய வேண்டியுள்ளது. இதனால், அங்கு வாழும் சிறிய சமுதாயங்கள் பெரிய சமுதாயங் களைவிட அதிகமாக விரிந்த அளவில் திருமணத் தொடர்புகளை ஏற்படுத்திக்கொள்வது இயல்புதான். அதே நேரத்தில், நிலத்தோடு நெருக்கமாகப் பிணைக்கப்பட்டுள்ள கிளைச்சாதிகள் உள்ளூரில் தமது ஆதிக்கத்தை நிலைநிறுத்த நடக்கும் தூரத்துக்குள் பெண் எடுப்பதன் மூலம் தமது ஆதிக்க நிலையைத் தக்கவைக்க முயல்வதும் உண்மை

தான். உள்ளூர் இரண்டு குடும்பங்கள் நெருக்கமாவதன் மூலம் தமது உள்ளூர் உரிமைகளையும் முன்னுரிமைகளையும் தக்கவைக்க தங்களுக்குள் ஒத்துழைக்கின்றன.

எந்தெந்த சமுதாயங்கள் எவ்வளவு தொலைவுவரை பெண் எடுக்கிறார்கள் என்ற சித்திரம் அட்டவணை 5.6இல் தரப்பட்டுள்ளன. மாதிரி அளவில் ஐந்துக்கு மேலுள்ள கிளைச்சாதிகள் மட்டும் அட்டவணையில் தரப்பட்டுள்ளன. இந்தப் புள்ளிவிரங்களிலிருந்து ஆர்வம் கிளர்த்தும் பல பொதுமைகளை உருவாக்க இயலும்.

முதலில், நிலத்தோடு பிணைக்கப்பட்ட, வலங்கைப் பிரிவைச் சேர்ந்த, ஒப்புநோக்கில் உயர்நிலைச் சமுதாயங்கள் தங்கள் குடியிருப்பில் இருந்து ஐந்து மைல்களுக்குள் வரன்/வது (மாப்பிள்ளை/ பெண்) தேடவேண்டியுள்ளது. இந்தக் கிளைச்சாதிகள் உள்ளூரில் நெருக்கமாக வாழும் சாதிகள்; உள்ளூர்ப் பரப்பில் தங்கள் உரிமைகளை நிலைநாட்டுவதில் இந்தச் சமுதாயங்கள் தீவிர ஆர்வம் கொண்டவர்கள். மாறாக, வலங்கைப் பிரிவின் இரண்டு முக்கிய ஊழியக் குழுகள், சராசரியாக, 12 முதல் 20 மைல்வரை சென்று பெண் எடுக்கிறார்கள். இந்தச் சமுதாயங்கள் தங்கள் பகுதியில் சிறிய எண்ணிக்கையில் வாழ்கிறார்கள். இதனால் இவர்களின் திருமண உறவுகள் பரந்த பகுதிக்கு விரிவடைகின்றன.

தரவுகள் சுட்டிக்காட்டுவது போல, இடங்கைப் பிரிவுக் கிளைச் சாதிகள் தங்களின் மணப்பெண்களைத் தேட குறிப்பிடத்தக்க தொலைவுக்கும் அதிகமாகச் செல்கிறார்கள். திருமண ஏற்பாடுகளில் தங்கள் சடங்கியம் மற்றும் சமூகநிலைகளுக்கு எவ்வளவு அதிக முக்கியத்துவம் அளிக்கிறார்கள் என்பதை இது காட்டுகிறது. குறிப்பாக, இடங்கைப் பிரிவின் உயர்நிலைச் சமுதாயங்கள் பெண் எடுக்கும் தொலைவு சராசரியாக 15 மைலில் இருந்து 20 மைல்கள்வரை விரிவடைகிறது. ஆனால், கீழ்நிலை நாயக்கர்கள் அல்லது ஒட்டர்கள் 12 மைல்களுக்குள் மட்டுமே பெண் எடுக்கிறார்கள். இன்னும் அதிக தரவுகள் கிடைத்திருந்தால், இடங்கைப் பிரிவுச் சமுதாயங்கள் தொலைவில் பெண் எடுக்கும் ஆர்வம், அவர்களின் பொருளாதார நிலையும் கவுரவமும் குறைவதற்கேற்ப குறைகிறது என்பதை நாம் கண்டுபிடித்திருக்கலாம். வலங்கைப் பிரிவு குறித்து ஏதாவது பொதுக்கருத்தை உருவாக்க முடியுமானால், இக்குழு, உள்ளூர் அதிகாரத்துக்கும் பெண் எடுக்கும் தொலைவுக்குமான ஒத்திசைவு எதிர்த்திசையில் இருக்கும்.[36] பிராமணர் சமுதாயத்தைப் பொறுத்தவரை

அவர்கள் உள்ளூரின் பிரிவினைக்கும் மேலான நிலை வகித்தாலும் பெண் எடுப்பதில் இடங்கைப் பிரிவின் அணுகுமுறையே அவர்களுக்குப் பொருந்துகிறது.

உள்ளூர் மட்டத்திலேயே திருமண உறவு ஏற்படுத்திக்கொள்வதில் இறுக்கமாக உள்ள சமுதாயத்துக்கு உதாரணமாகக் கொங்கு மண்டலத்தில் வட கிழக்கு முனையில் உள்ள பவானி அருகில் வாழும் செங்குந்த முதலியார்களைக் காணலாம். அங்குச் சுமார் பத்து மைல் சுற்றளவில், மூன்று ஊர்களில் அல்லது குக்கிராமங்களில் 600 முதலியார் குடும்பத்தார் வாழ்கிறார்கள்.[37] நினைவு தெரிந்த நாளுக்கு முன்பிருந்தே இந்த மூன்று குக்கிராமங்களுக்கு வெளியே திருமண உறவு கொண்டதில்லை என்று அங்கு வாழும் மூத்த தலைமுறையினர் நினைவுகூர்கிறார்கள். இவர்களுக்கு முன்பாக நான்கு தலைமுறைகளில் நிகழ்ந்த 75 திருமணங்கள் குறித்த தகவல்களை நான் சேகரித்து அவற்றின் வம்சாவரிசையை ஆராய்ந்ததில் அவர்கள் கூற்றிலிருந்து ஒரு விதிவிலக்கையும் என்னால் கண்டுபிடிக்க இயலவில்லை. இதற்காக அங்குத் தவறான திருமணங்கள் நடைபெறவில்லை என்று கூறமுடியாது; ஆனால், அவை அற்ப எண்ணிக்கையிலானவை. கடந்த ஆறு ஆண்டுகளில் இரண்டு படித்த ஆண்கள் மட்டுமே வெளியிலிருந்து திருமணம் செய்துள்ளனர். இதற்காக, தங்கள் நெருங்கிய உறவினர்களிடமிருந்து மிகக் கடுமையான அதிருப்திகளையும் கண்டனங்களையும் சம்பாதித்துள்ளனர்.

முதலியார் சமுதாயத்திடமிருந்து பெறப்பட்ட இந்த உதாரணங்களில் பொதிந்துள்ள இரண்டு அம்சங்கள் ஆர்வம் கிளர்த்துபவை: அவை, பாரம்பரியமான நெருக்கமும் குறிப்பிடத்தக்க அளவுக்குத் திருமணங்களால் நெருக்கமாகப் பிணைக்கப்பட்ட உறவு வட்டங்களும் ஆகும். இத்தகைய சூழ்நிலை ஒரு குறிப்பிட்ட சமுதாயத்தில்தான் உருவாகும் என்று கூறுவது பொருத்தமானது. முன்னரே சுட்டிக்காட்டப்பட்டிருப்பதைப்போல, தன் பிரிவுத்தன்மையில் இரு முரண்பட்ட அம்சங்களையும் அதிக அளவுக்கு இணையாகக் கொண்டுள்ள ஒரு சமுதாயம் இதுவாகும். பல வழிகளில் விவரிக்கப்படும் அவர்களின் திருமண முறை தனித்த தன்மையதாகும். தங்களின் மற்ற அம்சங்களில் கடைப்பிடிப்பது போலவே, இங்கும், வலங்கை - இடங்கைப் பிரிவுகளில் காணப்படும் இரண்டு அம்சங்களையும் அதாவது 'இரண்டு வழிகளையும்' ஒரே சமயத்தில் முதலியார் சமுதாயம் மேற்கொள்கிறது.[38] அவர்களைப் பொறுத்தவரை, அவர்கள் அறிந்த

அட்டவணை 5.6
திருமணத் தொலைவு பற்றிய பகுப்பாய்வு (*கிளைச்சாதி வாரியாக*)

கிளைச்சாதிப் பெயர்	குடியிருப்பு பகுதிக்குள் திருமண விகிதம்	சராசரி திருமணத் தொலைவு (மைல்களுக்குள்)	20 மைல் தொலைவுக்கு அப்பால் திருமண விகிதம்	மாதிரி அளவு
நடுநிலைப் பிரிவு				
பிராமணர்	0.0	20	40.0	5
வலங்கைப் பிரிவு				
கொங்குக் கவுண்டர்	4.0	4-5	4.0	116
ஒக்கசண்டிபண்டாரம்	0.0	12	55.00	7
கொங்கு உடையார்	0.0	20	60.0	10
மரமேறி நாடார்	18.0	5	0.0	11
இடங்கைப் பிரிவு				
சோழி, கொங்கு ஆசாரி	7.0	20	65.0	16
கைக்கோளர் முதலியார்	30.0	15	50.0	10
கொங்கு நாயக்கர்	7.0	12	40.0	16
முற்றுப்பெறாத தரவு மற்றவர்கள்*	...	...	...	9
அனைத்து துணைச் சாதிகளுக்குமான சராசரி	6.0	10	20.0	
மொத்தம்				200

குறிப்புகள்: 1965 ஓலப்பாளையம் பகுதியைச் சேர்ந்த அனைத்து விரிவாக்கப் பகுதிகளும் இணைக்கப்பட்டுள்ளன; இங்கு ஒரு திருமண இணையர் வாழ்ந்து வந்தனர். மேலும், இவர்களின் குழந்தைகளுக்கான திருமணங்களும் அவர்கள் எங்கு வாழ்கிறார்கள் என்ற பேதமில்லாமல் நிகழ்கின்றன; பிரிவினைகளையும் அது உள்ளடக்குகிறது. (விவாகரத்துகள் நடைபெறவில்லை.) முதல் திருமணமா, இரண்டாவது திருமணமா என்ற தரவு தேவையாயிருக்கவில்லை. அவ்வாறு ஒன்று கண்டுபிடிக்கப்படவும் இல்லை. ஒரே ஒரு குடும்பத்தில் மனைவிக்கு மனநிலை பிறழ்வு காரணமாக அவர் பெற்றோருடன் அனுப்பி வைக்கப்பட்டு இரண்டாம் மணம் செய்து கொண்டுள்ளார். இதுபோன்ற சமயங்களில் அது விரிவுபடுத்தப்பட்ட குடும்பமாகக் கருதப்படுகிறது. இந்த அட்டவணைக்கான மாதிரி அளவு தொடரும் அட்டவணைகளைவிட சிறியது. அட்டவணை 5.1இல் அளிக்கப்பட்டுள்ள மாதிரியில் இருந்து இது வித்தியாசமானது. இரு குடியிருப்புகளுக்கு இடையிலான தூரம், சாலை வசதி சாத்தியங்கள், நடந்து செல்லும் தூரத்திலான குடியிருப்புகள் ஆகியவற்றைக் கணக்கிலெடுத்து இந்தத் தொலைவு குறித்த தரவுகள் அமைக்கப்பட்டுள்ளன.

* காருணிகர் பிள்ளை, கோமுட்டிச் செட்டியார், நாவிதர், வண்ணார் குழுக்களை உள்ளடக்கியது. இதனைத் தனித்தனியாக ஆய்வு செய்வதற்கு மாதிரி அளவு மிகச் சிறியதாக இருப்பதால் இணைக்கப்பட்டுள்ளது.

உறவினர்கள் அனைவரையும் மிகவும் திறமையாக ஒருங்கிணைத்துள்ளனர்; இதன்பொருட்டு, பிரதேச உரிமைக்காக வலங்கைப் பிரிவு மண முறைகளும், நெருக்கமாகப் பிணைக்கப்பட்ட திருமணங்களுக்காக இடங்கை மண முறைகளும் பின்பற்றப்படுகின்றன.

எவ்வளவு தொலைவில் திருமணம் செய்கிறார்கள் என்பதில் கூடுதல் அம்சமாக, ஒவ்வொரு பகுதியில் வாழும் பல கிளைச்சாதிகள் மத்தியில் நிலவும் குடியிருப்பு அமைப்புகளும் முக்கியமாகக் கருதப்படுகின்றன. திருமணத்துக்குப் பிறகான வாழ்க்கையைப் பொறுத்தவரை ஒவ்வொரு மணமகனின் குடும்பமும் திருமணத்துக்குப் பின்னர் தம்பதியர் தம்மோடோ தமக்கருகிலோ குடியிருக்க வேண்டும் என்று விரும்புகிறார்கள். எனினும், வலங்கைப் பிரிவு உயர்நிலைச் சமுதாயங்கள் மாறாக சிந்திக்கிறார்கள்; தாய் வழிமரபை ஏற்றுப் பெண்குடும்பத்துடன் வாழ்வதால் பொருளாதாரப் பலன்கள் இருக்குமானால் தந்தைவழிப் பரம்பரை மரபுடன் சமரசம் செய்துகொள்ளவும் தயாராக இருக்கிறார்கள். மாறாக, இடங்கைப் பிரிவின் முன்னணி சமுதாயங்கள் பெண்வீட்டில் வாழ்வதைக் (வீட்டோடு மாப்பிள்ளை, மொ-ர்.) கறாராக நிராகரிக்கிறார்கள். அப்படிப்போனால் பெண் வீட்டில் மாப்பிள்ளையின் மதிப்பு குறையும் என்பது அவர்கள் கருத்தாக இருக்கிறது. ஒருவர் வீட்டோடு மாப்பிள்ளையாகும் போது தாம் மனைவியின் குடும்பத்தைச் சார்ந்து வாழத் தயார் என்பதைச் சுட்டிக்காட்டுவதால் அவர் அங்கு எதிர்பார்க்கும் மதிப்புகள் எதிர்திசையில் திரும்புகின்றன. இந்த அம்சங்கள் குறித்து இரு பிரிவுகளின் கீழ்நிலைச் சமுதாயங்களும் கண்டுகொள்வதில்லை. அதே நேரத்தில், அவர்களும்தாம் பொருளாதார ரீதியாக அழுத்தப்பட்டுள்ளனர். ஆனால், வீட்டோடு மாப்பிள்ளையாக இருப்பது பொதுவாகக் காணப்படுகிறது.

வீட்டோடு மாப்பிள்ளைக்கான தனிப்பட்ட எடுத்துக்காட்டுகள்

1. கவுண்டர்

ஒரு காலத்தில் அ என்ற கவுண்டருக்கு அவரது தந்தை கிராமத்தில் சிறிதளவு நிலம் இருந்தது. எனினும், அதன் மூலம் தமக்குத் தேவையான வருமானம் ஈட்ட இயலவில்லை. மேலும், நிலத்தில் கூலி வேலை செய்யலாம் என்றாலும் அங்குப் பெரிய நில உடைமையாளர்களும் இல்லை. இதனால் கடனாளியாகித் தன் நிலத்தையெல்லாம் விற்றுக் கடனை அடைத்தார். அதன்

பின்னர் தன் மனைவியின் கிராமத்துக்கே சென்று அங்கு மாட்டு வியாபாரம் செய்து பிழைத்தார்.

2. நாடார்

ஆ என்பவர் தற்போது அவர் குடியிருக்கும் இடத்திலிருந்து மூன்று மைல் தொலைவில் பிறந்தார். ஆனால், அவருடைய சொந்த கிராமத்தில் இருந்த பனைமரங்கள் பட்டுப்போகத் தொடங்கின. அதன் மதுரத்திலிருந்து வெல்லமோ, கள்ளோ உருவாக்க முடிய வில்லை. இதனால் சில காலம் கழித்து அவருடைய மனைவியின் கிராமத்துக்குச் சென்று அங்குள்ள மரங்களில் கள் இறக்கிப் பிழைத்தார்.

3. ஆசாரி

இ என்பவர் தற்போது வசிக்கும் இடத்திலிருந்து 20 மைல் தொலைவில் பிறந்தவர். அவருக்குத் திருமணம் முடிந்ததும், அவர் தொடர்ந்து பெற்றோருடன் வாழ்ந்தால் பெற்றோர் இறந்து விடுவார்கள் என்று ஜோதிடர் ஒருவர் கூறுகிறார். இதனால் தனிக் குடித்தனம் போக முடிவு செய்து, தன் மனைவியின் கிராமத்தில் பொற்கொல்லர் தொழிலைத் தொடங்கி, அங்கு வாழ்ந்து வருகிறார்.

4. நாவிதர்

ஈ தற்போது வசிக்கும் இடத்துக்கு 21 ஆண்டுகளுக்கு முன் வந்தார். அந்தச் சமயத்தில் அங்கிருந்த ஒரே நாவிதர் அதிக வேலைச் சுமையால் கஷ்டப்பட்டு வந்தார். மேலும் அவர் முதுமையிலும் தவித்தார். அவருக்குப் பிறகு யாரும் இல்லை. இதனால் தன் மகளைத் திருமணம் செய்துகொண்டு தன்னுடன் இருக்க யாராவது முன் வருவார்களா என்று தேடினார். கடைசியில், ஈ என்ற ஆளைக் கண்டுபிடித்து அவரிடம் கேட்டார். அவரும் சம்மதித்தார். கொஞ்ச காலம் மாமனாருடன் தங்கினார். பின்னர் அரசு நிலம் கிடைத்துத் தனி வீடுகட்டிக் குடியேறினார். இப்போது அவரது மாமனார் காலமாகிவிட்டார்.

வீட்டோடு மாப்பிள்ளை என்பதில் பல வகைகள் இருப்பதும், அது, அவர் தம் மனைவியின் வீட்டில் வாழ்வது என்ற முடிவை எடுத்து மனைவியின் கிராமத்துக்குப் போகும் நேரத்தைப் பொறுத்து மாறுபடுகிறது என்பதும் மேற்கூறிய உதாரணங்கள் மூலம் தெளிவாகிறது. இது குறித்து விரிந்த அடிப்படையில் இத்தகைய மாறுதல்கள் நடைபெறுவது குறித்த புள்ளிவிவரங்கள் அட்டவணை 5.7இல் தரப்பட்டுள்ளன: ஒருவர் தம் மனைவி பிறந்த பகுதியில்

அட்டவணை 5.7
தாயக உறைவிடம், புது உறைவிடம் (கிளைச்சாதி வாரியாக)

கிளைச்சாதிப் பெயர்	தாயகத்தில் வசித்தல் விகிதம்	தனிக் குடித்தனம் விகிதம்	தந்தையகத்தில் வசித்தல் விகிதம்	மாதிரி அளவு
நடுநிலைப்பிரிவு				
பிராமணர்	0.0	0.0	100.0	5
வலங்கைப் பிரிவு				
கொங்குக் கவுண்டர்	6.0	6.9	87.1	116
ஒக்கசண்டிபண்டாரம்	0.0	14.3	85.7	7
கொங்கு உடையார்	0.0	0.0	100.0	10
மரமேறி நாடார்	27.3	0.0	72.7	11
இடங்கைப் பிரிவு				
சோழி, கொங்கு ஆசாரி,	6.2	25.0	68.8	16
கைக்கோளர் முதலியார்,	0.0	50.0	50.0	10
கொங்கு நாயக்கர்	0.0	18.7	81.3	16
முற்றுப்பெறாத தரவு				
மற்றவர்கள்	...	...	...	9
அனைத்துத் துணைச் சாதிகளுக்குமான சராசரி	4.9	14.4	80.7	
மொத்தம்				200

குறிப்புகள்: இங்குக் கொடுக்கப்பட்ட மாதிரி அட்டவணை 5.6இல் பயன்படுத்தப் பட்ட அதே மாதிரிதான். தாயகத்தில் குடியிருத்தல் என்பது மனைவியின் சொந்த ஊரில் குடியிருத்தல் என்பதையே குறிக்கிறது; மனைவி வீட்டோடு குடியிருக்க வேண்டிய அவசியமில்லை. புது உறைவிடம் என்பது இருவரது பெற்றோர் குடியிருப்புகளிலும் இருந்து விலகித் தனியாகக் குடியிருத்தலைக் குறிக்கிறது. மீதமுள்ள விகிதம் என்பது முழுவதுமாக தந்தையகத்தில் குடியிருத்தலைக் குறிக்கிறது; இங்கும் அது கூட்டுக் குடும்பத்தைக் குறிக்க வேண்டும் என்பதில்லை.

வசிக்கலாம், அதற்காக மாமனார் வீட்டோடு வசிக்க வேண்டுமென அவசியமில்லை. ஆனால் அவர் அந்தப் பகுதியில் நிரந்தரமாக வசிக்க முடிவுசெய்தால் அது தாய்வழிமரபுக் குடியிருத்தல் (வீட்டோடு மாப்பிள்ளை, ஊரோடு மாப்பிள்ளை -மொ-ர்) என்ற வகைமையில் சேர்க்கப்படலாம்.

சிறிய திடமான முடிவுகளைப் பெறுவதற்குப் போதுமான மாதிரி கிடைக்கவில்லை எனினும், அதிக தரவுகள் சேகரிக்கப்பட்டால் பொது அமைப்பை உருவாக்க முடியும் என்று தெரிகிறது. நிலத்துடன்

பிணைக்கப்பட்ட வலங்கைப் பிரிவின் இரண்டு உயர்நிலைச் சமுதாயங்கள் தங்களின் பிரதேச உரிமைகளை விரிவுபடுத்தும் எண்ணத்தின் காரணமாக தாய்வழிமரபுக் குடியிருத்தல்களை ஏற்பது அதிகரித்து வருவதை அட்டவணையில் காணலாம். மாறாக, இடங்கைப் பிரிவு உயர்நிலைச் சமுதாயங்களில் தந்தைவழிமரபுக் குடியிருத்தல் சாத்தியமில்லாத சந்தர்ப்பங்களில் தனிக்குடித்தனம் செல்வதையே தேர்ந்தெடுக்கிறார்கள். இதற்கு இரண்டு காரணங்கள் இருக்கலாம் என்று தெரிகிறது: முதலாவது, செவ்வியல் பிரதிகளில் (ஸ்மிருதிகளில்) தந்தைவழிக் குடியிருப்பே வலியுறுத்தப்படுவதால் அது விஷயத்தில் வலங்கைப் பிரிவினரைவிட இடங்கைப் பிரிவுகள் அதிகக் கூருணர்வுடன் இருப்பது. அவர்களின் தொழில்சார் நலன்கள் அடிப்படையில் மனைவியின் பகுதிக்கு நகர்வதைவிட தம்மைப் போன்ற தொழில்சார் திறனாளர்கள் இல்லாத பகுதிகளுக்கு நகர்வது அல்லது தங்களின் திறன்களுக்கு தேவை அதிகமாக உள்ள இடங்களை நோக்கி நகர்வது ஆகிய முடிவுகளே அவர்களுக்குச் சாதகமானவையாக இருக்கின்றன.

கணவன்-மனைவி பிரிதலிலும் இதே வலங்கை-இடங்கை வேறுபாடுகள் தொழிற்படுகின்றன.[39] இடங்கைப் பிரிவின் உயர் நிலைச் சமுதாயங்களைப் பொறுத்தவரையில் சேர்ந்து வாழ்வதையே விரும்புகின்றன: அவர்களிடம் 3 விழுக்காடு பிரிதல்களே காணப் படுகின்றன. வலங்கைப் பிரிவின் முன்னணி சமுதாயங்களில் இது 6 விழுக்காடாக அதிகரித்துக் காணப்படுகிறது. மீண்டும் ஸ்மிருதிகள் கூறும் பெண் அடக்கம், குடும்ப ஒற்றுமை ஆகியவை இடங்கைப் பிரிவில் முக்கியத்துவம் பெறுகின்றன.

வலங்கைக் குழுக்களில் ஒத்து ஒழுகுதல் என்பது மிகவும் நடைமுறைக்கானதாகவும் மிகவும் சமமாகவும் காணப்படுகிறது. அதேபோல், இருபிரிவு உயர்நிலைச் சமுதாயங்களைக் காட்டிலும் அவற்றின் கீழ்நிலைச் சமுதாயங்கள் தனிக்குடித்தனங்களை அதிகம் சகித்துக்கொள்கின்றன: 9 விழுக்காடு தனிக்குடித்தனங்களைக் கொண்டுள்ளன.[40] இதில் இருந்து இந்தக் குழுக்களில் ஒப்பீட்டளவில் ஆண்-பெண் இடையே பொருளாதார சமத்துவம் அதிகமாக நிலவுவதையும் வாழ்க்கைச்செலவு ஈட்டுவதில் பெண்கள் முக்கியப் பங்கு வகிப்பதையும் அறியமுடிகிறது.

பெண்கள் கடுமையாகக் கண்காணிக்கப்பட்டாலும், ஓர் இளம்பெண் காதல் வயப்படுவதைத் தடுப்பது கடினம். இத்தகைய

சூழ்நிலையில் ஒரு குழந்தை பெறுவது, அல்லது கீழ்ச் சாதி ஆணுக்கு ஒரு குழந்தை பெறுவது போன்ற நிலைகளில் அக்குழந்தை தந்தையின் சாதியாகக் கருதப்படும். உதாரணமாக, குழந்தை தந்தையின் ஜாடையில் இருக்கிறது என்று அடிக்கடி கூறப்படுகிறது. குழந்தை நீண்டகாலம் தாயின் கருவில் இருந்து, பிறந்த பின்னரும் தாய்ப்பால் அருந்துவதால் குழந்தையின் தாயின் இரத்தத்தையும் அகச்சுரப்பிகளையும் கொண்டிருப்பதாக கூறப்படுகிறது. குழந்தையின் சடங்கியல் தகுதி முழுவதும் தாயைச் சார்ந்ததாகக் கருதப்படுகிறது. அந்தப் பெண் சமையல் செய்வது, வீட்டைச் சுத்தம் செய்வது ஆகியவை அனைத்தும் குடும்பத்தின் தூய்மையுடன் இணைக்கப்பட்டுள்ளன. விதவையின் குழந்தை அல்லது கலப்புப் பெற்றோருக்குப் பிறந்த குழந்தை சுத்தம் அற்றது என்றும் அதன் தீட்டு தாயிடம் இருந்து குழந்தைக்கு வந்துள்ளது என்று கூறப்படும்.

இத்தகைய சூழலில் பிறக்கும் குழந்தையை 'அது சுத்தமான கவுண்டர் இல்ல' என்று மக்கள் கூறுகிறார்கள். இவ்வாறு கலப்பில் பிறந்தவர்கள் திருமணத்தின்போது சிரமப்படுவார்கள். அல்லது தன்னைப் போன்ற கலப்பில் பிறந்த இணை கிடைக்குவரை காத்திருக்க வேண்டும். பணம், வசதி இருந்தால் நிலைமை மாறலாம். நிரந்தர வருமானம் அல்லது அதிக வரதட்சணை போன்ற உறுதி மொழிகள் வழங்கப்படலாம். அல்லது தங்களின் அல்லாமல் பிற மதிக்கப்பட்ட பரம்பரையில் இருந்து 'நல்ல' இணை ஏற்பாடு செய்யப்படலாம்.

கொங்கு மண்டலத்தில் ஒரு பெண் திருமணத்தின்போது அவருடைய குடும்பச் சொத்தில் இருந்து ஒரு சிறு பங்கினை அவருக்கு வழங்குவது பாரம்பரியமானது ஆகும். இந்தப் பங்கு கணிசமான எண்ணிக்கையில் வீட்டு உபயோகப் பாத்திரங்கள், துணிமணி, தங்க நகைகள் என அந்தப் பெண் தன் வாழ்க்கையைத் தொடங்கும்போது தன் பெற்றோர் வீட்டில் இருந்தது போன்ற வசதிகளைப் பெறும் வகையில் அளிக்கப்படுகிறது. மணமகன் தன் குடும்பப் பங்காக மணமகள் திருமண அட்டிகையும் குறிப்பிட்ட பணமும் தருவார். இந்தக் குறிப்பிட்ட பணம் பரிசம் என்று அழைக்கப்படுகிறது. மணப் பெண்ணின் குடும்பம் மாப்பிள்ளைக்குத் திருமண உடை வழங்கு கிறது. மணமகன் குடும்பம் மணப்பெண் திருமணப் புடவை வழங்குகிறது. திருமணச் சடங்குகளுக்கான செலவு, விருந்துக்கான செலவு ஆகியவை, குறைந்தபட்சம் பாரம்பரியமாக நடைபெறும்

திருமணங்களிலாவது, இரு தரப்பிலும் சமமாகப் பகிர்ந்துகொள்ளப் படுகின்றன.

பரிசப்பணம் என்பது இறுதிசெய்யப்பட்ட சடங்குப் பணம்; இது ஒரு குறிப்பிட்ட கிளைச்சாதிக்குள் அனைத்து மணமகன்களுக்கும் சமமாக நிர்ணயம் செய்யப்பட்டுள்ளது. பல இனங்களில் இந்தத் தொகை அண்மையில் அதிகப்படுத்தப்பட்டிருந்தாலும் தற்போதைய தொகை குழப்பமாக இருப்பதைப் பெரும்பாலான தகவலாளிகள் அறிகிறார்கள். தற்போதைய தொகை சில தீண்டத்தகாத குழுக்களுக்குப் பத்தேகால் ரூபாயாக இருப்பதிலிருந்து பண்டாரங்களுக்கு எழுபத்து யிரண்டேகால் ரூபாய், கவுண்டர்களுக்கு நூற்றுஒன்றேகால் ரூபாய் என வேறுபடுகிறது. ஆனால், இந்த மூன்று குழுக்களிலும் 'பாரம்பரியமாக' கொடுக்கப்பட்ட பணம் இதனிலும் வேறுபாடாகக் கூறப்படுகிறது. ஆனால், அது ஒன்னேகால் ரூபாய், முப்பத்து ஒன்றேகால் ரூபாய், ஐம்பதுஒன்றேகால் ரூபாயாக இருக்கலாம் என்று தோராயமாக ஊகிக்கப்படுகிறது.[41] மாப்பிள்ளை முறை உள்ள மைத்துனர் முறை குடும்பங்களுக்குள் திருமணம் நடக்கும்போது இந்தத் தொகை இன்னும் குறைவாக இருக்கும் என்று சில தகவலாளிகள் கூறுகிறார்கள்.[42] ஆனாலும், இவ்வாறு குறைக்கப் படுவது பொதுவான நடைமுறை கிடையாது.

இரண்டே இரண்டு குழுக்கள் மட்டும், அதாவது பிராமணர்களும் சோழி ஆசாரிகளும் இதுபோன்ற 'குறிப்பிட்ட' பரிசப் பணம் எதுவும் பாரம்பரியமாகத் தரப்படுவதில்லை என்று கூறுகிறார்கள். ஆனால், திருமண ஏற்பாடுகளின்போது சம்பந்தப்பட்டவர்கள் தனிப்பட்ட முறையில் பேசி ஒரு தொகையை முடிவு செய்கிறார்கள். சம்பந்திகள் ஒப்புக்கொண்டால் தொகை தரப்பட வேண்டியதும் இல்லை. ஆனால், இந்தக் குழுக்கள் வரதட்சணை மீது அதிக அழுத்தம் தருவது மிகவும் ஆர்வம் கிளர்த்துவதாகும். வரதட்சணை என்பது, பெண்ணுக்குத் தரப்படும் தங்க நகைகள், வீட்டு உபயோகப் பொருள்களுக்கும் அதிகமாகத் தரப்படும் பணத்தைக் குறிக்கிறது. மணப்பெண் குடும்பத்திடம் இருந்து மணமகன் கோரிப்பெறும் ஒரு மொத்தத் தொகையே வரதட்சணை என்று சொல்லப்படுகிறது. வரதட்சணை என்ற சொல் சம்ஸ்கிருதத்தில் இருந்து பெறப்பட்ட தாகும். பொதுவாக மணப்பெண்ணுக்குத் தரப்படும் பாத்திரங்கள் வீட்டு உபயோகப் பொருள்கள் எளிமையாகக் குடுக்க வேண்டிய முறை என்று அழைக்கப் படுகிறது. அதாவது இந்தப் பொருள்களைத் தம்

குடும்பத்தில் இருந்துபெற மணப்பெண் உரிமை கொண்டவர் ஆவார்.

பல வசதியான குடும்பங்கள் இப்போது வரதட்சணை கேட்கத் தொடங்கிவிட்டன. அதாவது, மணப்பெண்ணின் தந்தை மணமகனின் குடும்பத்துக்கு ஒரு பெரிய தொகை தரவேண்டும் என்பது இதன் பொருளாகும். கவுரவத்தின் பெயரால் இந்தப் பழக்கம் அதிகரித்து வருகிறது. ஆனால், இந்தப் பழக்கம் கிராமப் பகுதியில் அதிக செல்வாக்கு செலுத்தத் தொடங்கவில்லை. வரதட்சணை என்பதும் ஸ்மிருதி எழுத்துகளுடன் தொடர்புடையது. அதாவது ஒரு தந்தை தனது கன்னித்தன்மை கொண்ட மகளை தட்சணையாக (பரிசாக)த் தருகிறார் என்பதைக் குறிக்கவே வரதட்சணை என்ற சொல் உருவாக்கப் பட்டுள்ளது, ஸ்மிருதிகளில்.[43] பிராமணர்கள் மற்றும் இடங்கைப் பிரிவின் இரு உயர்நிலைக் குழுகளுடன் வரதட்சணை கருத்தியலும் அதன் முக்கியத்துவமும் இணைந்துள்ளது குறித்து அடுத்த பிரிவில் விவாதிக்கலாம். அது, திருமணச் சடங்கியல் அம்சங்கள் குறித்த விவாதமாகவும் இருக்கும்.

திருமண ஏற்பாட்டில் சடங்கியல் கரிசனங்களும் மண உடன்பாடு கோரிக்கைகளும்

கொங்குப் பகுதியில் மக்கள் சாதாரணமாகப் பேசிக்கொள்ளும் போது இடம்பெறும் கிசிகிசுக்களிலும் உள்கதைகளிலும் இரண்டு விஷயங்கள் முக்கியமானவை. ஒன்று சொத்து வாங்கியது; மற்றொன்று திருமணங்கள். ஆனால், இந்த இரண்டுமே ஒன்றுடன் ஒன்று நெருக்கமான தொடர்புகள் கொண்டவை. குடும்பச் சொத்து, அவர்களின் சம்பாதிக்கும் ஆற்றல் ஆகியவை சொத்து சேர்வதற்காகன அடிப்படைகளாக உள்ளன. முந்தைய பிரிவில் சுட்டிக்காட்டப்பட்டது போல, திருமணச் சடங்கு என்பது மிக நீண்டதாகவும், தங்கள் செல்வச் செருக்கையும் பகட்டையும் காட்சிப்படுத்தும் நிகழ்வாகவும் இருப்பதால் அதிகப் பொருட்செலவைக் கோரும் நிகழ்வாக இருக்கிறது. அதேநேரத்தில், அத்திருமணம் 'மண' உறவில் நெருங்கிய சொந்தங்களுக்கிடையில் நடைபெற வேண்டும் என்றும் எதிர்பார்க்கப் படுகிறது.

கொங்கு மண்டலத்தின் அனைத்துச் சாதிகளிலும் 'உரிமைப்பெண்' என்ற குறிப்பிட்ட பெண் இருக்கிறார். அதாவது 'ஓர் ஆண் திருமணம் செய்துகொள்ளும் உரிமையுள்ள பெண்' என்பது இதன் அர்த்தமாகும்.

இந்தச் சொல், ஒரு ஆணின் சொந்த அத்தை மகள்(FZD), மாமன் மகள் (MBD) ஆகியோரை மட்டுமே குறிப்பதை அனைத்துத் தகவலாளிகளும் ஒப்புக்கொள்கிறார்கள். இந்த உரிமை என்ற கருத்தியல் தூரத்து மைத்துனர்கள் (தூரத்து ஒன்றுவிட்ட சகோதரர்/சகோதரிகள்) அல்லது சகோதரியின் மகளைக் குறிக்கப் பயன்படுத்தப்படுவதில்லை என்கிறார்கள். உரிமைப்பெண் என்பதற்கான அந்தக் குறிப்பிட்ட அர்த்தம், தற்போது தூரத்து உறவுமுறைகள் மற்றும் சகோதரி மகள் ஆகியோருடனான திருமண வாய்ப்புகளை மாற்றுவதில்லை.

உண்மையில், உரிமைப்பெண் முறையுள்ள பெண்களைக் காட்டிலும் இந்த உறவுப்பெண்களே திருமணத்துக்கு அதிகம் தேர்வு செய்யப் படுகிறார்கள். இதேபோல ஒரு பெண்ணும் தனது மாமன் மகன்(MBS), அத்தை மகன்(FZS) ஆகியோரைத் தனது உரிமை மாப்பிள்ளை என்று அழைக்க முடியும். ஆனாலும், ஆணுக்கு உரிமை நெறைய இருக்கு என்றுதான் மக்கள் கூறுகிறார்கள். அதாவது பெண்ணுக்கு உரிமை குறைவுதான் என்கிறார்கள். ஆண் மைய வாதத்திலிருந்து இந்தப் பிரச்சினை அணுகப்படுகிறது.[44]

சடங்கியல் பொருத்தப்பாட்டில் உரிமை என்பதன் பொருள் இன்னும் அதிக தனித்தன்மை கொண்டதாக இருக்கிறது. உரிமைப் பெண் என்பவர் ஒன்று அத்தை மகளாக இருப்பார் அல்லது மாமன் மகளாக இருப்பார். ஆனால் இரண்டுபேரும் இருக்க முடியாது. உரிமைப்பெண் யார் என்பது அட்டவணை 5.8இல் காட்டப் பட்டுள்ளவாறு கிளைச்சாதிக்குச் சாதி வேறுபடுகிறது. ஆனால், மாமன் மகள் என்பதே பொதுவானதாக இருக்கிறது. மேலும், சொந்த சகோதரர்களைக்கொண்ட குழு முழுமைக்குமே ஒரே ஒரு உரிமைப் பெண் மட்டுமே இருக்க முடியும். ஒரு குடும்பத்தில் உள்ள சொந்த சகோதரர்களில் ஒருவர் சரியான மரபுவரிசையின்படி ஒரு பெண்ணைத் திருமணம் செய்துகொண்டுவிட்டால், அதே வகைமையில் இருந்து மற்ற சகோதரர்கள் பெண் எடுக்க முடியாது. இத்தகைய உரிமைப் பெண்ணைத் திருமணம் செய்வது பொதுவாக மூத்த சகோதரராக இருப்பார் என்றும் மற்ற இளைய சகோதரர்கள் வேறு எங்கிருந்து வேண்டுமானாலும் திருமணம் செய்ய 'சுதந்திர'மாக அனுமதிக்கப்படுவதாகக் கூறிய சில தகவலாளிகள், ஒன்றுக்கும் அதிகமான சகோதரர்கள் இந்த உரிமைப்பெண்ணைத் திருமண செய்ய விருப்பம் தெரிவித்ததுண்டா என்ற இந்த நுட்பமான கேள்விகுறித்து பேச விரும்பவில்லை.[45]

இதுபோன்ற உரிமைத் திருமணங்களுக்கு அழுத்தம் கொடுப்பது தற்போது பழைய வழக்கமாகக் கருதப்படுகிறது. இன்று சிலர் மட்டுமே இதற்கு அழுத்தம் கொடுக்கிறார்கள். பெரும்பாலான வயதுவந்தோர் இந்த உரிமை உறவுச்சொற்களின் பொருளையும் கடந்த காலத்தில் திருமணங்களில் இந்த உறவுகளுக்கு முன்னுரிமை அளிக்கப்பட்டதையும் அறிந்து வைத்துள்ளனர். கொங்குப் பகுதியில் மாமன் மகளுக்கு முன்னுரிமை தருவது அதிகம் காணப்படுகிறது. அது கவுண்டர் சமுதாய நடைமுறையாக இருக்கிறது. அத்தை மகளைத் திருமணம் செய்தது தொடர்பான தகவல்களைக் காட்டிலும் இந்தத் திருமணம் தொடர்பான தகவல்களில்தான் தகவலாளிகளும் அதிகத் தெளிவுடன் இருக்கிறார்கள். இது குறித்துத் தனிப்பட்ட முறையில் நான் விசாரணைகள் மேற்கொண்டதில் சில சமுதாயங்களில் அத்தை மகளைத் திருமணம் செய்யும் பாரம்பரியம் நிலவியதில் எந்த ஐயமும் இல்லை என்பது தெரிந்தது.

பிற அம்சங்களில் காணப்பட்டதைப் போன்றே, வலங்கைப் பிரிவின் கீழ்க் கிளைச்சாதிகள், இடங்கைப் பிரிவின் கீழ்க் கிளைச்சாதிகள் இடையே உரிமைப்பெண் பழக்கத்திலும் வேறுபாடு காணப்படவில்லை. எனினும், இரு பிரிவுகள் உயர்நிலைக் குழுக்கள் இடையே இந்தப் பிரச்சினையில் சிறிது வேறுபாடு காணப்படுகிறது. பிராமணர்கள் மற்றும் இடங்கைப் பிரிவின் இரு உயர்நிலைச் சமுதாயங்களில் மட்டும் அத்தை மகள் உரிமை காணப்படுகிறது. மாமன் மகளைத் திருமணம் செய்யும் கிளைச்சாதிகள் மத்தியில், அந்தத் திருமணச் சடங்குகள் இடையே நிகழ்த்தப்படும் 'இணைச்சீர்' 'ஒன்றிணைக்கும் சடங்கு' என்ற மற்றொரு சடங்கும் மற்றொரு வித்தியாசத்தைக் கொண்டுள்ளது. இதே இணைச்சீர் சடங்கு, திருமணத்தில் உரிமைப்பெண்ணுக்கு முக்கியத்துவம் இல்லாத அல்லது குறைவான முக்கியத்துவம் அளிக்கும் சமுதாயங்களிலும் காணப்படுகிறது. அனைத்து வலங்கைப் பிரிவின் கிளைச்சாதிகளும் ஓர் இடங்கைப் பிரிவின் குழுவும் இணைச்சீர் சடங்கு செய்கின்றன. இடங்கைப் பிரிவின் அந்த ஒரே குழு கைக்கோளர் முதலியார் ஆகும். இந்தக் குழுவின் இரட்டைத் தன்மை ஏற்கனவே நமக்கு அறிமுகமானதுதான்.

இணைச்சீர் என்பது மாப்பிள்ளையும் அவரது சகோதரியும் இணைந்து செய்யும் சடங்கு ஆகும். மணமேடைத் தம்பதிகளுக்குள் நடத்தப்படுவதில்லை. மாப்பிள்ளை, அவரது தாய், சகோதரி

ஆகியோர் இடையிலான உறவுகளுக்கு அழுத்தம் கொடுக்கும் வகையில் நடைபெறும் பல சடங்குகளின் தொகுப்பு ஆகும்.

இணைச்சீர் சடங்கின்போது, மாப்பிள்ளையின் சகோதரி, அவருக்குப் பிறக்கப்போகும் பெண்பிள்ளைகளைத் தன் மகனுக்கு மணம் முடிக்க ஒப்புதல் அளிக்கும்படி கோரவேண்டும் என்பது இந்தச் சடங்கின் நோக்கமாகும். இவ்வாறு தன் சகோதரிக்கு வாக்குறுதி அளிப்பதன் மூலம் அடுத்த தலைமுறையிலும் உறவு தொடர்வதில் இந்தச் சடங்கு அக்கறைகொள்கிறது. மாப்பிள்ளை இவ்வாறு வாக்குறுதி அளித்துச் சடங்கை நிறைவு செய்யாவிட்டால் அவரது திருமண நிகழ்வைத் தொடரமுடியாது. இவ்வாறு ஒவ்வொரு திருமணத்திலும் தொடரும் தலைமுறையில் திருமண உறுதிமொழி ஏற்கனவே கொடுக்கப்பட்டிருக்கிறது. எனினும், ஓர் ஆணின் இரண்டாவது திருமணத்தில் இணைச்சீர் தவிர்க்கப்படுகிறது.

இணைச்சீர்: ஒரு சுருக்கமான விளக்கம்[46]

மணமேடையில் குவித்துவைக்கப்பட்ட பச்சரிசியின் முன் மணமகன் முதலில் அமர்கிறார். அவருடைய சகோதரி அவருக்கு வலப்பக்கமாக நிற்கிறார். மணப்பெண்ணின் தாலி, திருமணப் புடவையுடன் இணைக்கப்பட்டு, பழங்கள், பரிசுப்பொருள்களுடன் ஒரு முறத்தில் வைக்கப்படுகிறது. (பின்னர், மணப்பெண் இந்தத் திருமணப் புடவையை அணிந்து மணமேடையில் அமர்வார். அதன்பிறகு தாலிகட்டும் சடங்கு நிகழும்.) மணமகனின் சகோதரி அந்த முறத்தைத் தலையில் வைத்துக்கொண்டு, மணமேடையைச் சுற்றுகிறார். தொடர்ந்து முறத்தில் உள்ள பொருள்கள் மணமகனிடம் வழங்கப்படுகிறது. ஒரு கூடைக்குள் தனது பாதங்கள் இருக்குமாறு சகோதரி நிற்கவைக்கப்படுகிறார். முறத்தில் இருந்த பழங்களை மணமகன் தன் சகோதரியிடம் மீண்டும் தருகிறார். அதனை வாங்கித் தன் புடவை மடியில் கட்டிக்கொள்கிறார். அப்போது வெற்றிலை-பாக்கும் மணமகன் தனது சகோதரிக்குத் தருகிறார். தொடர்ந்து திருமணப் புடவை சகோதரியின் கரங்களுக்கும் மணமகனின் வலது கக்கத்துக்கும் இடையே இழுத்துப் பிடிக்கப்படுகிறது. அப்போது மணமகன் தனது கைகளைக் குவித்துப் பச்சரிசியின் மீது வைத்துக்கொள்கிறார். அப்போது சில சடங்குப் பாடல்களை நாவிதர் பாடுகிறார். தொடர்ந்து மணமகனும் சகோதரியும் அரிசியைச் சுற்றி

வருகிறார்கள். மணமகனின் சகோதரி மணமாகாதவராக இருப்பது அவசியமில்லை என்றாலும் சிறப்பு என்று கூறப்படுகிறது.

இணைச்சீர் சடங்கு எவ்வாறு மணமகனுக்கும் சகோதரிக்கும் இடையிலான உறவுக்கு அழுத்தம் அளிக்கிறது என்பது இந்த விளக்கம் மூலம் தெளிவாகிறது. இதன் மூலம் தன் சகோதரரின் குடும்ப விருத்தி, வளம் ஆகியவற்றில் சகோதரியின் பங்களிப்பு குறிப்பிடப்படுகிறது. தூய்மையும் அர்ப்பணிப்பும் கொண்ட சகோதரிகள், குறிப்பாகக் கன்னிப்பருவத்தில், எவ்வாறு தம் சகோதரர்களுக்கு வலிவையும் நல்ல எதிர்காலத்தையும் அளித்துள்ளனர் என்பது பல நாட்டார் கதைகளில் நினைவுகூரப்படுகின்றன. அதே சமயத்தில், தம் மகளுக்குச் சகோதரரின் மகனை மணமுடித்துக் கொள்ளும்படி கோரும் உரிமையும் பெற்றுள்ளார். தம் குடும்பத்துக்கும் சகோதரர் குடும்பத்துக்கும் இடையிலான தொடர்பு அறுந்துபோகாமல் இருப்பதை உறுதிப்படுத்தவே அவர் தம் மகளுக்குச் சகோதரரின் மகனைக் கோருகிறார். தன் சகோதரிக்கு மணமகன் வெற்றிலை- பாக்கு அளிப்பது இந்தக் கோரிக்கைக்கு தனது சம்மதத்தை அளிப்பதாகவே கருதப்படுகிறது. நான் விசாரணை மேற்கொண்ட அனைத்துத் தகவலாளிகளும் இந்தச் சடங்கு இதனைக் குறியீடாக அடையாளப் படுத்துவதாகவே என்னிடம் கூறினர்.

மணமுடித்து, தன் குடும்ப வாழ்க்கையைத் தொடங்கும் முன் சகோதரியின் கோரிக்கை ஏற்கப்பட வேண்டும். மணமகன் வளமுடன் வாழ அவளது நல்வாழ்க்கை அவசியம். எதிர்காலத்தில் கஷ்டப்படும் போதெல்லாம் அவர் தம் சகோதரியை ஆதரிக்க வேண்டும்; தேவைப்பட்டால் தம் சகோதரிக்கு உணவளிக்க வேண்டும். இத்தகைய வேண்டுகோள்களைச் சகோதரர் நிறைவேற்றாவிட்டால் அச் சகோதரி கொடுக்கும் சாபத்தால் சகோதரருக்கும் குடும்பத்துக்கும் தீங்கு வந்துசேரும். சகோதரரின் மகன், சகோதரியின் மகள் இருவரும் பருவ வயதை எட்டியும் சகோதரர் திருமணத்துக்குத் தொடர்ந்து மறுப்பாரானால், அந்தச் சகோதரி ஒரு மண்பானை நிறைய உப்பை நிரப்பி தன் சகோதரரின் வீட்டுவாசல் முன்பு போட்டு உடைத்து விட்டுத் திரும்பி விடுவாராம். இத்தகைய தூசனை சகோதரர் குடும்பத்துக்கு நீங்காத இன்னல்களைக் கொண்டுவரும் என்பது நம்பிக்கை. தற்போதைய காலத்தில் இத்தகைய அளவுக்குச் செல்வதில்லை என்றாலும் சகோதரி தன் சகோதரர் வீட்டு வாசலுக்குச் சென்று அந்த வீட்டுடன் தன் உறவுகள் அனைத்தையும் முறித்துக் கொள்வதாகச் சொல்லிவிட்டு வந்துவிடுகிறார்.

மாமன் மகளைத் (MBD) திருமணம் செய்யும் முறையுள்ள கிளைச் சாதிகள், ஆனால், இணைச்சீர் சடங்கு நிறைவேற்றாதவர்கள், இருந்தாலும் இதுபோன்ற ஒரு சடங்கைச் சிறிய அளவில் நிகழ்த்தத்தான் செய்கிறார்கள். மாமன் மகள் உரிமைகொண்ட இத்தகைய குழுக்களின் பெயர்கள் அட்டவணை 5.8இல் பட்டியலிடப்பட்டுள்ளன (தொடர்புடைய மணவழி-ஒன்றுவிட்ட மண உறவு உரிமைகள்); ஆனால், பெயருடன் நட்சத்திரக் குறியிட்டுள்ள பெயர்கள் நீங்கலாக. பெரும்பாலும் இடங்கைப் பிரிவுக் குழுக்களான இக்கிளைச்சாதிகள் எதிர்கால மண உறவுகளை சகோதரி மகன் (ZS), சகோதரர் மகள் (BD) இடையே மட்டுமே குறிப்பிடப்படுகிறது. இத்தகைய சாதிகளில் உரிமைப்பெண் உரிமைக்கு அவ்வளவு அழுத்தம் தரப்படுவதில்லை என்பதையே இது சுட்டிக்காட்டுகிறது: இந்தச் சடங்கு நிகழும்போது சகோதரருக்குத் திருமணம் நடந்து முடிந்துவிடும்; இதனால் சகோதரர் மறுக்கும்போது திருமணத்தை நடத்தவிடாமல் மறிப்பதற்கான முக்கியத்துவம் அளிக்கப்படவில்லை. வழக்கமாக, இந்தக் குழுக்களில், இந்தச் சடங்கு திருமணம் முடிந்து மணமக்கள் முதல் முறையாக மணமகன் வீட்டுக்குச் செல்லும்போது நடைபெறுகிறது.

இந்தச் சுருக்கமான சடங்கில், சகோதரி தன் தந்தையின் வீட்டுக்குள் தன் சகோதரரும் அவரது புது மனைவியும் நுழைய அனுமதிக்காமல் கதவைப் பூட்டிக் கொண்டு நிற்கிறார். தன் சகோதரர் தனக்குப் பிறக்கப்போகும் மகனைத் தன் மகளுக்குக் கொடுப்பதாக உறுதி அளிக்கும்வரை கதவைத் திறப்பதில்லை. இருவரும் சிறிது நேரம் மோதுவதுபோல் இருப்பர். தொடர்ந்து சகோதரர் தன் சம்மதத்தை அளிப்பார். அதன்பிறகு கதவைத் திறப்பார். காருணிகர் பிள்ளை திருமணத்தில் இது ஒரு விளையாட்டாகவே நிகழ்த்தப்படுகிறது. இந்த விளையாட்டில், மணமக்கள் ஊஞ்சல் ஆடிக் கொண்டிருப்பார்கள். அப்போது தன் மகனின் மணப்பெண்ணாக ஒரு பொம்மையையும் ஊஞ்சலில் வைத்துக்கொண்டு ஆடும்படி சகோதரி கோருவார். சிறிதுநேரம் பகடியாகப் பேசிவிட்டு மணமகன் இதற்குச் சம்மதிப்பார்.

தற்போது கூறிய பிள்ளை சடங்கின்போது மணமகனும் சகோதரியும் ஒரு குறிப்பிட்ட பாடலைச் சேர்ந்து பாடுவார்கள். அதன் வரிகள் கீழே தரப்பட்டுள்ளன.[47]

மணமகன்: இந்தப் பெரிய அழகான வீட்டின் கதவை மூடியது யார்?
தயவுசெய்து வாசலைத் திறவுங்கள். நான் வந்திருக்கிறேன்.

அட்டவணை 5.8
முறைமக்கள் (cross-cousin) அல்லது
உரிமை உறவுத் திருமண உரிமைகள் (கிளைச்சாதி வாரியாக)

கிளைச்சாதிப் பெயர்	திருமண உரிமை
நடுநிலைப் பிரிவு	
ஐயர் பிராமணர்	FZD
ஐயங்கார் பிராமணர்	FZD
காருணிகர் பிள்ளை	MBD
வலங்கைப் பிரிவு	
கொங்குக் கவுண்டர்*	MBD
ஒக்கசண்டிபண்டாரம்*	MBD
கொங்கு உடையார்*	MBD
மரமேறி நாடார்[1]	MBD
கொங்கு நாவிதர்*	MBD
கொங்குப் பறையர்*	MBD
இடங்கைப் பிரிவு	
சோழி ஆசாரி	MBD
கோமுட்டிச் செட்டியார்[2]	FZD
வேட்டுவக் கவுண்டர்	FZD
கொங்கு ஆசாரி	MBD
கைக்கோளர் முதலியார்*	MBD
வடுக நாயக்கர்	MBD
வடுக வண்ணார்	MBD
வேடர்	MBD
தோட்டி மாதாரி	MBD

[1] திருநெல்வேலியில் நாடார்கள் பழக்கமும் இவ்வாறுதான் இருப்பதாக ராபர்ட் ஹார்டுகிரேவ் (1969) பதிவு செய்துள்ளார். [2]தென் பகுதியில் கோமுட்டியார் நிலை குறித்து என்னிடம் தகவல் ஒன்றுமில்லை. ஆனால், எங்கெல்லாம் வலங்கைப் பிரிவில் இந்தக் கிளைச் சாதி இருக்கிறதோ அங்கெல்லாம் மாமன் மகளைத் திருமணம் செய்வதாகத் தர்ஸ்டன் பதிவு செய்துள்ளார். *திருமணச் சடங்குகளில் 'இணைச்சீர்' சடங்கை மேற்கொள்ளும் கிளைச்சாதிகள்.

சகோதரி: சகோதரனே, எனது மகனுக்கு உன் மகளைத் தருவதாக வாக்களித்து என்னை சந்தோசப்படுத்தினால் கதவைத் திறக்கிறேன்.

மணமகன்: சகோதரியே, என்ன கேட்டாலும் தருவேன். சந்தேகமே வேண்டாம். ஆனால், உன் மகனுக்கு என் பெண்ணை மட்டும் தரமாட்டேன்.

சகோதரி:	என் மகனிடம் என்ன குத்தம் கண்டீங்க? சொல்லுங்க இல்லைன்னா இந்த உலக வாழ்க்கையைத் துறந்து சாமியாராகி விடுவேன்.
மணமகன்:	உன் மகன் விபச்சாரிகள் வீடே கதியென்று கிடக்கலாம்; சொத்து, பணம், கவுரவம் எல்லாம் இழந்துவிடுவான்.
சகோதரி:	என் மகனின் நல்ல குணத்தை அறியமாட்டீர்கள். அவன் அந்தப் பாதையில் செல்லவே மாட்டான்.
மணமகன்:	உனது மகன் என் மகளுக்குப் பொருத்தமானவனாக இருக்கவேண்டும். இதுக்கு வாக்கு கொடுத்து நிறைவேற்ற வேண்டும்.
சகோதரி:	அழகான வாலிபனாகவும் என் சகோதரனின் மகளுக்குப் பொருத்தமானவனாகவும் எனது மகன் இருப்பான்.
மணமகன்:	சகோதரி, உனது மகன் படிக்கவில்லை. என் குடும்பத்துக்குப் பொருத்தமானவன் என்று ஒருவரும் சொல்லவில்லை.
சகோதரி:	அவன் கடல்போல படித்துள்ளான். கணக்கில் புலி, கண்ணியவான், நாயகன், புலவர்களுக்கு வாரி வழங்குவான்.
மணமகன்:	அப்படீன்னா, உன் மகனுக்கு என் மகளைத் தருவேன். பரிசப் பணம் எவ்வளவு தருவாய்?
சகோதரி:	கோடி, கோடியாக ரொக்கமும், இரத்தினங்களும் தருவேன். இந்தப் பரிசுகள் அனைத்தும் நீங்கள் போடும் திருமணப் பந்தலில் வைத்துத்தருவேன்.
மணமகன்:	உன் பேச்சைக் கேட்கிறேன், சகோதரி. ஜோதிடரை அழைத்து திருமணத்துக்கு நாள் குறிக்கவும். சந்தோசமாக இரு!
சகோதரி:	ஓ, என் அன்பான சகோதரரே, அழகான ஆபரணங்கள் அணிந்துள்ளவரே! உங்கள் வார்த்தைகளை ஏற்று கதவைத் திறக்கிறேன்.

இங்கு விவரிக்கப்பட்ட அனைத்துச் சடங்குகளிலும் தனது சகோதரரின் திருமணத்தின்போது கோரிக்கை வைப்பது சகோதரிதான். சகோதரிக்கே இன்னமும் திருமணம் நடக்கவில்லை. அதன்பிறகு அவர் பெண் குழந்தை பெற்றெடுக்க வேண்டும். இந்த நிகழ்வுகளுக்கெல்லாம் பல ஆண்டுகள் முன்பாக இந்தச் சடங்கு நடக்கிறது. அத்தை மகளை உரிமைப் பெண்ணாகக் கொண்டுள்ள கிளைச் சாதிகளில், இந்தச் சடங்கு,

தனிக்குடும்பம் ♦ 305

ஒரு மகள், உரிமை மாப்பிள்ளையாக இல்லாத ஒருவரைத் திருமணம் செய்துகொள்ளும்போது மட்டும் நடக்கிறது. இந்தக் குழுக்களின் திருமணங்களின்போது, திருமணச் சடங்குகளின் ஒரு பகுதியாக மணமகன், மணமகள் உறவுகுறித்து சாஸ்திரி கேட்கிறார். இந்தக் கேள்வி மணமக்களின் பெற்றோரிடம், தாலி கட்டும் நேரத்துக்கு முன்பாகக் கேட்கப்படுகிறது. மாப்பிள்ளை உரிமை-மாப்பிள்ளை இல்லையென்றால், உரிமை மாப்பிள்ளையை மணமேடைக்கு அழைக்கிறார். அதன்பிறகு அசல் மணமகனின் தந்தை அந்த உரிமை மாப்பிள்ளைக்கு உரிமைப்பணமாக ஒன்னேகால் ரூபாய் அல்லது இரண்டேகால் ரூபாய் கொடுக்கிறார்.[48] அந்தப் பணத்தை உரிமை மாப்பிள்ளை பெற்றுக்கொண்டபிறகு அந்த திருமணம் நடப்பதை அனுமதிக்கிறார்.[49]

அத்தை மகள் உரிமையைப் பொறுத்தவரை, இந்தக் கோரிக்கையை உருவாக்குபவர் சகோதரர் மகன் என்பதைக் கவனிக்க வேண்டும். மேலும், என்றோ நடக்க உள்ள ஒன்றுக்காக அவர் கோரவில்லை. தனக்கு உரிமையுள்ள ஒரு பெண்ணின் திருமணம் தொடர்பான உரிமையைக் கோருகிறார். இந்தப் பாரம்பரியத்தின்படி உரிமை ஆணின் தந்தை உப்புப்பானையைத் தனது சகோதரி வீட்டுமுன் உடைக்கத் தேவை வராது. தமது மகனுக்கு இழப்பீடாக பணம் மட்டும் கோரிப் பெறலாம். இந்த இரு உதாரணங்களில் சடங்குகளில் காணப்படும் இந்த வேறுபாடு உணர்த்துவது என்னவென்றால் சகோதரி தனிச்சிறப்பான ஆற்றல் கொண்டு, தன் சகோதரருக்கு எதிராகச் சாபமிடுவதும், அவரது வளங்களை மோசமாகப் பாதிக்கும் சக்தியும் கொண்டவர் என்பதாகும். சகோதரருக்கு இதுபோன்ற அதிகாரம் வழங்கப்படவில்லை. தன் மகனுக்கான மண உறவு உரிமையை சகோதரியின் மகன் திருமணத்தின்போது மட்டுமே கோர முடியும். எனவே, அத்தைமகள் உரிமை ஒரு மீ உலகப் பண்பு என்பதைக் காட்டிலும் சட்டப்பூர்வ உரிமை ஆகும்.

கறாரான தர்க்க நிகழ்வுகளின் விதிகளின்படி, மாமன்மகள் திருமணத்தின்போது கறாராகக் கடைப்பிடிக்கப்படும் விதிக்கும் அத்தைமகள் திருமணத்தின்போது கடைப்பிடிக்கப்படும் விதிக்கும் இடையிலான பலமான வேறுபாட்டை ராட்னி நீதம் சுட்டிக் காட்டுகிறார். இரண்டு இனங்களிலும் திருமண இணை தூரத்து உறவாக இல்லாமல் உறவின்முறை உரிமைகளின்படி சமமான மணவழி உறவு-தூரத்து ஒன்றுவிட்ட மண உறவு கொண்டவராக

கவுண்டர் திருமணச் சடங்குகள்

வசதிமிக்க கவுண்டர் குடும்பத்தின் மணமகனும் மணமகளும் ஒரு கூடையில் குவிக்கப்பட்டுள்ள பச்சரிசியின் முன் அமர்ந்திருக்கிறார்கள். பச்சரிசியின் மீது வெற்றிலை - பாக்கு, விளக்கு ஆகியன வைக்கப்பட்டுள்ளன. இவ்வாறு அரிசி வைப்பது குடும்ப வளத்தைக் காட்டுவதாகவும், திருமணச் சடங்குகளின் முக்கிய சடங்கியல் அங்கமாகவும் கருதப்படுகிறது.

மற்றொரு கவுண்டர் திருமணத்தில் இணைச்சீர் சடங்கு நடைபெறுகிறது. திருமணப்புடவை மணமகனின் சகோதரி, மணமகன் இடையே விரித்துப் பிடிக்கப்பட்டுள்ளது. மணமகன் கைகள் பச்சரிசி மீது குவித்து வைக்கப் பட்டுள்ளன. சகோதரி முறத்தின் மீது நிற்கிறார்.

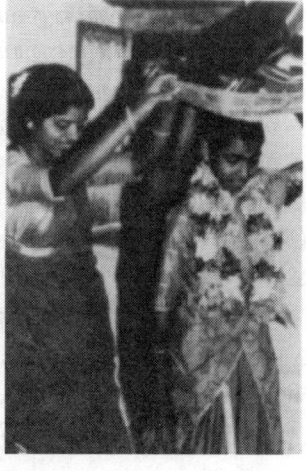

இணைச்சீர் சடங்கில் மணப்பெண் புடவை, தாலி, பழங்கள், பரிசுப் பொருள்கள் தாங்கிய முறத்தைத் தலையில் தாங்கியபடி மணமகனைச் சுற்றி வருகிறார். சகோதரி தன் வலக்கையில் புனிதநீர் தாங்கிய மண்பானையைப் பிடித்துள்ளார். இரண்டு பெண் மணவழி உறவுகள் அவருக்கு உதவியாக வருகிறார்கள்.

இருக்கவேண்டும் என்று கருதப்படுகிறது.[50] இந்த வடிவத்தில் ஒரு கறாரான விதியாக மாமன்மகள் (MBD) திருமணம் நடக்கும்போது ஒரு தொடர் வழக்கமாக, ஒரு குலத்தில் (அ) இருந்து இரண்டாவது (ஆ) குலத்தை நோக்கும் ஒருவழிப் பாதை இயக்கமாகக் காட்டப்படுகிறது.

மறுபக்கத்தில், அத்தைமகள் (FZD) திருமணமோ ஒவ்வொரு தலைமுறையிலும் எதிர்திசையில் இயங்குவதைக் காட்டுகிறது. இங்குப் பெண் முதல் தலைமுறையில் ஒரு குலத்திலிருந்து (அ) இரண்டாவது குலத்துக்குச் (ஆ) செல்லலாம். இரண்டாவது தலைமுறையில் ஆ-குலத்திலிருந்து அ-குலத்துக்குச் செல்லலாம்; மீண்டும் மூன்றாவது தலைமுறையில் அ-விலிருந்து ஆ-வுக்குச் செல்லலாம். முதல் சூழ்நிலை குலங்களுக்குள் கொடுக்கல் வாங்கலில் நீண்ட சங்கிலித் தொடர் (அ→ ஆ→ இ→ ஈ...) உருவாக்குகிறது. இரண்டாவது உதாரணமோ குலங்களுக்குள் கொடுக்கல் வாங்கலை இல்லாமல் ஆக்குகிறது; தங்களுக்குள் மட்டுமே (அ⇆ஆ, இ⇆ஈ...) பரிமாறிக்கொள்ள முடியும். ஒரு மாமன்மகள் அல்லது அத்தை மகளுக்கான திருமணத்தின் பூரண தேவை அனைத்துச் சாத்தியமுள்ள மணமகன்களிலிருந்து ஒருவருக்கு சடங்கியல் அறிவிப்பு மூலமாக பதிலியாக்கப்படும்போது, பரிமாற்ற வடிவத்திலும் அதே முரண்பாடு ஒரு நடுநிலை வடிவத்தில் இருக்கும் என்று எதிர்பார்க்கப்படுகிறது.

எனவே, மாமன்மகள், அத்தைமகள் உரிமைப் பிரச்சினையில் முக்கிய வேறுபாடு என்னவென்றால் முதல்வகைத் திருமணங்கள் குலங்கள், வம்சாவளிக் குழுக்கள் இடையேயான தொடர்புகள் நீடிக்கும்வகையில் நிகழ்கின்றன. இதே திசையில் ஒரு பெண் கொடுக்கப்படுகிறார்: ஒரு வம்சாவளி குழுவிலிருந்து இரண்டாவதற்குத் தலைமுறை, தலைமுறையாக மாற்றப்படுகிறார். கொங்குவாசிகளின் பிரச்சினையில், குழுக்களுக்கு இடையிலான இந்த உறவு என்பது குறிப்பிட்ட வாழும் உறவுகளுக்குள் நிலவும் உரிமையாகக் கூறப்படுகிறது. பரம்பரைகளுக்குள் பரிமாற்றத்துக்கான எந்த ஒரு விதி இருப்பதாகவும் நான் அறியவில்லை. அல்லது இடையே வம்சாவளி குழு உறவின்முறையாகக் கூறப்படும் ஒரு அத்தைமகன், மாமன்மகள் இடையே இத்தகைய உறவைக் கேள்விப்படவும் இல்லை.[51]

இத்தகைய முறைசார்ந்த திருமண முன்னுரிமைகள் குறித்து உரையாடுவதற்கான மிக முக்கியக் கோட்பாட்டாளர் கிளாட் லெவிஸ்ட்ராஸ். குறிப்பிட்ட அமைப்பு சார்ந்த மாறுபாடுகள் இடையேயான வேறுபாடுகள் குறித்த முன்மொழிவுகளை இவர்

உருவாக்குகிறார். ஏற்கப்பட்ட நேரடியான ஒன்றுவிட்ட மண உறவு உரிமை விதியின் தேவை இல்லாமல் ஒரு வலுவான தாய்வழிமரபு அல்லது மணவழி உறவு - ஒன்றுவிட்ட மணஉறவு கொண்ட வலுவான தந்தைவழி மரபிடையே மணஉறவுகள் ஏற்பட்டு குழுக்கள் உருவாகும் என்று அவர் கூறுகிறார்.[52] அவரது உறவின்முறையின் அடிப்படை அமைப்புகள் என்ற புத்தகத்தில் இது குறித்து மேலதிகமாக உரையாடு கிறார்; 1949இல் பதிப்பிக்கப்பட்ட இந்தப் புத்தகம் 1969இல் மறுஅச்சு வெளியாகி உள்ளது. இந்தப் புத்தகத்தின் சில பகுதிகள் மணஉறவு முன்னுரிமை வகைகள் குறித்து விவாதிக்கின்றன. இதிலிருந்தே தமது கோட்பாட்டு விரிவை அவர் உருவாக்கிக்கொண்டார்.

லெவிஸ்டிராஸ் கோட்பாட்டின் தர்க்கவியல் கோரிக்கைகள் பார்வையிலிருந்து ஏகமான முன்னுரிமைக்கான சிறந்த வரையறையை உருவாக்குவது குறித்து விவாதங்கள் தொடர்கின்றன. நல்வாய்ப்பாக, தனது புத்தகத்தின் ஆங்கில மொழிபெயர்ப்புக்கான முன்னுரையில் தனது தொடக்கநிலை முன் அனுமானங்களைச் செயல்படுத்திப் பார்ப்பதற்கான சூழ்நிலைகளின் வகைகள் குறித்து ஓரளவுக்குத் தெளிவுபடுத்துகிறார். ஒருவழியிலான (unilateral) திருமணங்களை ஊக்குவித்துத் தனிமைப்படுத்தும் ஒரு சமூகத்தில் நிகழும் வெளிப்பாட்டு விதிகள் குறித்துதான் அக்கறை செலுத்தியதாக அவர் கூறுகிறார்.[53] மேலும், மாமன்மகள், அத்தைமகள் திருமணங்கள் ஊக்கப் படுத்தப்படும் அதே இடங்களில் வம்சாவளியில் தூரத்து உறவுகளாக உள்ளவர்களில் உறவின்முறைச் சொற்கள் மண உறவுமுறைக்கான பெயர்களுடன் இணக்கமாக வரும் உறவுகளிலும் திருமணங்கள் ஊக்கப்படுத்தப்படுவது குறித்தும் லெவிஸ்ட்ராஸ் கூடுதல் கவனம் செலுத்துகிறார்.[54]

கொங்குப் பகுதியில் நிலவும் உரிமைகள் குறித்து இங்கு விவரிக்கப் பட்டவை அப்படியே இதனுடன் நேர்த்தியாகப் பொருந்துகின்றன. இதனால் லெவிஸ்ட்ராஸ் முன் அனுமானங்களை அப்படியே இங்கு பொருத்திப்பார்ப்பது சரியாக இருக்கிறது.

லெவிஸ்டிராஸ் தன் கோட்பாட்டு முன் அனுமானங்களை எதிரிணைகளாக (binary oppositions) உருவாக்கினார்; மதிப்பீடுகள், அமைப்பு இரண்டு நிலையிலும். அத்தைமகள் முன்னுரிமையை வெளிப்படுத்தும் சமுதாயங்கள் ஒருமுனை, மாமன்மகள் முன்னுரிமையை வெளிப்படுத்தும் சமுதாயம் மறுமுனை என அவதானிக்க அவர் பரிந்துரைக்கிறார். பின்னர், முன் அனுமானிக்கப்

பட்ட திசையில் அசல் சமூகச் சூழ்நிலை 'வளைகிறதா' என்பதை அவதானிப்பது போதுமானதாக இருக்கும் என்கிறார்.[55]

தனது முன்அனுமானங்களில், லெவிஸ்டிராஸ் மாமன்மகள் திருமண விதி குறித்து விவாதிக்கிறார்: 1. வம்சாவளியும் உறைவிடமும் முறையே தந்தைவழிப் பரம்பரை மற்றும் தந்தைவழி குடியிருத்தல் வகையைச் சேர்ந்ததாக இருக்கும்; 2. திருமண சம்பந்தம் திறந்த நிலை வளைவுகளை (open ended arcs) உருவாக்க வேண்டும்; அதற்குள் இரண்டாம் நிலை வட்டம் உருவாக வேண்டும்; 3. அங்குச் சமத்துவத்துக்கான கோட்பாட்டு அழுத்தம் இருக்கும்; ஆனால், உண்மையான நடைமுறை என்பது சமத்துவமற்ற மணம் (anisogamy) மூலம் விருத்தி செய்வதை நோக்கியதாக, நடைமுறையில் சமத்துவத்துக்கு எதிரானதாக இருக்கும்.[56] மாறாக, அத்தைமகள் உரிமை விதியில் லெவிஸ்ட்ராஸ் கீழ்கண்டவற்றை முன் அனுமானம் செய்கிறார்: 1. தம்பதியின் வாழிடமும், வம்சாவளியும் எதிர்பாலின வரிசையைத் தொடரும்; 2. திருமண சம்பந்தம் நெருக்கமான, மிக துல்லியத் தன்மை கொண்ட வட்டங்களை உருவாக்கும்; 3. சம்பந்தப்பட்ட குழு பல துண்டு, துக்காணிகளாகப் பிரிய வேண்டும்; ஒரு செயற்கையான ஒற்றுமையை மட்டும் காட்சிப்படுத்த வேண்டும்.[57]

இப்போது, கொங்குப் பகுதியின் மாமன்மகள் உரிமை விதியை வெளிப்படுத்தும் சமுதாயங்கள் எந்த அளவுக்கு முன்னனுமானங ்களை நிறைவுசெய்கின்றன என்பதைப் பார்க்கலாம். முதல் கணக்கில் லெவிஸ்ட்ராஸ் சரியாகவே முன் அனுமானம் செய்துள்ளார். இந்த அனைத்துக் குழுக்களும் தந்தைவழிப் வம்சாவளி மற்றும் தந்தைவழி உறைவிட முறையையே பின்பற்றுகின்றன. மேலும், உரிமை விதியும் இணைச்சீரும் சேர்ந்து இருப்பதால் கவுண்டர் சாதி இதற்குச் சிறந்த உதாரணமென ஒருவர் கருதினால், இன்றும் அன்றாட வாழ்வில் சில நடைமுறை முக்கியத்துவம் கொண்டுள்ள மிக நேர்த்தியான தந்தைவழி வம்சாவளியைக் கொண்டிருப்பதால் லெவிஸ்ட்ராஸின் முன்னனு மானங்களுக்கு அப்பாலும் அவர் செல்லமுடியும்.

இரண்டாவது கருத்தைப் பொறுத்தவரை, கவுண்டர் திருமணங்கள் திறந்த நிலை திருமண உறவுகளுக்கு ஆதரவாக வளைந்துகொடுக்கும் தூண்டுதலை உருவாக்குகின்றன; அத்துடன் அதற்குள் மேல்நோக்கி நகரும் குடும்பங்களில் சிறிய வளையங்கள் மையங்களாக உள்ளன. உதாரணமாக, வசதியான கொங்குக் கவுண்டர் ஒருவர் தம் மகன்களில் ஒருவருக்கு, பட்டக்காரர் அல்லது அதுபோன்ற பட்டம்

கொண்ட கவுண்டர் ஒருவரின் மகளைத் திருமணம் செய்ய முயலலாம். எனினும், உண்மையில், உள்ளூர் மேல்தட்டு வர்க்கமான இத்தகைய குடும்பங்கள் தமக்குள் கட்டுப்படுத்தப்பட்ட திருமண உறவுகளை உருவாக்கிக்கொள்கின்றன.

மூன்றாவது கருத்து, அப்பகுதியில் உள்ள மற்ற சமுதாயங்களைக் காட்டிலும் தாம்தான் சமத்துவத்துக்கு அதிக மதிப்பளிப்பதாகக் கவுண்டர்கள் கூறிக்கொள்கிறார்கள்.[58] உதாரணமாக, அவர்கள் தங்களுக்குள்ளும் வலங்கைப் பிரிவில் தங்களைப் பின்பற்றுவோருக் குள்ளும் வாழ்க்கை வட்டச் சடங்குகளின்போது மிக மிக வழக்கத்துக்கு மாறான வகையில் சீர்மையை அனுமதிக்கிறார்கள். மேலும், அவர்களுடைய முக்கிய கூட்டாளி சமுதாயங்களிடமிருந்து சமைத்த அரிசி உணவை உண்பதில் விருப்பம் காட்டுகிறார்கள். இதன்மூலம், மற்றவர்கள் கடைப்பிடிக்கும் சமூகப் படிநிலைகளில் இருந்து தங்களை வேறுபடுத்திக்கொள்கிறார்கள். இத்தகைய வழிகள் அனைத்திலும், கொங்குப் பகுதியில் காணப்படுவது போன்று மாமன்மகள் திருமணங்களின் சமூக ஒருங்கிணைவுகளை லெவிஸ்ட்ராஸ் சரியாக முன்னனுமானித்திருக்கிறார்.

ஆனால், அத்தைமகள் உரிமைவிதியை வெளிப்படுத்தும் சமுதாயங்களின் எதிர்நிலைக் குழுவுக்கு அவரது முன்னனுமானங்கள் சரியாக எதிரொலிக்கின்றனவா?[59] இதற்கான சான்று நேர்மறையாகக் காணப்படவில்லை. லெவிஸ்ட்ராஸ் எதிர்பார்க்கக்கூடிய வடிவங்களின் இருத்தல்கள், மிகவும் பலவீனமான நிலையில் காணப்படுகின்றன. கொங்குக் கவுண்டர்கள் போன்றே, இந்தச் சமுதாயங்களும் வம்சாவளி, வாழிடம் இரண்டிலும் தந்தைவழி மரபு பாரம்பரியத்தை அனுபவிக் கின்றன. இங்கு, லெவிஸ்ட்ராஸின் எதிர்நிலையான மாமன்மகள் உரிமைக்கான முன்னனுமானங்களே குறிப்பிடத்தக்க அளவுக்குச் சான்றுறுதியாகின்றன. கூடுதலாக, அவர் தம் முதல் முன்னனுமானத்தில் எதிர்பார்ப்பதைப்போல, சடங்கியல் தன்மையில் அத்தை மகள் உரிமைக்கு ஆதரவான இந்தக் குழுக்கள் வம்சாவளி, வாழிடம் விதிகளுக்கான எதிர்பாலின் வரிசையை ஏற்பதில்லை.

எனினும், அத்தை மகள் உரிமையுடனான சமுதாயங்களில் தந்தைவழி வம்சாவளிக் குழுக்கள் கொங்கு கவுண்டர்களைக் காட்டிலும் மிகவும் பலவீனமாக இருப்பதாகக் கூறமுடியும். மேலும், இத்தகைய கிளைச்சாதிகளுக்குக் குலம் மற்றும் பரம்பரை அலகுகளின் முக்கியத்துவம் கிடையாது. மேலும், அத்தைமகள் உரிமைகொண்ட

தனிக்குடும்பம் ✦ 311

இந்தக் குழுக்கள் எண்ணற்ற சிறிய திருமணச் சமுதாயங்களாக உடைந்துள்ளன. இது கொங்குக் கவுண்டர்களுக்கும் நேரெதிர் நிலையாகும். அத்தைமகள் உரிமைக்குழு குறித்த லெவிஸ்ட்ராஸின் மூன்றாவது முன்னனுமானத்துடன் இது ஒத்திருக்கிறது: அதாவது அது சிறிய திருமண வட்டங்களாக உடையும். மேலும், கவுண்டர் சமுதாயத்தைக் காட்டிலும் அத்தைமகள் உரிமை விதி குழுக்களுக் குள்ளான திருமண சம்பந்திகள் இடையே முந்தைய மரபுவரிசைத் தொடர்பு நிலவுவதற்கான மிகப்பெரிய அக்கறையும் அங்கு இருக்கிறது. அவர்களின் திருமணச் சுழல்களுக்குள் ஒருவர் ஆழமாகக் கவனம் செலுத்தாதபோதிலும், லெவிஸ்ட்ராஸின் இரண்டாவது முன் அனுமானம் பூர்த்தியாவதைக் காணமுடியும். அத்தைமகள் மண முன்னுரிமை கோரும் அத்தகைய கிளைச் சாதிகளின் உறவுமுறைக் குழுக்கள் குறித்த நெருக்கமான பின்னல் தன்மை தெளிவாகத் தெரிகிறது.

மொத்தமாக எடுத்துக்கொண்டால், இத்தகைய பல குழுக்கள் இடையிலான முரண்களின் இயல்பை லெவிஸ்டிராஸ் முன்னனு மானித்துள்ளதாக ஒருவர் நிறைவுசெய்ய முடியும். ஏற்றுக்கொள்ளுதல், ஏற்காமல் விலக்குதல் மீதான அதன் ஊகிக்கத்தக்க அழுத்தத்துடனான இருவழி வடிவம் (bilateral pattern) குறித்த அவரது விளக்கம் அத்தை மகள் உரிமை முன்னுரிமை கொண்ட சாதிகள் வெளிப்படுத்தும் மதிப்பீடுகளுடன் சிறப்பாகப் பொருந்திப்போவதாகவும் ஒருவர் கூடுதலாகக் கூறமுடியும்.[60]

இறுதியாக, இரண்டு ஆசாரி கிளைச்சாதிகள் குறித்த பிரச்சினை உள்ளது. அவர்களது சமூகக் குணாம்சம் பிராமணர்கள், கோமுட்டிச் செட்டியார்களிடம் இருந்து உருவானது. ஆனால், மாமன்மகள் முன்னுரிமையை வெளிப்படுத்துகிறவர்கள். ஒரு பரந்துபட்ட பிரதேசப் பொருத்தப்பாட்டில் விலகும், வழக்கமற்ற ஒன்றாக அத்தைமகள் உரிமையை எடுத்துக்கொண்டால் மிகச்சில சமுதாயங்கள் மட்டுமே இதைப் பயன்படுத்துவது வியப்பு அளிப்பதாக இருக்காது. மேலும், இதனை கொள்கையளவில் ஏற்றுக்கொண்டிருந்தவர்களும் மாமன் மகள் அலையை நோக்கி இழுத்துச் செல்லப்பட்டிருப்பார்கள். இத்தகைய முக்கிய திருத்தங்கள் இருந்தாலும், லெவிஸ்ட்ராஸ் வெற்றி என்பது கொங்குப் பகுதியில் அத்தைமகள், மாமன்மகள் முன்னுரிமை இடையிலான பொதுவான முரணை முன்னனுமானம் செய்ததில் உள்ளது.

தற்போது சென்றுகொண்டிருக்கும் விவாதத்தைத் தொகுத்தளிக்கும் வகையில், பிராமணர்களும் ஒப்பீட்டளவில் இரு இடங்கைப் பிரிவு

உயர்நிலை குழுக்களான கோமுட்டிச் செட்டியார், வேட்டுவக் கவுண்டர்களும் மட்டுமே அத்தைமகள் உரிமை பாரம்பரியம் கொண்டவர்கள் என்பதைத் தெளிவாகக்கொள்ள வேண்டும். உரிமைப் பிரச்சினையில் மற்றொரு நடுநிலைக்குழு கவுண்டர்கள் அமைப்பைப் பின்பற்றுகிறது. மற்ற அனைத்து இடங்கைப் பிரிவு குழுக்களும் மாமன்மகள் உரிமையைப் பின்பற்றுகின்றன. ஆனால், இவற்றில் கைக்கோளர் முதலியார் கிளைச்சாதி மட்டுமே முழுமை யான இணைச்சீர் சடங்கை மேற்கொள்கிறது. இருந்தாலும் இந்தக் குழு மட்டுமே மற்ற பல அம்சங்களில் இடங்கை குழு அமைப்பிலிருந்து மாறுபடுகிறது.

மாறாக, அனைத்து வலங்கைப் பிரிவு குழுக்களும் நாடார் தவிர்த்து மாமன்மகள், இணைச்சீர் சடங்கு இரண்டையும் பின்பற்றுகின்றன. பிந்தைய அமைப்பான வம்சாவளி அலகுகள் இடையில் மீண்டும் திருமண உறவுகளை உருவாக்குவது கவுண்டர்கள் பிரதேச ஆதிக்கத்தைத் தக்கவைக்கும் பண்புடன் பொருந்துகிறது. இடங்கைப் பிரிவு கீழ்நிலைக் குழுக்கள் மத்தியில் மாமன்மகள் உரிமை பலவீனமாக நிலவுவது, மாமன்மகள் திருமண முன்னுரிமையை எதிர்மாறான வகையில் அத்தை மகள் உரிமை விதியுடன் மாற்றியமைப்பது இரண்டையும் சிந்தனைச் சித்திரங்களாக அடுத்தடுத்து வைக்க முடியும்.

மாமன்மகள் உரிமைகொண்ட அனைத்துக் கிளைச்சாதிகளின் அனைத்து ஆண்களும் இந்த உறவுமுறையின் கீழ் இரகசிய திருமணம் செய்துகொள்ளும் உரிமை பாரம்பரியமாக அனுமதிக்கப்படுகிறது. ஒரு ஆண் இதில் வெற்றிபெற்று விட்டால், குடும்பத்தில் யாரும் எதிர்க்கப்போவதில்லை. பின்னர் அந்த இணையர் திருமணம் செய்துகொண்டதாகக் கருதப்படுவார்கள்.[61] இது குறித்த இரண்டு அண்மைச் சம்பவங்கள் எனது கவனத்துக்குக் கொண்டுவரப்பட்டன.

1. *காவல் உதவி ஆய்வாளர், நகருக்கு அருகில் (கிளைச்சாதி தெரிய வில்லை):* இவர் சமூகத்தில் குறிப்பிடத்தக்க மதிப்பு உள்ளவர். இவருக்குத் தன் மாமன் மகள்மீது ஒரு கண் இருந்திருக்கிறது. ஆனால், மாமன் இதனை அனுமதிக்க மறுத்துவந்தார். இதனால் ஒருநாள் இரவில் அப்பெண்ணின் வீட்டுக்குள் சென்று பலவந்த மாகவோ அல்லாமலோ அப்பெண்ணைத் தூக்கி ஒரு வண்டியில் வைத்துப் புகழ்பெற்ற பழனி முருகன் கோயிலுக்குக் கொண்டு வந்து தாலிகட்டி விட்டார். சடங்குகள் இல்லாமலே அவர்கள் திருமணம் நடந்தது. இந்தச் செய்தி குசுகுசுப்பாகப் பரவியது.

காவல் துணை ஆய்வாளரின் குடும்பம் சிறிது தர்மசங்கடத்துக்கு உள்ளாகியது.

2. மரமேறி நாடார், ஓலப்பாளையம்: நீண்ட காலத்துக்கு முன்பு அல்ல, அண்மையில்தான் இத நடந்தது. கிராமத்தில் திருமண வயதில் ஒரு நாடார் பெண் இருந்தார். அவரது தந்தை தன்னுடைய சொந்தத்தில் அவருக்குத் திருமணம் முடிக்க விரும்பினார். ஆனால், தாய் தனது சொந்தத்தில் செய்ய விரும்பினார். ஒருநாள் இரவில் தன் கணவருக்குத் தெரியாமல், தன் சகோதரர் மகனைத் தனது வீட்டுக்கு வரச்செய்து தனது மகளை தூக்கிச் செல்லும்படி கூறினார். அவரும் வந்து அத்தைமகளைத் தூக்கிச்சென்று தாலி கட்டினார். தனது மனைவியின் நடத்தைக்குக் கணவர் கடும் எதிர்ப்புத் தெரிவித்தார். விளைவாக கிளைச்சாதி கூட்டம் கூட்டப்பட்டது. மனைவி ஒன்னேகால் ரூபாய் அபராதம் கட்டும்படியும் கூட்டத்தில் உள்ளவர்களுக்கு விருந்தளிக்கும்படியும் தீர்ப்பு கூறப்பட்டது. திருமணம் ஏற்றுக்கொள்ளப்பட்டது.

மொத்தத்தில் இத்தகைய அதீதச் செயல்கள் இப்போது காணப் படவில்லை. பெரும்பாலான மக்கள் பெண் தேடும் போது பேச்சுவார்த்தைக்கு முன்பு யாருக்கும் உரிமைப் பெண்ணாக இருக்கிறாரா என்பதை நன்றாக விசாரித்துவிட்டே திருமணப் பேச்சில் ஈடுபடுகிறார்கள். பொதுவான உரையாடல்களில் தனது ஒன்றுவிட்ட சகோதரிகளை உரிமைப்பெண் உரிமைகொண்டவராகக் கூறுகிறார்கள். இந்த அம்சத்தை விவரிக்கும் கதை ஒன்றை ஓலப்பாளையத்தில் சேகரித்தேன். இந்தக் கதை தகவலாளி எண் 29ஆல் சொல்லப்பட்டது.

ஒரு காலத்தில் ஓர் ஏழைக் கவுண்டரும் அவருடைய மகனும் வாழ்ந்து வந்தனர். அந்தக் கவுண்டருக்கு ஒரு சகோதரி இருந்தார். ஆனால், அவரைவிட வசதி மிக்கவர். இந்தச் சகோதரிக்கு ஓர் அழகான மகள் இருந்தார். அவர் திருமணத்துக்குத் தயாரானபோது கவுண்டர் மகன் உரிமையைப் புறக்கணித்துவிட்டு, மற்றொரு மாப்பிள்ளையை முடிவு செய்துள்ளனர். திருமண நாள் முடிவு செய்யப்பட்டதற்கு அடுத்த நாள், அந்த ஏழைக்கவுண்டரின் மகன் அருகிலுள்ள பகுதியில் ஆடுகளை மேய்த்துக் கொண்டிருந்தான். அது மழைக் காலம். அப்போது மேகங்கள் திரண்டுவந்தன. உடனே, தனது உடைகளைக் கழற்றி மதிய உணவு கொண்டுவந்திருந்த மண்பானையில் வைத்து ஒரு மண்மேட்டின் மீது அந்தப்

பானையைத் தலைகீழாகக் கவிழ்த்து வைத்தான். மழை நின்றபிறகு தன்னை உலர்த்திக்கொண்டு தனது உடையை எடுத்து அணிந்து கொண்டான்.

மழைக்குப் பின்னர், அந்த வழியாக ஒரு சாமியார் சென்று கொண்டிருந்தார். மழையால் அவர் தலை நனைந்திருந்தது. உடையும் மழையில் நனைந்திருந்ததால் குளிரில் நடுங்கினார். அப்போது அந்தச் சிறுவனைப் பார்த்து, 'எனக்கு ஏராளமான மந்திர, தந்திரங்கள் தெரியும். ஆனாலும், நனைந்துவிட்டேன். ஆனால், நீ சின்னப் பையன். மழையில் நனையாமல் இருக்கிறாய். அந்த மந்திரத்தை எனக்குச் சொல்லித்தருவாயா?' என்று கேட்டார். அந்த தந்திரத்தைச் சொல்லித்தருவதாகக் கூறிய அந்தச் சிறுவன், பதிலுக்குத் தனது அத்தை மகளைத் திருமணம் செய்வது எப்படி என்பதைச் சொல்லித் தரவேண்டும் என்று கேட்டான். அந்த சாமியார் ஒப்புக்கொண்டு அந்தச் சிறுவனிடம் மூன்று கற்களைக் கொடுத்தார். ஒரு மந்திரத்தைச் சொல்லிக்கொடுத்து சரியான நேரத்தில் இக்கல்லை எறிய வேண்டும் என்றார். பதிலுக்குத் துணி நனையாமல் பாதுகாத்த அந்த எளிய வித்தையை சாமியாருக்குச் சொல்லித்தந்தான். பின்னர் சாமியார் தன் வழியில் சென்றார்.

சில நாள்களுக்குப் பின்னர், பெண்ணின் திருமணநாளும் வந்தது. அந்தப் பையனின் தந்தை கோபத்தில் கலந்துகொள்ளவில்லை. ஆனால், அவர்கள் செய்ததை மறந்து கல்யாணத்தில் கலந்து கொள்ள வேண்டும் என்றும் தனது குடும்பத்தின் சார்பாக நான் கலந்துகொள்கிறேன் என்றும் அப்பாவிடம் கூறினான். திருமண வீட்டில் கூட்டத்தின் நடுவே யாருக்கும் தெரியாமல் உட்கார்ந்து கொண்டான். மணமகளும் ஏற்பாடு செய்யப்பட்டிருந்த மணமகனும் மணமேடையில் கிழக்கு நோக்கி அமர்ந்தனர். தாலி எடுத்துக் கொடுக்க சாஸ்திரியும் தயாரானார். அப்போது, கூட்டத்தில் உட்கார்ந்திருக்கும் அனைவரும், உட்கார்ந்த இடத்தை விட்டு எழுந்திருக்கக்கூடாது என மனசில் நினைத்துக்கொண்டு முதல் கல்லை வீசினான். உடனே, மண்டபத்தில் உட்கார்ந்திருந்த யாராலும் அசைய முடியவில்லை. உடனே, இந்தக் கல்யாணத்தை நிறுத்தவேண்டும் என மனசில் நினைத்துக்கொண்டு இரண்டாவது கல்லை வீசினான். இப்போது மண்டபத்தில் இருந்த அனைவரும் ஏதோ தப்பு நடந்திருப்பதை உணர்ந்தனர். உரிமை மாப்பிள்ளையைப் புறக்கணித்துவிட்டு இந்தக் கல்யாணம் நடப்பதால்தான் இப்படி

என நினைத்தனர். இதனால் உரிமை மாப்பிள்ளையை அழைக்க வேண்டும் என்றனர். அவர்கள் பேசுவதைக் கேட்ட ஏற்பாடு செய்யப்பட்ட மாப்பிள்ளை அங்கிருந்து ஓடினார். உரிமை மாப்பிள்ளையான ஏழைக் கவுண்டரின் வீட்டுப்பையன் மேடைக்கு அழைக்கப்பட்டு மாப்பிள்ளை ஆக்கப்பட்டார். திருமணம் நடந்து முடிந்தது. திருமணத்துக்கு வந்த அனைவருக்கும் விருந்தளிக்க வேண்டும் என மனசில் நினைத்து மூன்றாவது கல்லை வீசினான். முந்தைய மணமகனுக்குத் தயாரிக்கப்பட்ட உணவு வெளியே வந்தது. அனைவரும் நன்றாக விருந்துண்டனர். அந்த ஏழைக் கவுண்டர் மாப்பிள்ளை மிகவும் சந்தோசமடைந்தான்.

தனது முறைப்பெண்ணைத் திருமணம் செய்யும் உரிமைகொண்ட உரிமை-மாப்பிள்ளையின் உரிமை குறித்து இந்தக் கதை தெளிவாகக் கூறுகிறது. இந்த உரிமை, இரு குடும்பங்களுக்குள் பணம், தகுதி என எது தலையிட்டாலும் அதனைமீறிச் செயல்படும். மாயத்தடைகள் மூலமாக உரிமைப்பெண் உரிமை நிலைநிறுத்தப்படுகின்றது. அந்த உரிமை மீறப்படும்போது அதை மீட்டுக்கொண்டு தருகிறது. இந்தக் கதை ஒரு கவுண்டர் குடும்பம் குறித்து ஒரு கவுண்டரே கூறிய கதை. ஆனால், கதை குறிப்பிடும் பெண் மாமன் மகளுக்குப் பதிலாக அத்தை மகளாக இருக்கிறாள்.

இந்த மாற்றம் குறித்துக் கதைசொல்லியிடம் கேட்டபோது, கவுண்டர்களுக்கு அத்தைமகள் இரண்டாவது உரிமைப்பெண் போன்றவள் என்று சாதாரணமாகக் கூறினார். உரிமை 'அவளுக்கும்' விரிவுபடுத்தப்பட்டிருக்கிறது. கதைசொல்லியின் கருத்துப்படி, மாமன் மகள் கதை போலத்தான் எடுத்துக்கொள்ள வேண்டும். கதைசொல்லி கேட்டுக்கொண்டதுபோல இதுவும் உரிமை குறித்த சித்திரம்தான். சில சாதிகள் மாமன்மகளுக்கு முன்னுரிமை வழங்குகின்றன; சில அத்தை மகளுக்கு முன்னுரிமை வழங்குகின்றன. ஆனால், இவருக்கு இந்த வேறுபாடுகளில் பெரிய அக்கறை இருக்கவில்லை. நான் பேசிய பலருக்கும் இந்த வேறுபாடு பெரிதாகப்படவில்லை. இப்போது இந்த 'உரிமை' என்ற சொல் மிகவும் தளர்வான பொருளில்தான் பயன்படுத்தப்படுகிறது. ஆனால், இந்தப் புத்தகத்தில் கருத்தியல் சார்ந்து அளிக்கப்பட்டுள்ள உதாரணங்கள் மிகவும் கவனமாக மூத்த தகவலாளிகளிடம் இருந்து பெறப்பட்டவை என்பது இங்கு நினைவுகூரத் தக்கதாகும்.

முறைமக்களுடன் (cross-cousin) திருமணம் செய்வது உரிமை

வம்சாவளி 1: முதலியார்

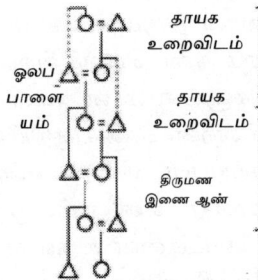

திருமண
தனது குடும்பத்தின் பழைய வரலாறு குறித்துத் தகவலாளி அறிந்தவற்றிலிருந்து கூறியது.
தகவலாளி தனது நினைவில் இருந்து கூறிய திருமணங்கள்: வம்சாவளி சரியானது.
இனி நடக்க உள்ள திருமணங்கள் குறித்த தகவலாளியின் ஊகங்கள்

வம்சாவளி 2: காருணிகர் பிள்ளை

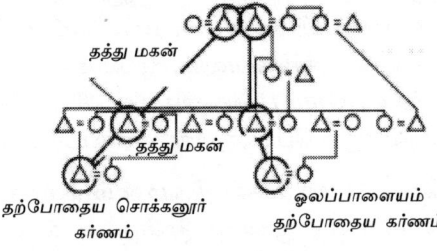

வம்சாவளி 3: பண்டாரம்

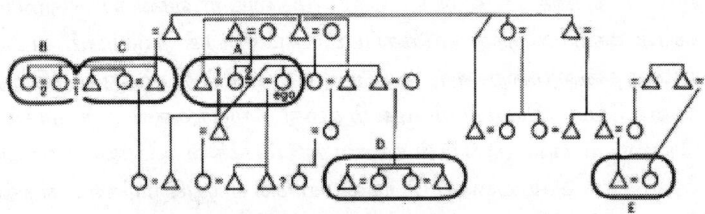

A, B மைத்துனி மணங்களுக்கான உதாரணங்கள்

C மச்சான்களுக்குள் சகோதரிகள் பரிமாற்றம்

D இரு சகோதரிகளுக்கும் இரு சகோதரர்களுக்கும் இடையிலான திருமணங்கள்

E MZ முறையுள்ள MFBD உடன் திருமணம்

? நடக்கவுள்ள திருமணம்

விளக்கப்படம் 5.6: நெருக்கமான உள் திருமணங்களுக்கான மூன்று வம்சாவளி எடுத்துக்காட்டுகள்

சார்ந்தது என்றாலும், சகோதரி மகளுடன் (ZD) திருமணம் செய்வதும் பொதுவாக அங்கீகரிக்கப்படுகின்றது. உண்மையில், அட்டவணை 5.6 காட்டுவதுபோல, உரிமைப் பெண்ணுடனான திருமணங்களைக் காட்டிலும் இந்தத் திருமணங்கள் அதிகமாக நடைபெறுகின்றன. கொங்குப் பகுதியில் அனைத்துக் கிளைச் சாதிகளும் சமமான அளவில் சகோதரி மகளுடனான திருமணங்களை ஏற்கின்றன. தென் பகுதியில் இந்தத் திருமணங்கள் இதுபோன்று தடை செய்யப்படவில்லை என்ற பொதுவான புரிதல் இங்கு உருவாகியுள்ளது. எனினும், ஒரு குழுவுக்குள் ஒரு குடும்பம் ஒரு பிரிவுக் கோட்டினை உருவாக்க முடியும். தாய் மாமனுக்குக் கொடுத்தால் விருத்தி ஆகாது, குடும்பம் மேலே வராது என்று ஒரு கோமுட்டிச் செட்டியார் சமூகப் பெண் கூறினார். ஓலப்பாளையத்தில் உள்ள மற்றவர்களும் இந்த எச்சரிக்கை உணர்வைக் கொண்டுள்ளார்கள். ஆனால், இது எதனால் என்ற விளக்கத்தை அளிக்க முடியவில்லை. பாரம்பரியம் என்னதான் நல்லதிர்ஷ்டக்கேடு குறித்து எச்சரித்தாலும், இத்தகைய திருமணப் பேச்சுகளின்போது இதற்கான அச்சம் புறக்கணிக்கப்படுகிறது. இத்தகைய திருமணங்களை ஊக்குவிக்கும் போக்குதான் காணப்படுகிறது.

சில குடும்பங்களில் சகோதரி மகள் திருமணம் குறித்த ஆர்வம் எவ்வாறு உருவானது என்பதை மூன்றே மூன்று அசல் வம்சாவளி வரிசைகளின் சுருக்கங்கள் காண்பிக்கின்றன. இந்த வம்சாவளி வரிசைகள் விளக்கப்படம் 5.6இல் காண்பிக்கப்பட்டுள்ளன.

வம்சாவளி வரிசை 1: ஓலப்பாளைய முதலியார் வணிகர் குடும்பங்களில் ஒன்றிலிருந்து எடுக்கப்பட்டது. இந்தக் குடும்பம் கடந்த நான்கு தலைமுறைகளாக ஓலப்பாளையத்தில் வாழ்ந்து வருகிறது. சாலையோர வியாபாரம் மூலம் தமது சொத்துகளை உருவாக்கிக் கொண்டவர்கள். இவர்கள் தங்கள் குடும்பத்தில் சகோதரி மகளைத் திருமணம் செய்வதைப் பெருமையாகக் கருதுகிறார்கள். அடுத்த திருமணத்துக்கும் தயாராக இருப்பதாகக் கூறுகிறார்கள். தற்போது 15 வயதாகும் சிறுவன் தனது சகோதரியின் 8 வயது மகளை எதிர்காலத்தில் திருமணம் செய்துகொள்ள உள்ளாராம். மணமகனின் பெற்றோரின் பெற்றோரிலிருந்தே அவர்களின் மரபுவரிசையைக் கண்டுபிடிக்க இயலும். ஆனால், தாய்வழிமரபு வாழிடத்தின் கடந்தகால வரலாறும் அறியப்படுகிறது. இதே திருமணங்கள் கடந்த இரு தலைமுறைகள் முன்பு நடந்திருக்கலாம் என்று ஊகிக்கிறார்கள்.

வம்சாவளி வரிசை 2: ஒலப்பாளையம் கிராம கர்ணம் குடும்பம் குறித்தது (காருணிகர் பிள்ளை). கிராம நில ஆவணங்களைப் பராமரிக்கும் அதிகாரமிக்க பதவி கர்ணம் ஆகும். அண்மைக் காலம்வரை இது பரம்பரைப் பதவியாக இருந்துவந்தது. இந்தக் குடும்பத்தின் திருமண வரலாறு குறித்து விசாரணை மேற்கொண்டபோது, நான்கு சகோதரிகளைக்கொண்ட ஓர் உடன்பிறப்புக் குழுவில் மூன்று தாய்மாமன்கள் (MB), ஓர் ஒன்றுவிட்ட தாய்மாமன் (MMZS) திருமணங்கள் நடந்திருப்பது தெரியவந்தது. ஒரு வழக்கமில்லாத உறவுமுறையான அத்தை (FZ) முறைகொண்ட அத்தை மகளுடன் (MBWZ) திருமணம் நடந்துள்ளது. அதிகாரமிக்க கர்ணம் குடும்பத்துக்குள்ளேயே இருக்க வேண்டும் என்ற தீவிரமான அக்கறையில் இத் திருமணங்கள் நிகழ்ந்துள்ளதையே இந்த வம்சாவளி வரிசை காண்பிக்கிறது. இரு கிராமங்களின் கர்ணம் பதவி கடந்த மூன்று தலைமுறைகளாக இந்தக் குடும்பங்களுக்குள்ளேயே சுழல்வதை வரைபடம் காட்டுகிறது. சொக்கனூரில் நேரடி வாரிசு இன்மையால் இப்பதவி குடும்பத்தை விட்டுப்போய்விடும் என்பதற்காகவே இரு தடவை தத்தெடுக்கப்பட்டுள்ளனர். இந்தப் பதவி முதலில் சகோதர மகளின் மகனுக்கும் (BDS), அடுத்து சகோதரியின் மகனுக்கும் (ZS) கடத்தப்பட்டுள்ளது.

வம்சாவளி வரிசை 3: உள்ளூர் மாரியம்மன் கோயிலில் உரிமைகள் கொண்டுள்ள ஒரு பண்டார பூசாரி குடும்பத்திலிருந்து எடுக்கப் பட்டுள்ளது. இது, இன்னும் சிக்கலான அகமண முறைகளைக் காட்டுகிறது. இரண்டு தலைமுறைகளுக்குள், ஐந்து உடன் பிறப்புகளின் வம்சாவளியில் அத்தையுடன் (FZ) நான்கு திருமணங்கள் நிகழ்ந்துள்ளன. தவிர ஒரு அத்தைமகள், ஒரு மாமன்மகள் திருமணமும் நடந்துள்ளன. மேலும், மச்சான்களுக்கு (இ) இடையில் இரண்டு மைத்துனி மணங்கள் (அ, ஆ) நடந்துள்ளன. அடுத்ததாக, இரண்டு சகோதரிகள் இரண்டு சகோதரர்களை மணந்துகொண்டுள்ளனர். இறுதியாக, உறவின் முறை பட்டியல்படி தாயின் சகோதரி (MZ) முறையுள்ள ஒருவருடன் (MFBD) திருமணம் நிகழ்ந்த உதாரணமும் உள்ளது. இந்தத் திருமணங்கள் அனைத்தும் ஒரேயொரு உடன்பிறப்புக் குழுவுக்குள் நிகழ்ந்துள்ளன. முன்பு பார்த்ததைப் போலவே, இங்கும், இத்தகைய சிக்கலான அகமணங்கள் தொடர்ந்தது தங்களது

பொருளாதார நலன்களைக் காக்கத்தான். இங்கு நலன்கள் என்பது கோயில்களில் அவர்களுக்கு உள்ள உரிமைகள் ஆகும்.

மிகவும் வழக்கமான சொல்லாடல்களில் சொல்வதானால், நான் சேகரித்துள்ள வம்சாவளி வரிசைகள், பெரும்பாலும் பொருளாதாரத் தன்மையில் நடுத்தரமான குடும்பங்களில் நடந்த திருமணங்கள் மூலம் பெறப்பட்டவை. இவர்கள் தங்களின் பரம்பரை உரிமைகளைத் தக்கவைத்துக் கொள்வதற்காகவே இத்தனை நெருக்கமான உறவுக்குள் திருமணங்களைத் தொடர்கின்றனர் எனலாம். ஒரு பெண் தனது தாயின் பிறந்த குடும்பத்தின் பொருளாதார உரிமைகளைப் பங்கிடும் வாய்ப்புகளுக்காகவும் அதனைத் தன் மூலம் தனது உடன் பிறந்தவரின் மகனுக்குக் (BS, ZDS இரண்டும்) கடத்துவதற்காகவும் செய்யப்படும் திருமண ஏற்பாடுகளில் சகோதரி மகளுடனான (ZD) திருமண ஏற்பாடுகள் முக்கியத்துவம் பெறுகின்றன.

திருமணம் இரண்டாவது தலைமுறையிலும் தொடர்ந்தால் இம்முறை இதேவழியில் பயனடைவது திருமண இணையின் (சகோதரர்) மகள் ஆவார். அதாவது அவரது குடும்பச் சொத்தில் ஆதாயமடைவார். மேலும், அந்தக் குடும்பம் கூட்டுக்குடும்பமாக இருந்தால், குடும்பத்தை நிர்வகிக்கும் அதிகாரம் சகோதரி மகளுக்குக் கிடைக்கும் என்றும், அவர் தனது கணவரின் சகோதரர்களின் மனைவிகளை வெளியாள் என்று சொல்லி மூப்பு உரிமையை அனுபவிப்பார் என்றும் கூறுகிறார்கள். மேலும், மருமகள்கள் இடையிலான மோதல்கள் ஏற்படும்போது ஒரு சகோதரியின் மகள் என்ற முறையின் தனது கணவரின் பெற்றோரின் சலுகைகளைத் தனக்குச் சாதகமாகப் பெற முடிகிறது. இது குறித்த பல கதைகள் என்னிடம் கூறப்பட்டன.

மிகவும் வசதியானவர்கள், மிகவும் ஏழைகள் என இரு தரப்பு களுமே திருமண உறவுகளை வெளியில் ஏற்படுத்தவே விரும்பு கிறார்கள் என்பதை நான் சேகரித்துள்ள வம்சாவளி வரிசைகள் சுட்டிக் காட்டுகின்றன. ஓர் உதாரணத்தில் தனது நெருக்கமான உறவுடனான தொடர்பைத் துண்டித்துக்கொள்வதற்காக உரிமை உறவைப் புறக்கணித்து ஒரு குடும்பம் வெளியில் நல்ல இடத்தில் திருமண இணையைத் தேடியது. மற்றொரு உதாரணத்தில், நெருங்கிய உறவுகள் புறக்கணித்ததால் வெளியில் பெண் தேடவேண்டிய நிலைக்கு ஒரு குடும்பம் தள்ளப்பட்டது. தங்கள் நெருங்கிய உறவுகளைவிட அதிக வசதியடைந்த குடும்பங்கள் அவர்களுடனான உறவை முறித்துக்

கொள்ளத் தொடர்ந்து முயல்கின்றன. குறிப்பாக, மொத்த குடும்பமும் குறிப்பிட்ட பொருளாதார முன்னுரிமையில் இணை உரிமைகள் பெற்றிராத நிலையில் இதுபோன்ற முறிவுகள் காணப் படுகின்றன.[62]

அதே நேரத்தில், ஏழை உறவுகள் புறக்கணிப்படுவது அவமரியாதை யாகவும் வெறுப்பாகவும் பார்க்கப்படுகிறது. சகோதர-சகோதரி இடையே பரஸ்பர மரியாதையும் பரஸ்பர அன்பும் காட்டப்படுவதே சிறந்த உறவுக்கான எடுத்துக்காட்டாகக் கருதப்படுகிறது. அதனால், தங்கள் குழந்தைகள் திருமணம் செய்துகொள்வார்கள் என்பதை ஒரு தலைமுறை முன்னதாகவே தங்கள் தலைமுறையில் வாக்குறுதி அளித்துக்கொள்வது பரஸ்பரக் காப்பு அடிப்படையில்தான். உரிமைக் கருத்தியலின் பின்னுள்ள உணர்வு இதுதான். இது பிற்காலத்தில் அதீத கசப்புணர்வாக சகோதர-சகோதரி இடையே மாறும்போது உடன்படிக்கைகள் முறிகின்றன. உடன்பிறப்பில் ஒருவர் மற்றவரைவிட மேலானவராக உணரும் போதும், தாங்கள் குழந்தைகளாக இருந்தநிலை இப்போது இல்லை என்று கருதப்படும் போதும் வேறுபட்ட வகையில் விளக்கமளிக்கப்படுகிறது. மாறாக, பின்வாழ்க்கையில் பின்னர் ஏற்படும் பொருளாதார ஏற்றத்தாழ்வின் விளைவாக இந்தப் பகைமை அதிகரிக்கப் படுகிறது.

அனைத்துச் சமுதாயங்களும் நெருங்கிய உறவுத் திருமணங்களுக்கு ஆதரவாகக் காணப்பட்டாலும், இந்த வகையான திருமணங்களின் புள்ளிவிவரங்கள் அந்த அளவுக்கு இல்லை. இதற்காகச் சேகரிக்கப் பட்ட விவரங்களிலிருந்து அட்டவணைப்படுத்தப்படும் புள்ளி விவரங்கள், அட்டவணை 5.9இல் காட்டப்பட்டுள்ளன.

அட்டவணை 5.9இல் கொடுக்கப்பட்டுள்ள புள்ளிவிவரங்கள் தவிர, வியப்பூட்டும் வகையில் அதிகமாக இருப்பதாகக் கூறும், ஸிவர்ட்சென், அத்தை மகள் உரிமை மணங்கள் தொடர்பாக பதிவுகள் இல்லையெனும் ராபின்சன் ஆகியோர் மண உறவு-ஒன்றுவிட்ட மண உரிமை உறவுகள் மற்றும் சகோதரியின் மகள் உறவுகள் கொங்குப் பகுதியில் காணப்படுவதைவிட, தென் இந்தியாவின் பிற பகுதி களிலும் சிலோனிலும்கூட மிகவும் குறைவாக இருப்பதாகக் கூறுகிறார்கள். தாய்மாமன், அத்தை, அக்காள் மகள் ஆகிய (MBD, FZD, ZD) இணைகளின் அசல் மொத்த எண்ணிக்கையை அளவிடுவதில் பயன்படுத்தப்பட்ட அளவீடுகள் பதியப்பட்டிருந்தால், ஒவ்வொன்றிலும்

5 முதல் 20 விழுக்காட்டுக்குள் ஆய்வுக்குட்படுத்தப்பட்டிருக்கும். மூன்று வகைத் திருமணங்களில் சகோதரி மகள் மணமுறைதான் பிரபலமாக இருக்கிறது. மாமன் மகள் இரண்டாவது, அத்தை மகள் மூன்றாவது நிலைகளில் உள்ளன.

இத்தகைய திருமணங்களின் ஒட்டுமொத்த நிகழ்வுகளின் கூடுதலாக, பல்வேறு சமுதாயங்களில் அவர்களுடைய நிகழ்வுகளின் வேறுபாடுகள் குறித்த கேள்வி எழுகிறது. அட்டவணை 5.10 கிளைச்சாதிவாரியாக புள்ளிவிவரங்கள் தருகிறது. அவதானிக்கப்பட்ட வேறுபாடுகளுக்கு விளக்கம் அளிப்பது கடினம். சில குழுக்களின் மாதிரி மிகச் சிறிய எண்ணிக்கையில் இருப்பது காரணமாக இருக்கலாம். இன்னும் அதிக தரவுகள் சேகரிக்கப்பட்டால் விரிவான அமைப்புகளை உருவாக்க முடியும். முதலில், மொத்தத்தில் உயர்நிலைக் குழுக்களில் ஓரளவுக்குக் கீழ்நிலைக் குழுக்களைவிட மிக நெருங்கிய உறவில் மணமுடிப்பது அதிகமாக இருப்பது தெரிகிறது. இரண்டாவது, மாமன் மகள் உரிமைக்கு முன்னுரிமை தருவது சம அளவில் நிலவுகிறது. ஆனால், அத்தை மகள் முன்னுரிமை இடங்கைப் பிரிவு குழுக்களைவிட சற்று அதிகமாகத் தெரிகிறது. இருந்தாலும், சடங்கியல் மற்றும் அசல் முன்னுரிமைகள் இடையேயான இணைப்பு விரிவாகப் பராமரிக்கப் படவில்லை.

அத்தைமகள் உரிமை தொடர்பாக என்னிடம் தரவுகள் உள்ள இரண்டு கிளைச்சாதிகளில் கோமுட்டிச் செட்டியார் குறித்த தரவுகள் எனது ஆய்வில் எந்தப் பங்களிப்பும் அளிக்கவில்லை.[63] மாதிரி சிறிய எண்ணிக்கை என்பதன் தற்செயலாக இது இருக்கலாம். ஆனால், அசலான திருமண முன்னுரிமைகளைச் சடங்கியல் தன்மைகொண்ட ஒன்றுடன் கவனமாக ஒப்பிட உறுதியாகக் கூடுதல் தரவுகள் தேவைப்படுகின்றன. இரண்டு பிரிவுகளும் குறிப்பிடத்தக்க அளவுக்கு அக்கா மகளை மணப்பதில் ஆர்வம் செலுத்துகின்றன.

முந்தைய பிரிவில் பார்க்கப்பட்ட வரதட்சணை என்ற அம்சம் இலக்கியத் தொடர்புகளைக்கொண்டுள்ளது. அது மிகத்தெளிவாக பிராமணர்களுடன் நெருங்கிய தொடர்புகொண்டுள்ளது. இந்த சமுதாயம்தான் உறவுமுறை சொற்பட்டியலில் தந்தை சகோதரியின் கணவர்-தாய்மாமன் மகன் (FZH &MBS), தந்தையின் சகோதரியின் மகன்-தாய்மாமன் மகன் (FZS & MBS) உறவுகளுக்கான தனித்த அடையாளங்களைக் கொண்டுள்ளது. மேலும், இதுதான் அத்தைமகள் உரிமை வடிவத்தில் பிடிவாதமாக உள்ளது. அனைத்து மூன்று

அட்டவணை 5.9: தென் இந்தியாவிலும் சிலோனிலும் நடக்கும்நெருங்கிய திருமணங்களின் புள்ளிவிவரங்கள்

பகுதி	ஆசிரியர்	திருமண விழுக்காடு			1+2+3 மொத்தம் விழுக்காடு	தனது மனைவியுடன் அசல் உறவைக் குறிப்பிட இயலும் அனைத்துத் திருமணங்களின் விழுக்காடு	எண்ணிக்கை
		1 அசல் தாய்மாமன் மகள் MBD	2 அசல் அத்தை மகள் FZD	3 அசல் அக்காள் மகள் ZD			
பெங்களூரு	மெக்கொர்மக்*	6.5	4.8	9.8	21.1	26.2	518
கோவை	பெக்	5.9	5.0	6.5	17.4	34.7	525
தஞ்சை	காக்	4.0	4.0	4.0	12.0	குறிப்பிடப்படவில்லை	...
தஞ்சை	சிவர்ட்சென்†	15.2	15.2	20.3	50.7	65.0	157
கண்டி	ராபின்சன்	5.7	0.0	இல்லை	5.7	குறிப்பிடப்படவில்லை	87
கண்டி	யால்மன்	7.7	5.3	இல்லை	13.0	குறிப்பிடப்படவில்லை	169

ஆதாரம்: William McCormack, 'Sister's Daughter's Marriage in a Mysore Village,' *Man In India* 38, no.1 (1958): 36; E. Kathleen Gough, 'Brahman Kinship in a Tamil Village' *American Anthropologist* 58 (1956): 844; Dagfinn Sivertsen, *When Caste Barriers Fall* (Oslo: Universitetsforlaget, 1963), p. 96; Marguerite Robinson, 'Some Observations on the Kandyan Sinhalese Kinship System', *Man* n.s. 3, no. 3 (1968): 405 and Nur Yalman, *Under the Bo Tree* (Berkeley: University of California Press, 1967), p. 213.

குறிப்புகள்: புவியியல் பிரதேசங்களின்படி வட்டாரங்கள் பட்டியலிடப்பட்டுள்ளன. எனது தரவிலிருந்து தரப்பட்டுள்ள விவரங்கள் எனது மாதிரியில் இருந்து எடுக்கப்பட்டவை. (அட்டவணை 5.6). பல்வேறு கிளைச்சாதிகளின் சராசரி அல்ல.

*மெக்கொர்மக் MBD, FZD, ZD பற்றித் தொகுத்த புள்ளிவிவரங்கள் அருகமை வகைமைகளின் கூட்டுத்தொகை. இக்காரணத்துக்கான புள்ளிவிவரம் அல்ல. தோராயமானதாகக் கொள்ளவேண்டும்.

†மெக்கொர்மக் போன்றே சிவர்ட்சென் தரவுகளையும் கருதவேண்டும்.

அம்சங்களும்- வரதட்சணை, பெண் கொடுப்பவர் - பெண் எடுப்பவர் இடையிலான வேறுபாட்டை உறவுமுறைப் பெயர்களில் வெளிப்படுத்துவது, அத்தை மகள் திருமணத்தின் முக்கியத்துவத்தை இணைப்பது ஒன்றாகப் பொருந்துகின்றன.[64]

ஒரு தந்தை அல்லது சகோதரர் ஒரு பெண்ணைத் தம்மைவிட உயர் சமூகநிலையில் உள்ள மாப்பிள்ளைக்குக் கொடுக்கிறார். பெண்ணுடன் பரிசப்பணம் அல்லது வரதட்சணை கொடுக்கும் பழக்கம் இந்தத் தகுதி வேறுபாட்டைத்தான் அழுத்திக் காட்டுகிறது. தம்மைவிட உயர் சமூக மரியாதையிலும் அதிக பொருளாதார பாதுகாப்பிலும் ஓர் ஆணுக்குத் தமது மகளைத் தருவதன்மூலம் அந்தத் தந்தை தம் தகுதிநிலையை 'தகுதிப்படுத்தி'க் கொள்கிறார் என்பதே இதன் காரணகாரியமாகும். அதேநேரத்தில், இந்தத் தகுதிநிலை வேறுபாடு ஒரு சகோதரர்-அவரது சகோதரி மகள் இடையே நிலவுவது மிகவும் அபாயகரமானது. இது, சகோதரர்-சகோதரி பந்தம் படிப்படியாக காணாமல் போகும் நிலைக்கு இட்டுச்செல்லும்.

இவ்வாறு சகோதரரின் மகன் தனது அத்தைமகள் (தந்தையின் சகோதரியின் மகள்) மீது உரிமை கோரி, இரண்டு குடும்பங்கள் இடையிலான பந்தம் தொடர்வதை உறுதிசெய்கிறார். இத்தகைய எதிர்மறை திசையில் பெண் கொடுக்கப்படுவது வட இந்தியாவில் நினைத்துப்பார்க்க முடியாத ஒன்றாகும். ஒரு நுட்பமான தகுதிநிலை வேறுபாடு உருவாக்கப்பட்டிருப்பதாக நினைக்கப்படும் கொங்குவில் இவ்வாறு எதிர்திசையில் மாற்றுவதற்கான உரிமையும் காணப்படுகிறது. இவ்வழக்கமில்லாத சூழ்நிலை, கவுரவ உயர்குடி மண உறவு முயற்சி மற்றும் வரதட்சணை, இறுக்கமான அகமணமுறை மீதான அக்கறை இரண்டின் இணைப்புத் தன்மை குறித்துச் சிறப்பான புரிதல் ஏற்பட உதவுகிறது. குறிப்பாகக் கொங்குப் பகுதியில் இந்த ஒருங்கிணைப்பு - பிராமணர்களுக்கும் மற்றும் இடங்கைப் பிரிவு உயர்நிலைக்குழுக்களுக்கும் இடையே வலியுறுத்தப்படுகிறது.

மாறாக, கொங்குப் பகுதியில் வலங்கைப் பிரிவு குழுக்களில் வரதட்சணை பாரம்பரியம் காணப்படவில்லை. அல்லது மணமகன், மணமகள் குடும்பங்களின் தகுதி வேறுபாடுகளுக்கு அதிக முக்கியத்துவம் அளிக்கப்பட்டதில்லை. மாறாக, வலங்கைப் பிரிவு சமுதாயங்களில் உறவுமுறைச் சொற்பட்டியல், பரிசம் போடுவதன் முக்கியத்துவம், கூட்டு நிதி பாரம்பரியம் அனைத்தும் திருமண நிகழ்வைப் பொறுத்தவரை ஒரு சகோதரருக்கும் அவரது சகோதரி

அட்டவணை 5.10

பொதுவாக நிகழும் நெருங்கிய திருமணங்கள் (கிளைச்சாதி வாரியாக)

கிளைச்சாதிப் பெயர்	திருமணங்கள் 1 அசல் MBD	2 அசல் FZD	3 அசல் ZD	1+2+3 மொத்தம் %	உறவினர் களோடு திருமண ஒப்பந்தம் %	அயலில் திருமணம் %	எண்ணிக்கை
நடுநிலைப் பிரிவு							
ஐயர் பிராமணர்	14.3	7.1	0.0	21.4	35.7	64.3	14
காருணிகர் பிள்ளை	16.7	0.0	25.0	41.7	50.0	59.0	12
சராசரி மொத்தம்	15.5	3.5	12.5	31.5	42.9	57.1	26
வலங்கைப் பிரிவு							
கொங்குக் கவுண்டர்	7.1	5.5	6.7	19.3	31.4	68.6	255
ஒக்கசண்டிபண்டாரம்	9.1	9.1	12.1	30.3	39.4	60.6	33
கொங்கு உடையார்	0.0	0.0	12.5	12.5	15.0	85.0	16
மரமேறி நாடார்	2.4	2.4	2.4	7.2	19.5	80.5	41
கொங்கு நாவிதர்	0.0	0.0	0.0	0.0	50.0	50.0	4
கொங்குப் பறையர்	0.0	0.0	0.0	0.0	20.0	80.0	15
சராசரி மொத்தம்	3.1	2.8	5.6	11.5	29.2	70.8	364
இடங்கைப் பிரிவு							
சோழி ஆசாரி	9.3	0.0	6.3	15.6	40.6	59.4	32
கோமுட்டிச் செட்டியார்	11.1	0.0	0.0	11.1	33.3	66.7	9
கொங்கு ஆசாரி	0.0	0.0	0.0	0.0	54.5	45.5	11
கைக்கோளர் முதலியார்	2.6	7.9	10.5	21.0	36.8	63.1	38
வடுக நாயக்கர்	0.0	9.8	0.0	9.8	35.5	64.6	31
வடுக வண்ணார்	0.0	12.5	0.0	12.5	37.5	62.5	8
மொரசு மாதாரி	0.0	0.0	16.7	16.7	33.3	66.7	6
சராசரி மொத்தம்	3.3	4.3	4.8	12.4	38.8	61.2	135

குறிப்புகள்: ஜூன் 1965இல் ஓலப்பாளையத்தில் வசித்து வந்தவர்களின் திருமணங்களும் ஊருக்கு வெளியே வசித்துவந்த கூடப்பிறந்தவர்களும் அவர்களின் பிள்ளைகளின் திருமணங்களும் மட்டுமே இந்த மாதிரியில் சேர்க்கப்பட்டிருக்கின்றன. இதனால்தான் சில பிரிவுகளில் எண்ணிக்கை இவ்வளவு குறைவாக இருக்கிறது. பொதுவாக ஆர்வம் இருந்தாலும் என் விவாதத் திசையின் பக்கச்சார்பைத் தவிர்ப்பதற்காகப் பிற நெருங்கிய திருமணங்களின் சான்றுகளை இந்த அட்டவணையில் ஆய்வுக்கு எடுத்துக்கொள்ளவில்லை. கிளைச்சாதிகளைப் பிரதிநிதிப்படுத்துவதற்காக ஓலப்பாளையம் குடியிருப்பில் தாழ்த்தப்பட்டோர் வம்சாவளிகளில் யாரும் இல்லாதபோதும் சமநிலைப்படுத்துவதற்காக இரண்டு எண்ணிக்கையைச் சேர்த்திருக்கிறேன். குறிப்பாக வம்சாவளி சிக்கலானதாக இருக்கும்போதும் பெரும் எண்ணிக்கையில் நெருங்கிய திருமணங்கள் இருக்கும்போதும் எண்ணிக்கைச் செயல்முறை குறித்துக் கேள்வி கேட்பது எளிதானது. இந்தச் சூழ்நிலைகளில் சில வம்சாவளி தொடர்புகள் பேசுநருக்கும் (ego) அவருடைய மனைவிக்கும் இடையே இருந்துவரும். இந்த அட்டவணையில் பிரிவுகளை நிறுவுவதற்கு ஒரு குறிப்பிட்ட திருமணத்தை வகைப்பாடு செய்ய மிகவும் குறைந்த வம்சாவளிசார் தொடர்புகள் உள்ள உறவுக்குத்தான் முன்னுரிமையைப் பெரும்பாலும் கொடுத்திருக்கிறேன். ஒரு தம்பதியை மற்றொரு தம்பதியைப்போல FZD, MBD என்ற ஒரு நிலையைக் கண்டறிவது சாத்தியமானது. எண்ணிக்கை விதிமுறைகள் பற்றி பிற விவரங்கள் பின்வருமாறு: 1. ஒன்றுவிட்ட உடன் பிறப்புகளும் இரண்டாம் தாரமும் கணக்கில் கொள்ளப்படுகிறது. 2. WB, HZ ஐ திருமணம் செய்திருக்கிறார்(அல்லது WZ HBஐ திருமணம் செய்திருக்கிறார்) அப்போது இரண்டில் ஏதாவது ஒரு திருமணம் 'சொந்தத்தில்' (உறவில்) என்று கணக்கில் கொள்ளப்படுகிறது. 3. முந்தைய தலைமுறையில் ஒரு திருமணம் நடந்து அடுத்தத் தலைமுறையைச் சேர்ந்த வாரிசுகள் தங்கள் குடும்பத்திற்குள் திருமணம் செய்தால் இந்தத் திருமணம்தான் 'சொந்தத்தில்' செய்த திருமணம் என்று கருதப்படுகிறது. 4. சொந்தம் என்ற உரிமை கோரும் போது அதைக் கோருபவர் வம்சாவளித் தொடர்பைக் குறிப்பிட முடியாவிட்டால் அந்தத் திருமணம் அயல் திருமணம் (சொந்தத்தில் இல்லை/பிறத்தியார்) என்று வகைப்படுத்தப்பட்டது. கிளைச்சாதிப் பிரிவுக்கு வெளியே செய்யப்பட்ட திருமணங்களை இங்கு ஆவணப்படுத்தவில்லை.

மகளுக்கும் நிலையான சமத்துவத்தை உருவாக்குகிறது. திருமணச் சடங்கின் மூலமாக இந்தப் பண்பு கொண்டுவரப்படுகிறது; இதில், புதிய மணமக்கள் தங்கள் கைகளைப் பச்சரிசியின் குவியலுக்குள் மறைத்துவைக்கிறார்கள். இந்தச் சடங்கில் அழுத்தம் பெறுவது என்ன வென்றால் சகோதரியின் நல்ல நிலையும் வளமான வாழ்வும் அக்கறைக்கு உள்ளாவது ஆகும். ஆனால், இது அவளது சகோதரர் களுக்கு இணையான நிலையில் ஆகும்.

சகோதரர்—சகோதரி சமத்துவத்துக்கான இந்த அடிப்படைக் கரு, தனது சகோதரரின் மகளைத் தனது மகனின் உரிமைப் பெண்ணாகக் கொள்ளக்கோரும் சடங்கில் மேலும் வெளிப்படுகிறது. இதில் தன் சகோதரரிடமிருந்து ஒருவகையான உறுதிமொழியை அவருடைய சகோதரி கோருவது, தன் திருமணத்திற்குப் பின்னரும் தன்னுடைய நலன் மீதான தன் சகோதரரின் அக்கறை தொடரவேண்டும் என்பதாகும். தனது சகோதரியின் மகன் தனது மகளுக்கு உரிய மாப்பிள்ளையாக வேண்டுமானால் அவருடைய சகோதரியின் வளவாழ்வு அவசியமாகிறது. இந்தச் சடங்கில் தனது சகோதரிக்குப் பழங்களை அளிப்பது, திருமணப் புடவையைச் சகோதரரும் சகோதரியும் இழுத்துப் பிடிப்பது ஆகிய சடங்கின் அம்சங்கள்மூலம் சகோதரியின் ஆதரவும் பாதுகாப்பும் அழுத்தம் பெறுகின்றன.

தொகுப்பாக, சகோதரரின் திருமணத்தில் இணைச்சீர் என்ற வடிவில் நிகழும் சடங்கில் கொங்கு வலங்கைப் பிரிவின் சமுதாயங்கள் மாமன் மகள் முன்னுரிமை அளிப்பது நாடகமாக வெளிப்படுகிறது. மாறாக, இடங்கைப் பிரிவின் கிளைச்சாதிகள் ஒன்று அத்தை மகள் முன்னுரிமையைப் பின்பற்றுகின்றன, அல்லது, மாமன்மகள் கோரிக்கையை மென்மையாகக் கையாள்கின்றன. பரிமாற்றத்தில் கட்டுப்பாடுகளையும் எதிர்நிலையில் மாற்றப்பட்ட அமைப்பையும் உருவாக்கி அத்தைமகள் முன்னுரிமை கொடுப்பவர், பெறுபவர் இடையேயான தகுதிநிலையோடு இணைக்கப்படுவது காணப் படுகிறது. மாறாக, மாமன்மகன் உரிமை விரிவுபடுத்தப்பட்ட ஒருவழிப் பாதை பரிமாற்றத்தை வழங்குகிறது. மேலும், கொடுப்பவர், பெறுபவர் இடையேயான சமத்துவ அணுகுமுறையோடும் இணைக்கப் பட்டுள்ளது. மேலும், தூய்மைவாதம், அதிகாரப்படிநிலை ஆகிய இரு செவ்வியல் தன்மைகளுடன் மிகவும் மத அடிப்படை களுக்கு இடங்கைப் பிரிவுக் குழுக்கள் அழுத்தம் தருவதைக் காணமுடியும்.

அதே நேரத்தில், உள்ளூர்ப் பிரதேசத்தின் பொருளாதார, அரசியல் அதிகாரங்களை உள் அக்கறைகளோடு இணைக்கப்பட்ட பொதுவான திருமண உறவுகள் வடிவத்துக்கு வலங்கைப் பிரிவு உறுப்பினர்கள் அழுத்தமளிக்கின்றனர். இத்தகைய சடங்கியல் முன்னுரிமைகள் பலவீனமாகவே நடைமுறைப்படுத்தப்படுகின்றன. இது நடுநிலைக் குடும்பங்களில் மட்டும் பின்பற்றப்படுவதுபோல் தெரிகிறது. உடனடியான பொருளாதார நலன்கருதி பொருளாதார ரீதியில் வசதியானவர்கள், ஏழைகள் இடையே இந்த 'உரிமை' கருத்து பாரம்பரியம் கைவிடப்படுகிறது.

திருமணத்தின் முக்கிய கருத்துருக்கள் இரு பிரிவுகளின் குழுக் களாலும் பகிர்ந்துகொள்ளப்படுகின்றன. சகோதர-சகோதரி இடையேயான பந்தமும், ஒருவருக்கொருவர் இடையிலான பொறுப்புகளும் அடிப்படையானவை. ஒரு சகோதரி தன் சகோதரரால் பாதுகாக்கப்பட்டு, திருமணம் செய்துகொடுக்கப்பட வேண்டும். இதன்மூலம் அவருடைய சொந்த குடும்பத்தின் கவுரவமும் வளமும் பாதுகாக்கப்படுகின்றன. தனது சகோதரரின் குடும்பத்தை ஆசிர்வதிப்பதற்கும் அல்லது இதற்குச் சமமாக, அவர் தனது குடும்பத்துக்குச் செய்யவேண்டியதைச் செய்யாதபோது, அவருக்குச் சாபமிடவும் அச்சகோதரி உரிமை கொண்டவராக உள்ளார். அதே நேரத்தில் தனது திருமண இணையைத் தேர்வு செய்வதில் கவனமாக இருக்கவேண்டும். ஒரு மனைவியின் தூய்மையும் அவருடைய குடும்பத்தின் பொது தகுதிநிலையுமே தனது மகன்களும் இதே நிலையை எட்ட உதவும். திருமணங்களை ஓர் ஆணே முடிவு செய்வதுடன் ஒரு குடும்பத்தின் பொருளாதார நிலையையும் முடிவு செய்கிறார். ஆனால், பெண்கள்—சகோதரிகள், மனைவிகள், மகள்கள்—குடும்பத்தின் தூய்மைக்கும், பொது வளத்துக்கும் முக்கியமானவர்கள்.

இவ்வாறாக, தனிப்பட்ட குடும்பத்தின் பார்வையிலிருந்து திருமண ஏற்பாடுகளின் அம்சங்கள் விவாதிக்கப்பட்டுள்ளன. ஆயினும் திருமணம் எப்போதுமே கிளைச்சாதிப் பிரச்சினைகளுடன் மிகவும் நெருக்கமாகப் பின்னிப் பிணைந்திருக்கிறது. இந்த முக்கியமான பிரிவு வரையறுக்கும் பிரச்சினை, அதன் எல்லைகளை அடையாளம் காணும் முயற்சி ஆகியவை பின்வரும் பக்கங் களுக்குக் கருப்பொருள்களாக அலங்கரிக்கின்றன.

கிளைச்சாதியின் நிலப் பரப்பில் திருமணமும் நெகிழ்வுத் தன்மையும்

வாழ்க்கை வட்டச்சடங்குகள், உணவு பகிர்தல் போன்ற காரணங்களுக் காகவும், (கடந்த காலத்தில்) உடை மற்றும் வீடு கட்டுதல் போன்றவற்றில் கடைப்பிடிக்கப்பட்ட ஒழுங்குக் கட்டுப்பாடுகளுக் காகவும் சடங்கியல்ரீதியாகச் சமமாகப் பாவிக்கப்படும் உறுப்பினர் களைக்கொண்ட சமூக ஒப்பார் குழுதான் (peer group) தோராயமாகக் 'கிளைச்சாதி என வரையறுக்கப்படுகிறது. ஒப்பார் குழுக்களின் அனைத்துப் பரிமாணங்களின் விதிகளும் சட்டங்களும் பின்னலாகப் பின்னப்பட்டுள்ளன. ஒரு கிளைச்சாதி ஒரு குழு என்ற இந்தக் கருத்துரு எதிர் ஒப்பார் குழுக்களுடனான உணவுக் கட்டுப்பாடுகளைப் பகிர்ந்து கொள்வதுடன் திருமணப் பொருத்தங்களிலும் இதேபோன்று வரையறைகளைப் பெற்றுள்ளது. உணவுப் பழக்கங்களையும் உணவுத் தடைகளையும் சமமாகப் பகிரும் மக்கள் திருமணம் செய்துகொள்ளப் பொருத்தமானவர்களாகிறார்கள். பொதுத்தன்மையும் திருமண பந்தங்களும் கூடுதலாக ஒரு வாழ்க்கை வட்டக் கொண்டாட்டங்களையும், கோயில் தொடர்பிணைப்புகளையும் வெளிப்படுத்துகின்றன. இந்தப் பொதுப்பண்புகளுடன் இத்தகைய குழுவின் உறுப்பினர்கள் ஒரே பெயரைப் (கிளைச் சாதியின் பெயர்) பெறுகின்றனர். வெளி உலகுடன் தங்களை இந்தப் பெயரைக் கொண்டே அடையாளப்படுத்துகிறார்கள்.

கிளைச்சாதிகளைவிட சாதியே அதிகமாக ஒன்றிணைக்கும் பண்பு கொண்டது. கிளைச்சாதிகளின் கூடுதல் இணைப்பு அடையாளமாக நினைக்கப்படலாம். ஆனால், இவை பொதுப் பேச்சுவழக்குக் குறிப்புகளில் இருந்து உருவாகின்றன. பெரும் வேறுபாடுகளில் நிலைத்திருக்கும் கிளைச்சாதிகள் உள்ளூர்க் குழுக்களாக இருப்பதால் வெளி உலகில் தங்களையும் ஒரு பெரிய குழுவோடு அடையாளப்படுத்திக்கொள்ளும்போதும், கூடுகை களின்போதும் சாதிப்பெயர் ஒட்டு எப்போதும் தேவையாக இருக்கிறது. ஊடாட்டம்கொள்வதற்கு உள்வேறுபாடுகள் தடையாக இல்லாதபோது அந்தக் குழுக்களைச் சாதி இணைத்துக்கொள்கிறது. உதாரணமாக, மாதாரி சமுதாயத்தின் உள்பிரிவுகள் குறித்து, பிராமணர்கள் அக்கறை கொள்வதில்லை. ஏனென்றால், அவர்களைப் பொறுத்தவரை சமூக நகர்வுகளும் பகிர்மானங்களும் தீண்டத் தகாதவர்கள் விஷயத்தில் ஒரே அடிப்படைத் தடைகளாலேயே ஆளுகை கொள்கின்றன.

இயல்பில் கிளைச்சாதிப் பெயர்கள் சடங்கியல் அல்லது பிரதேசத் தன்மைகளைக் கொண்டுள்ளபோதும் சாதி என்பது பொதுவாகத் தொழில் அல்லது சமூக-பொருளாதார வரம்பை எதிரொலிக்கின்றது. ஒரு குழுவின் தொழில் என்பது அதன் சடங்கியல் மற்றும் பொருளாதாரத் தகுதியுடன் பொதுவாகவே இணைக்கப்பட்டுள்ளதால் இந்தப் பொதுமைப்படுத்தும் தன்மை, எந்த அறியாத கிளைச் சாதிக்குழுக்களுடன் ஊடாட்டம் கொள்ளலாம் என்கிற தோராயமான மதிப்பீட்டை வழங்குகிறது. உண்மையில் சாதி வகைமைகளைக் காட்டிலும் பொதுமையான வகைமை வர்ணம் ஆகும். இதுகுறித்து இந்தப் புத்தக அறிமுகப் பகுதியில் கூறப்பட்டுள்ளது. அங்குப் பார்த்ததுபோல நான்கு பெயர்கள் இந்த வகைமைகளைக் குறிக்கின்றன. பிராமணர், சத்திரியர், வைசியர், சூத்திரர். இவ்வாறான மக்களின் வகைமைகள் மேலும் பொதுமைப்படுத்தப்பட்டு, இந்தியச் சமுதாயத்தின் ஒற்றை வளையக் கோட்பாட்டுடன் குறிப்பிட்ட சாதிகளாக இணைக்கப்பட்டுள்ளன. கோட்பாட்டியல் ஊடாட்டங் களுக்குத்தான் இச்சொல்லாடல்கள் பயனளிக்கும். ஆனால், அன்றாட பழக்கங்களில் சிறிதளவு பொருத்தப்பாடே உள்ளன.

வெளிநாட்டவர் இந்தியச் சமூக ஒழுங்கின் இந்த மட்டங்களை - கிளைச்சாதிகளை அல்லது சாதிகளை-அடையாளம் கண்டுதான் ஒவ்வொரு குழுவையும் புரிந்துகொள்ளமுடியும். இருந்தாலும், இத்தகைய அலகுகளின் பிரதேச பரப்புகள் மீண்டும் மீண்டும் நேரடிக் கவனத்தில் இருந்து தப்பி விடுகின்றன. பல்வேறு எதிர்நிலை களின்மீது ஒரு கட்டமைப்பு உருவாக்கப்படுவது இயல்பு என மதிப்பிடுவது போலவேதான் ஒட்டுமொத்தச் சமூக மாளிகையும் அதற்கான சுயங்களால் கட்டமைக்கப்படவில்லை என்பதும், எதிர்நிலைகளால் உருவாக்கப்படும் இந்த வரையறைக் கோட்பாட்டை, சரியான மாதிரிகளை எடுக்கும்போது விளக்கமளிக்க முடியும். வர்ண வகைமைகளை வரையறை செய்வதில் செயல்படும் கருத்துரு எதிர்நிலைகளின் தொகுப்பைத் துய்மோன் விவாதிக்கிறார்.[65]

துய்மோன் கூற்றின்படி, சாராம்சத்தில், இந்த சமுதாயக் கோட்பாட்டில், பிராமணர்கள் அந்தச் சமுதாயத்தின் பிற அனைத்து உறுப்பினர்களுக்கும் எதிர்நிலையில் உள்ளனர்; அவர்கள் கடவுளுக்கு நேரடியாகப் படையல் செய்வார்கள், மற்றவர்கள் அதற்காகக் கட்டணம் செலுத்துவார்கள். பிராமணரும் (பூசாரிகள், சாஸ்திரிகள்) சத்திரியர் களும் (அரசர்கள், போர்வீரர்கள்) சேர்ந்து வைசியர்கள் (விவசாயிகள்,

வியாபாரிகள்), சூத்திரர்களுக்கு (உழைப்பாளிகள்) ஓர் எதிர்நிலையை உருவாக்குகிறார்கள். ஒரு தரப்பு மனிதர்களை ஆள்கிறது; மறுதரப்பு விலங்குகளையும் பயிர்களையும் ஆள்கிறது. கடைசியில் பிராமணர்கள், சத்திரியர்கள், வைசியர்கள் மூவரும் இணைந்து சூத்திரர்களுக்கு எதிரான நிலையை எடுக்கிறார்கள். மூன்று குழுவினரும் இரு-பிறப்பாளர்கள் என்பதால் அவர்கள் புனித நூல்களைக் கற்கலாம்; ஆனால் ஒரு-பிறப்பாளர்களான சூத்திரர்களுக்கு இது அனுமதிக்கப் படுவதில்லை.

கிளைச்சாதி மட்டத்தில், இத்தகைய பொதுமையான உரிமைகள் அல்லது முன்னுரிமைகளில் எதிர்நிலைகளைக் கொண்டிராமல், ஊடாட்ட விதிகளின் வடிவங்களை இத்தகைய எதிர்நிலைகள் எடுக்கின்றன. நடவடிக்கைகள், பேச்சு ஆகிய வடிவங்களில் இதனை அவதானிக்க முடியும்; அல்லது, குழு 'அ'வின் உறுப்பினர்கள் உணவையும் பெண்ணையும் பரிமாறிக்கொள்வார்கள். குழு 'ஆ' உடன் பெண் எடுக்கமாட்டார்கள்; குழு 'இ' இடம் தயிர் வாங்கிக் கொள்வார்கள்; ஆனால் குழு 'ஈ' இடத்தில் சாப்பிட்ட இலையை எடுப்பார்கள் என்ற பாகுபாடுகள் கூறப்படுவதைக் கேட்கும்போது அறியலாம். ஒரு குறிப்பிட்ட சூழ்நிலையில் தேவை என்பதற்காகத் துணை-அலகுகள் இறுதிப்படுத்தப்படுவதில்லை. மாறாக, ஒரு குறிப்பிட்ட பகுதியில் ஒரு குறிப்பிட்ட தருணத்தில் எதிர்நிலைகள் உருவாக வேண்டும் என்பதற்காகத் திணிக்கப்படுபவை.

இதேபோன்று சாதிகளும் பெருமைப்படுத்தப்படுகின்றன. ஆனால் இங்கு ஊடாட்ட விதிகள் குறைந்த முக்கியத்துவம் பெறுகின்றன; மறுபக்கத்தில் பாரம்பரிய உரிமைகளும் முன்னுரிமைகளும் அதிக அளவில் வெளிப்படுத்தபடுகின்றன. நில உடைமைச் சாதிகளில் சில பகுதிகளில் குறிப்பிட்ட உணவு உண்ணும் விதிகளைப் பின்பற்றலாம்; மற்ற பகுதிகளில் மாறுபட்ட விதிகளைக் கடைப்பிடிக்கலாம். ஆனால், அத்தகைய குழுக்கள் ஊழியக் குழுக்களை ஆதிக்கம் செலுத்துவதைத் தாமாகவே எடுத்துக்கொள்கின்றன. இதையொட்டி அவர்களிடமிருந்து தம்மை வேறுபடுத்திக்காட்டும் விதிகளைக் கொண்டிருக்கின்றன.

குறிப்பிட்ட பகுதிகளில் ஊடாட்ட விதிகளால் எல்லைகள் பிரிக்கப்படுவதன் மூலம் ஒரு கிளைச்சாதியை வரையறை செய்வதில் பல முந்தைய ஆசிரியர்களிடமிருந்து நான் வேறுபடுகிறேன். குலமரபு வழியாகப் பிரிவுபடும் குழுக்கள் கிளைச்சாதிகளாக உருவாகிறார்கள்

என்று அவர்கள் கூறுகிறார்கள். இவர்களின் தர்க்கங்களைக் கேட்கையில் ஒருவரது மூதாதை வரிசையைப் பரந்த பரப்பில் தேடிக் கண்டுபிடித்தால் ஒரு கிளைச்சாதியின் அடியினைக் கண்டு திரும்பி விடலாம் என்ற எண்ணமே ஒருவருக்கு உருவாகலாம்.[66] கிளைச் சாதியின் எல்லைப்பரப்பு குறித்து தொடர்ந்து குறிப்பிடப்பட்டு வந்தாலும், இதன் அடி வேர்களைக் காண எந்த ஓர் ஆராய்ச்சி முயற்சியையும் யாரும் மேற்கொள்ளவில்லை.[67] ஆனால், இத்தகைய முயற்சிகளை மேற்கொண்ட ஒரேயொரு இனவரைவியலாளர் துய்மோன் அவர்கள்தான். இருந்தாலும், அவரது முயற்சி எந்த ஒரு முடிவையும் அளிக்கவில்லை. அவரே ஒரு கட்டத்தில் 'இருந்தாலும் அதன் வானவில் நிறங்களை என்னால் பின்தொடர முடியவில்லை. நான் அதனைத் தொட முயலும்போது அது மறைந்துவிடுகிறது' என்று கூறியுள்ளார்.[68] மற்றவர்கள் இந்த அளவு முயற்சிகள்கூட மேற்கொள்ளவில்லை. ஏனென்றால் அது காலவிரயம் என்றே கருதினர்.

கிளைச்சாதி குழுவாகக் குழுமுவதன் பிரச்சினையைத் தெளிவாகப் புரிந்துகொள்வதற்கு, கோட்பாட்டுக்கும் உண்மை நிலைக்கும் இடையே நிலவும் மறுக்க இயலாத மாறுபாட்டை ஒருவர் ஏற்றுக் கொண்டேயாக வேண்டும். இந்திய மற்றும் மேற்கத்திய விளக்க உரையாளர்களின் புரிதலின்படி, கிளைச்சாதிகளுக்கான கருத்தியல் களின் கீழ், அத்தகைய கிளைச்சாதிக் குழுமியங்களின் உறுப்பினர் தகுதி என்பது முழுவதும் சார்புநிலை கொண்டது. குறிப்பிட்ட காலத்தின் எந்த ஒரு புள்ளியிலும் ஒவ்வொரு அலகின் நபர்களும் எளிதாகக் கணக்கிடத்தக்கவர்கள்தான்.

நிலைத்திருக்கும் ஒரு துணைக்குழுவின் தனித்த தன்மையைத் தக்கவைக்க முயன்றாலும் அதன் மரபுவரிசையில் நிகழ்ந்த ஒரு விலகல்தான் அந்தக் கிளைச்சாதி உருவாகும் மூலவேராக இருந்திருக்க முடியும்: அதாவது அந்த வம்சாவளி வரிசையைத் துண்டிக்கும் வகையில் நிகழ்ந்த ஒரு பிறழ் திருமணம்தான் தமது வம்சாவளி வரிசையில் இருந்து துண்டிக்கப்பட்டுப் புதிய வம்சாவளி வரிசையை எதிர்காலத்தில் உருவாக்கி ஒரு துணைக்குழு உருவாவதற்கான மூல வேராக இருந்திருக்க முடியும். உதாரணமாக, ஒரு செட்டியார் குடும்ப வம்சாவளி வரிசையில் எவ்வாறு பல விலகல்கள் உருவாயின என்பதை அந்தக் குழுவைச் சேர்ந்த ஒரு செட்டியார் கூறிய உதாரணங்கள் அட்டவணை 5.11மூலம் காண்பிக்கப்பட்டுள்ளன.[69]

தனிக்குடும்பம் ✦ 331

அட்டவணை 5.11
பொருத்தமற்ற திருமணமும் கிளைச்சாதி உருவாக்கமும்

செட்டியார் கிளைச்சாதி	பொருத்தமற்ற திருமணம் உருவாகக் காரணமான இணையர்		தோராயமான ஆண்டுகள்
	கணவன்	மனைவி	
இ1	பாண்டிய நாவிதர்	கொங்குக் கவுண்டர்	100 க்குமேலாக
இ2	செட்டியார்	கவுண்டர்	ஏறக்குறைய 50
இ3	செட்டியார்	முதலியார்	தெரியவில்லை
இ4	செட்டியார்	நாயக்கர்	ஏறக்குறைய 80
இ5	செட்டியார்	மாதாரி	தெரியவில்லை

குறிப்பு: கிளைச்சாதி குறித்த துல்லியமான தகவல்களைத் தெரிவித்தால் தங்களின் ஆசாரமற்ற முன் வாழ்க்கை தெரிந்துவிடும் என்பதால் கிளைச்சாதி குறித்த துல்லியமான தகவல்கள் வழங்கப்படவில்லை. இ1 திருமண இணையின் ஒருவர்கூட செட்டியார் இல்லை என்பதைக் கவனிக்க.

இந்த அட்டவணையில் கூறப்பட்டவற்றை உறுதிப்படுத்த முடிந்தாலும், முடியாவிட்டாலும் அது உண்மை; அதனை வரையறுக்க முடியாது. துணைக்குழு கோட்பாட்டின் படியுமே, ஒரு முழுமையாக 'நிலை நிறுத்தப்பட்ட' குழுக்களில் தற்செயலாக நிகழும் பொருத்தமற்ற திருமணங்களே கிளைச்சாதி உருவாவதற்கான காரணமாக வரையறுக்கப்பட்டிருப்பதை அறிக.

மேலும், இத்தகைய பொருத்தமற்ற திருமணங்கள்தாம் கிளைச்சாதி மாறுவதற்கான மூலப்புள்ளியாக அமைந்திருக்கின்றன. ஒரு திருமண இணையர் பொருளாதாரரீதியாகப் பொருத்தமாகக் காணப்படும் போது, அத்தகைய பெண்பால் திருமண இணையின் பின்புலம் அதிகமாக ஆராய்ச்சி செய்யப்படுவதில்லை. இவ்வாறு சம்பந்தம் செய்யப்படும் திருமண இணைகள் தமது சமுதாயத்துக்கு உரிய திருமண இணையாகத் 'தானாகவே' கருதப்பட்டு, அத்தகைய விலகல் உருவாகக் காரணமாகி விடுகிறது. இதுபோன்ற பல நிகழ்வுகளில் யார் சமுதாயத்தின் அசல் உறுப்பினர், யார் அசல் உறுப்பினர் இல்லை என்பதையே ஒருவரால் கண்டுபிடிக்க முடியாமல் போகிறது. இத்தகைய வம்சாவளி வரிசைத் தேடல் விரைவாகவே சிக்கலடைந்து விடுகிறது. அதைவிட, யார் செல்வாக்குமிக்கவரோ அவருக்கு ஆதரவாக வம்சாவளி வரிசை வளைக்கப்படுவதும் சில நேரங்களில் நடைபெறுகின்றன.

இவ்வாறாகப் பொருத்தமற்ற திருமணங்கள் அடையாளம் காணப்படும்போது பொதுவாகக் கடைப்பிடிக்கப்படும் அணுகு முறை அல்லது தடை என்னவென்றால் அத்தகைய இணையர் மிகத் தொலைவில் உள்ள ஏதாவது ஒரு இடத்துக்கு இடம்பெயரும்படி நெருக்குதல் அளிப்பதுதான். அந்த இணைக்கு இதுவே பிற்காலத்தில் சாதகமாக ஆகிவிடுகிறது. அதாவது. அந்த இணையர் புதிய மரபு வரிசையைத் தமது வாரிசுகள் மூலம் தொடங்க முழு சுதந்திரம் பெற்றவர்களாகிறார்கள்.

திருமணத்திற்குத் தகுதியுள்ள பெண்ணின் வம்சாவளி வரிசையை உறுதிப்படுத்தும் இந்தப் பிரச்சினையில் மற்ற விவகாரங்கள் சாதிக்கு சாதி மாறுபடுகிறது. உதாரணமாக, மணப்பெண்ணின் முந்தைய தலைமுறைகளின் வம்சாவளி வரிசைக்கு முக்கியத்துவம் கொடுப்பதில் மற்ற சாதிகளைக் காட்டிலும் கவுண்டர் சமுதாயத்தினர் குறைந்த அக்கறை கொள்கின்றனர்.[70] நாம் கவனித்தவரையில், உள்ளூரில் மிக அதிக எண்ணிக்கையில் வாழும் சமுதாயமாக இருந்தாலும், இந்தச் சமுதாயத்தில் கிளைச்சாதி பாகுபாடு மிகக்குறைவாகவே காணப் படுகிறது. கண்ணபுரம் கிராமத்தில் மட்டுமே, கேள்விக்குரிய வம்சாவளி வரிசையைக்கொண்ட சில கவுண்டர் குடும்பங்கள் வாழ்கின்றன. அதற்காகச் சடங்கியல்ரீதியாக மற்ற குடும்பங்களிலிருந்து பாகுபாடாக நடத்தப்படுவதில்லை.

நடுநிலைச் சாதிகளும் இடங்கைப் பிரிவின் உயர்சாதிகளும் வலங்கைப் பிரிவின் உயர் சமுதாயங்களைவிட வம்சாவளி வரிசை குறித்து அதிக முக்கியத்துவம் அளிக்கின்றன. இணையாக, சடங்கியல் ரீதியாக அடையாளம் காணத்தக்க துணைப்பிரிவுகளைக் காட்டு கின்றன. இவ்வாறு பரவும் சிறிய, அதே நேரத்தில் கோட்பாட்டு ரீதியாக அகமணமுறைகொண்ட குழுக்கள் வம்சாவளி வரிசை அடிப்படையிலான ஆசாரங்களைக் கொண்டுள்ளதைக் குறிக்கின்றன. இத்தகைய சிறிய, அதே நேரத்தில் கோட்பாடுரீதியில் அகமணமுறை கொண்ட குழுக்கள், இத்தகைய குழுக்களின் ஆசாரங்களுடன் வம்சாவளி வரிசை இணைக்கப்படுவதற்கு அதிக முக்கியத்துவம் அளிப்பதைக் குறிக்கின்றன. நெருக்கமாகப் பிணைக்கப்பட்டுள்ள செங்குந்த முதலியார் தாங்கள் வாழும் மூன்று கிராமங்களில் தலைக்கட்டு உறுப்பினர்கள் அடிப்படையில் கட்டுப்பாடு செய்யப் பட்டுள்ளதை ஒருவர் குறிக்கலாம்.

இத்தகைய நேரங்களில்கூட, கிராமங்களின் வரையறுக்கப்பட்ட வட்டங்களிலேயே திருமணங்கள் முடிக்கப்படுவதைக்கூட தெளிவற்ற நிலையாகவே ஒருவர் காணமுடியும் என்று ஊகிக்கிறேன். மற்றவர்களால் உருவாக்கப்பட்ட தரநிர்ணயங்களை ஒருவரின் நடவடிக்கைகள் நிறைவு செய்யாவிட்டால் ஒரு துணைக் குழுவின் 'உண்மையான' சந்ததியினர்கூட தமது தகுதிநிலையை இழக்கவேண்டி நேரலாம். மிகவும் பொருத்தமான வம்சாவளி வரிசை கொண்டு இருந்தாலும் மிக மோசமான வறுமை அல்லது சமூகத்தால் நிராகரிக்கப் பட்ட நடவடிக்கை காரணமாக தமது இடத்தை இழக்க நேரிடலாம். இத்தகைய நேரங்களில், இந்தக் குறிப்பிட்ட குடும்பம் அல்லது அவர்களின் உறவினர்களுடன் அவர்களின் கிளைச்சாதியினர் திருமண உறவு ஏற்படுத்திக்கொள்வதை நிராகரிக்கலாம். உரிமைப் பெண் அல்லது மணவழி, இரத்தவழி திருமண உறவுமுறை போன்ற மரபுகள் இதையொட்டி பகுதியாக எதிர் சமநிலை செய்யப்படும் என்று தெரிகிறது. மாறாக, ஆசாரமற்ற முறையில் பிறந்தவர்கள் தமது பொருளாதார வளர்ச்சி மற்றும் பல்லாண்டுகள் சரியான சமூக நன்னடத்தை காரணமாக தம் நிலையிலிருந்து மீள முடிகிறது.

இந்தப் புத்தகம் முழுவதும் தொடர்ந்து கையாளப்படும் சொல்லாடல் 'கிளைச்சாதி' ஆகும். தனித்த உறவுக்குழுக்களாகக் குழுமும் மக்கள் என்பதைக் குறிப்பதுடன் குறிப்பிட்ட காலக் குறிப்பில் குறிப்பிட்ட பகுதியில் மற்ற குழுக்களுடனான உறவு களையும் இது வரையறை செய்கிறது. இத்தகைய நிலைகளில் தெளிவான நிலப்பரப்பு எல்லைகளுடனான தனிப்பட்ட அலகுகளாக இருப்பதில்லை. அதே நேரத்தில், உள்ளூர்ப் பொருத்தப்பாட்டில் ஒரு கிளைச்சாதி என்பது தனித்த சுயேச்சையான இருத்தலைக் கொண்டியங்குகிறது. அங்கு அவர்களின் நிறுவன மாறுபாடுகள் திருமண உறவை நாடும் போட்டியாளர்களுடன் தெளிவான வடிவங்களைக் காட்டுகின்றன.[71]

சாதி அமைப்பின் அன்றாட யதார்த்தங்களின் பின்னணியில் படிந்துள்ள கருத்தியலைப் புரிந்துகொள்ள வர்ணக் கோட்பாடு மீண்டும் நமக்கு உதவுகிறது. இந்தக் கோட்பாடு தர்க்க எதிர்நிலைக் கருத்தியலைக் கொண்டுள்ளது. (பூசாரி × புரவலர், ஆள்பவர் × ஆளப்படுபவர் போன்றவை.) இதன் அடியாழத்தில் விலக்கி வைத்தல், மரபுவழித் தகுதிநிலை, அதிகாரங்களின் வகைகள் ஆகிய கருத்தியல்கள் இயங்குகின்றன. இந்த ஒட்டுமொத்த அமைப்பின்

பின்னணியில் அதிகாரக் கட்டுப்படுத்தலில் படிநிலை இறக்கம் அடிப்படையிலான முக்கியத்துவங்களின் ஒப்பீட்டுநிலை என்ற கருத்து இயங்குவதையும் நாம் காணலாம். இந்த அடிப்படைக் கருத்தியல்தான் இந்த அமைப்புக்கு உயிரூட்டுவதுடன் நெகிழ்வுத் தன்மையையும் அளிக்கிறது. இதேபோல, கோட்பாடு என்ற நிலைக்கு எதிராக சமூகச் செயல்பாட்டு நிலையில் மேற்கொள்ளப் பட்ட சாதி மற்றும் துணைச்சாதி முரண்பாடுகள் குறித்த இந்த ஆய்வையும் ஒரு குறிப்பிட்ட கோட்பாட்டின் கீழ் அமைந்ததாக நாம் கூறலாம்.

ஒரு சமூகத்ததுக்கு மட்டுமான எல்லையை வரையறுப்பதோ, அதன் பழக்க வழக்கங்களைப் படிப்பது என்பதோ பலவகையான விதிவிலக்குகளுக்கும் குழப்பத்துக்கும் வகை செய்துவிடும். ஒரு வட்டாரத்தின் தனித்துவமான குழுக்களின் பரந்த திருமண முறைகளை அறிவதன் மூலம் உயர்மட்டங்களில் காணப்படும் அமைப்பியல் தொடர்ச்சிகளை அறிய முடியும். நான் இங்கு ஏற்கனவே விவரித்துள்ள மீண்டும் மீண்டும் உருவாக்கப்படும் வலங்கை- இடங்கை வேறுபாடு களின் அமைப்பைக் குறிப்பிடுகிறேன். எந்த ஒரு கிளைச்சாதியின் பண்பையும் தனியாக எடுத்துக்கொள்வதற்கு எதிராக இந்தச் சட்டகம் கொங்குப் பகுதியில் சமூக நிறுவனத்துக்கு ஒரே நேரத்தில் நெகிழ்வுத் திறனையும் ஒரு வடிவத்தையும் வழங்குவதுபோல் தோன்றுகிறது. இதனால், அது நீண்டகாலம் தாக்குப்பிடிக்கிறது.

6

முடிவுரை

கடந்த இயல்கள், ஒன்றுக்குள் ஒன்று பொருந்தக்கூடிய பிரதேச வரையறை அலகுகளால் கொங்குப் பகுதியின் சமூக அமைப்பை விளக்கின. இதில் ஐந்து அலகுகள் உள்ளன: ஒட்டுமொத்த கொங்கு மண்டலம், கொங்குநாடு அல்லது துணைமண்டலம், கிராமம் அல்லது வருவாய் அலகு, ஊர் அல்லது குக்கிராமம், குடும்பம் அல்லது தனிக் குடியிருப்பு (வீடு-மொ-ர்). பிரதேச அமைப்பின் இந்த ஐந்து மட்டங்கள் அல்லது அடுக்குகளும் உள்ளூர் சமூக அமைப்பு குறித்து உள்ளூர்வாசிகள் தமது சொந்த கருத்தியலின் முதுகெலும்பை உருவாக்கக் கண்டுபிடிக்கப்பட்டவை. இதை நிராகரிக்கத்தக்க இதுபோன்ற தரவுகள் பெரும்பாலான இனவரைவியல் ஆய்வுகள் எதிலும் காணப்படவில்லை.

சமூக அமைப்பின் ஒவ்வொரு அடுக்கிலும் பல்வேறு கிளைச் சாதிகளின் பழக்கவழக்கங்கள் பாரம்பரியங்களில் தெளிவான வேறுபாடுகள் உருவாகின. இந்த வேறுபாடுகள்தாம் ஒரு ஒட்டுமொத்த அமைப்பை உருவாக்கியுள்ளன. அது, கடந்த பல நூற்றாண்டுகளாக இத்தகைய சமுதாயங்களுக்குள் உருவாகியுள்ள வலங்கை, இடங்கைப் பிரிவுகளோடு குறிப்பிடத்தக்க அளவில் பொருந்திப் போயுள்ளன. இப் பிரிவினையோடு இணைந்த பெயர்கள், சொல்லலங்காரங்கள் நீண்டகாலம் பயன்படாவிட்டாலும், அதோடு தொடர்புடைய சமூக முரண்கள் நீடித்திருக்கின்றன. வலங்கை, இடங்கைப் பிரிவுகளுக்கு இடையிலான வேறுபாடுகளின் தெளிவான அமைப்பு ஒன்று இந்த ஆய்வில் விவாதிக்கப்பட்டுள்ள ஐந்து பிரதேச அடுக்குகளில் இன்றும் காணப்படுகிறது.

முதலில், ஒட்டுமொத்த மண்டலம் என்ற அளவில், கிளைச் சாதிகளின் இந்த இரு குழுக்களின் பொருளாதார, அரசியல் உரிமையில் ஒரு தெளிவான மாறுதல் இருக்கிறது. வலங்கைப் பிரிவு அந்தப் பகுதி

முழுமைக்குமான நான்கு பட்டக்காரர்கள் என்று பட்டம் தாங்கிய குடும்பங்களால் தலைமை தாங்கப்படுகிறது. நிலம் மீதான உரிமை, நிலத்தின் உற்பத்தி செய்யும் உரிமை இந்தக் குழு சமுதாயங்களால்தான் பெரும்பாலும் அனுபவிக்கப்படுகின்றன. மற்ற பிரிவு குழுக்கள் வெளியே நிறுத்தப்படுகின்றன. மாறாக, இடங்கைப்பிரிவு கிளைச்சாதிகள் தமது பாரம்பரிய திறன்களைக் கொண்டு வாழ்கிறார்கள். தங்கள் சேவைகளுக்குத் தேவை உள்ள பகுதிகளுக்கும் நகர்கிறார்கள். வலங்கைப் பிரிவு கிளைச்சாதிகள் தங்களுக்குள்ளான தாவாக்கள், தகராறுகளைத் தீர்த்துவைக்க பட்டக்காரர்களையே நம்புகிறார்கள். சாதிகளுக்கு இடையில் நிலவும் இந்த அதிகார அமைப்பை இடங்கைக் கிளைச்சாதிகள் பகிர்ந்துகொள்வதில்லை. மாறாக, தங்கள் சமுதாயத்தின் மதிக்கத்தக்க ஒருவரிடம்தாம் தம் புகார்களை எடுத்துச் செல்கிறார்கள்.

இந்த இரு பிரிவுகளைச் சேர்ந்த கிளைச்சாதிகளின் நாட்டார் வரலாறுகளிலும் தனித்த மாறுபாடு இருக்கிறது. ஒரு மாபெரும் நாட்டார் காவியம், இந்த நிலத்தைக் கைப்பற்றி, கொள்ளையர்களிடம் இருந்து பாதுகாத்த வலங்கைப் பிரிவு முன்னணி கிளைச்சாதிகளின் நெடிய வரலாற்றை விவரிக்கிறது. மேலும், இந்த வலங்கைப் பிரிவு உறுப்பினர்கள், தங்கள் உள்ளூர்க் காவல் தேவதைகளின் வலக்கையில் உள்ள அக்னிச்சட்டியில் இருந்து பிறந்ததாகக் கூறுகிறார்கள். மாறாக, இடங்கைப் பிரிவு சமுதாயங்கள், தாங்கள் புறக்கணிக்கப்பட்ட சிறுபான்மைக் குழுக்களின் தொகுப்பு என்றும், தாக்குதல்களுக்கு உட்பட்டு அகதிகளாக்கப்பட்டவர்கள் என்றும் தங்கள் வரலாற்றைக் கூறுகிறார்கள். மேலோகத்தில் இருந்து பூமிக்கு அனுப்பப்பட்ட அம்மன் தனது கணவனுக்குத் தன்னை முழுமையாக அர்ப்பணிக்கும் பக்தனைத் தேடும் கதைகளுடன் தங்கள் வரலாற்றை இணைக்கிறார்கள். இந்தப் புராணத்தில் சில பகுதிகள் அடுத்த புத்தகத்தில் விவாதிக்கப்பட உள்ளன.

நாடு அல்லது துணைமண்டல மட்டத்தில், வலங்கை, இடங்கைக் கிளைச்சாதிகளின் உள் அரசியல் மற்றும் வம்சாவளி குழு அமைப்பு குறித்த முக்கிய முரணை அலசுகிறது. வலங்கைப் பிரிவின் இரு முன்னணி சமுதாயங்களே இங்கும் தலைமை தாங்குகின்றன. முன்னணி வேளாண்மைச் சமுதாயமாக கொங்குக் கவுண்டர்கள் மண்டலம்போல் துணைமண்டலம் மட்டுமல்லாமல் முக்கிய ஊர் (குக்கிராமம்) மட்டங்களிலும் நான்கு பட்டக்காரர்களைக்

கொண்டுள்ளனர். மரமேறி நாடார் சமுதாயம் கிராம மட்டத்தில் ஒரு சடங்கியல் தலைவர், நாடு மட்டத்தில் அரசியல் தலைவர் ஆகிய தலைமைகளைக்கொண்டு கொங்குக் கவுண்டர் தலைமை அமைப்புக்கு உதவுகிறது. இந்த மட்டங்களுக்கும் கொங்குத் தலைவர்கள் தலைமைப் பதவிகளை உருவாக்கியிருந்தாலும் அதன் தற்போதைய முக்கியத்துவம் குறைவாகக் காணப்படுகிறது. இடங்கைப் பிரிவு உயர்நிலைக் குழுக்கள் சில சமுதாயத் தலைவர்களைக் கொண்டு இருந்தாலும் அவை அவர்களின் தென் இந்தியா முழுமைக்குமான மதத் தலைமை அல்லது குருக்களுக்குக் கட்டுப்பட்டவர்கள்.

இரு பிரிவுகளின் தலைமைக் கிளைச்சாதிகளின் வம்சாவளி - குழு அமைப்புகளும் சம அளவில் வேறுபாடானவை. வலங்கைப் பிரிவுடன் இணைந்த சமுதாயங்கள் நாடு, கிராம மட்டங்களுடனும் இணைக்கப்பட்ட விரிவான குல, வம்சாவளி அமைப்புகளைக் கொண்டுள்ளன. இருந்தாலும், இடங்கைப் பிரிவு முன்னணி கிளைச் சாதிகள் வம்சாவளி அமைப்புகளைக் கொண்டிருக்கவில்லை. இவர்கள் சம்ஸ்கிருதப் பெயரிலான பெரும் கவுரவம் கொண்ட குழுக்களாலேயே தங்கள் சந்ததிகளை அடையாளம் காண்கிறார்கள். இவை கோத்திரங்கள் ஆகும். இவை அலசலான வம்சாவளி வரிசைகளையே கொண்டுள்ளன. அவை முக்கியத்துவம் அற்றவை.

கிராம மட்டத்திலும், இரு பிரிவுகளின் உரிமைகள், முன் தகுதிகள் தெளிவாக மாறுபட்டுள்ளன. உள்ளூர் அம்மன் கோயிலில் ஒவ்வொரு ஆண்டும் நடைபெறும் திருவிழாவில் நிறைவேற்ற வலங்கைப் பிரிவு கிளைச்சாதிகள் முக்கியக் கடமைகளைக் கொண்டுள்ளன; இடங்கைப் பிரிவு குழுக்களுக்கு ஒன்றுமில்லை. கடந்த காலங்களில், ஆண்டு அம்மன் திருவிழாக்கள் நடைபெறும்போது திருவிழா நடக்கும் பகுதிக்குள் இடங்கைப் பிரிவுப் பெண்கள் அனுமதிக்கப்படவில்லை. வலங்கையின் முன்னணி சமுதாயங்கள் உள்ளூர் நிலத்தின் மீதான தங்கள் உரிமையை ஆதரிக்கும் புராணக்கதைகளையும் நீண்ட வம்சாவளி வரிசைகளையும் கொண்டுள்ளனர். திருவிழாக்களின் போது சடங்கியல் சார்ந்த முன்னுரிமை பெறுவதற்காகத் தங்களுக்குள் பூசல்களை உருவாக்கிக்கொண்டனர்.

கல்வி, புதிய நகர்மய தொழில்களில் வலங்கைப் பிரிவு முன்னணிச் சமுதாயங்கள் மிகக் குறைந்த ஆர்வமே காட்டின. மாறாக, இடங்கைப் பிரிவு முன்னணிச் சமுதாயங்கள் கல்வியில் பெரும் ஆர்வம் காட்டிய துடன், நவீன, புதிய தொழில் வாய்ப்புகளுக்கு மதிப்பளித்தனர்.

கல்வி, தொழில் தொடர்பான அணுகுமுறைகளில் காணப்படும் இந்த வேறுபாடு இரு பிரிவுகளின் தகுதி அமைப்பிலும் காணப்பட்டது. வலங்கைப் பிரிவைப் பொறுத்தவரை தங்கள் பகுதி பிரதேச கட்டுப்பாட்டுக்குள் வைத்திருப்பதுதான் கவுரவம். கல்வி கற்றால் தங்கள் குழந்தைகள் வேலை வாய்ப்புக்காக நிலத்தைவிட்டு விலகிவிடுவார்கள் என்பதால் வலங்கை முன்னணிச் சமுதாயங்கள் தங்கள் குழந்தையின் கல்வியில் அக்கறை காட்டுவதில்லை.

பிரதேச அமைப்பில் பெரும்பாலும் தமக்குக் கட்டுப்பாடு இல்லாத இடங்கை முன்னணிச் சமுதாயங்கள் எதிர்மறை அமைப்பைக் கொண்டுள்ளன. அதிக செல்வம் மற்றும் பொருள்வளம், சடங்கியல் தூய்மை, தென்னிந்திய இலக்கிய தத்துவ மரபுக்கிணங்க ஒழுகுவது ஆகியவற்றையே கவுரவமாகக் கொண்டுள்ளனர். இந்தப் பாரம்பரியம் பிராமணியத்துடன் இணைக்கப்பட்டது ஆகும். இந்தக் குழுக்களில் கல்வி என்பது பாரம்பரியமாகும். இதற்கான ஆர்வம் எழுவது எதிர்பார்க்கக் கூடியது. மேலும், தீட்டு அல்லாத நவீன வேலை வாய்ப்புகள் வேளாண்மைத் தொழிலைவிட புனிதமாக வரையறுக்கப் பட்டுள்ளன. இதனால் இடங்கை முன்னணி சமுதாயங்கள் கல்வி மூலம் அதனை அடையும் வகையில் தங்கள் குழந்தைகளுக்குக் கல்வி கிடைக்கச் செய்தனர்.

குக்கிராமம் அல்லது ஊர் மட்டங்களில், கூடுதல் வலங்கை - இடங்கை முரண்களைக் காணலாம். உள்ளூர்மட்டத் தகுதிநிலைக் கான போட்டியில் இந்தக் குழுக்கள் முரண்பட்ட நடைமுறை உத்திகளைக் கையாள்வது இங்குக் குறிப்பிட்ட நலன்களாக உள்ளன. ஆட்ரியன் மேயர் மத்திய இந்தியாவைச் சேர்ந்த மால்வா பகுதி குறித்து விளக்குவது போன்றே வலங்கைப் பிரிவுத் தலைவர்கள் இதற்காக 'சடங்கியல் கூட்டணி' உருவாக்குகிறார்கள்.[1] கவுண்டர் வேளாண்மை சமுதாயத்தை இந்தக் கூட்டணி தலைமையாக ஏற்கிறது. ஆனால், இடங்கைப் பிரிவு முன்னணிச் சமுதாயங்கள், தகுதிநிலை அல்லது படிநிலை உருவாக்கத்துக்கான வாய்ப்புகள் உருவாகும் பல சூழ்நிலைகளிலிருந்து விலகி நிற்கின்றன.

தகுதிநிலை உருவாக்கத்தில் தனித்தன்மையோடு இருத்தல், ஊடாட்டம் கொள்ளாமல் இருத்தல் ஆகியவையே மேம்பட்ட வரையறை என்ற பிராமணியக் கருத்தியலை அவர்கள் எடுத்துக் கொள்கிறார்கள். உள்ளூர்க் குழு மோதல்கள் நடைபெறும்போதும் இதே உத்தியைக் கையாள்கிறார்கள். தலைமைப்பதவி குறித்த

தகராறுகள் உள்ளூர், பிரதேச உரிமைகளோடு தொடர்புடையவை; அது பெரும்பாலும் வலங்கைப் பிரிவு தலைவர்களின் தனிமனித மோதல்களாக இருக்கும்.

இறுதியாக, குடும்பம் அல்லது வீடு மட்டத்தில் இரு பிரிவு கிளைச்சாதிகள் இடையிலான வேறுபாடுகளுக்கு வருகிறோம். இவை திருமண முன்னுரிமை, உறவுமுறைப் பெயர்கள், தம்பதியர் வாழுமிடம், வரதட்சணை ஆகிய அம்சங்களில் முரண்களைக் கொண்டுள்ளன. வலங்கைப் பிரிவு சமுதாயங்கள், குறிப்பாகக் கவுண்டர்கள் திருமண ஏற்பாடுகளில் வசதி, உள்ளூர் அரசியல், அதிகாரம் ஆகியவற்றுக்கு முக்கியத்துவம் அளிக்கிறார்கள். தாய்வழி மரபில் மணவழி - ஒன்றுவிட்ட மண உறவுக்கான ஒரு குறிப்பிட்ட சடங்கியல் முன்னுரிமையை முன்னிறுத்துகிறார்கள், உள்ளூர் மட்ட வலைப்பின்னலை வலுப்படுத்திக்கொண்டு தங்கள் நலன்களை அதிகரித்துக்கொள்ள இதில் ஒத்திசைவு கொண்டுள்ளனர். இந்த ஒப்பந்தங்களின் தொனி, சமத்துவத்தன்மை கொண்டது. திருமணச் செலவைச் சமமாகப் பகிர்ந்துகொள்கிறார்கள். இந்தச் சமத்துவக் கருத்தியலைத் தொடர்ந்து கடைப்பிடிப்பதால் இச்சமுதாயங்களில் பெண் கொடுப்பவர், பெண் எடுப்பவர் இடையேயான வேறுபாடு மறைகிறது. மணப்பெண்ணின் குடும்பத்துடன் வாழ்வதால் பெண்ணின் தந்தையின் சொத்துமதிப்புகள் அதிகரிக்குமானால் தாயகத்தில் வாழ்வதைத் (வீட்டோடு மாப்பிள்ளை) தாராளமாக அனுமதிக்கிறார்கள்.

முன்னணி இடங்கைப் பிரிவு சமுதாயங்களோ தமது வலங்கைப் பிரிவு எதிராளிகளைக் காட்டிலும் மிக அதிகமாகத் தூய்மை, ஆச்சாரங்களுக்குத் திருமணங்களில் அழுத்தம் தருகின்றன. இதனால் இந்தக் குழுக்கள் திருமண ஏற்பாடுகளில் உறவுமுறைப் பெயர்களைக் கறாராகக் கடைப்பிடித்து, தொலைதூரத்திலிருந்து பெண் எடுக்கின்றன. தாயகத்தில் வாழ்வதை அறவே அனுமதிப்பதில்லை. இத்தகைய சமுதாயங்களில் கூட்டுக் குடும்ப அமைப்பு விகிதம் அவர்களின் வலங்கைப் பிரிவு எதிராளிகளைக் காட்டிலும் மிக அதிகமாகக் காணப்படுகிறது. தாயகத்தில் வாழ்வது சாத்தியமில்லாததால் தனிக்குடித்தன ஏற்பாட்டுக்கு முன்னுரிமை அளிக்கப்படுகிறது.

இடங்கைப் பிரிவு உயர்நிலைக் குழுக்கள் மத்தியில் தந்தைவழி மணஉறவு-ஒன்றுவிட்ட மண உறவுக்கு முன்னுரிமை அளிப்பதற்கான சில சான்றுகளும் காணப்படுகின்றன. இதேபோல, இந்தச்

சமுதாயங்களில் வரதட்சணை அளிப்பது அழுத்தம் காண்கிறது; பெண்-கொடுப்பவர் தாழ்வானவர் என்ற கருத்தும் உறுதிபெறுகிறது. வலங்கைப் பிரிவின் முன்னணி சமுதாயங்கள் மத்தியில் நிலவும் விரிவான திருமண உறவுமுறை பந்தங்களுக்கு மாறாக இடங்கைப் பிரிவின் முன்னணி சமுதாயங்களில் உறவுமுறைகளைக் கொண்டு பிணைக்கப்பட்ட சிறிய வட்டங்கள் உருவாக இந்த வேறுபாடுகள் பயன்படுகின்றன. இதேபோல, இடங்கைப் பிரிவின் குழுக்கள் இடையே கிளைச்சாதிகள் பெருக்கம் தொற்றுபோல் பரவியுள்ளது. ஆனால், வலங்கைப் பிரிவு குழுக்களிடையே இது குறைந்துள்ளது அல்லது அறவே காணப்படவில்லை.

இடங்கைப் பிரிவுகளின் மாறுபட்ட அம்சங்களின் தொகுப்புரை கவனமாக 'முன்னணி', 'உயர்நிலை' என்ற சொற்களைப் பயன் படுத்துகிறது. இது ஒவ்வொரு பிரிவிலும் உள்ள மிகவும் கவுரவமிக்க குழுக்கள் மத்தியிலான வேறுபாடுகளைக் குறிக்கிறது என்பதை இந்தச் சொற்கள் சுட்டிக்காட்டுகின்றன.[2] இது எதனாலென்றால், இரு பிரிவுகளின் கீழ்நிலைக் குழுக்கள் இடையேயான வேறுபாடுகள் மாறக்கூடியவை, காலப்போக்கில் எதிர்மறையாகத் திரும்பகூடியவை. குறைந்த அதிகாரம்கொண்ட, பெரும்பாலும் ஒன்றைச் சார்ந்து இயங்கும் நிலையில் உள்ள இத்தகைய சமுதாயங்களால் தங்கள் எஜமான சமுதாயங்களுக்கு எதிராக எந்த ஓர் உறுதியான முடிவையும் மேற்கொள்ள முடியாது. மேலும், தங்களுடைய பொருளாதாரச் சார்புநிலை காரணமாக, மிகவும் அதிகாரமிக்க தங்களின் மேல்நிலைச் சாதிகளை மட்டுமே பின்பற்றும்படியும் நிர்பந்தப்படுத்தப் படுகிறார்கள். இதனால், தாங்கள் கடந்த காலங்களில் சந்தித்த அனுபவங்களின் பாடத்தால் இந்தப் போக்குக்கு அடிமையாக வேண்டியிருக்கிறது. இவற்றிலும், இடங்கைப் பிரிவு உயர்நிலைக் கிளைச் சாதிகளைக் காட்டிலும் வலங்கைப் பிரிவு முன்னணிச் சமுதாயங்களே அதிக ஆதிக்கம் செலுத்துகின்றன.

இறுதியாக, முதலியார் சமுதாயம் உள்ளது; ஒப்பீட்டளவில் உயர் தகுதிநிலைக் குழு. ஆனால், வலங்கை, இடங்கை வேறுபாடு களின் நடுவில் சிக்கிக்கொண்டுள்ளது. அவர்களின் மூதாதைச் சமுதாயம் போர்ப்படையைச் சேர்ந்ததாகும். இருப்பினும் இந்தச் சாதியின் உறுப்பினர்கள் அதிகாரப்பூரவமாக இடங்கைப் பிரிவில் உள்ளனர். ஆனால், பல அம்சங்களில் வலங்கைப் பிரிவுடன் அடையாளப் படுத்தப்படுகின்றனர். இவ்வாறாக, இந்தப் புத்தகத்தில்

வரையறுக்கப் பட்டுள்ளபடி, சமூக அமைப்பின் இரு துருவங்களுக்கு இடையில் ஊசாலாடும் குழுவாக முதலியார் சமுதாயம் பார்க்கப் படுகிறது. ஒரு வகையில் பார்த்தால், நடுநிலைக் குழுவில் பிராமணர், காருணிகர் பிள்ளை போல் தாமும் நடுநிலைக் குழுவில் இணைக்கப்பட வேண்டும் என்று முதலியார் குழு விரும்புவதுபோல் தெரிகிறது.

கொங்குச் சமூக அமைப்பின் பிரிவினையின் சில மிகப்பெரிய செயற்பாடுகள் இப்போது கருதத்தக்கவையாகும். அடிப்படையாக, முன் நிலவிய இரு நிலைகளில் இருந்து இந்தச் சூழ்நிலை உருவானதாக நான் பார்க்கிறேன். முதலில், இந்தியாவில், நிலத்தில் நேரடி உரிமை உள்ளவர்கள் அல்லது நில உடைமையாளர்களுக்கு ஊழியம் வழங்குவதன் மூலம் நிலத்தின் மீது மறைமுக உரிமை கோருபவர்கள். இதனால் ஒரே இடத்தில் வசிப்பவர்கள் கைவினைத் தொழில், வணிகம் ஆகியவை மூலம் செல்வம் சேர்ப்பவர்கள், சுயேச்சைத் தன்மைகொண்டவர்கள், இதன் காரணமாக நகர்வுகளுக்கு ஆளாகிறவர்கள் என இவ்விரு பிரிவுகளுக்கு இடையில் பல நூற்றாண்டுகளாகவே ஒருங்கிணைப்பு இல்லாத நிலை நிலவி வருகிறது.

வலங்கை, இடங்கைப் பிரிவுகள் உருவாவதற்கு அனைத்து விவசாயச் சமுதாயங்களும் அனைத்து தொழில் முறைசார் குழுக்களும் முறையே எதிரெதிர் அணிகளில் திரளவேண்டும் என்று அவசிய மில்லை. மாறாக, ஒரேயொரு ஆதிக்கமிக்க விவசாய சமுதாயம் தம்மைச் சார்ந்துவாழும் குழுக்களைக்கொண்டு ஒருகுழுவும், ஒப்பீட்டளவில் வசதிபடைத்த, சுயேச்சையான தொழில்முறைக் குழுக்களும் இணைந்து எதிராக ஒரு குழுவும் அமைக்கின்றன. இந்த வரிசையில் ஒட்டுமொத்த அணிசேர்ப்பும் எவ்வாறு நடைபெறுகிறது என்றால் சிறிய குழுக்கள் இரண்டில் ஒரு பிரிவுடன் தம்மை இணைத்துக் கொண்டேயாக வேண்டிய கட்டாயத்தால்தான்.

வேட்டுவர் கவுண்டர்கள் இதற்கு நல்லதொரு உதாரணமாகும்: இது ஒரு சிறிய நில உடைமைக் குழு ஆகும். இதனால், கவுண்டர்களின் மண்டல ஆதிக்கம் பற்றிக் கவலைகொள்ளாமல், நில உடைமைக் குழுவாக இருப்பினும் எதிர்க்குழுவான இடங்கைப் பிரிவில் தம்மை இணைத்துக்கொண்டது. மற்றொரு உதாரணத்தை வலங்கைப் பிரிவிலுள்ள கொங்கு உடையார் வழங்குகிறார்கள்: அவர்கள் குயவர்கள் என்பதால் கைவினைப் பிரிவைச் சார்ந்து இருக்க

வேண்டும். ஆனால், நடைமுறையில் இந்தக் குழு சடங்கியல் அடிப்படையில் கவுண்டர்களோடு இணைக்கப்பட்டுள்ளனர். இதனால் பொருளாதார அடிப்படையிலும் சார்ந்துவாழவேண்டி இருக்கிறது. இதனால் வலங்கைப் பிரிவில் இடம்பிடிக்கிறார்கள்.

இரண்டாவது நிலை, கொங்கு பகுதி உள்ளூர்க் கூட்டுவாழ்க்கை படிநிலையின் உயர்தகுதிநிலை அங்கு ஒரு துண்டு நிலம்கூட உடைமையாயிராத பிராமணர்கள் குழுவால் ஆக்கிரமிக்கப் பட்டுள்ளது. இதனால் அவர்கள் தமது சடங்கியல் தகுதிநிலையால் மட்டுமே அங்குச் சமூகத்தை வழிநடத்தும் தகுதி பெற்றுள்ளனர். இத்தகைய சூழ்நிலையில் நில உடைமை ஆதிக்கச் சமுதாயம் ஒரு வாய்ப்பு பெற்றிருக்க வேண்டும். ஒன்று அவர்கள் சடங்கியல் தூய்மைக்காகப் பிராமணர் பெற்றிருப்பதுபோன்று பிரதேச கட்டுப்பாட்டைத் தமக்குள் ஒருங்கிணைக்க முயன்றிருக்க வேண்டும்; அல்லது, உள்ளூர் மக்கள்தொகை மற்றும் பிரதேச, பொருளாதார, அரசியல் ஆதிக்கத்துக்காக கவனம் செலுத்தி, சடங்குகளிலிருந்து விலகியிருத்தல் மற்றும் தூய்மைவாதம் அதிக வாய்ப்புகளைப் பிற குழுக்கள் பயன்படுத்தாமல் தடுத்திருக்க வேண்டும்.

முந்தைய விவகாரத்தில், உள்ளூர்ப் பொருளாதார நடவடிக்கைகளை ஒட்டுமொத்தமாகக் கட்டுப்படுத்துவதற்குப் போதுமான அளவுக்கு சமூகத்துடன் ஊடாட்டம் கொள்வதில் இந்த நில உடைமைக் குழு தோல்வியடைந்து, புத்திக்கூர்மையுள்ள தொழில்முனைவோர் தமது நிலைக்கு எதிராக நேரடியாகவே சவால் விடுக்கும் நிலைக்கு வாய்ப்பளித்திருக்க வேண்டும். இரண்டாவது விவகாரத்தில், அவர்களை முழுமையாகக் கட்டுப்படுத்துவதற்குப் பதிலாக பிராமணரல்லாதோர் விருந்துகளில் கலந்துகொள்ளவும் கலப்பை களைப் பயன்படுத்தவும், அவர்கள் அனைத்து உள்ளூர் நடவடிக்கை களில் ஈடுபடவும் நில உடைமைக்குழு உடன்பட்டிருக்க வேண்டும். எனினும், இவற்றைச் செய்யாததன் மூலம், ஒப்பீட்டளவில் நிலைநிறுத்தப்பட்ட நிலமற்ற தொழில்திறன் குழுக்கள் பொருள் செல்வம் மற்றும் சடங்கியல் தூய்மை ஆகியவற்றின் காரணமாக சமூக உயர்நிலைத் தகுதியை வெளிப்படையாகக் கோரும் அளவுக்கு அனுமதித்துள்ளது. (அறிமுகத்தில் நாம் பார்த்ததைப்போல, ஸ்மிருதிகள் இத்தகைய அதிகார நிலைகளுக்கான தகுதிகளைத் தெளிவாக உருவாக்கியிருக்கவில்லை).

எந்த நிலையிலும் பிராமணர்களின் தலைமை கேள்விக்கு உட்படுத்தப்படவில்லை. முந்தைய விவகாரத்தில், பிராமணருக்குக் கீழான தகுதிநிலையிலுள்ள குழுக்கள் இணைந்து ஒரே சமூகப்படி நிலையில் தம்மை இணைத்துக்கொண்டிருந்தது; ஆனால், இரண்டாம் வகை சமூக ஒழுங்கில் போட்டிக்குழுக்களாகப் பிரிக்கப்பட்டிருக்கிறது. இதில் தங்கள் தங்கள் பிரிவின் தலைவர்கள் தங்களின் முதல் தகுதிநிலைக்காக வரையறை செய்துள்ள வரையறைகளின்படி தமது தகுதிக்கும் கவுரவம் வழங்கவேண்டும் என்று கோருகின்றன.

கொங்குவில் ஒரேயொரு குழுவான காருணிகர் பிள்ளை மட்டுமே அனைத்துப் பிராமணரல்லாத குழுக்களிடமிருந்தும் உணவுபெற மறுக்கிறது; அதேநேரத்தில் நிலத்தையும் கட்டுப்படுத்தி, உள்ளூர் அதிகார வரம்பையும் பராமரிக்கிறது. இந்த ஆய்வு மேற்கொள்ளப் பட்ட இந்தப் பகுதியில் இந்தக் குழுவானது இருக்கக்கூடிய சமூக அமைப்பில் எந்தவிதமான செல்வாக்கையும் செலுத்தும் அளவுக்கான பலம் எதுவுமே இல்லாத சிறிய கிளைச்சாதி ஆகும். ஆனால், கிழக்கு, தெற்குப் பகுதிகளில் கொங்குப் பகுதியைவிட இந்தக் குழு அதிக எண்ணிக்கையில் வாழ்கிறது.

இந்து இந்தியாவில் தகுதிநிலை அடைவதற்கான இரு வழிகளான நில உடைமை, அரசியல் அதிகாரம், சார்ந்த சடங்கியல் தூய்மை ஆகிய இரண்டும் இரு பிரிவுகளாகப் பிரிக்கப்பட்டிருக்கும் இடங்களில் இந்தப் புத்தகத்தில் விவரிக்கப்பட்டுள்ளது போன்ற வலங்கை-இடங்கைப் பிரிவு உருவாக்கங்களை எதிர்பார்க்க முடியும் என்று தோன்றுகிறது. இந்திய இந்து ஸ்மிருதிகள் கூறும் உலகப்பார்வையில் பொருளாதார வசதியை மட்டும் கொண்டு சமூக தகுதிநிலையை அடையும் மூன்றாவது வழியை உருவாக்க முடியாது. பிற இரண்டு வரையறை முறைகளில் ஒன்றை இணைத்துக்கொள்ளாமல் சமூக மேலாதிக்கத்தை அடையமுடியாது. இவ்வாறாகப் பொருள் வளம் கொண்ட மக்கள் நில உடைமையில் இருந்து பாரம்பரியமாக விலக்கப்பட்டிருந்தால். தமது சமுதாய கீழ்நிலையை மேம்படுத்திக் கொள்ள சடங்கியல் தூய்மையில் ஆர்வமும் அக்கறையும் கொள்ள வேண்டியுள்ளது.

மனிதர்கள், விலங்குகள், பொருள்கள்மீது அரசரைப் போன்ற பிரதேச ஆதிக்கம் மறைமுக அதிகாரம் செலுத்துகிறது; ஆனாலும், அவர்கள், தனிமனிதத் தூய்மை என்று வரும்போது, அது இந்து மதத்தில் தன் கட்டுப்பாடு மூலம் பிரபஞ்ச சக்திகளைக் கட்டுப்

படுத்துவதால், தனிமனிதத் தூய்மை எட்டியவர்களால் நிலையிறக்கம் செய்யப்படுகிறார்கள். இத்தகைய பல அதிகார வரையறைகளின் கலப்பின் பார்வையில்தான் உள்ளூர் அரசியல் மேலாதிக்கம் என்ற ஒன்றை மட்டுமே வைத்துக்கொண்டு தகுதிநிலை கோரப்படுவது பார்க்கப்பட வேண்டும்.

இங்குக் கொடுக்கப்படும் ஒரு வியாக்கியான சோதனை எதிர்கால ஆராய்ச்சியாளர்களுக்குச் சாத்தியமாகலாம். அதாவது, இந்தியாவில் கொங்குவின் அம்சங்களை எதிரொலிக்கும் மற்றொரு பகுதியைத் தேர்வுசெய்து இதே ஆய்வு மேற்கொள்ளப்பட வேண்டும். இந்தப் பகுதி ஒப்பீட்டளவில் அதிக நிலமற்ற, ஆனால் மேம்பட்ட, தகுதியடைந்த பிராமணர்கள் தமது ஒரே சடங்கியல் தூய்மைத் தகுதியால் அந்தத் தகுதியை அடைந்த பகுதியாக இருக்க வேண்டும்; அதேபோல, பிராமணரல்லாத சமுதாயம் இந்த விவகாரங்களில் ஒப்பீட்டளவில் அமைதிகொண்டதாக இருக்க வேண்டும். இந்தப் பின்சொன்ன குழு, உள்ளூர் பிரதேசத்தைக் கட்டுப்படுத்தும் தனி அதிகாரம் கொண்டு, புலால் உணவு உண்ணும் குழுவாகவும் பிராமணரல்லாத கலப்பையைப் பயன்படுத்தும் பிற குழுக்களுடன் உணவுண்ணும் குழுவாகவும் உள்ள நில உடைமைக் குழுவாக இருக்க வேண்டும்.

எனது விளக்கங்களின்படி, நில உடைமை அரசியல் அதிகாரங்கள் கொண்ட குழுக்களுக்கும் பெரும்பாலும் தொழில்திறன் சார்ந்த, பாரம்பரியமாக நில உடைமை மறுக்கப்பட்ட குழுக்களுக்கும் இடையிலான சமூக வேறுபாடுகள் அமைப்பினை இதேபோல எதிரொலிக்கும் ஒரு பகுதியை ஒருவர் முன்னனுமானம் செய்து அடையாளம் காண்பதன் மூலமே இந்த ஒப்பீட்டு ஆய்வை மேற்கொள்ளமுடியும். மேலும், இப்போது கூறப்பட்ட இந்த வேறுபாடுகள் படிப்படியாகக் கரைந்து, முன்னர் நிலத்திலிருந்து விலக்கப்பட்ட குழுக்கள் நிலங்களைக் கொள்முதல் செய்யவும், நில உடைமை, கிராமப்புற வேளாண்மை அமைப்பிலிருந்து ஒரு தொழில்சார்ந்த நகர்ப்புறப் பொருளாதாரத்தில் கவுரவம் காணும் ஆர்வமும் என இரட்டைப்பாதிப்புக்கு ஆட்பட்டு வருவதாகவும் இருக்க வேண்டும்.

இதேபோன்ற ஒப்பீட்டளவிலான ஆய்வுகளை ஊக்கப்படுத்துவதோடு, கொங்குப் பகுதியின் நில உடைமைத்துவம் இந்த ஆய்வில் சில குறிப்பிடத்தக்க விவரங்களை முக்கியமாக்குகின்றன. அவை

இங்கு வழங்கப்படுகின்றன: என் பார்வையில், கவுண்டர் களின் ஆதிக்கத்தைப் புரிந்துகொள்ள விவசாய உற்பத்தியைக் கட்டுப்படுத்தும் ஆளுமை முக்கிய அம்சமாகும். அதே நேரத்தில், அவர்களின் தனித்தன்மையான அதிகார நிலைதான் மிகவும் தனித்தன்மைகொண்ட சமூக எதிர்ப்புகள் உருவாவதற்கான திறப்பாகவும் உள்ளது.

கவுண்டர்கள் அவர்களின் நிலத்தைக் கட்டுப்படுத்தாவிட்டால், அவர்களின் ஆசாரமற்ற சடங்கியல் பாரம்பரியங்களும் புலால் உணவுப் பழக்கமும் அவர்கள் இப்போது அனுபவிக்கும் தகுதி நிலையைவிட மிகவும் கீழான தகுதி நிலையைத்தான் கொண்டு வந்திருக்கும். ஓர் ஒற்றைக் கிளைச்சாதி உடைமையாக்கியுள்ள நிலத்தின் விகிதம் என்பது மட்டுமே அக்குழுவின் ஆதிக்கத்தை அளவிடுவதற்கான போதிய அளவீடுகளாக இருக்கவில்லை. நிலத்தை உடைமையாகக் கொண்டுள்ள குடும்பங்களின் எண்ணிக்கையும் சம அளவில் மிக முக்கியமானதாகும். விவசாய நடவடிக்கைகளை மேற்பார்வையிடும் ஒவ்வொரு குழுவும் அவர்களின் கிளைச்சாதியைச் சேர்ந்த மக்கள் மற்றவர்களால் கட்டுப்படுத்தப்பட முடியாத நிலையை வழங்குகிறது.

கொங்கு மண்டலத்தின் காங்கேயம் பகுதி தொழில்நுட்ப அடிப்படையில் 'வறண்ட' நிலத்தைக் கொண்டுள்ளது.[3] குறைந்தது ஐந்து முதல் பத்து ஏக்கர் நல்லநிலம் இருந்தால்தான் ஒரு சிறிய குடும்பம் அதனைக்கொண்டு வாழமுடியும் என்று நான் மதிப்பிடுவேன். இருபது குடும்பங்கள் அல்லது தோராயமாக ஐம்பது விழுக்காட்டினர் இந்த அளவுக்கும் குறைவான நிலமே கொண்டுள்ளனர். இதனால் அவர்கள் இதரவகை வருமானங்களைச் சார்ந்துள்ளனர். நில உடைமை அமைப்பைக் கருத்தில்கொண்டால் ஓலப்பாளையம்தான் 'சிறந்த' குடியிருப்புப் பகுதி ஆகும். ஐந்து ஏக்கருக்கும் அதிகமான நிலம் உடைமையாகக் கொண்டவர்கள் பட்டியல் கிளைச்சாதி வாரியாக அட்டவனை 6.1இல் அளிக்கப்பட்டுள்ளது.

இந்தக் குறிப்பிட்ட குடியிருப்புப் பகுதியில், ஓரளவுக்குச் சுயேச்சையாக வாழத் தேவையான அல்லது தாம் தவிர மற்றவர் களுக்கும் வேலைவாய்ப்புகள் வழங்கக்கூடிய நிலம் உடைமையாகக் கொண்டுள்ள 17 குடும்பங்கள் அல்லது 90 விழுக்காட்டினர் கவுண்டர் சமுதாயம் ஆகும். கூடுதலாக, நான்கு கவுண்டர் குடும்பங்கள் குத்தகை விவசாயிகள்.[4]

அட்டவணை 6.1
ஓலப்பாளையம் குடியிருப்பில் குறிப்பிடத்தக்க
நில உடைமை அளவு *(கிளைச்சாதி வாரியாக)*

கிளைச்சாதிப் பெயர்	குடும்பங்களின் எண்ணிக்கை		
	'ஜீவனம்' செய்வதற்கு (5.1-10 ஏக்கர்)	கூடுதல் குடும்ப உழைப்பு கோருவது (10.1 - 40 ஏக்கர்கள்)	குத்தகைகாரர் தேவைப்படுவது (40.1 ஏக்கருக்கும் அதிகம்)
கொங்குக் கவுண்டர்	7	9	1
ஐயர் பிராமணர்	0	2	0
காருணிகர் பிள்ளை	0	1	0

குத்தகை விவசாயமும் விளைச்சல் நடவடிக்கைகளைக் குறிப்பிட்ட அளவுக்குத் தன் கட்டுப்பாட்டுக்குள் வைத்திருப்பதால் ஒரு மரியாதைக்குரிய தகுதிநிலையை அளிக்கிறது. குறிப்பிட்ட அளவு நிலங்களைப் பெறுவதால் ஒரு குழு உள்ளூர் ஆதிக்கத்துக் கான அதிகபட்ச வாய்ப்புகளைப் பெறுகிறது. அதே நேரத்தில் மிக அதிக அளவு நிலம் வைத்திருப்பதும் ஒரு குடும்பத்தின் உள்ளூர் நிலைக்கு அபாயத்தையே அளிக்கிறது. ஏனென்றால், அனைத்து நிலங்களையும் அவர்கள் தம் தனிப்பட்ட கட்டுப் பாட்டுக்குள் வைத்திருக்க முடிவதில்லை. நில உடைமையாளர் தம் நிலங்களை ஒரு முறை குத்தகைக்கு விட்டுவிட்டால் அன்றாட உற்பத்தி நடவடிக்கைகள் மீதான தம் கட்டுப்பாட்டை ஓரளவுக்கு அதிகமாகவே மற்றவர்களுக்கு விட்டுவிடுகிறார். இவ்வாறு நில உடைமையாளர் அருகில் இல்லாத நிலைமையால் குத்தகைதாரர் உடனடியாக அந்த நிலைக்கு வந்துவிடுகிறார். ஒரு சாகுபடி காலத்தின் விதைப்பு, அறுவடை போன்ற முக்கியமான சில கட்டங்களின் போது மட்டுமே குத்தகைதாரர் நில உடைமையாளரிடம் ஊடாட்டம் கொள்கிறார். ஒரு குத்தகைதாரர் ஆண்டுக்கு ஒருமுறை மட்டுமே நில உடைமையாளரைக் காணுகிறார் எனலாம்.[5]

ஆதிக்கம் செலுத்துவதன் அசலான பிரச்சினை என்பது ஒரு குறிப்பிட்ட குழுவின் உறுப்பினர்கள் மற்ற சமுதாயங்கள் மீது எந்த அளவு கட்டுப்பாடு கொண்டுள்ளனர் என்பதாகும். ஒரு பாரம்பரிய வேளாண்மைப் பொருளாதாரத்தில், நிலத்தின் மீதான கட்டுப்பாடுதான் மற்றவர்கள்மீது ஒரு குறிப்பிட்ட

குழு எந்த அளவு கட்டுப்பாடுகளைக் கொண்டுள்ளது என்பதை அளவிடுவதற்கான ஒரே எளிமையான, நிலையான வழி ஆகும்.

கொங்கு மண்டலத்தில், கவுண்டர்கள் மட்டுமே அதிக அளவிலான நிலங்களின்மீது தங்களின் கட்டுப்பாட்டைக் கொண்டுள்ளதே அவர்களைக் கிராமப்புற பகுதிகளில் ஆதிக்கமிக்க நிலையில் தெளிவாக நிறுத்துகிறது. இவர்களின் ஆதிக்கத்துக்கு வெற்றிகரமாக சவால் விடுவதற்கு எந்த அளவு நிலம் தேவை என்ற கேள்விக்கு மற்றொரு ஆராய்ச்சியின் மூலமே பதில்கூற முடியும். மேலும், வேளாண்மையின் இயந்திரமயமாக்கல், பயிர் தனித்தன்மை வகைகள், அரசுசாரா அல்லது தனியார் வணிகக்கட்டுப்பாடுகளுக்கு அளிக்கப்படும் முக்கியத்துவத்தின் அளவு ஆகியனவும் உள்ளூர் மேலாதிக்கத்தை அளவிடும் அளப்பான்கள் ஆகும்.

இந்தக் காரணங்களுக்காக, இரு பிரிவுகள்கொண்ட ஒரு சமுக அமைப்பு உருவாவதில் தேவைப்படும் தனிப்பட்ட சமூக ஏற்பாடுகளின் துல்லிய அளவுகளுக்கு மாறாக, அந்தப் பணிகளில் தனிப்பட்ட அமைப்புகளின் அடிப்படைப் பண்புகளே முக்கியமாகத் தொழிற் படுகின்றன என்று எனது கோட்பாடு விளக்கமளிக்கிறது. உள்ளூர் ஆதிக்க அறிகுறிகளில் நில உடைமையின் உயர் மற்றும் கீழ் வரம்புகள் குறிப்பிடத்தக்க அளவு பங்களிப்பதால் இந்தக் கூற்று அமையலாம்; ஆனாலும், இத்தகைய அளப்பான்களின் துல்லியத் தனித்தன்மைகள் குறிப்பிட்ட அமைப்புகளில் மட்டுமே வரையறை பெறுகிறது.

முடிவுரையாக, முதன்மை வளங்களை அணுகுவதிலான வரம்புக் கட்டுப்பாடு, அதிகாரம் மற்றும் தகுதிநிலை குறித்த இந்துமதக் கண்ணோட்டம் ஆகிய இரண்டின் இணைவையும் கொண்டுள்ள சமூக இணை விளைவுகளாக வலங்கை-இடங்கை எதிரிணைகள் கருதப்பட வேண்டும். அது ஒரு குறிப்பிடத்தக்க, ஆர்வம் கிளர்த்தும் மானுட நிறுவனமாக இருக்கிறது. இருப்பினும், இத்தகைய வளர்ச்சிக்குப் பொறுப்பேற்பவை எவை என்பது இன்னமும் முழுமையாகப் புரிந்துகொள்ளப்படவில்லை. இது குறித்து இந்தியாவின் எந்தப் பகுதியிலாவது ஓர் ஒப்பீட்டு ஆராய்ச்சி மேற்கொள்ளப்படுவது அவசரம். நவீன தொழிற்சார் பொருளாதாரமும், அனைவரும் அனைத்து வளங்களையும் அணுகும் கொள்கையும் இந்தப் பாரம்பரிய சமூக அமைப்பைக் காலாவதியாக்குவதற்கு முன் இது தேவையாகிறது.

பின்னிணைப்புகள்

பின்னிணைப்பு அ

களப்பணி நடைபெற்ற சூழல்கள்

இந்த ஆய்வு, கொங்கு மண்டலத்தில் 18 மாதங்கள் மேற்கொள்ளப் பட்ட களப்பணிகள் அடிப்படையில் அமைந்ததாகும். இந்தப் பகுதியின் மையத்தில் அமைந்த ஒரு குடியிருப்புப் பகுதியில் 1965 ஜனவரி முதல் 1966 ஆகஸ்ட் வரை நான் தங்கியிருந்த காலத்தில் இதன் பெரும்பான்மையான தகவல்கள் சேகரிக்கப்பட்டன. எனினும், இந்தத் தகவல்களின் மையக் கரு, இந்தப் பகுதியின் பிற பகுதிகளில் நான் மேற்கொண்ட தொடர் பயணங்கள் மூலமே வலுப்பட்டன. நான் அங்கிருந்து புறப்பட்ட பின்னர், எனது உதவியாளர் கே. சுந்தரம் மேற்கொண்ட பணிகளுக்கும் கடமைப்பட்டுள்ளேன். கொங்குப் பகுதியில் நான் தங்கியிருந்த காலத்துடன் கூடுதலாக 16 வாரங்கள் மதராஸ் மாநிலத்தின் பிற பகுதிகளுக்கும் இந்தியாவின் பல பகுதிகளுக்கும் பயணங்கள் மேற்கொண்டுள்ளேன்.

கொங்கு மண்டலத்தின் ஏதாவது ஒரு பகுதியில் ஆய்வு மேற்கொள்ளவேண்டும் என்ற முடிவு இந்தியா வருவதற்கு வெகு காலம் முன்பே எடுக்கப்பட்டதாகும். 1964 மே காலகட்டத்திலேயே, பாரிஸில் இருந்த எனது பேராசிரியர் லூயி துய்மோன் (Louis Dumont) எனக்கு அளித்த ஒரு பரிந்துரையில் வேர்விட்டு வளர்ந்த முடிவாகும்.

அவர் பரிந்துரைத்ததற்கு இரு காரணங்கள் உள்ளன. முதலாவது, கொங்குப் பகுதி என்பது பாரம்பரியமும் தனித்தன்மையும் நிறைந்த குணாம்சங்களைக் கொண்ட பகுதி என்றாலும் இதுவரை இந்தப் பகுதி ஆய்வு செய்யப்படவில்லை. இரண்டாவது, அவர் மதுரை அருகே களப்பணி மேற்கொண்டிருந்த காலத்தில் கொங்குப் பகுதியில் இருந்து இடம்பெயர்ந்தவர்களை அங்குச் சந்தித்துள்ளார். அப்போது அவர்கள் கூறிய விவரங்கள் பெரும் ஆர்வத்துக்குரியனவாக இருந்துள்ளன. தவிர, தீவிரமான களப்பணிக்கான இடத்தைத் தேர்வு செய்வதில்

கூடுதலான பல தனித்தன்மைகள் மற்றும் மதிப்பீடுகள் செய்யப்
பட்டுள்ளன. இவை, எனது தொடக்க முடிவை மாற்றி மேம்படுத்தின;
அவை கீழே விவரிக்கப்படுகின்றன.

கடந்த 1964, டிசம்பர் 1 அன்று கோயம்புத்தூர் நகரை நான்
வந்தடைந்தபோது, அங்கிருந்த மக்களிடம் கொங்குமண்டலம் குறித்து
விசாரிக்கத் தொடங்கினேன். அவர்களோடு பழகி விசாரணை
மேற்கொண்ட சில வாரங்களில், காங்கேயம் நகரைச் சுற்றியுள்ள
பகுதிகள் இம்மண்டலத்தின் பாரம்பரியமான முக்கிய பண்பாட்டு
மையமாக இம் மக்களால் கருதப்படுவது தெளிவாகத் தெரிய வந்தது.
காங்கேயம் அதன் பழமைவாதத் தன்மைக்காக அறியப்பட்டதுடன்,
கொங்கு மண்டலத்தின் புவியியல் மையப்பகுதிக்கு அருகிலும்
இருந்தது. கொங்குப் பகுதியின் கிராமப்புற வாழ்க்கையையும்
பாரம்பரியத்தையும் ஆய்வின்போது கவனப்படுத்த வேண்டி
யிருந்ததால் ஒரு மையச்சந்தை நகரோடு இணைக்கப்பட்ட
குடியிருப்புப் பகுதியே ஆய்வைத் தொடங்க நல்ல இடமாக இருக்கும்
என எனக்குத் தோன்றியது. இதைத் தொடர்ந்து காங்கேயம் பகுதியில்
வசிப்பவர்கள் குறித்து விசாரிக்கத் தொடங்கினேன். கோயம்புத்தூர்
நகரிலிருந்து நகர்வதற்கான ஏற்பாடுகளையும் தொடங்கினேன்.
கிராமப்புறப்பகுதியில் எனது முதல் பயணத்தில் சமூகப்பணி குறித்த
தகவல்களை நன்றாக அறிந்த ஒரு பெண்மணியை சகபயணியாக
ஏற்பாடு செய்துகொண்டேன்.

காங்கேயத்தில் நல்வாய்ப்பாக ஒரு மருத்துவரைக் கண்டு
பிடித்தேன். அவர், எனது சகபயணியின் தூரத்து உறவினர். சுற்றியுள்ள
பல கிராமங்களைச் சேர்ந்தவர்கள் அவருடைய வாடிக்கையாளர்களாக
இருந்ததால் அந்தப் பகுதிகளில் நன்றாக அறியப்பட்டவராக இருந்தார்.
அவர் பல பகுதிகளின் நிலைமையை விளக்கி என்னைத் தம்
காரிலேயே அந்தப் பகுதிகளுக்கு அழைத்துச்சென்று காண்பித்தார்.
இவ்வாறாக 15க்கும் அதிகமான உள்ளூர்ப் பகுதிகளைக் காண
முடிந்தது. என் ஆய்வுக்கான பகுதியாக இவற்றில் ஒன்று இருக்கமுடியும்
என்பதும் தெரிந்தது. இறுதியாக, ஒரு பகுதியைத் தேர்வுசெய்ய
வேண்டிய நிலை வந்தவுடன், இதுபோன்ற ஆய்வுகளுக்கான
இடங்களை அடையாளம் காண்பது தொடர்பாக ஏற்கனவே
நிறுவனப்பட்டுள்ள சில வரையறைகளாவது பொருந்த வேண்டும்
என முயற்சி செய்தேன். இது குறித்த எனது சிந்தனையில் இருத்திக்
கொண்ட அம்சங்கள் வருமாறு:

1. ஆய்வுக்குத் தேர்வு செய்யும் இடம் நகரிலிருந்து 5 அல்லது 6 மைல்களுக்குள் இருக்க வேண்டும். முதன்மைச் சாலை யிலிருந்து விலகி இருந்தால் இன்னும் நல்லது.

2. குறிப்பாகவும், தனித்தன்மைகொண்டதாகவும் அப்பகுதி ஒரே நிலப்பிரபுவின் ஆதிக்கத்தின் கீழ் இருக்கக்கூடாது.

3. அந்தப் பகுதியில் வாழும் அனைத்து முக்கியச் சாதிகள் அல்லது பெரும்பாலான முக்கியச் சாதிகள் அப்பகுதியில் அல்லது அருகில் வாழவேண்டும்.

4. அந்தக் குடியிருப்புப் பகுதி கூடுமானவரைக்கும் பெரிதாக இருக்க வேண்டும்; அதேநேரத்தில், ஒருவரை ஒருவர் அறியமுடியாத அளவுக்குப் பெரியதாக இருக்கக்கூடாது. (ஏறக்குறைய நூறு குடும்பங்கள் வாழும் பகுதியே பொருத்த மானது என நான் கருதுகிறேன்.)

5. அனைத்து ஆன்மிக அம்சங்களும் அடங்கிய பழைமையான கோயில் ஒன்று அப்பகுதியில் இருக்க வேண்டும்.

6. என்னை அப்பகுதிக்கு அறிமுகம் செய்பவர் அங்கு மதிப்பும் மரியாதையும் பெற்றவராக இருக்க வேண்டும். அதேசமயம், பெரிய நிலப்பிரபுவாகவும் இருக்கக்கூடாது; கீழ்ச்சாதியைச் சேர்ந்தவராகவும் இருக்கக்கூடாது.

அந்தப் பகுதியில் ஒரு வீட்டை ஏற்பாடு செய்வது, சமையலுக்கு மரியாதைக்குரிய பெண்மணி ஒருவரை ஏற்பாடு செய்வது ஆகியவையும் கருதத்தக்கவை.

இந்த வரையறைகளின் அடிப்படையில் காங்கேயத்திலிருந்து சில மைல் தொலைவில் உள்ள ஓர் இடத்தைதான் முதலில் தேர்வு செய்திருந்தேன். அங்கு எனது அறிமுகம் அரசு சுகாதாரத்துறை பெண் ஊழியர் ஒருவரால் செய்யப்பட்டது. தொடக்கத்தில் அவருடன் நான் தங்கிக்கொண்டு, அந்தப் பெண் அன்றாடம் செல்லும் பகுதிகளுக்கு அவருடன் நடந்துசென்று எனது பணிகளை மேற்கொள்வது என்று முடிவு செய்யப்பட்டது.

நான் நிரந்தரமாக எங்குத் தங்குவது, எனது சமையலாளர் யார் என்பது எனது முடிவுக்கு விடப்பட்டது. சில நாள்களிலேயே நான் தேர்வுசெய்த பெண் அந்தக் கிராமத்துக்குள் செல்ல நல்ல தேர்வு இல்லை என்பது தெரிந்தது. அவரது பாலியல் தொடர்புகள் அந்தக்

கிராமத்தில் பரவலாக விவாதிக்கப்படுவதை விரைவில் அறிந்தேன். அவர் ஓர் உள்ளூர் அரசியல் கட்சியோடு இணைந்திருப்பதும், உள்ளாட்சித் தேர்தலில் அந்தக் கட்சி தோல்வியடைந்திருப்பதும் அறிந்தேன். இந்தச் சமயத்தில் அங்கு எனக்கான மொழிபெயர்ப்பாளர் கூட இருக்கவில்லை. ஆனால், மக்கள் கீழ் குரலில் கிசுகிசுப்பது, என்னைக் கண்டால் விலகிச்செல்வது, எனக்குத் தெரிந்த தமிழ் சொற்பட்டியலில் இடம்பெற்றுள்ள குறிப்பிட்ட சொற்களை அனைவரும் அடிக்கடி உச்சரிப்பது ஆகியவற்றில் இருந்து என்னால் இதனை நன்றாக உணரமுடிந்தது.

எதிர்த்தரப்பு அரசியல் கட்சியின் முன்னணிக் குடும்பத்தின் அழைப்பின்பேரில் சில நாள்கள் தங்கிய பின்னர், இந்தக் கிராமத்தில் நான் மேற்கொண்ட தொடக்கப்பணிகள், எனது களப்பணிகளைத் தீவிரப்படுத்த இந்தக் கிராமம் உகந்ததல்ல என்று இறுதி முடிவெடுத்தேன். ஏற்கனவே சில வாரங்கள் கழிந்துவிட்ட நிலையில், உள்ளூர் அரசியல், சமூகப் போட்டிகளுக்குள் சிறைப்படுத்தப்படுவேன் என்ற அச்சம் எனக்கு ஏற்பட்டது. பத்து நாள்களில் அங்கிருந்து வெளியேறி, காங்கேயம் திரும்ப முடிவு செய்தேன். அங்குக் கோவையில் இருந்து வந்த எனது நண்பருடன் இணைந்து கொண்டு, பொருத்தமான இடத்தைத் தேடும் முயற்சியில் இறங்கினேன். இரண்டாவது முயற்சியிலேயே நகருக்குக் கிழக்கே ஆறுமைல் தொலைவில் உள்ள, ஏற்கனவே பழக்கமாகியிருந்த ஒரு துணி வியாபாரி இருக்கும் பகுதிக்கு வந்தோம். இந்தப் பகுதியில் ஏற்கனவே அறிமுகமாகியிருந்த கோவை சமூகப் பணியாளர் ஒருவரால் அவருடைய பெயர் எனக்குப் பரிந்துரைக்கப்பட்டிருந்தது.

இந்தப் பகுதி ஓலப்பாளையம் ஆகும். முன்பு கூறிய அனைத்து வரையறைகளையும் நிறைவு செய்யக்கூடிய பகுதியாக இது இருந்தது, ஒன்றைத் தவிர. அதாவது முதன்மைச்சாலைக்கு மிக அருகில் இருந்தது என்பதைத் தவிர. எனது மூன்றாவது முயற்சிக்குப் பின்னர், இந்த ஒரேயொரு அசௌகரியத்தை மட்டும் ஏற்றுக்கொண்டு, இங்கேயே தங்க முடிவுசெய்தேன். அங்கிருந்த சாலையோர வியாபாரியும் அரசு வேளாண்மைத்துறை முகவரான அவரது நண்பர்களில் ஒருவரும் அங்கு நான் ஒரு வீடு எடுக்கவும் உள்ளூரிலேயே மரியாதைக்குரிய ஒரு பெண்மணியை சமையலாளராக நியமிக்கவும் உதவினர். அந்த வீட்டில் நான் நுழைவதிலிருந்து எனது புதிய நண்பர் பாப்பம்மாளிடம் அடைக்கலம் ஆவதுவரை கோவை தோழி உடன் தங்கினார்.

இப்போது நான் என் நல்வாய்ப்பை உணர்ந்தேன். மக்கள் நட்புடன் இருந்தனர். சின்னச்சின்னவழிகளில் எனக்கு உதவிகளும் செய்தனர். மேலும், அந்தப் பகுதி முதன்மைச்சாலைக்கு நெருக்கமாக இருந்ததும், நகர மக்களின் செல்வாக்குக்கு ஆளாகியிருந்ததும் குறித்த எனது அதிருப்தியும் படிப்படியாக மறைந்தது. அதைவிட, அந்தக் குடியிருப்புப் பகுதி சாலையோரம் இருந்ததாலேயே அங்கிருந்த கடைகள் ஒரு முக்கிய நரம்பு மண்டலமாக இயங்கி அக்கம் பக்கப் பகுதிகளின் மக்கள் குறித்தும், நிகழ்வுகள் குறித்தும் உடனுக்குடன் தகவல்களை அறிய முடிந்ததால் சாதகமான அம்சமாக மாறியது.

எனது ஆராய்ச்சியானது தனிமைப்படுத்தப்பட்ட ஒரு கிராமப் பகுதியை மட்டும் மையமாகக்கொண்டது என்ற பொதுவான நிலையில் இருந்து, எனது ஆராய்ச்சியை சமூக நிறுவனத்தின் மண்டல, துணை மண்டலங்களை நோக்கியும் விரிவடையச் செய்தது. நான் குடியிருந்த குடியிருப்புப் பகுதியில் இருந்து சில நிமிட நடையில் பேருந்தைப் பிடிக்க முடிந்தது; அங்குப் பயணிகளைச் சந்தித்து முக்கிய அன்றாடச் செய்திகளைத் தெரிந்துகொண்டு விரைவாக வீடுதிரும்ப முடிந்தது. அதாவது, எனது நடவடிக்கை எல்லைகளை எளிதாக என்னால் விரிவுபடுத்த முடிந்தது. இதனால், வசதிகளை ஏற்படுத்திக்கொண்டு ஒரு பெரிய பகுதியில் என்னால் பயணிக்க இயன்றது.

எல்லாவற்றிலும் மிகச்சிறந்த நல்வாய்பபு அர்ப்பணிப்புமிக்க பாப்பம்மாளை நான் எனது உதவியாளராகப் பெற்றது. பாப்பம்மாள் பண்டாரம் சாதியைச் சேர்ந்தவர். பிராமணரல்லாத பூசாரிகள் மற்றும் சமையலாளர்களைப் பண்டாரம் என்று அழைத்தனர். அனைத்துக் கிராம நடைமுறைகளிலும் இந்தச் சாதியினர் உள்ளூர் ஆதிக்க நில உடைமையாளர் சமுதாயத்தைப் பின்பற்றுவதில் முழுமையான கவனம் செலுத்தினர். வசதி, பொது மரியாதை ஆகிய இரு அம்சங்களிலும் அவர்களுக்குக் கீழானவர்களாகக் கருதப்பட்டனர். அதனால் வீட்டில் ஒரு பணியாளராக உணர்ந்தார். ஆனால், கிராமத்தில் மதிக்கத்தக்கவராக மரியாதை செய்யப்பட்டார். கிராம நடைமுறைகள் குறித்து அனைத்தும் அறிந்தவராக இருந்தார். மேலும். அவர் பலசாலி, இலகுவானவர், அதிக புத்திக்கூர்மை கொண்டவர் என்பதை விரைவில் நிரூபித்தார்.

கொஞ்ச காலத்துக்குப் பிறகு, பாப்பம்மாள் என்னை மகள் என்றே அழைத்தார்; அவருக்கு மகன்கள் மட்டுமே இருந்தனர். அவருடைய

இளைய மகன் சுந்தரம், கிட்டத்தட்ட என் வயதுதான். என்னை 'அக்கா' என்றே அழைத்தார். அவர், எங்களை அடிக்கடி பார்க்க வந்தார். அவரும் ஒரு அசாத்தியமான புத்திக்கூர்மையும் அறிவும் கொண்டவர் என்பதை நிரூபித்தார். சில மாதங்களில், அவரை என் உதவியாளராக நியமிக்க முடிவுசெய்தேன். இவ்வாறு நாங்கள் ஒரு குடும்பமாகவும், ஒரு பணிக்குழாமாகவும் ஆனோம்; அதில், நான் 'மகள்', 'சகோதரி', 'குடும்பத் தலைவி' என மூன்று பொறுப்புகளையும் சமமாகப் பெற்றேன்.

பாப்பம்மாளோ சுந்தரமோ முறையான கல்வி கற்காதவர்கள். பாப்பம்மாள் எழுத்தறிவே இல்லாதவர்; சுந்தரம் நான்கு ஆண்டுகள் பள்ளிக்குச் சென்றவர். மற்றபடி சுயகல்விதான். அவரது சுய முயற்சிகளின் காரணமாக, அவரது போட்டித்திறன் வெகுவான முன்னேற்றம் அடைந்ததை என்னால் காணமுடிந்தது. படிப்படியாக, இந்த ஆராய்ச்சியின் பிரிக்க முடியாத அங்கமாக மாறினார்; என் அனைத்துத் தமிழ்ப் பிரதிகளையும் பதிவு செய்வது, நில வரைபடங்கள் வரைவது, இன்னும் பலவிதமான பணிகளை நிறைவேற்றுவதற்கான முழுப் பொறுப்பையும் எடுத்துக்கொண்டார்.

நான் அங்குத் தங்கியிருந்த காலம் முழுவதும் எனது தகவல் சேகரிப்புகளுக்கான முக்கிய ஆதாரங்களாகக் கேள்விக்கிடமில்லாத வகையில் பாப்பம்மாளும் சுந்தரமும் விளங்கினர். எனினும், ஓலப்பாளையம் மற்றும் மண்டலத்தின் பரவலான பகுதிகளைச் சேர்ந்த அறுபதுக்கும் அதிகமானவர்கள் குறிப்பிட்ட தலைப்புகளில் குறிப்பிடத்தக்க பங்களிப்புக்குப் பொறுப்பானவர்கள் ஆவர். இவர்களில் பெரும்பாலான தகவலாளிகளின் விவரங்கள் பெயர், கிளைச்சாதி, வசிக்குமிடம் ஆகியவற்றுடன் பின்னிணைப்பு:ஆ பட்டியலிடுகின்றது. இந்த ஆய்வுப்புத்தகம் நெடுகிலும் இவர்களின் தகவல்கள் பயன்படுத்தப்பட்ட இடங்களிலெல்லாம் குறி அடையாளங்களுடன் (எண் 1, 2, ... என) கவனமாகக் குறிப்பிடப்பட்டுள்ளனர்.

நான் வசிப்பதற்கு வசதியான ஓர் இடம் கிடைத்ததும் மற்றொரு பேறு ஆகும். பாரம்பரிய முறையில் கட்டப்பட்ட, ஓரளவுக்கு விசாலமான எனது கிராமப்புற வீடு உள்ளூரில் வசித்த ஆதிக்க நில உடைமை கிளைச்சாதிக்குச் சொந்தமான வீடு; அவரிடம் வாடகைக்கு எடுத்துக்கொள்ளப்பட்டிருந்தது. குடியிருப்புப் பகுதியின் மையப் பகுதிக்கு அருகில் அந்த வீடு அமைந்திருந்தது. ஆனால், அந்த வீட்டில் தொடர்ந்து துர்மரணங்கள் நிகழ்ந்ததால் பல ஆண்டுகள் காலியாகவே

இருந்துள்ளது. இந்தத் துர்மரணங்களின் நிகழ்வுகள் நீண்டகாலமாக நினைவிலிருந்தாலும் கால வெள்ளத்தில் படிப்படியாக அழிந்து இப்போது மக்களால் மறக்கடிக்கப்பட்டிருந்தன. இந்த வீடு மேற்குப் பார்த்த வாசலைக் கொண்டிருந்தது காரணமாகக் கூறப்பட்டது. பாப்பம்மாளுக்கு இருந்த தொடர் சளி, வயிற்று வலி போன்ற தொல்லைகளுக்கு இவ்வாறு வாஸ்து இல்லாமல் கட்டப்பட்டுள்ளதுதான் என்று கூறிவந்தார்.

ஓலப்பாளையத்தில் தங்கிய முதல் சில மாதங்களில், உள்ளூர்ப் பழக்க வழக்கங்களைப் பின்பற்றுவது எப்படி என்பது எனக்குத் தெரியாததால் எனது சொந்தப்பழக்க வழக்கங்களால் சிரமப்பட்டேன். சில நாள்களில் எப்படிக் குளிப்பது, எப்படிச் சாப்பிடுவது, மாதவிலக்குகளின் போது தவிர்க்க வேண்டியவை போன்றவற்றைக் கற்றுக்கொண்டு கவனமாகப் பின்பற்றத் தொடங்கினேன். மேலும், எப்போதும் புடவையே அணிந்தேன். கூடுமானவரைக்கும் அடக்க ஒடுக்கமாக நடந்துகொள்ள முயன்றேன். முதலில், துணையாள் இல்லாமல் எங்கும் வெளியே செல்லமாட்டேன். இத்தகைய எனது அணுகுமுறைகள் என் மீதான உள்ளூர் மக்களின் நம்பிக்கையை வேகமாக அதிகப்படுத்தவும் செய்தது. தமிழ் மொழியில் சரளமாகப் பேசமுடியாததால் தொடக்கத்தில் மிகவும் துன்பப்பட்டது உண்மை தான்; போகப்போக எனது தமிழ் அறிவை வளர்த்துக்கொண்டேன்.

பின்னர், நான் சரளமாகப் பேசத்தொடங்கிய போது மக்களும் தயங்காமல் இயல்பாகப் பழகத் தொடங்கிய பின்னர், தைரியமாகவும் சுயேச்சையாகவும் செயல்படத் தொடங்கினேன். இப்போது தெருக்களில் தனியாக நடந்தேன். அனைத்து வயதினரையும் சரளமாக நேர்காணல் செய்தேன். ஒரே தர்மசடங்கம், வழியில் மக்கள் செல்லும்போது, மக்கள் பார்வையில் ஆண்களிடம் கேள்விகள் கேட்கும் போது ஆண்கள் தர்மசங்கடமாக உணர்ந்ததுதான். கொஞ்ச காலத்தில் எனது சைக்கிளில் தனியாகச் சென்றேன். அருகமைக் குடியிருப்புப் பகுதிகளுக்குத் தனியாகவே சென்று நேர்காணல்கள் செய்து வந்தேன். நான் அறிந்தவரை, அங்கு நான் தங்கியிருந்த கடைசிநாள்வரை எனது சுதந்திரங்கள் எதுவும் கண்டனத்துக் குள்ளாகவில்லை.

தொடக்கத்தில் நான் உள்ளூர் மக்களிடம் பெற்ற நம்பிக்கையும் நட்புணர்வுமே நான் அங்குக் கடைசிநாள்வரை அனுபவித்த சுதந்திர உணர்வுக்கு உதவியதாக அறிகிறேன். மேலும், பெண்ணாக நான்

பின்னிணைப்புகள் ✵ 357

இருப்பது பெரும் சாதகமாகவே அமைந்தது. ஓர் ஆணாக இருந்திருந்தால் எந்தளவுக்குச் சந்தேகக்கண்களால் பார்க்கப்பட்டு, உளவு பார்க்கப்பட்டிருக்க வாய்ப்புகள் உருவாகியிருக்குமோ அந்தளவுக்கு மக்கள் என்னை சந்தேகிக்காததற்குக் காரணம் நான் பெண் என்பதுதான். தேவைப்படும்போதெல்லாம் உதவிபெறுவது எனக்கு எளிதாக இருந்தது. பெண்களுடன் ஆண்கள் உரையாடுவதைக் காட்டிலும் என்னால் உள்ளூர் ஆண்களுடன் சரளமாக உரையாட முடிந்தது.

ஓலப்பாளையம் மக்களுடன் எனது நட்பு, நற்பேறு எல்லாம் இருந்தாலும் தொடக்கத்தில் மக்கள் என்னை சந்தேகத்தோடுதான் பார்த்தனர். நான் ஏன் இங்கு தங்கவேண்டும், நான் ஏன் இங்கு வரவேண்டும் என்ற கேள்விகள் எழுந்தன. நான் நேர்காணல் செய்தவர்கள் இதனை என்னிடம் கேட்டபோது, எனது நாட்டு அரசு இந்தியாவுக்கு உணவுப்பொருள்கள் அனுப்பியதால் (இதனை அவர்களே பார்த்திருக்கிறார்கள்), தாம் உதவி செய்த நாட்டின் மக்களையும் அவர்களின் பழக்கவழக்கங்களையும் கற்பதற்காகத் தன்நாட்டு மாணவர்களை அனுப்பியுள்ளது என்று விளக்கமளிப்பேன். நான் இங்கு தங்கி இரண்டு ஆண்டுகளுக்குப் பிறகு வட அமெரிக்கா திரும்பிய பிறகு அங்குள்ள மாணவர்களுக்கு இந்திய சமூகப் பழக்கங்கள் குறித்துக் கற்பிக்கவேண்டும் என்று அரசு என்னைக் கேட்டுக்கொண்டுள்ளது என்று அவர்களுக்குக் கூறினேன். இந்தப் பதில்கள் அவர்களுக்கு நியாயமானவையாகத் தெரிந்தன. எனது விசாரணைகளுக்கு அவர்கள் அளித்த பதில்கள், விளக்கங்கள் இந்தப் புத்தகத்தில் பகுதியளவாவது சாத்தியப்பட்டிருப்பதை, ஓலப்பாளையம் மக்களும் நண்பர்களும் காண்பார்கள் என்பது எனது நம்பிக்கை.

பின்னிணைப்பு ஆ
இந்த நூலில் இடம்பெறும் தகவலாளிகள்

வ. எண்	புத்தகத்தில் பெயர் பயன்படுத்தப்பட்ட எண் வரிசைப்படி	குடியிருக்கும் இடம்	சாதி
1	பழனியப்பன்	கண்ணபுரம் ஊர், கண்ணபுரம் கிராமம்	கொங்குப் பறையர்
2	கிருஷ்ணா (கிட்டாண்டி)	ஓலப்பாளையம் குடியிருப்பு, கண்ணபுரம் கிராமம்	ஒக்கசண்டிபண்டாரம்
3	எல்லம்மாள்	ஓலப்பாளையம் குடியிருப்பு, கண்ணபுரம் கிராமம்	வடுக வண்ணார்
4	ரங்கசாமி	ஓலப்பாளையம் குடியிருப்பு, கண்ணபுரம் கிராமம்	சோழி ஆசாரி
5	ராமசாமி	ஓலப்பாளைய குடியிருப்பு, கண்ணபுரம் கிராமம்	வடுக நாயக்கர்
6	நாச்சியப்பன்	வீரசோழபுரம், பாப்பிணி கிராமம்	மொரசு மாதாரி
7	பழனிச்சாமி புலவர்	திருப்பூர் நகரம்	புலவர் (முதலியார்)
8	கிருஷ்ணசாமி புலவர்	முத்தூர் நகரம்	புலவர் (முதலியார்)
9	காங்கப்ப புலவர்	வீரசோழபுரம், பாப்பிணி கிராமம்	புலவர் (முதலியார்)
10	மாரிமுத்து	மாடவிளாகம் குக்கிராமம், பாப்பிணி கிராமம்	ஒக்கசண்டிபண்டாரம்
11	ஆண்ட சிவசுப்பிரமணிய பண்டிதர்	கருமாபுரம், திருச்செங்கோடு வழி	குருக்கள் (பிராமணர்) அல்லது நாடார்?
12	ராமசாமி	ஓலப்பாளையம் குடியிருப்பு, கண்ணபுரம் கிராமம்	மரமேறி நாடார்
13	முத்துக்கருப்பன்	ஓலப்பாளையம் குடியிருப்பு, கண்ணபுரம் கிராமம்	மரமேறி நாடார்
14	பழனியப்பன்	வீரசோழபுரம், பாப்பிணி கிராமம்	மரமேறி நாடார்
15	சிதம்பரம்ஸ்ரீ கமலமூர்த்தி	சிதம்பரம் நகரம்	குருக்கள் (ஆசாரி)
16	மாரிமுத்து	சூடாமணி சின்னதாராபுரம் வழி	வேடர்
17	ராமன்	ரெட்டிப்பாளையம் கரூர் வழி	தோட்டி மாதாரி
18	மாறன்	பொதுப்பணித்துறை மாளிகை கொடுமுடி நகரம்	தோட்டி மாதாரி

பின்னிணைப்பு ஆ (தொடர்ச்சி)

வ. எண்	புத்தகத்தில் பெயர் பயன்படுத்தப்பட்ட எண் வரிசைபடி	குடியிருக்கும் இடம்	சாதி
19	நாச்சி	காங்கேயம்பாளையம் குக்கிராமம், கண்ணபுரம் கிராமம்	தோட்டி மாதாரி
20	சுந்தரம்	ஓலப்பாளையம் குடியிருப்பு, கண்ணபுரம் கிராமம்	ஒக்கசண்டிபண்டாரம்
21	பாப்பம்மாள்	ஓலப்பாளையம் குடியிருப்பு, கண்ணபுரம் கிராமம்	ஒக்கசண்டிபண்டாரம்
22	கணபதி	வெள்ளகோயில் நகரம்	ஒக்கசண்டிபண்டாரம்
23	நாச்சி	ரெட்டிவலசு குக்கிராமம், கண்ணபுரம் கிராமம்	கூடைக் குறவர்
24	மாரிமுத்து	கொழுந்தக்கவுண்டனூர், கரூர் வழி	அனப்பு மாதாரி
25	கிட்டான்	கரூர் நகரம்	மொரசு மாதாரி
26	சந்தானம்	கரூர் நகரம்	மொரசு மாதாரி
27	சுப்புலட்சுமி	ஓலப்பாளையம் குடியிருப்பு, கண்ணபுரம் கிராமம்	ஐயர் பிராமணர்
28	நாமகிரியம்மாள்	ஓலப்பாளையம் குடியிருப்பு, கண்ணபுரம் கிராமம்	சோழி ஆசாரி
29	செங்கோட்டையன்	ஓலப்பாளையம் குடியிருப்பு, கண்ணபுரம் கிராமம்	கொங்குக் கவுண்டர்
30	முத்துசாமி	பழையகோட்டை கிராமம்	ஒக்கசண்டி பண்டாரம்
31	அங்கப்பன்	கீழ்வானி, பவானி வழி	செங்குந்த முதலியார்
32	அவனாசி லிங்கம்	ஓலப்பாளையம் குடியிருப்பு, கண்ணபுரம் கிராமம்	காருணிகர் பிள்ளை
33	பழனியப்பன்	ஓலப்பாளையம் குடியிருப்பு, கண்ணபுரம் கிராமம்	கொங்கு நாவிதர்
34	சுந்தரமூர்த்தி	ஓலப்பாளைம் குடியிருப்பு, கண்ணபுரம் கிராமம்	ஐயர் பிராமணர்
35	வெங்கடாசலம்	காடையூர், காங்கேயம் வழி	கோமணாண்டிப் பண்டாரம்
36	குப்புசாமி	ரெட்டிவலசு குக்கிராமம், கண்ணபுரம் கிராமம்	கொங்குக் கவுண்டர்
37	முத்துசாமி	முறுக்கன்காடு குக்கிராமம், கண்ணபுரம் கிராமம்	கொங்குக் கவுண்டர்

வ. எண்	புத்தகத்தில் பெயர் பயன்படுத்தப்பட்ட எண் வரிசைபடி	குடியிருக்கும் இடம்	சாதி
38	பழனிசாமி	கண்ணபுரம் ஊர், கண்ணபுரம் கிராமம்	கொங்குக் கவுண்டர்
39	முத்துசாமி	ஓலப்பாளையம் குடியிருப்பு, கண்ணபுரம் கிராமம்	ஒக்கசண்டிபண்டாரம்
40	ராமன்	கொடைக்கானல் நகரம்.	வடுக மாதாரி
41	கிட்டான்	சங்கன்காடு, கண்ணபுரம் ஊர், கண்ணபுரம் கிராமம்	தோட்டி மாதாரி
42	பெரியசாமி	கண்ணபுரம் ஊர், கண்ணபுரம் கிராமம்	கொங்குக் கவுண்டர்
43	செம்மலையப்பன்	ஓலப்பாளையம் குடியிருப்பு, கண்ணபுரம் கிராம்	கொங்குக் கவுண்டர்
44	சின்னசாமி	ஓலப்பாளையம் குடியிருப்பு, கண்ணபுரம் கிராமம்	கொங்குக் கவுண்டர்
45	கிட்டுசாமி	ஓலப்பாளையம் குடியிருப்பு, கண்ணபுரம் கிராமம்	கொங்குக் கவுண்டர்
46	கருப்பணசாமி	ஓலப்பாளையம் குடியிருப்பு, கண்ணபுரம் கிராமம்	கொங்குக் கவுண்டர்
47	பழனியப்பன்	ஓலப்பாளையம் குடியிருப்பு, கண்ணபுரம் கிராமம்	நகரம் செட்டியார்
48	பெரியசாமி	ஓலப்பாளையம் குடியிருப்பு, கண்ணபுரம் கிராமம்	கொங்கு உடையார்
49	?	வள்ளியரச்சல் கிராமம்	மேளக்கார முதலியார்
50	ஆறுமுகம்	இல்லியும்பட்டி, லக்கமநாயக்கன்பட்டி வழி	கொங்கு ஆசாரி
51	சின்னசாமி	தண்ணீர்பந்தல் வலசு குடியிருப்பு, கண்ணபுரம் கிராமம்	கொங்குக் கவுண்டர்
52	சகுந்தலா	ஓலப்பாளையம் குடியிருப்பு, கண்ணபுரம் கிராமம்	கோமுட்டிச் செட்டியார்
53	நாச்சிமுத்து	முத்தூர் நகரம்	மேளக்கார முதலியார்
54	வள்ளியம்மாள்	ஓலப்பாளையம் குடியிருப்பு, கண்ணபுரம் கிராமம்	வடுக நாயக்கர்
55	சரவணன்	ஓலப்பாளையம் குடியிருப்பு, கண்ணபுரம் கிராமம்	காருணிகர் பிள்ளை

பின்னிணைப்பு ஆ *(தொடர்ச்சி)*

வ. எண்	புத்தகத்தில் பெயர் பயன்படுத்தப்பட்ட எண் வரிசைபடி	குடியிருக்கும் இடம்	சாதி
56	தங்கவேலு	ஓலப்பாளையம் குடியிருப்பு, கண்ணபுரம் கிராமம்	சோழி ஆசாரி
57	மாரியப்பன்	ஓலப்பாளையம் குடியிருப்பு, கண்ணபுரம் கிராமம்	கைக்கோளர் முதலியார்
58	தியாகராஜன்	ஓலப்பாளையம் குடியிருப்பு, கண்ணபுரம் கிராமம்	கோமுட்டிச் செட்டியார்
59	கோவிந்தன்	ஓலப்பாளையம் குடியிருப்பு, கண்ணபுரம் கிராமம்	வடுக நாயக்கர்
60	பழனி	பூசாரி வலசு குடியிருப்பு, கண்ணபுரம் கிராமம்	மொரசு மாதாரி

பின்னிணைப்பு இ

நல்ல (ராசியான) நேரம் கெட்ட (தோசமான) நேரம்

கொங்குப் பகுதியில், வாரத்தின் ஒவ்வொரு நாளும், ஆண்டின் ஒவ்வொரு மாதமும் நல்ல, கெட்ட என வகைப்படுத்தப்பட்டுள்ளன. இவற்றை ராசியான, தோசமான நேரம் என்றும் கூறுகிறார்கள்.

ஒரு கிரகத்தின் இயக்கத்தைப் பொறுத்து ஒரு நாளின் பல தருணங்கள் பாதிப்புக்குள்ளாகின்றன; ஒரு தனிப்பட்ட கிரகத்தின் செல்வாக்குப் பல ஆண்டுகள் நீடிக்கின்றது. பிராமணப் பூசாரிகள் (சாஸ்திரிகள்) இதில் வல்லமை பெற்றவர்கள். அவர்கள் பஞ்சாங்கம் பார்த்து இதனைக் கணிக்கிறார்கள். பிராமணரல்லாத பூசாரிகள் இந்தக் கணக்கின்படி ஒருவருடைய ஜாதகம் எழுதுகிறார்கள். திருமணம், புதுமனை புகுதல் போன்ற முக்கிய நிகழ்வுகள் இவர்களை ஆலோசித்த பின்னரே முடிவு செய்யப்படுகின்றன. ஒரு பிறப்போ இறப்போ ராசியான நேரத்தில் நடந்துள்ளதா இல்லையா என்பதை ஜோதிடர்கள் கணிக்கிறார்கள்.

இதுபோன்ற தொழில்முறை ஜோதிடர்கள் தரும் தகவல்களே இந்த விவகாரங்களில் பொதுமக்கள் அறிதலாக இருக்கின்றன. அன்றாட நடவடிக்கைகளில் கணிக்கப் பயன்படும் ஜோதிடம் குறித்த எளிமையான விளக்கம். தனிமனிதர்கள் பின்பற்ற இது போதுமானது. இந்தப் பின்னிணைப்பு இவை குறித்த தகவல்களை வழங்குகிறது.

உள்ளூர் சகுனங்களிலும் மக்கள் நம்பிக்கைகொண்டுள்ளனர். ஒற்றை பிராமணர் அல்லது ஒற்றை ஆசாரி எதிரே வந்தால் கெட்ட சகுனம் என்று நினைப்பர். ஆனால், இதுவே இரட்டையர்களாக இருந்தால் நல்ல சகுனம் என்பர். கெட்ட சகுனம் தென்பட்டால் எந்த முக்கிய காரியங்களிலும் ஈடுபடமாட்டார்கள்.

அட்டவணை இ.1
நல்ல நேரம், கெட்டநேரம்

வார நாள்கள்

திங்கள் *:	நல்ல நேரம், எந்தக் காரியமும் தொடங்கலாம். ஆண்குழந்தை பிறந்தால் நல்லது. சிவன் பிறந்தநாளாகக் கருதப்படுகிறது. கோயிலில் பூசை செய்ய நல்ல நாள்.
செவ்வாய்:	சராசரி நாள். பயணம் மேற்கொள்ள நல்ல நாள் இல்லை.
புதன்கிழமை *:	எல்லாவற்றுக்கும் நல்லநாள். திங்கள் போல் நல்லநாள் அல்ல. குழந்தை பிறப்புக்கும் பயணத்துக்கும் உகந்த நாள். கோயிலில் பூசை செய்ய நல்லநாள்
வியாழன்:	சராசரி நாள். புதிய காரியங்கள் தொடங்கக்கூடாது. குறிப்பாகப் பயணம்.
வெள்ளி *:	எல்லாவற்றுக்கும் நல்லநாள். பெண்குழந்தை பிறப்புக்கு நல்லது. ஆனால், ஆண் குழந்தை பிறப்புக்குக் கெட்ட நேரம். இது பார்வதி பிறந்த நாள் என்கிறார்கள். கோயிலில் பூசை செய்ய நல்லநாள். பயணம் மேற்கொள்ள நல்ல நாள் இல்லை.
சனி:	நல்லநாள் இல்லை. புதிய காரியங்கள் தொடங்கக்கூடாது. குறிப்பாகப் பயணங்களைத் தவிர்க்க வேண்டும்.
ஞாயிறு:	நல்ல நாளும் இல்லை; கெட்ட நாளும் இல்லை. புதிய காரியங்கள், பயணங்களைத் தவிர்க்க வேண்டும்.

மாதங்கள்

சித்திரை:	ராசியில்லாத மாதம். பெரும்பாலான சாதிகள் திருமணங்களை வைத்துக்கொள்ள மாட்டார்கள். பயணத்துக்கும் புதிய காரியங்கள் தொடங்கவும் நல்ல மாதம் அல்ல. குழந்தை பிறப்புக்கும் உகந்த மாதம் அல்ல.
வைகாசி *:	திருமணங்களுக்கு, புதிய காரியங்கள் தொடங்க, குழந்தை பிறப்புக்கு ராசியான மாதம்.

ஆனி *:	திருமணங்களுக்கு, புதிய காரியங்கள் தொடங்க, குழந்தை பிறப்புக்கு ராசியான மாதம்.
ஆடி:	பொதுவாக ராசியில்லாத மாதம். ஆனால், உயிரிழந்தோருக்குப் படைக்கவும் கெட்ட ஆவிகளை விரட்டவும் நல்லமாதம். தேய்பிறைக் காலத்தில் இந்தக் காரியங்கள் செய்யப்பட வேண்டும். எந்தச் சாதியும் இந்த மாதத்தில் திருமணம் வைத்துக்கொள்ளாது. ஆனால், கோயில் திருவிழாக்கள் அதிகமாக நடைபெறும். இந்த மாதத்தில் குழந்தை பிறப்பது நல்லதாகப் பார்க்கப்படுவதில்லை.
ஆவணி *:	திருமணங்களுக்கு, புதிய காரியங்கள் தொடங்க, குழந்தை பிறப்புக்கு ராசியான மாதம்.
புரட்டாசி:	பெரும்பாலான சாதிகள் திருமணம் வைப்பதில்லை. கோயில் பூசைகளுக்கு உகந்த மாதம். அம்மாவாசையின் போது உயிரிழந் தோருக்குப் பிண்டம் படைக்கப்படுகிறது.
ஐப்பசி *:	திருமணங்களுக்கு, புதிய காரியங்கள் தொடங்க, குழந்தை பிறப்புக்கு ராசியான மாதம்.
கார்த்திகை *:	திருமணங்களுக்கு, புதிய காரியங்கள் தொடங்க, குழந்தை பிறப்புக்கு ராசியான மாதம்.
மார்கழி:	பெரும்பாலான சாதிகள் திருமணம் வைப்பதில்லை. ஆனால், கோயில் பூசைகள், நோன்புகள் நடைபெறும். தை முதல் நாள் திருவிழாவுக்கான தயாரிப்புகள் நடக்கும்.
தை *:	திருமணங்களுக்கு, புதிய காரியங்கள் தொடங்க, குழந்தை பிறப்புக்கு ராசியான மாதம். முதல் மூன்று நாள்கள் பொங்கல் திருவிழா நடைபெறும். அனைத்துத் தெய்வங்களும் இன்று வணங்கப்படும்.
மாசி *:	திருமணங்களுக்கு, புதிய காரியங்கள் தொடங்க, குழந்தை பிறப்புக்கு ராசியான மாதம். இறந்தவர்களுக்கு சிவராத்திரியின் போது சிறப்பு வழிபாடு நடைபெறும்.
பங்குனி *:	திருமணங்களுக்கு, புதிய காரியங்கள் தொடங்க, குழந்தை பிறப்புக்கு ராசியான மாதம்.

ஆதாரம்: தகவலாளி எண் 20 அளித்த அட்டவணையில் இருந்து எடுக்கப்பட்டது.

குறிப்புகள்: வயதுவந்தோரின் பொது அறிவுக்குரிய தகவல்கள் மட்டும் சேர்க்கப் பட்டுள்ளன.

* பொதுவாக நல்ல நேரமாகக் கருதப்படுகிறது. அனைத்துச் சாதிகளும் திருமணம் செய்கிறார்கள்.

பின்னிணைப்பு ஈ

கொங்கு கிராமப்புற எடை, அளவீடுகள், கூலி, விலை நிலவரம்-1966

வழக்கமான அளவீடுகள்

தானியம், உலர் உணவுப்பொருட்கள் பொதுவாகப் படி அளவில் வாங்கப்படுகின்றன. ஒரு படி என்பது 1.2 பவுண்ட் எடைக்குச் சமம். பெரிய அளவிலான வேளாண்மை உற்பத்திப் பொருள்கள் பின்வருமாறு அளவிடப்படுகின்றன:

4 படி	=	1 வல்லம்
16 வல்லம்	=	1 மோடா
24 வல்லம்	=	1 மூட்டை[1]
6 மோடா	=	1 பொட்டி
4 மூட்டை	=	1 பொட்டி
1 மணக்கு	=	25 பவுண்டுகள் (சுமாராக)

சராசரி உணவு உட்கொள்ளும் அளவு

கடின உழைப்பாளி நளொன்றுக்கு எடுக்கும் உணவு

ஒரு நாளுக்கு 1 படி

ஒரு மாதத்திற்கு ½ மொடா

ஓர் ஆண்டுக்கு 1 பொட்டி

(மேலும் காய்கறிகள், மிளகு பொருள்கள், எண்ணெய், உப்பு, துணி போன்ற இதர பொருள்களும் ஒரு மனிதனுக்குத் தேவை என்பதால் ஒரு தனிமனிதருக்கு மாதம் ஒரு மொடா தானியம் தேவைப்படுகிறது).

வேளாண்மைக் கூலி

1966 நிலவரத்தில் நிலத்தில் முழுநாள் வேலைசெய்ய, தீண்டத்தகும் சாதி ஆணுக்கு மாதம் ஒன்றுக்கு 20 வல்லம் தானியம் (சோளம், கேழ்வரகு, கம்பு). இதே தீண்டத்தகாத ஆண் என்றால் 16 வல்லம் அல்லது ரூ 15 முதல் ரூ 35 வரை மதிய உணவோடு சேர்த்து. ஒரு நாளைக்கான சராசரி கூலி ஆணுக்கு ஒன்றரை ரூபாய், பெண்ணுக்கு முக்கால் ரூபாய். ஒருவர் எவ்வளவுதான் அதிகமாக சம்பாதித்தாலும் அது இரண்டு ரூபாய்க்குள்தான் இருக்கும். பெண்ணுக்கு அதிகபட்சம் ஒரு ரூபாய். தீண்டத்தகாதவர்களுக்கும் ஆண்டுக்கூலி தரப்படுகிறது. இது விளைச்சலில் 16இல் 1 பங்கு முதல் 18இல் 1பங்கு வரையாக இருக்கிறது.

வேளாண்மை சாராத கூலி

1966இல் நெசவாளர்கள் மாதம் ரூ 40 முதல் ரூ 60 வரை சம்பாதித்தனர். மேஸ்திரி, ஆசாரி போன்ற திறன்கொண்ட தொழிலாளர்கள் மாதம் ரூ 60 முதல் ரூ 90 வரை சம்பாதித்தனர். (சிலர் ரூ 100.) சிறிய சாலையோர வியாபாரிகள் மாதம் ரூ 100 வரை ஈட்டினர்.

ஓர் ஏக்கருக்கு சராசரி விளைச்சல்

ஓர் ஏக்கர் நல்ல நிலத்தில் 100 வண்டி எரு உரம் இட்டால் பின்வரும் தானியங்கள் ஒரு ஆண்டு விளைச்சல்:

3 பொட்டி சோளம்
4 பொட்டி கம்பு
5 பொட்டி கேழ்வரகு
6 பொட்டி நெல் (நல்ல பாசன வசதி தேவை)

ஓர் ஏக்கர் நல்ல நிலத்தில் உரம் இல்லாமல் பின்வரும் தானியங்கள் ஒரு ஆண்டு விளைச்சல்:

2 பொட்டி சோளம்
3 பொட்டி கம்பு
4 பொட்டி கேழ்வரகு
4½ பொட்டி நெல் (நல்ல பாசன வசதி தேவை)

ஓர் ஏக்கர் சுமாரான நிலத்தில் உரம் இல்லாமல் பின்வரும் தானியங்கள் ஒரு ஆண்டு விளைச்சல்:

1 பொட்டி சோளம்

1 ½ பொட்டி கம்பு
2 பொட்டி கேழ்வரகு
2 ½ பொட்டி நெல் (நல்ல பாசன வசதி தேவை)

நிலைத்தின் விலை நிலவரம் அட்டவணை உ:1இல் தரப்பட்டுள்ளது.

தானியங்களின் சந்தை விலை நிலவரம்

1966 ஜூலையில் காங்கேயம் வாரச் சந்தையில் விற்கப்பட்ட தானியங்களின் விலை நிலவரம்:

1 மூட்டை கேழ்வரகு = ரூ. 50
1 மூட்டை கம்பு = ரூ. 56
1 மூட்டை சோளம் = ரூ. 67
1 மூட்டை நெல் = ரூ. 120 (உயர்ரகம்)

22 ½ வல்லம் ஒரு மூட்டை என்ற கணிப்பில் இந்த விலைநிலவரம் கணிக்கப்பட்டுள்ளது.

கால்நடைகள் விலை

1 காளைமாடு	= ரூ. 400 -6001	எருமைக் காளை	= ரூ. 200 - 250
1 பசுமாடு	= ரூ. 200 -3001	பால் எருமை	= ரூ. 200 - 250
1 சினைப் பசு	= ரூ. 300 -4001	சினை எருமை	= ரூ. 300 - 400
1 கன்று (பசு)	= ரூ. 50 -1001	எருமைக் கன்று	= ரூ. 30 - 100
1 கோழி	= ரூ. 4 - 61	கோழிக்குஞ்சு	= ரூ. 0.75 - 1.50

வண்டி விலை

ஒற்றை மாட்டு வண்டி = ரூ. 250-350
இரட்டை மாட்டு வண்டி = ரூ. 400-500

கட்டட விலை

1966இல் சிறிய, திடமான வீடு ரூ.1000. ஆனால் குடிசை வீடு இதை விடக் குறைவு. நில உடைமை கவுண்டர் சமுதாயம் வீடுபோல் நல்ல வீடுகட்ட ரூ. 5,000 வரை ஆகும்.

அட்டவணை ஈ.1
நிலத்தின் விலை மதிப்பீடு, 1966

நிலத்தின் தரம்	விவரம்	அதிகப்பட்ச விலை/ஏக்கர் (ரூ)
உயர்:	வருவாய்த் துறை மதிப்பீட்டில் 'உலர்' நிலம், ஆனால் நல்ல கிணற்றுப் பாசனத்தால் நீர்வளம் பெற்ற நிலம்	10,000
நடுத்தரம்:	குறைந்த நிலவளம், ஆனால் போதுமான கிணற்று நீர்	7,000
கீழ்:	மோசமான மண், நடுத்தரமான நீர்வளம்	5,000
மோசம்:	மோசமான, பாறைப்பாங்கான மண், கலங்கிய, தேவைக்கும் குறைவானநீர்	4,000

குறிப்புகள்: பொதுவாக, நிலம் விற்பனைக்கு வருவதில்லை என்பதால், இந்த விலை நிலவரங்கள் ஊகத்தின் அடிப்படையில் மதிப்பிடப்பட்டுள்ளன. நிலமதிப்பு உயர்ந்துகொண்டே இருக்கிறது. 1956க்கும் 1966க்கும் இடையில் நிலத்தின் விலை இரு மடங்கு உயர்ந்துள்ளதாகத் தகவலாளிகள் கூறினர்.

பின்னிணைப்பு உ

தமிழ் உறவுமுறைப் பெயர்களும் அழைக்கும் சொற்களும்

தமிழ் உறவுமுறைச் சொல்வழக்கு (ஆங்கிலக் குறியீட்டில்)

தாய்	M
தந்தை	F
கணவன்	H
மனைவி	W
சகோதரர்	B
சகோதரி	Z
மகன்	S
மகள்	D

அட்டவணை உ.1
கொங்குக் கவுண்டருக்கான உறவுமுறைப் பெயர்கள்

வ. எண்	உறவுமுறைப் பெயர்கள்	உறவு
1	அப்பாரு	FF, FFB, MMB, FMZH, MBWF, MZHF, BWMF, ZHMF, WMF, WFMB, WMFB
2	அப்பிச்சி	MF, FMB, MFB, FFZH, MMZH, FBWF, FZHF, BWFF, ZHFF, WFF, WFFB, WMMB
3	ஆத்தா (அப்பத்தா)	FM, FMZ, MFZ, FFBW, MMBW, MBWM, MZHM, BWMM, ZHMM, WMM, WFFZ, WMMZ
4	அம்மாயி (அம்மிச்சி)	MM, MMZ, FFZ, FMBW, MFBW, FBWM, FZHM, BWFM, ZHMM, WFM, WFMZ, WMFZ
5	பாட்டன்	FFF, FMF, MMF, MFF, FFFB, FFFF, FFMF, FFMB, FMFB, MFFF, FMMF, FMMB, MFFB, MFMF, MFMB, MMFF, MMFB, MMMF, MMMB, WFFF, WMFF, WMMF, WFMF
6	பாட்டி	MMM, MFM, FFM, FMM, MMMZ, MMMM, MMFM, MMFZ, MFMZ, MFFM, MFFZ, FMMM, FMMZ, FFFM, FFFZ, FMFM, FMFZ, FFMM, FFMZ, FFFM, WMMM, WFMM, WFFM, WMFM
7	அப்பா (அய்யா)	F, FB, MZH, FFBS, FMZS, MFZS, MMBS, MBWB, MZHB, BWMB, ZHMB, SWMF, DHMF, WMB, WFZH, WBWF, WZHF
8	அம்மா	M, MZ, FBW, FFZD, FMBD, FZHZ, FBWZ, MFBD, MMZD, BWFZ, ZHFZ, SWMM, DHMM, WFZ, WMB, WFBW, WBWM, WZHM
9	மாமா (மாமன்)	MB, FZH, BWF, ZHF, FFZS, FMBS, FBWS, FZHB, MFBS, MMZS, BWFB, ZHFB, DHFF, SWFF, WFB, WMZH
10	அத்தை	FZ, MBW, BWM, ZHM, FFBD, FMZD. MFZD, MMBD, MBWZ, MZHZ, BWMZ, ZHMZ, SWFM, DHFM, WM, WMZ, WFBW
11	அண்ணன்* தம்பி#	B, FBS, MZS, FZDH, MBDH, BWZH, ZHZH, ZSWF, ZDHF, SWMB, DHMB, WZH, WFZS, WMBS, WBWB, WZHB
12	அக்கா* தங்கச்சி#	Z, FBD, MZD, FZSW, MBBW, BWBW, ZHBW, SWMZ, DHMZ, WBW, WFZD, WMBD, WBWZ, WZHZ

அட்டவணை உ. 1 (தொடர்ச்சி)

வ. எண்	உறவுமுறைப் பெயர்கள்	உறவு
13	சம்பந்தி	SWM, SWF, DHM, DHF, BDHF, BDHM, BSWF, BSWM
14	மருமகன்	ZS, DH, BDH, SWB, DHB, FZSS, FBDS, MBSS, MZDS, BWBS, BSWB, BDHB, ZHBS, SSWF, SDHF, WZDH, WBS
15	மருமகள்	SW, SWZ, DHZ, BSW, BWBD, BDHZ, BSWZ, DDHM, DSWM, WZSW, WBD
16	அக்கா மகள்	ZD, MBSD, MZDD, FBDD, FZSD
17	மச்சான் (மைத்துனர்)	ZH, BWB, FZS, MBS, ZHB, FBDH, MZDH, SWFB, DHFB, WB, WFBS, WMZS
18	மச்சாண்டார்* கொழுந்தனார்#	HB
19	நங்கையா* கொழுந்தியா#	BW, FZD, MBD, BWZ, ZHZ, FBSW, MZSW, ZSWM, SWFZ, DHFZ, ZDHM, WZ, WFBD, WMZD
20	கணவன் (புருசன், வீட்டுக்காரர்)	H
21	மனைவி (பொண்டாட்டி, பெஞ்சாதி)	W
22	மகன்	S, BS, ZDH, FBSS, FZDS, MBDS, MZSS, BWZS, ZHZS, ZSWB, SWZH, DHZH, DDHF, WZS, WBDH
23	மகள்	D, BD, ZSW, FBSD, FZDD, MBDD, MZSD, BWZD, ZHZD, ZSWZ, SWBW, DHBW, SSWM, WZD, WBSW
24	பேரன்	SS, DS, BSS, BDS, ZSS., ZDS, SSS, SDS, SDH, DSS, DDS, DDH, BSSS, BSDS, BSDH, BDSS, BDDS, BDDH, ZSSS, ZSDS, ZSDH, ZDSS, ZDDS, ZDDH, SWBS, SWZS, SSWB, SSSS, SSDS, SSDH, SDSS, SDDS, SDDH, SDHB, DSSS, DSDS, DSDH, DDSS, DDDS, DDDH, DSWB, DHBS, DHZS, DDHB, WBSS, WZSS, WBDS, WZDS

வ. எண்	உறவுமுறைப் பெயர்கள்	உறவு
25	பேத்தி	SD, DD, BSD, BDD, ZSD, ZDD, SSD, SDD, SSW, DSD, DDD, DSW, BSSD, BSDD, BSSW, BDSD, BDDD, BDSW, ZSSD, ZSDD, ZSSW, ZDSD, ZDDD, ZDSW, SWBD, SWZD, SSWZ, SSSD, SSDD, SSSW, SDSD, SDDD, SDSW, SDSZ, DSSD, DSDD, DSSW, DDSD, DDDD, DDSW, DSWZ, DHBD, DHZD, DDHZ, WBSD, WZSD, WBDD, WZDD

ஆதாரம்: தகவலாளி எண் 20 உதவியுடன் தகவலாளி எண் 29. குறிப்புகள்: இப்பட்டியல் தொடக்கத்தில் தகவலாளி எண் 29 உதவியுடன் தயாரிக்கப்பட்டது. பின்னர் தாமஸ் ஸ்டிரோம் ஐங் மற்றும் கே. சுந்தரம் (தகவலாளி எண் 20) உதவியுடன் விரிவுபடுத்தப்பட்டது. இப்பின்னிணைப்பு முழுமையும் இவர்கள் ஒத்துழைப்புடன் உருவாக்கப்பட்டுள்ளது. அவர்களுக்கு நன்றி.

உறவைச் சொல்பவர் நிலையில் இருந்து இப்பட்டியல் அழைக்கப்படுகிறது. அதேசமயம் கணவன் அல்லது மனைவியின் உறவினர்களைச் சுட்டும்போது பால் விகுதி இணைக்கப்படுகிறது. கொங்குக் கவுண்டர்களின் இந்த உறவுமுறைப் பெயர்களை வலங்கைப் பிரிவில் அவர்களைச் சார்ந்து இயங்கும் ஒக்கசண்டி பண்டாரம், கொங்கு உடையார், மரமேறி நாடார், கொங்கு வண்னார், கொங்கு நாவிதர், கொங்கு பறையர், கொங்குச் செட்டியார் மற்றும் கைக்கோள முதலியார் ஆகிய சமுதாயங்கள் பின்பற்றுகின்றன. சில நேரம் நங்கையா உறவு அண்ணி என மரியாதை நிமித்தமாக அழைக்கப்படுகிறது. பிற கிளைச்சாதிகளின் உறவுகள் அட்டவனை ஊ-2இல் அளிக்கப்பட்டுள்ளன.

* *மூத்தவருக்குப் பயன்படுத்தப்படும் சொல்.*

\# **இளையவர்களுக்குப் பயன்படுத்தும் சொல்.**

அட்டவணை உ. 2
கொங்குக் கவுண்டர் பயன்படுத்தும் உறவுப்பெயர்கள் - இதர கிளைச்சாதிகளின் வேறுபாடு

அட்டவணை ஊ.1இல் பயன்படுத்தப்பட்ட வரிசை	உறவுப்பெயர்	பேசுபவருக்கு உறவு
ஐயர் பிராமணர்		
1 & 2	தாத்தா	FF, MF
3 & 4	பாட்டி	FM, MM
9	அம்மான்	MB
	மாமா	FZH
17	அம்மாஞ்சி	MBS
	அத்தான்	FZS
19	அம்மாங்காள்	MBD
	அத்தங்காள்	FZD
சோழி ஆசாரி		
1 & 2	தாத்தா	FF, MF
3 & 4	பாட்டி	FM, MM
17	அத்தான்*	MBS, FZS
19	அண்ணி*	MBD, FZD
கைக்கோளர் முதலியார்		
1&2	தாத்தா	FF, MF
3&4	பாட்டி	FM, MM
கோமுட்டிச் செட்டியார் (தெலுங்கு)		
1	அய்யா (ஜேயாய்யா,	FF
	அப்பாரய்யா)தாத்தா	MF
2	அம்மய்யா (அப்பத்தா)	FM
	அவ்வா (பாட்டி)	MM
3	மம்மய்யா (மாமா)	FZH
4	மாமா	MB
9	அத்தம்மா (அத்தை)	MBW
10	அத்தை	FZ
14	அல்லுடு	DH, ZS (ஆண் பேச்சாளர்) BS(பெண்பேச்சாளர்)
15	கோடலு	SW, BD (பெண்பேச்சாளர்)
17	பாவா (மச்சான்)*	MBS, FZS
19	ஒத்துணை (அண்ணி)*	MBD, FZD

அட்டவணை உ. 2 *(தொடர்ச்சி)*

அட்டவணை ஊ.1இல் பயன்படுத்தப்பட்ட வரிசை	உறவுப்பெயர்	பேசுபவருக்கு உறவு
வடுகநாயக்கர் (தெலுங்கு)		
1	பெத்தய்யா *(அப்பாரய்யா)*	FF
2	தாத்தா *(அப்புச்சி)*	MF
3	பெத்தாயம்மா *(அப்பத்தா)*	FM
4	தாத்தம்மா *(அம்மாயி)*	MM
17	பாவா*	MBS, FZS
19	வதனா *(நங்கை)**	MBD, FZD
மொரசு மாதாரி (கன்னடம்)		
2	பாட்டன்	MF
3	அப்பத்தா *(தொத்தவி, பாட்டி)*	FM
4	பாட்டி *(பாட்டி)*	MM
10	அக்கா	FZ, MBW
17	மாமா*	MBS, FZS (also used for MB and FZH)
19	கொன்னவி *(சின்னம்மா)**	MBD. FZD
கூடைக் குறவர்		
2	பாட்டா *(அப்பிச்சி)*	MF
10	அக்கா *(அத்தை)*	MBW, FZ

ஆதாரம்: ஐயர் பிராமணர் - தகவலாளி எண் 34, சோழி ஆசாரி - தகவலாளி எண் 56, கைக்கோளர் முதலியார் - தகவலாளி எண் 57, கோமுட்டிச் செட்டியார் (தெலுங்கு) - தகவலாளி எண் 58, வடுக நாயக்கர் (தெலுங்கு) - தகவலாளி எண் 59, மொரசு மாதாரி (கன்னடம்) - தகவலாளி எண் 60, கூடைக் குறவர் - தகவலாளி எண் 23

குறிப்புகள்: பிராமணர்களுக்குத் தகவலாளி எண் 34 கொடுத்த அதே தகவல்களையே காருணிகர் பிள்ளைக்குத் தகவலாளி எண் 55 அளித்தார். ஒரே விதிவிலக்கு: முன்னவர்கள் தாய்மாமன் MB, அத்தை கணவர் FZH இருவரையுமே அம்மான் என்று அழைக்கின்றனர். *
* தன்னைவிட மூத்தவர்களை அழைக்கும் சொல்

அழைப்புச் சொற்கள்

அட்டவணைகள் 1, 2இல் பட்டியலிடப்பட்டுள்ள உறவுகள் எவ்வாறு அழைக்கப்படுகின்றன என்பதை விளக்கினால் அது தனி புத்தகமாகி விடும். ஆனாலும் பொதுவான சில கருத்துகளைக் கூறலாம். உதாரணமாக, தம்மைவிட இளைய தலைமுறையைச் சேர்ந்த ஒருவரைப் பெயரைச் சொல்லி அழைத்தால் போதும்.

அட்டவணை உ.3 **அழைப்புச் சொற்கள்** (வலங்கைக் கிளைச்சாதிகள்)

<table>
<tr><th rowspan="3">தலைமுறை</th><th colspan="5">ஆண் பேச்சாளர்</th><th colspan="4">பெண் பேச்சாளர்</th></tr>
<tr><th rowspan="2">இரத்த உறவு ஆண்கள்</th><th rowspan="2">மண உறவு ஆண்கள்</th><th rowspan="2">இரத்த உறவுப் பெண்கள்</th><th colspan="2">மண உறவுப் பெண்கள்</th><th rowspan="2">இரத்த உறவு ஆண்கள்</th><th rowspan="2">மண உறவு ஆண்கள்</th><th rowspan="2">இரத்த உறவுப் பெண்கள்</th><th rowspan="2">மண உறவுப் பெண்கள்</th></tr>
<tr><th>திருமண மானவர்கள்</th><th>திருமண மாகாதவர்கள்</th></tr>
<tr><td>+1</td><td colspan="5">அழைப்புச் சொல் = குறிப்புச் சொல்</td><td colspan="4">அழைப்புச் சொல் = குறிப்புச் சொல்</td></tr>
<tr><td>மூத்தவர்*</td><td>அண்ணன்</td><td>மாமா</td><td>அக்கா</td><td>நங்கையா</td><td>நங்கையா</td><td>அண்ணன்</td><td>மாமா</td><td>அக்கா</td><td>நங்கையா</td></tr>
<tr><td>சமவயது*</td><td rowspan="2">பெயர்</td><td>மச்சான்</td><td rowspan="2">பெயர்</td><td rowspan="2">பெயர்</td><td>அழைப்புச் சொல் இல்லை</td><td rowspan="2">பெயர்</td><td>மச்சான்</td><td rowspan="2">பெயர்</td><td rowspan="2">பெயர்</td></tr>
<tr><td>இளையவர்*</td><td>மாப்பிள்ளை (அல்லது பெயர்)</td><td></td><td>மாப்பிள்ளை (அல்லது பெயர்)</td></tr>
<tr><td>-1</td><td colspan="5">பெயர்</td><td colspan="4">**பெயர்**</td></tr>
</table>

குறிப்புகள்

+1 தனக்கு முந்தைய தலைமுறை

-1 தமக்கு அடுத்த தலைமுறை

*தமது தலைமுறை

தமது சொந்தத் தலைமுறையில் மணவழி உறவுகளில் தம்மைவிட இளையவர்கள் அனைவரும் மாப்பிள்ளை என அழைக்கப் படுகின்றனர். தமது வயது அல்லது சற்று மூத்தவர்களை மச்சான் என்று அழைக்கிறார்கள். இந்த மணவழி-இரத்தவழி வம்சாவளியில் பெண் எடுக்கும் எண்ணம் இருந்தால் மாமா என்று அழைக்கிறார்கள்.

திருமணமாகாத மணஉறவுப் பெண்களை அழைப்பதற்கான உறவுச் சொற்கள் பொதுவாக ஆண்களால் பயன்படுத்தப்படுவதில்லை. பொதுவாக, பெயர் சொல்லி அழைப்பது பழக்கமாக இருக்கிறது. பெண்கள் பொதுவாக தமது மணஉறவு ஆண்களில் வயதில் மூத்தவர்களை மாமா என்று அழைக்கிறார்கள். இளையவர்கள் மச்சான் என்று அழைக்கப்படுகிறார்கள். தமது தலைமுறையில் மிக இள வயது மண உறவுகள் மாப்பிள்ளை என்றோ பெயர் சொல்லியோ அழைக்கப்படுகிறார்கள். தம்மைவிட வயதில் மூத்த மண உறவுப் பெண்களைப் பெண்கள் நங்கையா என்று அழைக்கிறார்கள். அனைத்துச் சமபால் இளைய மணவழி உறவினர்கள் பெயர் சொல்லியே அழைக்கப் படுகின்றனர். சம்பந்தி என்று பொதுவாக அழைக்கப்படுவதில்லை.

பொதுவாக உறவுகள் எவ்வாறு அழைக்கப்படுகிறார்கள் என்பது அட்டவணை உ.3இல் தரப்பட்டுள்ளது.

அட்டவணை உ. 4

தமிழ் பொது விளிப்புச் சொற்கள்

வ.எண்	ஆண்கள்	பெண்கள்
1	ங்க	ங்க
2	அப்பா	அம்மா
3	பா	மா
4	டா,டே	டீ,லே

மூத்தவர், இளையவருடனான பொதுவான உரையாடலில் அழைக்கப்படும் தன்மைகள் அட்டவணை உ.4இல் வழங்கப் பட்டுள்ளன. வயது மூத்தவர்களிடம் பேசும்போது வாக்கியமுடிவில் மரியாதைக் காக ...ங்க சேர்க்கப்படுகிறது. வயது மூத்தவர்களை அழைக்கும்போது அப்பா, அம்மா சேர்த்து அழைக்கப்படுகிறது. பா, மா என்பது இவற்றின் சுருக்கமாகும், கீழ்நிலையில் உள்ளவர்களில் மூத்தவர்கள் இவ்வாறு அழைக்கப்படுகிறார்கள். நான்காவது சொற்கள் பாலியல் சார்ந்த அழைப்புகள் ஆகும்.

பின்னிணைப்பு ஊ

சொத்துரிமைக் கோரல்கள்

வலங்கைப் பிரிவு சாதிகள் இடையே நிலவும் பரம்பரைச் சொத்துரிமைக்கான விதிகள் அனைத்துக் குலங்களின் ஆண்களின் சமத்துவம் மற்றும் ஒற்றுமைக்கு மிகை அழுத்தம் தருகின்றன. சொத்துரிமையைப் பொறுத்தவரை, தந்தையின் மரணத்துக்குப் பின்னரே பிரிவினை செய்துகொள்ள வேண்டும்; ஆனால், பல குடும்பங்கள் முன்னரே செய்துகொள்கின்றன. இத்தகைய சாதிகள் மனைவி வீட்டோடு மாப்பிள்ளை குடியிருப்பதைப் பொதுவாகவே அனுமதிக்கின்றன.

பரம்பரை உரிமை பாரம்பரியம் குறித்து இடங்கைப் பிரிவு சாதிகள் மத்தியில் ஏதாவது வேறுபாடு இருக்குமானால், அது மனைவியகத்தில் வாழ்வதைக் கறாராக அனுமதிப்பதில்லை என்பதும் தமது சொத்தைப் பெண்கள் மூலம் பேரன்களுக்குக் கடத்துவதும் ஆகும். பாரம்பரியச் சட்டத்தின் ஒரு நுட்பமான அம்சம் இது. சம்ஸ்கிருத ஸ்மிருதிகளில் எழுதப்பட்டுள்ள மிதாக்ஷரா சட்டப் பாரம்பரியத்துக்கு இடங்கைப் பிரிவு சாதிகள் அதிக முக்கியத்துவம் அளிப்பதாலே இத்தகைய அணுகுமுறையைக் கொண்டுள்ளன.[1]

இத்தகைய பரம்பரை உரிமைகளைப் புரிந்துகொள்வதில் தொழிற்படும் மிக முக்கிய ஒற்றை அம்சம் என்னவென்றால் ஒரு மனிதன் தன் சொந்தப் பரம்பரை சொத்துகளையும் தன்னுடைய மகன்களுக்கு மட்டும் பொதுவாக்குவது ஆகும்.[2] இந்தக் கூட்டுச் சொத்துரிமை தொடர்பில் பயன்படுத்தப்படும் அடிப்படைத் தொடர்கள் 'பங்கு', 'பங்காளி' ஆகும். ஒரு மனிதரும் அவரது மகன்களும் மொத்த சொத்தையும் சமமாகப் பகிர்ந்துகொள்ளலாம், ஆனால் முன்னவரின் மரணம் நிகழும்வரை அது பொதுச் சொத்தாக நிர்வகிக்கப்பட வேண்டும். கோட்பாட்டளவில், ஒருவர் தமது பரம்பரை சொத்துகளில் எதையும் தனது மகன்களின் உடன்பாடு இல்லாமல் விற்க உரிமை கிடையாது; எனினும், நடைமுறையில்,

ஒருவருக்கு 16 வயதாகும்வரை அவர் வயதுவந்தவராகக் கருதப் படுவதில்லை. இதனால் மகன்கள் வயதுக்கு வரும்வரை மகன்களின் ஆலோசனை இல்லாமலே தந்தை அனைத்துச் சொத்துகளையும் மேலாண்மை செய்கிறார்.

தந்தைக்கும் அவருடைய மகன்களுக்கும் இடையிலான கூட்டு சொத்துரிமையிலிருந்து, மனைவி-தாய், பின்னர் மருமகள்களை ஆதரிக்க வேண்டிய கோரிக்கையும் உருவாகிறது. தந்தையின் மகள்களின் திருமணங்களில் ஒவ்வொருவருக்கு உரிய வரதட்சணையும் கொடுக்கப்பட வேண்டும்; ஒவ்வொரு பெண்ணும் தனது சகோதரர் களின் பொருளாதார தகுதிக்கேற்ப வரன்களைத் தேடி திருமணம் செய்து வைக்கப்பட வேண்டும். இத்தகைய கடமைகள் அனைத்தும் நிறைவேறி தந்தையின் மரணமும் நிகழ்ந்த பின்னரே மீதமுள்ள பரம்பரைச் சொத்து அனைத்து உடன்பிறப்புகளால் சமமாகப் பிரிவினை செய்யப்பட வேண்டும். வழக்கமாக, மகள்களுக்கு வழங்கப்படும் வரதட்சணைத் தொகை அசையும் குடும்பச் சொத்திலிருந்து எடுக்கப்படும். நிலம், கால்நடைகள் ஆண்களின் வம்சாவளி சொத்துகளாகும்.

நகைகள், பெண்களின் துணிமணிகள், வீட்டு உபயோகப் பொருள்கள் பெண் வரிசைக்கு சேரும் சொத்துகள் ஆகும். இவ்வாறு பெண் தனது திருமணத்தின் போது தன் பெற்றோர் வீட்டிலிருந்து பெறும் எதுவும் தன் மகள்களின் திருமணங்களின்போது திருப்பி அளிக்கப்படவேண்டியது ஆகும். இருந்தாலும், தனது திருமணத்துக்குப் பிறகு ஒரு பெண் தன் வீட்டிலிருந்து எந்தவிதப் பங்கையும் எதிர்பார்க்க இயலாது. அனைத்து மகள்களுக்கும் திருமணங்கள் முடிந்த பின்னரும் ஒரு பெண்ணின் சொத்துகள் மீதமிருக்குமானால் அவை, அவரது மரணத்துக்குப் பின்னர் அவரது மகன்களுக்குப் பகிர்ந்தளிக்கப்பட வேண்டும். ஆணுக்கும் பெண்ணுக்கும் இடையிலான முக்கிய வேறுபாடு இதுதான். ஒரு பெண் தனக்குரிய மொத்தப் பரம்பரை சொத்துரிமையையும் தனது திருமணத்தின்போது மட்டும் பெறுகிறார். மறுபக்கத்தில், சகோதரர்கள், தம் தந்தை மரணமடையும்வரை தமது பரம்பரைச் சொத்தில் கூட்டுரிமை எதிர்பார்க்கப்படுகிறார்கள். அதுவரை தமது தனிப்பட்ட பங்கைப் பெற இயலாது.

ஒருவர் மகன்கள் இல்லாமலேயே மரணமடைந்தால், தமது மனைவி, மகள்களுக்கான ஏற்பாடுகளைச் செய்துவைத்த பின்னர், அவருடைய சொத்துகள் அவரது உயிரோடுள்ள சகோதரர்களுக்குப் (மற்றும் மகன்களுக்கு) பிரித்தளிக்கப்படும். இருப்பினும், ஒரு குல

ஆண் ஒரு பையனைத் தத்தெடுப்பதன் மூலம் இதனைத் தவிர்க்க இயலும். இதில் ஒரே நிபந்தனை, தத்தெடுக்கப்படும் பையன் தந்தையின் சொந்த குலத்தைச் சேர்ந்தவராக, கூடுமானவரை சகோதரரின் மகன் அல்லது தந்தையின் சகோதரர் மகனாக இருக்க வேண்டும். இது 'தத்தெடுத்தல்' என்றே அழைக்கப்படுகிறது. இவ்வாறு தத்தெடுக்கப்படுவர் 'தத்துமகன்' என்று அழைக்கப்படுகிறார். தத்துமகன், சொந்தமகனைப் போலவே தன் தந்தையின் சொத்தில் முழு உரிமை பெறுகிறார். இதற்கான சிறு சடங்குகளுடன்கூடிய நிகழ்ச்சி நடைபெறும். அது வருமாறு:

தத்தெடுத்தலில், ஒரு குவளை நிறைய நீர் எடுத்து மஞ்சள் கலந்து தயாரிக்கப்படுகிறது. தத்தெடுக்கும் தாய் முதலில் அதில் பாதி டம்ளர் நீரை அருந்த வேண்டும். தத்தெடுக்கப்படும் மகன் மீதி நீரை அருந்த வேண்டும். அதன் பின்னர் தத்தெடுக்கும் பெற்றோர் உறவினர்களுக்கு விருந்தளிப்பர்.

தத்துமகன், தனது பெற்றோரின் மரணங்களில் இறுதிச் சடங்குகளை நிறைவேற்றுவார். தொடர்ந்து தனது மரணம்வரை பெற்றோர் கனவுகளில் கூறுபவற்றைத் தமது கடமைகளாக நிறைவேற்றுவார். மேலும், தமது தத்தெடுத்த தந்தையின் விதவை மனைவியைக் கடைசிவரை பராமரிப்பதுடன், திருமணமாகாத மகள்களுக்கு வரதட்சணை கொடுத்துச் சொந்தமகன் போன்றே திருமணங்களை நிறைவேற்றித் தரவேண்டும். வேறு வார்த்தைகளில், ஒரு தத்துமகன், ஒரு குடும்பத்தின் சொந்த மகன் போன்றே, அனைத்துச் சமூக உரிமைகளும் பொறுப்புகளும் கடமைகளும் கொண்டவராக இருக்கிறார்.

மகன்கள் இல்லாதவருக்கு மற்றொரு இரண்டாவது வாய்ப்பும் உள்ளது. தனது மகளின் கணவரை தாய்வழிமரபுவரிசையில் அவரது மனைவி இல்லத்தில் தங்கியிருந்து, தமது சொத்துகளை தமது மகள் வழியாக அவரது மகன்களுக்குக் கடத்தும்படி அழைக்கலாம். தத்தெடுத்தல், மருமகனை மனைவியகத்தில் வாழ அழைத்தல் ஆகிய இரு வாய்ப்புகளும் சம்ஸ்கிருத ஸ்மிருதி சட்டங்களின்படி மேற்கொள்ளப்படுபவை. இருதீர்வுகளும் கவுண்டர் சமுதாயத்தில் ஏற்புடையவை. இருந்தாலும், இந்த உத்திகள் தூரத்துப் பங்காளிகளால் அடிக்கடி விமர்சனத்துக்கு உள்ளாக்கப்படுகின்றன. ஏனெனில், இதன்மூலம் இவர்கள் தங்கள் பங்கை இழக்கிறார்கள். பல பாரம்பரிய கவுண்டர்களின் கதைகள் இவ்வாறுதான் கூறுகின்றன.

தற்போது நீதிமன்றங்களில் பின்பற்றப்படும் சட்டங்களின்படி, விதவைகளுக்குத் தம் கணவரின் பாரம்பரியச் சொத்தில் பங்குள்ளது, பெற்றோருக்குப் பிறகு மகன்களுடன் மகள்களுக்கும் சொத்தில் சம உரிமை வழங்கப்பட்டுள்ளது. தனிப்பட்ட உயில்கள் அனைத்துப் பண்டைய விதிகள் மீறப்படுவதை அங்கீகரிக்கின்றன. புதிய சட்டங்கள் இவ்வாறு பழைய சட்டங்களின் பல்லைப் பிடுங்கிவிட்ட தாகக் கூறுகின்றன.

மகள்களும், தத்துமகன்களும் தங்கள் உரிமைகளைக்கோரி நீதிமன்றங்களுக்குச் செல்லும் வதந்திகளையும் சம்பவங்களையும் மக்கள் அன்றாடம் கேட்கிறார்கள். ஆனால், புதிய சட்டங்கள் என்பதும் பழைய பாரம்பரியத்தைச் 'சுற்றிவளைத்துத் தொடும்' முறைதான் என்று எனது தகவலாளிகள் இப்போதும் நம்புகிறார்கள். கீழ்வரும் சம்பவம் ஒரு உதாரணம். பாரம்பரிய மரபு உரிமைகளைத் தொடர்ந்து தக்கவைத்துக்கொள்வதற்காக எவ்வாறு சட்டப்பூர்வ தத்தெடுத்தல் நடந்தது என்பதை இந்த உதாரணம் விவரிக்கிறது. கண்ணபுரம் கிராம மாரியம்மன் கோயில் உரிமை கொண்டுள்ள பண்டார பூசாரிகள் தங்கள் உரிமைகள் தொடரவேண்டும் என விரும்பினர். இந்தப் பண்டாரம் கிளைச்சாதி தெளிவாக கவுண்டர் சமுதாயத்தைச் சார்ந்து இயங்குகிறது.

> கண்ணபுரம் மாரியம்மன் கோயிலில் தற்போதைய உரிமைகள் கொண்டுள்ள மூன்று தனித்த ஒக்கசண்டிபண்டாரக் குழுக்கள் உள்ளன. மூன்றாவது குழு அண்மையில்தான் இந்தப் பகுதிக்குக் குடிபெயர்ந்துள்ளது. தங்கள் கோயில் உரிமைகள் நூறு ஆண்டு களுக்கு முன்னர் தங்கள் பாட்டன் செம்மலையாண்டி காலத்தி லிருந்து தொடர்வதாகக் கூறுகிறார்கள். 1900வாக்கில் ரெட்டைவலசு கவுண்டர் குடும்பம் அவரை இங்குக் குடியேறும்படி அழைத்துள்ளது. கோயில் வருமானத்தில் மூன்றில் ஒரு பகுதியை முழுமையாக எடுத்துக்கொள்ளலாம் என்று கவுண்டர் குடும்பம் உறுதியளித் திருக்கிறது. முதல் இரு குழுக்கள் தலா ஓராண்டு கோயில் திருவிழாவை நடத்திக்கொண்டனர், செம்மலையாண்டி மூன்று ஆண்டுகளுக்கு ஒரு முறை திருவிழாவை நடத்தலாம்.
>
> செம்மலையாண்டிக்கு ஐந்து மகன்கள் (விளக்கப்படம் ஊ. 1). சில ஆண்டுகள் சென்றதும் அவர்கள் திருவிழாவை நடத்த நேர்ந்ததும் உரிமைகள் பிரிப்பது முதல்தடவையாக (அ) சிக்கலுக்குள்ளானது. மகன்கள் ராமசாமி, கிருஷ்ணா, சின்னுசாமி ஆகியோர் முறையே

ஐந்தில் ஒன்று, ஐந்தில் இரண்டு என எடுத்துக்கொண்டனர். அடுத்தமுறை (ஆ) திருவிழா அவர்கள் கைக்கு வந்தபோது, ராமசாமி ஐந்தில் ஒன்று எடுத்துக்கொண்டு, மாரிமுத்துவும் சின்னுசாமியும் ஐந்தில் இரண்டு எடுத்துக்கொள்ளும்படி கூறினார். இதன்மூலம் ஒவ்வொரு 3 ஆண்டுகளுக்கு ஒரு முறையும் ராமசாமி தொடர்ந்து ஐந்தில் ஒன்று பெற்றார். மற்ற நான்கு சகோதரர்களும் மீதமுள்ள ஐந்தில் இரண்டை ஆறு ஆண்டுகள் பங்கிட்டுக்கொள்ள வேண்டியிருந்தது. இதனால் வருமானத்தைச் சமமாகப் பகிர்ந்து கொள்ளவேண்டும் என்று சகோதரர்கள் கோரினர்.

ஐந்து சகோதரர்களில் ஒருவரான ராமசாமிக்கு ஆண்பிள்ளைகள் கிடையாது. அவரது மரணத்தில், விதவை செல்லம்மா இதனால் தமக்குக் கோயில் வருமானம் இழக்கப்படுவதை விரும்பவில்லை. இந்த உரிமையும் வருமானமும் கணவரின் சகோதரர்களின் வம்சாவளிக்குப் பரம்பரையாகச் செல்வதைத் தடுக்க நினைத்தார். இதனால் தனது மகளின் கணவர் மூலம் தமது வம்சாவளி சந்ததிக்கே வரவேண்டும் என்று கோரினார். இதற்குப் பங்காளிகள் கடும் எதிர்ப்பு தெரிவித்தனர். இதனால் இந்த ஆலோசனையை உதறிவிட்டு, தனது கணவரின் சகோதரரின் மகனை (இவர் தனது சகோதரியின் மகனும் ஆவார்.) வாரிசாகத் தத்தெடுத்துக்கொண்டார். பங்காளிகள் விரும்பாவிட்டாலும் தடுக்கவில்லை, தத்து நடந்தது. திருவிழாக்கள் தொடர்ந்தன.

அப்போது, பங்காளிகள் கோயில் திருவிழாவின்போது தமது பங்கினைப்பெற அங்கிருப்பது அவசியமில்லை என்ற நிலை இருந்துவந்தது. இதனை கவனித்த தத்துமகன் இதனைப் பிரச்சினை யாக எழுப்பினார். இதனால், பங்காளிகள் திருவிழாவில் இருப்பதும் கோயில் வேலைகளில் தங்கள் பங்களிப்பு இருப்பதும் அவசியம் என்ற நிபந்தனை வந்தது. எதிர்காலத்தில் ஒவ்வொருவரும் தங்கள் பங்கினைப் பெற, கோயில் திருவிழா வேலைகளில் பங்கெடுக்க வேண்டிய நிலை ஏற்பட்டது. ஆனாலும் பங்காளி வேலையில் பங்கெடுக்காமல் தப்பிவிடுவார். இது தகராறு ஏற்படுவதற்காக விதைகளை ஊன்றியது.

அதேநேரத்தில், ராமசாமியின் விதவையால் தத்தெடுக்கப்பட்டவர், தனது தந்தையிடமிருந்து பரம்பரையாகப் பெற்ற பங்கைத் திருவிழாவின்போது விற்பனை செய்ய முடிவு செய்தார். இந்தப் பங்கு ஆறு ஆண்டுகளுக்கு ஒருமுறை பத்தில் ஒரு பங்கு என்று

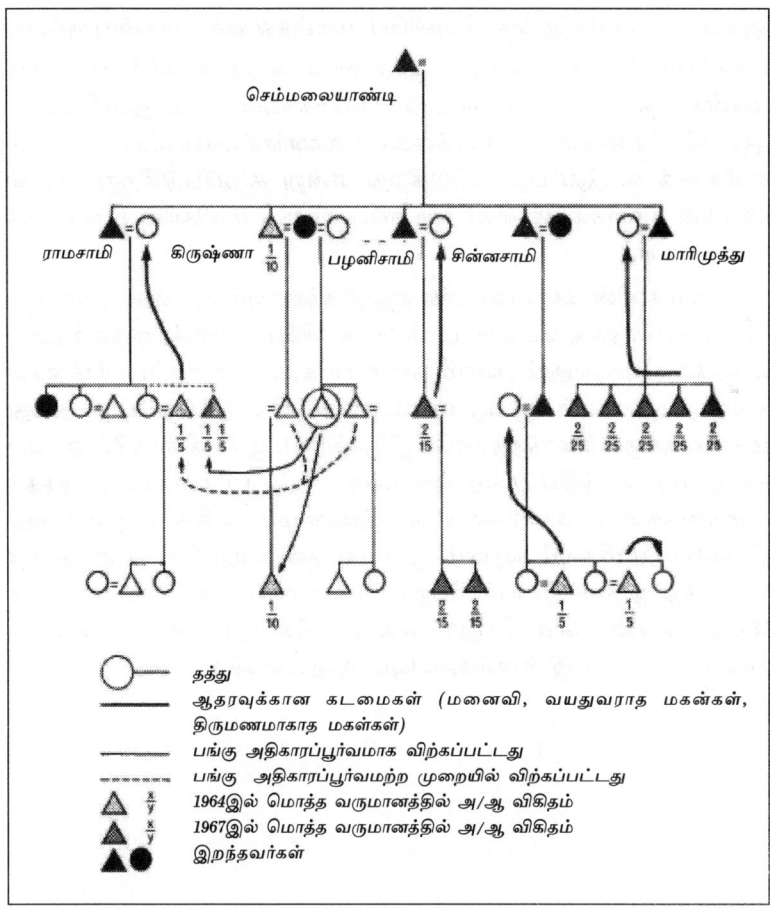

வரைபடம் ஊ.1: சொத்துரிமை கோரல்களுக்கான எடுத்துக்காட்டு, செம்மலையாண்டி

ஆனது. இதனை விற்பதற்குத் தனது தந்தை மற்றும் சகோதரர்களின் ஒப்புதலையும் பெறவேண்டும். அவர்கள் ஒப்புதலில் அவர் தனது பங்கினைப் பல ஆண்டுகளுக்கு முன்னரே 200 ரூபாய்க்கு விற்றுவிட்டார்.

தத்துமகனின் இரண்டு சகோதரர்களும் தங்கள் பரம்பரை உரிமைப் பங்கினை தலா 200 ரூபாய்க்குத் தந்தையின் சகோதரரின் மகள் கணவரிடம் அடமானம் வைத்தனர். இது அதிகாரப்பூர்வமாக ஏற்கப்படுவதில்லை என்றாலும் பொதுவாகக் காணப்படுவதுதான். விளக்கப்படம் ஊ. 1 எவ்வாறு இவை 1964இலிலும் 1967இலிலும் பிரிவினைகள் அடைந்தன என்பதை விவரிக்கிறது.

பின்னிணைப்புகள் ✤ 383

ஒருவர் திருமணத்துக்கு வெளியே மகன்களைக் கொண்டிருப்பது பிரச்சினைக்குரியதாகிறது.[3] இத்தகைய சூழ்நிலையில் பிறக்கும் மகன்கள் தங்கள் முறையான கோரிக்கைகளை அழுத்துவதில்லை. ஆனால், அவர்களின் கோரிக்கைகள் உணர்ச்சிவசப்பட்டநிலையில் எளிதாகக் கடத்தப்பட்டுவிடுகிறது என்று கூறப்படுகிறது. உடல் ரீதியான தந்தையைக் கொண்டிருப்பவர் ஒரு மனிதரின் பாசத்தைக் கோருகிறார்.

ஒரு மகனின் கோரிக்கையை எந்தத் தந்தையும் அவ்வளவு எளிதில் விட்டுக்கொடுத்துவிடமாட்டார். இந்த விஷயங்களில், ஒருவர் தமது வாழ்க்கை முழுவதும் பணம், நகை, பரிசு, பொருள்கள், சொத்துகள் எனத் தமது மகள்களுக்கு வரதட்சணை கொடுப்பதுபோல தமது மகன்களுக்கும் கொடுத்தவாறே இருக்கிறார். இந்த நிலையில் ஒருவர் தமது சமுதாயத்திலிருந்து ஒருவரைத் தத்தெடுக்கையில், அந்தக் குழந்தைகளின் கோரிக்கைகள் இன்னமும் அதிக வலுவானது, நிராகரிப்பது மிகவும் கடினம். ஒரு மனிதன் தனது சொந்த சமுதாயத் திலிருந்து ஒருவர் மூலம் பெறும் மகனைவிட, தாழ்ந்த சாதியைச் சேர்ந்த பெண்மூலம் பெறும் மகன் அதிக புறக்கணிப்புகளையும் துன்பங்களையும் இன்னல்களையும் அனுபவிக்கிறார்.

குறிப்புகள்

குறிப்புகள்

முன்னுரை

1 மதராஸ் மாநிலத்தின் பெயர் 1968இல் தமிழ்நாடு என மாற்றப்பட்டது.

2 என் தரவுகள் முழுவதும் எட்கர் தர்ஸ்டன் எழுதிய *Castes and Tribes of Southern India,* 7 vols. (Madras: Government Press, 1909) என்ற புத்தகத்தில் இருந்து எடுக்கப்பட்டவை. என்னுடைய ஆய்வுத் தலைப்பு: 'The Examination of Marriage Rituals among Selected Groups in South India.' ஆக்ஸ்போர்டு பல்கலைக்கழக பிராட்லியன் நூலகத்தில் இந்த ஆய்வை அணுகலாம்.

3 சாதிகளின் படிநிலை ஒழுங்கை டபிள்யூ ஃபிரான்சிஸ் 1901இல் மேற்கொண்ட முயற்சியின் அடிப்படையில் பயன்படுத்தியுள்ளேன். பார்க்க *Dominion of India*, *Census of India*, 1901. Vol. XII, Madras, Part I, Report (Madras: Government Press,1901).

4 Louis Dumont, *Une Sous & Caste de l'Inde du sud* (Paris: Mouton, 1957), பக். 317-79.

5 விவரங்களுக்குப் பார்க்க: பின்னிணைப்பு அ

6 தகவலாளர் எண் 1. பார்க்க: பின்னிணைப்பு ஆ. இந்தப் பிரதியில் மேற்கோள் காட்டப்பட்டுள்ள அனைத்துத் தகவலாளர்கள் பெயர்களும் பின்னிணைப்புஆவில் தரப்பட்டுள்ளன; அவர்களின் பெயர், கிளைச் சாதி, தங்கும் இடம் ஆகிய தரவுகள் உள்ளன.

7 வலது, இடது என்பது தமிழில் வலங்கை, இடங்கை என்று வழங்கப் படுகிறது. இதனை வலது-கை, இடது-கை என்று முந்தைய ஆய்வாளர்கள் மொழிபெயர்த்துள்ளனர். ஆனால், கை, புஜம், உடலின் ஓரம் என்பதைக் குறிக்க திராவிட மொழிகளில் தனிச்சொல் இல்லாததால், எந்தத் தகுதியும் ஏற்றாமல் உள்ளூர் சொல்லாட்சிகளே பயன்படுத்தப் பட்டுள்ளன.

8 தகவலாளிகள் 1, 2, 3, 4, 5 மற்றும் 6. நான் எழுதிய கட்டுரை ஒன்றில் தகவலாளிகள் 5 பேர் என்று குறிப்பிட்டிருந்தேன். ஆனால், என்னுடைய கள ஆய்வுக் குறிப்புகளைப் பார்க்கும்போது, ஆறாவதாக ஒரு

தகவலாளரும் இருப்பது தெரிந்தது. Brenda E. F. Beck, 'The Right & Left Division of South Indian Society.' *The Journal of Asian Studies* 29, No. 4 (1970); 781.

9 *எடுத்துக்காட்டாக, கீழ்க்காணும் பணிகளைப் பார்க்க:* Presidency of Madras, *Manual of Administration of Madras Presidency,* 3 Vols. (Madras: Government Press, 1893), 1: 69-70 and 3:1036 - 37; Thurston, *Castes and Tribes,* 1: 213, 2:121, 4:295, 330, and 6:91, 360-61; L.K. Ananthakrishna Iyer, *The Mysore Tribes and Castes* 4 vols. (Mysore: Mysore University, 1928-36), 4:467; Francis Hamilton Buchanan, *A Journey from Madras Through the Countries of Mysore, Canara, and Malabar,* 3 vols. (London: T. Cadell and W. Davies, 1807), 1: 53, 77-80; J. A. Dubois, *Hindu Manners, Customs and Ceremonies* (Oxford: Clarendon Press, 1906), p. 154, and Manuscript D, no.2751, Mackenzie Manuscript Collection, Madras University Library, Madras.

10 Burton Stein, *'Brahman and Peasant in Early South Indian History',* *The Adyar Library Bulletin* 31-2 (1967 - 68): 254, and N.S. Reddy, *'Community Conflict Among the Depressed Castes of Andhra', Man in India* 30, no.4 (1950): 5, 12.

11 Thurston, *Castes and Tribes,* 1:187-90, 3:117, 325-31 and 4:316; Gustav Oppert, *On the Original Inhabitants of Bharatavarsa or India* (Westminster: A, Constable and Co., 1893), p. 59; A.M. Hocart, *Caste: A Comparative Study* (London: Methuen, 1950), pp. 63-67 and Republic of India, *Census of India,* 1961. Vol. IX, Madras, Part VI, *Village Survey Monographs* no 3, Arkasanahalli (Madras: Government Press, 1964), p.10.

அறிமுகம்

1 *கொங்கு மண்டலப் பகுதி குறித்த கூடுதல் தகவல்களுக்குப் பார்க்க: இயல் 1.*

2 *சில நேரங்களில் இடத்தைக் குறிக்கும் ஓர் அலகு, அதன் துணை அலகு ஆகியவற்றைக் குறிக்க ஒரே தமிழ்ச்சொல் பயன்படுத்தப்படுகிறது. அதனால் அதனை வேறுபடுத்த ஆங்கிலத் தலைப்பு எழுத்துகளும் சிறிய எழுத்துகளும் பயன்படுத்தப்பட்டுள்ளன. (இதன் தமிழாக்கத்தில் எவ்வாறு பயன்படுத்தப்பட்டிருக்கின்றன என்பது குறித்து அறிய மொழிபெயர்ப்பாளர் குறிப்புகள் பார்க்க.)*

3 *நவீன பஞ்சாயத்துக் கிராமமானது அளவு, செயல்பாடு இரண்டிலும் பாரம்பரிய கிராம அமைப்பைத் தோராயமாக ஒத்துள்ளது.*

4 உண்மையில் முன்சீப்புகள் வரி வசூலிப்பதில்லை. அவருக்கு ஓடியாடி வேலைபார்க்க தலையாரி என்ற உதவியாளரும், ஆவணங்களைப் பாதுகாத்துப் பராமரிக்க கர்ணம் அல்லது கணக்குப்பிள்ளை என்ற கணக்கரும் உள்ளனர்.

5 குக்கிராமத்தைக் குறிக்க ஆங்கிலத்தில் Ur என்றும் குடியிருப்புப் பகுதியைக் குறிக்க ur என்றும் பயன்படுத்தப்பட்டுள்ளன.

6 பங்கேற்பாளர்களுக்குச் சில சடங்குப் பொறுப்புகள் வழங்கப் பட்டுள்ளதும், தெய்வங்களுக்கு நெய்வேத்தியம் படைக்கவும், படைக்கப் பட்ட நெய்வேத்தியத்தைப் பகிர்ந்தளிக்கவும் சில சமூகப் படிநிலை வரிசை பின்பற்றப்படுவதும் தெளிவாகத் தெரிகிறது.

7 சாதியைக் குறிக்கத் தலைப்பு எழுத்தும் (Caste) கிளைச்சாதியைக் குறிக்க சிறிய எழுத்தும் (caste) பயன்படுத்தப்பட்டுள்ளன. இது ஆங்கில மூலத்தை வாசிப்பவருக்கான குறிப்பாகும் (மொ-ர்).

8 இந்த விதிகள் வெற்றிகரமாக முழுமையாகச் செயல்படுத்தப் படுவதில்லை, ஆனால், சடங்குமயப்பட்ட, பொது விவகாரங்களில் இருக்கவேண்டிய சீர்மையில் இதுதான் நிலை.

9 நாகரிகக் கூறுகள் முற்றிலும் இல்லை என்று கூறத்தக்க ஒரே ஒரு கிளைச் சாதி தென்னிந்தியாவில் இருப்பதை நான் அறிவேன். எனினும், இதிலும்கூட அண்மைக்கால உருமாறும் விழுமியங்களைக் காண முடியும். பார்க்க லூயி துய்மோன் எழுதிய Louis Dumont, 'Distributions of Some Maravar Sub-castes', in Bala Ratnam ed., *Anthropology on the March* (Madras: The Book Centre, 1963), p. 305. வட ஆற்காடு பகுதியில் சில கீழ்நிலைச் சாதிகளில் கூடுதல் எடுத்துக்காட்களைக் காண்பதற்கான வாய்ப்புகள் இருக்கின்றன. (Joan Mencher, Southworth உடனான தனி உரையாடலில் தெரிவிக்கப்பட்டது.) சில தென்னிந்தியச் சாதிகளில் (எடுத்துக்காட்டாக, தோடர் போன்றவர்கள்) தாய்வழி மரபுரிமை, தந்தைவழி மரபுரிமை இரண்டும் அங்கீகரிக்கப்படுகின்றன. கொங்குப் பகுதியில் தந்தைவழி மரபுரிமையை மட்டுமே காண்கிறேன்.

10 Dumont, *'Distribution of Some Maravar Sub-castes'*, p. 302. தங்கள் குழுவின் பிற உறுப்பினர்களிடமிருந்து விலகித் தனிமைப்பகுதியில் வாழும் ஆம்பநாட்டு மறவர் சமுதாயத்தை இங்குத் துய்மோன் குறிப்பிடுகிறார். மீண்டும், சூழ்நிலை உருமாற்றத்துக்கு உட்பட்டது. எனது சொந்த களத்தகவல்களில் இதுபோன்ற விதிவிலக்கு எதையும் காணவில்லை.

11 இவ்வாறு, தாய்வழி மரபுரிமைகொண்ட கிளைச்சாதிகளில் தன் தாயின் குலப்பெயர் கொண்ட குடும்பத்திலிருந்து தன் மனைவியைத் தேர்வு

செய்வதை ஓர் ஆண் தவிர்ப்பார். அவருடைய சகோதரிகள் மட்டுமே தம் தாயின் குலப்பெயரைப் பெறமுடியும்.

12. பல குலப்பெயர்கள் தற்போது வெறும் பெயராக மட்டும் உச்சரிக்கப் படுகின்றன. அதன் உண்மையான பொருள் என்ன என்பதைத் தெரிந்து கொள்வது கடினமாக இருக்கிறது. அதன் பொருள் எப்போதெல்லாம் உணர்த்தப்படுகிறதோ அப்போதெல்லாம் ஒரு குடும்ப மரம் அல்லது குல மரம் மீண்டும் மீண்டும் வெளிப்படுகிறது.

13. இந்தியப் (இந்துமதம் —மொ-ர்) பார்வையில் தீட்டு என்பது, மனிதனின் அடிப்படை வாழ்தலைக் கட்டுப்படுத்தும் ஓர் உயிர் ஆற்றலை இழக்கும் நிலை என்று நம்பப்படுகிறது. இந்த இழப்பின் உச்ச வடிவம் மரணம். மேலும், மரணத் தீட்டு தொற்றக்கூடியது. ஒரு மனிதன் மரணிக்கும்போது அந்தத் தீட்டு இறுதி நிகழ்ச்சியில் கலந்துகொள்கிறார்களோ இல்லையோ அவருடைய குலம், சந்ததியினரைச் சார்ந்த அனைத்து உறுப்பினர்களையும் குறைந்த அடர்த்தியில் தொற்றுகிறது. இவ்வாறு தீட்டுக்கு உட்பட்டவர்கள் கோயிலில் நுழையாமல் இருப்பது, புனிதக் குறிகளை அணுகாமல் இருத்தல் போன்ற பல நிலைகளிலான கட்டுப்பாடுகளைப் பின்பற்றியாக வேண்டும். இந்தக் கட்டுப்பாடுகளில், தீட்டில்லாத பிறர் பயன்படுத்த வாய்ப்புள்ள உணவு அல்லது துணி போன்ற பிற பொருள்களைத் தொடுவதும் உள்ளடங்கும். இந்தத் தீட்டு நீங்குவதற்கான சடங்கு நிகழ்த்துகளின் போது இந்தத் தீட்டுகளை நீக்கவல்ல தண்ணீர், நெருப்பு, எள் எண்ணெய், மஞ்சள், பசுவின் பஞ்சகவ்யம் ஆகியவற்றைப் பயன்படுத்தும் போதுதான் தீட்டு நீங்குகிறது. இந்தப் பொருள்கள் தனித்துவ ஆற்றல் வாய்ந்தவை; ஆனால் இதனை ஒருவர் தம் வாயால் விளக்கமுடியாது. ஆனால், இவை அனைத்தும் இந்தப் பிரபஞ்ச சக்திகளுக்கும் மனித உயிர் களுக்கும் இடையேயான இடைநிலைத் தரகர்களாகப் பணியாற்றி மனித தீட்டுகளைக் குறைக்கவல்லவை. எந்தவித மானுட நிலைகுலை வுக்கும் இந்தப் பொருள்களைக் காப்பாகப் பயன்படுத்தலாம், இதனால் எந்தப் பக்கவிளைவுகளும் கிடையாது. இழந்த ஆற்றல்கள் அனைத்தையும் மீண்டும் பெறலாம்.

14. குலம் பிரிவுபடுவதுண்டு. ஆனால் இது மிகவும் பழக்கமில்லாத ஒன்று. மேலும் இது தொடர்பாக, இத்தகைய ஒரே ஒரு வரலாற்றியல் அதிலும் புராணிகத் தன்மைகொண்ட நிகழ்வை மட்டுமே கேள்விப் பட்டுள்ளேன். குலமும், அதன் வம்சாவளியும் சாதியிலிருந்து மாறுபடு கின்றன. இயல் 2இல் இது விவாதிக்கப்படுகிறது.

15. ஒவ்வொரு குழுவின் வலங்கை, இடங்கை இணைப்பு எவ்வாறு பெறப்பட்டது என்பது ஏற்கனவே முன்னுரையில் வழங்கப்பட்டுள்ளது.

பார்க்க 'அறிமுகம்', 'தலைமை', 'உயர்நிலை', 'கீழ்நிலை' அல்லது 'அடிமட்ட நிலை' என அட்டவணை 1இல் உள்ள ஒழுங்குவரிசை புத்தகத்தில் மீண்டும் மீண்டும் குறிப்பிடப்படுகிறது. பிராமணப் படையலில் அவர்கள் பெறும் மரியாதை மட்டும் இந்த வரிசையைத் தீர்மானிக்கும் வரையறை அல்ல. மற்ற வரையறைகள் இயல் 4இல் விவாதிக்கப்படுகின்றன. அனைத்திலும் பொதுத்தன்மை கொண்ட பண்பாக பிராமணப் படையல் சடங்கு இந்தப் புத்தகத்தில் குறிப்பிடப் படுகிறது.

16 'வர்ணம்' அல்லது 'வகுப்பு' குறித்த கருத்தியலை வேத காலத்திலேயே காணலாம். A. L. Basham, *The Wonder That Was India* (New York: Grove Press, 1954), p.35.

17 செல்வவளம், சடங்குத் தூய்மை முதலியவை உயரும் போது சமூகப் படிநிலையை உயர்த்தக் கோரும் விழுமியம் டென் அவுடன் அவர் களாலும் குறிப்பிடப்படுகிறது. பார்க்க: J. H. B. Den Ouden; *The Komutti Cheyttiar: Posisition and Change of Merchant Caste in a South Indian Village', Tropical Man 2* (1969), 45-59.

18 கொங்குப் பகுதியின் சில பகுதிகளில் பிராமணர்களுக்கு அடுத்த நிலையில் பிள்ளைக்குப் பதில் முதலியார் உள்ளனர்.

19 சிறிய அளவிலான கோயில் நில உரிமைகொண்ட பிராமணர்கள் சிறிய அளவில் தமது வாழ்க்கையை நடத்துகிறார்கள்.

20 இந்தக் கதை, இயல் 1இல் கூறப்பட்டுள்ளவாறு பண்டைய காலத்தில் எழுதப்பட்ட ஆவணங்களில் காணப்படுவதற்கு முரணாக உள்ளது. அங்கே, கொங்குச் செட்டியார், தொலைதூர அரசர் ஒருவரால் தண்டிக்கப்பட்டு அங்கிருந்து தப்பிவந்து, கவுண்டர்களிடம் சரணடைந்த தாகக் கூறப்படுகிறது.

21 அட்டவணை 1இல் கொங்குச் செட்டியார் பட்டியலிடப்படவில்லை. ஏனெனில், நான் தகவல் சேகரிக்கும் காலத்தில் இந்தச் சமுதாயத்தைச் சேர்ந்த ஓர் உறுப்பினர்கூட உள்ளூர் பகுதியில் வசிக்கவில்லை. ஆனால் இந்தப் பகுதியில் அவர்கள் மிக முக்கியத்துவம் வாய்ந்த சமுதாயம். இப்புத்தகம் நெடுக அவர்கள் குறிப்பிடப்படுகிறார்கள்.

22 முரண்பாடாக, ஒரு கவுண்டர் எந்த ஒரு பெண்ணையும், அவருடைய குடும்ப வம்சாவளி தொடர்பு அறியப்படாமல் இருந்தாலும் அவரை தவறான ஒரு பெயரில் அடையாளப்படுத்தி மனைவியாக்கிக் கொள்கிறார்.

23 இயல் 2இல் சுருக்கமாக விவாதிக்கப்பட்டுள்ள வேட்டுவர் கவுண்டர் சமுதாயம், இடங்கைப் பிரிவு குழுக்கள் குறித்த அரசியல், மத அமைப்பு குறித்த பொதுத் தன்மைகள் பலவற்றில் விதிவிலக்காக அமைகிறது.

இந்த ஆர்வமூட்டும் குறிப்புக்கு அதிகமான தகவல்களை அளிப்பதற்குத் தேவையான தரவுகளைக் கள ஆய்வில் என்னால் பெறமுடியவில்லை.

24 ஆமாம், அவர்கள் வம்சாவளியாகத் தனித்தன்மை கொண்டிருக்கலாம். ஆனால், உறவு வகையில் வரமாட்டார்கள்.

25 இக்குறிப்பிட்ட விவரம் மட்டும் வரலாற்றாய்வாளர்களின் குறிப்புரைகளில் இருந்து பெறப்பட்டது. என் சொந்த தகவலாளிகள் இது குறித்து எதுவும் தெரிவிக்கவில்லை. *பார்க்க:* Thurston, *Castes and Tribes*, 6:15.

26 இவ்வேறுபாட்டை வரைபட வடிவில் விளங்கிக்கொள்ள *பார்க்க:* Brenda E. F. Beck, 'The Right-Left Division of South Indian Society', *The Journal of Asian Studies* 29 no. 4 (1970): 779-98.

27 இந்தப் பிரச்சினை தொடர்பாக, ஆகச் சிறந்த ஒரு கட்டுரை உள்ளது. இங்குக் கூறப்பட்டுள்ள பார்வையைப் போன்றே வெளிப்படுத்தும் தரவுகளை அதில் வால்ட்டர் நீல் அளிக்கிறார். Walter C. Neale, 'Land is to Rule', in Robert Eric Frykenberg, ed., *Land Control and Social Structure* in Indian History (Madison: University of Wisconsin Press, 1969), pp.3-16.

28 இதே குறிப்பை எரிக் மில்லரும் வழங்கியுள்ளார். Eric J. Miller, 'Caste and Territory in Malabar', *American Anthropologist* 56 (1954): 410-420.

29 பிரிட்டிஷ் கொலம்பியா பல்கலைக்கழக அரசியல் அறிவியல் துறை பேராசிரியர் டேவிட் ஜே. எல்கின்ஸ் அவர்களுடன் மேற்கொண்ட விவாதம் இந்த வரையறையை நான் மேம்படுத்தப் பெரிதும் உதவியது.

30 நடவு, அறுவடை ஆகிய காலங்களில் ஒரே குழுவைச் சேர்ந்த ஒரு தலைக்குடும்பம் அதே குழுவைச் சேர்ந்த மற்றொரு தலைக் குடும்பத்திடமிருந்து ஒத்துழைப்பைப் பெற வாய்ப்புள்ளது. ஆனால் இது சமத்துவ நிலையில் பரிமாறப்படுவது. இங்கு எந்தப் படிநிலை அமைப்பும் கிடையாது.

31 இந்த வரையறையின் மிகத் துல்லியமான வடிவம் இறுதி இயலில் கொடுக்கப்பட்டுள்ளது.

1. மண்டலம்: கொங்கு நாடு

1 பாணர்கள், புலவர் என்றும் அழைக்கப்படுகின்றனர். உள்நாட்டில் வாழும் முக்கியக் குடும்பங்களின் முன்னோர் வரலாறு குறித்துப் பாடல்களாக இயற்றும்படி இப்புலவர்கள் கேட்டுக்கொள்ளப் படுவார்கள். அதில் குறிப்பிட்ட அளவு உள்நாட்டு வரலாறும் இருக்க வேண்டும் என்று எதிர்பார்க்கப்படும். சிவன் கோயில் திருவிழாக்களின்

போது மேற்கொள்ளப்படும் சடங்குகளிலும் அவர்களுக்குச் சிறிய பங்களிப்பு உண்டு. மேலும் பெரும்பாலும் வலங்கைப் பிரிவு திருமணச் சடங்குகளிலும் பங்கேற்கிறார்கள். புலவர்கள் தங்களை முதலியார் சமூகத்தைச் சேர்ந்தவர்கள் என்று கூறிக்கொள்கிறார்கள். அவர்களின் பங்கு பெரிய அளவில் இருப்பதாகத் தோன்றினாலும் அவர்கள் ஒரு கிளைச்சாதி என்பதை என்னால் ஏற்க இயலாது.

2 தொண்டை நாடு என்பது இலக்கியங்களில் தொண்டை மண்டலம் என அறியப்படுகிறது. இந்த ஐந்து மண்டலங்களும் மிகப் பண்டைய இலக்கியங்களிலும் குறிக்கப்படுகிறது. குறைந்தது 1500 ஆண்டுகளுக்கு முந்தைய இலக்கியமாக அறியப்படும் சங்க இலக்கியங்களில் இது கூறப்படுகிறது. N. Subramanian, *Sangam Polity: The Administration and Social Life of the Sangam Tamils* (New York: Asia Publishing House, 1968), pp. 112-13.

3 இதன் எதிர்மறைப் பார்வை உண்மையாக இருக்கலாம் என்று நினைக்கிறேன்; அதாவது தொண்டை நாடு நாட்டார் வரலாறுக்குக் கொங்கு மண்டலம் பற்றிய அறிதல் இருந்திருக்காது. இந்த இரு மண்டலங்களுமே பத்தாம் நூற்றாண்டுக்குப் பின்னர் தெற்கின் பேரரசுகளுடன் தொடர்புபடுத்தியே தங்களை வரையறை செய்து கொண்டன. இந்த இரு மண்டலங்களும் மூவேந்தர்களின் போர் வெற்றிப் பரிசாகவே இருந்தன. மூவேந்தர்களின் எதிர்கால வெற்றி இலக்காகவே இப்பகுதிகள் நீடித்துள்ளன. சில காலம் மைசூர் அரசராலும் கொங்கு நாடு ஆளப்பட்டுள்ளது. இந்த வடக்கத்தி அரசுகள் பற்றி இங்குள்ள நாட்டார் வரலாறு எதுவும் குறிப்பிடவில்லை.

4 தகவலாளி எண் 7 பாடிய பாடலில் இருந்து எடுக்கப்பட்டது. இதே தகவல்கள் தகவலாளி எண் 22இடமிருந்தும் பெறப்பட்டன. இதே வாசகங்கள் பல பண்டைய இலக்கியங்களிலும் காணப்படுகின்றன. பார்க்க: K. V. Rangaswami Aiyangar, *Prof. K. V. Rangaswami Aiyangar Commemoration Volume* (Madras, G. S. Press, 1940), pp. 159-69.

5 விநாயகர், யானைத் தலைகொண்ட கடவுள். கணேசன், பிள்ளையார் என்றும் அழைக்கப்படுகிறார். சிவனின் முதல் மகனாகக் கருதப்படு கிறார். கொங்குப் பகுதியில் குடியிருப்புப் பகுதிகள், எல்லைகளில் இந்தக் கோயில்கள் காணப்படுகின்றன.

6 சி.எம்.ராமச்சந்திர செட்டியார், *கொங்கு நாட்டு வரலாறு*, (அண்ணா மலை, அண்ணாமலைப் பல்கலைக்கழகம், 1954), ப. 5; மற்றும் களத் தகவல்கள்.

7 Government of Madras, *Madras District Gazetteers*, Coimbatore (Madras: Government Press, 1966), p. 595.

8 வட்டம், மாவட்டம் ஆகிய சொற்கள் குறித்த கூடுதல் தகவல்களுக்குப் பார்க்க இயல் 2.

9 கொங்குப் பகுதியில் சோழர்கள் ஆதிக்கத்தின் முக்கியக் காலகட்டம் கி.பி 900 முதல் கி.பி. 1200 வரை நீடித்தது.

10 தமிழிலக்கியத் தொகை நூல்களான பத்துப்பாட்டு நூல்களில் ஒன்றான 'திருமுருகாற்றுப்படை' கி.பி. முதல் நூற்றாண்டில் இருந்து நான்காம் நூற்றாண்டுக்குள் இயற்றப்பட்டிருக்க வேண்டும். பார்க்க: K.A. Nilakanta Sastri, *A History of South India,* 3rd ed. (Madras: Oxford University Press, 1966), p. 115.

11 கடலலை தவழும் இடங்களிலும் முருகன் கோயில்கள் அமைந்திருந்ததையும் பண்டைய பாடல்கள் பாடுகின்றன.

12 மிகவும் பரவலாக அறியப்பட்ட ஒரு மலை சிவன்மலை; இந்த மலை உச்சியில் அமைந்திருப்பது முருகன் கோயில். மேலும், கொங்கு மண்டலத்தில் சிறப்பு பெற்ற ஏழு முருகன் கோயில்களில் ஒன்றாகவும் இது கருதப்படுகிறது.

13 இந்தப் புத்தகத்தின் அறிமுக இயலில், வலங்கைப் பிரிவின் தெய்வங்கள் குறிப்பாக உள்ளூர் தேவைகளின் அடிப்படையில் அமைக்கப் பட்டுள்ளதையும், இடங்கைப் பிரிவு தெய்வங்கள் உலகளாவிய துயரங்களில் இருந்து விடுதலை பெறுவதையொட்டி அமைக்கப் பட்டுள்ளதையும் குறிப்பிட்டுள்ளோம். வலங்கைப் பிரிவு சமுதாயங் களுக்கும் காவிரிக்கரை சிவன் கோயில்களுக்கும் உள்ள சிறப்புத் தொடர்பையும், இடங்கைப் பிரிவு சமுதாயங்களுக்கும் மலை உச்சி முருகன் கோயில்களுக்கும் உள்ள சிறப்புத் தொடர்பையும் இது வெளிப்படுத்துகிறது. இந்த இரண்டு வகையான கோயில்களை இந்த இரண்டு வகை சமுதாயங்கள் பயன்படுத்தும் வகையில் இருந்து கூடுதல் சான்றுகளை ஒருவர் காணமுடியும். நான் மேலதிக விவரங் களுக்குள் செல்லவில்லை எனினும் செல்வவளமிக்க கவுண்டர்கள் சிவாலயங்களின் முக்கியக் புரவலர்களாக இருந்திருக்கக்கூடும் என்று எண்ணுகிறேன். மறுபக்கத்தில் முக்கிய முருகன் கோயில்கள் இடங்கைப் பிரிவைச் சேர்ந்த பல சமுதாயங்களின் கூட்டு ஒத்துழைப்பால் உருவாக்கப் பட்டிருக்கலாம் என்று தெரிகிறது.

14 தகவலாளி எண் 22 அளித்த தகவல்.

15 இக்கதையில் குறிப்பாக விநாயகர் காக்கை வடிவம்கொண்டு அகத்தியர் கமண்டலத்தில் அடைக்கப்பட்டிருந்த கங்கை நீரைத் தட்டிவிட்டுள்ளார் (தகவலாளி எண் 20 கூறியது). காவிரி என்ற பெயரும் காகண்டி (காக்கை) என்ற பெயரிலிருந்து உருவாகி

இருக்கலாம். பார்க்க *A Dictionary of Tamil and English*, 2nd ed. (Tranquebar: Evangelical Lutheran Mission, 1933), p. 223.

16. Republic of India, *Census of India*, 1961, Vol. IX, Madras, Part IX, *Atlas of Madras State* (Madras: Government Press, 1964), map 8.

17. இத்தகைய ஒப்பீடு குசும் நாயர் அவர்களாலும் வழங்கப்பட்டுள்ளது. Kusum Nair, *Blossoms in the Dust* (London: Gerald Duckworth & the Co., 1962), p. 190.

18. Republic of India, *Census of India*, 1961, Vol. IX, Madras, Part X-i, *District Census Handbook,* Coimbatore, 2 Vols (Madras, Government Press, 1964), 1:1.

19. செங்கோட்டு வேலன் கிருஷ்ணமூர்த்தி, நாராயணன், 'கொங்கு நாடு', இரண்டாம் உலகத் தமிழ் மாநாட்டு மலர், *(*கோயம்புத்தூர்: கோவை மாவட்ட வரவேற்புக்குழு*)* பக்.1, 10-11, 12, 26-17.

20. ஆங்கிலேயர் காலத்தில், குடிமதிப்பு மற்றும் மாவட்ட அதிகாரிகள் தங்கள் தகவல்களுக்கு ஆதாரமாக மற்றவர்கள் நூல்களிலிருந்து ஒருவருக்கொருவர் மேற்கோள்களை எடுத்தாள்வது இயல்பு. எட்கர் தர்ஸ்டன் பெருமுயற்சியால் மேற்கொண்ட தென்னிந்தியச் சாதிகளும் பழங்குடிகளும் என்ற தலைப்பிலான 7 தொகுதிகளில் (Edgar Thurston, *Castes and Tribes in Southern India,* 7 Vols (Madras: Government Press, 1909) சாராம்சமான கருத்துகள் உள்ளன. இதன் பின்னரே இந்தத் தொகுப்பிலிருந்து மேற்கோள் காட்டுவது வழக்கமாகிவிட்டது. 1909 முதல் அசலான கணக்கெடுப்புகள் நடந்து வருகின்றன.

21. ராமச்சந்திர செட்டியார், கொங்கு நாட்டு வரலாறு. இப்பகுதியில் காணப்படும் கல்வெட்டுகள் குறித்த அதிகத் தகவல்களை வழங்கியதால் இந்த ஆய்வுக்கு இந்தப் புத்தகம் பெரிதும் பயன்பட்டது.

22. M. Arokiaswami, *The Kongu Country* (Madras: Madras University Press,1956).

23. சில ஆர்வமூட்டும் புத்தகங்கள், பதிப்புகள்: எஸ்.ஏ.ஆர். சின்னுசாமி கவுண்டர், கொங்கு வெள்ளாளர், (ஈரோடு, தமிழன் அச்சகம், 1963); பழனிச்சாமி புலவர், கொங்குச் செல்வி (கோயம்புத்தூர்: புதுமலர் பிரஸ், 1948); திருவாணன், மாங்கல்யம் தந்த மகராசி (சென்னை: வானதி பதிப்பகம், 1960); கே. கே. கோதண்டராமன், கொங்குநாடும் சமணமும் (கோயம்புத்தூர்: கோவை நிலையப் பதிப்பகம், 1953); வி.சி. வெள்ளியங்கிரி கவுண்டர், எங்கள் நாட்டுப்புறம் (கோவை: கோவை நிலையப் பதிப்பகம், 1951); சிவகலை எம். சுப்பையா, கொங்கு நாட்டுக் கோயில்கள் (சென்னை: பாரி அச்சகம், 1967); புலவர் குழந்தை, கொங்கு நாடு, (ஈரோடு: வேலா பதிப்பகம், 1968).

குறிப்புகள் ✦ 395

24 M. Arokiaswami, *The Kongu Country,* p. 284–290.

25 Government of Madras, *Madras District Gazetteers*, Coimbatore, pp. 25–26 and Arokiaswami, *The Kongu Country,* pp.72-79.

26 Republic of India, *Census of India, 1961*, Vol. IX, Madras Part XI-D, *Temples of Madras State,* iii *Coimbatore and Salem* (Madras: Government Press, 1968), p. 106. இந்தச் சுரங்கங்கள் எதுவும் தற்போது இயங்கவில்லை.

27 *பார்க்க:* சங்கக் கவிதைகள், *சிலப்பதிகாரம்,* உரைப் பெருங்கட்டுரை மற்றும் புராணங்கள், ஆரோக்கியசாமி த கொங்கு கண்ட்ரி புத்தகத்தில் பரிந்துரை செய்தவை, ப. 20.

28 Government of Madras, *Madras District Gazetteers*, Coimbatore, ப. 595.

29 From Burton Stein, 'Integration of the Agrarian System of South India', in Robert Eric Frykenberg, editor, *Land Control and Social Structure in Indian History* (Madison: The University of Wisconsin Press; © 1969 by the Regents of the University of Wisconsin), p. 185.

30 இந்தக் கதை பின்வரும் புத்தகங்களில் இருந்து தொகுக்கப்பட்டது: பழனிச்சாமி புலவர், *கொங்குச் செல்வி,* பக்.132-33; பழனிச்சாமி புலவர், பதிப்பு, ஓதாளர் குறவஞ்சி என்னும் *அழகுமலைக் குறவஞ்சி* (கோயம்புத்தூர்: காந்திதாசன் அச்சகம், 1969); திருவாணன், *மாங்கல்யம் தந்த மகராசி,* பக். 143-46; Government of Madras, *Madras District Gazetteers,* கோயம்புத்தூர், ப.590, ஆரோக்கியசாமி, த கொங்கு கண்ட்ரி, ப. 55.

31 பழனிச்சாமி புலவர், பதிப்பு, *ஓதாளர் குறவஞ்சி,* பக். 38-41, ராமச்சந்திர செட்டியார், *கொங்கு நாட்டு வரலாறு,* ப.114.

32 ராமச்சந்திர செட்டியார், *கொங்கு நாட்டு வரலாறு,* பக். 219-22.

33 மேற்கூறிய நூல் (மே.கூ.நூ) பக். 339-45; Eric Frykenberg, *Guntur District* 1788-1848 (Oxford: Clarendon Press, 1965), p. 3.

34 தெற்கின் இந்தப் பிரிவின் வளர்ச்சி குறித்த பொது விவாதத்துக்குப் *பார்க்க:* Burton Stein, 'Integration of the Agraraian System, and Arokiaswami, *The Kongu Country,* p. 272.

35 வட இந்தியாவிலும் இதுபோன்ற கண்டுபிடிப்புகள் பதிவு செய்யப் பட்டுள்ளன. *பார்க்க:* Winefred Day, 'Relative Permanance of Former Boundaries in India', *Scottish Geographical Journal,* 65, no. 3, (1949): 113–22, and Kashi N. Singh, 'The Territorial Basis of Medieval Town and Village Settlement in Eastern Uttar Pradesh, India', *Annals of the Association of American Geographers* 58, no 2, (1968) 203-220.

36 இந்தக் காவியக்கதைக்கு வேறு பல பெயர்களும் உள்ளன. ஆனால், கொங்குப் பகுதி முழுவதும் ஏகமாக ஏற்றுக்கொண்ட பெயர் ஒன்றும் இல்லை. சில பொதுவான பெயர்கள் குன்றுடையா கவுண்டர் கதை மற்றும் பொன்னர் சங்கர் கதை என்பதாகும். இப்பெருங்கதையைச் சுருக்கி, புத்தகமாக அச்சிடும் முயற்சி ஒன்று அண்மையில் நடந்தது. அதன் தலைப்பு: *பொன்னாரகரென்னும் கள்ளழகர் அம்மானை* (சென்னை: ஆர். ஜி. பதி-கோ, 1965). இந்தக் கதை பெருமளவில் சுருக்கப் பட்டுள்ளது; இதன் தலைப்பை வைத்துப் பார்க்கும்போது கள்ளர் சமுதாயம் வாழும் மதுரை பகுதியில் இந்தக் கதை சேகரிக்கப் பட்டிருக்க வாய்ப்பிருக்கிறது. கொங்கு நாட்டுக்குத் தெற்கில் இந்தக் கதையின் வரலாறு இதுவரை அறியப்படவில்லை. இதில் குறிப்பிடத்தக்க பணியை நான் ஆற்றியுள்ளேன். இதன் மொழிபெயர்ப்பு வெளியாகும் என்று நம்புகிறேன்.

37 சேலம் மாவட்டத்தில் சேலம் நகரின் வடக்குப்பகுதியில் கொங்குப் பகுதியில் இருந்து குடியேறியவர்கள் மட்டுமே இந்தக் கதையை அறிந்ததைக் கண்டேன். மதுரை மாவட்டத்தில் ஒருவருக்குமே இந்தக் கதை தெரிந்திருக்கவில்லை. எனது இந்த ஆராய்ச்சி விரைவாக நடந்தாலும் இப்படி ஒரு கதை பரவலாக இருப்பதற்கான அறிகுறிகூட ஒருவராலும் வெளிப்படுத்தப்படவில்லை.

38 நான்கு தலைமுறைகள் பின்னோக்கிச் சென்று பார்க்கும் இந்த அணுகுமுறை ஒரு கிராம வரலாற்று நினைவுகளை மீட்டெடுக்கவும் பயன்படுத்தப்பட்டுள்ளது. (பார்க்க: இயல் 4)

39 பங்காளி, மாமன், மச்சான் ஆகிய உறவுமுறைச் சொற்களுக்குப் பார்க்க: இணைப்பு உ.

40 வேட்டுவர் குழுவினர் தங்கள் சமுதாயத் தகுதி உயர்ந்தது என்பதைக் காட்ட தற்போது தங்கள் பெயருடன் 'கவுண்டர்' என்று இணைத்துப் பயன்படுத்திவருவது கவனிக்கத்தக்கது. தங்களுக்கும் நிலம் உடைமை யாகி உள்ளதால் தங்களுக்கு அந்தத் தகுதி உள்ளதாக உணர்கிறார்கள். ஆனால், இன்னமும் அவர்கள் இடங்கைப் பிரிவு சமுதாயமாகவே பார்க்கப்படுகிறார்கள். ஒரே சாதியைச் சேர்ந்த இரு கிளைச்சாதிகள் இரு பகைமைப் பிரிவுகள் இரண்டிலும் இடம்பெறும் இதுபோன்ற சூழ்நிலைகள் நாம் முன்னர் முன்வைத்த வாதத்தை வலுப்படுத்துகின்றன. நிலங்களை உடைமையாக்குவது, சமூக ஆதிக்கத்தைப் பெறுவது ஆகிய முயற்சியில் உருவாகும் பகைமை வலங்கை, இடங்கைப் பிரிவுகள் உருவாவதில் வேராக அமைகின்றன. இரண்டிலும் முன்னிலை பெறும் ஒரு குழு வலங்கைப் பிரிவில் இடம்பெற, மற்றொன்று இடங்கைப் பிரிவுக்குத் தள்ளப்படுகிறது. அண்ணன்மார்கள் கதை இங்கு

விவரிக்கப்பட்டதைப் போன்றதே. அண்ணன்மார் கதையின் பெரும் பகுதியும் வலங்கைப் பிரிவைச் சேர்ந்த கவுண்டர் சமுதாயம், இடங்கைப் பிரிவைச் சேர்ந்த மற்ற குழுக்கள் நிலங்களை ஆக்கிரமிப்பதற்கு எதிராகவும் தங்கள் நில ஏகபோகத்தைத் தக்கவைப்பதற்காவும் போரிடுவதில் கழிகிறது. வலங்கைப் பிரிவில் தமக்குப் போட்டியாக நில உடைமையாளராக முயலும் குழுக்களும் வேட்டுவக் கவுண்டர் போன்று இடங்கைப் பிரிவுக்குத் தள்ளப்படுகின்றன. இடங்கைப் பிரிவில் இதற்கு இணையான கவுரவமிக்க உயர் தகுதிநிலையும் உருவாக்கப்பட்டிருக்கிறது.பொருளாதார, சமூகநிலையில் உயர்ந்தவர்கள் உயர் நிலைமையை அடைகிறார்கள். இந்த வலங்கை, இடங்கைப் பிரிவினை உருவாக்கத்தை ஒரு சமூகத் திட்டம் என்றே ஒருவர் சிந்திக்க முடியும். சகோதரர்கள் இடையே எழும் குழுச் சண்டைகள் விரிவடைந்து முழு குக்கிராமத்தையும் இரண்டாக்குகிறது (பார்க்க: இயல் 4).

41 காங்கேயத்துக்குத் தென்மேற்கே சில மைல் தொலைவில் உள்ள தாயம்பாளையம் என்ற இடத்தில்தான் இந்த விழாவைப் பார்த்தேன். கொங்குச் செட்டியார் சமுதாயத்தைச் சேர்ந்தவர்கள் கொங்குப் பகுதியில் வேறு எங்காவது இந்தச் சடங்கை நிறைவேற்றுகிறார்களா அல்லது இந்த விழாவில் பங்கேற்கிறார்களா என்பது எனக்குத் தெரியாது.

42 இவ்வாறு வெள்ளாளர் தொன்மத்துடன் நாடார்கள் அடையாளப் படுத்தப்படுவதைத் தெற்கிலும் (திருநெல்வேலி) பார்க்கலாம். ஆனால் இங்குக் கூறப்படும் கதை சற்று வித்தியாசப்படுகிறது. ஒப்பிடுக: Robert Hardgrave, *The Nadars of Tamilnad* (Berkely: University of California Press, 1969), pp. 19-20; Thurston, *Castes and Tribes,* 7: 362-63.

43 நான் எதிர்கொண்ட மற்ற இரு சாதிகள் உள்ளூர் பூசாரிகளும் (பண்டாரம்) வண்ணார்களும். இந்தக் கதையைக் கற்றுப் பாடவும் பயிற்சிபெற்ற இடங்கைப் பிரிவுக்குழு வேடர் (கதைசொல்லி) சமுதாயத்தைச் சேர்ந்த ஒருவரை நான் சந்தித்துள்ளேன். அவர் ஒரு தொழில்முறை கூத்தர். அதனால் நாடகப் பயிற்சிக் குழுவில் சேர்த்துக் கொள்ளப்பட்டிருக்கலாம்.

44 பத்ரகாளி அம்மன் உள்ளூர் காளி வடிவமாகப் பார்க்கப்படுகிறாள். பார்வதியின் ருத்ர வடிவமாகக் கூறப்படுகிறாள்.

45 பட்டக்காரர் என்பது அரசரால் வழங்கப்படும் பட்டம் ஆகும். இராணுவ சேவை அல்லது நாட்டுக்காக ஆற்றிய துணிச்சலான காரியங்களுக்கு வெகுமதியாக இந்தப் பட்டம் வழங்கப்படுகிறது. இங்குப் பட்டக்காரர் என்று குறிக்கப்படுவது, கொங்கு நாட்டில் பெரும் பகுதியில் ஆதிக்கம் செலுத்திய நான்கு குடும்பங்களைக் குறிக்கிறது. ஒட்டுமொத்தப் பரப்புக்கும் அதிபதியாக அவர்கள் பார்க்கப்பட்டார்கள். இந்த இயலின் அடுத்த பிரிவில் இது குறித்து விரிவாகக் கூறப்படுகிறது.

46   Thurston, *Castes and Tribes*, 3: 113-15, 3: 315-17, 1: 215-17, 2: 93-94.

47   பழனிச்சாமி புலவர், கொங்குச் செல்வி, பக். 150-52. இந்தக் குறிப்பிட்ட கதையை எதிரொலிக்கும் மற்றொரு செட்டியார் குழு பற்றி அறிய, பார்க்க,Thurston, *Castes and Tribes*, 5:258-62.

48   இருந்தாலும், எந்த ஒரு குறிப்பிட்ட தெய்வமும் நதி அல்லது நதியோரத் துடன் தொடர்புபடுத்திக் கூறப்படவில்லை.

49   தர்ஸ்டன் தொகுதிகளில் இது போன்ற ஏராளமான கதைகளைக் காணலாம். விரிவு கண்டு அஞ்சி சுருக்கமாகக் கூறியிருக்கிறேன்.

50   ஒவ்வொரு தனிப்பட்ட குலத்தின் வரலாறு குறித்தும் தனிக்கதைகள் கூறப்படுகின்றன. கவுண்டர் வம்சாவளி குழுக்கள் குறித்த எண்ணற்ற கதைகள் வழங்கப்படுகின்றன. இது அவர்களுக்கு ஊழியம் செய்யும் வலங்கைக் குழுக்களுக்கான கதைகளின் எண்ணிக்கையைக் காட்டிலும் அதிகம். இயல் 2இல் இது குறித்து மேலும் விளக்கப்படும்.

51   இடங்கைப் பிரிவின் கீழ்நிலைச் சமுதாயங்களான நாயக்கர், வேடர், மாதாரி ஆகிய சமுதாயங்கள் தென் இந்தியத் தொன்மங்கள் எதையும் பகிர்ந்துகொள்ளவில்லை. ஆனால், இந்தச் சமுதாயங்கள் தங்கள் வரலாற்றை நினைவுகூரும் கதைகளை வாய்மொழியாகப் பராமரித்து வருகிறார்கள். இந்த விவரங்கள் பின்னர் எடுத்துக்கொள்ளப்படும்.

52   உதாரணமாக, விஜயநகரப் பேரரசு போன்ற பெரும் நிலப்பரப்பை ஆதிக்கம் செலுத்துபவர்கள் அரசர்கள் ஆவர். இத்தகைய பேரரசுகள் கொங்குப் பகுதிக்கு வெளியிலேயே நிலவின. அதனால் பேரரசுகள் குறித்துக் கொங்கு நாட்டார் வரலாற்றில் அதிகம் குறிப்பிடப்படவில்லை.

53   இது, கொங்குப் பகுதியில் முதல் முதலாக நிலம் உழப்பட்ட இடங்களில் ஒன்றாகும். இன்றும் தன் அரசியல் அதிகாரத்தை நிறுவ அதன் முக்கியத்துவம் தக்கவைக்கப்பட்டுவருகிறது.

54   இவர்களில், புதூர், காடையூர் ஆகிய இரு இடங்களில் வாழும் இரண்டு குடும்பங்கள், தற்போது வளம், செல்வாக்கு இரண்டிலும் வீழ்ச்சி நிலையில் உள்ளனர். ஆனால் சங்கரண்டாம்பாளையம் குடும்பம் இன்றும் தன் முக்கியத்துவத்தை ஓரளவுக்குத் தக்கவைத்து வருகிறது. தற்போதைய நிலையில் இந்த நான்கு குடும்பங்களில் பழையகோட்டை குடும்பம் மட்டும் பழைய அதே அதிகாரத்தையும் செல்வாக்கையும் தக்கவைத்து வருகிறது.

55   சின்னுச்சாமி கவுண்டர், கொங்கு வெள்ளாளர், பக். 326-28, தகவலாளி எண் 7 அளித்த தனிப்பட்ட தகவலும் பயன்படுத்தப்பட்டுள்ளது.

56   மே.கு.நூ பக். 181-82, தகவலாளி எண்கள் 7, 35.

57 மே.கு.நூ பக். 328, தகவலாளி எண் 22.

58 Government of Madras, *Madras Dist. Gazetteers*, Coimbatore, pp. 589-90, சின்னுச்சாமி கவுண்டர், கொங்கு வெள்ளாளர், பக். 324-25.

59 நெற்றிப்பட்டம், தலைச்சூடி, கிரீடப்பட்டம் என்ற அர்த்தங்களைத் தரக்கூடிய சம்ஸ்கிருத 'பட்ட' என்பதில் இருந்து உருவாகியிருக்கலாம். பார்க்க: M. B. Emeneau and T. Burrow, *Dravidian Borrowings from Indo – Aryan* (Berkeley: University of California Press, 1962), p. 47.

60 இதற்கு இணையான தகவலைக் காண: David F. Pocock, 'The Movement of Castes', *Man* 55, Article no 79 (1955), pp. 71-72. இந்தச் சொல்லாக்கம் அண்மையில்தான் உருவாக்கப்பட்டுள்ளது; முன்னுரிமை பெற்ற சாதியில் இருந்தும் முன்னுரிமை பெற்றவர்கள் என்பதைக் குறிக்க இந்தப் பட்டம் வழங்கப்பட்டது.

61 Louis Dumont, *Une Sous-Caste de l'Inde du Sud* (Paris:Mouton, 1957), pp. 142-44, 150.

62 இந்தப் பாரம்பரியத் தொடர்பு எவ்வளவு காலம் பின்னோக்கிச் செல்கிறது என்பது தெளிவாகத் தெரியாது. ஆனால், தற்போதைய பட்டக்காரர்களால் வரையறை செய்யப்பட்டுள்ள உரிமைகளும், கடமைகளும் குறைந்தது பல நூற்றாண்டுகள் பழமையானவை என்று நாட்டார் கதைகள் கூறுகின்றன.

63 இந்த வகைமையான பாரம்பரியக் கூலி அமைப்பின் பொருளாதாரப் பலாபலன்கள் குறித்த இரண்டு அற்புதமான விவாதங்களுக்கு, பார்க்க: T. Scarlett Epstein, 'Productive Efficiency and Customary Systems of Rewards in Rural South India' in Raymond Firth, ed., *Themes in Economic Anthropology* (London: Tavistock, 1967), pp. 229-52, and Walter V. Neale, 'Land is to Rule', in Frykenberg, ed, *Land Control and Social Structure*, pp. 3-15.

64 இவற்றுடன் கூடுதலாக, தனது ஆளுகைக்குள் உள்ள அனைத்து வீடுகளும் ஆண்டுக்குத் தலா ஒரு காளைக்கன்றைப் பட்டக்காரருக்குத் தரவேண்டும் என்ற உரிமையையும் பட்டக்காரர் அனுபவிக்கிறார்கள். இது பண்டைக்கால மேய்ச்சல் வரியின் தொடர்ச்சியாக இருக்கலாம். அதாவது பட்டக்காரர் நிலங்களில் கால்நடைகள் மேய்வதால் அதற்கான வரியாகப் பண்டைக்காலத்தில் இவ்வாறு விதிக்கப் பட்டிருக்கலாம். டி.வி. மகாலிங்கம் எழுதிய தென்னிந்திய அரசியலமைப்பு என்னும் புத்தகத்தில் இதற்கான குறிப்பு காணப்படுகிறது. பார்க்க: T. V. Mahalingam, *South Indian Polity* (Madras: Madras University Historical series, 1955), p.189. கடந்த 150 ஆண்டு கால ஆங்கிலேய நில செட்டில்மெண்ட் சட்டப்படி யாரும் எங்கும் நிலம் வாங்க, விற்க

உரிமை அளிக்கப்பட்டுள்ளது உண்மைதான். இதன்படி அண்மையில் நிலங்களைத் தங்கள் பெயரில் பதிவுசெய்து கொண்டவர்கள் இத்தகைய வரியைப் பட்டக்காரர் குடும்பத்துக்குச் செலுத்தவேண்டியதில்லை.

65 கூடுதல் தகவல்களுக்குப் பார்க்க: பின்னிணைப்பு ஊ.

66 Government Of Madras, *Madras District Gazetteers*, Coimbatore, p. 16. ஒரு குறிப்பிட்ட சூழ்நிலையில் பெறப்பட்ட சராசரி மழை அளவு தவறாக வழிகாட்டக்கூடும். கோவை மாவட்டத்தில் பொதுவான சராசரி மழை அளவு-23.23 அங்குலம் மட்டுமே. தொடர்ந்து பல ஆண்டுகள் எடுக்கப்பட்ட புள்ளிவிவரங்கள் அடிப்படையில் இதுவே இந்தப் பகுதியில் சராசரி மழை அளவாகக் கொள்ளப்படுகிறது. மாறாக, கடலோரப் பகுதிகளில் ஆண்டு சராசரி மழை அளவு 40-50 அங்குலம் ஆகும். Republic of India, *Atlas of Madras State*, Map.7.

67 Republic of India, *District Census Handbook*, Coimbatore, 1: 2. கோவை மாவட்ட மையப்பகுதியில் கரிசல் மண்ணைக் காணலாம். இங்குப் பருத்தி விவசாயத்துக்கு ஏற்ற நிலம். இதனடிப்படையில் இங்குப் பஞ்சாலைகளும், கைத்தறி நெசவுத் தொழிலும் கிராமப்புறங்களில் வளர்ந்தன.

68. மே.கு.நூ.

69 எனினும், அண்மைக் காலமாக, கொங்குப் பகுதியில் மேலும், மேலும் அதிகமான மக்கள் அரிசி உணவுக்கு மாறிவருகிறார்கள். இந்த தானியத்துக்கான முக்கியத்துவம் அண்மையில் உருவானதல்ல. எனினும், இதன் அதிகப்படியான நுகர்வு அண்மையில்தான் அதிகரித்துள்ளது. இப்பகுதியில் வாழும் முதியவர்கள் இன்னமும் எப்போது அரிசி அன்றாட உணவாக ஆனது என்பதை நன்றாக நினைவு கூர்கிறார்கள். தங்கள் காலத்தில் ஆண்டுக்கு முக்கியமான விசேட நாள்களில் மட்டும் அதுவும் இரண்டு அல்லது மூன்று நாள்கள் மட்டும் அரிசி உணவு உண்டதாகக் கூறுகிறார்கள். எல்லாம் நாற்பது ஆண்டு களுக்குள்தான் என்கிறார்கள். அந்தக் காலத்தில் பணக்காரர்கள்கூட சிறுதானியங்கள்தான் அன்றாட உணவாக உண்டனர் என்கிறார்கள். கோவை தற்போதும் உணவுப் பற்றாக்குறை மாவட்டம்தான். ஆனால், அதன் சிறுதானிய பற்றாக்குறை ஆண்டுக்கு 19,000 டன். ஆனால், அரிசி பற்றாக்குறை 113,000 டன் என்ற புள்ளிவிவரம் ஆச்சரியமளிக்கலாம். தற்போதைய நவீன போக்குவரத்து வசதிகளினால் இத்தேவைக்காக இறக்குமதி செய்வது எளிதுதான். ஆனால் இந்த நவீன வசதி இல்லாத காலங்களில் உள்ளூர் உற்பத்தியைத்தான் சார்ந்து இருந்திருக்க வேண்டும்.

70 தற்போது சித்திரை 1 தான் தமிழ்ப் புத்தாண்டுப் பிறப்பு என அறிவிக்கப்

பட்டுள்ளது. ஆனால் பாரம்பரிய வழக்கப்படி தமிழ்ப் புத்தாண்டு தை முதல் தேதி ஆகும்.

71 புவி அச்சின் சுழற்சிக்குப் பாரம்பரிய காலண்டரை கணக்கிலெடுக்க வேண்டியதில்லை. அசலான புவியச்சுப் பாதை மாற்றத்துக்கும் தற்போதைய விழா எடுப்புக்கும் மூன்று வார காலம் மாறுபடுகிறது. அதாவது 23 நாள்கள் தாமதமாகிறது. சூரிய அச்சின் முழு சுழற்சிக் காலம் 26,000 ஆண்டுகள் ஆகும். தமிழ் நாள்காட்டியும் உருவாக்கப்பட்டு 1,600 ஆண்டுகள் இருக்கலாம். இன்னமும் 24,000 ஆண்டுகள் கழிந்தால் சூரியனின் முழு சுழற்சியும் தமிழ் காலண்டரும் ஒரே நாளில் இணையலாம்.

72 மகாபாரதம் புகழ்மிக்க இந்திய இதிகாசங்களில் ஒன்று.

73 ஆடி மாதம் குழந்தைப் பிறப்புக்கு மோசமான மாதமாகும். ஆடி மாதத்தில் குழந்தை பெறுவதைத் தவிர்க்கும் பொருட்டு எவ்வாறு ஐப்பசி-கார்த்திகை மாதங்களில் பெண்கள் உடலுறவு கொள்வதைத் தவிர்க்கிறார்கள் என்பதைச் சில தகவலாளிகள் கூறினர். மேலும் ஆடி மாதம் பிறக்கும் குழந்தைகள் பிற்காலத்தில் மிகவும் கஷ்டப்படும் என்று மக்கள் நம்புகிறார்கள். ஆனால், தென் மாவட்டங்களில் இதற்கு நேர்மாறான நம்பிக்கை நிலவுவதை அறிய பார்க்க: Dumont, *Une Sous-Caste* p. 374.

74 இந்த வெப்பம்-குளிர் முரண் குறித்து மேலும் அறிய பார்க்க: Brenda E. F. Beck, 'Colour and Heat in South Indian Ritual', *Man*. n.s. 4 (1969): 553-72.

75 தென்னிந்தியத் திருவிழாக்கள் குறித்து அறிய இந்த அருமையான கட்டுரையை அணுகவும்: Frederick Clothey, 'The Murukan Festival Cycle', *Association for Asian Studies*, June 4-6, 1971, Haverford College.

76 நல்லநேரம், நல்லநாள், கெட்ட நேரம், கெட்ட நாள் குறித்த விவரங்களுக்கு இணைப்பு ஈ பார்க்கவும்.

77 அங்காளம்மன் திருவிழா உகாதி நோன்பு அன்று நடைபெறுகிறது. 'இளம் பெண்களுக்கான திருவிழா' என்றும் அழைக்கப்படுகிறது (பார்க்க: விளக்கப்படம் 1. 4). அங்காளம்மன் குழந்தை பிறப்பு பிரச்சினை களுக்கான தேவதை. பெரிதும் இடங்கைப் பிரிவு சமுதாயங்களால் வழிபடப்படுகிறாள். (கூடுதல் தகவல்கள் இயல் 2இல் தரப்பட்டுள்ளன). சிவன் மனைவி பார்வதிக்கான திருவிழா சிவராத்திரி அன்று கடைப் பிடிக்கப்படுகிறது. அன்று சிவன் பார்வதியைப் பார்க்க வருவதாக ஐதீகம்.

ஆண்டின் பிரகாசமான அரை வருசம் சிவ அம்சம் அதிகமாகக் கொண்டது என்றும் இருளான அரை வருசம் விஷ்ணு அம்சம் அதிகமாகக் கொண்டது என்றும் பொதுவாக நம்பப்படுகிறது.

அங்காளம்மன் திருவிழா சிவன் பார்வதியைக் காண வரும் சிவராத்திரி அன்று நடைபெறுவதால் முதல் அரை ஆண்டுக் காலமான மாசி மாதத்தில் நடப்பது பொருத்தமானதுதான். மறுபக்கத்தில் புரட்டாசி, மார்கழி மாதங்கள் விஷ்ணு அம்சம்கொண்ட அரையாண்டில் இடங்கைப் பிரிவினருக்கான அரையாண்டில் நடைபெறுகிறது. விஷ்ணு கருமை நிறம்கொண்டவர். சிவன் அவரை விட வெளுப்பாக சாம்பல் நிறம்கொண்டவர். சிவனும் விஷ்ணுவும் மைத்துனர்கள். இதன் தமிழ் உறவுமுறை பொருத்தங்கள் குறித்து அறிய பார்க்க, இயல் 5. தமிழ்நாட்டில் எதிரி பிரிவைச் சார்ந்தவர்களை மச்சான் என்று அழைக்கும் வழக்கம் இருப்பதும் கவனிக்கத்தக்கது (இயல் 3). இடங்கைப் பிரிவு சமுதாயங்களை 'வைணவப் பிரிவினர்' என்றும் வலங்கைப் பிரிவு சமுதாயங்களை 'சைவப் பிரிவினர்' என்றும் நேர்த்தியாகவே அடையாளம் காணமுடியும். ஆனால் அது இந்தப் புத்தகத்துக்கான பொருத்தப்பாடு இல்லை.

78 2,500 மக்களுக்கு அதிகமாக வசிப்பவர்கள் நகரம் என்று இந்தியக் குடிமதிப்பு வரையறுக்கிறது. கோவை மாவட்டக் குடிமதிப்புப் புள்ளி விவரங்கள் அடிப்படையில் 29% நகர்ப்புறம் என நான் மதிப்பிட்டு உள்ளேன். பார்க்க Republic of India, *Atlas of Madras State*, Map 43.

79 எனது கணிப்பின்படி, கோவை மாவட்ட மக்களில் 75%க்கும் அதிக மானவர்கள் வெளியில் பிறந்தவர்கள். தற்போது கோவை மாவட்ட நகர்ப்புறங்களில் வாழ்கிறார்கள். பார்க்க. Republic of India, *District Census Handbook, Coimbatore, 1:10*. சென்ற நூற்றாண்டு (19ஆம் நூற்றாண்டு —மொ-ர்.) தகவல்கள் கிடைக்கவில்லை.

80 கொங்குப் பகுதி அப்படியே கோவை மாவட்ட எல்லைகளோடு பொருந்தாது. சூழ்நிலைகளின் கீழ் கூடுமானவரைக்கும் பொருந்திப் போகின்றது. பிரிட்டிஷ் இந்தியாவின் கோவை மாவட்ட எல்லைக்கும் பிறகான எல்லைக்கும் பெரிய வேறுபாடுகள் இல்லை.

81 கோவை பழைய குடிமதிப்பு அறிக்கையில் பதிவுபெற்றுள்ள சாதி களில் 35 விழுக்காடு இந்தப் புத்தகத்தில் விவாதிக்கப்படவில்லை. இவற்றில் பெரும்பாலானவை மிகச் சிறிய குழுக்கள், கோவை மாவட்டத்துக்குள்ளேயே அறியப்படாதவை. 20,000க்கும் அதிக மக்கள் தொகையைக்கொண்ட சில குழுக்களே முக்கியத்துவம் பெறுகின்றன. இத்தகைய குழுக்களின் பெயர்கள் சுருக்கமான விளக்கத்துடன் கீழே தரப்படுகின்றன. எனது பயணங்களில் எங்குமே அவர்களை நான் எதிர்கொள்ள நேரவில்லை. அவர்களைப் பற்றி எனக்கு அதிகம் தெரியாது. வெளியில் இருந்து வந்தவர்களாக நகர்ப்புறப் பகுதிகளில் வாழ்வாதாரங்களைத் தேடிக்கொண்டிருக்கலாம்.

பலிஜா: தெலுங்கு பேசும் வணிகர்; பெரும்பாலும் தென் ஆந்திராவிலிருந்து குடிபெயர்ந்தவர்கள்.

தேவாங்கர்: தெலுங்கு, கன்னடம் பேசும் நெசவாளர்கள். பெரும்பாலும் மைசூரிலிருந்து குடிபெயர்ந்திருக்கலாம்.

கம்மா: தெலுங்கு பேசுபவர்கள். பண்டைய படைவீரர்கள். தற்போது பெரும்பாலும் விவசாயிகள். கடலோர ஆந்திர மாவட்டங்களில் இருந்து குடிபெயர்ந்திருக்கலாம்.

குறும்பன்: தமிழ் பேசும் வேடர்கள்; மலைப் பகுதிகளில் அரிய தாவரங்களைச் சேகரிப்பவர்கள்.

பள்ளி: தமிழ் பேசுபவர்கள். பெரும்பாலும் விவசாயக் கூலிகள், குத்தகைதாரர்கள். ஆற்காடு, சேலம் மாவட்டங்களில் இருந்து இடம்பெயர்ந்திருக்கலாம்.

பள்ளர்: தமிழ் பேசுபவர்கள். கீழ்ச் சாதி விவசாயக் கூலிகள். தென் தமிழக மாவட்டங்களில் இருந்து குடிபெயர்ந்திருக்கலாம்.

82 H. D. Love, *Vestiges of Old Madras,* 3 vols.(London: John Murray, 1913), 2:25.

83 Dominion of India, *Census of India, 1911,* Vol. XII,Madras Part I, Report (Madras: Government Press, 1912), p. 150, and Benjamin Lewis Rice, *Mysore Gazetteer* (London: Westminster, 1897) Vol 1.

84 N. S. Reddy, 'Community Conflict Among the Depressed Castes of Andhra', *Man in India,* 30, no. 4 (1950), 1-12.

85 J. A. Dubois, *Hindu Manners, Customs and Ceremonies* (Oxford: Clarendon Press, 1906), p. 154.

86 கிளைச்சாதிகள் வாரியாக விவரங்கள் வருமாறு *(அடைப்புக் குறிக்குள் வழங்கப்பட்டுள்ள எண் ஒவ்வொரு குழுவிலும் மாதிரிக்கு எடுக்கப் பட்ட நபர்கள் எண்ணிக்கை):*

வலங்கைக் கிளைச்சாதிகள் :
கொங்குக் கவுண்டர் 18% (166)
ஒக்கசண்டி பண்டாரம் 50% (8)
கொங்கு உடையார் 43% (7)
மரமேறி நாடார் 13% (23)
கொங்கு நாவிதர் 75% (4)

இடங்கைக் கிளைச்சாதிகள்:
சோழி மற்றும் கொங்கு ஆசாரி 44% (25)
கோமுட்டிச் செட்டியார் 100% (3)
கைக்கோளர் முதலியார் 42% (19)
வடுக நாயக்கர் 15% (1)

வடுக வண்ணார் 0% (5)

வலங்கைப் பிரிவு ஊழியம் செய்யும் குழுக்கள் கவுண்டர்கள், நாடார்களைவிட வெளிநடமாட்டம் அதிகமாகப் பெற்றிருப்பதைக் காண்க. இடங்கைப் பிரிவில் கீழ்நிலை ஏழை குழுக்களைவிட உயர்நிலை சமுதாயங்கள் மிக அதிகமாக வெளிநடமாட்டம் பெற்றிருப்பதையும் கவனிக்க.

நடுநிலை பிராமணர் 88% (8), காருணிகர் பிள்ளை 100% (5) இவர்களின் வெளியேற்ற ஆர்வம் அப்படியே இடங்கைப் பிரிவு உயர்நிலை குழுக்களின் ஆர்வங்களுடன் இணைவதைக் கவனிக்கவும். தீண்டத் தகாதவர்கள் கோயிலுக்குள் அனுமதிக்கப்படுவதில்லை.

2. துணைமண்டலம்: காங்கேயம் நாடு

1 இது பரவலாக அறியப்பட்டதுதான். சி. எம். ராமச்சந்திர செட்டியார், கொங்கு நாட்டு வரலாறு, (அண்ணாமலை, அண்ணாமலைப் பல்கலைக் கழகம், 1954), பக். 31-35; M. Arokiaswami, *The Kongu Country* (Madras: Madras University Press, 1956), pp. 221-22. எஸ். ஏ. ஆர் சின்னுசாமி கவுண்டர், கொங்கு வெள்ளாளர், (ஈரோடு: தமிழன் அச்சகம், 1963), பக். 93-96.

2 Arokiaswami, *Kongu Country* ப. 174, சி.எம். ராமச்சந்திர செட்டியார், கொங்குநாட்டு வரலாறு, பக். 109-11.

3 தகவலாளி எண் 7.

4 T. V. Mahalingam, *South Indian Polity* (Madras: Madras University Historical Series, 1955), ப. 304.

5 குறிப்பாக, அண்ணன்மார் கதை.

6 ஊராட்சி ஒன்றியம் என்பது ஊராட்சிகளை உறுப்பினர்களாகக் கொண்ட அமைப்பு. ஊராட்சித் தலைவர்களை உறுப்பினர்களாகக் கொண்ட ஒன்றியத்தின் தலைவரை ஊராட்சித் தலைவர்கள் தேர்ந்தெடுப்பர். வட்டம் (தாலுகா) என்பது நிர்வாக வசதிக்காக சுமார் 10 ஒன்றியங் களைக் கொண்டது. சுமார் 10 வட்டங்களைக்கொண்ட மாவட்டம் என்பது மாநில அரசுக்குக் கீழுள்ள மிகப்பெரிய நிர்வாக அமைப்பு.

7 Republic of India, *Census of India*, 1961, Vol. IX, *Madras*, Part X-i, District census handbook, Coimbatore, 2 Vols, (Madras: Government Press, 1964), 1:89.

8 ஊராட்சி அளவில் அரசின் வளர்ச்சிப் பணிகளை கவனிக்கும் மேம்பாட்டு அதிகாரியின் அலுவல் பூர்வபெயர் கிராம சேவக் என்பது சுவராஸ்யமானது. கிராமம் என்பது பாரம்பரியமாக அழைக்கப்படும்

கிராமம் என்பதை அப்படியே ஆங்கில ஒலிபெயர்ப்பாக்கி அழைத்தனர். இவ்வாறு கீழ்நிலை நிர்வாக மட்டத்தில் பாரம்பரிய, நவீன பெயர்கள் சமப்படுத்தப்பட்டுள்ளதைக் காணலாம். அடுத்து ஒன்றிய அளவிலான நிர்வாக அதிகாரி பிளாக் டெவலப்மெண்ட் (கோட்ட வளர்ச்சி) அதிகாரி ஆவார். இங்கு நாடு எனும் பாரம்பரிய அலகு புறக்கணிக்கப் பட்டுள்ளது. இங்கு பி.டி.ஓ என்பதற்குத் தமிழ்ப்பெயர் காணப்பட வில்லை. பி.டி.ஓ என்றே அழைக்கப்படுகிறது.

9 கூறப்படும் பல எல்லைகள் மிகத் தோராயமானவை. இதுகுறித்த துல்லியமான தகவல்களைக் கண்ணபுரம் கிராமம் குறித்துதான் பெற முடிந்தது.

10 சிவன்மலையில் உள்ள சிவன் கோயில் அங்குள்ள மலை உச்சியில் உள்ள முருகன் கோயிலில் இருந்து மாறுபட்டது. இந்தப் பகுதியில் உள்ள ஏழு முருகன்கோயில்களில் ஒன்று எனக் கூறப்படுகிறது.

11 இரண்டு முக்கிய வணிகப்பாதைகள் சந்திக்கும் இடத்தில் காங்கேயம் நாடு இருக்கிறது. ஒன்று மதுரையிலிருந்து கொங்கு வழியாக வட பகுதிக்குச் செல்லும் பாதை. மற்றொன்று, கேரளாவில் இருந்து கொங்குப் பகுதியில் கிழக்காகக் கரூர் மற்றும் பிற காவிரிப் படுகைப் பண்பாட்டு மையங்களுக்குச் செல்லும் பாதை. Government of Madras, *Madras District Gazetteers,* Coimbatore (Madras: Government Press, 1966), p. 588.

12 கிளைச்சாதிக் குழுக்கள் உறவின்முறை அடிப்படையிலானவை; மேலும் அது உள்ளூர்த் தகுதிப் படிநிலையைச் சுட்டுவதாகவும் செயல் படுகிறது. சடங்குப் பாரம்பரியங்கள் எதற்குள் சீரடைந்த வடிவமடை கிறதோ, ஒரு மனிதன் எதற்குள் பெண் எடுக்கிறானோ அந்த அலகுகள் அவைதான். (மேலும் அதிக விவரங்களுக்குப் பார்க்க: அறிமுகம்).

13 உண்மையில் இதுபோன்ற அமைப்புமுறை வடக்கிலும் பொதுவானது. எம். சி. பிரதான் பயன்படுத்தியுள்ள காப் (khap), கன்வான் (ganwand) ஆகிய சொற்களையும் இந்தப் புத்தகத்தில் பயன்படுத்தியுள்ள நாடு, கிராமம் ஆகிய சொற்களையும் ஒப்பிட்டுக் காண்க. உத்தரப்பிரதேசத்தில் ஜாட் காப் என்பது 28 தனி கிராமங்களையும், 228 சதுரமைல்களையும் கொண்ட பிரதேசமாகும். M. C. Pradhan, *The Political System of The Jats of Northern India* (Bombay: Oxford University Press, 1966), pp. 91, 114, 116.

14 உதாரணமாக வட ஆற்காடு மாவட்டத்தில் பதினெட்டு நாடு, Edgar Thurston, *Castes and Tribes of Southern India,* 7 Vols. (Madras: Government Press, 1909), 4: 428.

15 உதாரணமாக, ஒரு தகவலாளி (எண் 22) காங்கேயம் நாட்டில் தற்போதைய 14 கிராமங்களைப் பட்டியலிட்டார். இதேபோல கண்ணபுரம் கிராமத்தில் 24க்குப் பதிலாக 32 ஊர்கள் இருந்ததாகக் கூறப்படுகிறது. ஆனாலும், நாட்டார் கதையிலும் சடங்கியலிலும் முறையே 12, 24 என்று கூறப்பட்டிருக்கின்றன. கூர்கு பகுதியிலும் நாடு குறித்த இந்த எண் குழப்பம் இருப்பதை சீனிவாசன் குறிப்பிடுகிறார். M. N. Srinivas, *Religion and Society Among the Coorgs of South India* (1952; reprint ed., Asia Publishing House, 1965), pp. 13, 57 -60.

16 மிகப் பெரிய அரசியல் பிரதேசங்களைக் குணாம்சப்படுத்துவதற்கு ஒற்றைப்படை எண்கள் பயன்பாடு குறித்துச் சில உதாரணங்கள் உள்ளன. Eric J. Miller, 'Caste and Territory in Malabar', *American Anthropologist* 56 (1954): 414–15; T. V. Mahalingam, *South Indian Polity*, p. 304. இவை அதிக புனிதத்தன்மை கொண்டதாகத் தோன்றி இருக்கலாம்.

17 கொங்குப் பகுதியில் இவர்கள் வெள்ளாளர் அல்லது குறிப்பிடத்தக்க வகையில் கவுண்டர்கள் என்று குறிப்பிடப்படுவதால் இந்த விளக்கத்தில் கவுண்டர் அமைப்பு எனக் குறிப்பிடப்படுகிறது. இந்தப் பகுதியில் இதுதான் முக்கியமான கிளைச்சாதி ஆகும். இதல்லாமல் கவுண்டர் என்ற பெயர்கொண்ட சிறிய சமுதாயங்களும் இப்பகுதியில் உள்ளன. இவற்றில் இடங்கைப் பிரிவைச் சேர்ந்த வேட்டுவக் கவுண்டர் ஒரு முக்கிய கிளைச்சாதி ஆகும். மற்ற கவுண்டர்கள் ஊராளிக் கவுண்டர், நாட்டுக் கவுண்டர், பிள்ளை கவுண்டர் ஆவர். இந்தக் குழுக்களின் வலங்கை, இடங்கைப் பிரிவு குறித்து என்னால் கூறமுடியவில்லை.

பெரும்பாலான நாட்டார் கதைகள், குறிப்பாக அண்ணன்மார் கதைகள் வேட்டுவக் கவுண்டர்களைக் கொங்குக் கவுண்டர்களின் எதிரிகளாகச் சித்திரிக்கின்றன. வேட்டுவக் கவுண்டர்கள் ஆதியில் வேடர்களாக வேட்டைத் தொழிலில் ஈடுபட்டிருக்கலாம் என்றும் பிற்காலத்தில் வேளாண்மைத் தொழிலுக்கு மாறியிருக்கலாம் என்றும் கூறப் படுகிறது. இவர்களின் முக்கிய மையம் வட கொங்குப் பகுதியில் உள்ள அப்பிச்சிமார் மடம் ஆகும். வேட்டுவக் கவுண்டர்களும் தமக்கான பட்டக்காரர்கள், சொந்த உள் அமைப்புகள் ஆகியவற்றைக் கொண்டுள்ளனர். வாய்ப்புக்கேடாக இவை குறித்த விரிவான தகவல்கள் என்னிடம் இல்லை.

18 தர்ஸ்டன் அவற்றைப் பொதுஇடங்கள் எனக் குறிப்பிடுகிறார். ஆனால், இது தொடர்பாக நான் எதையும் காணவில்லை. Edgar Thurston, *Castes and Tribes of Southern India*, 7 vols. (Madras: Government Press, 1909), 3:418.

19 இங்குக் கொங்கு மையப்பகுதியை மட்டுமே குறிப்பிடுகிறேன்.

இந்தப் பகுதிதான் எனக்கு அதிகம் பரிச்சயமானது. கொங்குப் பகுதியின் பிற பிரதேசங்களிலும் வலங்கைப் பிரிவின் கொங்கு செட்டியார்களும் முதலியார்களும் வசிக்கலாம். நில உடைமை உரிமை இல்லாத பகுதிகளைவிட இந்தப் பகுதிகளில் அவர்கள் அதிக வலுவான, விரிவான அமைப்புகளைக் கொண்டிருக்க வாய்ப்புகள் உள்ளன. காங்கேயம் பகுதி நாடார்கள் இந்தப் பகுதி கவுண்டர்களின் நிலங்களில் வளரும் பனை மரங்களில் கள் இறக்குவதால் ஒரு வகையில் ஊழியச்சாதி ஆவர். இருந்தாலும், இந்த மரங்களில் கள் இறக்கும் ஆற்றல் கொண்ட ஒரு குழு இவர்கள் என்பதால் இதன் வளர்ப்பில் நேரடியாக ஈடுபடுவதுடன் வினியோக நடவடிக்கைகளிலும் இவர்கள்தாம் ஈடுபடுகிறார்கள். இதனால் அவர்கள் தங்கள் தொழிலில் பெரும் சுயேச்சைத்தன்மை கொண்டுள்ளனர். தங்கள் அன்றாடத் தேவை களுக்காக மற்றவர்களை எதிர்பார்ப்பதில்லை. இந்த ஒரு காரணத்தால் நாவிதர், வண்ணார், பூசாரி, குயவர், தப்படிப்பவர் போல இவர்களும் கவுண்டர் சமுதாயத்துடன் சடங்கியல் பிணைப்பு கொண்டிருக்க வேண்டிய அவசியம் உருவாகவில்லை.

20 ஒரு தகவலாளி (எண்.14) ஏழு பெரியதனம் என்ற ஒரு பட்டத்தைக் குறிப்பிடுகிறார். அதாவது ஏழு நாடுகளுக்கும் ஒருவர் தலைவராக இருந்துள்ளார். இருந்தாலும், இதை என்னால் உறுதிப்படுத்த முடியவில்லை.

21 இன்னும் தெற்கே உள்ள பகுதியிலும் இதுபோன்ற சூழ்நிலைகளை ராபர்ட் ஹார்டுகிரேவ் கண்டுள்ளார். Robert Hardgrave, *The Nadars of Tamilnadu* (Berkeley: University of California Press, 1969), p. 99.

22 ஆறு கிளைச்சாதிகள்: மதன சுவுந்தரன் (கருமன்சேரை அல்லது சின்ன மதுரா), கமலகேதரன் (கல்யாணி), கமலகேயூரன் (கீழாணி), நவனாரிக்குஞ்சரன் (நாட்டு), கணகரேகன் (மதுரா), கமலரோஜனன் (கிராமணி). முதல் மூன்று கிளைச்சாதிகள் திருச்செங்கோடு வட்டம் கருமாபுரம், பெரிய குருக்களைப் பின்பற்றுகிறார்கள். மீதி மூன்று கிளைச்சாதிகள் ஈரோடு தாலுகா பெருந்துறை சின்ன குருக்களைப் பின்பற்றுகிறார்கள்.

23 தகவலாளி எண் 11.

24 தகவலாளி எண் 11.

25 கொங்குப் பகுதியில் வழக்கில் உள்ள பல நாட்டார்கதைகள் நாடார் களின் பூர்விகம் மதுரை என்றே கூறுகின்றன. இது குறித்து ஆய்வு செய்த குழுக்கள் அவர்கள் இன்னும் தெற்கேயிருந்து இடம் பெயர்ந்ததாகக் கூறுகின்றன. Robert Hardgrave, *The Nadars of Tamilnadu,* பக். 19-21.

26 ஆண்டுத் திருவிழாக்களுக்குத் தேவையான மண் சுதைகள், பானைகள் செய்து தருதல், மேலும் வீடுகளின் திருமண வைபவங்களுக்கான சிறப்புப் பானைகள் செய்து தருதல். இந்தப் பணிகள் யாருக்காகச் செய்யப்படுகிறதோ அந்தச் சமுதாயங்களோடு அன்றாடம் ஊடாட்டம் கொள்ள வேண்டிய அவசியம் இல்லை.

27 ஒரு விதிவிலக்கு இருக்கிறது. பறையர் சமுதாயம் ஒரு முப்பாட்டுக் காரரைக் கொண்டுள்ளது. கிராம அளவில் மாரியம்மன் கோயில் திருவிழா நடக்கும்போது அதில் சடங்கு செய்யும் உரிமை இவருக்கு உள்ளது.

28 உடையார், நாடார், முதலியார் கிளைச்சாதிகளும் அருமைக்காரர்களைக் கொண்டுள்ளனர். ஆனால், அவர்கள் கடைப்பிடிக்கும் சடங்கு முறைகள் கொங்குக் கவுண்டர்கள் தொடர்பாக இங்கு விவரிக்கப்பட்ட முறையிலிருந்து சிறிது வேறுபட்டதாகும்.

29 கோமுட்டிச் செட்டியார்களை என் தகவலாளிகள் இடங்கைப் பிரிவு உறுப்பினர்களாக வகைப்படுத்தியுள்ளனர். இருந்தாலும் அவர்கள் வலங்கைப் பிரிவு உறுப்பினர் எனச் சில ஆதாரங்கள் பதிவு செய்துள்ளன. உதாரணமாகப் பார்க்க: Edgar Thurston, *Castes and Tribes of Southern India*, 3: 341, 340. தர்ஸ்டன் கூற்றுப்படி இடங்கைப் பிரிவுக்குரிய பேரி செட்டியார் பெரியதனக்காரர் என்ற பட்டங்களைக் கொண்டுள்ளனர். ஆனால், நேரடியாகப் பிரதேச அலகுகளைக் குறிக்கும் எந்த அதிகார அமைப்பும் காணப்படவில்லை (1: 213). ஆனால், கொங்குப் பகுதியில் கோமுட்டிச் செட்டியார் வலங்கைப் பிரிவு உறுப்பினர் என்பது குறித்து எந்தத் தகவலும் என்னிடம் இல்லை. மற்றொரு வலங்கைப் பிரிவாகிய தேசயி செட்டியார்கள் வடஆற்காடு பகுதியில் பிரதேச அடிப்படையிலான அமைப்பு கொண்டுள்ளதாகத் தர்ஸ்டன் கூறுகிறார் (2:121-23, 6: 91). ஆனால், இதுபோன்ற தகவல்களைக் கொங்குப் பகுதியில் நான் எதிர்கொண்டதில்லை.

30 இந்தக் கிளைச்சாதி தலைமையைப் பொறுத்து, வாய்ப்புக்கேடாக, வலங்கை, இடங்கைப் பிரிவுகளைச் சேர்ந்த வண்ணார்கள் பெற்றிருந்ததாக என்னிடம் எந்தத் தகவலும் இல்லை.

31 ஐந்து தொழில்பிரிவுகள்:
தச்சுவேலை = மர ஆசாரி
கல்லு வேலை = கல் ஆசாரி
பொன் வேலை = தங்க ஆசாரி
கண்ணார வேலை = பித்தளை ஆசாரி
கொல்லு வேலை = இரும்பு ஆசாரி
(ஆதாரம்: தகவலாளி எண் 50)

32. ஐந்து மதத் தலைவர்கள்
   1. கமலமூர்த்திமேனன குரு
   2. பரசமய கோலாரி நாத
   3. சிவலிங்காச்சாரி
   4. வெங்கடாச்சலியா
   5. வீரபிரமேந்திரா

   அவர்களுக்கான கோயில்கள்
   1. சிதம்பரம்
   2. திருநெல்வேலி
   3. போளூர் தாலுகா, வ. ஆற்காடு
   4. குண்டூர், ஆந்திரம்
   5. கடப்பா, ஆந்திரம்

   வம்சாவளிப் பெயர்கள்
   1. கரிமரிஷி
   2. ஜனகிரிஷி
   3. முனீஸ்வரி
   4. சனகிரிஷி
   5. முனுகிரிஷி

   (ஆதாரம்: தகவலாளி எண் 15)

33. உதாரணமாக, கும்பகோணம் பகுதியில் வாழும் செருதுகுட்டை குலம் இரண்டாவது குருக்களை வழிபடுகையில் கோபி வட்டம் பெருந்தலையூர் அலங்காரம் குலம் பரஞ்சோதி குருக்களை வழிபடுகிறது. இரண்டு குழுக்களும் அவர்களுடைய பக்தர்களின் குலங்களில் இருந்து வந்தவர்கள்.

34. எனக்குத் தெரிந்தவரை ஒரே ஒரு வேடர் குழுதான் உள்ளது. ஆனால், மாதாரியில் பல கிளைச்சாதிகள் உள்ளன. நான் நன்றாக அறிந்த மொரசு மாதாரியை இங்குக் குறிப்பிடமுடியும். அனப்பு, தோட்டி ஆகிய குழுவினரில் சிலரை நான் நேர்காணல் செய்தேன். அனப்பு, தோட்டி, மாதாரிகள் பெருங்குழு (moiety) அமைப்பைக் கொண்டுள்ளனர். அனப்புக் குழுவினர் இந்தப் பிரிவு தொடர்பான அரசியல் அதிகார அமைப்பைக் கொண்டுள்ளனர் என்பதில் உறுதியாக இருக்கிறேன் (தகவலாளி எண்கள் 5, 24, 25, 41).

35. இதற்கான சிறந்த உதாரணம் உள்ளூர்க் கோயில் பூசாரிகளான பண்டார சமுதாயத்தின் இரண்டு கிளைச்சாதிக்குள் ஏற்பட்ட தகராறுதான். சுமார் 60 ஆண்டுகளுக்கு முன் உள்ளூர்க் கிராமத் திருவிழாவை யார் நடத்துவது என்பதில் தகராறு ஏற்பட்டது. கவுண்டர் சமுதாயத்தின் தலைமைக் குடும்பம்தான் இதைத் தீர்த்து வைத்தது. மாறி, மாறி ஒரு வருடம் திருவிழா

நடத்திக்கொள்வது எனத் தீர்ப்பு கூறினர் (தகவலாளி எண் 2.).

36 N.S. Reddy, 'Community Conflict Among the Depressed Castes of Andhra', *Man in India* 30, no 4 (1950), p. 7.

37 பிராமண ஐயர்கள் குறித்துதான் இங்குப் பேசுகிறேன். ஐயங்கார் அமைப்பு குறித்து அதிகம் தெரியாது.

38 குருக்கள் விளக்கத்துக்குப் பார்க்க: அடிக்குறிப்பு 22, இதே இயலில்.

39 இந்தப் பிரிவுகள்: 1) ஈசானம் (ஆதிசிவாச்சாரி), 2) தற்புருசம் (அகோர சிவாச்சாரி), 3) வாமதேவம் (நம்பூதிரி), 4) சட்யூ ஜாதம் (பட்டர்), 5) அகோரம். (இங்குக் கூறப்பட்டுள்ள பெயர்கள் லிங்கத்தின் பல்வேறு வடிவங்கள். இதுதான் முதன்மை மூர்த்தி தெய்வமாகும். முதல் நான்கைப் பொறுத்தவரை பெயர்களை அடுத்து அடைப்புக் குறிக்குள் கொடுக்கப்பட்டுள்ளவை பிராமணக் குழுக்கள்; குறிப்பிட்ட வடிவத் துடன் தனித் தொடர்புடையது.) இரண்டாவது குழு கொங்குப் பகுதியின் ஏழு சிவாலயங்களுடன் தொடர்புடையது. மூன்றாவதான நம்பூதிரி பிராமணர்கள் கேரளாவில் உள்ளனர். மற்ற மூன்று குழுக்கள் குறித்து எனக்கு அதிகம் தெரியாது. ஆனால், அவர்களுக்கும் ஓரளவு பிரதேச தொடர்புகள் இருக்கவேண்டும். இந்தத் தகவல்கள் தகவலாளி எண் 11 வழங்கியவை. ஆனால், இந்தப் பெயர்கள் தகவலாளி எண் 34க்குத் தெரிந்திருக்கவில்லை.

40 இந்த ஆராய்ச்சியில் பயன்படுத்தப்படும் கூட்டம், பரம்பரை, குடும்பம் ஆகியவற்றுக்கான விளக்கம் முன்னுரையில் அளிக்கப்பட்டுள்ளது.

41 கிராம தெய்வக் கோயில்களில் இருக்கும் தெய்வத்துக்கும் மாரியம்மன் என்ற பெயர் இருக்கக்கூடும். அதனோடு போட்டுக் குழப்பிக்கொள்ளக் கூடாது.

42 உதாரணமாக, அட்டவணை 2.2 காட்டுவதுபோல், செங்கண்ணன் கூட்டம் கண்ணபுரம் கோயில் சடங்குகளில் முதல் மரியாதையை அனுபவிக்கிறது. எனினும், இப்போது அது தன் நிலங்களை இழந்து விட்டது. அதன் உறுப்பினர்கள் பலர் பல இடங்களுக்குப் பெயர்ந்து சென்றுவிட்டனர். ஆனால், இன்னமும் முதல் மரியாதையை அனுபவிக்கின்றனர். இரண்டாவது இடத்தில் உள்ள ஓதாளர் கூட்டம் அதனைப் பறிக்க முடியவில்லை.

43 கிராமங்களின் உண்மையான எண்ணிக்கை 14ஆக உயர்ந்திருக்கிறது. விளக்கப்படம் 2.3இல் காட்டியுள்ள நிலவரைபடத்தை உருவாக்கப் பயன்படுத்திய பாடலைப் பாடிய புலவர் 14 அம்மன் பெயர்களைப் பட்டியலிடுகிறார். இது இன்னமும் கூடுதல் பிரிவுகள் செயல்படுவதைக் காட்டுகிறது. விரிவான ஆய்வுக்கு உட்படுத்தப்படும்போது இது

சிக்கல்தன்மை பெறுகிறது. அதனால் இதில் தொழிற்படும் கோட்பாடு களைப் புரிந்துகொள்ள எளிமையான அணுகுமுறை தேவையாகிறது.

44 அட்டவணை 2.2இல் முதல் மூன்று பெயர்கள் மட்டுமே சடங்கியல் வரிசையில் காட்டப்பட்டுள்ளன. சில கோயில்களின் பட்டியலில் 15 பெயர்கள்வரை உள்ளன.

45 காங்கேயம் பகுதியில் கிராமம் தொடர்புடைய இந்தக் கிளைச்சாதி கோயில்கள் மூன்றில் சில குலங்கள் முக்கிய கோரிக்கை எழுப்புகின்றன.

46 கூட்டக் கோயில்கள் எளிமையானவை; கிளைச்சாதி கோயிலில் காணப்படுவது போல ஒவ்வொரு துணைப்பிரிவையும் குறிக்க ஒரு கல்கூட இருக்காது. ஒரு சதுரம் மட்டும் போதுமானது.

47 கணவாளர் கூட்டம் எண்ணிக்கை பலம், பொருளாதார செல்வாக்கு இவற்றால் ஆதிக்க நிலையில் உள்ளது. ஓலப்பாளையத்திலேயே பெரிய வம்சாவளிக் குழு இதுதான். இந்தக் குடியிருப்புப் பகுதியில் வேறு எந்தக் குலத்தைச் சேர்ந்தவர்களைக் காட்டிலும் அதிக நிலம் இவர்களுக்குத்தான் உள்ளது.

48 தகவலாளிகள் எண் 42, 51. பொதுவாக நீரில் மூழ்கித் தற்கொலை செய்துகொள்வதைவிட தீக்குளித்துத் தற்கொலை செய்துகொள்வது கவுரவமாகப் பார்க்கப்படுகிறது. முதல் மனைவி முதன்மையானவர் என்ற கருத்தின்படி அவருக்குத்தான் அதிகப் புனிதத்தன்மை தரப்பட்டிருக்க வேண்டும். ஆனால், அவர் தீக்குளிக்காமல் கிணற்றில் குதித்து இறந்ததாலும் இரண்டாவது மனைவி தீக்குளித்ததாலும் இந்த நிலை தலைகீழாக மாறியது.

49 மிகவும் சுவராஸ்யமிக்க இந்தச் சகோதரிகள் குழு குறித்துக் கொங்கு நாட்டார் கலை, கொண்டாட்டங்கள் தொடர்பான பின் தொகுதிகளில் விரிவாக விவாதிக்கப்படும்.

50 வேறொரு பொருத்தப்பாடாக மற்றொரு அல்பினோ என்னும் நிறக்குறைபாடு உள்ள பெண் உரையாடலை இயல் 3இல் காண்க.

51 தகவலாளி எண் 35.

52 Edgar Thurston, *Castes and Tribes of Southern India*, 3:117–18.

53 படங்கள் 2.4, 2.5 இரண்டுமே 1965இல் நான் இக்கோயில்களுக்கு நேரடியாகச் சென்று பதிவுசெய்த தகவல்களில் இருந்து உருவாக்கப் பட்டவை. குல முன்னிலை குறித்து உள்ளூர்ப் புலவர்கள் அளித்த தகவல் களில் இருந்து (அட்டவணை 2.2) இக்கோயில் பூசாரிகள் அளித்த தகவல்கள் வேறுபட்டிருப்பதைக் கவனிக்கவும். விளக்கப்படம் 2.4இல் காட்டப்பட்டுள்ள குல கற்கள் ஏன் இரண்டாவது தெய்வத்தின்

பார்வையிலிருந்து வரிசைப்படுத்தப்பட்டிருக்கின்றன என்பது எனக்குத் தெரியவில்லை.

54 தகவலாளி எண் 20.

55 தகவலாளி எண் 1.

56 ஒரு மூன்றாவது குழு, கொங்குச் செட்டியார் குறித்தும் இங்குக் குறிப்பிடப்பட வேண்டும். இருந்தாலும், இது குறித்த அதிகமான தகவல்கள் எனக்குத் தெரியாது. ஆனால், நான் கலந்துகொண்ட இந்தச் சமுதாயத்தின் ஒரு குலக்கோயில் திருவிழா மிகவும் ஈர்க்கக்கூடியதாக இருந்தது. (அது மாசி மாதத்தில் தாயம்பாளையம் கொங்குச் செட்டியார்களால் கொண்டாடப்பட்டது.) அதில் தங்கள் மூதாதையர் குறித்த நாட்டார் கதைப்பாடலின் சில பகுதிகள் நடித்துக் காட்டப் பட்டது. (கொங்குப் பகுதியில் குடியேறிய அண்ணன்மார்கள் குறித்த கதை அது. இந்தக் கதையின் நாயகர்கள் கவுண்டர்கள். ஆனால், இவர்களைத் தங்கள் மூதாதையர்களாக அவர்கள் நினைவுகொள் கிறார்கள். இது ஏனென்றால் தாங்கள் ஆதியில் கவுண்டர்கள்தாம் என்பதையும் பின்னர் இந்தச் சாதியை உடைத்துச் செட்டியார்கள் ஆனோம் என்பதையும் நிறுவ இவ்வாறு செய்கிறார்கள் எனலாம்). இந்த நாயகர்கள் கொண்டாடப்படும் கோயில் கன்னிமார் கோயில் ஆகும். அது குலக் கோயில் தோற்றம் கொண்டிருப்பதன்மூலம் கண்ணபுரத்தில் கணவாளர் கவுண்டர்களுக்குச் சொந்தமான கோயிலை ஒத்துள்ளது. இதே குழுவினர் கண்ணபுரத்தில் உள்ள இதே கோயிலில் உள்ள அம்மனாக மீனாட்சியை அவ்வப்போது வழிபடுகின்றனர்.

மீனாட்சி மதுரையில் உள்ள பெரிய தெய்வம். ஆனால், இந்தக் கோயில் மீனாட்சிக்கு எடுக்கப்பட்டது என்பதை நான் நம்பவில்லை. இதன் வரலாறு குறித்து நான் விசாரித்த எவரிடமும் சரியான கதை இல்லை. ஆனால், ஒன்று நம்பக்கூடியதாக இருந்தது. இது ஒரு காலத்தில் கொங்குச் செட்டியார்களுக்குப் பாத்தியப்பட்டதாக இருந்திருக்கலாம், அவர்கள் பிற்காலத்தில் இடம் பெயர்ந்திருக்கலாம். இது, தங்கள் மூதாதைகளில் மீனாட்சி என்ற பெயரில் வாழ்ந்த பெண்ணுக்காக எடுக்கப்பட்ட கோயிலாக இருக்கலாம். இந்தத் தெய்வம் தெற்கு நோக்கி இருப்பது இதனை உறுதிப்படுத்த உதவுகிறது. மற்ற மூன்று சிலைகள் கிழக்கு நோக்கி உள்ளன. இது குறித்து மேலும் ஆராய்ச்சிகள் மேற்கொண்டால் கொங்குச் செட்டியார்களின் வம்சாவளிகள் குறித்த சித்திரம் கிடைக்கலாம்.

57 தகவலாளி எண் 14.

58 ஒரு மனிதனின் இரண்டு முன் பற்களைப் பிடுங்கிவிட்டால் மாந்திரிக சக்தியை இழந்துவிடுவான்.

59 உண்மையில் நான் 5 மட்டுமே கண்டுபிடித்தேன். 63 என்ற எண் ராசியான எண் ஆகும். 63 என்பது 21இன் மூன்று மடங்குகள் ஆகும். கொங்குப் பகுதியில் ஒரு கோயிலில் 21 காணப்படுவது அபூர்வமாகும். ஆனால் இது தெற்கில் பொதுவாகக் காணப்படுகிறது என்கிறார் துய்மோன். இங்கிருந்துதான் நாடார்கள் இடம்பெயர்ந்ததாகக் கூறப்படுகிறது. கரூரில் உள்ள அங்காளம்மன் கோயில் இத்தகைய கோயிலாகும். இதனை நான் பார்த்துள்ளேன். பார்க்க: Louis Dumont, *Une Sous – Caste de l'Inde du sud* (Paris: Mouton, 1957), பக். 357-66. இங்கு 63 என்ற ஒற்றைப்படை எண் பொருத்தமாகும். ஏனெனில், திருவிழாக் காலத்தில் 63 கடவுள்கள் இங்குப் பிரதிஷ்டை செய்யப்படுவதாக அர்த்தம் பெறுகிறது.

60 முழுமையான திருவிழா 10 ஆண்டுகளுக்கு ஒரு தடவைதான்— அதாவது பனங்கள் நன்றாக ஊறும் ஆண்டில்தான் நடை பெறுகிறது.

61 பார்க்க, விளக்கப்படம் 2.6.

62 இந்த வரலாறு எனது தகவலாளிகள் 12,13,14 ஆகியோர் கூறிய தகவல் சிதறல்களில் இருந்து திரட்டியது ஆகும். இதன் ஒவ்வொரு விவரமும் சரியானது என்று என்னால் கூற முடியாது. ஆனால், இந்த ஏராளமான கோயில் வளாகங்களுக்குள் நாடார் சமுதாய வம்சாவளிக் குழுக்களின் கதைகள் புதையுண்டு இருக்கின்றன என்பதைச் சுட்டிக்காட்ட இது போதுமானது.

63 கொங்குப் பகுதியில் வேறு உடையார் கிளைச்சாதிகளும் உள்ளன. ஆனால் அவை குறித்த எந்தத் தகவலும் என்னிடம் இல்லை. காங்கேயம்-பூந்துறை பகுதியில் உடையார் கிளைச்சாதியினர் கணிசமாக உள்ளனர். அதேபோல் நாடார் கிளைச்சாதியினரும் உள்ளனர்.

64 இது, வம்சாவளி குழு குறித்த சில துளிகள்தாம். உண்மையிலேயே இவர்கள் ஒன்றுவிட்ட சகோதரர்கள்தானா அல்லது பிரிவினைக்குப் பெண் வேறுவகையில் காரணமாக இருந்திருக்கலாமோ என்ற ஐயமும் எனக்கு உள்ளது.

65 1965இல், ஓலப்பாளையம் உடையார் கிளைச்சாதி கோயில் திருவிழாவில் கலந்துகொண்டேன். அங்குக் குடியிருந்த உடையார் சமுதாயத்தின் 60 தலைக்கட்டுகளில் வாய்ப்புள்ள 52 தலைக்கட்டுகள் மட்டும் தலா நான்கு ரூபாய் மகமையாகக் கொடுத்தனர். இவர்களில் 26 குடும்பங்கள் ஆடு வெட்டினர். தெய்வத்துக்கு வழங்கப்பட்ட தேங்காய், பழம், உணவுப்பொருள்கள் 52 பங்குகளாகப் பிரிக்கப்பட்டு, திருவிழா முடிவில் பகிர்ந்தளிக்கப்பட்டன.

66 காங்கேயம் நாட்டில் மற்றொரு உடையார் கிளைச்சாதி உரிமை கோரிய

சம்பவம் அண்மையில் நிகழ்ந்தது. நாட்டின் முத்தூர், வெள்ளகோவில், வள்ளியரச்சல் பகுதியின் மையத்தில் உள்ள இக்குழு அண்மையில் மூன்றாகப் பிரிந்து ஒவ்வொரு பிரிவும் கடைசியில் தங்களுக்கான இரு கோயில்களைக் கட்டியது. இரண்டாவது புதிய கோயில் 1969இல்தான் கட்டி முடிக்கப்பட்டது (தகவலாளி எண் 20, கடிதம் மூலம்).

67 Leach discusses the same sort of situation in his book on land tenure in Ceylon, except that he refers to endogamous microcaste rather than to exogamous descent units. See E. R. Leach, *Pul Eliya, A Village in Ceylon: A Study of Land Tenure and Kinship* (Cambridge: Cambridge University Press, 1961), p. 303.

68 தெற்கு மைசூர் பகுதியில் நிலம் சார்ந்த சாதிகளில் இந்த அமைப்பின் தன்மைகள் உள்ளதாக மோர்கன் மெக்லாச்லன், ஆலன் பீல்ஸ் ஆகியோர் குறிப்பிடுகிறார்கள். பார்க்க: 'The Internal and External Relationship of a Mysore Chiefdom', *Journal of Asian and African Studies* 1, no 2 (1966), 87–89.

69 Adrian C. Mayar has made a similar observation concerning the extend of Rajput clan organisation in Malva. See his *Caste and Kinship in Central India* (London: Routledge and Kegan Paul, 1960), pp. 164-66.

70 குறிப்பிட்ட சில விதிவிலக்குள் உண்டு. உதாரணமாக, காங்கேயம் அருகில் உள்ள ஆயிஅம்மன் கோயில் கிளைச்சாதி மீண்டும் எழுப்பப் பட்டுள்ளது.

71 எனது அனுபவத்தில், இந்தக் கிளைச்சாதிகள் அனைத்துமே ஒரு ராசியான எண்களில் (5, 7, 9) தமக்கும் கோத்திரங்கள் இருப்பதாகக் கோருகின்றன. இவை அனைத்துமே சம்ஸ்கிருதப் பெயர்கள். இவற்றில் ஒன்றைக்கூட அவர்களால் சரியாக நினைவுகூர இயலவில்லை. கொங்குப் பகுதியில் இடங்கைப் பிரிவு சமுதாயங்களின் குலங்கள் சம்ஸ்கிருதப் பெயர்களைக்கொண்டிருப்பதை, மால்வா பகுதி தச்சர் சாதியில் 27 ரிஷிகள் பெயர்களில் பிரிவுகள் இருப்பதாக மேயர் கூறும் கூற்றோடு ஒப்பிட்டுப் பார்க்கலாம். Adiran C. Mayar, *Caste and Kinship in Central India* (London: Routledge and Kegan Paul, 1960), ப. 166.

ஆசாரிகளைப் பொறுத்தவரை, இந்த இயலில் முன்னர் கூறப்பட்டது போல, இரு குறுக்குவெட்டு அமைப்பிலான பிரிவுகள்-கிளைச்சாதி பிரிவு, மற்றது தென் இந்திய அளவில் தொழில்முறையில் பிரிக்கப்பட்டுள்ள பிரிவுகள் (தங்க ஆசாரி, மர ஆசாரி போன்றவை) உள்ளன. இரண்டு பிரிவுகளிலும் உறுப்பினர்கள் ஆண்வழி வம்சாவளியில் வருகிறார்கள். அது தற்காலம்வரை எந்தப் பாதிப்புக்கும் உள்ளாகவில்லை. ஒரு

குறிப்புகள் ✦ 415

தொழில் வகுப்புக்குள் உள்ள ஒவ்வொரு கிளைச் சாதியும் அகமண முறை வம்சாவளி அலகைக் கொண்டுள்ளது என்பதே எனது அழுத்தமான எண்ணம். இந்த அலகுகளுக்குள்ளாக, ஒரே கோத்திரத்துக்குள் பெண் எடுக்க ஏழு தலைமுறைகளுக்குக் கட்டுப்பாடு உள்ளது. கோத்திரங்களின் மொத்த பெயர்களின் எண்ணிக்கை வரம்புக்குட்பட்டது என்பதால் பல மாறுபட்ட திருமண சமுதாயங்களில் இவையே மீண்டும் மீண்டும் பயன்படுத்த நேர்ந்ததைக் காணமுடிகிறது.

72 தமிழ் உறவின்முறை விளக்கம் இயல் 5இல் தரப்பட்டுள்ளது.

73 கவுண்டர் சாதி கோயில்களில் (ஏன் சில நேரங்களில் கவுண்டர் குல, பரம்பரை கோயில்களில்கூட) ஒரு பண்டார பூசாரி இருப்பார். ஆனால், இவர் ஓர் அடிமைபோல நடத்தப்படுவார். அதேசமயம், இடங்கைப் பிரிவுக் கோயில்களில் பூசை செய்யும் பண்டாரம் ஒரு தொழில் முறையாளருக்கு உரிய கவுரவத்துடன் நடத்தப்படுகிறார்.

74 இதற்கு இணையான பரிந்துரையை எஃப். ஜே. ரிச்சர்ட்ஸ் வழங்குகிறார். பார்க்க: F.J. Richards, 'Village Deities of Vellore Taluk, North Arcot District', *The Quarterly Journal of the Mythic Society* 10, no. 2 (1920): 116.

75 அங்காளம்மன் கோயில் பெரிய திருவிழாவின்போது அங்காளம்மன் கதை வேடர் ஒருவரால் பாடப்படுகிறது. இதனைத் தகவலாளி எண் 16 மூலம் அறிந்தேன். இதனை விரிவாகப் பதிவுசெய்ய எதிர்காலத் திட்டம் வைத்துள்ளேன்.

76 தகவலாளி எண் 16.

77 செம்படவர் சமுதாயம் இடங்கைப் பிரிவைச் சேர்ந்தது என்று இலக்கியங்களும், எனது தகவலாளிகளும் கூறுகின்றனர். காங்கேயம் பகுதியில் செம்படவர் வாழவில்லை.

78 Louis Dumont, *Une Sous – Caste*, P. 391 and Thurston, *Castes and Tribes* 4:315.

79 இங்குக் கைக்கோளர் (செங்குந்தர்), மேளக்காரர் ஆகிய கிளைச்சாதிகள் குறிப்பிடப்படுகின்றன. மற்றவர்கள் குறித்த தகவல்கள் என்னிடம் இல்லை.

80 கவுண்டர்களின் கூட்டப் பெயர்கள் அனைத்துமே தெளிவான அர்த்தங்களைக் கொண்டிருக்கவில்லை. முடிந்தவரை காரணகாரியம் அறிந்து விளக்கமளித்துள்ளேன். சில தகவலாளிகளின் விளக்கங்களும் அடங்கும்.

81 K. V. Raman, *The Early History of the Madras Region* (Madras: Amudha Nilayam Ltd., 1959), p. 176; H. D. Love, *Vestiges of Old Madras*, 3 vols. (London: John Murray, 1913), 2:29, M. Arokiaswami,

Kongu Country ப. 273. இங்குப் பாடப்படும் வீரயுகப் பாடல்கள் இதுபோன்ற வரலாற்றுப் பின்னணியைக் கூறுகின்றன. தகவலாளி எண் 31 இப்பாடல்களைப் பாடக்கூடியவர்.

82 முதலியார் சமுதாயத்தின் எதிரும் புதிருமான இரட்டைத்தன்மை குறித்து இன்னும் அதிகமாக விளக்குவதற்குப் பின்வரும் இயல்களில் வாய்ப்புகள் உள்ளன. சில குழுக்கள் வலங்கைப் பிரிவிலும், சில குழுக்கள் நடுநிலைப் பிரிவிலும், சில குழுக்கள் இடங்கைப் பிரிவிலும் தங்கள் சந்ததியைக் காணும் அளவுக்கும் மாறுபட்ட இனச் சந்ததிகளுக்கு முதலியார் எனும் பெயர் கொடுக்கிறது. இதன் அடிப்படையில் மதராஸ் மாநிலத்தின் பிற பகுதிகளிலும் முதலியார் பிரிவுகளைக் காண முடியும்.

83 இந்த விளக்கம் வடுக நாயக்கர், வடுக வண்ணார் ஆகிய கிளைச்சாதிகளையே முதன்மையாகக் குறிப்பிடுகிறது. இடங்கைப் பிரிவு நாவிதர் குறித்த விரிவான தகவல்கள் என்னிடம் இல்லை. ஆனால், முன் சொன்ன இரு சமுதாய அமைப்புகளையே இதன் அமைப்பும் ஒத்திருக்கும் என்று ஊகிக்கிறேன்.

84 அனைத்துத் திருமண ஏற்பாடுகளுக்கும் தலைவரின் ஒப்புதல் அவசியம். அனைத்து வாழ்க்கை வட்டச் சடங்குகளிலும் அவரும் உதவியாளரும் கட்டாயம் கலந்துகொள்வார்கள். உதாரணமாக, திருமணங்கள், ஈமக்கிரியைகள் போன்றவற்றில் பூந்துறை, மணநாடு உறுப்பினர்களுக்குள் சண்டை, சச்சரவுகள் எழும்போதும், பூந்துறை உறுப்பினர்களுக்குள் பூசல் ஏற்படும்போதும் தலைவர்தான் தீர்த்து வைக்கிறார். மணநாடு உறுப்பினர்களுக்குள் சண்டைகள், தகராறுகள், பூசல்கள் ஏற்படும் போது உதவித் தலைவர் தலையிட்டுத் தீர்த்து வைப்பார். அவர் மணநாட்டைச் சேர்ந்தவர்.

85 ஒரு சிறிய சாதியான குறவர் (கூடை பின்னுபவர்) கவுரவத் தகுதிக்காக மாதாரிகளை எதிர்க்கிறார்கள். உள்ளூர் சமுதாயப் படிநிலையின் கீழ்நிலைச் சமுதாயங்களின் கீழ்மட்டத்தில் இந்த இரு சமுதாயங்களும் சமமானவை. குறவர்கள் வெளியிலிருந்து இடம்பெயர்ந்த சமுதாயம். இவர்கள் குறித்த அதிகத் தகவல்கள் எனக்குக் கிடைக்கவில்லை. தகவலாளி எண் 23 இவர்கள் குறித்து அளித்த தகவல்கள் குழப்பமான சித்திரத்தையே தருகின்றன. ஆனால், இவர்கள் பெருங்குழு போன்ற அமைப்பைக் கொண்டிருக்கலாம் என்று சந்தேகிக்கிறேன்.

86 இங்குத் தமிழ் பேசும் கொங்கு மாதாரிகள் இருந்தனர் என்பதைத் தகவலாளி எண் 20 மூலம் அறிகிறேன். ஆனால், அந்தப் பகுதியை என்னால் அடையாளம் காணமுடியவில்லை. கன்னடம் பேசும் மாதாரிகளே கொங்கு மாதாரி என்று அழைக்கப்பட்டிருக்கவும் வாய்ப்புகள் உள்ளன.

87 ஓலப்பாளையம் பகுதியில் தங்கி என் களப்பணிகளை மேற்கொண்டேன்.

அங்கு உயர்நிலைச் சமுதாயங்களோடு நெருங்கி இருக்க நேர்ந்ததால் கீழ்நிலைத் தீண்டத்தகாத சமுதாயங்களோடு நெருங்கும் வாய்ப்புகள் அரிதானது. ஆனால் கரூர் பகுதியில் வாழும் மாதாரிகளுடன் ஒருவாரம் தங்கி அவர்களை நேர்காணல் செய்தேன்.

88 தகவலாளி எண்கள் 25, 26.

89 கீழ்க்காணும் புத்தகங்களைக் குறிப்பிடுகிறேன்: E. A. H. Blunt, *The Caste System of Northern India with Special Reference to the United Provinces of Agra and Oudh* (London: Oxford University Press, 1931) pp. 106, 125–129; L.S.S O'Malley, *Popular Hinduism* (Cambridge: Cambridge University Press, 1935), p.74; Louis Dumont, *Homo Hierarchicus* (Paris: Gallimard, 1966), p. 230. Kathleen Gough makes a similar statement, although she simply contrasts Bramans with non-Bramans. E. Kathleen Gough, 'The Social Structure of a Tanjore Village,' *Economic Weekly* 4 (May 24, 1952): 532, 534. In fairness to these authors, however, one must agree that they all refer primarily to number of hereditary offices and not to decent group organisation per se.

90 இந்த ஒழுங்கு இன்றும் திருமணச் சடங்குகளில் நிலைத்துள்ளது. (தகவலாளிகள் 33, 48, 49).

3. வருவாய்க் கிராமம்: கண்ணபுரம் கிராமம்

1 W. Little, H. Fowler and J. Coulson, *The Shorter Oxford English Dictionary* (Oxford: Clarendon Press, 1964), p. 2357.

2 குக்கிராமத்தைக் குறிக்க Ur என்ற சொல்லும் குடியிருப்புப் பகுதியை குறிக்க ur என்ற சொல்லும் ஆங்கிலத்தில் பயன்படுத்தியுள்ளேன். (மொழியாக்கத்தில் இவை தமிழிலேயே வழங்கப்படுகின்றன—மொ-ர்.)

3 கிராமத்தைக் குறிக்கும் மூன்றடுக்குச் சொல்லடங்கலான கிராமம், குக்கிராமம், குடியிருப்பு என்ற பாரம்பரிய ஆங்கிலச் சொல்லடங்கலைப் பயன்படுத்தும் ஆலோசனையை முதலில் அளித்தது பிரிட்டிஷ் கொலம்பியா பல்கலைக்கழக டேவிட் ஜெ. எல்கின் அவர்கள்தான்.

4 கிராமம் என்பது பெரும்பகுதி ஊரகப் பகுதியைக் கொண்ட சிறிய நகர்ப்புறமாகும். ஒரு வருவாய்க் கிராமத்தின் மக்கள்தொகை 10,000க்கும் அதிகமாக இருக்கக்கூடாது. கோவை மாவட்டத்தைப் பொறுத்தவரை இதன்வரம்பு 2,815தான். வருவாய்க் கிராமம் சராசரியாக 6.5 சதுர மைலைக் கொண்டது. Republic of India, *Census of India,* 1961, Vols. IX, Madras, Part X-i, *District Census Handbook, Coimbatore,* 2 Vols,

(Madras: Government Press, 1964), 1: 83, 89.

5   கண்ணபுரம் கிராமத்தில் 5 சிவன்கோயில்கள் இருந்ததாகக் கூறப்படுகிறது. இவற்றில் முக்கியமான கோயில்கள் அழிந்துவிட்டன. (பார்க்க: விளக்கப்படம் 3.2).

6   கண்ணபுரம் மக்கள் முருகனுக்காக பக்தர்கள் சபை தொடங்கியுள்ளனர்.

7   10ஆவது கிராமத்தில் (வெள்ளகோவில்) கிராமத் திருவிழாவில் மாரியம்மன் கோயில் இரண்டாம் இடம்தான் பெறுகிறது. உள்ளூர் வீரநாயகன் வீரக்குமார்தான் கொண்டாடப்படுகிறார்.

8   தகவலாளி எண் 10.

9   இந்தத் தரவு உள்ளூர் பள்ளி தலைமை ஆசிரியரிடமிருந்து பெறப்பட்டது. தம் பள்ளி ஆவணங்களில் அதிகாரப்பூர்வ மக்கள்தொகை கணக்கெடுப்பு விவரங்களையும் பாதுகாத்து வந்துள்ளார்.

10 வேட்டையையொட்டி ஆண்கள் கடை வீதியில் கூடுவார்கள். பொதுவாக நூற்றுக்கணக்கானவர்கள் சேர்ந்துவிடுவர். சீக்கிரமாகவே இரண்டு அல்லது மூன்று பேராக ஜோடி சேர்ந்துகொள்வார்கள். முயல் வேட்டை ஆயுதமாகப் பெரிய கம்பு மட்டுமே பயன்படுத்துகிறார்கள். கம்பைத் தட்டினாலே முயல் பயந்துவிடும். சூரியன் விழுந்ததும் கடை வீதிக்குத் திரும்பி, சிறிது நேரம் பேசிக்கழித்து, அவரவர் வேட்டையுடன் வீடு திரும்புவர்.

11 இணை விளக்கத்துக்குப் பார்க்க: M. N. Srinivas, *Religion and Society Among the Coorgs of South India* (1952; reprint ed., London: Asia Publishing House, 1965), pp. 61-2, 203, 240.

12 அருகமை கிராமத்தில் மற்ற மாதங்களில் நடைபெறும் மாரியம்மன் திருவிழாக்கள் பங்குனி, ஐப்பசி, கார்த்திகை. இந்த மாதங்களில் எல்லாம் குறிப்பிட்ட அளவு மழை எதிர்பார்க்கப்படுகிறது. பங்குனி-சித்திரை கோடைக் காலமாகும். பிற்பகலில் இடியுடன்கூடிய மழை எதிர் பார்க்கப்படும். அம்மன் திருவிழாக்களுக்கு இவை பிரசித்திபெற்ற மாதங்கள் என்பது என் எண்ணமாகும்.

13 அரிசி மாவு, தண்ணீர், சர்க்கரை ஆகிய கலவையால் இந்த மாவிளக்கு செய்யப்படுகிறது. அதைப் பிசைந்து வடிவமாக்கி நடுவில் குழி அமைத்து நெய் ஊற்றி, திரி வைத்து விளக்கு கொளுத்தப்படுகிறது; இதை அம்மன் விளக்கு என்று புரிந்துகொள்கிறேன். ஒரு தட்டில் 15 முதல் 20 மாவிளக்குகளை ஏந்தியபடி பெண்கள் செல்கிறார்கள்.

14 காவடி என்பது ஒரு கம்பில் இரு புறமும் பானைகளைக் கட்டி அதில் தண்ணீர் நிரப்பிக்கொண்டுவருவதாகும்.

15 கண்ணபுரத்தில் அந்நியர்கள் அம்மனுக்குப் பொங்கல் வைக்க

அனுமதியில்லை. மற்ற கிராமங்களில் இந்தக் கட்டுப்பாடு இன்னும் கடுமையாகக் காணப்படுகிறது.

16 *பார்க்க:* Louis Dumont, 'A Structural Definition of a Folk Deity of TamilNad: Aiyanar the Lord', *Contributions to Indian Sociology* 3 (1959): 80, 86; H. Whitehead, *Village Gods of South India* (London: Oxford University Press, 1916), pp. 92-3, 101, 107. இந்தத் திருவிழா குறித்த மிக விரிவான தகவல்கள் என்னிடம் உள்ளன. ஆனால், அனைத்தையும் இங்கு எழுதுவது பொருத்தமற்றதாகும். ஆனால், இத்தகவல்கள் அடுத்தடுத்த தொகுப்புகளில் பயன்படுத்தப்படும்.

17 *தகவலாளி எண் 9 அளித்த தகவலின்படி இந்தக் கால்நடைச் சந்தை 1900 முதல்தான் நடக்கிறது. தமது உயர்ரகக் குதிரைகளுக்கு விரிவான சந்தை வேண்டி பழையகோட்டை பட்டக்காரர்தான் இதனைத் தொடங்கி யுள்ளார். 1969 நவம்பரில் வெளியான உள்ளூர் பத்திரிகையான நகர வழிகாட்டி இச்சந்தை 1900வாக்கில் தொடங்கப்பட்டதாகக் கூறுகிறது. சென்னை மாகாண வேளாண்மைத்துறை வெளியிட்ட மதராஸ் வேளாண்மை நாட்காட்டி (1911-17) 1912-16 ஆண்டுகளில் இந்தச் சந்தை நடந்ததாகக் குறிப்பிடுகிறது. ஆனால், உறுதியாக 1911க்கு முன்பு அல்ல.*

18 *ஒரு சிறிய விதிவிலக்கு, முதலியார் கிளைச்சாதியான மேளக்காரர் ஆவர். சடங்குகளின்போது வாத்தியக்கருவிகளை இசைப்பவர்கள். இந்த முன்னெடுப்புகளில் இவர்கள் இருப்பு அவசியமில்லை.*

19 *பலிகொடுப்பவராக நாடார் சமுதாயம் வகிக்கும் பங்களிப்பு வேளாண்மை விவகாரங்களில் கவுண்டர்கள்—நாடார்கள் இடையே நிலவும் நெருக்கத்தையும் குறியீட்டு உறவையும் சுட்டிக் காட்டுகிறது. கடந்த காலங்களில் எருமைகளைப் பலிகொடுக்கப் பயன்படுத்தினர்.*

20 *ஒரு குறிப்பிட்ட பண்டாரம் கிளைச்சாதிக்கு பழனிமலை முருகன் கோயிலில் பண்டாரம் கிளைச்சாதியான ஐயன் முருகனுக்குத் தனிப்பட்ட சடங்குகளை நிறைவேற்றும் சிறப்புத் தனிப் பொறுப்புகள் வழங்கப்பட்டிருப்பது கவனிக்கத்தக்க அம்சமாகும். முருகனுக்கு முழுக்காட்ட பிராமணப் பூசாரிகள் நீர் எடுக்கும் குளத்தில் இந்தச் சமுதாயத்தினரும் நீர் எடுத்து முருகனை முழுக்காட்டும் உரிமை வழங்கப்பட்டுள்ளது. இந்தப் பாரம்பரிய உரிமைக்கான காரணமாக முன்காலத்தில் இதே பண்டாரம் கிளைச்சாதியினர் மட்டுமே கொங்குப் பகுதி முருகன் கோயில்களின் ஆதிபூசாரிகளாக இருந்தது கூறப்படுகிறது. காலப்போக்கில் இவர்களின் பல உரிமைகளை, பிராமணர்கள் பறித்துக்கொண்டனர் என்றும் கூறப்படுகிறது (தகவலாளி எண் 20).*

21 தகவலாளி எண் 22. மேலும் பார்க்க M. Arokiaswami, *The Kongu Country* (Madras: Madras University Press, 1956), ப. 272. அம்மன் ஆண்டுத் திருவிழாவில் அக்னிச் சட்டி ஒரு குறியீடாகப் பயன்படுத்தப் படுகிறது. ஒரு மண்பாத்திரத்தில் நெருப்பு வளர்த்து கோயில் முன் உள்ள மரக்கிளையால் உருவாக்கப்பட்ட கம்பத்தின் மீது ஒவ்வொருநாள் மாலையும் வைக்கப்படுகிறது. இதனைக் கோயில் பண்டாரம் பூசாரி அம்மன் அருள் வந்த நிலையில் கையிலேந்தி கோயில் முழுவதும் வலம்வருவார்.

22 சில சமயங்களில் முதலியார்களும் இக்குழுவில் சேர்க்கப்பட்டு உறவின்முறை பெயர்களால் ஒருவருக்கொருவர் அழைத்துக்கொள் கிறார்கள். இந்த ஆய்வில் பல இடங்களில் குறிப்பிடப்படுவது போல இரு பிரிவுகளுக்கும் நடுவே உறுதியற்ற நிலையை இச்சமுதாயம் வகிப்பதற்கு இதுவும் ஒரு உதாரணமாகும்.

23 அமைதி என்பது சிந்தனையைக் குளிர்ச்சிப்படுத்துவது ஆகும், கிளர்ச்சி என்பது வெப்பமாகும். கொங்குப் பகுதி வெப்பநிலை குறித்த விரிவான விவாதத்துக்குப் பார்க்க: Brenda E. F. Beck, 'Colour and Heat in South Indian Ritual', *Man.* n.s. no. 4 (1969): 553-72.

24 Edgar Thurston, *Castes and Tribes of Southern India*, 4: 335-6, 342-44. கிராம எல்லைகளை இதுபோல இரத்தம் அல்லது அதன் சிவப்புநிற பதிலி குறிகளால் குறிக்கும் சடங்குகள் வட இந்தியாவிலும் பொதுவாகக் காணப்படுகின்றன. M. Elphinstone, *History of India: Hindu and Moghul Periods*, 1:36, as quoted by Winefred Day in her article, ' Relative Permenants of Former Bundaries in India', *Scotish Geographical Journal* 65, no 3 (1949): 114.

25 இதற்கும் சிவன் மற்றும் அவனது இரண்டு மகன்கள் குறித்த ஒரு கதைக்கும் ஒரு நேர்த்தியான இணை காணப்படுகிறது. உலகை யார் முதலில் சுற்றிவருவது என்கிற போட்டி விநாயகன், முருகன் சகோதரர் களுக்கு இடையே ஏற்பட்டது. முருகன் கடல்கள், மலைகளைச் சுற்றி வந்தான். விநாயகன் பெற்றோரைச் சுற்றிவந்து உலகைச் சுற்றிவந்த தாகக் கூறி போட்டியில் வென்றான்.

26 இந்தப் பொருள் குறித்தான நல்ல வரலாற்று ஆவணங்கள் அரிதாக உள்ளன. இங்கு கூறப்பட்டுள்ள முடிவுகள் பிற பகுதிகளில் மேற் கொள்ளப்பட்ட ஆய்வுகளிலிருந்து பெறப்பட்டவை. இங்கு கூறப் பட்டுள்ள பரிந்துரைகள் காங்கேயம் பகுதிப் பாரம்பரிய கிராம அமைப்புகள் குறித்து அறிந்து வைத்துள்ள தகவலாளிகள் கூறியதி லிருந்து தொகுக்கப்பட்டவை. பின்வருவனவற்றைப் பார்க்க: Eric J. Miller, 'Caste and Territory in Malabar', *American Anthropologist* 56 (1954): 410-20; Bernad S. Cohn, 'Political System of Eighteenth

Century India', *Journal of the American Oriental Soceity* 82 (1962): 312-20; Louis Dumont, 'The Functional Equivalants of the Individual in Caste Soceity', *Contributions to Indian Sociology 8* (1965): 94-97 in particular and ; E. Kathleen Gough, 'Caste in a Tanjore Village', in E.R. Leach ed, *Aspects of Castes in South India, Cyelon and North West Pakistan,* (Cambridge: Cambridge University Press, 1960), p. 28. இந்தப் பிரச்சினை தொடர்பில் கொங்குப் பகுதி தொடர்பாக வெளிவந்துள்ள ஒரே ஆவணம் F. A. Nicholson, *Manual of Coimbatore District,* (Madras: Government Press, 1887), p. 5.

27 இயல் 1இல் புதூர் பட்டக்காரர் குறித்துக் குறிப்பிடப்பட்ட கதை இது.

28 எஸ்.ஏ.ஆர் சின்னுசாமி கவுண்டர், கொங்கு வெள்ளாளர், (ஈரோடு, தமிழன் அச்சகம், 1963), ப. 328.

29 இந்தச் செங்கண்ணன் பரம்பரையினர் கண்ணபுரத்தில் உள்ள பரம்பரைக் கோயிலுக்கு இன்றும் விசுவாசமாக உள்ளனர். ஓலப் பாளையத்தின் தங்களது பரம்பரை பண்டார பூசாரிக்கு (தகவலாளி எண் 39) இன்றும் தங்கள் பங்களிப்புகளை அனுப்பி வருகிறார்கள். தற்போது பொள்ளாச்சி, பழனி, உடுமலை எனப் பல பகுதிகளில் 114 செங்கண்ணன் ஆண்கள் வாழ்கிறார்கள். கோயில் பங்குக்காக இவர்கள் எப்போது வேண்டுமானாலும் அழைக்கப்படலாம். மாறாக, இந்தப் பகுதிகளில் இதேபோன்று 24 ஓதாளர்களே வசிக்கிறார்கள். சண்டைகள் தீர்ந்து நீண்டகாலம் கழிந்து அண்மையில்தான் கண்ணபுரம் கிராமத்தை விட்டு இடம் பெயர்ந்துள்ளனர்.

30 இந்தக் கதை பல விதங்களில் தகவலாளிகள் எண் 36, 37, 38 ஆகியோரால் என்னிடம் கூறப்பட்டது. தகவலாளி எண் 36 கூறிய கதைதான் மிகவும் விரிவாக இருந்தது. அதுதான் இங்குத் தொகுத் தளிக்கப்பட்டிருக்கிறது. மரபுவரிசை நவீன காலத்தை எட்டும்போது அதிக கதைகள் உருவாகின்றன. விரிவான குல மரபுவரிசை தொடர்பான இந்த முதல்கதையில் ஆங்கிலேயர் வருகை குறிப்பிடப் படுகிறது. ஏழு தலைமுறைகளைக் கணக்கிட்டால் துல்லியமாக இக்காலகட்டத்தை வந்தடைகிறோம். இதுபோன்ற வம்சாவளி சண்டைக் கதை மற்றொன்றுக்கு பார்க்க: Louis Dumont, *Une Sous - Caste de l'Inde du sud* (Paris: Mouton, 1957), pp. 139-41.

31 இதே உரிமைகள் மாரியம்மன் திருவிழாவிலும் தொடர்கிறது.

32 தகவலாளி எண் 38.

33 இந்தத் திருமண 'உறவுமுறை' எவ்வாறு முக்கியமாக வளர்க்கப்பட்டது என்ற விவாதத்துக்குப் பார்க்க: Louis Dumont, Hierarchy and

Marriage Alliance in South Indian Kinship, *Occasional Papers of the Royal Anthropological Institute,* no. 12 (London, 1957).

34 தகவலாளி எண்கள் 36, 38.

35 இந்தப் புத்தகம் முழுவதும் குறிப்பாக வம்சாவளிப் பகுதியில் உறவின்முறைகள் பின்வரும் குறி எழுத்துகளாகப் பயன்படுத்தப் பட்டுள்ளன. M (அம்மா), F (அப்பா,) B (சகோதரர்), Z (சகோதரி), S (மகன்), D (மகள்), W (மனைவி), H (கணவன்). உதாரணமாக அம்மாவின் சகோதரரின் மகள் என்பது MBD என்று குறிக்கப்படும்.

36 இந்தக் கணக்கு எனக்குத் தகவலாளி எண் 33 கூறியது . மேலும், நான்கு செங்கண்ணன் குடும்பங்களும் மூன்று கணவாளர் குடும்பங்களும் இருந்தனர். மற்ற இரு கூட்டங்கள் இரு பெரிய குடும்பங்களாகவும் மற்ற நான்கு கூட்டங்கள் தலா ஒரு குடும்பமாகவும் இருக்கிறார்கள்.

37 இதே விஷயங்கள்தான் பெரிய அளவில் ஊராட்சி ஒன்றியங்களில் நடைபெறுகின்றன. ஊராட்சித் தலைவர்கள் ஊராட்சி ஒன்றிய தலைவரைத் தேர்ந்தெடுக்கிறார்கள். கண்ணபுரம் கிராமம் வெள்ள கோயில் ஒன்றியத்துக்கு உட்பட்டது. அதன் தலைவர் அப்பகுதியின் வளமிக்க பயிரன் கூட்டத்தைச் சேர்ந்த கவுண்டர் ஆவார்.

38 தற்போதைய சட்டப்படி, உள்ளூர் விண்ணப்பங்களில் இருந்து தேர்வு நடத்தி இந்த இடங்கள் நிரப்பப்படுகிறது. பொதுவாக, ஒருவர் பணி ஓய்வு பெறும்போதோ இறக்கும்போதோ அந்தப் பணியிடத்துக்குப் போட்டி நடைபெறுகிறது. ஆனாலும், காங்கேயம் பகுதியில் இந்தப் பணியிடத்துக்குக் கணக்குப்பிள்ளை குடும்பம் அல்லாத ஒருவர் தேர்வுபெற்றதாக நான் கேள்விப்பட்டதில்லை.

39 இவர்களில் ஒருவர் கவுண்டர். மற்ற நால்வரும் பறையர்கள்.

40 பார்க்க: இயல் 4.

41 பார்க்க: இயல் 2.

42 மூல இடத்திலிருந்து இவ்வாறு அகற்றப்படும்போது அதன் ஆற்றல் குறைவது தொடர்பாக, தகவலாளி எண் 20 எனக்கு இரு உதாரணங்கள் மூலம் விளக்கினார்: பழனிமலை உச்சியில் ஆற்றலுடன் அருள்தரும் முருகன் மற்றும் சிலுவையில் அறையப்பட்ட இடத்தில் அதிக ஆற்றலோடு இருக்கும் கிறிஸ்த்து.

43 இந்தக் கல் குறித்த கூடுதல் தகவல்களுக்கு அடுத்த இயலைப் பார்க்க.

44 இடங்கைப் பிரிவு கீழ்நிலைக் குழுக்கள் நாட்டுக்கல்லை வழி பட்டாலும் இப்பிரிவு உயர்நிலைக் குழுக்கள் இந்த திருவிழாக்களைக் கண்டுகொள்வதில்லை.

45   Louis Dumont, Une Sous-Caste, pp. 327, 336, 359, 393; idem, 'Distributions of Some Maravar Sub-castes', in Bala Ratnam ed, *Anthropology on the March* (Madras: The Book Centre, 1963), pp. 299,304. Also see Robert Hardgrave, *The Nadars of Tamilnad* (Berkeley: University of California Press, 1969), pp.37-39.

46   Adrian C. Mayer, *Caste and Kinship in Central India* (London: Routledge and Kegan Paul, 1960), pp. 184-93.

47   இதுகுறித்த கூடுதல் விவாதத்துக்குப் பார்க்க: Louis Dumont, 'A note on Locality in Relation to Descent', *Contributions to Indian Sociology* 7 (1964): 71-76. கொங்குப் பகுதி குறித்த இந்த விளக்கம் உள்ளூர் நாட்டார் கதைகள் மூலம் வலுப்பெறுகிறது. நாட்டுப் பகுதிகள் மணவழி–இரத்தவழி தமிழ் உறவின்முறை அலகுகளாக இயங்குவது நிறுத்தப்படும் அதே நேரத்தில் நாட்டுக்கல் நடப்படுவதாக நாட்டார் கதைகள் கூறுகின்றனர். உண்மையில், பரம்பரை நோக்கிலிருந்து ஓர் எல்லைப் பரப்பு இவ்வாறு விடுவிக்கப்படுகிறது.

48   பறையர் சமுதாயம் இன்று அடைந்துள்ள கீழ்நிலையில் முன் காலத்தில் இருக்கவில்லை என்பதற்கான வரலாற்றுச் சான்று உள்ளது. மிகப்பெரும் தமிழ்க் கவிஞரான திருவள்ளுவர் பறையர் சமுதாயத்தவர். பண்டைய கவிஞர்கள் பறையர் குலத்தை உயர்குலம் என்று வர்ணிக்கின்றன. பார்க்க: P. T. Srinivasa Iyengar, *History of the Tamils from the Earliest times 600 AD*, (Madras: Madras University Press, 1929), p. 16 and Edgar Thurston, *Castes and Tribes of Southern India*, 6:82, 88, 107-8. A similar relationship between Jats and Sweepers is mentioned by M. Pradhan for Uttar Pradesh. See M.C. Pradhan, *The political system of the jats of Northern India* (Bombay: Oxford University Press, 1966), p. 49.

49   இவர்கள் தெற்கில் சம சடங்கியல் உரிமைகள் கோருவதாக தர்ஸ்டன் கூறுகிறார்: Edgar Thurston, *Castes and Tribes of Southern India*, 6: 83-4, 86.

50   அவர்கள் தமது சமுதாயத்திலிருந்தே நாவிதர், வண்ணார், பூசாரி பொறுப்புகளுக்கு நியமித்தவர்கள். தவிர, கூடுதல் விளக்கம்: இயல் 4இல்.

51   இதே தலைப்பிலான விவாதத்துக்குப் பார்க்க: Louis Dumont, *Homo Hierarchicus* (Paris: Gallimard, 1966), p.55. இந்தச் சொல்லுக்கும் வேறொரு அர்த்தமும் இருக்கிறது. முறைகேடாகப் பிறந்த 'குழந்தை'யும் இவ்வாறு அழைக்கப்படுகிறது.

52.   கோமுட்டிச் செட்டியாரையும் மாதாரிகளையும் இணைக்கும் இதே கதைகளைத் தர்ஸ்டன் கூறுகிறார்: Edgar Thurston, *Castes and Tribes of Southern India*, 3: 325-31.

53 இக்கதை தமிழ்நாடு முழுவதும் கூறப்படுகிறது என்று நினைக்கிறேன். இங்கு ஆவணப்படுத்த துல்லியமான தகவல்கள் கிடைக்கவில்லை. பல கதையாடல்கள் அச்சில் கிடைக்கின்றன. கொங்குக்கு வெளியே பலவிதமாகச் சொல்லும் கதைசொல்லிகள் இருக்கிறார்கள். மாதாரிகள் இதனைத் தங்கள் கதைகளாகக் கருதுகிறார்கள். தங்கள் நாயகன் மதுரைவீரனுக்குத் தங்கள் குடியிருப்புப்பகுதியில் கோயில் எடுக்கிறார்கள்.

54 தகவலாளி எண் 4.

55 தகவலாளி எண் 6. மாதாரியையும் கொங்குப் பகுதி மற்றொரு இடங்கைப் பிரிவு கிளைச்சாதியான வேட்டுவக் கவுண்டர்களையும் இக்கதை இணைப்பதைக் காண்க.

56 மாட்டிறைச்சி குறித்து தர்ஸ்டன் சுருக்கமாகக் கூறுகிறார். பார்க்க: Edgar Thurston, *Castes and Tribes of Southern India*, 6: 116-17.

57 மேற்படி நூல் 3:327.

58 வாய்ப்புக்கேடாக, மாவட்ட அளவில் சாதிவாரி எழுத்தறிவு விகிதம் கிடைக்கவில்லை. தென்னிந்தியா முழுமைக்குமே சாதிவாரி கணக்கெடுப்பு 1911க்குப்பிறகு கிடைக்கவில்லை.

59 உண்மையில், காங்கேயம் முக்கிய மையச் சந்தையில் இருந்து ஐந்து மைல்களுக்குள் ஓலப்பாளையம் இருக்கிறது.

60 பெரும்பாலானோர் 'நல்ல வேலை கிடைக்கும்' என்பதால் கல்வி கற்பதாகக் கூறுவதற்கு இது முரணாகத் தோன்றலாம். ஆனால், அவர்கள் நல்ல வேலை கிடைக்கவேண்டும் என்று நினைப்பது அதன் மூலம் நடுத்தர வர்க்கமாகலாம். அப்போது பாரம்பரிய மத சொல்லாடல்களில் 'நல்ல' இடம் அளிக்கப்படும் என்ற நம்பிக்கையில் தான்.

61 இது குறித்துப் பறையர், மாதாரி இடையே நிலவும் முரண் உள்ளூர் வாசிகள் நன்கு அறிந்ததே! இந்த வேறுபாடுகளைப் பள்ளி ஆசிரியர்கள் நன்றாக அறிவார்கள்.

62 எனது மாதிரி மிகச் சிறியதாக இருக்கலாம். ஆனால், கொங்கு நாவிதர்களுடன் நான் மேற்கொண்ட தொடர் உரையாடல்கள் மூலம் கல்வி கற்கும் ஆர்வம் இடங்கைப் பிரிவு நாவிதர்களைவிட வலங்கைப் பிரிவு நாவிதர்களிடம் அதிகம் காணப்படுவதை அறிகிறேன். வாய்ப்புக்கேடாக, இப்புள்ளிவிவரத்தை நிறுவும் வகையில் போதுமான அளவு பெரிய மாதிரி எனக்கு அமையவில்லை.

63 A. Andreen, *Annual Report for the T.E.L.C Pioneer Board* (Pollachi: Lutheran Church, 1954), pp 1-2.

64 S. Rajamanikam, 'Factors in the Growth of the Christian Movement in the Ex-Methodist Area of Tiruchirapalli Diocese and their Relation to Present-Day Problems' (Thesis for B.D degree, United Theological Collage, Bangalore, 1950-51), pp. 5, 10 -12, 14-15, 22-26, 28 ; and Rev. L. Bechu, *Story of the Coimbatore Mission* (Bangalore: Paris Foreign Mission Society, 1948), pp 76-78.

65 Andreen, *Annual Report*, pp. 4-5, Rajamanikam, 'Factors in the Growth of the Christian Movement,' p. 31. With the help of the Swedish Lutheran Mission, *Tranquebar Almanac* (Tranquebar: Tranquebar Publishing House, 1964) அருட்திரு உல்ரிக் உதவியுடன் கோவை மாவட்ட லூத்தரன் காங்கிரிகேசன் குறித்த மேலோட்டமான கணக்கெடுப்பை நடத்தினேன். *104 மதமாற்றங்களில் 64% பறையர் சமுதாயத்தைச் சேர்ந்தவை. மாதாரி சமுதாயத்தினர் 29%*. ஆனால் இப்பகுதியில் மாதாரிகள் மக்கள்தொகை பறையர்களைக் காட்டிலும் மூன்று மடங்கு அதிகம் ஆகும். 5% பிற கீழ்நிலைச் சாதிகளில் இருந்தும், 3% உயர்நிலை சாதி என்று சொல்லத்தக்க குழுக்களில் இருந்தும் மதமாற்றம் நடந்துள்ளன. இதுதவிர மற்ற கிறித்துவ மிஷினரிகள் மூலம் நடந்த மதமாற்றங்களிலும் இப்பண்பு மாறவில்லை என்பது அவர்களுடனான உரையாடல்கள் மூலம் அறிய முடிகிறது.

4. குக்கிராமம்: ஓலப்பாளையமும் அருகமைப் பகுதிகளும்

1 முன்னதாக, அதிகாரப்பூர்வ எண் 24 ஆக இருந்தது; பண்டைய கவிதைகளிலும் பாடல்களிலும் கிராமம் குறித்து அவ்வாறு கூறப்பட்டுள்ளது.

2 இந்தியா எங்கும் இதுதான் பொதுவான உண்மை. ஆனால், சில விதிவிலக்குகளும் உள்ளன என்பது எனது புரிதல்.

3 ஐரோப்பிய வழி சிந்தனையில் பாம்பு ஆண் சார்ந்தும், ஆண்மை எழுச்சியின் குறியீடாகவும் பார்க்கப்படுகிறது. இந்தப் பார்வையில் இது வியப்பாக இருக்கலாம். தென் இந்தியச் சூழலில் காணப்படும் முரண்பாடு குறித்த ஒரு விரிவான விவாதம் எனது கொங்குப் பகுதி நாட்டார் வழக்காறுகளும் விழாக்களும் *(Folklore and Ceremony in Kongu)* எனும் ஆய்வில் சேர்க்கப்படும்.

4 குக்கிராமம் என்பதைக் குறிக்க முதல் எழுத்து பெரிய எழுத்தாக்கப்பட்டுள்ளது Ur. குடியிருப்பைக் குறிக்க ur எனப் பயன்படுத்தப்படுகிறது.

5 ஒன்பதில் மூன்று கோயில்களில் சில ஆண்டுகளாகத் திருவிழா நடை பெறவில்லை. குறிப்பிட்ட அம்மன் பகுதிக்குள் வாழும் மக்களிடையே எழுந்துள்ள குழுமனப்பான்மையே திருவிழாக்கள் ரத்துசெய்யப்

பட்டதற்குக் காரணம். இது குறித்து இந்த இயலின் இறுதிப் பகுதியில் விரிவாக விவாதிக்கப்படுகிறது.

6 மாரியம்மன், மாகாளியம்மன் கோயில் திருவிழா சடங்குகளுக்காகப் பயன்படுத்தப்படும் இந்தக் கிணறு அந்த ஊர் சுடுகாட்டுக்குச் செல்லும் திசையில் இருக்கக்கூடாது. மேலும், இந்தக் கிணற்றை மக்கள் குடிநீருக்காகப் பயன்படுத்தக்கூடாது. ஆனால், பாசனத் தேவைகளுக்கு இந்தக் கிணற்றைப் பயன்படுத்திக்கொள்ளலாம்.

7 தகவலாளி எண்கள் 7, 22, 38 ஆகியோர் இக்கதைகளைத் தனித்தனியாகக் கூறினார்கள். நாட்டுக்கல் குறித்த மேலும் தகவல்களுக்கு பார்க்க: H. Whitehead, *Village Gods of South India* (London: Oxford University Press, 1916), pp. 40-41 and Edgar Thurston, *Castes and Tribes of Southern India,* 7 Vols. (Madras, Government Press, 1909) 3: 408.

8 நடுநிலைச் சாதிகள் மற்றும் சில இடங்கைப் பிரிவு உயர்நிலைச் சாதிகள் நாட்டுக்கல்லைக் கண்டுகொள்ளாமல் புறக்கணிக்கின்றன. அவை யாவன: பிராமணர், காருணிகர் பிள்ளை, கோமுட்டிச் செட்டியார், சோழி ஆசாரி, நாயக்கர், தெலுங்கு மாதாரிகள். மற்ற அனைத்து இடங்கைப் பிரிவுக் குழுக்கள், அனைத்து வலங்கைப் பிரிவுக் குழுக்கள் தங்கள் சடங்குகளின் போது இந்த நாட்டுக்கல்லை அவசியம் வணங்குகின்றனர்.

9 இங்கு விவரிக்கப்பட்டுள்ள தோரணம் பெரிய அளவிலான சமூகக் கூடுகைகளின் குறியீடு ஆகும். இதனால் ஊர்த் திருவிழாவின்போது ஊர் விநாயகர் கோயிலில் இருந்து மாகாளியம்மன் கோயில் திருவிழா பகுதிக்குச் செல்லும் சாலையின் தொடக்கத்தில் வேப்பிலைகளால் ஆன தோரணம் கட்டப்படுகிறது. திருவிழாவுக்குச் செல்லும் ஊர் மக்கள் இந்தத் தோரண வாயில் வழியாகத்தான் - அதாவது விநாயகர் கோயிலில் இருந்து அம்மன் கோயில் செல்லும் சாலை வழியாக - செல்வார்கள் என்று எதிர்பார்க்கப்படுகிறார்கள். அதேபோல, மாரியம்மன் கோயில் திருவிழாவின்போது ஊர் விநாயகர் கோயிலில் இருந்து மாரியம்மன் கோயில் செல்லும் சாலையில் தோரணம் கட்டப்படும். மாவிளக்கு எடுத்துச் செல்லும் பெண்கள் இச்சாலை வழியாகத்தான் கிராம அம்மன் கோயிலுக்குச் செல்லவேண்டும். இத் தோரணத்துக்கு வேப்பிலைகள் மிகவும் சிறப்பு. அது வெப்பத்தைத் தணிப்பதுடன் கிருமி நாசினியும் ஆகும்.

10 பொதுவாக அரசு நிலங்களில் இருக்கும் மரங்கள் இதற்காகத் தேர்ந் தெடுக்கப்படுகின்றன. தனியார் மரங்களை இவ்வாறு பயன்படுத்த அதன் உரிமையாளர் அனுமதி மறுக்கக்கூடும். மற்றபடி இன்ன மரம்தான் என்ற கட்டுப்பாடு கிடையாது. ஓலப்பாளையத்தில் இத்தகைய

இரு மரங்கள்தான் உள்ளன. ஒன்று வட எல்லையிலும் இன்னொன்று கிழக்கெல்லையிலும் உள்ளன.

11 பேயோட்டும் சடங்குகள் விரிவானவை. சில குறிப்புகள் மட்டும் தரப் பட்டுள்ளன. முதன்மையான விளக்கங்கள் எனது கொங்கு நாட்டார் வழக்காறுகளும் விழாக்களும் ஆய்வில் இடம்பெறும்.

12 தகவலாளி எண் 20.

13 McKim Marriott, *Caste Ranking and Community Structure in Five Regions of India and Pakistan* (Poona: Deccan Collage Postgraduate Research Institute, 1965), pp. 36-38.

14 Republic of India, *Census of India,* 1961, Vol. IX, Madras, Part X-i, *District Census Handbook,* Coimbatore, 2 vols, (Madras: Government Press, 1964), 1:89.

15 McKim Marriott, *Caste Ranking and Community Structure in Five Regions of India and Pakistan* (Poona: Deccan Collage Post graduate Research Institute, 1965), pp. 36.

16 ஆறில் இரு குடும்பங்கள் இக்கணக்கில் நீக்கப்பட்டுள்ளன. அவர்கள் அண்மையில் இடம்பெயர்ந்தவர்கள்; சாதியால் தெலுங்கு பேசும் நாயுடு. இவர்களைப் பற்றி எனக்கு அதிகம் தெரியாது. எனது சாதிகள் ஒப்பியலில் அவர்கள் சேர்க்கப்படவும் இல்லை.

17 இதே இயலில் பிற்பகுதிகளில் காண்க.

18 1947 விடுதலைக்குப் பின்னர் மதுவிலக்கு அமலாக்கப்பட்டதால் நாடார் சமுதாயம் பொருளாதாரரீதியாகத் தனது தளத்தை இழந்தது. சென்னையில் மதுவிலக்கு 1971இல் தளர்த்தப்பட்டது. ஆனால், அதற்கு முன்பே இந்தப் புத்தகம் அச்சுக்கு அனுப்பப்பட்டுவிட்டது. பனை மரத்தில் கள் இறக்கும் திறன்பெற்ற ஒரே சமுதாயம் என்பதால் நாடார்கள் ஒரு காலத்தில் இத்தொழிலில் ஏகபோகமாக இருந்தார்கள். சோழி ஆசாரிகளும் இதனால் பாதிக்கப்பட்டார்கள். தொழில் வாய்ப்பு குறைந்ததால் ஏழைகளாகி இன்று வறுமையில் உள்ளனர். இவர்களின் இழப்பை எளிதாக மதிப்பிட முடியாது. கூடுதல் தகவல்களுக்கு இயல் 5 பார்க்க.

19 இது 1965-66. எனினும் அப்போதே அரசியல் ஆர்வம் காணப்பட்டது. கடைக்காரர்கள் தவிர மற்றவர்களும் அரசியலில் ஈடுபடும் ஆர்வம் அப்போதே தென்பட்டது. 1967 பொதுத் தேர்தல் அப்போதே பேசுபொருளாகி விட்டிருந்தது.

20 1965இல் ஒவ்வொரு கடையாக மேற்கொள்ளப்பட்ட கணக்கெடுப்பு அடிப்படையில் இந்தக் கூற்று கூறப்பட்டுள்ளது.

21 நூர் யால்மன் விவரிக்கும் டெறடுன்னே கடைவீதியின் சித்திரத்துக்கு மாறான சித்திரத்தை இது அளிக்கிறது. பார்க்க Nur Yalman, *Under the Bo Tree* (Berkeley: University of California Press, 1967), pp. 51,196.

22 தகவலாளி எண் 20.

23 இங்கு ஆறு உதாரணங்களைக் குறிப்பிடுகிறேன். ஏழாவதில் (ஒரு ஆசாரி) போதுமான தகவல்களை என்னால் பெறமுடியவில்லை.

24 உணவுப் பரிமாற்றம் தொடர்பான விவாதத்துக்கு மாறாக இது தெரிகிறது. பார்க்க: பின்வரும் பக்கங்களில்.

25 பூர்வ பூசாரிவலசில் உள்ள சில கவுண்டர் வீடுகளும் மாகாளியம்மன் அலகில் சேர்க்கப்பட்டுள்ளன.

26 Emile Senart, *Les Castes dans l'Inde: faits and le systeme* (Paris: E. Leroux, 1894); C. Bougle, *Essais sur le Regime des Castes* (1908, reprint ed., Paris: Alcan, 1927); E. A. H. Blunt, *The Caste System of Northern India with Special Reference to the United Provinces of Agra and Outh* (London: Oxford University Press, 1931); G.S. Ghurye, *Caste and Race in India* (London: Kegan Paul, 1932); A. M. Hocart, *Caste: A Comparative Study* (London:Methurn, 1950); J.H. Hutton; *Caste in India, Its Nature, Function and Origins* (Cambridge: Cambridge University Press, 1946), Louis Dumont, *Homo Hierarchicus* (Paris: Gallimard, 1966).

27 S. C. Dube, 'Ranking of Castes in Telengana Villages,' *The Eastern Anthropologist* 8, nos 3 and 4 (1955): 182-90; McKim Marriott, 'Interactional and Attributional theories of Caste Ranking,' *Man in India* 39, no. 2 (1959): 92-107; Pauline M Kolenda, 'A Multiple Scaling Technique for Caste Ranking,' *Man in India* 39, no. 2 (1959): 127-47; Adrian C Mayer, *Caste and Kinship in Central India* (London: Routledge and Kegan Paul, 1960), pp. 33-40, ff.; Stanley Freed, 'An Objective Method for Determining the Collective Caste Hierarchy of an Indian Village,' *American Anthropologist* 65 (1963): 879-91; Karigaudar Ishwaran, 'Goldsmith in a mysore Village,' *Journal of Asian and African Studies* 1, no.1 (1966): 50-62, and Mckim Marriott, 'Caste Ranking and Food Transactions: A Matrix Analysis in Milton Singer and Bernard Cohn, eds., *Structure and Change in Indian Society,* (Chicago: Aldine, 1968), pp. 133-71.

28 Victor S D'Souza, Caste Structure in India in the Light of Set Therory, in *Current Anthropology* 13 nos. 1 (1972): 5-14

29 உடை திருத்துதல், தூய்மை-தீட்டு, எஜமானர்-பணியாளர் ஆகிய அலகுகளில் மாறுபடுகிறது. முன்னதில் உடல் முழுவதும் வேறுபாட்டைக்

காண்பிப்பதற்காகவே மூடப்பட்டுள்ளது. பின்னதில் ஏவல்களை மேற்கொள்ளத் தயாராக இருப்பதைக் காட்ட உடல் மூடப்படாமல் இருக்கிறது.

30 இப்பிரச்சினைக்கான சிறந்த உதாரணம் மார்சல் மாஸ் கட்டுரையாகும். *The Gift,* trans., I. Cunnison (London: Cohen and West, 1954). அண்மையில் மெக்கிம் மாரியட் சாதி தகுதி நிலையை விளையாட்டில் எடுக்கும் புள்ளிவிவரக் கணக்கோடு ஒப்பிட்டு எழுதியுள்ளார். பார்க்க அவருடைய Caste Ranking and food Transactions, pp. 154-6.

31 Mckim Marriott, *Caste Ranking and Food Transactions,* pp. 154-6.

32 நேர்காணல் செய்யப்பட்டவர்கள் ஓலப்பாளையம் பகுதியைச் சேர்ந்தவர்கள். கூடுமானவரைக்கும் ஒவ்வொரு நேர்காணலும் தனிமையில் எடுக்கப்பட்டது. ஆனால், ஒருவரும் இந்தப் பிரச்சினை குறித்த தனது தனித்தன்மையை வெளிப்படுத்தவில்லை. சில நேரங்களில் கிளைச்சாதிகள் இடையேயான வேறுபாடுகளை என்னால் அறியமுடியவில்லை. இருந்தாலும் தகவலாளி எண் 20 உதவியால் கூடுதல் பத்திகள் சேர்க்கப்பட்டன. எனக்குத் தெரிந்தவரை பதில்கள் 1965 நிலைமையை ஓரளவுக்கு நியாயமாக எதிரொலிக்கின்றன.

33 நடைமுறையில், உயர்நிலைச்சாதி ஆண்கள் கீழ்நிலைச் சாதி வீட்டின் உட்பகுதிக்குள் செல்வதற்கான முகாந்திரம் உருவாவதில்லை. ஒரு பிராமணர் நாவிதர் வீட்டுச் சடங்குகளை நிறைவேற்ற நுழைய நேரலாம். ஆனால், ஒரு கவுண்டர் அதுபோல நாவிதர் வீட்டுக்குள் நுழைவதற்கான வாய்ப்புகள் உருவாவதில்லை. அப்படியே தேர்தலில் வாக்குக் கோருவதற்கோ வேறு எதற்கோ ஒரு கவுண்டர் வந்தாலும் வாசலில் நிற்பார்; அதிகப்பட்சம் அங்குள்ள கட்டிலில் அமர்வார்; அவ்வளவுதான்.

34 ஒரு ஓலப்பாளைய கவுண்டர் ஒரு கீழ்நிலைச் சாதியைச் சேர்ந்த அதிகாரியை அவருடைய அலுவலகத்தில் சந்திக்கச் செல்கிறார் என்றால், அங்கு அவரது வேலைகள் ஆகவேண்டுமென்பதால் அந்தக் கீழ்நிலைச் சாதி அதிகாரியிடமும் தனது பணிவைக் கவுண்டர் வெளிப்படுத்தித்தான் ஆகவேண்டும். அந்தக் கீழ்நிலைச் சமுதாய அதிகாரி வீட்டில் உணவு பரிமாறப்பட்டாலும் அந்தக் கவுண்டர் அந்த உணவை ஏற்றுக்கொள்வார். அதேநேரம் கிராமத்தில் அவரது இல்ல திருமணத்தில்கூட அதே கவுண்டர் கலந்துகொள்ள மாட்டார்.

35 ஓர் உள்ளூர் ஏழைப் பிராமணரும், கீழ்நிலைச் சாதியைச் சேர்ந்த உயர் அதிகாரியும் ஒன்றாக ஒரு கவுண்டர் வீட்டுக்குச் செல்கிறார்கள். அங்கு ஒரே ஒரு நாற்காலிதான் இருக்கிறது என்றால் அந்த நாற்காலியை அதிகாரிக்குக் கொடுத்துவிட்டுப் பிராமணரை இரண்டாம்பட்சமாகத் தான் நடத்தியாக வேண்டும்.

36 மிகவும் சிறந்த தகவலாளியான இவரிடம் 3 அங்குலத்துக்கு 5 அங்குல அளவு அட்டைகளில் கிளைச்சாதிகளின் தகுதிநிலை வரிசையை அமைத்துத் தருமாறு பணிக்கப்பட்டது.

37 எனது முனைவர் பட்ட முடிவுகளுடன் இந்தத் தரவுகள் ஒத்து வரவில்லை. இது ஏனென்றால், எனது முந்தைய முயற்சிகள் ஒட்டுமொத்த படிநிலைகளைக் கணக்கில் கொண்டு மட்டும் உருவாக்கப் பட்டவை. இது, பல வேறுபட்ட கிளைச்சாதிகள் பல்லூடகங்கள், பல பரிமாணங்களின் மாறுபாடுகளைச் சராசரிப்படுத்தின.

38 *பார்க்க:* See Louis Guttman, 'The Basis for Scalogram Analysis,' in Stouffer *et al.*, *Measurement and Prediction,* Studies in Social Psychology in World War 2, vol. 4 (1949-50; reprint ed., New York: John Wiley and Sons 1966), pp. 60-90. and Warren Torgerson, 'Deterministic Models for Categorical Data' chapter in his *Theory and Methods of Scaling* (New York: John Wiley and Sons, 1965), pp. 298-359.

39 கட்மேன் அளவீட்டின் இயல்பு குறித்துப் பிரிட்டிஷ் கொலம்பியப் பல்கலைக்கழக அரசறிவியல் துறை பேராசிரியர் டேவிட் எல்கின்ஸ் எனக்கு மிக உதவியாக இருந்தார். இது குறித்த பல தெளிவுகள் பெற மாரியட் அளித்த தகவல்களும் உதவியாயிருந்தன.

40 *பார்க்க:* Torgerson, *Theory and Methods of Scaling,* p. 314.

41 முக்கிய வாழ்க்கை வட்டச் சடங்குகளைக் கவுண்டர்களுக்கு நிறை வேற்றித்தர முடியாது என பிராமணர் (எண்1) மறுக்கமுடியும். கணக்குப்பிள்ளையாகவும் நில ஆவணங்கள் பராமரிப்பாளருமான காருணிகர் பிள்ளை கவுண்டர் தொடர்பான ஆவணங்களை முடக்க முடியும்; பிரச்சினைகளின் போது அரசு சார்பாகப் பேசி இழப்பு ஏற்படுத்த முடியும்.

42 இந்த இரு படங்களுக்கான தரவுகள் தகவலாளி எண் 20 இடமிருந்து பெறப்பட்டன. இவை 1968இல் ஓலப்பாளையத்தில் அவர்களின் நடவடிக்கைகளை எதிரொலிக்கின்றன. முந்தைய படங்களுக்கான நேர்காணல்கள் 1965இல் எடுக்கப்பட்டன. இந்த இடைப்பட்ட காலமான 3 ஆண்டுகளில் சமூக ஊடாட்டங்களில் பெரிய மாறுதல்கள் ஏற்பட்டுள்ளதாக நான் அறியவில்லை.

43 தகவலாளி எண் 20 இந்த அணுகுமுறையைப் பின்வருமாறு வெளிப்படுத்திக் கொண்டே இருந்தார்; 'அவர்கள் எங்களிடம் இருந்து உணவைப் பெற மாட்டார்கள்; நாங்கள் அவர்களிடமிருந்து உணவைப் பெற மாட்டடோம்.' ஆனாலும், 'ஆதலால்', என்ற சொல்லை அவர் பயன்படுத்தவேயில்லை. கிளைச்சாதி எண் 9, அதற்குக் கீழேயுள்ள

குழுக்கள் குறித்து உரையாடும்போது 'அவர்களிடமிருந்து நாங்கள் உணவு பெறமாட்டோம், ஏனென்றால் அவர்கள் கீழ்ச்சாதி' என்றார். ஆனால், கிளைச்சாதிகள் 3, 4 குறித்துப் பேசும்போது அந்தச் சொல்லை அவர் பயன்படுத்தவில்லை. இருந்தாலும் அவர்கள் 'வெளிச்சாதிகள்' என்று அடிக்கடி கூறினார். ஏனென்றால், எந்த ஒரு சாதியும் அவர் களிடமிருந்து உணவு பெறுவதில்லை.

44 கோமுட்டிச் செட்டியார்களின் (எண் 3) இந்தச் சிக்கலான நிலை குறித்து, ஜே. எச். பி. டென் ஒளடன் தம் கட்டுரையில் குறிப்பிட்டுள்ளார். 'The Komutti Chettiyar: Position and Change of a Merchant Caste in a South Indian Village', *Tropical Man* 2 (1969): 45-59.

45 சாப்பிட்ட இலையை எடுக்க மறுப்பது என்பது அடிப்படையில் ஒரு மனிதர் அல்லது குழு தங்களின் தாழ்வுநிலைத் தகுதியை ஏற்க மறுத்து நிராகரிப்பது ஆகும். ஆண்கள் சாப்பிட்ட இலையைப் பெண்கள் எடுப்பதும், ஆனால், பெண்கள் சாப்பிட்ட இலைகளை ஆண்கள் எடுக்காமல் இருப்பதும் இதனால்தான்.

46 4.7, 4.8 விளப்படங்களுக்கான ஆதாரமே விளக்கப்படம் 4.11க்கான ஆதாரமும் ஆகும்.

47 விளக்கப்படம் 4.12இல் செங்குத்துப் பத்திகளின் குறுக்காகக் காணப்படும் புள்ளியிட்ட கோடுகள் குறிப்பிட்ட நடைமுறைக்குள் தொழிற்படும் தகுதிநிலை வகைமைகளைக் குறிக்கின்றன. எந்தவொரு பத்தியிலும் எந்தவொரு குழுவும் இந்த வகைமைப் பிரிவுகளிலிருந்து விடுபட வில்லை. எந்தவொரு வகைமைக்குள்ளும் விழும் எண்களுக்கு வழக்கமான எண்ணியல் வரிசையே வழங்கப்பட்டுள்ளது.

48 வழக்கமான விருந்துகள்/படையல்கள் பொதுவாகத் திருமணம் மற்றும் வாழ்க்கை வட்டச் சடங்குகளின்போது நிகழ்கின்றன.

49 விருந்தளிப்பவரும் அவரது குடும்பத்தவரும் விருந்தின் முடிவில்தான் உண்ண வேண்டும். சமையல்காரர்கள், பணியாளர்கள் பணிக்கப் பட்டிருப்பின் இவர்கள் கடைசிப்பந்தியில் சாப்பிடலாம். ஆனால், தீண்டாமைச்சாதிகள் கலந்துவிடாமல் கண்மறைவாக உள்ளே சாப்பிடவேண்டும். சமையல்காரர்கள் இல்லாவிட்டால் ஆண்களுக்குப் பெண்கள் பரிமாற வேண்டும்; பெண்கள் கடைசியாகச் சாப்பிட வேண்டும்.

50 எனினும், இந்தக் கருத்துகள் கூடுதல் ஆராய்ச்சிகள் மூலம் ஆய்வுக் குட்படுத்தப்பட வேண்டியவை.

51 விளக்கப்படம் 4.13, தகவலாளி எண் 20 அளித்த மிக விரிவான தகவல்களின் சுருக்கம் மட்டுமேயாகும்.

52 வலங்கைப் பிரிவில் சமமானவர்கள் இல்லையென்றால், இந்த இரு சமுதாயங்கள் அழைக்கப்படலாம்.

53 இத்தகைய வேறுபட்ட தகுதி வரிசைகளை மேலும் கொண்டுவரும் முயற்சி இந்த இயலில் இறுதிப் பக்கங்களில் விளக்கப்பட்டுள்ளன. இங்கே உள்ளூர் மாகாளியம்மன் கோயில் திருவிழாவின் போது ஏழைக் கவுண்டர்கள் தங்களின் சாதி பணக்கார கவுண்டர்களிடமிருந்து பிரிந்து நாடார்களுக்குப் பதிலாக முதலியார்களுக்கு இரண்டாவது மரியாதை அளிக்க வேண்டுமென்று கோரினர். இது சிவன் கோயில்களில் கடைப்பிடிக்கப்படும் தகுதிவரிசை நிலைக்கு நெருக்கமான நிலையாகும். ஆனால், இதைப் பணக்கார கவுண்டர்கள் ஏற்கவில்லை; இதனால் உள்ளூர் மாகாளியம்மன் கோயில் பக்தர்கள் இரு குழுக்களாகப் பிரிந்தனர். ஆனாலும், இந்த விருப்பம் நிறைவேறவில்லை; மாறாக, தகுதிநிலை வரிசையில்லாத நிலை உருவானது.

54. Mayer, Caste and Kinship in Central India, pp. 37-38, 44-47,81,88.

55 இந்த வரிசைநிலை எந்தவிதமான வரையறைகளையும் பயன் படுத்தாமல் தயாரிக்கப்பட்டது.

56 1971ஆம் ஆண்டின்போது தகவலாளி எண் 20 வான்கோவர் அழைத்து வரப்பட்டார். இந்தப் பிரிவின் இறுதிப் படியை இறுதிப்படுத்துவதற் காக அவருடன் விரிவான விவாதம் நடத்த முடிந்தது. இந்த உரையாடல் முழுவதும் தமிழில் நடந்தது. அப்போது அடிப்படை சொற்களைக்கூட அவரால் ஆங்கிலத்தில் வெளியிட முடியாமல் இருந்தது.

57 அதாவது, பிராமணரல்லாத ஒருவரைத் தொட்டதன்மூலம் ஏற்பட்ட தீட்டைப் பிராமணர் குளிப்பதன்மூலம் நீக்குகிறார். ஆனால், பேருந்துகளில் ஒன்றாகப் பயணம் செய்வதுபோன்ற சமயங் களிலல்லாமல் வேறு தருணங்களில் ஒரு தீண்டத்தகாதவரால் ஒரு பிராமணர் தொடப்படும்போது அந்தத் தீட்டைக் கழிக்க அந்தப் பிராமணர் புனித யாத்திரை செய்வது அவசியமாகிறது. எனினும், ஒரு பிராமணரல்லாதவர் தீண்டத்தகாதவரால் தொடப்படும்போது தீட்டைக் கழிக்க குளிப்பது போதுமானது. தற்போதைய வாழ்நிலையில் பயணம் போன்ற காரியங்களை மேற்கொள்ள வேண்டியுள்ளதால் தவிர்க்க இயலாத தொடுதல்கள் நிகழ்கின்றன. அதனால் பிராமணர்கள் அதனை ஏற்று பயணம் முடிந்தவுடன் வீட்டுக்குள் நுழைவதற்கு முன் குளிப்பதன் மூலம் தீட்டைக் கழிக்கின்றனர்.

58 பரிசு, கொள்முதல் ஆகியவற்றுக்கு இடையே சாதாரண வேறுபாடு மட்டும் கடைப்பிடிக்கப்படுவதாகத் தெரியவில்லை. அதே தீண்டத் தகாதவர் ஒரு பிராமணருடன் கடைக்குச் சென்று பொருள்களுக்கான ரொக்கத்தை வியாபாரிக்குத் தரலாம். அந்தப் பிராமணரல்லாத

வியாபாரியும் மகிழ்ச்சியாக வாங்கிக்கொள்வார்.

59 துய்மோன் 'Englobant' என்ற சொல்லைப் பயன்படுத்துகிறார். Louis Dumont, *Homo Hierarchicus*, பக். 103-8, 274-77.

60 உள்ளூர் அம்மன் கோயில்களில் கிளைச்சாதிகளின் தகுதி வரிசை அமல்படுத்தப்படும்போதும் அந்தக் கடவுளுடன் தமக்குள்ள தொடர்புகளின் தகுதிநிலையில்தான் கிளைச்சாதிகள் வரிசையாக வருவதாகக் கூறப்படுகிறது. சுருக்கமாக, மீ-மனித ஆற்றலை அணுகுவதில் கட்டுப்பாடுகளை விதிக்கும் கருத்துதான் இங்குத் தொழிற்படுகிறது. இதே கோயிலில் இந்தத் திருவிழாக்களில் பிராமணர்கள் பங்கேற்றால் அவர்களுக்கே முதல் இடம்.

61 Thomas O. Beidelman, *A Comparative Analysis of the Jajmani System* (Locust Valley, New York: Association for Asian Studies, 1959) and Martin Orans, 'Maximizing in Jajmani Land: A Model of Caste Relations,' *American Anthropologist* 70 (1968): 875-97.

62 1966இல் ஓலப்பாளையத்தில் நான் விரிவாக மேற்கொண்ட பொருளாதாரக் கணக்கெடுப்பில் சேகரித்த தகவல்கள் பயன்படுத்தப்பட்டுள்ளன. சில சமயங்களில் சில குடும்பங்கள் உண்மையை மறைப்பதாக நான் ஐயம்கொண்ட தருணங்கள் உண்டு. அப்போது அந்தக் குடும்பங்களின் சொத்துகளை நானே மதிப்பீடு செய்துள்ளேன். போதுமான முதல் நிலைத் தகவல்களை நாம் பெற முடியாத இனங்களில் குறுக்குக் குறிகள் (×)ஒரு கிளைச்சாதி முழுமையையும் குறிக்கிறது. சொத்துகளின் ரொக்க மதிப்பீடு பின்வரும் விலைநிர்ணய (1966) அளவீடுகளின்படி மதிப்பிடப் பட்டுள்ளன:

1 ஏக்கர் பாசன நிலம்	= ரூ.	9,000
1 ஏக்கர் புன்செய் நிலம்	= ரூ.	4,000
ஒரு வீட்டின் ஒவ்வோர் அறையும்	= ரூ.	500
1 ஆடு அல்லது செம்மறி	= ரூ.	50
1 காளை அல்லது பசு	= ரூ.	400
1 கன்று	= ரூ.	100
1 எருமை	= ரூ.	200
1 எருமைக் கன்று	= ரூ.	50
1 கோழி	= ரூ.	5

63 இந்தக் குழுக்கள் எண்ணிக்கையில் சிறிதாக இருப்பதால் ஓரளவுக்கு மிகைப்படுத்தப்பட்ட மதிப்பீடாக இருக்கலாம்.

64 பொருளாதாரக் கணக்கெடுப்பின்போது பெற்ற தரவுகளே வருமான மதிப்பீட்டுக்கும் பயன்படுத்தப்பட்டுள்ளன. சில இனங்களில் தங்கள்

றொக்க வருமானத்தைக் கூறுவார்கள் (அதனை உணவுக்கான செலவுகள், இதர செலவுகளை நான் கழித்து றொக்க மதிப்பீடு செய்துள்ளேன்.) சிலர், விளைச்சல் அளவைக் கூறுவார்கள். அப்போது அதனைச் சந்தை விலையின்படி றொக்க மதிப்பீடு செய்துள்ளேன். (முழு விவரங்களுக்கு. பார்க்க பின்னிணைப்பு: ஊ) சிலர் மாத, ஆண்டு ஊதியமாகப் பொருள் களாகப் பெறுகிறார்கள். இவற்றையும் சந்தைவிலை அடிப்படையில் றொக்க மதிப்பீடு செய்துள்ளேன். குறுக்குக்குறிகள் (×) தரவுகள் இன்றி மதிப்பிடப்பட்டுள்ளதைக் குறிக்கின்றன. மேலும், சில மிகப் பெரிய வருமானங்கள் என்னால் தனிப்பட்ட முறையில் மதிப்பிடப்பட்டவை. இந்தப் பகுதியில் உள்ள வசதிமிக்கவர்கள் எதிர்பார்த்தபடியே தங்கள் பொருளாதாரம் குறித்த தகவல்களை வெளியிட மறுத்துவிட்டனர்.

65 ஒருவருக்கு இன்னொரு கிராமத்திலும் நிலம் இருக்கிறது.

66 Repuplic of India, *All India Rural Household Survey,* Vol. II, *Income and Spending* (New Delhi: Govt. Press, 1963). இந்த அறிக்கை என்ன சொல்கிறது என்றால் இந்தியாவில் ஊரகப்பகுதிகளில் ஒரு விழுக் காட்டினர் 18 விழுக்காடு நிலங்களை வைத்துள்ளனர்; மொத்தமாக 2.8 விழுக்காட்டு மக்கள் 50 விழுக்காட்டுக்கும் அதிகமான ஊரக நிலங்களை அனுபவிக்கின்றனர்; மதுரையிலும் இதேநிலை நிலவுவதாகத் துய்மோன் கூறுகிறார். Louis Dumont, *Une Sous & Caste de l'Inde du sud* (Paris: Mouton, 1957), p. 122.

67 செங்கண்ணன் கூட்டப் பகுதி ஓதாளர் குடும்பத்திடமிருந்து அண்மையில் வாங்கப்பட்டதைக் குறிக்கிறது. கிராமத்தில் செங்கண்ணன் கூட்டம் பாரம்பரியமாக நிலம் கொண்டுள்ளதா என்பது தெரியவில்லை.

68 கிளைச்சாதிகளில் நிலவும் உறவுமுறைச் சொற்களுக்குப் பின்னிணைப்பு ஊ, குறி எழுத்துகளுக்கு இயல் 3 அடிக்குறிப்பு எண் 15 பார்க்கவும்.

69 Dharma Kumar, *Land and Caste in South India,* (Cambridge: Cambridge University Press, 1965), pp. 14-18; B.H. Baden - Powel, *The Indian Village Community* (1896; reprint ed.,New Haven: Human Relations Area Files Press, 1957), pp. 366-74; T. V. Mahalingam, *Administration and Social Life Under Vijayanagar* (Madras: Madras University Press, 1940), pp. 209-10; C.S.H. Stocks, *The Custom of Kareiyid or Periodical Redistribution of Land in Tanjore, The Indian Antiquary* 3 (1874): 65-69. For Ceylon, see Gananath Obeysekare, *Land Tenure in Village Ceylon* (Cambridge: Cambridge University Press, 1967), pp. 18-36; Yalman, *Under the Bo Tree,* p. 98.

70 32 தொழிலாளர்களில் 30 பேர் பெண்கள். மீதமுள்ள இருவர் கவுண்டர் ஆண்கள். 8 கவுண்டரல்லாத பெண்கள், 3 பண்டாரம், 2 நாடார், 1

கொங்கு வண்ணார், *1* பறையர், *1* முதலியார் பெண்கள். இடங்கைப் பிரிவில் முதலியார் மட்டும் இடம்பெற்றுள்ளதைக் கவனிக்கவும். இவ்வாறாக நூற்புத்தொழில் என்பது தற்போதுவரை கவுண்டர்கள் ஆதிக்கம் செலுத்தும் துறையாக இருக்கிறது.

71 நகர்ப்புறப் பகுதிகளில் இது உண்மையில்லை. அங்கு உயர்சாதி ஆண்களே கடை உரிமையாளர்கள். அதில் நாவிதர்கள், வண்ணார்கள் வேலைசெய்கிறார்கள்.

72 T. Scarlett Epstein, 'Productive Efficiency and Customary Systems of Rewards in Rural South India,' in Raymond Firth, ed., *Themes in Economic Anthropology* (London: Tavistock, 1967), pp. 229-52.

73 கொங்குப் பகுதியில் பயன்படுத்தப்படும் அளவைகளுக்குப் பார்க்க: பின்னிணைப்பு-ஈ.

74 விவரங்களுக்குப் பார்க்க பின்னிணைப்பு ஈ.

75 இங்கு மிகமுக்கிய அம்சம் என்னவென்றால் கவுண்டர்கள் முன் செல்கிறார்கள்; அதாவது கணவாளர் கூட்டம் முன் நடத்துகிறது. இந்த ஊர்வலத்தில் யார் இரண்டாவது என்பதோ தகுதிநிலைகளோ பிரச்சினை இல்லை. வயது மூத்தவர்கள் வயதுப்படி முன்செல்ல மற்றவர்கள் பின்செல்லவேண்டும்.

76 உண்மையில் இந்தத் தொகை ஏலம் விடப்படுகிறது; இதனால் வட்டி விகிதம் மாறுகிறது. ஒவ்வொரு மாதமும் ஒரு தொகை ஏலம் போகிறது. நடவுக் காலமான மார்ச், செப்டம்பர் மாதங்களில் அதிகமாகவும், சாகுபடி காலமான நவம்பரில் குறைவாகவும் ஏலம் போகிறது. நான்கு ஆண்டுகள் இந்தக் கோயில் கூட்டங்களில் தவறாமல் நான் கலந்து கொண்டு பதிவு செய்துள்ளேன். தகவலாளி 20 உதவியுடன் அந்தப் பதிவுகளும் ஏலத் தொகை விவரங்களும் என்னிடம் உள்ளன.

5. தனிக்குடும்பம்

1 ஓர் ஆண், ஒரு பெண்ணின் சகோதரர் அல்லது தந்தை குடும்பத்தில் இருந்து உணவைப் பெற்றுக்கொள்ளும்போது தொழிற்படும் அதே விதிகள் இல்லாமலே அந்தப் பெண்ணிடமிருந்து உணவு பெறலாம்.

2 குடும்பம் என்ற சொல் இங்குக் கூறப்படும் பொருத்தப்பாடு, மத்திய ஆசியாவில் குடும்ப என்று மேயர் குறிப்பிடும் சொல்லில் இருந்து வேறுபட்டது. Adrian C. Mayer, *Caste and Kinship in Central India* (London: Routledge and Kegan Paul, 1960), pp. 169-172.

3 முள்வேலி என்பது சுவர் வேலி, அகலி போன்ற காரணத்துக்காகவே பயன்படுகிறது.

4 தை நோன்பு, புது வீடு புகுதல் ஆகிய நிகழ்வுகளின்போது கட்டப்படும் அதே இலை தோரணம்தான். ஆனால் வேறு மரத்தின் இலைகளால் கட்டப்படுகிறது.

5 தகவலாளி எண் 20.

6 வாய்ப்புக்கேடாக, இந்தக் குழு குறித்து நான் ஆராயவில்லை. கோயிலில் நடனம் ஆடுவது சென்னை மாகாண அரசால் தடை செய்யப்பட்ட பின்பு, இந்தக் குழு தனது தனித்தன்மையை இழந்து, அந்தப் பகுதியின் பிற முதலியார் குழுக்களுடன் இணைந்தது.

7 இங்குக் கொங்குக்கவுண்டர்கள் குறித்துப் பேசுகிறேன். இது, பிராமணர்கள், பிள்ளைகள், உயர்நிலை இடங்கைப் பிரிவின் குழுக்கள் ஆகியவற்றுக்கும் பொருந்துகிறதா என்பது எனக்குத் தெரியாது. வலங்கைப் பிரிவின் உயர்நிலைச் சமுதாயங்களைவிட இந்தக் குழுக்கள் தங்கள் குடும்பங்கள் பிரிவதை விரும்புவதுபோல் தெரிகிறது.

8 சில நேரங்களில், நிலச்சீர்திருத்த சட்டங்களிலிருந்து தப்பிப்பதற்காக இந்தக் குடும்பங்கள் நில ஆவணங்களில் தங்கள் நிலங்களைப் பிரித்துக்கொள்கின்றன. ஆனால், குடும்பங்கள் பிரிவதில்லை.

9 இத்தகைய வரையறைகள், இந்தியாவில் கூட்டுக்குடும்பங்கள் குறித்து விரிவாக ஆராய்ச்சி செய்துள்ள பாலின் கொலண்டா கூறுவதோடு தொடர்புடையவை. இத்தொடர்புகள் தொடர்கின்றன:

கொலண்டா வகை	இங்குப் பயன்படும் வகை
1	அ1
3, 4	அ2
2, 5	ஆ1
6, 7, 8, 9, 10, 11	ஆ2

See Pauline M. Kolenda, 'Region, Caste and Family Structure: A Comparative Study of the Indian joint Family', in Milton Singer and Bernard Cohn., eds. *Stucture and Change in Indian Society* (Chicago: Aldine, 1968), pp. 346 - 47. For the purposes of this study I could not see the usefulness of the very detailed differentiation which Kolenda had made. Thus, I have lumped some of her categories together, as can be seen. The primary data are available to anyone who would like to undertake a more elaborate analysis.

10 ஓர் ஆண் 30 வயதடைந்தபோதும் ஒரு பெண் 25 வயதடைந்தபோதும் வயது வந்தவராகக் கருதப்படுகிறார். இந்த வயதுகள் இவர்கள் திருமணம் செய்துகொள்ளும் அதிகபட்ச வயதைக் குறிக்கின்றன.

11 Pauline M. Kolenda, 'Regional Differences in Indian Family Structure', in Robert I. Crane, ed., *Regions and Regionalisms in South Asian Studies: An Exploratory Study,* Papers presented at a symposium held at Duke University, April 7-9, 1966, Duke University Program in Comparative Studies in South Asia, Monograph and Occasional Papers Series, Monograph No 5 (Durham, N.C: Duke University, Program in Comparative Studies in South Asia, 1967), pp. 147-226.

12 தனிப்பட்ட தொடர்பு.

13 தர்ம சாஸ்திரங்கள்.

14 மாதிரி கணக்கில் காணப்படுவன, பின்னர் ஏற்பட்ட குடும்பப் பிரிவுகளைக் காட்டுகின்றன.

15 இந்தப் பொதுவான போக்கு கொலண்டா அகில இந்திய அளவில் மேற்கொண்ட ஆய்வு முடிவுகளோடும் பொருந்துகிறது. பார்க்க: Pauline M. Kolenda, 'Region, Caste and Family Structure,' p. 381.

16 இந்த அனைத்துப் பொதுமைப்பண்புகளில் இருந்தும் மாதாரி சமுதாயத்தை விதிவிலக்காகக்கொள்ள வேண்டும். மாதாரி சமுதாயம் 34 விழுக்காடு கூட்டுக்குடும்பமாக வாழ்கிறது என்ற புள்ளிவிவரம் உறுதியாக அவர்களின் எழுத்தறிவு, சமூகநிலை காரணமாக அல்ல. அவர்களின் சக இடங்கைப் பிரிவு உறுப்பினர்கள் போன்றே அவர்களும் தங்களின் மிக அதீத வறுமையின் காரணமாக சமூக மரபுகளைப் பேண முடியாதவர்களாக உள்ளனர். கொலண்டாவின் மிக விரிவான தரவுகள் மறுபகுப்பாய்வுக்கு உட்படுத்தப்பட்டால் இந்தியாவின் பிற பகுதி களிலும் இதே போன்ற சாதி, கிளைச்சாதி முரண்கள் நிலவுவதை ஒருவர் காணமுடியும்.

17 இயல் 3, குறிப்புகள் 35இல் சுட்டிக்காட்டியுள்ளதுபோல உறவு முறைகள் குறிகளாக்கப்பட்டுள்ளன: B-சகோதரர், D - மகள், F - அப்பா, H - கணவர், M- அம்மா, S - மகன், W மனைவி, Z - சகோதரி. இக்குறிகள் இந்த வரைபடத்திலும் இந்த இயலில் தொடரும் விவாதம் முழுவதிலும் பயன்படுத்தப்பட்டுள்ளன.

18 இந்த விவரத்தில் சாதிக்குச் சாதி சிறு வேறுபாடுகள் உள்ளன. இவற்றில் சில பின்னர் கோடிட்டுக் காட்டப்படும்.

19 அம்மா, அம்மாயி இரண்டு சொல்லுக்கும் இடையில் காணப்படும் ஆர்வமூட்டும் ஒற்றுமையைக் காணுங்கள். அதேபோல அத்தை (அப்பாவின் சகோதரி), ஆத்தா (அப்பாவின் அம்மா) இரண்டுக்கும் இடையிலும் ஒற்றுமையைக் காணலாம்.

20 இயல் 3இல், வலங்கைப் பிரிவில் உள்ள துணைச்சாதிகளின் ஆண்கள், இடங்கைப் பிரிவின் தங்கள் தகுதிநிலைக்கு ஈடான கிளைச் சாதிகளின் ஆண்களை மச்சான் என்று அழைக்கிறார்கள் என்று குறிப்பிட்டேன். ஆண்களுக்கு இடையிலான இந்த உறவு கேலி உறவுகொண்டது. ஆனால் பெண்கள், குறிப்பாகத் திருமணமாகாத பெண்கள் இந்த உறவைச் சொல்லி அழைக்கும்போது கூச்ச உணர்வு அடைகிறார்கள்.

21 இது, எனது உதவியாளர் தாமஸ் ஸ்டோர்ம் அவர்களால் சுட்டிக்காட்டப் பட்டது. இந்த வார்த்தையை சில ஆண்டுகளாகவே அறிவேன் என்றாலும் இதற்கான விளக்கம் நான் அறியவில்லை.

22 தெளிவான வம்சாவளி வரிசை உறவுமுறையில் திருமணமாகாத பெண்களின் எண்ணிக்கையைத் தோராயமாக 10 முதல் 15 விழுக்காடாக மதிப்பிடலாம். இந்தப் புள்ளிவிவரம் கிராமப்பகுதி திருமணங்களின் வம்சாவளி குறித்த எனது தகவல்களில் இருந்து உருவாக்கப்பட்டது.

23 பொதுப்பகுதி வகைமையில் உள்ளடங்கியுள்ளவை போன்ற FZSWZ, MBWBD, FBWZ ஆகிய உறவுமுறைகளுடனான திருமணங்கள் ஆகும்.

24 இந்தப் பிந்தைய வகை திருமணத்துக்கான இரு உதாரணங்களை கண்ணபுரம் கிராமப் பகுதியில் சேகரித்தேன். சமுதாயத்தின் பொதுவான குடியிருப்புவாசிகளால் இவை அதிகமாக நிராகரிக்கப்படுகின்றன. ஆனால், இவை நிதி காரணங்களுக்காக ஏற்பாடு செய்யப்படுவதால் கண்டுகொள்ளாமல் விடப்படுகின்றன. அப்பாவின் இரண்டாவது மனைவியின் சகோதரி திருமணத்திலும் இதுபோன்ற உதாரணங் களைக் காணலாம்.

25 இத்தகைய குழுக்களின் அமைப்புசார் அம்சங்கள் சில ஏற்கனவே இயல் 2இல் விவாதிக்கப்பட்டுள்ளன.

26 இருந்தாலும், சகோதரி மகள் திருமண விதிவிலக்கு கொங்குப் பகுதியின் அனைத்துச் சாதிகளிலும் காணப்படுகிறது. சகோதரியின் மகள் இணைப்புகள் தலைமுறை தனித்தன்மைகளைக் குழப்புகிறது. ஆனால், மணவழி - இரத்தவழி வகைகளைப் பாதிப்பதில்லை.

27 இதே விதிகள், வில்லியம் மெகொர்மாக் தம் கட்டுரையில் பதிவு செய்துள்ள தரவுடன் இசைவுள்ளதாக இருக்கின்றன. பார்க்க: *William McCormack*, 'Sister's Daughter Marriage in a Mysore Village', *Man in India* 38, no. 1 (1958): 34-48. எமனோ தரும் பதிவுகள் 'தாய்வழிமரபு உடன்பிறப்பு வழியாகக் கண்டுபிடிக்கப்பட முடியாத உறவினை' குறிப்பிடுகின்றன. பார்க்க: *M. B. Emeneau*, 'Language and Social Forms: A Study of Toda Kinship Terms and Dual Descent', in Leslie Spier, ed., *Language, Culture and Personality* (Wisconsin:

Sapir Memorial Publications Fund, 1941), pp. 158-79. This question should be investigated further, as it suggests that for some groups, a further catagory referring to clan or decent-group membership should be inserted between nos. 0 and 1 in the order of priorities.

28 மகன்/ள் மகனுக்கான தமிழ்ப்பெயர் பேரன், மகளுக்கான பெயர் பேத்தி: இதுவே பாட்டன், பாட்டி என்று எதிர்நிலையில் அழைக்கப்படுகிறது. தங்கள் பெற்றோரின் பெயர் தங்கள் பிள்ளைகளுக்கு வைப்பதன் காரணமாகப் பெயரன், பெயர்த்தி என்று அழைக்கப்பட்டுப் பேரன், பேத்தி என மருவியிருக்கலாம்.

29 துய்மோன் தம் பொது ஆய்வில் இந்த முரணைப் பதிவு செய்திருந் தாலும், அதிக அழுத்தம் அளிக்கவில்லை. *Louis Dumont, Une Sous-Caste de l'Inde du ocud* (Paris: Mouton, 1957), 277-80.

30 கொழும்பு போன்ற பல்கலாசார அமைப்பில்கூட இத்தகைய தடை இருப்பது ஆர்வத்துக்குரியது. பார்க்க: Nur Yalman, *Under the Bo Tree* (Berkeley: University of California Press, 1967), p.222. தென் பகுதியிலும் கிளைமுறை அல்லது புறமண உறவு இருக்கும் இடங்களில் திருமண விவகாரங்களில் உறவுமுறை பட்டியலில் இதே முன்னுதாரணம் காணப்படுகிறது. பார்க்க: Louis Dumont, Hierarchy and Marriage Alliance in South Indian Kinship, *Occasional Papers of the Royal Anthropological Institute,* no. 12 (London, 1957), p. 28.

31 Nur Yalman, *Under the Bo Tree* (Berkeley: University of California Press, 1967), p. 337.

32 கோத்திரம் என்ற சம்ஸ்கிருத சொல்லைப் பயன்படுத்துவதால், ஸ்மிருதி பிரதிகளில் கூறும் தவிர்த்தல்கள் பின்பற்றுப்படுவதாக அர்த்தம் இல்லை. உதாரணமாக, முந்தைய ஏழு தலைமுறைகளுக்குள் தொடர்புடைய கோத்திர உறுப்பினர்களுடனான திருமணம், தாய் மாமன் (MB)கோத்திரத்தில் திருமணம் ஆகியவை தடைசெயப் பட்டுள்ளன. ஆனால் அவ்வாறு கடைப்பிடிப்பதில்லை.

33 நாட்டார் கதைகளின்படி, அயல் திருமணங்களைக் கவுண்டர்கள் ஏற்று வந்துள்ளனர். சில நூறு ஆண்டுகளுக்கு முன்னர்தான் தற்போதைய அமைப்புக்கு மாறியுள்ளனர். (விவரங்களுக்கு இயல் 3 பார்க்க.)

34 E. Kathleen Gough, 'Brahman Kinship in a Tamil Village' *American Anthropologist* 58 (1956): 829.

35 தாய்மாமன் (MB) சற்று மதிப்பு குறைவானவர். அத்தை கணவருக்கு (FZH) அதிக மதிப்பு தரப்பட வேண்டும் என்று இச்சமுதாயத்தைச் சேர்ந்த தகவலாளிகள் வெளிப்படையாகவே கூறுகின்றனர். இது

குறித்த விவாதத்துக்கு இந்தப் புத்தகத்தின் அறிமுகப் பகுதியைப் பார்க்க.

36 மிக அதிக வசதி படைத்தவர்கள் இந்த அறிவிக்கையில் இருந்து நீக்கப்பட வேண்டும். தமக்குப் பொருத்தமான பொருளாதார நிலையில் இருந்து தூரத்தில் அவர்கள் தேட நிர்ப்பந்திக்கப்படலாம்.

37 இதனை நான் முதலில் தகவலாளி எண் 31இடமிருந்து அறிந்தேன். பொள்ளாச்சியில் வாழும் ஓர் ஐயங்கார் குழுவுக்குள் இதே நிலை நிலவுகிறது. ஆனால், இதனை நேரில் அறிந்துகொள்ளும் வாய்ப்பு எனக்கு உருவாகவில்லை.

38 செங்கல்பட்டு பகுதியைச் சேர்ந்த கொண்டை கட்டி வேளாளர் மத்தியில் ஸ்டீபன் பார்னெட் (பிரின்ஸ்டன் பல்கலைக்கழகம்) அண்மையில் ஓர் ஆய்வை நிறைவு செய்துள்ளார். அவருடைய முடிவுகளும் முதலியார் சமூதாய பழக்கம் குறித்த மற்ற அம்சங்கள் குறித்த முடிவுகளுடன் ஒத்திசைகின்றன. Stephen Barnett, *The Structural Position of a South Indian Caste: Kontaikatti Vellalars in Tamilnadu* (Ph. D. dissertation, Dept. of Anthropology, University of Chicago, 1970).

39 திருமணத்தைப் பதிவு செய்து சான்றிதழ் பெறும் வழக்கமின்மையால் சட்டப்பூர்வ விவாகரத்து சிக்கலாகிறது. இத்தகைய சட்டப்பூர்வ விவாகரத்து அதிக செலவும் ஆகிறது. இதனால் இயல்பாகப் பிரிந்து செல்வதே பொதுவாக ஏற்கப்படுவது மட்டுமல்லாமல் அதுவே பரிந்துரைக்கப்படுகிறது.

40 இங்குக் கீழ்நிலை தீண்டத்தகும் சாதிகளைக் குறிப்பிடுகிறேன். இந்த அம்சத்தில் தீண்டத்தகாதவர்கள் குறித்த தகவல்கள் என்னிடம் இல்லாதது வாய்ப்புக்கேடானது.

41 சமுதாயத்தின் தகுதிநிலை, வசதிகளைப் பொறுத்து பரிசப்பணம் தொகை மாறுபடுகிறது. ஒற்றைப்படையில் தொகை குறிக்கப்படுவது ராசியாகப் பார்க்கப்படுகிறது. கூடுதலாக கால்ரூபாய் சேர்க்கப் படுகிறது. இது, வளம் சேர்வதன் அடையாளமாகப் பார்க்கப்படுகிறது.

42 இந்த உரிமைப்பெண் கருத்தியல் குறித்து அடுத்தப் பகுதியில் விவாதிக்கப்படுகிறது.

43 வரதட்சணை வாங்கும் குடும்பங்கள் திருமணத்தின்போது மொய் செய்வதை நிராகரிக்கின்றன. மொய் என்பது திருமணத்தின்போது கலந்துகொண்ட உறவினர்கள் (விருந்து உண்பவர்கள்) அளிக்கும் பணம்/பரிசு ஆகும். இந்த மொய் பணம் பதிவு செய்யப்படுகிறது. மொய் செய்த குடும்பங்களில் (விருந்துண்ட குடும்பங்களில்) பின்னர் திருமணங்கள் நடைபெறும்போது விருந்தளித்தவர் விருந்துண்பவராகி

அதே அளவு அல்லது அதற்குச் சற்று அதிகமாகப் பதிலுக்கு மொய் செய்யப்படுகிறது. இது விருந்தளிப்பவருக்கு அந்த நேரத்தில் திருமணச் செலவை ஈடுகட்ட மிக முக்கியத் தொகையாக இருக்கும். ஆனால், இது நிராகரிக்கப்படுவது, வரதட்சணைத் திருமணங்களில் மணப்பெண்ணின் தந்தையே திருமணச் செலவின் ஒரு பங்கினை பரிசாக அளிப்பதனால் ஆகும்.

44 இந்த உரிமை என்பது ஒருவகையில் பரம்பரைச் சொத்தில் உரிமை கோருவதன் அம்சமாகவும் இருக்கிறது. தகவலாளிகளும் இச் சொல்லைப் பிரித்துப் பொருள் கூறுவதன்மூலம் இதனை உணர்த்து கிறார்கள். மேலும், திருமண இணையின் உரிமைகளும் பரம்பரைச் சொத்தில் கோரப்படும் உரிமைகளும் முழுமையும் தொடர்பற்றவை யல்ல. இத்தொடர்பின் கூடுதல் அழுத்தத்துக்குப் பார்க்க: Nur Yalman, *Under the Bo Tree*, p. 133.

45 உதாரணமாக, என்னிடமுள்ள வம்சாவளி வரிசைகளில் ஒருவரான தகவலாளி எண் 20 ஒரு குடும்பத்தின் உடன்பிறப்புகளில் மூத்தவர் ஆவார். அவர் தம் சொந்த ஒன்றுவிட்ட சகோதரி, அதாவது அப்பாவின் சகோதரி மகளைத் திருமணம் செய்துள்ளார். இளைய உடன்பிறப்புகள் தூரத்தில் திருமணம் செய்துள்ளனர். பிறன்மலைக் கள்ளர்களிடமும் இதே முறை நிலவுவதைத் துய்மோன் பதிவு செய்துள்ளார். பார்க்க: Louis Dumont, *Une Sous-Caste de l'Inde du sud,* p. 188-96; Louis Dumont, Hierarchy and Marriage Alliance, pp. 23-4 .

46 எனது களக் குறிப்புகளில் இருந்து இவ்விளக்கம் எடுக்கப்பட்டுள்ளது.

47 இந்தப் பாடல் இளைய சகோதரி தனது மூத்த சகோதரரை நோக்கிப் பாடுவதாக இருக்கலாம். இப்படி தகவலாளி எண் 32ஆல் வழங்கப் பட்டது. இது பழைய நடையில் எழுதப்பட்டிருந்தது. சிகாகோ பல்கலைக் கழக முனைவர் இ. அண்ணாமலை இதன் மொழிபெயர்ப்பில் உதவினார்.

48 தகவலாளி எண்கள் 27, 52.

49 மணமகள் விலையாக எட்டுத் தங்கக் காசுகள் அளிக்கும் வழக்க மிருப்பதை எட்டுப்பொன் பெண் என்று துய்மோன் குறிப்பிடுவதைக் காண்க. பார்க்க: Louis Dumont, *Une Sous - Caste de l'Inde du sud,* p. 191. இதுபோன்ற மேலும் தகவல்களுக்கு: Nur Yalman, *Under the Bo Tree,* pp. 167, 170; Kathleen Gough, 'Female Initiation Rites on the Malabar Coast', *Journal of Royal Anthropological Institute* 85 (1955): 59.

50 Rodney Needham, *Structure and Sentiment* (Chicago: University of Chicago Press, 1962). This work was intended to be a clarification

of Claude Levi-Strauss, *Les Structures elementaries de la parente* (Paris: Presses Universitaires de France, 1949), of which a discussion follows shortly. In this discussion, an English translation is used: Claude Levi-Strauss, *The Elementary Structures of Kinship,* Translated by Bell, Von Sturmer, and Needham, editor, revised ed. (Boston: Beacon Press, 1969).

51 இந்தக் கருத்தை நான் விளங்கிக்கொள்ள எனக்கு உதவிய ஹெரால்ட் ஷெஃப்லர் அவர்களுக்குக் கடமைப்பட்டுள்ளேன். See Harold W. Scheffler, '*The Elementary Structures of Kinship* by Claude Levis-Strauss: A Review Article,' *American Anthropologist* 72 (1970): 251-68.

52 Claude Levi-Strauss, *The Elementary Structures of Kinship,* p. xxxiii.

53 ibid.

54 ibid., ¡ pp. xxx- xxxiii.

55 ibid., p. xxxiii.

56 ibid., pp. 241, 166.

57 ibid., pp. 352, 441, 445-48. Anisogamy is the general term Levi-Strauss uses to cover both hypergamy and hypogamy.

58 இந்த இயலின் இறுதிப் பக்கங்களில், வலங்கைப் பிரிவுக் குழுக்களின் திருமண ஏற்பாடுகள் குறித்த பொது விவாதங்களுக்கும் இடங்கைக் குழுவின் பெண் கொடுப்பவர், எடுப்பவர் என்ற முரண் பழக்கத்திற்கும் கோட்பாட்டு அழுத்தம் தரப்பட்டுள்ளது. அதே நேரத்தில் திருமண உறவு மூலம் பொருளாதார மேம்பாட்டுக்கான நகர்தலில் இந்தக் கொள்கைகள் கண்டுகொள்ளப்படுவதில்லை என்பது ஏற்கனவே கூறப்பட்டுள்ளது.

59 இந்தப் பகுதி விவாதத்தில், குறிப்பாகப் பிராமணர், கோமுட்டிச் செட்டியார் சமுதாயங்களை மட்டும் குறிப்பிடுகிறேன். வேட்டுவக் கவுண்டர் குறித்து அதிகம் தெரியாது. அட்டவணை 5.8இல் வேட்டுவக் கவுண்டர் அத்தை மகள் முன்னுரிமை அளிக்கின்றனர்.

60 Claude Levi-Strauss, *The Elementary Structures of Kinship,* p. 441.

61 இந்த ஒரேயொரு வகையில்தான் திருமணத்தின்போது சடங்குகள் நடப்பதில்லை. இந்தத் திருமணத்துக்கான செலவு குறைவாயிருக்கும் என்பதை ஒருவரும் ஏற்கமாட்டார்கள். தகவலாளிகள் (எண்கள் 4, 18, 53,54) இத்தகைய திருமணங்களில் பரிசப்பணம் குறைக்கப்படும் என்கின்றனர்.

62 'ஒரு பெண், தனது கணவருக்கும் தனக்குமான உறவுமுறை உரிமையின்படி திருமணம் செய்துகொள்வது உரிமைப்பெண் ஆகும். தனது கணவரின் வசதி அல்லது தகுதியால் திருமணம் செய்வது பெருமைப் பெண் ஆகும். F. R. Hemingway, *Gazetteer of Trichinopoly Dist.* (Madras: Govt. Press, 1907), 94. இந்த ஆர்வமூட்டும் பயன்பாடு கொங்குப் பகுதியில் உள்ளதாக நான் அறியவில்லை.

63 அத்தைமகள் உரிமைகொண்ட இரு குழுக்கள் (FZD) குறித்து நான் தகவல் பெற்ற குழுக்களாக இருப்பவர்கள் ஐயர் பிராமணரும் கோமுட்டிச் செட்டியாரும் ஆவர். முன்பு குறிப்பிட்டதுபோல, வேட்டுவக் கவுண்டர்களும் அத்தைமகள் உரிமை கொண்டுள்ளனர். ஆனால், இந்தச் சமுதாயம் குறித்த வம்சாவளி வரிசை என்னிடம் இல்லை.

64 உறவுமுறை பெயர்ப்பட்டியல்படி பெண் கொடுப்பவர், பெண் எடுப்பவர் இடையேயான வேறுபாடுகள் குறித்த விளக்கம் இந்தப் புத்தக அறிமுக உரையிலும் இந்த இயலிலும் கூறப்பட்டுள்ளதை நினைவு கொள்க. இருந்தாலும் நாம் ஏற்கனவே பார்த்ததைப்போல் அத்தைமகள் உரிமை முன்னுரிமையை வெளிப்படுத்தாத மற்றொரு நடுநிலைக் குழுவான காருணிகர் பிள்ளை அப்பாவின் சகோதரியின் கணவர் (FZH), தாய்மாமன் (MB) உறவுமுறைக்கு இடையே தெளிவான வேறுபாட்டைக் கொண்டுள்ளனர். மாறாக அவர்கள் தாய்மாமன் மகள் (MBD) திருமணத்துக்கே முன்னுரிமை அளிக்கிறார்கள்.

65 Louis Dumont, *Homo Hierarchicus* (Paris: Gallimard, 1966), p. 96.

66 உதாரணத்துக்கு, F.G. Bailey, *Caste and the Economic Frontier* (Manchester: Manchester University Press, 1957), p. 15; K. S. Mathur, *Caste and Ritual in a Malwa Village* (Bombay: Asia Publishing House, 1964), p. 5; M. N. Srinivas, *Religion and Soceity Among the Coorgs of South India* (1952; reprint ed., London: Asia Publishing House, 1965), p. 24.

67 உள்ளூர் ஊடாட்டங்களால் வரையறைக்கப்படும் சாதிகள், மண்டல உறவுப் பின்னலால் வரையறைக்கப்படும் கிளைச்சாதிகள் இடையிலான வேறுபாடுகளுக்கு அழுத்தம் கொடுக்கும் ஆட்ரியன் மேயர்கூட கிளைச்சாதிகளின் எல்லைப் பரப்புகளை ஏற்கும் விதத்தில் அதனை வெளிப்படுத்தவில்லை.

68 Louis Dumont, 'Distribution of Some Maravar Sub-castes', in Bala Ratnam ed., *Anthropology on the March* (Madras: The Book Centre, 1963), p. 304.

69 தகவலாளி எண் 47.

70 கூர்கில் உள்ளதுபோன்றே அருகமையில் இருக்கும் ஆதிக்கச் சாதி களிடம் இந்தத் தன்மை காணப்படுகிறது என்று சீனிவாஸ் குறிப்பிடுகிறார். பார்க்க அவருடைய நூல் Religion and Society, p. 37.

71 ஆந்த்ரே பெத்தேய்ஸ் அவர்களும் எனது பார்வைக்கு ஏற்ப உள்ளூர்த் தகுதிநிலை குழுக்களாகக் கிளைச்சாதிகளைக் குறிப்பிட்டுள்ளது மிகுந்த ஊக்கமளிப்பதாக உள்ளது. See Andre Beteille, *Caste, Class and Power* (Berkeley: University of California Press, 1965), p. 188.

6. முடிவுரை

1 Adrian C. Mayer, *Caste and Kinship in Central India* (London: Routledge and Kegan Paul, 1960), pp. 37-38, 44-47, 81, 88, 131.

2 அறிமுகவுரையில் குறிப்பிட்டதுபோல, இந்தப் புத்தகம் முழுவதும் கிளைச்சாதிகளின் தகுதிநிலை பிராமண விருந்தில் கிளைச்சாதிகள் அமரும் வரிசையிலேயே குறிப்பிடப்படுகின்றன.

3 நில வருவாய் வரையறையின்படி ஆகும்.

4 ஒரு நாடார் குடும்பமும் குத்தகை பெற்றுள்ளது. பிராமண, பிள்ளை நில உடைமையாளர்கள் தங்கள் நிலங்களைக் குத்தகைக்கே விடுகின்றனர். அறிமுகப் பகுதியில் குறிப்பிட்டுள்ளதுபோல, இந்து ஸ்மிருதிகள் இந்த இரு கிளைச்சாதிகளும் நிலத்தில் வேலை பார்ப்பதைத் தடுக்கிறது. இவர்கள் மற்றவர்களை ஆதிக்கம் செலுத்துவதற்கான வாய்ப்புகளை இன்னமும் சுருக்குகிறது.

5 இந்த ஒரே காரணத்துக்காகவே, நான்கு பட்டக்காரர் குடும்பங்கள் தங்கள் சொந்த நிலப்பகுதியிலோ அருகிலோ குடியிருக்கிறார்கள். தமது பெரும்பாலான நிலங்களைத் தாமே பராமரிக்கிறார்கள். இதை மீறி மிஞ்சும் நிலத்தைத் தமது நெருங்கிய உறவினர்களுக்கு மட்டும் குத்தகை விடுகிறார்கள்.

பின்னிணைப்பு ஊ: சொத்துரிமைக் கோரல்கள்

1 இரு இடங்கைப் பிரிவு குழுக்களின் இரு சமுதாயங்களின் (வேட்டுவர் கவுண்டர், வேடர்) இரண்டுபேர்தான் இத்தகைய நடைமுறைகள் தடை செய்யப்பட்டிருப்பதை என்னிடம் கூறியவர்கள். பெற்ற மகன் இல்லாத நிலையில் அந்த ஆணின் சகோதரர்களுக்குச் சொத்து கிடைக்கும் என்றனர்.

2 ஒரு மனிதர் தனது சொந்த சம்பாத்தியத்தில் சம்பாதிக்கும் சொத்து குடும்ப பரம்பரைச் சொத்தில் சேராது. அதனை அவர் விருப்பம் போல் விற்கலாம். அவ்வாறு பிரிக்கப்படாத பட்சத்தில் அவரது இறப்பின் போது

அவையும் பாரம்பரிய சொத்துகளோடு சேர்க்கப்பட்டு அவரது பாரம்பரிய சொத்தாக அடுத்த தலை முறைக்குச் செல்லும்.

3   குறிப்பாக, விளக்கப்படம் ஊ.1 கிருஷ்ணாவின் இரு மனைவிகளின் குழந்தைகளும் உரிமை பெற்றிருப்பதைக் கவனிக்கவும்.

உசாத்துணை

அருணாசல கவுண்டர், கே. பழையகோட்டை பட்டக்காரர் நாட்டுப் பாடலும் பூர்வ பட்டயமும் (திருநெல்வேலி: எஸ். ஆர். சுப்பிரமணிய பிள்ளை, 1965).

கிருஷ்ணமூர்த்தி, செங்கோட்டு வேலன், நாராயணன். கொங்குநாடு. இரண்டாவது உலகத் தமிழ் மாநாடு கருத்தரங்கம்(கோயம்புத்தூர்: மாவட்ட வரவேற்புக்குழு).

கோதாண்டராமன், கே.கே.கொங்குநாடும் சமணமும் (கோயம்புத்தூர்: கோவை நிலையப் பதிப்பகம், 1953).

சுப்பையா, சிவகலை எம். கொங்குநாட்டுக் கோயில்கள் (மதராஸ்: பாரி அச்சகம், 1967).

திருவாணன். மாங்கல்யம் தந்த மகராசி (மதராஸ்: வானதி பாதிப்பகம், 1960).

நகர வழிகாட்டி. காங்கேயம், 1969.

பழனிச்சாமி புலவர், க.கொங்குச் செல்வி (கோயம்புத்தூர்: புதுமலர் பதிப்பகம், 1948).

______. பதி. ஒடலர் குறவஞ்சி என்னும் அழகுமலை குறவஞ்சி (கோயம்புத்தூர்: காந்திதாசன் அச்சகம், 1969)

புலவர் குழந்தை. கொங்கு நாடு. (ஈரோடு: வேலா பதிப்பகம், 1968).

பொன்னழகர் என்னும் கள்ளழகர் அம்மானை- பொன்னர் மற்றும் கள்ளழகர் வரலாறு (மதராஸ்: ஆர்.ஜி. பதி கோ., 1965).

ராமசந்திர செட்டியார், சி.எம். கொங்கு நாட்டு வரலாறு (அண்ணாமலை நகர்: அண்ணாமலை பல்கலைக்கழகம், 1954).

வெள்ளையங்கிரி கவுண்டர், வி.சி. எங்கள் நாட்டுப்புறம் (கோயம்புத்தூர்: கோவை நிலையப் பதிப்பகம், 1951)

ஜகந்நாதன், கி.வ. நல்ல சேனாபதி (மதராஸ்: அமுத நிலையம், 1963).

Aberle, E. Kathleen (formerly E. Kathleen Gough). 'Brahmin Kinship in a Tamil Village.' *American Anthropologist* 58 (1956): 826-53.

______.'Caste in a Tanjore Village.' In *Aspects of Caste in South India, Ceylon and North-West Pakistan,* edited by E. R. Leach, pp. 11-60. Cambridge: Cambridge University Press, 1960.

_____.'A Comparison of Incest Prohibitions and the Rules of Exogamy in Three Matrilineal Groups of the Malabar Coast.' *International Archives of Ethnography* 46, part 1 (1952): 82-105.

_____. 'Criteria of Caste Ranking in South India.' *Man in India* 39, no. 2 (1959): 115-26.

_____. 'Female Initiation Rites on the Malabar Coast.' *Journal of the Royal Anthropological Institute* 85 (1955): 45–78.

_____.'The Social Structure of a Tanjore Village.' In *India's Villages*, edited by M. N. Srinivas, pp. 90-102. 2nd ed., rev. Bombay: Asia Publishing House, 1960.

_____.'The Social Structure of a Tanjore Village.' In *Village India,* edited by McKim Marriott, pp. 36-52. Chicago: University of Chicago Press, 1955.

Adiceam, E. *La Geographie de l'irrigation dans le Tamilnad.* Paris: Ecole francaise d'Extreme Orient, 1966.

Aiyappan, A. 'Cross-cousin and Uncle-niece Marriages in South India.' *Congres International des Sciences Anthropologiques et Ethnologiques,* Compte-rendu de la premiere session, pp. 281-82. Londres, Institut royal d'anthropologie, 1934.

_____. *Social Revolution in a Kerala Village.* Bombay: Asia Publishing House, 1965.

Ananthakrishna Iyer, L. K. The *Cochin Tribes and Castes.* 2 Vols. Madras: Higginbotham, 1909-12.

_____. *The Mysore Tribes and Castes.* 4 vols. Mysore: Mysore University, 1928-36.

_____. *Travencore Tribes and Castes.* Madras: Higginbotham, 1939.

Andreen, A. *Annual Report for the T. E. L. C. Pioneer Board.* Polachi: Lutheran Church, 1954-55.

Arokiaswami, M. 'The Cult of Mariamman or the Goddess of Rain.' *Tamil Culture* 2, no. 2 (1953): 153–57.

_____. *The Early History of the Vellar Basin: A Study in Vellala Origin and Early History.* Madras: Madras University, 1954.

_____. *The Kongu Country.* Madras: Madras University Press, 1956.

Babb, Lawrence A. 'Marriage and Malevolence: The Uses of Sexual Opposition in a Hindu Pantheon.' *Ethnology* 9, no. 2 (1970): 137-48.

Baden-Powell, B. H. *The Indian Village Community.* 1892. Reprint. New Haven: Human Relations Area File Press, 1957.

Bailey, F. G. *Caste and the Economic Frontier.* Manchester: Manchester

University Press, 1957.

_____. *Tribe, Caste and Nation.* Manchester: Manchester University Press, 1960.

Bannerjee, Mrs. Bhavani. *Marriage and Kinship of the Gangadikara Vokkaligas of Mysore.* Deccan College Dissertation Series, no. 27. Poona: Deccan College Postgraduate and Research Institute, 1966.

Barnett, Stephen A. 'The Structural Position of a South Indian Caste: Kontaikatti Velalars in Tamilnadu.' Ph.D. dissertation, University of Chicago, 1970.

Barth, Fredrick. 'Segmentary Opposition and the Theory of Games: A Study of Pathan Organization.' *Journal of the Royal Anthropological Institute* 89 (1959): 5-21.

_____. 'The System of Social Stratification in Swat.' In *Aspects of Caste in South India, Ceylon and North-West Pakistan,* edited by E. R. Leach, pp. 113-46. Cambridge: Cambridge University Press, 1960.

Beals, Alan R. 'Conflict and Interlocal Festivals in a South Indian Region. *The Journal of Asian Studies* 23 (1964): 99-114.

_____. *Gopalpur: A South Indian Village,* New York: Holt, Rinehart and Winston, 1962.

Bechu, Rev. L. *Short History of the Coimbatore Mission.* Coimbatore: Victoria Press, 1927.

_____. *Story of the Coimbatore Mission.* Bangalore: Paris Foreign Mission Society, 1948.

Beck, Brenda E. F.'Colour and Heat in South Indian Ritual.' *Man,* n.s. 4, no. 4 (1969): 553–72.

_____. 'The Examination of Marriage Ritual Among Selected Groups in South India.' B. Litt. thesis, Oxford University, 1964.

_____. 'The Right-Left Division of South Indian Society.' *The Journal of Asian Studies* 29, no. 4 (1970): 779-98.

_____. 'Social and Conceptual Order in Konku: A Region of South India.' D.Phil. dissertation, Oxford University, 1968.

Beidelman, Thomas O. *A Comparative Analysis of the Jajmani System.* Locust Valley, New York: Association for Asian Studies, 1959.

Beteille, Andre. *Caste, Class and Power.* Berkeley: University of California Press, 1965.

_____. 'Elites, Status Groups and Caste in Modern India.' In *India and Ceylon. Unity and Diversity,* edited by Philip Mason, pp. 83-120. Institute of Race

Relations. London: Oxford University Press, 1967.

_____. 'Social Organization of Temples in a Tanjore Village.' *History of Religions* 5, no. 1 (1965): 74-92.

_____. 'Sripuram: A Village in Tanjore District.' *Economic Weekly* 14 (1962): 141-46.

Blunt, E. A. H. *The Caste System of Northern India with Special Reference to the United Provinces of Agra and Oudh.* London: Oxford University Press, 1931.

Bougle, Celestin. *Essais sur le regime des castes.* 1908. Reprint. Paris: Alcan, 1927.

Boulnois, J. *La Caducee et la symbolique dravidienne indo-mediterraneenne, de l'arbre, de la pierre, du serpent et de la deesse-mere.* Paris: Librairie d'Amerique et d'Orient, 1939.

Buchanan, Francis Hamilton. *A Journey from Madras Through the Countries of Mysore, Canara, and Malabar.* Vol. 1. London: T. Cadell and W. Davies, 1807.

Burrow, T., and Emeneau, M. B. A *Dravidian Etymological Dictionary.* Oxford: Clarendon Press, 1961.

Cinnucami KavuNTar, S. A. R. *Konku VeLaLar* [The VeLaLars of Konku]. Erode: TamiRan Accakam, 1963.

Clothey, Frederick. 'The Murukan Festival Cycle.' Paper delivered at a workshop on South Indian Festivals, sponsored by the Association for Asian Studies, June 4-6, 1971, at Haverford College.

Codrington, K. de B. 'Caste or Nation? A Mala Salavadi's Badge of Of fice.' *Man* 31, article 208 (1931).

Cohn, Bernard S. 'Political Systems of Eighteenth Century India.' *Journal of the American Oriental Society* 82 (1962): 312-20.

Coomaraswamy, A. K. *Spiritual Authority and Temporal Power in the Indian Theory of Government.* New Haven: American Oriental Society, 1942.

Crane, Robert I., ed. *Regions and Regionalism in South Asian Studies: An Exploratory Study.* Papers Presented at a Symposium held at Duke University, April 7-9, 1966. Duke University Program in Comparative Studies on Southern Asia, Monograph and Occasional Papers Series, Monograph no. 5. Durham, N.C.: Duke University Program in Comparative Studies on Southern Asia, 1967.

Dasan, C. J. *Tamil Lexicon.* 7 vols. Madras: Madras University Press, 1936.

Day, Winefred. 'Relative Permanence of Former Boundaries in India.' *Scottish Geographical Journal* 65, no. 3 (1949): 113-22.

Den Ouden, J. H. B. 'The Komutti Chettiyar: Position and Change of a Merchant Caste in a South-Indian Village.' *Tropical Man* 2 (1969): 45-59.

A Dictionary Tamil and English; based on Johann Philip Fabricus's Malabar-English Dictionary. 2nd ed. Tranquebar: Evangelical Lutheran Mission, 1933.

Diehl, Carl Gustav. *Church and Shrine.* Upsaliensis Historia Religionum. No. 2. Uppsala: Acta Universitatis, 1965.

D'Souza, Victor S. 'Caste and Endogamy: A Reappraisal of the Concept of Caste.' *Journal of the Anthropological Society of India* 11, no. 1 (1959): 11-42.

_____. 'Caste Structure in India in the Light of Set Theory.' *Current Anthropology* 13, no. 1 (1972): 5-14.

Dube, S. C. Indian Village. Ithaca: Cornell University Press, 1955.

_____. 'Ranking of Castes in Telangana Villages.' *The Eastern Anthropologist* 8, nos. 3 and 4 (1955): 182-90,

_____. 'Shirmirpet: The Social Structure of an Indian Villages.' *Man in India* 32 (1952): 17-22.

Dubois, J. A. *Hindu Manners, Customs and Ceremonies.* Oxford: Clarendon Press, 1906.

Dumont, Louis. 'Descent, Filiation and Affinity.' *Man* 61, article 11 (1961).

_____. 'Distribution of Some Maravar Sub-castes.' In *Anthropology on the March*, edited by L. K. Bala Ratnam, pp. 297-305. Madras: The Book Centre, 1963.

_____. 'The Dravidian Kinship Terminology as an Expression of Marriage.' *Man* 54, article 224 (1953).

_____. 'The Functional Equivalents of the Individual in Caste Society.' *Contributions to Indian Sociology* 8 (1965): 85-99.

_____. *Hierarchy and Marriage Alliance in South Indian Kinship.* Occasional Papers of the Royal Anthropological Institute, no. 12. London, 1957.

_____. *Homo hierarchicus.* Paris: Gallimard, 1966.

_____. 'Kinship and Alliance Among the Pramalai Kallar.' *The Eastern Anthropologist* 4, no. 1 (1950): 3-26.

_____. 'Les Mariages Nayar comme faits indiens.' *L'Homme* 1 (1961): 11-36.

_____. 'Marriage in India: The Present State of the Question. I. Marriage Alliance in South-East India and Ceylon.' *Contributions to Indian Sociology* 5 (1961): 75-95.

_____. 'Marriage in India: The Present State of the Question. Postscript to Part One and II. Nayar and Newar.' *Contributions to Indian Sociology* 7 (1964): 77–98.

_____. 'Marriage in India: The Present State of the Question. III. North India in Relation to South India.' *Contributions to Indian Sociology* 9 (1966): 90-114.

_____. 'A Note on Locality in Relation to Descent.' *Contributions to Indian Sociology* 7 (1964): 71-76.

———. 'A Structural Definition of a Folk Deity of Tamil Nad: Aiyanar the Lord.' *Contributions to Indian Sociology* 3 (1959): 75-87.

———. 'Structural Theory and Descent Group Theory in South India.' *Man* 60, article 125 (1960).

———. Une Sous-caste de l'Inde du Sud. Paris: Mouton, 1957.

Dumont, Louis. 'World Renunciation in Indian Religions.' *Contributions to Indian Sociology* 4 (1960): 33-62.

Dumont, Louis and Pocock, David. 'Pure and Impure.' *Contributions to Indian Sociology* 3 (1959): 9-39.

———. 'Village Studies.' *Contributions to Indian Sociology* 1 (1957): 23-41.

Dupuis, Jacques. *Madras et le nord du Coramandel: etude des conditions de la vie indienne dans un cadre geographique.* Paris: Librairie d'Amerique et d'Orient, Adrien-Maisonneuve, 1960.

Elmore, Wilbur Theodore. *Dravidian Gods in Modern Hinduism.* Lincoln: University of Nebraska Press, 1915.

Emeneau, M. B. 'Kinship and Marriage Among the Coorgs.' *Journal of the Royal Asiatic Society of Bengal* 4 (1938): 123-47.

———. 'Language and Social Forms: A Study of Toda Kinship Terms and Dual Descent.' In *Language, Culture and Personality,* edited by Leslie Spier, pp. 158-79. Wisconsin: Sapir Memorial Publication Fund, 1942.

———. 'Toda Marriage Regulations and Taboos.' *American Anthropologist* 39 (1937): 103-12.

Emeneau, M. B., and Burrow, T. *Dravidian Borrowings from Indo-Aryan.* Berkeley: University of California Press, 1962.

Epstein, T. Scarlett. *Economic Development and Social Change in South India.* Manchester: University of Manchester Press, 1962.

———. 'A Note on Regional Development and Social Change.' *Journal of Asian and African Studies* 1, no. 1 (1966): 63-66.

———. 'Productive Efficiency and Customary Systems of Rewards in Rural South India.' In *Themes in Economic Anthropology,* edited by Raymond Firth, pp. 229-52. London: Tavistock, 1967.

Estborn, S. *The Church Among Tamils and Telugus.* Lucknow: Lucknow Publishing House, 1961.

Fawcett, Fred. 'On Basavis: Women who, through dedication to a deity assume masculine privileges.' *Journal of the Anthropological Society of Bombay* 2 (1889): 322-53.

Firth, J. R. 'A Short Outline of Tamil Pronunciation.' In A. H. Arden, *Arden's*

Grammar of Common Tamil. 4th ed. Madras: Christian Literature Society, 1934.(The fifth edition appeared in 1942 and was reprinted in 1954 and 1962, but it does not contain the outline of pronunciation by Firth.)

Fox, Richard G. 'Avatars of Indian Research.' *Comparative Studies in Society and History* 12, no. 1 (1970): 59-72.

_____.'Resiliency, and Change in the Indian Caste System: The Umar of U.P.' *The Journal of Asian Studies* 26, no. 4 (1967): 575–87.

Freed, Stanley. 'An Objective Method for Determining the Collective Caste Hierarchy of an Indian Village.' *American Anthropologist* 65 (1963): 879-91.

Frykenberg, Robert Eric. *Guntur District* 1788-1848. Oxford: Clarendon Press, 1965.

Frykenberg, Robert Eric, ed., *Land Control and Social Structure in Indian History.* Madison: University of Wisconsin Press, 1969.

Gardner, Peter M. 'Dominance in India: A Reappraisal.' *Contributions to Indian Sociology,* n.s. 2 (1968): 82-97.

Ghurye, G. S. *Caste and Race in India.* London: Kegan Paul, 1932.

Gough, E. Kathleen. *See* Aberle, E. Kathleen.

Gould, H. A. "The Hindu Jajmani System: A Case of Economic Particularism.' *Southwestern Journal of Anthropology* 14 (1958): 428-37.

_____. 'Priest and Contrapriest: A Structural Analysis of Jajmani Relationships in the Hindu Plains and the Nilgiri Hills.' *Contributions to Indian Sociology,* n.s. 1 (1967): 26-55.

Guttman, Louis. 'The Basis for Scalogram Analysis.' In Stouffer, Samuel A.; Guttman, Louis; Suchman, Edward A.; Lazarsfeld, Paul F.; Star, Shirley A.; and Clausen, John A., *Measurement and Prediction,* pp. 60– 90. Studies in Social Psychology in World War II, vol. 4. 1949-50. Reprint. New York: John Wiley and Sons, Inc., 1966.

Hardgrave, Robert. *The Nadars of Tamilnadu.* Berkeley: University of California Press, 1969.

_____. 'The New Mythology of a Caste in Change.' *Journal of Tamil Studies* 1, no. 1 (1969): 61-87.

Harper, Edward B. 'Fear and the Status of Women.' *Southwestern Journal of Anthropology* 25, no. 1 (1969): 81-95.

_____. 'A Hindu Village Pantheon.' *Southwestern Journal of Anthropology* 15, no. 3 (1959): 227–34.

Harper, Edward B. 'Ritual Pollution as an Integrator of Caste and Religion.' In his *Religion in South India,* pp. 151-96. Seattle: University of Washington Press, 1964.

_____. 'Shamanism in South India.' *Southwestern Journal of Anthropology* 13, no. 3 (1957): 267-87.

_____. 'Social Consequences of an 'Unsuccessful' Low Caste Movement. In *Social Mobility in the Caste System in India,* edited by James Silverberg, pp. 35-65. Comparative Studies in Society and History, Supplement 3. The Hague: Mouton, 1968.

Hazlehurst, Leighton. 'Multiple Status Hierarchies in India.' *Contributions to Indian Sociology,* n.s., 2 (1968): 38-57.

Hemingway, F. R. *Gazetteer of the Trichinopoly District.* Madras: Government Press, 1907.

Hiebert, P. G. *Konduru. Structure and Integration in a South Indian Village.* Minneapolis: University of Minnesota Press, 1971.

Hocart, A. M. *Caste: A Comparative Study.* London: Methuen, 1950.

_____. 'Duplication of Office in the Indian State.' Section G, Archaeology and Ethnology. *Ceylon Journal of Science* 1, part 4 (1928): 205-210.

Hutton, J. H. *Caste in India, Its Nature, Function, and Origins.* Cambridge: Cambridge University Press, 1946.

India, Dominion of. *Census of India,* 1901. Vol. XII. Madras. Part I. Report. Madras: Government Press, 1901.

_____. *Census of India, 1911.* Vol. XII. *Madras.* Part I. *Report.* Madras: Government Press, 1912.

_____. *Census of India, 1911.* Vol. XII. *Madras.* Part II. *Imperial and Provincial Tables.* Madras: Government Press, 1912.

_____. *Census of India, 1911.* Vol. XXI. *Mysore.* Part I. *Report.* Madras: Government Press, 1912.

_____. *Census of India, 1921.* Vol. XIII. *Madras.* Part II. *Imperial and Provincial Tables.* Madras: Government Press, 1922.

India, Dominion of: Madras Presidency. *Madras District Manuals: Coimbatore.* Vol. 2. Madras: Government Press, 1898.

_____. *Manual of Administration of the Madras Presidency.* Vols: 1-3. Madras: Government Press, 1893.

India, Dominion of: Madras Presidency, Department of Agriculture. *Madras Agricultural Calendars 1911-17.* Coimbatore: Agricultural College and Research Institute, 1918.

India, Republic of. *All India Rural Household Survey.* Vol. II. *Income and Spending.* Prepared by the National Council of Applied Economic Research. New Delhi: Government Press, 1963.

_____. *Census of India, 1961.* Vol. IX. *Madras.* Part II-A. *General Population Tables.* Madras: Government Press, 1963.

_____. *Census of India, 1961.* Vol. IX. *Madras.* Part VI. *Village Survey Monographs.* No. 3. Arkasanahalli, p. 10. Madras: Government Press, 1964

_____. *Census of India, 1961.* Vol. IX. *Madras.* Part VI. *Village Survey Monographs.* No. 6. Kanakagiri. Madras: Government Press, 1964.

_____. *Census of India, 1961.* Vol. IX. *Madras.* Part IX. *Atlas of the Madras State.* Madras: Government Press, 1964.

_____. *Census of India, 1961.* Vol. IX. *Madras.* Part X-i. *District Census Handbook, Coimbatore.* 2 vols. Madras: Government Press, 1964.

_____. *Census of India, 1961.* Vol. IX. *Madras.* Part VI. *Village Survey Monographs.* No. 18. Alatipatti. Madras: Government Press, 1965.

_____. *Census of India, 1961.* Vol. IX. *Madras.* Part VI. *Village Survey Monographs.* No. 17. Iswaramoorthipalayam. Madras: Government Press, 1965.

_____. *Census of India, 1961.* Vol. IX. *Madras.* Part XI-D. *Temples of Madras State, iii. Coimbatore and Salem.* Madras: Government Press, 1968.

Indian Council of Agricultural Research. *Farmers of India.* New Delhi: Government Press, 1961.

Irshick, Eugene. *Politics and Social Conflict in South India.* Berkeley: University of California Press, 1969.

Ishwaran, Karigaudar. 'Goldsmith in a Mysore Village.' *Journal of Asian and African Studies* 1, no. 1 (1966): 50-62.

_____. *Tradition and Economy in Village India.* London: Routledge and Kegan Paul, 1966.

Kanakasabhai, V. T*he Tamils Eighteen Hundred Years Ago.* 2nd ed. Madras: South India Saiva Siddhanta Works, 1956.

Kane, Pandurang Vamana. *History of Dharmasastra.* Poona: Bhandarkar Oriental Research Institute, 1930.

Karve, Irawati. *Kinship Organization in India.* 2nd rev. ed. Bombay: Asia Publishing House, 1965.

Kolenda, Pauline M. (formerly Pauline M. Mahar). 'A Multiple Scaling Technique for Caste Ranking.' *Man in India* 39, no. 2 (1959): 127-47.

_____. 'Region, Caste and Family Structure: A Comparative Study of the Indian 'Joint' Family.' In *Structure and Change in Indian Society,* edited by Milton Singer and Bernard Cohn, pp. 339-96. Chicago: Aldine, 1968.

_____. 'Regional Differences in Indian Family Structure.' In *Regions and Regionalism in South Asian Studies: An Exploratory Study,* edited by Robert I. Crane, pp.

147-226. Papers Presented at a Symposium held at Duke University, April 7-9, 1966. Duke University Program in Comparative Studies on Southern Asia, Monograph and Occasional Papers Series, Monograph no. 5. Durham, N.C.: Duke University Program in Comparative Studies on Southern Asia, 1967.

———. 'Toward a Model of the Hindu Jajmani System.' *Human Organization* 22, no. 1 (1963): 11-31.

Kumar, Dharma. *Land and Caste in South India.* Cambridge: Cambridge University Press, 1965.

Kuppuswami. *Everyday Life in South India or the Story of Coopooswamy: An Autobiography.* London: Religious Tract Society, 1885.

Leach, E. R. *Aspects of Caste in South India, Ceylon and North-West Pakistan.* Cambridge: Cambridge University Press, 1962.

———. *Pul Eliya, a Village in Ceylon: A Study of Land Tenure and Kinship.* Cambridge: Cambridge University Press, 1961.

Levi-Strauss, Claude. *The Elementary Structures of Kinship.* Rev. ed. Translated by James Harle Bell, John Richard von Sturmer, and Rodney Needham. Edited by Rodney Needham. Boston: Beacon Press, 1969.(The original was *Les Structures elementaires de la parente.* Paris: Presses Universitaires de France, 1949.)

Love, H. D. *Vestiges of Old Madras.* 3 vols. London: John Murray, 1913.

Maclachlan, Morgan, and Beals, Alan. 'The Internal and External Relationships of a Mysore Chiefdom.' *Journal of Asian and African Studies* 1, no. 2 (1966): 87-99.

Madras, Government of. *Madras District Gazetteers, Coimbatore,* by B. S. Baliga. Madras: Government Press, 1966.

Madras. Madras University Library. Manuscript D, no. 2751 (also Manuscript R, no. 1572). MacKenzie Manuscript Collection.

Mahalingam, T. V. *Administration and Social Life Under Vijayanagar.* Madras: Madras University Historical Series, 1940.

———. *South Indian Polity.* Madras: Madras University Historical Series, 1955.

Mahar, Pauline M. See Kolenda, Pauline M.

Marriott, McKim. *Caste Ranking and Community Structure in Five Regions of India and Pakistan.* Poona: Deccan College Postgraduate Research Institute, 1965.

———. 'Caste Ranking and Food Transactions: A Matrix Analysis.' In *Structure and Change in Indian Society,* edited by Milton Singer and Bernard Cohn, pp. 133-71. Chicago: Aldine, 1968.

———. 'Interactional and Attributional Theories of Caste Ranking.' *Man in India* 39, no. 2 (1959): 92-107.

_____. 'Multiple Reference in Indian Caste Systems.' In *Social Mobility in the Caste System in India,* edited by James Silverberg, pp. 103-114. Comparative Studies in Society and History, Supplement 3. The Hague: Mouton, 1968.

Mathur, K. S. *Caste and Ritual in a Malwa. Village.* Bombay: Asia Publishing House, 1964.

Mauss, Marcel. *The Gift.* Translated by I. Cunnison. London: Cohen and West, 1954.

Mayer, Adrian C. *Caste and Kinship in Central India.* London: Routledge and Kegan Paul, 1960.

_____. 'Change in a Malwa Village.' *Economic Weekly* 7 (1955): 1147-49.

_____. 'The Dominant Caste in a Region of Central India.' *Southwestern Journal of Anthropology* 14, no. 4 (1958): 407–27.

Mayer, Adrian C. *Land and Society in Malabar.* Bombay: Oxford University Press, 1952.

_____. 'Some Hierarchical Aspects of Caste.' *Southwestern Journal of Anthropology* 12, no. 2 (1956): 117-44.

Mayfield, R. C. *The Spatial Structure of a Selected Interpersonal Contact: A Regional Comparison of Marriage Distances in India.* Technical Report no. 6. Spatial Diffusion Study. Evanston: Northwestern University Press, 1967.

McCormack, William. 'Sister's Daughter Marriage in a Mysore Village.' *Man in India* 38, no. 1 (1958): 34-48.

Mencher, Joan P. 'Changing Familial Roles Among South Malabar Nayars.' *Southwestern Journal of Anthropology* 18, no. 3 (1962): 230-45.

_____. 'Growing Up in South Malabar.' *Human Organization* 22, no. 1 (1963): 54-65.

_____. 'Kerala and Madras: A Comparative Study of Ecology and Social Structure.' *Ethnology* 5, no. 2 (1966): 135-71.

_____. 'Namboodiri Brahmins: An Analysis of a Traditional Elite in Kerala.' *Journal of Asian and African Studies* 1, no. 3 (1966): 183-96.

Mencher, Joan P., and Goldberg, Helen. 'Kinship and Marriage Regulations Among the Namboodiri Brahmans of Kerala.' *Man,* n.s. 2, no.1 (1967): 87-106.

Metcalf, Thomas R. *The Aftermath of Revolt.* Princeton: Princeton University Press, 1965.

Miller, Eric J. 'Caste and Territory in Malabar.' *American Anthropologist* 56 (1954): 410-20.

_____. 'Village Structure in North Kerala.' In *India's Villages,* edited by M. N. Srinivas, pp. 42-55. 2nd ed., rev. Bombay: Asia Publishing House, 1960,

Mukherjee, Nilmani. *The Ryotwari System in* Madras 1792-1827. Calcutta: K. L. Mukhopadhyay, 1962.

Nagaswamy, R. 'Architecture in Tamilnad.' *Journal of Tamil Studies* 1, no. 1 (1969): 139-53.

Nair, Kusum. *Blossoms in the Dust.* London: Gerald Duckworth & Co., 1962.

Neale, Walter C. 'Land is to Rule.' In *Land Control and Social Structure in Indian History,* edited by Robert Eric Frykenberg, pp. 3-16. Madison: University of Wisconsin Press, 1969.

Needham, Rodney. *Structure and Sentiment.* Chicago: University of Chicago Press, 1962.

Nelson, J. H. *The Madhura Country: A Manual.* Madras: William Thomas, 1968.

Newnham, T. O. *South Indian Village.* London: Longmans, 1967.

Nicholson, F. A. *Manual of the Coimbatore District.* Madras: Government Press, 1887.

_____. *Manual of the Coimbatore District.* Vol. 2. Edited by H. A. Stuart. Madras: Government Press, 1898.

Nilakanta Sastri, K.A. *A History of South India.* 3rd ed. Madras: Oxford University Press, 1966.

Obeyesekere, Gananath. *Land Tenure in Village Ceylon.* Cambridge: Cambridge University Press, 1967.

Oliver, Georges. *Anthropologie des Tamouls du sud de l'Inde.* Paris. Ecole française d'Extreme Orient, 1961.

O'Malley, L.S.S. *Popular Hinduism.* Cambridge: Cambridge University Press, 1935.

Oppert, Gustav. *On the Original Inhabitants of Bharatavarsa or India.* Westminster: A. Constable and Co., 1893.

Orans, Martin. 'Maximizing in Jajmani Land: A Model of Caste Relations.' *American Anthropologist* 70 (1968): 875-97.

Pocock, David F. 'Difference' in East Africa: A Study of Caste and Religion in Modern Indian Society.' *Southwestern Journal of Anthropology* 13, no. 4 (1957): 289-300.

_____. 'The Hypergamy of the Patidars.' In *Professor Ghurye Felicitation Volume,* edited by K. M. Kapadia, pp. 195-204. Bombay: Popular Book Depot, 1954.

Pocock, David F. 'Inclusion and Exclusion: A Process in the Caste System of Gujarat.' *Southwestern Journal of Anthropology* 13, no. 1 (1957): 19-31.

_____. 'The Movement of Castes.' *Man* 55, article 79 (l955).

_____. 'Notes on Jajmani Relationships.' *Contributions to Indian Sociology*

6 (1962): 78–95.

Pradhan, M. C. *The Political System of the Jats of Northern India.* Bombay: Oxford University Press, 1966.

H. R. H. Prince Peter of Greece and Denmark, 'The Mother Sibs of the Todas of the Nilgiris.' *The Eastern Anthropologist* 5, nos. 2, 3 (1952): 65-73.

Radcliffe-Brown, A. R. 'Dravidian Kinship Terminology.' *Man* 53, article 169 (1953).

Rajamanikam, S. 'Factors in the Growth of the Christian Movement in the Ex-Methodist Area of the Tiruchirappalli Diocese and Their Relation to Present-Day Problems.' B.D. thesis, United Theological College, Bangalore, 1950–51.

Ramachandra Chettiar, C. M. 'A Chapter in the History of Kongu Nadu.' *The Quarterly Journal of the Mythic Society* 21, no. 1 (1930): 39-49.

_____. 'Geographical Distribution of Religious Places in Tamilnad.' *Indian Geographical Journal* 16 (1942): 42-50.

_____. 'The Geographical Limits of Kongu Nadu at Various Epochs.' *Indian Geographical Journal* 5, nos. 2, 3 (1930): 59-69.

_____. 'Growth of Modern Coimbatore.' *The Journal of the Madras Geographical Association* 14, no. 2 (1939): 101-16.

_____.'Jainism in Kongu Nadu.' *The Quarterly Journal of the Mythic Society* 25, nos. 1, 2, 3 (1934-35): 87-94.

_____. 'Place-Names in Tamil Nad.' *The Journal of the Madras Geographical Association* 13 (1938): 32-57.

Ramachandran, Ranganathan. 'Spatial Diffusion of Innovation in Rural India: A Case Study of the Spread of Irrigation Pumps in the Coimbatore Plateau.' Ph.D. dissertation, Clark University, 1969.

Raman, K. V. *The Early History of the Madras Region.* Madras: Amudha Nilayam Ltd., 1959.

Ramanujan, A. K. 'The Structure of Variation: A Study in Caste Dialects.' In *Structure and Change in Indian Society,* edited by Milton Singer and Bernard Cohn, pp. 461-74. Chicago: Aldine, 1968.

Rangaswami Aiyangar, K. V., ed. *Professor K. V. Rangaswami Aiyangar Commemoration Volume.* Madras: G. S. Press, 1940.

Rao, M.S.A. 'Occupational Diversification and Joint Household Organization.' *Contributions to Indian Sociology,* n.s. 2 (1968): 98-111.

Reddy, N. S. *See* Subha Reddi, N.

Rice, Benjamin Lewis. *Mysore Gazetteer.* Vol. 1, London: Westminster, 1897.

Richards, F. J. 'The Village Deities of Vellore Taluk, North Arcot District.' *The Quarterly Journal of the Mythic Society* 10, no. 2 (1920): 109-20.

Riviere, P. G. 'A Note on Marriage with the Sister's Daughter.' *Man,* n.s. I, no. 4 (1966): 550.

Robinson, Marguerite. 'Some Observations on the Kandyan Sinhalese Kinship System.' *Man,* n.s. 3, no. 3 (1968): 402–23.

Scheffler, Harold W. *'The Elementary Structures of Kinship,* by Claude Levi-Strauss: A Review Article.' *American Anthropologist* 72 (1970): 251-68.

Sebring, James M. 'Caste Indicators and Caste Identification of Strangers.' *Human Organization* 28, no. 3 (1969): 199-207.

Senart, Emile. *Les Castes dans l'Inde: les faits et le systeme.* Paris: E. Leroux, 1894.

Silverberg, James. 'Caste-Ascribed *Status* versus Caste-Irrelevant Roles.' *Man* in India 39, no. 2 (1959): 148-162.

Silverberg, James, ed. *Social Mobility in the Caste System in India.* Comparative Studies in Society and History, Supplement 3. The Hague: Mouton, 1968.

Singaravelu, S. Social *Life of the Tamils: The Classical Period.* Kuala Lumpur: Marican, 1966.

Singer, Milton. 'The Great Tradition in a Metropolitan Center: Madras.' In his *Traditional India,* pp. 141-82. Philadelphia: American Folklore Society, 1959.

_______. 'The Indian Joint Family in Modern Industry.' In *Structure and Change in Indian Society,* edited by Milton Singer and Bernard Cohn, pp. 423-52. Chicago: Aldine, 1968.

Singer, Milton, and Cohn, Bernard., eds. *Structure and Change in Indian Society,* Chicago: Aldine, 1968.

Singh, Kashi N. 'The Territorial Basis of Medieval Town and Village Settlement in Eastern Uttar Pradesh, India.' *Annals of the Association of American Geographers* 58, no. 2 (1968): 203-20.

Sivertsen, Dagfinn. *When Caste Barriers Fall: A Study of Social and Economic Change in a South Indian Village.* Oslo: Universitetsforlaget, 1963.

Spate, O. *India and Pakistan: A General and Regional Geography.* London: Methuen, 1954.

Srinivas, M. N. 'A Caste Dispute Among the Washermen (Madivala Shetti or Agasa) of Mysore.' *The Eastern Anthropologist* 7, nos. 3 and 4 (1954): 148-68.

_______. *Caste in Modern India and Other Essays.* Bombay: Asia Publishing House, 1962.

———.'The Dominant Caste in Rampura.' *American Anthropologist* 61 (1959): 1-16.

———. 'A Joint Family Dispute in a Mysore Village.' *Journal of the M. S. University of Baroda* 1 (1952): 7-31.

———.*Marriage and Family in Mysore*. Bombay: New Book Co., 1942.

———.*Religion and Society Among the Coorgs of South India*. 1952. Reprint. London: Asia Publishing House, 1965.

———. 'The Social Structure of a Mysore Village.' *Economic Weekly* 3 (1951): 1051-56.

———. 'The Social System of a Mysore Village.' In *Village India*, edited by McKim Marriott, pp. 1-35. Chicago: University of Chicago Press, 1955.

Srinivas, M. N., ed., *India's Villages*. 2nd ed., rev. Bombay: Asia Publishing House, 1960.

Srinivasa Iyengar, P. T. 'Geographical Control of Early Kongu History.' *Indian Geographical Journal* 5, nos. 2 and 3 (1930): 54-58.

Srinivasa Iyengar, P. T. *History of the Tamils from the Earliest Times to 600 A.D.* Madras: Madras University Press, 1929.

Srinivasa Raghavaiyangar, S. *Memorandum on the Progress of the Madras Presidency During the Last Forty Years of British Administration*. Madras: Government Press, 1893.

Srinivasachari, C. S. 'The Origin of the Right and Left Hand Caste Division.' *Journal of the Andhra Historical Research Society* 4 (1929): 77-85.

———. 'Right and Left Hand Caste Disputes in Madras in the Early Part of the 18th Century.' *Indian Historical Records Commission Proceedings of Meetings* 12 (1930): 68–76.

Staal, J. F. 'Notes on Some Brahmin Communities of South India.' *Arts and Letters* 32, no. 1 (1958): 1-7.

———. 'Sanskrit and Sanskritization.' *The Journal of Asian Studies* 22, no. 3 (1963): 261-75.

Stein, Burton. 'Brahman and Peasant in Early South Indian History.' *The Adyar Library Bulletin*. Vols. 31-32. Dr. Raghavan Felicitation Volume (1967-68): 229-69.

———. 'Coromandel Trade in Medieval India.' In *Merchants and Scholars*, edited by John Parker, pp. 45-62. Minneapolis: University of Minnesota Press, 1965.

———. 'The Economic History of India: A Bibliographic Essay.' *The Journal of Economic History* 21 (1961): 179-207.

———. 'Historical Ecotypes in South India.' Mimeographed. Paper read at the

2nd International Conference-Seminar of Tamil Studies, January, 1967, at Madras, pp. 1-10.

_____. 'Integration of the Agrarian System of South India.' In *Land Control and Social Structure in Indian History,* edited by Robert Eric Frykenberg, pp. 175–216. Madison: University of Wisconsin Press, 1969.

_____. 'Social Mobility and Medieval South Indian Hindu Sects.' In *Social Mobility in the Caste System in India,* edited by James Silverberg, pp. 78-94. Comparative Studies in Society and History, Supplement 3. The Hague: Mouton, 1968.

_____. 'The State, the Temple, and Agricultural Development: A Study in Medieval South India.' *The Economic Weekly Annual* (February 4, 1961): 179-88.

Stevenson, Henry. 'Status Evaluation in the Hindu Caste System.' *Journal of the Royal Anthropological Institute* 84 (1954): 45-65.

Stokes, C. S. H. 'The Custom of Kareiyid or Periodical Redistribution of Land in Tanjore.' *The Indian Antiquary* 3 (1874): 65-69.

Subha Reddi, N. 'Community Conflict Among the Depressed Castes of Andhra. *Man* in India 30, no. 4 (1950): 1-12.

_____. 'Spatial Variance of Custom in Andhra Pradesh.' In *Anthropology on the March,* edited by L. K. Bala Ratnam, pp. 283-96. Madras: The Book Centre, 1963.

Subhashini Subramanyam, Y. 'A Note on Cross-Cousin Marriage Among Andhra Brahmans.' *Journal of Asian and African Studies* 2 (1967): 266-72.

Subramanian, N. *Sangam Polity: The Administration and Social Life of the Sangam Tamils.* New York: Asia Publishing House, 1968.

Swedish Lutheran Mission. *Tranquebar Almanac.* Tranquebar: Tranquebar Publishing House, 1964.

Tambiah, S.J. 'Kinship Fact and Fiction in Relation to the Kandyan Sinhalese.' *Journal of the Royal Anthropological Institute* 95, part 2 (1965): 131-173.

Thapar, Romila. 'The Elite and Social Mobility in Early India.' Paper read, April, 1968, at the University of Chicago.

Thirunaranan, B. M. 'The Traditional Limits and Subdivisions of the Tamil Region. In *Professor K. V. Rangaswami Aiyangar Commemoration Volume,* edited by K. V. Rangaswami Aiyangar, pp. 159-69, Madras: G. S. Press, 1940.

Thurston, Edgar. *Castes and Tribes of Southern India.* 7 vols. Madras: Government Press, 1909.

Torgerson, Warren. 'Deterministic Models for Categorical Data.' In his *Theory and Methods of Scaling,* pp. 298–359. New York: John Wiley and Sons, 1965.

Tyler, Stephen A. 'Parallel/Cross: An Evaluation of Definitions.' *Southwestern Journal of Anthropology* 22, no. 4 (1966): 416-32.

Viennot, Odette. Le *Culte de l'arbre dans l'Inde ancienne.* Paris: Presses Universitaires de France, 1954.

Viswanatha, S. V. 'The Gangas of Talakkad and Their Kongu Origin.' *The Quarterly Journal of the Mythic Society* 26, nos. 1, 2 (1935): 247-54.

Weber, Max. *The Religion of India.* Glenco: Free Press, 1958.

Whitehead, H. *Village Gods of South India.* London: Oxford University Press, 1916.

Wiser, W. H. *The Hindu Jajmani System.* Lucknow: Lucknow Publishing House, 1936.

Witney, Rev. T. C. *A Hundred Years of Salem Mission History.* Nagercoil: London Mission Press, 1936.

Yalman, Nur. 'Dual Organization in Central Ceylon.' In *Anthropological Studies in Theravada Buddhism,* edited by Manning Nash, pp. 197-223. Yale University Southeast Asia Studies, Cultural Report Series no. 13. Detroit: The Cellar Book Shop, 1966.

_____.'The Flexibility of Caste Principles in a Kandyan Community.' In *Aspects of Caste in South India, Ceylon and North-West Pakistan,* edited by E. R. Leach, pp. 78-112. Cambridge: Cambridge University Press, 1960.

_____.'On the Purity of Women in the Castes of Ceylon and Malabar.' *Journal of the Royal Anthropological* Institute 93, part 1 (1963): 25-58.

_____. 'Sinhalese-Tamil Intermarriage on the East Coast of Ceylon.' *Sociologus* 12 (1962): 36-54.

_____. 'The Structure of the Sinhalese Kindred: A Re-examination of the Dravidian Terminology.' *American Anthropologist* 64 (1962): 54875.

_____. *Under the Bo Tree.* Berkeley: University of California Press, 1967.

Zelliot, Eleanor Mae. 'Dr. Ambedkar and the Mahar Movement.' Ph.D. dissertation, University of Pennsylvania, 1969.

ಠಿಡ

படித்துவிட்டீர்களா?

தமிழக நாடார்கள்
ஒரு சமுதாய மாற்றத்தில் அரசியல் பண்பாடு
இராபர்ட் எல். ஹார்டுகிரேவ்

பக்கம்: *520*, விலை: ₹ 480
ISBN: 978 81 7720 306 6